சீனிவாச ராமாநுஜம்

சென்னைக் கலைக்குழு, பல்கலை அரங்கம், பரீக்ஷா, ஐக்கியா ஆகிய நாடகக் குழுக்களில் எண்பதுகளின் பிற்பகுதியில் பங்காற்றியவர். அதையடுத்து 1990-ல், 'ஆடுகளம்' எனும் நாடகக் குழுவைத் தொடங்கி, மிக முக்கியமான நாடகங்களை இயக்கியுள்ளார். பிறகு 2005-ல், சாதத் ஹசன் மண்ட்டோவின் தேர்ந்தெடுக்கப்பட்ட படைப்புகளை *'மண்ட்டோ படைப்புகள்'* என்ற தலைப்பில் தொகுத்துத் தமிழாக்கம் செய்தார். இதைத் தொடர்ந்து, ஆர்துரோ வான் வாகனோவின் *'மௌன வதம்'*, டி.ஆர்.நாகராஜின் தேர்ந்தெடுக்கப்பட்ட கட்டுரைகள் அடங்கிய *'தீப்பற்றிய பாதங்கள்'*, சுந்தர் சருக்கை எழுதிய நாடகங்களின் தொகுப்பான *'இரண்டு தந்தையர்'*, கோபால் குரு, சுந்தர் சருக்கை இணைந்து எழுதிய *'விரிசல் கண்ணாடி'*, சுந்தர் சருக்கை எழுதிய *'சிறுவர்களுக்கான தத்துவம்'* (த.ராஜனுடன் இணைந்து), *'அறிவியல் என்றால் என்ன?'* ஆகிய முக்கியமான புத்தகங்களை மொழியாக்கம் செய்திருக்கிறார். எம்.எஸ்.எஸ்.பாண்டியன், அஷிஸ் நந்தி, சையித் ஹுஸைன் நஸ்ர் ஆகியோரின் எழுத்துகளையும் தமிழுக்கு அறிமுகப்படுத்தியிருக்கிறார். *'காந்தியின் உடலரசியல்'*, *'தற்கொலைகளைக் கொண்டாடுவோம்'*, *'சந்நியாசமும் தீண்டாமையும்'*, *'Renunciation and Untouchability: The Notional and the Empirical in the Caste Order'*, *'இந்து மதம்: ஒரு விசாரணை'* ஆகிய நூல்களை எழுதியிருக்கிறார். இவர் பெற்ற விருதுகள்: ஆனந்தாஸ் பீமராஜா இலக்கிய விருது (2016), ஆனந்த விகடன் நம்பிக்கை விருதுகள் (2016), *'இந்து தமிழ்'* நாளிதழின் ஏ.கே.செட்டியார் விருது (2017).

சீனிவாச ராமானுஜம் கட்டுரைகள்

ஒரு தோற்றப்பாட்டியல் வாசிப்பு

சீனிவாச ராமானுஜம்

எதிர் வெளியீடு

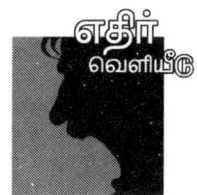

சீனிவாச ராமாநுஜம் கட்டுரைகள்
ஒரு தோற்றப்பாட்டியல் வாசிப்பு
சீனிவாச ராமாநுஜம்

முதல் பதிப்பு: ஜனவரி 2023

எதிர் வெளியீடு,
96, நியூ ஸ்கீம் ரோடு, பொள்ளாச்சி - 642002.
தொலைபேசி: 04259 - 226012, 99425 11302.

அட்டை ஓவியம்: கே.சி.எஸ். பணிக்கர்
வடிவமைப்பு: ஜீவமணி

விலை: ரூ. 700

Srinivasa Ramanujam Katturaigal
Oru thotrappatiyal vasippu

Srinivasa Ramanujam

First Edition: January 2023

Published by
Ethir Veliyeedu, 96, New Scheme Road. Pollachi - 2.
email: ethirveliyedu@gmail.com
www.ethirveliyeedu.com

Cover Painting: K.C.S. Paniker, Words and Symbols, 1968
Layout: Jeevamani

Price: ₹ 700

ISBN: 978-93-90811-96-0

Printed by: Jothy Enterprises, Chennai.

All rights reserved. No part of this book may be reprinted or reproduced or utilised in any form or by any electronic, mechanical or other means, now known or hereafter invented, including Photocopying and recording, or in any information storage or retrieval system, without permission in writing from the Publisher.

மநு அரவிந்தனுக்கும்
விபு அரவிந்தனுக்கும்.

உள்ளடக்கம்

- நன்றி... xi

I

1. **காந்தியின் உடலரசியல்**
   பாலினப் பரிசோதனையும் காலனிய – மதவாத எதிர்ப்பும் 3

2. **வளர்ச்சிமயவாதமும் மனம்பிறழ்ந்த யோகிகளும்**
   காந்தியத்தின் மறுபிறவிக்காகக் காத்திருக்கும் தருணங்கள் 39

3. **சமூக அறிவியல் சட்டகங்களுக்கு அப்பால்**
   டி.ஆர்.நாகராஜின் 'தீப்பற்றிய பாதங்கள்' தொகுப்பை முன்வைத்து 56

4. **இந்திய நவீனத்தின் தொடக்கமும் மறைவும்**
   கடந்த காலத்துடனான உறவு குறித்து சில பார்வைகள் 71

5. **மதச்சார்பின்மையும் பன்மைத்துவமும்**
   தாரா ஷிகோஹ் மற்றும் யாஷோவிஜயா
   அணுகுமுறைகளை முன்வைத்து 99

6. **கருத்தாக்கங்களை மொழிபெயர்த்தல்**
   மொழிபெயர்ப்பு குறித்து சில குறிப்புகள் 123

7. **இயற்கையும் மெய்ம்மையும்**
   இயற்கையை மொழிபெயர்க்கும் சிக்கல்கள் குறித்து 142

II

8. **மறதியின் கவித்துவம்**
   அசோகமித்திரனின் '18வது அட்சக்கோடு' நாவலை முன்வைத்து 185

9. **அம்மா வந்தாளா, போனாளா?**
   தி.ஜானகிராமனின் 'அம்மா வந்தாள்' நாவலை முன்வைத்து 196

10. அழகியலும் மேலாதிக்க சுயமும்
ஜே.எம்.கூட்ஸியின் 'மானக்கேடு' நாவலை முன்வைத்து 206

11. கனவுகளின் யதார்த்தமும்
அழகியல் முழுமையும்
பா.வெங்கடேசனின் 'பாகீரதியின் மதியம்' நாவலை முன்வைத்து 215

12. இருப்பாய்வியலார்ந்த கலகக்காரர்
யு.ஆர்.அனந்தமூர்த்தியின் 'பாரதிபுரா' நாவலை முன்வைத்து 230

13. மண்ட்டோவின் தன்னிலை
மண்ட்டோ கதைகளை முன்வைத்து 237

14. விஸ்வரூப தரிசனம்
'விஸ்வரூபம்' திரைப்படத்தை முன்வைத்து 242

15. துயர நாயகனைப் படைத்தல்
'ஆடுகளம்' திரைப்படத்தை முன்வைத்து 249

16. மும்மடியான கதையாடல்
'காக்கா முட்டை' திரைப்படத்தை முன்வைத்து 257

17. வரலாற்றிலிருந்து துண்டிக்கப்பட்ட வரிகள்
'ஹே ராம்' திரைப்படத்தை முன்வைத்து 266

18. வெட்டி எறியப்பட்ட ஆண்குறியும்
ஏகாதிபத்திய எதிர்ப்பும்
நகிஸா ஓஷிமாவின் இரண்டு திரைப்படங்களை முன்வைத்து 274

19. நவீனத்துவம் சேகரித்த மண்டையோடுகளும்
நரமாமிசம் தின்ற ஆன்மாக்களும்
பாசோலினியின் இரண்டு திரைப்படங்களை முன்வைத்து 287

III

20. காந்தியத் தம்பதி
கிருஷ்ணம்மாள்-ஜெகந்நாதன் குறித்து ஓர் எளிய வாசிப்பு 305

21. இயந்திரமயமான பிரபஞ்சம், இயற்கை, மனிதன்
எஸ்.என்.நாகராஜன் எழுத்துகளை முன்வைத்து 324

22. இறைநம்பிக்கையும் மதச்சார்பின்மையும்
ஞானியின் எழுத்துகளை முன்வைத்து 333

23. **அனுபவங்களை மொழிப்படுத்துதல்**
    'சாதியும் நானும்' தொகுப்பை முன்வைத்து 346

24. **கதாநாயகனும் முதலீட்டியமும்**
    ராஜன் குறையின் 'கதாநாயகனின் மரணம்' தொகுப்பை முன்வைத்து 357

25. **சபரிமலைப் பாதையும் இடிந்தகரைப் பாதையும்**
    லக்ஷ்மி மணிவண்ணனின் 'ஓம் சக்தி ஓம் பராசக்தி'
    தொகுப்பை முன்வைத்து 365

26. **சுயமரியாதை ஒரு தொற்றுநோய்**
    'எழுத்தும் எதிர்ப்பும்: துணைத்தளபதி மார்க்கோஸ்'
    தொகுப்பை முன்வைத்து 373

x

நன்றி...

என்னுடைய முதல் கட்டுரைத் தொகுப்பான *‘தற்கொலைகளைக் கொண்டாடுவோம்’* 2009-ல் வெளிவந்தது. இது என்னுடைய இரண்டாவது தொகுப்பாகும். முதல் தொகுப்பில் உள்ள சில கட்டுரைகளும், அதற்குப் பிறகு எழுதிய கட்டுரைகளும் இங்கே தொகுக்கப்பட்டுள்ளன. *‘காந்தியின் உடலரசியல்’* 2007-ல் சிறு நூலாக வெளிவந்தது. பின்னர், எந்த மாற்றமும் இல்லாமல் முதல் தொகுப்பில் சேர்க்கப்பட்டது. இந்தத் தொகுப்பில் சற்றே விரிவாக்கி எழுதியிருக்கிறேன். *‘அகம்–புறம்’* முதலாவது இதழில் வெளியான ‘காலனியத்துக்கு முந்தைய இந்திய நவீனத்தின் தொடக்கம் குறித்து சில பார்வைகள்’ கட்டுரை அதன் உள்ளடக்கம் சார்ந்து இந்தத் தொகுப்பில் இரண்டு தனித்தனிக் கட்டுரைகளாகப் பிரிக்கப்பட்டுள்ளது. இரண்டு மொழியாக்க நூல்களுக்கு (*‘விரிசல் கண்ணாடி’* மற்றும் *‘தீப்பற்றிய பாதங்கள்’*) எழுதிய மொழிபெயர்ப்பாளர் குறிப்புகள் இந்தத் தொகுப்பில் ‘கருத்தாக்கங்களை மொழிபெயர்த்தல்’ என்ற கட்டுரையாக விரிவாக்கப்பட்டிருக்கின்றன. மற்றபடி, முன்னரே இதழ்களில் அல்லது தொகுப்புகளில் பிரசுரிக்கப்பட்ட கட்டுரைகளில் மொழியளவில் சில மாற்றங்கள் செய்திருக்கிறேன்.

இந்தத் தொகுப்பில் உள்ள கட்டுரைகளையெல்லாம் ஒன்றாகப் படிக்கும்போது இவற்றுள் ஒரு சிந்தனைத் தொடர்ச்சியைப் பார்க்க முடிகிறது. எந்தவொரு கட்டுரையும் — அது அறிவியல் தொடர்பானதாக இருந்தாலும், காந்தி/அம்பேத்கர் தொடர்பானதாக இருந்தாலும், திரைப்படங்கள்/நாவல் தொடர்பானதாக இருந்தாலும் — தனித்து இயங்கவில்லை. ஒன்றோடொன்று ஏதோ ஒருவிதத்தில் தொடர்புகொண்டவையாக வெளிப்படுகின்றன. இதை நீங்களும் உணர்வீர்கள் என்றால், அது எனக்கு மகிழ்ச்சியே!

இந்தத் தொகுப்பில் உள்ள கட்டுரைகள் *‘அருஞ்சொல்’* இணைய இதழ், *‘புதிய கோடாங்கி’*, *‘அகம்–புறம்’*, *‘காட்சிப்பிழை’*, *‘செம்மலர்’* ஆகிய இதழ்களில் பிரசுரிக்கப்பட்டவை. இந்த இதழ் ஆசிரியர்களுக்கு எனது நன்றியைத் தெரிவித்துக்கொள்கிறேன். பெருந்தேவி, கல்யாணராமன், சுப்பிரமணி இரமேஷ் ஆகியோர் முறையே அசோகமித்திரன், தி.ஜானகிராமன், பெருமாள்முருகன் படைப்புகள் குறித்துக் கொண்டுவந்த தொகுப்பு நூலில் என் கட்டுரையைச் சேர்த்தமைக்குத் தொகுப்பாசிரியர்களுக்கு எனது நன்றி. ராஜன் குறை, லஷ்மி மணிவண்ணன் ஆகியோர் தங்கள் தொகுப்புக்கு முன்னுரை எழுத வாய்ப்பளித்தமைக்கு எனது நன்றி. வெவ்வேறு சந்தர்ப்பங்களில்

இந்தக் கட்டுரைகளைப் படித்துப் பலரும் தங்களது விமர்சனங்களைப் பகிர்ந்துகொண்டிருக்கிறார்கள். குறிப்பாக, சமஸ், ப.சிவகாமி (இ.ஆ.ப.), பா.வெங்கடேசன், த.ராஜன், ஆசை, ஷஹிதா, தூயன், தோழர் பாலன், பத்மினி, பாலாஜி, ஜீவமணி, ராமசாமி, ஹோமியோபதி பழகும் பிரபு, பெங்களூரு செந்தில், கோயம்புத்தூர் ரியாஸ், வேணுமணி, சி.அண்ணாமலை. இவர்களுக்கு எனது நன்றியைத் தெரிவித்துக்கொள்கிறேன். நான் எழுப்பும் சந்தேகங்களை மிக நிதானமாகத் தெளிவுபடுத்தி எனக்குப் பெரும் ஊக்கமளித்துவரும் சுந்தர் சருக்கை இங்கு குறிப்பிடப்பட வேண்டியவர். குறிப்பாக, இந்தத் தொகுப்பில் உள்ள ‘இயற்கையும் மெய்ம்மையும்’, ‘கருத்தாக்கங்களை மொழிபெயர்த்தல்’ ஆகிய இரண்டு கட்டுரைகளை எழுதும்போது எழுந்த சந்தேகங்களை மிக எளிமையாக விளக்கியதோடு மட்டுமல்லாமல், எனக்குள் தெளிவுபடுத்திக்கொள்ளும் விதமாகத் தவறான, அபத்தமான கேள்விகள் கேட்டாலும் அதை நேர்மறையாக எடுத்துக்கொண்டு அவை குறித்து மேலும் சிந்திக்க வழிகாட்டினார். சருக்கையுடன் பேசி முடிக்கும் ஒவ்வொரு முறையும் என் சிந்தனைகள் விரிவடைகின்றன. நான் கேட்டுக்கொள்ளும் கேள்விகள் இன்னும் கூர்மையாகின்றன. சுந்தர் சருக்கைக்கு எனது மனமார்ந்த நன்றியைத் தெரிவித்துக்கொள்கிறேன்.

எப்போதும்போல் இந்தத் தொகுப்பை உற்சாகத்துடன் செம்மைப்படுத்திக் கொடுத்த த.ராஜன், மிகச் சிறப்பாக வடிவமைத்துக்கொடுத்த நண்பர் ஜீவமணி இருவருக்கும் எனது பிரத்யேக நன்றிகள். இந்தத் தொகுப்பை நான் விரும்பிய விதத்தில் கொண்டுவரும் அனுஷுக்கு எனது நன்றி. என் செயல்கள் எல்லாவற்றுக்கும் உறுதுணையாக இருக்கும் பத்மினிக்கு வெறும் நன்றி சொல்வதோடு எப்படி நிறுத்திக்கொள்ள முடியும்!

சீனிவாச ராமாநுஜம்

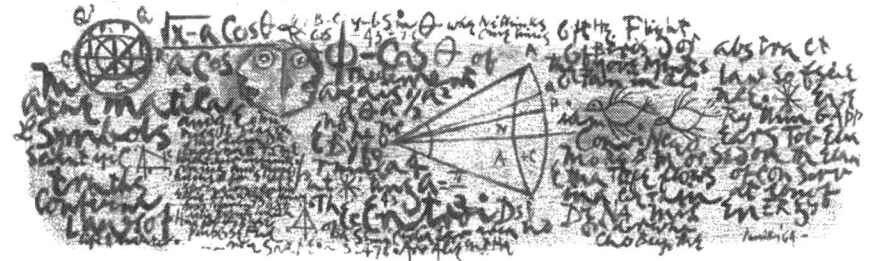

I

காந்தியின் உடலரசியல்

பாலினப் பரிசோதனையும் காலனிய - மதவாத எதிர்ப்பும்

சந்நியாசம் ஏற்காமல் ஆதி சங்கரரால் அத்வைதம் பேசியிருக்க முடியாது. துறவறம் ஏற்காமல் புத்தர் சாத்தியமில்லை. நிர்வாணத்தைக் கொண்டாடாமல் மகாவீரரால் அகிம்சையை முன்னிறுத்தியிருக்க முடியாது. மேற்கத்திய உடையை விட்டெறியாமல் காந்தியால் மகாத்மா ஆகியிருக்க முடியாது. மேற்கத்திய உடையை அணியாமல் அம்பேத்கரால் சாதிய அமைப்புக்கு எதிராகப் போராடியிருக்க முடியாது. பண்பாட்டால் ஒதுக்கப்பட்ட கறுப்பு நிறத்தைக் கொண்டாடாமல் பெரியார் சாத்தியமில்லை. இவற்றை வைத்து நாம் சூத்திரங்களை உருவாக்க முடியாது என்றாலும் உள்ளடக்கத்துக்கும் வடிவத்துக்கும் இடையேயான உறவைப் போற்ற முடியும். இந்த உள்ளடக்கத்துக்கும் வடிவத்துக்குமான உறவை ஒரு புதிய தளத்துக்கு காந்தி எடுத்துச்சென்றார். இதற்கு முன் வரலாற்றில் காணாத அளவுக்கு உடலின் சாத்தியங்களை விரிவுபடுத்தினார்.

அரசியல் போராட்டமாகட்டும் ஆன்மிகச் சிந்தனையாகட்டும் சமூகச் சீர்திருத்தங்களாகட்டும் அறிவியல் தொழில்நுட்பச் சிந்தனையாகட்டும் எல்லாவற்றுக்கும் அடிப்படையாகத் தன் உடலையே காந்தி மையப்படுத்தினார். அவர் முன்வைத்த உடலானது இறையியல் போற்றிய வரையறைகளுக்கு வெளியே இருந்தது. அது காலனிய நவீனத்துவம் முன்வைத்த தன்னாட்சி கொண்ட உடலை நிராகரித்தது. இந்திய தேசிய எழுச்சி முன்வைத்த ஆண்மைய (masculinity) உடலை மறுத்தது. வரலாற்றிலிருந்தும் கருத்தாக்கத் தளத்திலிருந்தும் தனிநபரின் உடலை விடுவிக்க முயன்றது. உடலின் சாத்தியங்களை விரிவுபடுத்த முயன்றது; அதே வேளையில், அதன் எல்லைகளையும் ஏற்றுக்கொண்டது. உடலும் சமூகமும் உள்ளார்ந்து இணைந்திருக்கின்றன. சமூகம் எப்படியாகக் கருத்தாக்கம் செய்யப்படுகிறது என்பதோடு உடல் கருத்தாக்கம் செய்யப்படுவது இணைந்திருக்கிறது. மாற்றிச் சொல்வதும் அதே அளவுக்கு உண்மை. உடலை ஒரு விதமாகவும், சமூகத்தை வேறு விதமாகவும் அர்த்தப்படுத்த முடியாது. உடலை ஒரு ஒழுங்கின் பகுதியாக வரையறுப்பதற்கு அதன் எல்லைகளையும் நுழைவாயில்களையும் ஒருவிதமாக அர்த்தப்படுத்த வேண்டியுள்ளது. அதுபோலவே அன்றாடத்தன்மையிலான சமூகத்தை ஒரு ஒழுங்குக்குள்

கொண்டுவருவதற்கு நாம் அதை அர்த்தப்படுத்த வேண்டியுள்ளது.[1] உடலை நாம் ஆண்மையப் பார்வையிலிருந்தும் விவரிக்க முடியும், பெண்மையப் பார்வையிலிருந்தும் விவரிக்க முடியும். ஆண்மையவாதப் பார்வையைக் காலனிய நவீனத்துவம் முன்வைத்தது. பார்ப்பனியமும் ஆண்மையவாதப் பார்வையை முன்வைத்தது. காலனிய எதிர்ப்பில் இவ்விரண்டு கூட்டை காந்தி எதிர்க்க வேண்டியிருந்தது. இந்த எதிர்ப்பின் முக்கியமான வடிவங்கள்: உண்ணாவிரதம் மற்றும் பிரம்மச்சரியம். காலனியமும் காலனிய எதிர்ப்பும் முன்வைத்த ஆணுக்கு எதிராக காந்தி ஒரு பெண்ணை நிறுத்தினார். இதில் அவரது பாலினப் பரிசோதனைகள் பிரதானமாகின்றன. இது, எந்தவொரு அறிவியல் பரிசோதனைகளைக் காட்டிலும் மிகவும் சிக்கலான பரிசோதனை. அதுவும் ஒன்றுவிட்ட பேத்தியோடு காந்தி நிர்வாணமாகப் படுத்தது பெரும் சர்ச்சையைக் கிளப்பிவிட்டது. காந்திக்கு மிக நெருக்கமாக இருந்தவர்களும், அவர் மீது பெரும் மதிப்பு கொண்டவர்களும்கூட அவரைக் கடுமையாக விமர்சித்தார்கள். தன் மீது மற்றவர்கள் முன்வைத்த விமர்சனங்களைப் புரிந்துகொள்ள முடியாதவர் அல்ல காந்தி. இருந்தும், மிகக் கடுமையான எதிர்ப்பையெல்லாம் மீறி காந்தி ஏன் பாலினப் பரிசோதனையை மேற்கொள்ள வேண்டும்? ஓர்மைவாத அடிப்படையில் எது ஒன்றோடும் காந்தி தன்னைக் கரைத்துக்கொள்ள மறுத்தார். அடிப்படையில் அவர் இருமைவாத முறையைக் கைக்கொண்டார். அதுவே அவர் மிக ஆழமாக உரையாடல்கள் நடத்தும் சாத்தியத்தை அவருக்குக் கொடுத்தது. தீண்டாமைப் பிரச்சினையாகட்டும், மதப் பிரச்சினையாகட்டும் அவர் இருமைவாத அடிப்படையிலேயே அணுகினார். இந்த அடிப்படையில்தான் பாலினப் பரிசோதனையையும் அணுகினார்.

அரசியல் தளத்திலும் சமூகத் தளத்திலும் காந்தியின் செயல்பாடு எதன் அடிப்படையில் இயங்கியது என்பதை அறிந்துகொள்ள காலனிய ஆதிக்கத்துக்கு எதிராக அன்று நிலவிய அரசியல், பண்பாட்டு எதிர்வினையை நாம் பின்புலமாக வைத்துப் பார்க்க வேண்டியுள்ளது. வளர்ச்சியடையாத, பின்தங்கிய சமூகத்தை 'முன்னேற்றுவது' என்ற தார்மீக அடிப்படையில்தான் உலகெங்கிலும் காலனிய ஆதிக்கம் சாத்தியப்பட்டுள்ளது. காலனிய எதிர்ப்பு இந்தத் தார்மீகக் கடமையை உடைத்தெறிவதாகும். இதில், 'பின்தங்கியது' என்பதையும், 'முன்னேற்றம்' என்பதையும் காலனியம் முன்வைத்த வரையறைக்கு உட்பட்டே கையாள வேண்டியிருக்கிறது. அதாவது, காலனியம் உருவாக்கிக்கொடுத்த சட்டகத்துக்குள்ளிருந்து காலனியத்தை எதிர்க்க வேண்டியுள்ளது.

"தேசியம், ஏகாதிபத்தியத்தோடு அரசியல் தளத்தில் மோதுவதற்கு முன்பே, சமூகத் தளத்தில் காலனிய எதிர்ப்பு தனக்கான அறிகுறிகளைக் கொண்டிருந்தது. சமூக நிறுவனங்கள், பழக்கவழக்கங்கள் என்று இரண்டாகப் பிரித்துவைப்பதன் வழியாக இது சாத்தியப்படுகிறது. அதாவது, பொருள்வயப்பட்டது மற்றும்

---

1 பார்க்கவும்: Mary Douglas, *'Purity and Danger: An Analysis of Concept of Pollution and Taboo',* Routledge, London and New York, 1984.

ஆன்மிகவயப்பட்டது. பொருள்வயப்பட்டது புறத்தளத்துக்கான ஒன்றாகிறது. பொருளாதாரம், அரசாட்சி, அறிவியல் மற்றும் தொழில்நுட்பம். இந்தத் தளத்தில் மேற்கு தன் ஆளுமையை நிரூபித்துவிட்டது. கிழக்கு அதற்கு அடிபணிந்தது. இந்தத் தளத்தில் மேற்கின் மேலாண்மையை அங்கீகரிப்பதோடு அதன் சாதனைகளை மிகக் கவனமாக ஆராய்ந்து பின்பற்ற வேண்டும் என்றாகிறது. மற்றொரு தளத்தில், அதாவது அகத்தளத்தில் ஆன்மிகமும் பண்பாட்டு அடையாளமும் பிரதானப்படுத்தப்படுகின்றன. புறத்தளத்தில் மேற்கின் திறமைகளைப் பின்பற்றுவதில்தான் நம் வெற்றி அடங்கியிருக்கிறது என்பது எந்த அளவுக்கு ஏற்றுக்கொள்ளப்பட்டதோ அதே அளவுக்கு ஆன்மிக மரபின் தனித்தன்மையைக் காப்பாற்ற வேண்டும் என்ற சிந்தனையும் முன்வைக்கப்படுகிறது” என்கிறார் பார்த்தா சாட்டர்ஜி. இந்தியக் காலனிய எதிர்ப்பானது இந்து மதத்தின் ஆன்மிக மேன்மையை முதன்மைப்படுத்தியது. இந்த ஆன்மிகம் சம்ஸ்கிருதப் பிரதிகளை அடிப்படையாகக் கொண்டு பார்ப்பனர்களாலும், இந்தியாவைப் புரிந்துகொள்ள முயன்ற மேற்கத்தியர்களாலும் உருவாக்கப்பட்டதாகும். இப்படியாக உருவாக்கப்பட்ட கதையாடல்களை ஒருவிதத்தில் மரபை நவீனப்படுத்துவதாகவும் பார்க்கலாம். குறிப்பாக, 1857 சிப்பாய் எழுச்சிக்குப் பின் இந்தியத் துணைக்கண்டத்தில் இருந்த அறிவியல், மதநல்லிணக்கம், ஜனநாயகம் போன்ற கருத்தாக்கங்கள் ஆன்மிக மரபால் மூடிமறைக்கப்பட்டன. (தொழிற்புரட்சிக்குப் பின் முதலாளித்துவச் சமூகத்தில் தோன்றிய அரசியல்பட்ட ஜனநாயகச் சிந்தனை இந்தியாவில் இருந்தது என்ற அர்த்தத்தில் இங்கு உபயோகிக்கவில்லை.) இதன் விளைவால், இன்றுவரை காலனியத்துக்கு முந்தைய இந்திய அறிவியல் மற்றும் தொழில்நுட்பம் குறித்த புரிதலற்று, மேற்கின் அளவுகோள்கள்படியே சிந்திக்க வேண்டியுள்ளது. ஆங்கிலக் கல்வியின் பயன்களையும் காலனிய ஆட்சியின் பயன்களையும் பெற்றவர்கள் — குறிப்பாக, பார்ப்பனர்களும் பிற ஆதிக்கச் சாதியினரும் — கிழக்கு/மேற்கு, மரபு/நவீனம், கடந்த காலம்/நிகழ்காலம் என்ற இருமத்துக்குள் சிக்கிக்கொண்டார்கள். இதில் சுவாரஸ்யமான ஒரு கூட்டு வெளிப்படுகிறது. இந்தியாவின் புறத்தை முன்னேற்ற வேண்டும் என்பது காலனியச் சிந்தனையின் ஒரு பகுதியாக இருந்தது என்றால், இந்தியாவின் அகத்தைப் போற்றுவது காலனியச் சிந்தனையின் மற்றொரு பகுதியாக இருந்தது. காலனியம் உருவாக்கிக்கொடுத்த சட்டகத்துக்குள்ளிருந்து அரசியல் உரிமையை முன்வைத்தது ஒரு போக்காக இருந்தது என்றால், இந்தியாவின் ஆன்மிக மரபைப் போற்றுவது மற்றொரு போக்கானது. இவ்விரு போக்குகளுமே ஒரே ஏரணத்துக்கு உட்பட்டு இயங்கியதுதான் விநோதம். இதனால், காலனிய ஆட்சியின் தார்மீகத்தைக் கேள்விக்குட்படுத்த முடியாமல்போனது. அரசதிகாரம் என்ற தளத்தோடு சுருங்கிப்போனது. இந்தியாவின் கடந்த காலம் குறித்தும், ‘இந்து’ மதத்தின் பெருமை குறித்தும் கத்தோலிக்கக் கீழைத்தேயவாதம் முன்வைத்ததை விமர்சனமற்று ஏற்றுக்கொண்டார்கள். (இதற்கு எதிர்மறையாக பிராட்டஸ்டன்ட்

கீழைத்தேயவாதம் முன்வைத்ததும் விமர்சனமற்று ஏற்றுக்கொள்ளப்பட்டது.)[2] கத்தோலிக்கக் கீழைத்தேயவாதத்தை ஏற்றுக்கொண்டவர்கள் ஆன்மிகத்தை ‘இந்து’ மதத்தின் தனித்துவமாக முன்வைத்தார்கள். இந்தியத் துணைக்கண்ட வரலாற்றில் பல நூற்றாண்டுகளாகப் பல்வேறு சிந்தனை மரபுகள் ஆற்றிய பங்கை நிராகரித்தார்கள். அத்வைதத்தை முதன்மைப்படுத்தினார்கள். இதற்கு சம்ஸ்கிருதப் பிரதிகளை அடிப்படையாக்கினர்கள். கடந்த காலத்தின் பல்வேறு சமயங்களுக்கு இடையேயான உரையாடல்களை, வேறுபாடுகளை, மோதல்களை நிராகரித்தார்கள். ஒற்றைத்தன்மையில் கடந்த காலத்தை நவீனப்படுத்தினார்கள்.

மோனியர் வில்லியம்ஸ் (*Monier Williams, 1819-1899*) இந்து என்பதற்குக் கொடுத்த விளக்கமே தேசிய இயக்கத்தின் அடிப்படையானது என்று சொல்லலாம். இந்து மதம் ஓர்மைவாதச் சிந்தனை கொண்டது என்ற பார்வை இவரிடமிருந்துதான் தொடங்குகிறது. பல இனங்கள், மொழிகள், சமூகப் பழக்கவழக்கங்கள் என்று பல தளங்களிலிருந்தும், இந்து மதத்தின் உயிர்மூச்சு சிதையாமல் இருப்பதற்குக் காரணம் சம்ஸ்கிருதம் என்ற மொழியும் அதில் உள்ள இலக்கியங்களும்தான் என்ற கருத்தை இவர் முன்வைக்கிறார். வரலாற்றுப் போக்கில் இந்து மதம் பல்வேறு சிதைவுகளுக்கு உள்ளாகியிருந்தாலும் அதன் அடிநாதமாக இருப்பது ஆன்மா/பிரம்மம் என்ற சிந்தனையே என்று விளக்குகிறார். 1893-ல் பால் டாய்சன் (*Paul Deussen*) என்ற அறிஞர் ஒவ்வொரு இந்து மனதிலும் இயங்கிக்கொண்டிருப்பது அத்வைத வேதாந்தம்தான் என்றும், இதுவே இந்து மதத்தின் உயிர் என்றும், மற்றவையெல்லாம் வரலாற்று சுவாரஸ்யங்களுக்கு மட்டுமானது என்றும் சொல்கிறார். ஆனால், அறிஞர் ஜே.எல்.பிராகிங்டன் (*J.L.Brockington*) இந்து மதத்தின் தனித்தன்மைகள் என்று மேற்கத்தியவர்கள் முன்வைத்த அனைத்தையும் அத்வைதக் கோட்பாட்டுக்குள் சுருக்கிவிட முடியும் என்கிறார். இவர் மிக முக்கியமான மற்றொரு கருத்தை முன்வைக்கிறார். வேதங்கள் பற்றிய ஞானம் இந்தியத் துணைக்கண்ட வரலாற்றில் எந்தக் காலத்திலும் முழுமையானதாகவோ முக்கியமானதாகவோ இருந்ததில்லை என்கிறார். வரலாற்றின் தொடக்க காலம் முதலே வேதங்கள் பற்றிய ஆய்வு ஒருவித சடங்குத் தன்மையோடும் புரிதலற்றும் இருந்தது என்று முன்வைக்கும் இவர், வேதங்களோடு அனைத்தையும் ஒப்பிடுவது ஒருவிதமான உன்னத நிலைப்பாட்டிலிருந்து (*ideal sense*) எழுகிறது என்கிறார். வேதங்களை உன்னதமாக்கும் போக்கு ஐரோப்பியர்களின் வருகைக்குப் பின்னரே தொடங்கியது என்றும், ஐரோப்பிய அறிஞர்களால் மீட்டெடுக்கப்பட்ட வேத மரபே இந்து மதத்தின் அஸ்திவாரமாக முன்வைக்கப்பட்டது என்றும் பால் டாய்சன் வாதிடுகிறார்.

இந்தியத் துணைக்கண்டத்தில் சம்ஸ்கிருதப் பண்பாடு ஆரியப் பண்பாடாக முன்வைக்கப்பட்டது. இந்த ஆரிய-சம்ஸ்கிருத அடையாளத்தை வைத்து

2 பார்க்கவும்: சீனிவாச ராமாநுஜம், ‘*இந்து மதம் ஒரு விசாரணை: ஆர்எஸ்எஸ் – பார்ப்பனர் – சாதிகள்*’, எதிர் வெளியீடு, 2020.

நிகழ்ந்த மேற்கத்திய மற்றும் பார்ப்பனர்கள் கூட்டானது பார்ப்பனியத்துக்கு அதுவரை வரலாற்றில் சாத்தியப்படாத அதிகார மையப்படுத்தலை சாத்தியப்படுத்தியது. 1857-க்குப் பிறகு நிகழ்ந்த இந்திய தேசிய எழுச்சியானது பார்ப்பனிய எழுச்சிக்கு அடித்தளமாக அமைந்தது எனலாம். இந்தப் பார்ப்பனியம் இந்தியாவின் ஆன்மிக மரபைக் காலனி ஆதிக்கத்துக்கு எதிரான மையப்புள்ளியாக வைத்தது. மாக்ஸ்முல்லர் போன்ற அறிஞர்களும் இந்தியப் பார்ப்பனியத்தோடு கைகோத்துக்கொண்டார்கள். இந்து மதம் என்பது பின்தங்கிய மதம் அல்ல, வரலாற்றால் பின்னுக்குத் தள்ளப்பட்ட மதம் என்றும் அது வேத காலத்தில் மிக உன்னதமான நிலையில் இருந்தது என்றும் கருத்தாக்கம் கட்டமைக்கப்பட்டது. இந்த வேத கால உன்னதத்தை மீட்டெடுப்பது காலனிய எதிர்ப்பின் அடித்தளமாக அமைந்தது. இந்தச் சிந்தனை மரபுதான் இந்தியத் துணைக்கண்டத்தைத் தாய் என்று உருவகப்படுத்தி, தாயின் மார்பகங்களிலிருந்து ஓர் அந்நியன் ரத்தத்தை உறிஞ்சிக் குடிக்கும்போது ஒரு மகன் என்ன செய்ய வேண்டும் என்று அரவிந்தரைக் கேட்கவைத்தது. ஆனால், இதில் உள்ள நகைமுரண் என்னவென்றால், இந்தியத் தாயை விடுவிக்கப் புறப்பட்ட அரவிந்தர் ஓர் அந்நியத் தாயிடம் தன்னை அர்ப்பணிக்க நேர்ந்ததுதான். வேறு விதமான போக்குகளும் இருந்தன. நான் அவற்றை இங்கு விவாதத்துக்கு எடுத்துக்கொள்ளவில்லை. இந்தப் போக்குகள், பார்ப்பனியம் முதன்மைப்படுத்தியதுபோல் ஆன்மிகத்தை முன்னிலைப்படுத்தவில்லை என்றாலும்கூட இவை அறிவியல், ஜனநாயகம், மதச்சார்பின்மை, சமத்துவம் போன்ற கருத்தாக்கங்களைக் காலனியம் கொடுத்த கொடையாகப் பார்த்தன. எளிமைப்படுத்திச் சொல்வதென்றால் கத்தோலிக்கக் கீழைத்தேயவாதம் முன்வைத்ததைப் பார்ப்பனர்களும் பிற மேட்டுச் சாதிகளும் தன்வயப்படுத்திக்கொண்டார்கள் என்றால், பார்ப்பனரல்லாதவர்கள் பிராட்டஸ்டன்ட் கீழைத்தேயவாதம் முன்வைத்ததைத் தன்வயப்படுத்திக்கொண்டார்கள்.

காந்தியின் அரசியல் இந்த இரண்டு போக்குகளுக்கு வெளியே நிகழ்ந்தது. காலனியத்தின் பலமாகக் கருதப்பட்ட பொருளாதாரம், நவீன அரசு, அறிவியல், நிறுவனப்பட்ட ஜனநாயகம் ஆகியவற்றை காந்தி விமர்சனமற்று ஏற்றுக்கொள்ளவில்லை. அதே சமயத்தில், அவர் இந்திய சம்ஸ்கிருதப் பிரதி சார்ந்த ஆன்மிகத்தை உயர்த்திப்பிடிக்கவும் இல்லை. பிரதிகளுக்கு அப்பாலான வெகுஜனப் பண்பாட்டையே முதன்மைப்படுத்தினார். காலனிய ஆட்சி அறரீதியானது என்றால் அதற்குக் கட்டுப்பட்டிருக்க வேண்டும் என்றார். அதே சமயத்தில், காலனியத்தின் அறத்தைக் கிறிஸ்தவ அடிப்படையில் பார்த்தால் அறமற்றதாக இருக்கிறது என்று முன்வைத்து அதை வேறான அரசியல் தளத்துக்கு எடுத்துச்சென்றார். மற்றொரு தளத்தில், இந்தியச் சமூகத்தின் தேவைகள் அடிப்படையில் காலனியத்தின் லாப நஷ்டங்களை ஆராய்ந்து, அதை நவீனத்துக்கு எதிராகவும் முன்வைத்தார். இதன் வழியாக, பின்தங்கிய பண்பாட்டை மேம்படுத்துவது என்ற காலனிய ஆட்சியின், மேற்கத்திய நவீனத்தின் அறத்தைக் கேள்விக்குட்படுத்தினார். மொத்தத்தில், காலனியச் சட்டகத்துக்கு, மேற்கத்தியச் சட்டகத்துக்கு, பார்ப்பனியச் சட்டகத்துக்கு

வெளியே காந்தி தன்னை நிறுத்திக்கொண்டு தனது அரசியலை வடிவமைத்தார் என்று வாதிட முடியும்.

1

காலனிய ஆதிக்கத்துக்கு எதிரான அரசியலில் காந்தி தன் உடலையே ஆயுதமாக முன்வைத்தார். உடலுக்கு அவர் கொடுத்த விளக்கம், எந்த சம்ஸ்கிருதப் பிரதியையும் சார்ந்திருக்கவில்லை. 'உடல் நிலையற்றது; ஆன்மாவே நிலையானது' என்ற அடிப்படையில் உடற்செயற்பாட்டைச் சுருக்க மறுத்தார் காந்தி. உடலைத் தூய்மையற்றதாகவும் பார்க்க மறுத்தார். மாறாக, உடலைச் சமூக உறவுகளின் குறியீடாகப் பார்த்தார். எப்படிப் பார்த்தாலும் பார்ப்பனியத்தின் உடல் சார்ந்த கருத்தாக்கங்களுக்கும், காந்தியின் உடல் சார்ந்த கருத்தாக்கங்களுக்கும் எவ்விதத் தொடர்புமில்லை. காந்தியைப் பொறுத்தமட்டில் ஆன்மாவை வெளிப்படுத்துவது உடல்தான். உடலின் செயற்பாட்டைச் சுத்தப்படுத்துவதன் வழியாகவே ஆன்மா தன்னைச் சுத்தப்படுத்திக்கொள்ள முடியும் என்று கருதினார்.

காந்தியின் பிரதானப் போராட்ட முறை சத்தியாகிரகம். ஒத்துழையாமை அதன் வடிவம். அது பல்வேறு வடிவங்களில் தன்னை வெளிப்படுத்திக்கொள்ள முடியும். மான்செஸ்டரில் தயாரிக்கப்பட்ட துணிகளை நிராகரிப்பது (அந்நியத் துணிப் பகிஷ்கரிப்பு), அரசாங்கப் பதவிகளிலிருந்து விலகுவது, பேச்சுவார்த்தைகளில் கலந்துகொள்ள மறுப்பது, உண்ணாவிரதம் இருந்து உடலை வதைப்பது என்று பல வடிவங்களில் அது செயல்பட்டது. எந்த வடிவத்தைத் தேர்ந்தெடுக்கிறார் என்பது யாரோடு உரையாடுகிறார் என்பதைச் சார்ந்திருந்தது. பார்ப்பன சம்ஸ்கிருதப் பிரதிகளிலிருந்து எடுக்கப்பட்டதல்ல அகிம்சைக் கோட்பாடு. இந்து மதம் என்றுமே அகிம்சையைப் போற்றியது கிடையாது. உலகில் உள்ள எல்லா மதங்களிலும் இந்து மதமே வன்முறையைப் போற்றும் மதம் என்கிறார் நீரத் சௌத்ரி. பிறப்பால் ஓர் இந்துவாக இருந்தாலும் காந்தியின் அகிம்சைக் கோட்பாடு சமண மதத்திலிருந்து எடுக்கப்பட்டது. இதற்கு அவர் பிறந்து வளர்ந்த சமூகப் பின்னணி காரணமாக இருக்கலாம். அதே சமயத்தில், சமணத்தின் அகிம்சைக் கோட்பாடானது உயர் நிலையிலுள்ள ஒரு மனிதன் சக மனிதனிடமும் அவனுக்குக் கீழே உள்ள மற்ற உயிரினங்களிடமும் வன்முறையாக நடந்துகொள்ளாததைக் குறிக்கிறது. காந்தி இந்தத் தளத்தில் அகிம்சையை அரசியல் ஆயுதமாகப் பயன்படுத்தவில்லை. காலனியப்பட்டவர்கள் நிலையிலிருந்து காலனியர்களுக்கு எதிரான போராட்ட வடிவமாக அகிம்சையை மாற்றினார். இந்தப் போராட்ட வடிவத்தில் காலனியத்தின் தார்மீகத்தைக் கிறிஸ்தவ அறத்தோடு இணைத்துக் கேள்விக்குட்படுத்தினார். காந்தியினுடைய போராட்ட வடிவத்தின் இந்த உள்ளடக்கம்தான் பிரிட்டிஷ் ஆட்சியையும் பிரிட்டிஷ்காரர்களையும் பிரித்துப்பார்க்க உதவியது. அதிகாரத்தில் உள்ளவரின் பலம் எந்த ஆயுதத்தில் உள்ளதோ அந்த ஆயுதத்தைக் கொண்டுதான் தன் அதிகாரத்தை நிலைநிறுத்துவார். காலனிய ஆட்சி தேர்ந்தெடுத்த ஆயுதத்தை

காந்தி நிராகரித்தார். எதிரியின் பலத்தை உள்ளடக்கிய ஆயுதத்தைப் பயன்படுத்த மறுத்தார். தன்னிடம் உள்ள ஆயுதமற்ற நிலைமையை ஏற்றுக்கொண்டார். அதையே ஆயுதமாக உருமாற்றினார். இயலாமையை ஆயுதமாக்கியது காலனியத்தின் தார்மீகச் சட்டகத்தை ஆட்டங்காணவைத்தது. காலனிய ஆட்சியால் பயன்பெற்றவர்களிடமிருந்து காங்கிரஸ் இயக்கத்தை மீட்டெடுத்து, இயலாமையை ஆயுதமாக்கி ஆயுதமற்றிருந்த லட்சக்கணக்கான மக்களிடம் காலனிய எதிர்ப்பை எடுத்துச்சென்றார். அகிம்சை என்ற சமணக் கோட்பாட்டை மீவியற்பியல் தளத்திலிருந்து பிரித்தெடுத்து நவீன ஆயுதமாக உருமாற்றினார். இது, நடைமுறையில் பெருமளவிலான மக்களைப் பலிகொடுப்பதிலிருந்து காப்பாற்றியது எனலாம்.

காந்தியின் உண்ணாவிரதப் போராட்டத்தை எடுத்துக்கொள்வோம். உண்ண மறுப்பதன் வழியாகத் தன் எதிர்ப்பைக் காட்டுவது என்பது ஏதோ ஒரே வட்டத்துக்குள், அதாவது தார்மீகரீதியாக இணைக்கப்பட்டவர்களுக்கு இடையேதான் சாத்தியம். உண்ணாவிரதப் போராட்டம் என்பது உயிரை விடுவதற்கான போராட்டமல்ல; எதிர்ப்பவரை, அவரோடு பகிர்ந்துகொள்ளும் அற வட்டத்துக்குள் கொண்டுவந்து உரையாடல் நடத்த முயல்வதாகும். உண்ணாவிரதம் ஒரு வட்டத்துக்குள் நடக்கும் உரையாடலாகத்தான் இருக்க முடியும். சுரங்கத் தொழிலாளிகள் கொல்லப்பட்டதைக் கண்டித்தும், அகமதாபாத் நூற்பாலைத் தொழிலாளர்களின் கோரிக்கைகளை முன்வைத்தும், ரௌலட் சட்டத்துக்கு எதிராகவும், சௌரி சௌராவில் நடந்த வன்முறையை முன்வைத்தும், வடமேற்கு மாகாணத்தில் இந்துக்கள் கொல்லப்பட்டதற்கு எதிராகவும், தலித்துகளுக்கான இரட்டை வாக்குரிமையை ஏற்றுக்கொள்ள மறுத்தும், தீண்டப்படாதவர்கள் பிரச்சினையை முழுமையாகப் புரிந்துகொள்ளவில்லை என்று பிராயச்சித்தமாகவும், மதக் கலவரங்களுக்கு எதிராகவும் என்றுதான் உண்ணாவிரதப் போராட்டத்தை காந்தி நடத்தினார். உண்ணாவிரதம் என்பது தார்மீகத்துக்கு உட்பட்ட உரையாடலுக்கான ஒரு வழிமுறை. காந்தி இதை முழுமையாக உணர்ந்திருந்தார். மக்களிடம் உரையாடுவதற்கும், குறிப்பிட்ட தலைவர்களிடம் உரையாடுவதற்குமே (எடுத்துக்காட்டாக, அம்பேத்கர்) காந்தி இந்த வடிவத்தை எடுத்தார். முகமல்லாத அதிகார அமைப்போடு உரையாடல் நடத்த காந்தி இந்த வடிவத்தைப் பயன்படுத்தியது இல்லை. ஆயுதம் தாங்கிப் போராடும் ஒரு போராளி எப்படி அவர் ஏந்தும் ஆயுதம் குறித்து முழுப் புரிதலோடு செயல்பட வேண்டுமோ அதுபோலவே காந்தி தன் உடலையே ஆயுதமாகப் பயன்படுத்த முன்வந்தபோது அந்த உடலைப் பற்றிய முழு அறிதலையும் பெற்றிருந்தார். ஒரு போராளி போராடுவதற்கு முன் தன் ஆயுதத்தைச் சுத்தப்படுத்தித் தயார்படுத்துவதுபோலவே உண்ணாவிரதப் போராட்டத்துக்கு முன் தன் உடலைத் தயார்படுத்திக்கொண்டார். (இந்தப் புரிதலற்றுச் செயல்பட்டதற்கு நாம் முன்னாள் பிரதமர் வி.பி.சிங் அனுபவத்தை எடுத்துக்காட்டாகக் கொடுக்க முடியும். முன்தயாரிப்பும் எச்சரிக்கையுணர்வும் இல்லாமல் அவர் மேற்கொண்ட உண்ணாவிரதப் போராட்டத்தால் சிறுநீரகம் பாதிக்கப்பட்டு இறுதிவரை அவதிப்பட்டார்.)

உண்ணாவிரதப் போராட்டம் யாரால், யாருக்கு எதிராக நடத்தப்படுகிறது என்பது முக்கியம். தார்மீக எல்லையைப் பகிர்ந்துகொள்பவர்களுக்கு இடையேதான் இது சாத்தியம். வீட்டில் கணவன், மனைவி சச்சரவில் இருவர் உண்ண மறுப்பது அன்றாடத்தன்மையிலானது. இருவரும் தார்மீக எல்லையைப் பகிர்ந்துகொள்வதால்தான் இது சாத்தியப்படுகிறது. ஆங்கிலேயருக்குப் பதிலாக ஹிட்லரின் ஆட்சி இந்தியாவில் இருந்திருந்தால் இந்த உண்ணாவிரதப் போராட்ட முறை என்னவாகியிருக்கும்? ஹிட்லருக்கு எதிராக இந்தப் போராட்ட முறை – தென்னாப்பிரிக்க அனுபவத்தின் அடிப்படையில் – வெற்றிபெற்றிருக்கும் என்று காந்தி நம்பினார். எப்படியிருந்தாலும், யூதர்கள் லட்சக்கணக்கில் மடிந்துகொண்டிருக்கும்போது ஒரு யூதர் தானாக முன்வந்து உயிரைக் கொடுப்பதால் பெரிய இழப்பு ஏதுமில்லை என்று விளக்கமும் கொடுத்தார். ஹிட்லருக்கு ஓரிரு கடிதங்களும் எழுதியிருக்கிறார். இந்த நம்பிக்கையைப் பரிசோதிக்க காந்திக்கு சந்தர்ப்பம் ஏற்பட்டிருந்தால் அவருடைய புரிதலில் ஏதேனும் மாற்றம் ஏற்பட்டிருக்குமா? தெரியவில்லை. இலங்கையில் திலீபனின் மரணத்தோடு நாம் இதை இணைத்துப்பார்க்க முடியும். தார்மீக எல்லையைப் பகிர்ந்துகொள்ளாதவர்களோடு போராடும்போது உண்ணாவிரதம் ஒரு போராட்ட முறையாகப் பயன் தருமா என்று தெரியவில்லை. மொழிவாரி மாநிலங்கள் பிரிக்கப்பட வேண்டுமென்று உண்ணாவிரதம் இருந்து உயிர்நீத்த சங்கரலிங்கம், பொட்டி ஸ்ரீராமுலு ஆகியோரின் அனுபவத்தை நாம் இத்துடன் இணைத்துப்பார்க்க வேண்டியிருக்கிறது.

காந்தியின் உண்ணாவிரதப் போராட்ட முறை அரசியல் தந்திரம் அல்ல; அது ஒருவிதமான அரசியல் வடிவம். அதில் உடல் மையப்படுத்தப்படுகிறது; உடலின் சாத்தியங்கள் விரிவுபடுத்தப்படுகின்றன. அதே சமயத்தில், ஒரு மனிதர் தனது கால்களால் நடந்துசெல்வது உடலால் சாத்தியப்படக்கூடிய எல்லையை நிர்ணயிப்பதாகப் பார்த்தார். ஒரு மோட்டார் வாகனத்தில் பயணிக்கும்போது, உடலுக்கு சாத்தியமானதை மீறி சாதிக்கக்கூடிய மாயையைத் தோற்றுவிக்கிறது என்றார். காந்தியின் அறிவியல் மற்றும் தொழில்நுட்பப் பார்வை இதன் அடிப்படையிலேயே அமைந்துள்ளது. அதுபோலவே, மருத்துவம் பற்றிய அவரது பார்வை முக்கியமானது. ஒரு மருத்துவர் தனது அறிவைக் கொண்டு ஒரு நோயாளிக்கு உதவுவதை ஏற்றுக்கொள்ளும் காந்தி, நோயாளியின் உடல் மீது மருத்துவர் அதிகாரம் செலுத்துவதை ஏற்றுக்கொள்ள மறுத்தார். உடல் மீதான உரிமையையும் அதற்கு எது சரியென்று தீர்மானிப்பதும் ஒரு நோயாளியின் உரிமை என்றார்.

காவியத்தன்மையோடு உடலைப் பயன்படுத்தியதற்கு நாம் உப்பு சத்தியாகிரகத்தைச் சொல்ல முடியும். காந்தி தென்னாப்பிரிக்காவை விட்டுப் புறப்பட்டவுடன், "ஞானி நம் கரையைக் கடந்துவிட்டார்" என்று சொன்ன ரிச்சர்ட் லேனாய் (*Richard Lannoy*), உப்பு சத்தியாகிரகம் குறித்துப் பல்வேறு தரப்புகளிலிருந்து தகவல்களைத் திரட்டி இவ்வாறு தொகுத்து எழுதியுள்ளார்:

'பெருந்துயரமும் நையாண்டியும் கலந்த ஒரு நாடகம்போல் உப்பு சத்தியாகிரகம் அரங்கேறியது. ஆனால், அது உணர்த்த வேண்டியதை மிகச் சரியாக உணர்த்தியது. [...] பிரிட்டிஷ் அரசாங்கம் உப்பு வரிச் சட்டத்தை இந்திய விவசாயிகள் மீது மூர்க்கமாகத் திணிக்க முயன்றதை எதிர்த்து அகமதாபாதிலுள்ள ஆசிரமத்திலிருந்து 24 நாட்கள், 241 மைல்கள் நடந்து, தண்டியில் உப்பு எடுக்கப் புறப்பட்டார் காந்தி. [...] சட்டத்தை மீறிய பின் அவர் செயல்பாடுகளிலிருந்து விலகிக்கொள்கிறார். இந்த உப்பு சத்தியாகிரகத்துக்குப் பின்னால் பல வருடப் பொறுமையான தயாரிப்பு உள்ளது. பலவீனத்தைக் கொண்டு எப்படி பலம் பெறுவது என்று சத்தியாகிரக வீரர்களுக்கு மிகச் சரியாகக் கற்றுத்தரப்படுகிறது. நாம் விரும்பினால் இப்படியும் சொல்லலாம்: எதுவும் செய்யாமல் இருப்பதற்கு அவர்களுக்குக் கற்றுத்தரப்பட்டது. சொற்பமான 78 நபர்களைக் கொண்டு நாலு முழ வேட்டியில் காந்தி நடந்துசென்று உப்பு எடுக்கும் காட்சி 1930-ல்கூட எதற்கும் கட்டுப்படாத ஒரு மனிதன் அதனுள் முழுமையாக மறைந்திருப்பதை நம்மால் உணர முடியும். இரக்கமற்ற மார்ச் மாத வெயிலில் 61 வயதான அவர் நடப்பதை இந்தியாவும் உலகமும் திரும்பிப்பார்ப்பதற்குக் கணிசமான கால அவகாசத்தை அவர் சாதுர்யமாக உருவாக்கினார். காந்தி தொடர்ந்து நடந்துகொண்டிருக்கிறார்; இதன் விளைவாக, 309 கிராம நிர்வாகிகள் தங்கள் பொறுப்பிலிருந்து விலகிக்கொள்ள நிர்வாகம் நொறுங்கத் தொடங்கியது. காந்தி தொடர்ந்து நடந்துகொண்டிருக்கிறார். அவரைச் சுற்றிலும் நண்பர்கள் இருக்க எந்த சுவாரஸ்யத்தையும் கொடுக்காத ஒரு நாடகத்தின் முடிவுபோல் அவர் உப்பு எடுக்கும் காட்சி அமைந்தது. வாழ்த்தொலிகள் கிடையாது. சந்தோஷக் கூக்குரல்கள் ஏதும் கிடையாது. ஒழுங்குபடுத்தப்பட்ட அணிவகுப்புகள் ஏதும் கிடையாது. இது ஒருவிதத்தில் எல்லாவற்றையும் கிண்டலடிப்பதுபோல இருந்தது. விசித்திரமான சுவாரஸ்யமற்ற முறையில் அரங்கேறும் இந்த வரலாற்றை நான் அங்கிருந்து பார்த்துக்கொண்டிருந்தேன்' என்கிறார் போல்டன் (Bolton). நிச்சயமாக, எவ்விதத்திலும் இது ஐரோப்பிய முறையல்ல. ...இருந்தும் என்னை மிக ஆழமாகப் பாதித்தது. இந்தச் செய்தி உலகம் முழுவதும் பரவியது. ஒருசில நாட்களில் இந்தியா முழுவதும் பெருங்குழப்பத்தில் சிக்கியது. மூலைமுடுக்கெல்லாம் லட்சக்கணக்கானோர் உப்பெடுத்தார்கள். மெட்ராஸிலிருந்து கராச்சிவரை முக்கிய நகரங்களில் மிகப் பெரிய அளவில் ஆர்ப்பாட்டங்கள் நடைபெற்றன. பர்தா அணிந்த பெண்கள் இந்த ஆர்ப்பாட்டங்களில் கலந்துகொண்டார்கள். ஏதோ இயந்திரம்போல முன்யோசனைகளற்றுக் கண்மூடித்தனமாய் பிரிட்டிஷ் அரசாங்கம் வன்முறையைப் பயன்படுத்தியது. அகிம்சை

முறையில் தங்கள் எதிர்ப்பைத் தெரிவித்தவர்களில் 60,000 முதல் 1,00,000 பேர் வரை சிறையில் அடைக்கப்பட்டார்கள்...

மிகச் சாதாரணமாக, எத்தகைய நாடகத்தன்மையும் இல்லாமல் நிகழ்ந்த இந்த உப்பு சத்தியாகிரகம் காந்தியின் அரசியல் படைப்பாக்கத் திறனுக்கு மிகச் சிறந்த எடுத்துக்காட்டாகிறது. அன்றாட வாழ்வில் உப்பின் அவசியத்தை உணர்ந்த காந்தி, மக்கள் மனதில் இந்த வரி எத்தகைய பாதிப்பை உருவாக்கியிருக்கும் என்பதைத் துல்லியமாக உணர்ந்திருந்தார். மிக நிதானமாக ஒரு பெரும் போராட்டத்தைத் தனித்தன்மையுடன் அரங்கேற்றினார். 61 வயதுக் கிழவர், 241 மைல்கள், மார்ச் மாதத்தின் இரக்கமற்ற வெயில், பிரிட்டிஷாரின் இரக்கமற்ற வன்முறை இவையெல்லாம் இந்தப் போராட்டத்தில் ஆற்றிய பங்கானது ஒரு வீரியம் மிக்க அரசியலாக வெளிப்பட்டது.

உடலை மையப்படுத்தும் காந்தியின் அரசியலுக்கு இரண்டு பெரும் சவால்கள் உருவாயின. முதல் சவால் இரட்டை வாக்குரிமைக்கு எதிராக அவர் மேற்கொண்ட உண்ணாவிரதம். காந்திக்கு அம்பேத்கர் கொடுத்த சவால், காலனிய ஆட்சியாளர்கள் காந்திக்குக் கொடுத்த சவால்களைக் காட்டிலும் மிகத் தீவிரமானது; மிக ஆழமானது. அது காந்தியைப் புரட்டிப்போட்டது. இந்திய கிராமங்கள் குறித்தும், தீண்டாமை குறித்தும், சாதியம் குறித்தும், அவர் பல விஷயங்களைக் கற்றுக்கொள்ள வேண்டியிருந்தது. அம்பேத்கரின் அறம் சார்ந்த அரசியலே காந்தியின் உடலைக் காப்பாற்றியது என்றால் அதை அறிந்துதான் காந்தியும் தன் உடலைப் பணயமாக வைத்தார் என்று சொல்லலாம். ஏனெனில், இருவரும் ஒரே தார்மீக வட்டத்துக்குள் இயங்குபவர்கள். அதனால்தான் உடலை வைத்து ஒரு உரையாடலை நிகழ்த்த முடிந்தது. வேறு விதமாகச் சொல்வதென்றால், ஒரு உரையாடலை அரசியல் தளத்திலும் சமூகத் தளத்திலும் நடத்தும்போது, ஒருவரால் முன்வைக்கப்படும் நிலைப்பாட்டை மற்றொருவரால் உண்மையிலேயே ஏற்றுக்கொள்ள முடியவில்லை என்றால், அந்த முரண்பாட்டை எவ்வாறு கையாள்வது? இது வெறுமனே அறிவார்ந்த கேள்வி மட்டுமல்ல. நடைமுறையோடு தீவிரமாக இணைந்ததும்கூட. இரட்டை வாக்குரிமை குறித்த அம்பேத்கர்-காந்தி மோதல் உண்மையிலேயே காவியத்தன்மை கொண்டது. ஒரு காவியத்தை நாம் எப்படிப் பலவிதமாக வாசிக்கிறோமோ அதுபோல் வாசிக்கத் தகுந்தது. இவ்விருவர்களுக்கும் இடையேயான இந்த மோதலை, நம்முடைய அரசியல் நிலைப்பாட்டைக் கடந்து புரிந்துகொள்ள முயல்வோம் என்றால், தீண்டாமை குறித்தும் சாதியம் குறித்தும் நம் புரிதலை இன்னும் ஆழப்படுத்தும் என்றே நம்புகிறேன்.[3]

3 தலித்துகள் 'இந்து' சமூகத்துக்கு உள்ளே இருக்கிறார்களா, வெளியே இருக்கிறார்களா என்ற கேள்வி நாம் தீண்டாமையை எவ்வாறு வரையறுத்துக்கொள்கிறோம் என்பதைச் சார்ந்திருக்கிறது. இது குறித்த விரிவான வாசிப்புக்குப் பார்க்கவும்: Srinivasa Ramanujam, *'Renunciation and Untouchability in India'*, Routledge, 2020. மேலும், இந்தத் தொகுப்பில் உள்ள 'சமூக அறிவியல் சட்டகங்களுக்கு அப்பால்' கட்டுரையைப் பார்க்கவும்.

காந்தி திரும்பத்திரும்ப வன்முறைக்கு எதிராகத் தன்னை நிறுத்திக்கொண்டது என்பது ஆண்மையவாதக் காலனியத்துக்கு எதிராகப் பெண்மையவாதத்தை முதன்மைப்படுத்தும் நோக்கில்தான். காந்தி முன்வைத்த பெண்மையவாதம் என்பது அவருடைய தாய். அந்தத் தாய் ஸ்தூலமானவர். ஒரு சராசரி இந்தியப் பெண் தன் உடலையும் மனதையும் குடும்ப நன்மைக்காக வதைத்துக்கொள்ளும் ஒரு பெண்ணாகத் தன்னை உருவகப்படுத்திக்கொண்டார். அந்த ஆணுடல் வன்முறை வடிவங்களை ஏற்றுக்கொள்ள மறுக்கிறது; அதற்குத் தீங்கு விளைவித்தாலும் எதிர்வினையாற்ற அந்த உடல் மறுக்கிறது. எதிர்வினையாற்ற மறுப்பதன் ஊடாக எதிர்வினையாற்றுகிறது. இப்படியாக, காந்தி தனது தாயை உன்னதமான வடிவமாக உருவகித்துக்கொண்டார். இந்தத் தாய் தவறியேனும் மற்றவருக்குத் தீங்கு விளைவிக்காதவர். சுயவதையின் வழியாக எதிரியைப் பணியவைக்க முடியும் என்று நம்புகிறவர். வெகுஜனப் பண்பாட்டில் இப்படியான தாயை நம்மால் சுலபமாக அடையாளம்காண முடியும். காலனிய ஆட்சிக்கு எதிராக இப்படியான தாயைத்தான் காந்தி முன்னிறுத்தினார். அரவிந்தர், விவேகானந்தர், கோல்வால்கர், சாவர்க்கர், பகத் சிங் போன்றோர்களோடு காந்தி தன்னை அடையாளப்படுத்திக்கொள்ளும் சாத்தியமே இல்லை. அதுபோலவே, இவர்களும் காந்தியோடு தங்களை அடையாளப்படுத்திக்கொள்ள முடியாதவர்களாகவே இருந்தார்கள். உலக வரலாற்றில், மனித மனங்களில் உள்ள குற்றவுணர்வை இயேசுவுக்குப் பிறகு படைப்பூக்கதோடு பயன்படுத்தியவர்களில் காந்தி முக்கியமானவர் என்று மிக நுட்பமாக அஷிஷ் நந்தி முன்வைக்கிறார்.[4] இந்தப் படைப்பூக்க மனமே, இந்தியக் குடும்பங்களில் மிகச் சாதாரணமாக ஒரு வேளை உணவு எடுத்துக்கொள்ள மறுக்கும் வெளிப்பாட்டை, குடும்ப உறுப்பினர்களின் நலனுக்காக உண்ணாமல் விரதம் இருக்கும் வேண்டுதலை மிகப் பெரிய அரசியல் வடிவமாக உருமாற்றியது.

இந்தப் பின்னணியில் கோல்வால்கரின் அரசியலும் காந்தியின் அரசியலும் ஒப்பீட்டளவில் ஆண்/பெண் உடல்களை எவ்வாறு வடிவமைத்தன என்று புரிந்துகொள்ள முயல்வோம். நவீனத்துவத்தில் பார்ப்பனியம் மிகச் சுலபமாகத் தேசியவாதமாக வடிவம் பெறுகிறது. கோல்வால்கர் தன் முன்னோடிகளாக பக்கிம் சந்திரர், விவேகானந்தர் போன்றோரை ஏற்றுக்கொள்கிறார். இந்திய தேசிய எழுச்சியில் இந்து மதத்தின் மறுமலர்ச்சிச் சிந்தனையாளராக விவேகானந்தர் முதன்மைப்படுத்தப்படுகிறார். விவேகானந்தர் குறித்து அகலானந்தா சாமியார், "நாட்டின் மீதான சுவாமிஜியின் காதல் சுலபத்தில் புரிந்துகொள்ளக்கூடியதல்ல. அது நாட்டுப்பற்று அல்ல. அது இந்த நாட்டோடு தன்னையே ஒன்றிணைத்துக்கொள்வதாக இருக்கிறது. சாதாரண மக்கள் 'சுயம்' என்பதை அவர்கள் உடலோடு மட்டும் இணைத்துப்பார்க்கிறார்கள்.

4 Ashis Nandy, 'The Final Encounter: *The Politics of Assassination of Gandhi*', in *'At the Edge of Psychology'*, OUP, 1980. மேலும், காலனியம் காலனியப்பட்டவர்களின் சுயத்தில் எப்படியான விளைவுகளை ஏற்படுத்தியது என்பதற்குப் பார்க்கவும்: Ashis Nandy, *'The Intimate Enemy: Loss and Recovery of Self Under Colonialism'*, OUP, 1988.

அதனாலேயே, அவர்கள் எப்போதும் உடல் சார்ந்த சந்தோஷத்தையும் சௌகரியத்தையும் பின்தொடர்ந்து ஓடிக்கொண்டிருக்கிறார்கள். ஆனால் சுவாமிஜி, நாடு — நாட்டு மக்கள் — இவற்றின் கடந்த காலம், நிகழ்காலம், எதிர்காலம் என்று தன்னை அவற்றினுள் மூழ்கடித்துக்கொண்டார். இதோடு முடிவதும் இல்லை. இதையும் கடந்த நிலை ஒன்று உண்டு. அது எல்லாவற்றிலும் தன்னை ஐக்கியப்படுத்திக்கொள்வதாகும்" என்கிறார். கோல்வால்கர் இந்தச் சிந்தனை மரபின் தொடர்ச்சி என்கிறார் ஜோதிர்மையா சர்மா.[5] மேலும், சர்மா இந்த மரபின் தொடர்ச்சியாய் கோல்வால்கரின் கோட்பாட்டை மூன்று முக்கியத் தளங்களில் வைத்துப் பார்க்கிறார். முதலில், அவருடைய இந்து மதம் குறித்த பார்வையை எடுத்துக்கொள்வோம். 18-ம், 19-ம் நூற்றாண்டுகளில் மேற்கத்திய அறிஞர்கள் இந்து மதம் குறித்து வைத்த பார்வைகளை விமர்சனமற்று, நிபந்தனைகளற்று கோல்வால்கர் ஏற்றுக்கொள்கிறார். இரண்டாவதாக சுயம், சமூகம், அரசியல் குறித்து 18-ம் நூற்றாண்டில் ஐரோப்பியாவில் கோலோச்சிய சிந்தனைகளை அப்படியே ஏற்றுக்கொள்கிறார். மூன்றாவதாக, இந்துத்துவா சிந்தனையும் ஆர்எஸ்எஸ்ஸின் செயல்பாடுகளும் ஐரோப்பாவில் தோன்றிய மறுமலர்ச்சி, தேசியம் மற்றும் கற்பனாவாதத்தை அடிப்படையாகக் கொண்டவை. கோல்வால்கரின் சிந்தனையில் மேற்கத்திய பாதிப்பு பொதுவாக இந்துத்துவவாதிகளால் ஏற்றுக்கொள்வதைக் காட்டிலும் அதிக தாக்கத்தைக் கொண்டிருக்கிறது. வேறு வார்த்தைகளில் சொல்வதென்றால், கோல்வால்கர் பார்வையில் இந்துத் தன்மை அல்லது 'பாரதியத் தன்மை' என்று எதுவுமே இல்லை என்கிறார் சர்மா. மேற்கூறியவற்றின் அடிப்படையிலேயே கோல்வால்கர் ஒற்றைத்தன்மையிலான ஒழுங்குபடுத்தப்பட்ட ஆண்மையத்தைப் போற்றும் 'இந்து' சமூகமாக இந்தியச் சமூகத்தைக் கற்பனை செய்தார்.

விவேகானந்தரைப் பொறுத்தமட்டில், இந்து மதத்தின் பிரம்மக் கோட்பாடுதான் உலகில் உள்ள அனைத்துக்குமான மூலமாகிறது. உலகில் உள்ள எல்லா மதங்களுக்கும் இந்து மதமே தாய் என்றும் சொல்கிறார். இந்தக் கருத்தை ஏற்றுக்கொள்ளும் கோல்வால்கர், இந்து ராஷ்ட்ராவை நிறுவுவதன் வழியாகவே அத்வைதக் கோட்பாட்டின் அழகையும் ஆழத்தையும் பிற எல்லா மதங்களும் போற்றும் நிலையை உருவாக்க முடியும் என்று நம்பினார். கோல்வால்கரின் இந்து மதம் என்பது இந்தச் சமூகத்துக்குள்ளாகக் கடந்த காலங்களில் நடந்த உரையாடல் அடிப்படையானதல்ல. இந்தச் சமூகத்தின் கடந்த கால உரையாடல்களையெல்லாம் மறுத்து, ஒரு பார்வையை மட்டும், குறிப்பாக அத்வைதத்தைப் பிரதானப்படுத்தும் நோக்கம் கொண்டது. இது இறைநம்பிக்கை சார்ந்ததல்ல. பெரும்பாலான இந்திய மக்களின் இறைநம்பிக்கையானது பண்பாட்டை அடிப்படையாகக் கொண்டதல்ல. கற்பனாவாதத்தையும் தனி மரபையும் சார்ந்தது அது. வெகுஜன மரபுகளைச் சார்ந்ததல்ல. (இங்கு தனி மரபு என்பது காலனியச் சிந்தனை உருவாக்கிய

5 பார்க்கவும்: Jyotirmaya Sharma, *'Terrifing Vision: M.S.Golwalkar, The RSS and India'*, Penguin, India, 2007.

கோட்பாட்டின் அடிப்படையிலும், சம்ஸ்கிருதப் பிரதிகள் சார்ந்த காலனிய எதிர்ப்பு அடிப்படையிலும் வரலாறு, சமூகம், மதம், அறிவியல் ஆகியவற்றை முன்னிறுத்திய சிந்தனைகளைக் குறிக்கிறது. வெகுஜன மரபுகள் என்பது காலனியம் உருவாக்கிய கோட்பாட்டுக்கு வெளியே இருப்பதைக் குறிக்கிறது.)[6]

'முன்பொரு காலத்தில் சொர்க்கமாக இருந்தது' என்ற கற்பனாவாதத்தோடு ஐரோப்பியர்கள் முன்வைத்த நேர்க்கோட்டு வரலாறானது கோல்வால்கரால் போற்றப்படுகிறது. வரலாறு இந்தக் கற்பனாவாதத்தின் அடிப்படையில் ஸ்தூலமானதாகவும் இறுகிய தன்மை கொண்டதாகவும் முன்வைக்கப்படுகிறது. சமூகத்துக்காகவும் தேசத்துக்காகவும் ஒரு தனிநபர் தன்னை அர்ப்பணித்துக்கொள்ள வேண்டும் என்கிறார் கோல்வால்கர். கோல்வால்கரின் தனிமனித அர்ப்பணிப்புக் கோட்பாடும் ஐரோப்பியச் சிந்தனைதான் என்கிறார் சர்மா. யோஹன் காட்ஃப்ரீட் ஹெர்டர் (*Johann Gottfried Herder, 1744-1803*) என்ற ஜெர்மானியத் தத்துவவியலாளர், ஒவ்வொரு தனிமனிதனும் ஒரு பெருங்கூட்டத்தின் பகுதிதான் என்றும் அந்தக் கூட்டம் மதமாக, தேசமாக, இயக்கமாக இருக்க முடியும் என்றும் சொல்கிறார். அதோடு ஒவ்வொரு தனிமனிதனும் தன் வேரோடு தன்னை இணைத்துக்கொள்வதும், தன் வீடு என்று உணர்வதும், தனிமனிதனின் இயற்கைப் பண்பு என்கிறார். இவரைப் பொறுத்தமட்டில், தேசம் என்பது ரத்தத்தையோ இனத்தையோ அடிப்படையாகக் கொண்டதல்ல. அது நிலப்பரப்பையும் மொழியையும் அடிப்படையாகக் கொண்டது. இந்தக் கோட்பாட்டின் அடிப்படையில் ஒவ்வொரு தனிமனிதனின் உடலும் ஒரு கருத்தாக்கத்தால் உருவாக்கப்பட்டதாகும். அப்படி உருவாக்கப்பட்ட உடல், அதை உருவாக்கிய கருத்தாக்கத்துக்காகத் தன்னை அர்ப்பணித்துக்கொள்ள வேண்டும். இது மனிதர்கள் தங்களுக்கிடையே பகிர்ந்துகொள்ளும் பொதுப் பண்புகளுக்கு முக்கியத்துவம் கொடுக்காமல், வேற்றுமைகளை முதன்மைப்படுத்த முயல்கிறது என்கிறார் சர்மா. தனிமனிதன் என்ற கருத்தாக்கத்தை இப்படியான கோட்பாடு மறுதலிக்கிறது. ஒரு உடல் ஒரு சித்தாந்தத்தின் பகுதியாவதைக் கொண்டாடுகிறது. உடல்கள் கூட்டாகக் கலகம் செய்வதைப் போற்றுகிறது. தனி உடல் செய்யும் கலகத்தை வெறுக்கிறது. தனிநபர் என்ற கருத்தை மறுதலிக்கிறது.

காந்தி கடந்த காலத்தைப் புனிதமாகவோ ஒளிமயமானதாகவோ பார்க்கவில்லை. அவரைப் பொறுத்தமட்டில், வரலாறு என்பது புனைவு. இந்தப் புனைவு இங்கு இப்போதைய தேவைக்கு ஏற்றாற்போல் தன்னை வளைத்துக்கொள்ளும் பக்குவத்தைக் கொண்டது. மேற்கத்திய நேர்க்கோட்டில் ஆன ஒற்றைப் பரிமாண வரலாற்றை காந்தி நிராகரித்தார். வரலாறு என்பது மீண்டும்மீண்டும் மறுவாசிப்புக்கு உகந்தது என்றே காந்தி பார்த்தார். வரலாற்றுப் புனைவு என்பது நிரந்தரமான குறியீடுகள் எதையும் சாராத ஒன்று. அது சமூகத்தின் நிகழ்காலத்துக்கான, எதிர்காலத்துக்கான பல்வேறு அர்த்தத் தளங்களைத்

6 இது குறித்த மேலும் விரிவான வாசிப்புக்குப் பார்க்கவும்: சீனிவாச ராமாநுஜம், *'இந்து மதம் ஒரு விசாரணை: பார்ப்பனர் – ஆர்எஸ்எஸ் – சாதிகள்'*, எதிர் வெளியீடு, 2020.

தன்னகத்தே கொண்டது. புனைவு அடிப்படையிலான வரலாற்றுணர்வு வளர்ச்சி அடையா சிந்தனை மரபின் ஒரு அங்கம் என்ற காலனியப் பார்வையை காந்தி நிராகரித்தார். சுதந்திர இந்தியாவின் சிக்கல்களான சாதிய ஒழுங்கு, மதங்களுக்கு இடையேயான இடைவெளிகள், மோதல்கள், ஒரு மனிதரின் சுயமரியாதை ஆகியவற்றின் வேர்களை வரலாற்று நெருக்கடிகளுக்குள்ளிருந்து பார்க்க மறுத்தார்; நிகழ்கால நெருக்கடிகளிலிருந்து பார்த்தார்.

சமூக முரண்களுக்கான தீர்வானது வெகுஜன மரபோடு ஊடாடுவதன் வழியாகவே சாத்தியம் என்றே காந்தி நம்பினார். அரவிந்தர் பார்த்ததுபோல் தேசம் என்பது பெரும் துயரங்களை அனுபவிக்கும் தாய் என்று அரூபமாக உருவகப்படுத்தவில்லை. மேற்கை அடிப்படையாகக் கொள்ளாமல், இந்தியாவின் சமகாலச் சிக்கல்கள் அடிப்படையிலேயே அதை அணுகினார். இதில் மிக முக்கியமான விஷயம், ஒரு நூற்றாண்டு காலக் காலனிய ஆதிக்கத்தில் ஒரு சாதாரண இந்தியக் குடிநபர் மேற்குக்கு எதிரானவர் என்ற கருத்தாக்கத் தளத்தில் தன்னை நிலைநிறுத்திக்கொள்ளவில்லை. மேட்டுக்குடி, 'உயர்சாதி'யினர்போல் தன்னை மாசற்ற மேற்கத்தியர் என்றோ, மேற்கத்தியத்துக்கு எதிரானவர் என்றோ நிலைநிறுத்திக்கொள்ள வேண்டிய அவசியமோ நிர்ப்பந்தமோ காந்திக்கு ஏற்படவில்லை. எந்த ஒரு இந்தியரோடும் தவறியேனும் தொடர்பு ஏற்படுத்திக்கொள்ளக் கூடாது என்று மிகப் பாதுகாப்பாக வளர்க்கப்பட்ட அரவிந்தருக்குத்தான் பின்னாளில் தன்னை மேற்குக்கு எதிரானவர் என்று நிலைநிறுத்திக்கொள்ள வேண்டிய நிர்ப்பந்தம் ஏற்பட்டது. மேற்கத்தியத் தத்துவ மரபுகளை அரவிந்தர் நிராகரிக்கவில்லை என்றாலும், அவை அனைத்தையும் சம்ஸ்கிருதத் தத்துவப் பார்வைக்குள் கொண்டுவர முயன்றார். ஆண்மைய அரசியல் அரவிந்தரிடம் வேறு தளத்தில் செயல்பட்டது என்று சொல்லலாம். ஆனால், வெகுஜன மரபை அடித்தளமாகக் கொண்டு, மேற்கத்தியச் சிந்தனைகளைத் தன்வயப்படுத்திக்கொண்டு காலனியத்தை காந்தி எதிர்த்தார். அவரைப் பொறுத்தமட்டில், மேற்கத்தியத்துக்கு எதிராக என்பது ஒரு நிலைப்பாடே அல்ல. இந்தியர் அல்லது இந்து என்ற வரையறைகளுக்கு ஏதேனும் அர்த்தத்தைக் கொடுக்க முடியும் என்றால், அது சமகாலச் சிக்கல்களை எதிர்கொள்வதன் ஊடாகவே சாத்தியம் என்று நினைத்தார். இந்து அல்லது இந்தியர் போன்ற கருத்தாக்கங்களை அன்றாடத்தன்மையின் ஊடாக அர்த்தப்படுத்த முயன்றார். இதில் விசித்திரம் என்னவென்றால், இந்தியாவின் மேட்டுக்குடியினர் மேற்கத்திய, காலனியச் சட்டங்களுக்கு எதிரான நிலைப்பாட்டை எடுக்கவில்லை. அதே சமயத்தில், மேற்கில் சிலர் கிழக்கை மூன்றாம்தரச் சமூகமாகப் பார்க்க மறுத்தார்கள். இவர்களோடு காந்தி தன்னை அடையாளப்படுத்திக்கொண்டார். மொத்தத்தில், காந்தி காலனியச் சட்டகத்துக்கு வெளியே இருந்து வெகுஜனப் பண்பாட்டை அடிப்படையாகக் கொண்டு காலனியத்தை எதிர்த்தார் என்றால், காலனியச் சட்டகத்துக்குள்ளிருந்து இயங்கிய கோல்வால்கர் வெகுஜனப் பண்பாட்டை நிராகரித்தார்.

காலனியச் சிந்தனை கட்டமைத்த 'ஒளிமயமான கடந்த கால'த்தை கோல்வால்கர் ஏற்றுக்கொண்டதைப் போல் காந்தி ஏற்றுக்கொள்ளவில்லை. எடுத்துக்காட்டாக, பகவத் கீதைதான் இந்து மதத்தின் 'பைபிள்' என்று பார்ப்பனியம் நிலைநிறுத்தியதையும், பார்ப்பனியத்தை எதிர்த்தவர்கள் பகவத் கீதையை நிராகரித்ததையும் காந்தி ஏற்றுக்கொள்ளவில்லை. பகவத் கீதைக்குப் பல்வேறு உரைகள் உண்டு. ஆதிசங்கரர் முதல் திலகர், அரவிந்தர் வரை பல்வேறு உரைகள் சாத்தியப்பட்டுள்ளன. ஆனால், பகவத் கீதைக்கு காந்தி கொடுத்த விளக்கம் இந்த உரைகள் எல்லாவற்றையும் நிராகரித்தது. மனித ஆன்மாவுக்குள் நல்லதுக்கும் தீயதுக்கும் இடையே நடக்கும் யுத்தமே பகவத் கீதை என்று அர்த்தப்படுத்தினார். காந்தி முன்வைத்த அர்த்தப்பாடானது பகவத் கீதையின் பிரதி சார்ந்ததல்ல. அவர் கீதையின் உட்கருத்தாக முன்வைத்ததைப் பிரதியிலிருந்து மட்டுமல்லாமல் வரலாற்றிலிருந்தும் பிரித்தெடுக்க முயன்றார். இதற்கான ஆதாரத்தை காந்தியிடம் கேட்டிருந்தால் அதற்கு அவசியமில்லை என்றே சொல்லியிருக்கக்கூடும். காந்தியைக் கொன்ற கோட்சே, பகவத் கீதைக்கு காந்தி கொடுத்த விளக்கத்தை மறுத்து, அது மனதளவில் நடப்பது அல்ல, உண்மையான யுத்தம் குறித்தே பேசுகிறது என்றார். காந்திக்கு இது எப்படிச் சாத்தியமானது? எந்தத் தளத்தில் நின்று அவர் பகவத் கீதையை எதிர்கொண்டார்? ரவீந்திரநாத் தாகூர், காந்தி சம்பந்தப்பட்ட இரண்டு நிகழ்வுகளை நாம் இவற்றோடு இணைத்துப்பார்க்க முடியும்.

ஒருமுறை, சாந்திநிகேதனுக்கு காந்தி சென்றிருந்தபோது ஒரு இளம்பெண் அவரிடம் ஆட்டோகிராப் நோட்டை நீட்டியிருக்கிறாள். காந்தி அதில், 'தீர யோசிக்காமல் எந்த வாக்குறுதியும் கொடுக்காதே. அப்படிக் கொடுத்துவிட்டால் உன் உயிரை விட்டேனும் அந்த வாக்குறுதியை நிறைவேற்ற முயற்சிசெய்' என்று எழுதிக் கையெழுத்திட்டார். காந்திக்குப் பக்கத்தில் அமர்ந்திருந்த தாகூர், காந்தியின் வாசகத்தைப் படித்துக் கோபம்கொண்டார். அந்தப் பெண்ணிடமிருந்து ஆட்டோகிராப் நோட்டை வாங்கி வங்கத்தில் சிறு கவிதை ஒன்று எழுதி, காந்திக்குப் புரிய வேண்டும் என்பதற்காகவே, 'கொடுத்த வாக்குறுதி தவறு என்று பின்னால் உணர்ந்தால், அதை விட்டெறிந்துவிடு' என்று ஆங்கிலத்தில் எழுதினார். இதில் நாம் யார் பக்கம் நிற்கப்போகிறோம் என்பது, நாம் எந்தத் தளத்தில் இயங்குகிறோம் என்பதை அடிப்படையாகக் கொண்டது. அறிவார்ந்த நிலைப்பாட்டை தாகூர் முன்வைக்கிறார் என்றால், அறப் பார்வையை காந்தி முன்வைக்கிறார். காந்தி முன்வைத்த அறம், வெகுஜனப் பண்பாட்டு மனநிலையைக் கொண்டிருக்கிறது. அது எக்காலத்துக்கும் உண்மையானதாகவோ முழுமையானதாகவோ இருக்க வேண்டிய அவசியமில்லை என்றாலும், விளிம்பில் உள்ள அறம் சார்ந்த வெளிப்பாட்டை காந்தி மையத்துக்குக் கொண்டுவருகிறார். 'சொன்ன சொல்லைக் காப்பாற்ற வேண்டும்' என்பது வெகுஜன அறம். தாகூர் வைத்த விமர்சனம் காந்திக்குப் புரியாமல் இருக்க வாய்ப்பே இல்லை. தாகூரின் நிலைப்பாட்டை காந்தி ஒருபோதும் ஏற்றுக்கொள்ள மாட்டார். வெகுஜனப் பண்பாட்டு மரபின் தர்க்கங்களுக்கு வெளியே இருந்த தாகூர், காந்திக்கு மகாத்மா என்று பட்டம் கொடுத்தது விசித்திரம்தான்.

மற்றொரு சம்பவம், 1934 ஜனவரியில் நிகழ்ந்தது. பிஹாரில் பெரும் நிலநடுக்கம் ஏற்பட்டுக் குழந்தைகள், பெண்கள் உட்பட ஆயிரக்கணக்கானோர் மாண்டனர். காந்தி அதைப் பற்றி எழுதும்போது, 'நம்மைப் போன்ற மனிதர்களால் நம்ப முடியாமல்போகலாம். கடவுள் நாம் செய்யும் பாவங்களுக்கு, குறிப்பாகத் தீண்டாமை என்ற பாவத்துக்குக் கொடுத்த பெரும் தண்டனைதான் இந்த நிலநடுக்கம். என்னைப் பொறுத்தவரை, இந்தத் துயர சம்பவத்துக்கும், தீண்டாமைக்கு எதிரான பிரச்சாரத்துக்கும் தொடர்புண்டு' என்று எழுதினார். தீண்டாமையை எதிர்த்த தாகூர் ஒரு இயற்கைப் பேரழிவை, அதுவும் குழந்தைகள் பெண்கள் உட்பட ஆயிரக்கணக்கானோர் மாண்ட ஒரு பேரழிவைப் பற்றி காந்தி இப்படி விளக்குவதை ஏற்றுக்கொள்ள மறுத்தார். 'எல்லாவற்றையும் காட்டிலும் துயரப்படக்கூடிய விஷயம் எதுவென்றால் காந்தியின் இந்த அறிவுசாரா விளக்கத்தைப் பெரும்பான்மையான இந்தியர்கள் ஏற்றுக்கொள்வதுதான்' என்று எழுதினார். காந்தியின் விளக்கத்தையும் தாகூரின் கோபத்தையும் நாம் எப்படிப் பார்க்கிறோம் என்பது, நாம் எந்த நிலையிடத்திலிருந்து இதை அணுகுகிறோம் என்பதைச் சார்ந்திருக்கிறது. காந்தியின் நிலையிடம் வெகுஜனப் பண்பாடு. பிஹாரில் நடந்த நிலநடுக்கத்தில் பாதிக்கப்பட்ட மக்களுக்கு அது பெரும் துயரமாகிறது. அவர்களது வாழ்வாதாரத்துக்கு வேண்டியதைச் செய்ய காந்தி தவறவில்லை. ஆனால், அதில் நேரடியாகப் பாதிக்கப்படாத மக்களைப் பொறுத்தமட்டில் அது 'இயற்கை'யாக நடந்த ஒரு நிகழ்வு. பாதிக்கப்பட்ட மக்களின் துயரத்தைத் தொலைவிலிருந்தே உள்வாங்கிக்கொள்ள முடியும்; அதே தொலைவிலிருந்து அவர்களால் முடிந்த உதவிகளைச் செய்ய முடியும். இதற்கு மேல் தொலைவில் இருப்பவர்களுக்கு எத்தகைய 'உணர்வுபூர்வ' அர்த்தத்தையும் அது ஏற்படுத்தப்போவதில்லை. நம் வாழ்க்கையில் ஏதேனும் துயரம் நடக்குமானால், அதை எதிர்கொள்ள நமக்கு இரண்டு வழிகள் இருக்கின்றன: ஒன்று, அந்தத் துயரத்துக்கு நேரடியாகவோ மறைமுகமாகவோ மற்றவர்கள்தான் காரணம் என்று முன்வைப்பது. இரண்டாவது, நம்மிடம் உள்ள ஏதோ போதாமையை இந்தத் துயரம் நமக்கு வெளிச்சமிட்டுக் காட்டுவதாகப் பார்ப்பது. இவ்விரண்டு நிலைப்பாடுகளும் காரணகாரியத்துக்கு உட்பட்டவை அல்ல என்றாலும், நமக்கு ஏற்பட்ட துயரத்தை 'அர்த்தப்படுத்துவதற்கான' வாய்ப்பை ஏற்படுத்திக்கொடுக்கின்றன. வெகுஜனப் பண்பாடு இப்படி அர்த்தப்படுத்துவதற்கான வழிமுறைகளைக் கொண்டிருக்கிறது. ஏனெனில், நிலநடுக்கம் போன்ற துயரங்கள் அதனளவில் எத்தகைய அர்த்தத்தையும் கொண்டிருக்கவில்லை. இது ஏற்படுத்திய பேரழிவு அர்த்தமில்லாமல் இருக்கிறது. (இதை காந்தி ஏன் இப்படி அர்த்தப்படுத்தினார் என்று அடுத்த பகுதியில் விரிவாகப் பார்ப்போம்.)

மீண்டும் கோல்வால்கரிடம் திரும்புவோம். கோல்வால்கர் முன்வைத்த ஆண்மைய தேசியத்தை காந்தி நிராகரித்ததைப் போலவே தேசியத்துக்காக ஒரு தனிமனித உடல் தன்னை இழக்க முன்வர வேண்டும் என்ற ராணுவச் சிந்தனையையும் காந்தி ஏற்றுக்கொள்ளவில்லை. கோல்வால்கர் தனிமனிதனை நிராகரித்தார் என்றால் காந்தி தனிமனிதர்களுக்கு இடையேயான உறவை முதன்மைப்படுத்தினார். இதுவே காலனிய ஆட்சியையும் காலனியர்களையும்

பிரித்துப்பார்க்க காந்திக்கு உதவியது. எல்லா ஆங்கிலேயர்களையும் காலனிய ஆதிக்கத்தின் பிரதிநிதிகளாக கோல்வால்கர் பார்த்தார் என்றால் காந்தி அப்படிப் பார்க்க மறுத்தார். ஜனநாயகத்துக்கு காந்தி கொடுத்த விளக்கமும் தனிநபரைப் போற்றுவதாகவே இருக்கிறது. பெரும்பான்மையினர் கருத்துக்கு சிறுபான்மையினர் கட்டுப்பட வேண்டும் என்பதே ஜனநாயகத்தின் அடிப்படை விதி. காந்தி இந்த விதியை ஏற்றுக்கொள்ளவில்லை. பெரும்பான்மையினர் எடுத்த முடிவுக்கு எதிராகச் சிறுபான்மையினருக்குப் போராட உரிமை உண்டு என்றார். அதே சமயத்தில், போராடும் சிறுபான்மையினர், பெரும்பான்மையினர் கொடுக்கிற தண்டனையை ஏற்றுக்கொள்ள வேண்டும் என்றும் சொல்கிறார். சிறுபான்மையினரின் நிலைப்பாட்டைச் சமூகத்துக்குள்ளாக நடக்கும் உரையாடலாகவே காந்தி பார்த்தார். சிறுபான்மையினரின் மொழி பெரும்பான்மையினரின் மொழிபோல் பொதுத்தன்மை கொண்டிருக்காது என்றும், அதைப் புரிந்துகொள்வது பெரும்பான்மையினரின் கடமை என்றுமே காந்தி விளக்கினார். மதப் பெரும்பான்மைவாதம் தேசியவாதமாகவும் மதச் சிறுபான்மைவாதம் அடிப்படைவாதமாகவும் மாறும் என்றார் அம்பேத்கர். தற்கால நிகழ்வுகளைப் பார்க்கும்போது அம்பேத்கரின் இந்த அவதானிப்பு எவ்வளவு ஆழமானது என்று நம்மால் புரிந்துகொள்ள முடியும்.

ஓர்மைவாத அடிப்படையில், கோல்வால்கர் தன்னை ஒரு இந்துவாக மட்டும் அடையாளப்படுத்திக்கொண்டார். இந்து என்ற நவீனக் கட்டமைப்புக்குள் பல கலகக் குரல்கள் இருப்பதை மூடிமறைத்தார். பார்ப்பனிய அதிகார மையப்படுத்துதலையே பிரதானக் குறிக்கோளாகக் கொண்டிருந்தார். காந்தி தன்னை ஒரு இந்துவாக மட்டும் அடையாளப்படுத்திக்கொள்ள மறுத்தார். ஆனால், 'இந்து' என்ற நிலையிடத்திலிருந்து தனது பண்பாட்டு உரையாடல்களை நடத்தினார். இந்திய தேசியக் காங்கிரஸோடு தன்னை முழுமையாகக் கரைத்துக்கொள்ள மறுத்தார். ஆனால், காங்கிரஸானது தலித்துகள், இஸ்லாமியர்கள் உட்பட எல்லோருக்குமானது என்றார். காங்கிரஸ் என்ற நிலையிடத்திலிருந்து தனது அரசியல் உரையாடல்களை நடத்தினார். காந்தி இருமவாத அடிப்படையிலேயே தனது உரையாடல்களை நிகழ்த்தினார். இருமம் தெளிவான நிலையிடத்தை வேண்டுகிறது. ஆண்மையத்தைப் போற்றிய இந்திய தேசியவாதிகளிடமிருந்து தன்னை வேறுபடுத்திக்கொண்டார். பார்ப்பனர்களிடமிருந்து, பார்ப்பனிய மரபிலிருந்து தன்னை வேறுபடுத்திக்கொண்டார். பெண்மையக் கோட்பாட்டை முன்வைத்து, காலனிய அறக் கோட்பாட்டை எந்த அளவுக்கு காந்தி விசாரணைக்கு உட்படுத்தினாரோ, அதே அளவுக்கு கோல்வால்கர், சாவர்க்கர் போன்ற இந்துத்துவவாதிகளையும், பார்ப்பனிய ஆண்மையத்தையும் விசாரணைக்கு உட்படுத்தினார். இந்து ஆண்மைய தேசியத்தை முன்வைத்தவர்கள் பெண் உடலை நிராகரித்தார்கள். பெண்மைய தேசியத்தை முதன்மைப்படுத்திய காந்தியோ ஆணுடல் என்ற கருத்தமைவை மறுவரையறை செய்ய முயன்றார். ஆண்மைய தேசியம் வரலாற்றை அடிப்படையாகக் கொண்ட தேசியமானது என்றால், காந்தி முன்வைத்த பெண்மைய தேசியமோ நிகழ்கால நெருக்கடிகளிலிருந்து உருப்பெற்ற குடிமை தேசியமானது.

காலனியம் உருவாக்கிக்கொடுத்த கருத்தாக்கத் தளத்தில் நின்று காலனிய எதிர்ப்பை காந்தி முன்வைக்கவில்லை. ஆண்மைய தேசியத்தைப் போற்றியவர்களின் சமூகப் பார்வை மேற்கத்தியச் சிந்தனை மரபுகளின் தொடர்ச்சியானது. அதாவது, இவர்கள் இந்திய மரபைப் காப்பாற்றுகிறவர்களாகத் தங்களை அடையாளப்படுத்திக்கொள்ள முயன்றாலும், இந்துக்களிடம் ஆண்மை இல்லாததை மிகவும் கவலையோடு பார்த்தார்கள்; இஸ்லாமியர்களை ஆண்மைமிக்கவர்களாகவும் பார்த்தார்கள்.[7] இந்து மதம் சமாதானத்தைப் போற்றும் மதம் என்று மேற்கத்திய அறிஞர்கள் கொடுத்த விளக்கத்தை விமர்சனமற்று ஏற்றுக்கொண்டாலும் 'ஆண்மை'யை வலியுறுத்தினார்கள். அதே சமயத்தில், இந்தியப் பண்பாட்டை இளம் பிராயப் பண்பாடு என்று காலனியம் முன்வைத்ததை ஏற்றுக்கொள்ள மறுத்தார்கள். மிகவும் பிரமிக்கத்தக்கப் பாரம்பரியம் கொண்ட இந்து மதம், சம்ஸ்கிருதப் பிரதிகளோடு உள்ள தொடர்பைத் துண்டித்துக்கொண்டதால்தான் இந்த ஆண்மையை இழக்க நேரிட்டது என்றும் முன்வைத்தார்கள். அதாவது, ஆரியப் பெருமையையும் பார்ப்பனப் பெருமையையும் நிலைநிறுத்துவது அல்லது மீட்டெடுப்பதுதான் ஆண்மைய தேசியத்தைப் போற்றியவர்களின் குறிக்கோளாக இருந்தது. இவர்கள் இந்தியர்களை ஓர்மைவாத அடிப்படையில் இந்துக்களாக ஒன்றுதிரட்ட முயன்றார்கள் என்றால், காந்தி இருமைவாத அடிப்படையில் இந்துக்களாகவும் இந்தியர்களாகவும் அடையாளப்படுத்த முயன்றார். இந்து மரபைப் புதுப்பிக்க வந்தவராக காந்தி தன்னை அடையாளப்படுத்தவில்லை. 'இந்து' என்ற நிலையிடத்திலிருந்து தீண்டாமைப் பிரச்சினையை மையப்படுத்தினார். இந்துக்களிடம் 'ஆண்மை' இருப்பது அல்லது இல்லாமல்போவது குறித்து அவர் அக்கறைகாட்டவில்லை. இந்த 'ஆண்மை' அவருக்கு அவசியமாகவும் இல்லை. இந்து மதத்துக்கு சம்ஸ்கிருதப் பிரதிகளே மூலாதாரம் என்ற கருத்தாக்கத்தை அவர் ஏற்றுக்கொள்ளவில்லை. ஆரிய/பார்ப்பனிய மீட்டெடுத்தல் என்ற நிலைக்குள் தன்னைச் சிக்கவைத்துக்கொள்ளவில்லை. ஆண்மைய தேசியவாதிகள் இந்து மதத்தைக் கிறிஸ்தவ மத பாணியில் கட்டமைக்க முயன்றதை காந்தி ஏற்றுக்கொள்ளவில்லை. ஆண்மைய தேசியவாதிகளுக்கு ஆணுடல் போற்றத்தக்கதாகவும், பெண்ணுடல் வெறுக்கத்தக்கதாகவும் இருந்தது என்றால் (குடும்பத்தை நிராகரிக்கும் சந்நியாசிகளாகவே ஆர்எஸ்எஸ் தலைவர்கள் தங்களை பாவித்துக்கொள்கிறார்கள்), காந்தியைப் பொறுத்தவரை ஆணுடல்/பெண்ணுடல் என்பதே, இயற்கையான என்பதன் ஊடாகப் பாலினக் கருத்தாக்கங்களாகப் பார்த்தார். இந்தக் கருத்தாக்கக் கட்டமைப்புகளைக் கடந்துசெல்வதே காந்தியின் நோக்கமாக இருந்தது. இப்படிக் கடந்துசெல்வதற்கான முயற்சியின் ஊடாகவே அவர் காலனிய எதிர்ப்பை, தேசியக் கட்டமைப்பை, மதங்களுக்கு இடையேயான உறவை வடிவமைத்துக்கொள்ள முயன்றார். இதுவே பாலினப் பரிசோதனைகளுக்கு காந்தியைக் கொண்டுவிட்டது எனலாம்.

7 பார்க்கவும்: Ashis Nandy, *'The Final Encounter: The Politics of Assassination of Gandhi'*, in *'At the Edge of Psychology'*, OUP, 1980.

பார்ப்பனிய அதிகார மையப்படுத்தலுக்கு காந்தியம் துணைபோகவில்லை என்றாலும் அதிகாரத்தைக் கைப்பற்ற பார்ப்பனியம் காந்தியத்தை உள்வாங்கி விழுங்கியது. காலனியச் சிந்தனையும், ஆண்மைய தேசியமும், இந்திய மரபு குறித்துக் கட்டமைத்த கற்பனாவாதக் கருத்தாக்கங்களும், காந்தி முன்வைத்த அரசியலார்ந்த முறைகளும் ஒரே தளத்தில் இயங்குவதைப் போன்ற தோற்றத்தைக் கொடுத்தன. இந்து மதம் அகிம்சையையும் சமாதானத்தையும் போற்றுகிறது என்று காலனியச் சிந்தனை கட்டமைத்ததன் விளைவாக, ஒரு இந்துவாக காந்தி தன்னை அடையாளப்படுத்திக்கொண்டதால், ஒரு இந்துவாக இருப்பதால்தான் காந்தியால் அகிம்சையையும் சமாதானத்தையும் போற்ற முடிகிறது என்று அர்த்தப்படுத்தி காந்தியைப் பார்ப்பனியம் தனக்குச் சாதகமாக்கிக்கொண்டது. எடுத்துக்காட்டாக, பகவத் கீதைக்கும் காந்திக்கும் இடையேயான உறவை எடுத்துக்கொள்வோம். காந்தியைப் பொறுத்தமட்டில் பகவத் கீதை ஒரு புனித நூல் அல்ல. அதை ஒரு கவிதை நூலாகவே பார்த்தார். கீதைக்குத் தான் கொடுக்கும் விளக்கம் என்பது அதைப் படைத்த கவியின் புரிதலை அடிப்படையாகக் கொண்டது என்று விளக்கம் கொடுத்தார். ஆனால், பிரார்த்தனைக் கூட்டங்களில் படிக்கப்பட்ட பகவத் கீதை பங்கேற்பாளர்கள் மத்தியில் கவிதை நூலாக அல்லாமல் புனித நூலாக மொழியாக்கமானது. ஆனால், காந்தி இறைவழிபாட்டை முதன்மைப்படுத்தியதில்லை. ஒருமுறை, காந்தியிடம் உருவ வழிபாடு குறித்துக் கேட்கப்பட்டபோது, பக்குவப்பட்ட மனிதனுக்கு உருவ வழிபாடு அவசியம் இல்லை, ஆனால் பெரும்பாலானோருக்குத் தேவைப்படுகிறது என்றார். இறைவழிபாட்டு விஷயத்தையும் அவர் இருமைவாத அடிப்படையிலேயே அணுகுகிறார். ஓர்மைவாதம் புனிதத் தியாகிகளை உருவாக்கும் என்றால், இருமைவாதம் நடைமுறையோடு இணைந்திருக்கும் — மிகச் சிக்கலானது என்றபோதும். அது மிகச் சுலபமாகப் போலியாக வடிவம்கொள்ள முடியும்.[8] எடுத்துக்காட்டாக, பணிக்கர் எழுதியதை இங்கு எடுத்துக்கொள்வோம். கோயிலுக்குச் சென்று ராமனை வழிபடுகிறவர், மசூதியை இடிக்க அயோத்தியை நோக்கிப் புறப்பட்டவர் — இவ்விருவரும் ஒரே தளத்தில் இயங்கவில்லை. முன்னவர் நம்பிக்கைத் தளத்தில் இயங்குகிறார் என்றால் பின்னவர் கருத்தாக்கத் தளத்தில் இயங்குகிறார். பின்னவர்போல் முன்னவர் மத அடிப்படைவாதத்துக்கு பலியானவர் அல்ல; மதப் பன்மைத்துவத்தைக் கொண்டிருக்க முடியும். இருந்தாலும், இவர் மத அடிப்படைவாதியாக மாறுவதற்கான கச்சாத்தன்மையைத் தன்னகத்தே கொண்டுள்ளார் என்கிறார் பணிக்கர். பணிக்கர் முன்வைப்பதை அப்படியே ஏற்றுக்கொள்ள முடியாது. ஏனெனில், ஒரு மதப் பழமைவாதி அடிப்படைவாதியாக இருக்க வேண்டியதில்லை. மேலும், ஒரு நிலையிடத்தில் இருப்பவர் பிற மத நம்பிக்கைகளோடு சமதளத்தில் உறவுகொள்ள முடியும். மதப் பழமைவாதத்தை நவீனத்துவத் தளத்துக்கு நகர்த்தும்போதுதான் அது மத அடிப்படைவாதமாகிறது. நம்முடைய பிரச்சினை என்னவென்றால், நாம்

8 பார்க்கவும்: டி.ஆர்.நாகராஜின் 'சுயதூய்மையாக்கம் எதிர் சுயமரியாதை: தலித் இயக்கத்தின் வேர்கள் குறித்து', *'தீப்பற்றிய பாதங்கள்'* தொகுப்பு, எதிர் வெளியீடு, 2020. மேலும், இந்தத் தொகுப்பில் உள்ள 'சமூக அறிவியல்கள் சட்டகத்துக்கு அப்பால்' கட்டுரையைப் பார்க்கவும்.

மத நம்பிக்கை கொண்டவர்கள் எல்லோரையும் மத அடிப்படைவாதத்துக்கான கச்சாப் பொருளாகப் பார்க்கிறோம்.

காந்தி முன்வைத்த 'ராம ராஜ்ஜியம்' மிகவும் இகழப்பட்ட கருத்தாக்கமாகும். ஆனால், காந்தி ஒன்றும் அவ்வளவு பத்தாம்பசலித்தனம் கொண்டவர் அல்ல. ராம ராஜ்ஜியத்துக்கு அவர் கொடுத்த விளக்கம் அவர் நவீன அரசியலை எவ்வளவு ஆழமாகப் புரிந்துகொண்டிருக்கிறார் என்பதை விளக்குகிறது. காந்தி கொடுத்த இந்த விளக்கத்தை ஆய்வாளர்கள் ஏன் கணக்கில் எடுத்துக்கொள்ளவில்லை என்பது புதிராகத்தான் இருக்கிறது. 1920 மே 30-ம் தேதியிட்ட 'நவஜீவன்' செய்தித்தாளில் 'ராம ராஜ்ஜியம்' குறித்து இவ்வாறு விளக்கம் கொடுக்கிறார்:

> *ஒரு அரசன் தனது பிரஜைகளில் மிகவும் பலவீனமாக இருப்பவர்களைக் கணக்கில் எடுத்துக்கொள்வார் என்றால், அப்படியான ஆட்சியை ராம ராஜ்ஜியம் என்று அழைக்கலாம். இதுவே மக்களாட்சியாகவும் இருக்கும். நவீன காலத்தில், அது பிரிட்டிஷாரின் ஆட்சியாக இருந்தாலும், இந்தியரின், கிறிஸ்தவரின், இஸ்லாமியரின், அல்லது இந்துவின் ஆட்சியாக இருந்தாலும் இப்படி ஒரு ஆட்சியைக் கொடுக்க முடியாது. ஆனாலும், இதை நகல் எடுக்க அவ்வளவு அவசரம் காட்டுகிறோம். இப்படியான ஆட்சி முரட்டுத்தனமான அதிகாரத்தை அல்லது பெரும்பான்மையினர் கருத்தை — இரண்டும் ஒன்றுதான் என்றாலும் — வழிபடுகிறது. பொதுவான விஷயங்களில் நீதி குறித்துப் பெரும்பான்மையினர் என்ன கருத்து கொண்டிருக்கிறார்களோ அதுவே நீதியாகக் கருதப்படுகிறது. ஆனால், உண்மையான நீதி என்பது எல்லோர் நலன் சார்ந்ததாகத்தான் இருக்க முடியும். எந்த அரசாங்கம் தன் பிரஜைகளில் மிகவும் பலவீனமானவர்களாக இருப்பவர்களைப் பாதுகாக்கிறதோ, அவர்களின் உரிமைகளைப் பாதுகாக்கிறதோ அப்படியான அரசாங்கத்தையே நாம் முழுநிறைவான ஜனநாயகமாக வரையறுக்க முடியும். அப்படியான அரசாங்கம் பெரும்பான்மையினரின் ஆட்சியாக இருக்காது; அதன் அதிகாரத்துக்குள் மிகச் சிறிய உறுப்பாக இருப்பவர்களின் நலன்களையும் பாதுகாப்பதாக இருக்கும். இப்படியான பாதுகாப்பையோ இப்படியான ஆட்சியையோ நம்முடைய அரசாங்கங்களிடமிருந்து நாம் எதிர்பார்க்க முடியாது. அதனால், நாம் எடுத்துவைத்திருக்கும் அடி பைத்தியக்காரத்தனமானதாகும். இது இருப்பதற்கான காரணியம் எதையும் நம்மால் நினைத்துப்பார்க்கக்கூட முடியவில்லை.*[9]

நவீன அரசின், ஜனநாயக அரசியலின் போதாமையை இதைவிட மிகச் சிறப்பாக விளக்க முடியாது என்றே நினைக்கிறேன். எண்ணிக்கைப் பெரும்பான்மை

9 *Navajivan*, 1920, May 30, in Anand T.Hingorani (ed), *'Gandhi on Nehru'*, 1993 (Published by the editior), p.55.

பெரும்பான்மைவாதமாக உருப்பெறும் ஆபத்தைத் தவிர்க்க முடியாது என்று காந்தி தெளிவாக உணர்ந்திருக்கிறார். இதே கருத்தை, தலால் ஆசாத் போன்ற அறிஞர்களும் மிக விரிவாக வைத்திருக்கிறார்கள். மதச்சார்பற்ற நாடாகச் சொல்லப்படும் இங்கிலாந்தில், இஸ்லாமியர்கள் எப்படி இரண்டாம்தரக் குடிநபர்களாக வாழ வேண்டியிருக்கிறது என்று விரிவாக ஆராய்கிறார்.[10] நவீன அரசு அதற்கான தார்மீகத்தைப் பெரும்பான்மையிலிருந்துதான் பெறுகிறது. இந்தக் கட்டமைப்பில் சிறுபான்மையினர் நலனைக் கட்டிக்காக்க முடியாது என்று காந்தி சொல்கிறார். இதை நாம் இன்று மிகத் தீவிரமாக உணர்கிறோம். மொத்தத்தில், 'ராம ராஜ்ஜியம்' என்று காந்தி முன்வைத்ததானது பெரும்பான்மைவாதம் குறித்து நம்மை எச்சரிப்பதாக வாசிக்க முடியும்.

பக்தி இயக்கம் இந்தியாவில் சமூகத்தை ஜனநாயகப்படுத்தியது என்று சொல்லலாம். (தமிழகத்தில் தோன்றிய பக்தி இயக்கம் பார்ப்பனர்களால் மட்டுமே உருவாக்கப்பட்டதல்ல. சங்க இலக்கியங்களில் காணப்படும் மனிதப் பண்பின் தொடர்ச்சிதான் பக்தி இயக்கம் என்கிறார் வரலாற்றியலாளர் செண்பகலட்சுமி.) சம்ஸ்கிருதப் பிரதியில் உள்ள ராமனை இந்தியாவில் பல்வேறு நாட்டார் கலை வடிவங்கள் ஜனநாயகப்படுத்தின. வேதங்களைக் கேட்டதற்காகச் சூத்திரனின் காதில் ஈயத்தைக் காய்ச்சி ஊற்றிய ராமனை நாம் நாட்டார் கலைகளில் காண முடியாது. காந்தி முன்வைத்தது இந்த வெகுஜன ராமனையே. சமகாலப் பெரும்பான்மையினர்/சிறுபான்மையினர் பிரச்சினைக்கு ராம ராஜ்ஜியத்தைக் குறியீடாக வைத்தார். சம்ஸ்கிருதப் பிரதி படைத்த ராமனை காந்தி உயர்த்திப்பிடிக்கவில்லை. ஆனால், காந்தி முன்வைத்த ஜனநாயகப்படுத்தப்பட்ட ராமனையும், சம்ஸ்கிருதப் பிரதி முன்வைத்த அதிகாரத்தைக் குறிக்கும் ராமனையும் பார்ப்பனியம் ஒன்றாக்கியது. காந்தி முன்வைத்த ராட்டைப் பொருளாதாரத்தையும் நாம் இதோடு இணைத்துப்பார்க்கலாம். காந்தியின் ராட்டை இந்திய மக்கள்தொகையின் குறைந்தபட்ச நிர்வாணத்தை மறைக்கக்கூடப் போதுமானதாக இருக்காது என்றார் ரவீந்திரநாத் தாகூர். ராட்டைப் பொருளாதாரத்தை தாகூர் ஏற்றுக்கொள்ளவில்லை. ராமனைப் போல் ராட்டையையும் காந்தி குறியீடாக வைத்தார். உழைக்கும் மக்களின் தொழில்நுட்பத்தை முதன்மைப்படுத்தினார் என்றும் நாம் காந்தியின் ராட்டை முன்வைப்பை வாசிக்க முடியும். காந்தி மூன்று முக்கியமான குறியீடுகளை முன்வைத்தார்: உப்பு, ராட்டை, ராமர். இதில் ராமனை இந்துத்துவ சக்திகள் தன்வயப்படுத்திக்கொண்டன. 'ராம ராஜ்ஜிய'த்துக்கு காந்தி கொடுத்த விளக்கத்தை ஜனநாயக சக்திகள் புரிந்துகொள்ளத் தவறினார்கள்.

பார்ப்பன மேலாண்மையை எதிர்ப்பது, தீண்டாமை நடைமுறையை எதிர்ப்பது என்று இரண்டு தளங்களில் காந்தி செயல்பட்டார். ஆனால், சில விஷயங்களைச் சமூகத்தில் நேரடியாக நடைமுறைப்படுத்த முயன்றுபார்க்க

---

10 Talal Azad, 'Muslims as a "Religious Minority" in Europe', in *Formations of the Secular: Christianity, Islam, Modernity'*, Stanford University Press, Stanford, 2003.

முடியாது என்று காந்தி புரிந்துகொண்டார். அதனாலேயே அவர் தனது ஆசிரமங்களைப் பரிசோதனைக் கூடங்களாக மாற்றினார். என்னைப் புரிந்துகொள்ள என் ஆசிரமங்களைப் பாருங்கள் என்றார். அதே சமயத்தில், தீண்டாமைப் பிரச்சினையை உடல் குறித்த கருத்தாக்கத்தின் பகுதியாகப் பார்த்தார். மொத்தத்தில், காலனிய எதிர்ப்பாகட்டும், இந்து அடிப்படைவாத எதிர்ப்பாகட்டும், தீண்டாமை எதிர்ப்பாகட்டும் அனைத்தையும் உடலின் பகுதியாக மாற்றினார். ஒரு ஆணுடலுக்குள் ஒரு பெண்ணை, ஒரு தாயை அடையாளம்காண முற்பட்டார். இதற்காக காந்தி மேற்கொண்ட பாலினப் பரிசோதனைகள் மிகவும் முக்கியமானவை. அடுத்த பகுதியில் நாம் இதைக் கொஞ்சம் விரிவாகப் பார்ப்போம்.

2

முன்னர் எந்த முலையிலிருந்து பால் உறிஞ்சி எடுத்தானோ
அதையே தன் கைகளால் அழுத்தி சந்தோஷப்படுகிறான்.
எங்கிருந்து வந்தானோ அதே பாலியல் உறுப்பைத்தான்
இப்போது அனுபவித்துக்கொண்டிருக்கிறான்.
முன்னர் தாயாக இருந்தவள்தான் இப்போது
மனைவியாக இருக்கிறாள்.
இப்போது மனைவியாக இருப்பவள்
முன்னர் தாயாக இருந்தவள்தான்.
முன்னர் தந்தையாக இருந்தவன்தான் இப்போது
மகனாக இருக்கிறான்.
இப்போது மகனாக இருப்பவன்
முன்னர் தந்தையாக இருந்தவன்தான்.

— யோகத் தத்துவ உபநிடதம்

ஆண்மையச் சிந்தனையில் ஆணுடலும் பெண்ணுடலும் படிநிலையில் வைக்கப்படுகின்றன. இதுவே பெண்ணுடலை நிராகரிக்கக் கொண்டுவிடுகிறது. இருப்பாய்வியலார்ந்து உடல்களைப் பார்க்க மறுக்கிறது. பார்ப்பனிய மரபில் பெண்ணுடல் நடைமுறை சார்ந்து இருப்பு கொண்டிருக்கிறதே தவிர கருத்தாக்கத் தளத்தில் எத்தகைய நேர்மறையான இருப்பும் கொண்டிருக்கவில்லை. கருத்தாக்கத் தளத்தில் பெண்ணுடலைத் தூய்மையற்றதாகப் பார்க்கிறது. பெண்ணுடல் மீதான அச்சத்தை வெளிப்படுத்துகிறது. பார்ப்பனிய மரபு பொதுவாக ஆணுடலை, குறிப்பாகப் பார்ப்பன ஆணுடலைப் பிரதானப்படுத்துகிறது. இதனால், ஆணுடல் என்ற கருத்தாக்கத்தை காந்தி விசாரணைக்கு எடுத்துக்கொள்கிறார். இதன் ஒரு பகுதியாகவே அவரது பிரம்மச்சரிய விரதத்தைப் பார்க்க வேண்டியுள்ளது. காந்தி 1906 முதல் பிரம்மச்சரிய விரதத்தை மேற்கொண்டார். உடல் குறித்த காந்தியின் பார்வை 1906-ல் பெரும் மாற்றம் காண்கிறது. காந்தி தொடங்கிய பிரம்மச்சரிய விரதம் இந்த மாற்றத்தை நமக்குப் புலப்படுத்துகிறது என்கிறார் மிக முக்கிய காந்திய

அறிஞரான ஸுரூட் (Tridip Suhrud).[11] பிரம்மச்சரியத்தை காந்தி மகாவிரதம் என்றழைக்கிறார். தென்னாப்பிரிக்காவில் ஸுலு (Zulu) கலக்கத்தின்போது அவர் ஆம்புலன்ஸ் சேவையில் ஈடுபட்டார். பிரம்மச்சரியத்தின் தேவையை இந்தச் சமயத்தில் காந்தி உணர்ந்துகொண்டதாக ஸுரூட் எழுதுகிறார். பிரம்மச்சரியத்தைக் கடைப்பிடிக்காமல் சமூக சேவையில் ஈடுபட முடியாது என்ற முடிவுக்கு இந்தச் சமயத்தில்தான் காந்தி உணர்ந்துகொள்கிறார். அவருக்கு அப்போது 37 வயது. விசித்திரம் என்னவென்றால், இதே ஆண்டில்தான் தென்னாப்பிரிக்காவில் வெள்ளையர் ஆட்சிக்கு எதிராக சத்தியாகிரகப் போராட்டத்தையும் தொடங்குகிறார். ஆக, காந்தியைப் பொறுத்தமட்டில் பிரம்மச்சரியமும் சத்தியாகிரகப் போராட்ட வடிவமும் ஒன்றெனக் கலந்து வெளிப்படுகின்றன.

காந்தியைப் பொறுத்தமட்டில் பிரம்மச்சரியம் என்பது பாலியல் உறவோடு மட்டுப்பட்டதல்ல — இதை உள்ளடக்கியது என்றபோதும். அவர் பாலினத்தின் அடிப்படைகளை விசாரணைக்கு எடுத்துக்கொள்கிறார். அவரைப் பொறுத்தமட்டில் அது சத்தியத்துக்கான வழியாகிறது; சத்தியாகிரகத்தின் பகுதியாகிறது. 1906-ல் சாகும்வரை பிரம்மச்சரிய விரதம் மேற்கொள்வதாக உறுதிமொழி எடுத்துக்கொண்டார். சாகும்வரை அந்த உறுதிமொழியோடு போராடிக்கொண்டிருந்தார். ஜி.டி.பிர்லாவுக்கு காந்தி எழுதிய கடிதத்தில், '1906-ல் இருந்ததைக்காட்டிலும் நான் இப்போது சிறந்த பிரம்மச்சாரியாக இருப்பதாக உணர்கிறேன். என்னுடைய பரிசோதனைகள் பிரம்மச்சரிய விரதத்தின் மீது நம்பிக்கை ஏற்படுத்தியுள்ளன. என்னுடைய பரிசோதனைகள் மாசற்ற பிரம்மச்சாரியாக என்னை உருவாக்குவதற்கானவை' என்று எழுதுகிறார். காந்தியைப் பொறுத்தவரை காம உணர்வுகளுக்கு முக்கியத்துவம் தராத சமூகத்தையே விரும்பினார். 'காம உணர்வுகளிலிருந்து விடுதலை பெறும்போது ஒருவர் பெண்ணாக மாறுகிறார். அதாவது, பெண்ணைத் தன்னுள் ஐக்கியப்படுத்திக்கொள்கிறார். காம உணர்வுகளற்ற பெண்ணுக்கும் இந்த உண்மை பொருந்தும். காம உணர்வுகளற்ற ஒரு மனநிலையை உங்களால் கற்பனை செய்துபார்க்க முடிந்தால் நான் சொல்வதில் உள்ள உண்மையை உங்களால் உணர முடியும். அப்படிப்பட்ட ஆண்களும் பெண்களும் நமக்குப் பரிச்சயமாகவில்லை என்பது வேறு விஷயம்' என்கிறார். காந்தியைப் பொறுத்தவரை காம உணர்வானது ஆண்மையத்தின் பகுதியாகிறது. காம உணர்வுகளிலிருந்து விடுதலை அடைவது பெண்மையமாகிறது. ஆண்மையத்தைப் போற்றும் பார்ப்பனியத்துக்கு காந்தி வைத்த மிகப் பெரிய சவால் இது என்றே நினைக்கிறேன். பார்ப்பனிய மரபானது பெண்ணுடலைத் தூய்மையற்றதாகப் பார்க்கிறது. காமத்தைத் தவிர்க்கும் காந்தியின் பார்வையோ பெண்ணுடல் தூய்மையற்றது என்ற பார்வையிலிருந்து உருவானதல்ல. அவர் முன்வைத்த பிரம்மச்சரியமானது பாலினத்தை விசாரணைக்கு உட்படுத்தும்

11 Tridip Suhrud, Introduction in *'The Dairy of Manu Gandhi: 1943–44'*, Edited and Translated by Tridip Suhrud, OUP, 2019, p. xxiv.

செயலாகும். இந்த விசாரணையில், ஆண்/பெண் உடல் 'இயற்கை'யாகக் கொடுக்கப்பட்டது என்ற பார்வையை காந்தி நிராகரிப்பதாக வாசிக்க முடியும்.

மகிஷாசுரமர்த்தினியை வென்ற பிறகு தன்னுடைய தாய் பார்வதியின் அறிவுரையின் பெயரில் வாழ்க்கையைக் கொண்டாடத் தொடங்குகிறான் கந்தன். தேவலோகத்துப் பெண்கள் எல்லோரையும் தன்வசப்படுத்திக்கொள்ள முயல்கிறான். இதனால் கவலையுற்ற தேவலோகப் பெண்களெல்லாம் பார்வதியிடம் முறையிடுகிறார்கள். கந்தன் ஒரு பெண்ணை அணுகும்போது பார்வதி அந்தப் பெண்ணாக மாறுகிறாள். கந்தன் விலகி மற்றொரு பெண்ணை அணுகுகிறான். அந்தப் பெண்ணாகவும் பார்வதி உருக்கொண்டு கந்தனைத் தடுக்கிறாள். இந்த விளையாட்டின் இறுதியில் கந்தன் எல்லாப் பெண்களையும் காம உணர்வற்றுத் தாயாகப் பார்க்கத் தொடங்குகிறான். காந்தியும் பெண்ணுடலைத் தாயாகவும் சகோதரியாகவும் பார்க்கும் பார்வையை முன்வைக்கிறார். ஆனால், இந்த நிலையை அடைவது மனதளவில் மட்டுமே சாத்தியமில்லை என்று உணர்ந்து உடல் தளத்துக்கு அவரது பரிசோதனைகளை எடுத்துச்சென்றது என்பது போற்றப்பட்ட எல்லா மரபுகளையும் உடைத்தெறிவதாக இருக்கிறது. எப்படி எல்லாப் பெண்ணுடல்களையும் தாயாகப் பார்க்கும் பக்குவத்தை கந்தன் அடைந்தான்? புராணங்கள் இதற்குப் பதில் சொல்லவில்லை. காந்தி அதற்கான விடையைத் தேடித் தம் பரிசோதனைகளை மேற்கொண்டார். இதுவே அடிப்படையில் பாலினப் பரிசோதனையாகிறது.

காந்தி 1920-களிலிருந்து நடக்கும்போதெல்லாம் இளம்பெண்களின் தோள்களில் கைகளைப் போட்டுக்கொள்ளும் பழக்கத்தைத் தொடங்கினார். அந்தப் பெண்கள் தன்னுடைய 'கைத்தடி' என்றும் நையாண்டியாகக் குறிப்பிட்டார். அடுத்த கட்டத்தில், பெண்கள் அவர் உடலுக்கு மசாஜ்செய்யும் பழக்கத்தை ஏற்படுத்திக்கொண்டார். இதைத் தொடர்ந்து, பெண்களுடன் சேர்ந்து குளிக்கும் பழக்கத்தை ஏற்படுத்தினார். சுசீலா நாயர் அவரோடு சேர்ந்து குளிப்பது வழக்கமாகவே இருந்தது. அத்தகைய சமயங்களில், உடன் குளிக்கும் பெண்கள் சங்கடப்படாமல் இருக்க காந்தி தன் கண்களை மூடிக்கொள்வதை வழக்கமாகக் கொண்டிருந்தார். இது பெரும் சர்ச்சையைக் கிளப்பியபோது இந்தக் குளியல் சடங்கைப் பற்றி விலாவாரியாக எழுத எவ்விதத் தயக்கத்தையும் காந்தி காட்டவில்லை. இதன் அடுத்த கட்டமாக, இளம்பெண்களுக்கு அருகிலோ நெருக்கமாகவோ படுக்கும் பழக்கத்தை ஏற்படுத்தினார். இவை எல்லாமே திரைமறைவின்றி நிகழ்த்தப்பட்டன. எல்லாவற்றையும்விடப் பேத்தி உறவைக் கொண்டிருந்த மநு காந்தியோடு அவர் பாலினப் பரிசோதனை மேற்கொண்டது பெரும் சர்ச்சையை உண்டாக்கியது.[12] பெரும் சர்ச்சையைக் கிளப்பிய இந்தப் பாலினப் பரிசோதனையை ஏன் காந்தி மேற்கொள்ள வேண்டும்?

12 காந்தி மேற்கொண்ட பாலினப் பரிசோதனை குறித்த தகவல்கள் கிரிஜா குமார் புத்தகத்திலிருந்து எடுக்கப்பட்டவை. பார்க்கவும்: Girija Kumar, *'Brahmacharya: Gandhi and His Women Associates'*, Vitasta Publishing, New Delhi, 2006.

காந்தியின் பாலினப் பரிசோதனைகளின் நோக்கம் ஆணுடல் என்ற கருத்தாக்கத்தை மறுவரையறை செய்வதே. உணர்வுகளைக் கட்டுப்படுத்துவதால் மட்டுமே மனதில் தோன்றக்கூடிய காம உணர்வுகளை ஒழிக்க முடியாது என்று நம்பினார். இந்திய மரபில் உள்ள சுகதேவ் (வியாசரின் மகன்) என்ற ரிஷியை காந்தி முன்னுதாரணமாகக் கொண்டார். காம உணர்வுகளை அந்த ரிஷி வென்றதோடு அல்லாமல் ஆடைகளையும் தவிர்த்தார் என்கின்றன புராணங்கள். உலகில் உள்ள ஆண்-பெண் இடையேயான உறவு என்பது சகோதரன்-சகோதரி, தாய்-மகன், தந்தை-மகள் என்ற தளத்திலேயே இயங்க வேண்டும் என்று விரும்பினார். சுருக்கமாகச் சொன்னால், காந்தி 'இயற்கை'க்கு எதிராகப் போராடிக்கொண்டிருந்தார் அல்லது 'இயற்கை'யை மறுவரையறை செய்ய முயன்றார் என்று சொல்ல முடியும். அதே சமயத்தில், குடும்ப வாழ்க்கையைத் துறவிகளும் சந்நியாசிகளும் துறந்ததுபோல் துறக்கவும் இல்லை. லௌகீக வாழ்க்கைக்குள்ளிருந்து ஆண் என்ற கருத்தாக்கத்தை விசாரணைக்கு எடுத்துக்கொள்கிறார். பாலின அந்தரங்கச் செயல் என்ற அர்த்தத் தளத்திலிருந்து அகன்று, பரிசோதனைக் கூடத்தில் ஒரு மாணவன் மறைவின்றிக் கத்தியைக் கொண்டு கரப்பான்பூச்சியை வெட்டுவதுபோல் பரிசோதனையில் ஈடுபட்டார். இந்தப் பிரம்மச்சரியப் பரிசோதனைகளை வினோபா பாவேவால் ஏற்றுக்கொள்ள முடியவில்லை. அவர் இந்தப் பரிசோதனைகளை முன்வைத்து, '*ஹரிஜன்*' பத்திரிகை ஆசிரியர் குழுவிலிருந்து வெளியேறினார். அவர் காந்திஜிக்கு எழுதிய கடிதத்தில், 'ஆணுக்கும் பெண்ணுக்குமிடையே உள்ள வேற்றுமை பற்றியான பிரக்ஞை என்பதே பிரம்மச்சரியத்துக்கு விரோதமானது' என்று குறிப்பிட்டிருந்தார். வினோபா பாவே ஓர்மைவாதத்தை முன்வைத்துப் பிரச்சினையை எளிமைப்படுத்துகிறார். காந்தி இதை அறியாதவராக இருக்க முடியாது. யோசித்துப்பார்த்தால், வினோபா பாவேவைக்காட்டிலும் காந்தி தான் மேற்கொண்ட பரிசோதனையின் ஆழத்தைத் தீர்க்கமாக உணர்ந்திருந்தார் என்று சொல்லலாம். இதிலும் காந்தி இருமைவாத அணுகுமுறையைக் கைக்கொள்கிறார்.

காந்தியைப் போலவே ராமகிருஷ்ணரும் இந்தப் பிரம்மச்சரியப் பரிசோதனையில் ஈடுபட்டார். ஒருமுறை, 'ஓ! கடவுளை உணரும்வரை காமம் நம்மை விட்டு விலக மாட்டேன் என்கிறது. இந்த உடல் உள்ளவரை காமம் சிறிதளவேனும் அதனுடன் ஒட்டிக்கொண்டுதான் இருக்கிறது. அதாவது, கடவுளை உணரும்வரை. கடவுளை உணர்ந்த பிறகும் இந்தக் காமம் இந்த உடலோடு ஒட்டிக்கொண்டுதான் உள்ளது. ஆனால், அதனால் தலைதூக்க முடியாமல்போகிறது. நான் அதிலிருந்து முழுமையாக விடுதலை அடைந்துவிட்டேன் என்று நம்புகிறீர்களா?' என்று கேட்கிறார். பெண்ணுடலை நோக்கியதில் காந்திக்கும் ராமகிருஷ்ணருக்கும் வேறுபாடு உண்டு. பெண்ணுடலை அரூபமான தாயாக, காளியாக ராமகிருஷ்ணர் உருவகித்தார். ராமகிருஷ்ணரின் தாய் அவரது உடலுக்கு வெளியே இருந்தார். காந்தி ஒரு ஆணுடலுக்குள் ஒரு தாயை உள்ளடக்க முயன்றார். இப்படி உள்ளடக்குவதன் வழியாகவே ஆண்-பெண் உடல் அதன் பௌதிகத்தன்மையில் 'இயற்கையானது' என்ற நம்பிக்கையைக் கடந்துசெல்ல

முடியும். வேற்றுமையைக் கடந்துசெல்ல முடியும் என்று நம்பினார். ஆணுடலாகட்டும், பெண்ணுடலாகட்டும் கருத்தாக்கம் செய்யப்படுவதன் வழியாகவே ஆணுடலாகவும் பெண்ணுடலாகவும் படைக்கப்படுகின்றன. ஆண்/பெண் உடல்கள் வேறுபட்ட அமைப்பைக் கொண்டிருக்கின்றனவே தவிர, சாராம்சமாக எதையும் கொண்டிருக்கவில்லை. வேறுபட்ட அமைப்பிலான உடல்கள் கொள்ளும் உறவின் ஊடாகவே அவை தம்மை சாராம்சப்படுத்தும் சாத்தியத்தை உருவாக்குகின்றன. இந்த உறவே ஆணுடலை ஆணுடலாகவும், பெண்ணுடலை பெண்ணுடலாகவும் அமைப்பாக்கம் செய்கின்றன. இந்த உறவின் அடிப்படையை மாற்றியமைப்பதன் ஊடாக நாம் உறவின் ஊடான சாராம்சத்தை மாற்றியமைக்கிறோம். காந்தியின் பாலினப் பரிசோதனைகளை நான் இந்தத் தளத்திலேயே புரிந்துகொள்ள விரும்புகிறேன்.

காந்தி கொடுத்த பேட்டி ஒன்றில், பரிசோதனைகளை மனதளவில் நடத்த விரும்பவில்லை என்பதைத் தெளிவாக வெளிப்படுத்துகிறார். "இத்தகைய முயற்சிகள் இல்லாமல் முன்னேற்றம்காண முடியாது" என்று உறுதியாக நியாயப்படுத்துகிறார். அதோடு, "சில சமயங்களில் ஏற்றுக்கொள்ளப்பட்ட விதிமுறைகளை மீறுவதையும் என்னுடைய கடமையாகக் கருதுகிறேன்" என்று வாதிடுகிறார். மேலும், "நான் தொன்மமான மனிதன். சாகும்வரை அப்படி இருக்கவே விரும்புகிறேன்" என்றார். காந்தியின் பிரம்மச்சரியப் பரிசோதனைகளில் பெண்ணுடலை உதாசீனப்படுத்தும் போக்கு இல்லை என்றாலும் புணர்தல் மீதான ஒருவித அருவருப்பு அவரிடம் இருந்தது. அவருடைய இரண்டாவது மகனிடம் ஒருமுறை, "ஆண் பெண் புணர்தல் போன்ற ஒரு அருவருக்கத்தக்க விஷயத்தை என்னால் கற்பனைசெய்துகூடப் பார்க்க முடியவில்லை" என்று தெரிவித்துள்ளார். புணர்தல் மீதான காந்தியின் அருவருப்போடு நாம் சில நிகழ்வுகளை இணைத்துப்பார்க்க முடியும். காந்தியின் சிந்தனையில் மிகப் பெரிய பாதிப்பை ஏற்படுத்தியவர், 'கவி' என்று அழைக்கப்பட்ட ராஜ் சந்திர ராஜீவ்பாய் மேத்தா. இவர் நகை வியாபாரி. 'என்னுடைய குரு' என்று காந்தியால் ஏற்றுக்கொள்ளப்பட்டவர். காந்தியின் ஒத்த வயதுடைய கவியின் தந்தை வைணவ மரபைச் சேர்ந்தவர். அவரது தாய் சமண மரபைச் சேர்ந்தவர். இதில் ஒரு விசித்திரமான கலவையைக் காண முடியும். உடலை நிராகரிக்காத வைணவ மரபு, உடலை நிராகரிக்கும் சமண மரபு இரண்டையும் கவியிடம் காண முடியும். 'சமணம் சமணர்களிடம் சிக்காமல் இருந்திருந்தால் அது உண்மையின் அழகைக் கொண்டு இந்த உலகத்தை அலங்கரித்திருக்கும்' என்றே கவி நம்பினார். "நான் பல மதத் தலைவர்களையும் ஆச்சாரியார்களையும் சந்தித்திருக்கிறேன். பல மதத் தலைவர்களிடம் உரையாற்றியிருக்கிறேன். இருந்தும் இதை நான் தெரிவித்துக்கொள்ள விரும்புகிறேன். கவியைப் போல் வேறு எவரும் பெரிய பாதிப்பு எதையும் என்னிடம் ஏற்படுத்தவில்லை. அவனுடைய வார்த்தைகள் என்னுள் மிக ஆழமான பாதிப்பை ஏற்படுத்தின. தேவைப்படும்போதெல்லாம் அவனிடமே தஞ்சம்புகுகிறேன்" என்கிறார் காந்தி. கவி எழுதிய 'சந்தியா' புத்தகம்தான் காந்தியின் ஆதர்ச நூல். காந்தி 1906-ல் பிரம்மச்சரியத்தை மேற்கொள்ளத் தூண்டுதலாக இருந்தவரும் கவிதான். சமண மதச் சிந்தனையான

அகிம்சை, பிரம்மச்சரியம் ஆகியவை கவியிடமிருந்துதான் காந்திக்கு வந்தன. பசும்பால் குடிப்பதை காந்தி தவிர்த்ததும் கவியினுடைய அறிவுரையின் பேரில்தான்.

காந்தி, ராமகிருஷ்ணர், கவி மூவருமே பெண்ணுடலைப் பாலியலோடு தொடர்புபடுத்திப் பார்த்தார்கள் என்றாலும், காந்தி மட்டுமே பாலினத்தோடு தொடர்புபடுத்தினார் என்று சொல்ல முடியும். பெண்ணுடலை எந்த அளவுக்கு கவி வெறுத்தார் என்றால், 'பெண்ணுடலின் பாலியல் உறுப்பு வாந்தி எடுக்கக்கூடத் தகுதியற்றது' என்று எழுதும் அளவுக்கு. 'இந்த உலகில் எவையெல்லாம் கலகத்தைத் தூண்டுகின்றனவோ அவையனைத்தும் பெண்ணுடலில்தான் உள்ளன' என்று எழுதினார். 'இருண்ட இந்தச் சிறையிலிருந்து வெளிவந்து அந்த அசதி நீங்கும் முன்பே ஏன் மீண்டும் அதோடு தொடர்பு ஏற்படுத்திக்கொள்ள வேண்டும்' என்று கேட்கிறார். பெண்ணுடலை எதிர்த்து மூர்க்கமான யுத்தத்தை கவி மேற்கொண்டார் என்றே சொல்ல வேண்டும். ராமகிருஷ்ணரும் கவியிடமிருந்து வேறுபட்டதாகத் தெரியவில்லை. அவர், 'ஞானம் உள்ள ஓர் ஆண் தன்னுடைய மனைவியோடு உடலுறவில் ஈடுபடுவது பெரிய தீங்கு எதையும் விளைவிக்கப்போவதில்லை. ஆனால், அவன் உடலிலிருந்து வெளியேறும் பாலியல் திரவமானது மலம் கழிப்பதற்குச் சமமானது. மலம் கழிப்பதை நினைவில் வைத்துக்கொள்ளாததைப் போலவே அதையும் மறந்துவிட வேண்டும்' என்கிறார். கர்நாடகாவில் உள்ள கோயிலில் இருந்த சிற்பத்தைப் பார்த்துவிட்டு, 'பாலியல் உணர்வு என்பது தேளுக்குச் சமமானது' என்ற முடிவுக்கு வருகிறார் காந்தி. 'அது (காமம்) எப்போது நம்மைக் கொட்டும் என்று சொல்ல முடியாது. அது உருவமற்றது. முயன்றாலும் பார்க்க முடியாதது. தொட முடியாதது' என்று விவரிக்கிறார்.

கவியைப் பொறுத்தமட்டில் பெண்ணுடல் கோரமானது; ஆரோக்கியமற்றது. அழகியல் உணர்வற்றது. ஆனால், காந்தியைப் பொறுத்தமட்டில் சத்தியத்தை உணர்வதற்கு ஆணுடல் தடையாகிறது. கவியும் ராமகிருஷ்ணரும் பெண்ணுடலை மையப்படுத்தினார்கள் என்றால், காந்தி பெண்மையத்தை மையப்படுத்தினார். இதனால், கவியும் ராமகிருஷ்ணரும் பெண்ணுடலை ஒதுக்கித்தள்ளியதுபோல் காந்தி ஒதுக்கித்தள்ளவில்லை. காமத்தை அருவருப்பாகப் பார்த்தாலும் உடலை நிராகரிக்கவில்லை. நிர்வாணத்தை சத்தியத்துக்கான வழியாகப் பார்த்தார். ஆசிரமங்களில் அவர் நிர்வாணமாய் நடப்பது மிகவும் சகஜமான விஷயம். அதுபோலவே ராமகிருஷ்ணரும் தன்னிலை மறந்து நிர்வாணமாகப் பக்தர்களுக்கிடையே நடப்பதை வழக்கமாகக் கொண்டிருந்தார். தன்னிலை மறந்த ராமகிருஷ்ணரின் நிர்வாணத்தைக்காட்டிலும், பிரக்ஞைபூர்வமான காந்தியின் நிர்வாணம் அழகானதுதான் — சமணர்களின் நிர்வாணம்போல.

"காமச் சிந்தனைகள் கொண்டிருக்கும் ஒருவன் கடவுளை நோக்கித் தொடந்து தன் கவனங்களைக் குவிப்பதன் வழியாகப் பிரக்ஞைபூர்வமாகவும் பிரக்ஞையற்ற நிலையிலும் நிர்வாணமான பெண்ணுடலோடு படுக்கும்போது, அந்தப் பெண்ணுடல் எத்தனை அழகு வாய்ந்ததாக இருந்தாலும் சிறிதளவுகூடக்

காம உணர்வை உணராதவனாக இருப்பான். சிறு பொய் சொல்வதற்கும் தகுதியற்றவனாக இருப்பான். இந்தப் பிரபஞ்சத்தில் ஒரே ஒரு ஆண் அல்லது பெண்ணுக்குக்கூடத் தீங்கு விளைவிக்க முடியாதவனாக இருப்பான். கோபத்திலிருந்து விடுபட்டவனாக இருப்பான். பகவத் கீதையில் சொல்லியிருப்பதுபோல எல்லாவற்றிலிருந்தும் விலகிப்பார்க்கும் பக்குவம் கொண்டவனாக இருப்பான். இத்தகையவனே முழுமையான பிரம்மச்சாரி" என்று காந்தி விளக்குகிறார். காந்தியின் பிரம்மச்சரியம் குறித்த இந்த விளக்கம் எந்த மரபார்ந்த பிரதிகளையும் அடிப்படையாகக் கொண்டதல்ல. மரபு சார்ந்த சிந்தனைகள், உருவகங்கள், அடையாளங்கள் எல்லாவற்றையும் தன்னிலைக்கு எடுத்துவந்து மறுவுருவாக்கம் செய்வதை காந்தியிடம் திரும்பத்திரும்பக் காண முடியும். இந்திய மரபில் துறவறமும் சந்நியாசமும் சமூகத்திலிருந்து, குடும்பத்திலிருந்து விலகிநிற்கும் ஆணுடலைப் பிரதானப்படுத்துகிறது என்றால், காந்தி இரண்டுக்குள்ளிருந்து ஆணுடலை மாற்றி வரையறுக்க முயல்கிறார். காந்தியைப் பொறுத்தமட்டில் திருமணத்தின் முக்கிய நோக்கம் ஆண், பெண்ணுக்கு இடையே சகோதரத்துவமும் அன்னியோன்னியமான உறவுமே. இதில் பாலியல் உணர்வுக்குச் சிறிதுகூட இடமில்லை என்கிறார். தனித்தனி அறைகளில்தான் திருமணமான தம்பதி படுக்க வேண்டும் என்கிறார். மேலும், கணவனும் மனைவியும் சகோதரர்கள்போல வாழ நினைத்தாலும் ஒரே வீட்டில் வாழ்வது சாத்தியம் இல்லை என்றால் அவர்கள் பிரிவதுகூட தர்மத்துக்கு உகந்ததுதான் என்கிறார். மேலும், இந்தப் பிரிவின் வதையை அனுபவிக்கும் பிரம்மச்சாரி தன் பரிசோதனைகளுக்காக ஒரே அறையில் தனியே மனைவியோடு படுக்க முடியவில்லை என்றால் வேறு இடத்துக்குச் சென்றுவிட வேண்டும் என்கிறார். அப்படியும் சாத்தியமில்லை என்றால் அவர்கள் அறையில் உறவினர் யாரையேனும் படுக்க அனுமதிக்க வேண்டும் என்கிறார். ஆண்/பெண் உடலைக் கடவுள் மட்டும் படைத்திருந்தால் காந்தியின் மேற்கூறிய கடுமையான நடைமுறைகளைக் கண்டு அவரும் சங்கடப்பட்டிருப்பார்!

காந்தியின் இந்த நிலைப்பாட்டை முன்வைத்து சாதத் ஹசன் மண்ட்டோ மிகச் சிறந்த சிறுகதை ஒன்று எழுதியுள்ளார். 'சுதந்திரத்துக்காக' கதையில் குலாம் அலியும் அவனுடைய காதலி நிஹாரும் காந்தியின் தலைமையிலான சுதந்திரப் போராட்டத்தில் தங்களை ஈடுபடுத்திக்கொள்கிறார்கள். காந்தி தலைமையில் அவர்கள் திருமணம் நடக்கும்போது, இந்தியா சுதந்திரம் அடையும்வரை குழந்தைகள் பெற்றுக்கொள்வதில்லை என்று இருவரும் உறுதிமொழி ஏற்கிறார்கள். இது உணர்ச்சிவசப்பட்டு எடுக்கப்பட்ட உறுதிமொழி என்றாலும், அதைக் காப்பாற்ற வேண்டும் என்பதில் உறுதியாக இருக்கிறார்கள். இந்த உறுதிமொழியை நிறைவேற்றும் முயற்சியில் இருவருடைய வாழ்க்கையும் நரகமாகிறது. பசுவின் மடியிலிருந்து கடைசிச் சொட்டுப் பாலும் கறக்கப்பட்டுவிட்டது போன்று குலாம் அலி மாறுகிறான். வேறு வழியின்றி, இந்தியாவுக்குச் சுதந்திரம் கிடைக்கும்வரை ஆணுறையைப் பயன்படுத்துவது என்று முடிவெடுக்கிறார்கள். இருவருடைய உடல்களும் இழந்த பளபளப்பை மீண்டும் பெறுகின்றன. இரண்டு கண்களையும்

இழந்ததுபோல் உணர்ந்த அந்தத் தம்பதிக்கு இந்த ஆணுறை தந்திரத்தின் வழியாக ஒரு கண் கிடைத்ததுபோல் சந்தோஷப்படுகிறார்கள். இவர்கள் தங்கள் மத அடையாளத்தைப் பின்னுக்குத்தள்ளி காந்தி தலைமையிலான அரசியலில் ஈடுபடுகிறார்கள். ஆனால், ஒரு கண்ணோடு உள்ள வாழ்க்கை நாளடைவில் சலிப்பு தர இரு கண்களையும் பெறுவதற்கான வழியைத் தேடுகிறார்கள். அவர்களுக்கு வழி கிடைக்கிறது. 'ஹாதீத்'திலிருந்து அவர்கள் அதைப் பெறுகிறார்கள்.

காந்தியிடம் எரிக் எரிக்சன் என்ற அமெரிக்க மனநல நிபுணர் நீண்ட உரையாடல் நிகழ்த்திய பிறகு, காந்தியிடம் சாடிஸத்தன்மை இருப்பதாக முடிவுக்குவருகிறார். அதை காந்தியிடம் வெளிப்படுத்தவும் செய்தார். அவர், "உங்களின் சாடிஸம் பல சமயங்களில், குறிப்பாக உடலுறவுக்கு எதிராகக் கலகம்செய்யும் சொற்களில் வெளிப்படுகிறது. எடுத்துக்காட்டாக, தீயசக்தியின் உருவகம்தான் பெண் என்று சொல்வதையும், உணவு உட்கொள்வது மலம் கழிப்பதற்குச் சமம் என்றும் சொல்வதையும், பசும்பாலை அபாயகரமானது என்று சொல்வதையும் குறிப்பிட்டுச் சொல்லலாம்" என்கிறார். எரிக்சனிடம் காந்தி, "பொதுக் காரியங்களில் ஈடுபடும் பெண்களை, ஒரு தாயின் கண்கள் தன்னுடைய மகளை எப்படிப் பின்தொடருமோ அதுபோலவே என் கண்களும் தொடர்ந்து அவர்களைக் கண்காணித்துக்கொண்டிருக்கின்றன" என்கிறார். அதற்கு எரிக்சன், "ஒரு தந்தையாக அந்தப் பெண்ணின் அழகை நீங்கள் உணர்ந்திருக்கலாம் என்பதுதான் காரணமா? பெண்ணின் வளர்ச்சியடையாத உடல் வளைவுகளைப் பற்றி அறிந்திருந்தும், ஒரு தந்தை அல்லது ஆசான், அவர்களை வழிநடத்துவதற்கும் பாதுகாப்பதற்கும் தன்னை அர்ப்பணித்துக்கொள்வது என்பது தன் கண்களைச் சுத்தப்படுத்துவதைக்காட்டிலும் மேலானது இல்லையா?" என்று எரிக்சன் கேட்கிறார். அதாவது, ஒரு தந்தையின் கண்களைக் கொண்டு பெண்ணுடலை காந்தி நோக்கினார் என்ற முடிவுக்கு வருகிறார். காந்தி அவர் மேற்கொண்ட உண்ணாவிரதப் போராட்டத்துக்கு முன்பாக எனிமா எடுத்துக்கொள்வதை வழக்கமாகக் கொண்டிருந்தார். பிற சமயங்களிலும் எனிமா எடுத்துக்கொள்வதை விரும்பினார். மேற்கத்திய மருத்துவம் எனிமா எடுத்துக்கொள்வதையும் பாலியல் உணர்வையும் சம்பந்தப்படுத்துவதை காந்தி அறிந்திருந்தாரா என்று தெரியவில்லை. எவ்விதப் பாலியல் சிந்தனைகளும் இல்லாமலே தூக்கத்தின் நடுவே 1927, 1936, 1938, 1940-களில் தன்னுடைய உடலிலிருந்து பாலியல் திரவம் வெளியேறுவதைக் கண்டு காந்தி கலக்கமடைந்தார். இதை அவர் தன் பெண் சகாக்களிடம் சொல்லித் துயருற்றார். அவருடைய 60-70 வயதுகளில்கூட இது நிகழ்ந்திருக்கிறது. மருத்துவத்தின்படி இது சகஜமானதுதான் என்றாலும் காந்தி அதை ஏற்றுக்கொள்ள மறுத்தார். "தூய்மையற்ற சிந்தனைகள் இல்லாமலேயே இதுபோல் நிகழ்வது இயல்புதான் என்று மருத்துவர்கள் சொல்கிறார்கள். இதற்குக் காரணம் அடிவயிற்றிலுள்ள அழுத்தமே என்கிறார்கள். ஆனால், அவர்கள் சொல்வதை நம்புவதைக்காட்டிலும் தூய்மையற்ற சிந்தனையால்தான் இது நிகழ்ந்தது என்று நம்புவது மேலானது" என்றார் காந்தி. இங்கு, 'இயல்பாக' என்ற கருத்தை காந்தி முற்றிலும் நிராகரிப்பதாக வாசிக்க முடியும்.

உலகை, மனிதர்களை, மனித உடல்களை, மனிதத் துயரங்களை வேறு விதமாக அர்த்தப்படுத்திக்கொள்ளும் சாத்தியப்பாட்டை அறிவியலார்ந்த பார்வை தொடர்ந்து மறுத்துவருகிறது. எடுத்துக்காட்டாக, உடல் வலி நவீன மருத்துவத்தில் எண்களாக, படங்களாக மொழியாக்கம் செய்யப்படுகிறது. இவ்வாறு மொழியாக்கம் செய்யப்பட்ட பின், ஒரு துயரர் அனுபவிக்கும் வலி அர்த்தமிழந்துபோகிறது. மேலும், ஓர் உடல்-எழுவாய் அனுபவிக்கும் வலி எதிர்மறையாகப் பார்க்கப்படுகிறது. பிரச்சினை என்னவென்றால், நாம் அனுபவிக்கும் துயரத்தை, வலியை 'என்' நிலையிலிருந்து எப்படியாக அர்த்தப்படுத்திக்கொள்ள முடியும்? நம் துயரத்தை, நம் வலியை ஏன் மொழிப்படுத்த வேண்டும்? நம் துயரத்தை மொழியாக்கம் செய்து சமூக உறவாக மாற்றும்போது அந்த வலி நம் அனுபவமாகிறது என்கிறார் தலால் ஆசாத். நவீன மருத்துவத்தில் ஒரு துயரர் பாதிக்கப்பட்டவராகவே முன்னிலைப்படுத்தப்படுகிறார். இப்படிக் கேட்டுக்கொள்வோம்: ஒரு துயரர் செயலூக்கமிக்க எழுவாயாக (active subject) இருக்கிறாரா அல்லது செயலூக்கமற்ற எழுவாயாக (passive subject) இருக்கிறாரா? நவீன மருத்துவச் சட்டகத்தில், ஒரு துயரர் செயலூக்கமற்ற எழுவாயாகப் பார்க்கப்படுகிறார். வலியை அர்த்தப்படுத்தும்போதுதான் ஒரு எழுவாய் அதன் ஆசிரியராகிறார்; செயலூக்கமிக்க எழுவாயாகிறார். ஓர் எழுவாய் தனது துயரத்தை, வலியை மொழிப்படுத்தவில்லை என்றால் அந்தத் துயரத்தை அவரால் அனுபவமாக மாற்ற முடியாது. துயரத்தை அர்த்தப்படுத்த முடியாத நிலையில்தான், அதாவது அதன் ஊடாகச் சமூக உறவை உருவாக்கிக்கொள்ள முடியாமல் போகும்போதுதான் ஒரு துயரர் மனம்பிறழ்ந்த நிலைக்குத் தள்ளப்படுகிறார். ஒரு தனிமனிதரின் துயரம், வலி ஏதோ ஒருவிதமாக மொழியாக்கப்பட்டு சமூகவயப்பட வேண்டியுள்ளது.

உடல் வலியை, பெரும் துயரத்தைச் சமூக மொழியாக்கும் செயற்பாங்குக்கு இரண்டு எடுத்துக்காட்டைப் பார்ப்போம். வடஅமெரிக்காவில், கற்பமுற்றிருக்கும் பெண்கள் மத்தியில் ஒரு ஆய்வு மேற்கொள்ளப்பட்டது. இந்தப் பெண்களில் பெரும்பாலானோர் பிரசவத்தின்போது வலியை உணராமல் இருக்க மருந்துகள் எடுத்துக்கொள்ள மறுத்தார்கள். இதற்குக் காரணம் கேட்டுத்தான் இந்த ஆய்வு நடத்தப்பட்டது. பெரும்பாலான பெண்கள் சொன்ன காரணம் இதுதான்: இந்த வலியை எந்த ஆணாலும் உணர முடியாது. மேலும், அவர்கள் உதவியில்லாமல் நாங்கள் எங்களை வெளிப்படுத்திக்கொள்ள விரும்புகிறோம் என்றார்கள். அந்தப் பெண்கள் தாங்கள் அனுபவிக்கும் உடல் வலியை ஒருவிதமாகச் சமூகவயப்படுத்துகிறார்கள். அடுத்து, 1930-களில் பிஹாரில் பெரும் நிலநடுக்கம் ஏற்பட்டது. பெரும் இழப்பு ஏற்பட்டது. மனிதர்கள் பலிகொடுக்கப்பட்டார்கள். உயிரோடு இருந்தவர்கள் வாழ்வாதாரத்தை பலிகொடுத்தார்கள். இந்தத் துயரத்தை இயற்கை நிகழ்வு என்று வெறுமையாக அர்த்தப்படுத்துவது ஒரு வழி. நாம் தீண்டாமை என்ற பாவத்தைச் செய்வதால்தான் இந்தத் துயரத்தை அனுபவிக்க வேண்டியிருக்கிறது என்று காந்தி முன்வைத்தார். இதைப் பலரும் தீவிரமாக எதிர்த்தார்கள். ஆனால், காந்தியை எதிர்த்தவர்கள் பாதிக்கப்பட்ட மக்களுக்குத் தங்களாலான

உதவிகளைத் தனிப்பட்ட முறையிலும், அமைப்பாகவும் செய்தார்கள் என்றாலும், நிலநடுக்கத்தால் பாதிக்கப்பட்ட மக்களின் துயரத்தை எப்படி 'என்' துயரமாக மொழியாக்கம் செய்வது என்று அவர்கள் சிந்திக்கவில்லை. ஆனாலும், பிரசவ வலியைச் சமூகரீதியாக அர்த்தப்படுத்த முயன்ற அமெரிக்கப் பெண்களைப் போலவே, காந்தியும் நிலநடுக்கத்தைச் சமூகவயப்படுத்துகிறார். 'இயற்கையாக', 'இயல்பாக' போன்ற சொற்கள் உண்மையிலேயே ஏதேனும் அர்த்தம் கொண்டிருக்கின்றனவா? இதே அணுகுமுறையில்தான் காந்தி தனது பாலினப் பரிசோதனைகளையும் பார்த்தார் என்று வாதிட முடியும். பாலினங்களை 'இயற்கை'யானவையாக ஏற்றுக்கொள்ள காந்தி மறுத்தார். பாலினத்தைக் கருத்தாக்கத் தளத்தில் மட்டுமல்லாமல், சமூகத் தளத்தில் மட்டுமல்லாமல், உடல் தளத்திலும் எதிர்கொள்ள முயன்றார்.

ஆர்த்தர் கோஸ்ட்லர், 'காந்தி பல பெண்களோடு உறவுவைத்துக்கொண்டு அவர்களின் கன்னித்தன்மையைக் காப்பாற்றினார்' என்று கிண்டலடித்தார். மற்றொரு சமயத்தில், 'ஒருமுறை நடு இரவில் காந்தியைக் கைதுசெய்ய பிரிட்டிஷ் அரசு வந்தபோது பதினெட்டு வயதுப் பெண்ணோடு அவர் படுத்திருப்பதைக் கண்டார்கள். காந்திஜியின் ஆன்மப் பரிசோதனைகளைப் பற்றி அறியாத அவர்கள் இந்த விஷயம் வெளியே தெரிந்தால் அசௌகரியமான சூழ்நிலை உருவாகும் என்று இதை மிகமிக ரகசியமாகப் பாதுகாத்தார்கள்' என்றும் எழுதியிருக்கிறார். மிகவும் தொலைவிலிருந்து காந்தியின் பரிசோதனைகளைப் பார்க்கும் முறைக்கு கோஸ்ட்லரின் இந்த வார்த்தைகளை எடுத்துக்காட்டாகக் கொள்ள முடியும். ஆனால், 'இயற்கை'யாக நிகழ்வதை மானுடம் சார்ந்து அர்த்தப்படுத்துவதில் காந்தி மிகச் சிறந்த மொழிபெயர்ப்பாளராகிறார். காந்தியிடமிருந்து கோஸ்ட்லர் மிகத் தொலைவில் இருந்தார் என்றால் வினோபா பாவே மிக அருகில் இருந்தார். அவர், "காந்தி மிகப் பெரிய மகான்தான். அதில் சந்தேகமில்லை. எவ்வித ஒளிவுமறைவுமின்றித் தன் எண்ண ஓட்டங்களை இந்த உலகுக்கு முன்வைத்தவர்தான். அவர் சம்பந்தப்பட்ட எல்லாமே ரகசியங்களுக்கு அப்பாற்பட்டவையாகவே இருக்கின்றன. இருந்தாலும், நான் இதைச் சொல்லத்தான் வேண்டும். அவர் வாழ்க்கையின் கடைசி அத்தியாயம் — அதை 'சர்வதான் பவா' (சொர்க்கத்தை நோக்கிய பயணம்) என்று நான் அழைக்க விரும்புவது — எனக்குப் புரியாத புதிராகவே உள்ளது. என் கண்களுக்கு அவை கிருஷ்ண லீலைகளின் கடைசி அத்தியாயமாகவே தெரிகின்றன. புதிர்த்தன்மை வாய்ந்த இதை விளக்குவதற்கு காந்தியே திரும்பப் பிறப்பது அவசியம் என்று கருதுகிறேன்" என்கிறார்.

1907 நவம்பர் 30 அன்று டிரான்ஸ்வால் (Transvaal) சிறையில் அடைக்கப்பட்டிருந்தார் காந்தி. சீனா மற்றும் ஒரு உள்நாட்டுக் குற்றவாளி இருந்த சிறையறையில் காந்தியும் சேர்க்கப்பட்டார். அவர்கள் மத்தியில் மிகக் கோரமான, அச்சம் தரக்கூடிய இரவை காந்தி கழிக்க நேரிட்டது. இந்த இரு குற்றவாளிகளும் தங்களை நிர்வாணமாக்கிக்கொண்டார்கள். ஒருவர் மற்றொருவரின் ஆண்குறியோடு சிறிது நேரம் விளையாடிவிட்டு ஓரினச்சேர்க்கையில் ஈடுபட்டார்கள். அந்த ஒரு இரவேனும் பாலியல் வன்முறையிலிருந்து

தன்னைப் பாதுகாத்துக்கொள்ள காந்தி முழு இரவு விழித்திருக்க வேண்டிய கட்டாயம் ஏற்பட்டது. இந்த அனுபவமும், மரணப் படுக்கையில் காந்தியின் தந்தை இருந்தபோது அவர் கஸ்தூரிபாவுடன் உடலுறவுகொண்ட அனுபவமும், தன்னுடைய குரு என்று காந்தியால் ஏற்றுக்கொள்ளப்பட்ட கவி கொண்டிருந்த பெண்ணுடலுக்கு எதிரான வன்மமும், சமூக அரசியல் தளத்தில் தன் உடலையே ஆயுதமாகப் பயன்படுத்த அவர் மேற்கொண்ட முறைகளும் அவரைச் சுயவதையின் ஒரு கோடிக்கே இழுத்துச்சென்றனவா? அவர் பலமுறை, 'பாலியல் உணர்விலிருந்து விடுபடுவது என் விஷயத்தில் மிகக் கடினமானதாக உள்ளது. அதற்கெதிராக ஓய்வு ஒழிச்சல் இல்லாமல் தொடர்ந்து போராட வேண்டியுள்ளது. பிரம்மச்சரியத்தை இத்தனை நாள் கடைப்பிடித்ததே நம்ப முடியாத விஷயமாக இருக்கிறது' என்று குறிப்பிட்டுள்ளார். 1936-ல் பிப்ரவரி 29 அன்று *'ஹரிஜன்'* பத்திரிகையில், 'பிரக்ஞைபூர்வ நிலையிலும், மனம் எனது முழுக் கட்டுப்பாட்டில் இருக்கும்போதும் என் உடலிலிருந்து பாலியல் திரவம் வெளியேறுவதை நான் அவமானமாகக் கருதுகிறேன்' என்று எழுதுகிறார். அவருக்குப் பிரம்மச்சரியத்தின் மீது பெருத்த சந்தேகம் வரத் தொடங்குகிறது. 1945-46 வாக்கில் அவர் பெரும் சிக்கல்களுக்கு உள்ளானார். ஒருமுறை, 'உண்மை என்பது எலும்புக்கூடுகள் நிறைந்த பாதைகளைக் கொண்டிருக்கிறது. அதில் பயணிக்க அச்சம்கொள்கிறோம்' என்றார். எல்லாத் திசைகளிலிருந்தும் காந்தி தாக்குதலை எதிர்கொள்ள வேண்டியிருந்தது. காந்தி தன் ஒன்றுவிட்ட பேத்தி மநு காந்தியோடு பாலினப் பரிசோதனையில் ஈடுபட்டதும் அவரைப் பெரும் சிக்கலில் மாட்டிவிட்டது. எல்லோருக்கும் விளக்கம் கொடுக்க வேண்டிய நிர்ப்பந்தம் ஏற்பட்டது. ஒரு துயர நாடகத்தின் கடைசிக் காட்சிபோல் காந்தி உதாசீனப்படுத்தப்பட்டார். அவரைக் கண்டித்து ஆயிரக்கணக்கான கடிதங்கள் அவருக்கு அனுப்பப்பட்டன.

'இந்து' தூய்மைவாதம் அடையாளம்காணும் அளவுக்கு வடிவம் பெற்றிருந்தது. எடுத்துக்காட்டாக, நிர்வாணமாக இருந்த இந்துக் கடவுள்களின் உடல்கள் ரவிவர்மா ஓவியத்தின் வழியாக ஆடைகொண்டு அலங்கரிக்கப்பட்டன. மேற்கத்திய யதார்த்த ஓவிய பாணி இந்த முயற்சிக்கு அடித்தளமாக இருந்தாலும் ஆண்-பெண் உடல்கள் குறித்த சமகாலச் சிந்தனைகள் கடவுள்களையும் விட்டுவைக்கவில்லை. இந்தத் தூய்மைவாதம் காந்தியைப் பெரும் இடைஞ்சலாகப் பார்த்தது. காந்தி தன் பேத்தியோடு பாலினப் பரிசோதனைகளில் ஈடுபட்டது இந்தத் தூய்மைவாதத்துக்குப் பெரும் கலக்கத்தை உண்டாக்கியது. 1947 வாக்கில் எல்லோராலும் ஒதுக்கப்பட்டவராக இருந்தார் காந்தி. இந்திய தேசியத்துக்கு அவர் அவசியமற்றவரானர். இதை அவரும் உணர்ந்திருந்தார். தன் நண்பருக்கு எழுதிய கடிதத்தில், அவரும் மநு காந்தியும் தூக்கத்தின் நடுவே கொல்லப்பட்டாலும் ஆச்சர்யப்படுவதற்கில்லை என்று எழுதினார். ஒரு வெறியன் கையால் மரணமடையவே அவர் விரும்பினார். அப்படி மரணமடைவதன் வழியாகவே இந்தியாவுக்குப் பெருந்தொண்டாற்ற முடியும் என்றும் நம்பினார். அவர் எதிர்பார்த்ததுபோலவே பார்ப்பனிய ஆண்மையவாதத்தால் அவர் கொல்லப்பட்டார். இதே பார்ப்பனியம்தான் காந்தி என்ற கலகக்காரரைச் சுத்திகரித்தது; ஒரு பெண்ணாக, தாயாக அவர்

நிர்வாணமாக இருந்தார் என்றால் பார்ப்பனியம் உள்வாங்கிய காந்தி, ரவிவர்மாவின் ஓவியம்போல் ஆடைகொண்டு அலங்கரிக்கப்பட்டார்.

காந்தி ஏன் பாலினப் பரிசோதனைகளில் ஈடுபட வேண்டும்? அதுவும் அவருக்குப் பேத்தி உறவிலான மநு காந்தியோடு ஏன் அவர் நிர்வாணமாகப் படுக்கும் பரிசோதனையை மேற்கொள்ள வேண்டும்? அதுவும் பல்வேறு தரப்பினரின் தவறான புரிதலுக்கும் கண்டனத்துக்கும் உள்ளான இந்தப் பரிசோதனை அவருக்கு ஏன் அவசியமாயிற்று? ஏனெனில், சத்தியத்தை நோக்கிய அவரது பயணத்துக்கு இது அவசியமானது. முதற்கட்டத்தில் காலனிய எதிர்ப்புக்கும், இரண்டாவது கட்டத்தில் மதவாத எதிர்ப்புக்கும் இந்தப் பரிசோதனைகள் அவசியமாயின. மேற்படிப்புக்காக இங்கிலாந்து செல்வதற்கு முன்புவரை காந்தி அசைவ உணவையும், ஆங்கிலேயர்களின் பலத்தையும் ஒன்றிணைத்துப் பார்த்தார். ஒருமுறை, குடும்பத்தாருக்குத் தெரியாமல் அசைவ உணவும் எடுத்துக்கொண்டிருக்கிறார். இந்த நிலையிலிருந்து, ஆங்கிலேயர்களின் ஆண்மையத்தை நிராகரிக்கும் நிலைக்கு நகர்கிறார். இப்படியான நகர்வே அரசியல், சமூகத் தளத்தில் பெண்மையத்தை முன்வைக்கும் நிலைக்கு அவரைக் கொண்டுவிடுகிறது. நவீன அரசு, அறிவியல் போன்றவையெல்லாம் ஆண்மையத்தின் நீட்சிகளாகின்றன. காந்திக்குப் பின் வந்த பல ஆய்வாளர்கள் நவீன அரசையும், நவீன அறிவியலையும், நவீனத் தொழில்நுட்பத்தையும் ஆண்மையமாக முன்வைக்கிறார்கள். நவீனத்துவத்துக்கு எதிராக நாகரிகத் தளத்தில் ஒரு தாயை காந்தி முன்னிறுத்துகிறார். அந்தத் தாயாக வேண்டும் என்ற சிந்தனையே அவரைப் பாலினப் பரிசோதனைகளுக்குக் கொண்டுவிடுகிறது. ‘என்னுடன் படுக்கும் பெண்கள் காம உணர்வற்று, ஒரு தாயுடன் படுப்பதுபோல் உணரும்போதுதான் என் பிரம்மச்சரியம் வெற்றியடையும்’ என்று குறிப்பிட்டுள்ளார். ஆனால், 1946-ல் காந்தி நவகாளியில் இருந்தபோதுதான் பேத்தியோடு ஒன்றாகப் படுக்கும் பாலினப் பரிசோதனையை மேற்கொள்கிறார். நவகாளியில் மத வன்முறையில் இந்துக்களே அதிகம் பாதிக்கப்பட்டார்கள். வன்முறையை நிகழ்த்தியவர்கள் இஸ்லாமியர்கள். காந்தி எதிர்கொண்ட சவால்களில் இது மிகக் கடினமாக ஒன்று. அவரது இருமவாத அணுகுமுறைக்குக் கொடுக்கப்பட்ட சவால். காந்தி இந்தப் பின்னணியில்தான் மநுவோடு ஒன்றாகப் படுக்கும் பரிசோதனையை மேற்கொள்கிறார். பரிசோதனை என்றால் அது மற்றவர்கள் பார்வைக்கு உட்பட்டதாகத்தான் இருக்க முடியும். சத்தியாகிரகப் போராட்ட முறை ஏன் தோல்வியுற்றது என்ற கேள்வி அவரை வாட்டிவதைத்தது. நவகாளியில் நடந்த வன்முறையானது இந்துக்கள் மத்தியில் எப்படியான விளைவை ஏற்படுத்தும் என்று அவர் அச்சம்கொண்டார். இதற்கு இந்து ஆண்மையவாதம் எப்படியாக எதிர்வினையாற்றும் என்று காந்திக்குத் தெரிந்திருக்கிறது. அவர் அச்சப்பட்டதைப் போலவே பிஹாரில் இஸ்லாமியர்களுக்கு எதிராக வன்முறை வெடித்தது. இத்தகைய சூழ்நிலையில்தான் அவர் அந்த அக்னிப்பரிட்சையை மேற்கொள்கிறார். ‘இங்கு ஏன் இந்தப் பரிசோதனை மேற்கொள்ள வேண்டும்?’ என்ற தக்கர் பாபாவின் கேள்விக்கு காந்தி இவ்வாறு பதில் தருகிறார்:

> *நீங்கள் தவறாகப் புரிந்துகொண்டிருக்கிறீர்கள் பாபா. இது பரிசோதனை அல்ல. இது நான் நடத்தும் வேள்வியின் உள்ளார்ந்த பகுதி. ஒருவரால் பரிசோதனை செய்யாமல் இருக்க முடியும். ஆனால், ஒருவரால் தனது கடமையைச் செய்யாமல் இருக்க முடியாது. நான் ஏதோ ஒன்றை, என்னுடைய வேள்வியின் பகுதியாக, அதாவது புனிதக் கடமையாகப் பார்க்கிறேன் என்றால், பொதுக் கருத்து முற்றிலும் எனக்கு எதிராக இருக்கிறது என்றாலும் அதை என்னால் விட்டுக்கொடுக்க முடியாது. நான் என்னைத் தூய்மைப்படுத்திக்கொள்ளும் செயலில் ஈடுபட்டுள்ளேன். என் ஆன்மிகத் தேவைக்காக நாம் ஐந்து முக்கியமான கொள்கைகளை நடைமுறைப்படுத்த வேண்டும் என்று நினைக்கிறேன். அதில் பிரம்மச்சரியமும் ஒன்று. ஆனால், இந்த ஐந்து கொள்கைகளும் புலப்படாத மொத்தத்தை அமைப்பாக்கம் செய்கின்றன. இந்த ஐந்து நடைமுறைகளும் ஒன்றோடொன்று இணைந்திருக்கின்றன; ஒன்றை ஒன்று சார்ந்திருக்கின்றன. இதில் ஒன்று உடைந்தால்கூட மொத்தமும் உடைந்துவிடும்... ஒன்றோடு ஒப்பிடும்போது நான் நடைமுறைக்கும் கோட்பாட்டுக்கும் இடையே எப்படியான விலகல்களையும் ஏற்றுக்கொள்வதில்லை. இப்படியான விலகலை நான் பிரம்மச்சரியம் விஷயத்தில் அனுமதிப்பேன் என்றால், அது பிரம்மச்சரியத்தை மழுங்கடிக்காதா? சத்தியத்தைப் பழகும் என் முயற்சிகளைக் குறைப்படுத்தாதா? நான் நவகாளிக்கு வந்ததிலிருந்து இந்தக் கேள்வியை எனக்குள் கேட்டுக்கொண்டிருக்கிறேன்: 'என் அகிம்சைச் செயல்பாட்டை எது மூச்சுத்திணறவைக்கிறது? அந்த மாயம் ஏன் வேலை செய்யவில்லை? ஒருவேளை என்னுடைய பிரம்மச்சரியம் குறைப்பட்டதாக இருக்கிறதா?'*

மத வன்முறைகளையும் அகிம்சையையும் பிரம்மச்சரிய 'வேள்வி'யையும் காந்தி இணைத்துப் பேசுவது நமக்குப் பல விஷயங்களைத் தெளிவுபடுத்துகிறது. இந்துக்கள் அதிகம் பாதிக்கப்பட்டிருக்கும் சூழ்நிலையில், இந்துக்களின் எதிர்வினை எப்படியாக இருக்கும் என்று தெரியாத சூழலில் மேலும் பல ஆழமான கேள்விகளை அவர் எதிர்கொள்ள வேண்டியிருக்கிறது. சுருக்கமாகச் சொல்வதென்றால், இஸ்லாமியர்களின் வன்முறையை இந்துக்கள் ஒரு ஆணாக இல்லாமல், ஒரு பெண்ணாக, அதுவும் ஒரு தாயாக இருந்து எதிர்கொள்ள வேண்டும் என்ற நிலைப்பாட்டை காந்தி முன்வைப்பதாக நாம் வாசிக்க முடியும். காந்தி இதில் வெற்றிபெற்றார் என்றே சொல்ல வேண்டும். ஒருபக்கம், நவகாளியில் மத வன்முறை முடிவுக்கு வருகிறது. மறுபுறம், காந்தியின் பேத்தியும் – அவரோடு பாலினப் பரிசோதனையில் ஈடுபட்ட மநு – காந்தி மற்றவர்களுக்கெல்லாம் அவர் பாபு என்றால் எனக்கு அவர் தாய் என்கிறார். "*எத்தகைய மகிழ்ச்சி! அந்த அனுபவத்தை நான் உண்மையிலேயே அனுபவிக்கிறேன்! என் தாய் பாபு அதிகம் நேசிக்கும் பிள்ளை நான்தான்!*

எவருக்கும் கிடைக்காத இந்தக் கொடுப்பினை என்னைப் பெரும் மகிழ்ச்சியில் ஆழ்த்துகிறது!"[13]

மொத்தத்தில், பிரம்மச்சரிய விரதத்தில் தொடங்கி ஒரு தாயாக மாறுவதற்கு காந்தி முயல்கிறார். பிரம்மச்சரியத்தை ஆண்மையைக் கட்டுப்படுத்தும் பரிசோதனையாக காந்தி பார்த்தார் என்றால், மநுவோடு இணைந்து நடத்திய பரிசோதனையில் ஒரு பெண்ணாக மாறுவதற்கு முயன்றார். இந்த முயற்சிக்கும் பௌதிக ஆணுடலை அவர் தடையாகப் பார்க்கவில்லை. ஒரு ஆணுடல் சமூகத்தோடு கொள்ளும் உறவின் வடிவத்தை மறுவரையறை செய்யவே முயன்றார். காலனிய எதிர்ப்பில் காந்தி பிரம்மச்சரியத்தை முன்வைத்தார் என்றால், மத வன்முறைக்கு எதிராகத் தன்னை ஒரு தாயாக்கிக்கொள்ள முயல்கிறார்.[14] காந்தி இந்துத் தாயாக இருந்து இஸ்லாமியர்களின் வன்முறையை எதிர்கொள்ள முயல்கிறார். மத வன்முறையில் இந்துக்கள் பாதிக்கப்பட்ட பின்னணியில் இந்தத் தாய் பிறப்புகொள்கிறார் என்பதுதான் முக்கியம். சமூகத்தில் சாதி, மதம், தேசியம், மொழி அடிப்படையிலான கருத்தாக்கங்கள், கோட்பாடுகள், சித்தாந்தங்கள் எல்லாமும் ஆண்மையத்தன்மையிலானவையாக இருக்கின்றன. குடும்பமும் ஆண்மையத்தன்மையிலானது. இந்த ஆண்மையத்தன்மையைக் கருத்தாக்கத் தளத்திலானதாகச் சுருக்காமல், அன்றாட வாழ்க்கைக்கு, உடல் தளத்துக்கு காந்தி கொண்டுசெல்கிறார். இன்று காந்தி முன்வைத்த தாயின் உடலை நாம் போற்ற நினைத்தாலும் அது எந்தத் தளத்தில் இயங்கும் என்று தெரியவில்லை. சமூகத்தில் பெண்மையவாதம் அவசியமற்றுப்போகும்போது அந்த உடல் முன்வைக்கும் போராட்ட வடிவங்களும் அவசியமற்றவையாகின்றன. காந்தியின் அகிம்சை, ஒத்துழையாமை போன்ற போராட்ட வடிவங்கள் அதன் வீரியத்தை இழந்துநிற்பதைப் பார்க்கிறோம். இதற்கு காந்தி பொறுப்பல்ல. இன்று அவர் முன்வைத்த போராட்ட வடிவங்களைக் கையில் எடுப்பவர்கள், காந்தியின் பெண்மையத்துக்குள் இயங்காதவர்கள். ஆண்மைய அதிகாரத் தளத்தில் இயங்கும் இவர்கள் ஒரு பெண்மையப் போராட்ட வடிவத்தை எடுக்கும்போது அது ஒரு தந்திரமாகவும் பயன்பாட்டுத்தளத்திலான உத்தியாகவுமே வெளிப்படும். மேலும், ஆண்மைய மரபு உலகளாவியதாக வடிவம்கொள்வதுபோல், பெண்மைய மரபு வடிவம்கொள்ள முடியாது. அது இயவிடஞ்சார்ந்த பண்பாட்டைச் சார்ந்தே இயங்க முடியும். பண்பாடு என்பது மனிதர்களுக்கு இடையேயான, மனிதர்களுக்கும் 'இயற்கை'

13 Tridip Suhrud, (ed.), in Introduction, *The Diary of Manu Gandhi: 1943–1944*, OUP, 2019, p.lix. குஜராத்தியில் உள்ள இந்த வார்த்தையை ஆங்கிலத்தில் மொழியாக்கம் செய்தால் 'Mother Father' என்றாகிறது என்று ராமசந்திர குஹா சுட்டிக்காட்டுகிறார். பார்க்கவும்: Ramachandra Guha, *Gandhi: The Years that Changed the World, 1914–1948*, Penguin, India, 2018. மேலும், இந்த பாலினப் பரிசோதனையை காந்தியின் பார்வையிலிருந்து மட்டுமே இந்தக் கட்டுரையில் அணுகியிருக்கிறேன். மநு காந்தியின் பார்வையிலிருந்தும் அணுக வேண்டியுள்ளது. மநு காந்தி இந்தப் பரிசோதனை குறித்து எழுதிய டைரிக் குறிப்புகளின் ஒரு பகுதி மட்டுமே ஆங்கிலத்தில் மொழியாக்கப்பட்டிருக்கிறது. இரண்டாவது பகுதியும் வந்த பிறகே நாம் மநு காந்தி நிலைப்பாட்டிலிருந்து வாசிக்க முடியும்.

14 இந்தத் தொகுப்பில் உள்ள 'வெட்டி எறியப்பட்ட ஆண்குறியும் ஏகாத்திபத்திய எதிர்ப்பும்' என்ற கட்டுரையை இதோடு இணைத்துப்பார்க்கவும்.

என்றழைக்கப்படும் பௌதிக உலகுக்கும் இடையேயான உறவைக் குறிக்கிறது. இந்தப் பெண்மைய மரபை நாம் சமகாலத்துக்கு மொழியாக்கம் செய்ய விரும்புவோம் என்றால், நாம் நவீன அரசு, அறிவியல், தொழில்நுட்பம் போன்றவற்றின் மீதான நம் நம்பிக்கைகளைத் தத்துவார்த்த விசாரணைக்கு எடுத்துக்கொள்ள வேண்டும். தன்னாட்சி கொண்ட தனிமனித உடல் என்ற கருத்தாக்கம் மேலோங்கி இருக்கும் இன்றைய நிலையில், தனிமனித உடலை, சுயத்தைச் சமூகத்தின் இன்றியமையாத பகுதியாகப் பார்க்க மறுக்கும் இன்றைய சூழலில், 'இயற்கை'யிடமிருந்து மனிதனை வேறுபடுத்திப்பார்க்கும் இன்றைய சூழலில், உடல்/மனம் என்ற கார்ட்டீசிய இருமத்தை விமர்சனமற்று ஏற்றுக்கொள்ளும் இன்றைய சூழலில், அரசியலை உடல் தளத்துக்குக் கொண்டுசெல்ல முடியுமா என்று தெரியவில்லை. ஆனாலும், காந்தி மேற்கொண்ட பாலினப் பரிசோதனைகள் அதனளவில் மிகவும் முக்கியமானவை. இந்த உடல்தான் ஆன்மாவின், சுயத்தின் திரளுருவாகிறது என்றால், நம்முடைய கருத்தாக்கங்களின், கோட்பாடுகளின், சித்தாந்தங்களின் திரளுருவாக இருப்பதும் இந்த உடல்தான். ஆக, எவ்விதத்திலாவது நம்முடைய அரசியலை நம்முடைய உடலின் இன்றியமையாத பகுதியாக நாம் பார்க்க வேண்டியுள்ளது.

◉

வளர்ச்சிமயவாதமும் மனம்பிறழ்ந்த யோகிகளும்

காந்தியத்தின் மறுபிறவிக்காகக் காத்திருக்கும் தருணங்கள்

'இந்த உடல் அழியக்கூடியது, ஆன்மா நிலையானது' என்ற கருத்தாக்கத்தின் அடிப்படையில் சொல்வதென்றால், காந்தியத்தின் உடல் மீட்டெடுக்க முடியாதபடி அழுகிப்போய்விட்டது. ஆனால், காந்தியத்தின் ஆன்மா ஓர் உடலுக்காக அலைந்துகொண்டிருக்கிறது என்று சொல்லலாம். அதாவது, காந்தியம் ஒரு மறுபிறவிக்காகக் காத்துக்கொண்டிருக்கிறது. சுருக்கமாகச் சொல்வதென்றால், காந்தியத்தின் ஆன்மாவை தலித் இயக்கம் உள்வாங்கிக்கொண்டால் மட்டுமே காந்தியத்துக்கு மறுபிறவி சாத்தியம். பௌத்தத்தை அம்பேத்கர் தழுவிக்கொண்டு அதற்கு மறுபிறவியைச் சாத்தியப்படுத்தியதுபோல.

இத்தகைய நிலைப்பாட்டுக்கு வருவதற்குக் காரணம், முதலீட்டியத்தோடும் இந்திய தேசியத்தோடும் உயர் தொழில்நுட்ப வளர்ச்சியோடும் தங்களது நலன்கள் பின்னிப்பிணைந்துள்ள மத்தியதர வர்க்கமும் 'உயர்சாதி'களும் காந்தியத்தை மீட்டெடுக்க முன்வருவார்கள் என்று எதிர்பார்ப்பது அரசியலார்ந்த பத்தாம்பசலித்தனமாகும். துயரம் என்னவென்றால், பண்பாட்டுரீதியாகவும் சமூகரீதியாகவும் அறிவியல்-தொழில்நுட்பக் கூட்டு ஏற்படுத்தும் அழிவை எதிர்ப்பதற்கு நமக்கு காந்தியை விட்டால் வேறு பாரம்பரியம் கிடையாது. நாம் அவரிடமிருந்துதான் தொடங்க வேண்டியுள்ளது. எப்படியிருந்தாலும் வளர்ச்சிமயவாதத்தின் சட்டகம் இந்தப் பூமியில் உள்ள எல்லா மனிதர்களுக்கும் நன்மை பயக்கும் என்று நாம் எவரும் கனவில்கூட எதிர்பார்ப்பதில்லை. முரட்டுத்தனமான வளர்ச்சிமயவாதம் இயற்கை மீது பேரழிவை நிகழ்த்துவதுபோலவே சமூகரீதியாகவும் பொருளாதாரரீதியாகவும் மிகவும் பின்தங்கியிருப்பவர்கள் மீதும் பேரழிவை நிகழ்த்துகிறது. மனிதர்கள் மீதான அக்கறை உணர்வுகளை விரிவாக்குவது என்பதன் வெளிப்பாடு இறுதியாக இயற்கையையும் சேர்த்து நேசிப்பதற்குத்தான் கொண்டுவிடுகிறது. விசித்திரம் என்னவென்றால், இயற்கையைத் தனித்து நேசிப்பதற்கு மனிதர்கள் மீதான அக்கறை உணர்வுகளை விரிவுபடுத்த வேண்டியிருப்பதில்லை. உருவகரீதியாகச் சொல்வதென்றால், தீண்டாமையை நடைமுறைப்படுத்திக்கொண்டே முல்லைக்குத் தேர் கொடுக்க முடியும். மானுடர்களை இயற்கையின் அங்ககமான பகுதியாகப் பார்ப்போம் என்றால், புறவுலகை ஒருவிதமாக அர்த்தப்படுத்துவதன்

ஊடாக, ஒருவிதமாக மாற்றியமைப்பதன் ஊடாக நாம் நம்மை ஒருவிதமாக அர்த்தப்படுத்திக்கொள்கிறோம், மாற்றியமைத்துக்கொள்கிறோம். இதற்கு நாம் இயற்கை/மானுடர், மனம்/உடல் இருமங்களைக் கடந்துசெல்ல வேண்டியுள்ளது.

மரபான இந்திய நாகரிகத்தின் போதாமை இதில்தான் உள்ளது. அது இயற்கையோடு மிக அன்னியோன்னியமான உறவைக் கொண்டிருக்கிறது. மானுடர்களை இயற்கையிடமிருந்து பிரித்துப்பார்க்கவில்லை. ஆனால், சக மனிதர்கள் மீது அக்கறையற்ற தன்மை கொண்டிருக்கிறது. அதனால்தான், தனிமனித விடுதலையை முன்வைத்த மேற்கத்திய ஏரணத்துக்குள் தலித்துகளும் பிற ஒடுக்கப்பட்ட சாதியினரும் தங்களை அடையாளப்படுத்திக்கொள்ள நேரிடுகிறது; கிராமங்களை விட்டு நகரங்களை நோக்கி நகர வேண்டியுள்ளது. ஸ்தூலமாக இல்லை என்றாலும் அகவெளியில் இந்தப் பயணம் நிகழ்கிறது. ஆனால், நகர-தொழில்மயமாக்கம் என்ற வளர்ச்சிமயவாதத்தின் சட்டகத்தில் பலியாகிக்கொண்டிருப்பவர்கள் பெரும்பாலும் தலித்துகளும் பிற ஒடுக்கப்பட்ட சாதிகளும் பூர்வகுடிகளும்தான். முதலீட்டிய வளர்ச்சி என்ற அசுர சக்தியை எதிர்ப்பது என்பது ஏதோ ஒருவிதத்தில் கிராமங்களைக் காப்பாற்றுவதாகத்தான் இருக்க முடியும். இங்கு கிராமங்கள் என்று நான் குறிப்பிடுவது ஸ்தூலமான கிராமம் என்பதைவிட மரபான தொழில்நுட்பம், பன்மைத்துவம், வேறுபட்ட வாழ்க்கைமுறைகள், இயற்கை மீது மட்டுப்படுத்தப்பட்ட இடையூறு, மனிதனுக்கும் இயற்கைக்குமான உறவு பயன்பாட்டுத்தளத்தில் மட்டுமல்லாமல் புனித உறவாகப் பார்ப்பது போன்ற நவீன அறிவியல்-தொழில்நுட்ப ஏரணத்துக்கு அப்பால் இருக்கும் விழுமியங்களைக் குறிக்கிறது. ஆனால், தலித்துகளின் பங்கேற்பு இல்லாமல் உருவகரீதியாகக்கூட கிராமங்களைக் காப்பாற்றுவது சாத்தியமில்லை. அதனால்தான், நான் இவ்வாறு அர்த்தப்படுத்திக்கொள்கிறேன்: தலித்துகளால் மட்டுமே காந்தியத்தை மீண்டும் அர்த்தமுடையதாக்க முடியும்.

மேற்கத்திய நாகரிகத்தின் மீதான காந்தியின் கடுமையான விமர்சனங்கள் ஆழமான தத்துவச் சிந்தனைகளைக் கொண்டவை. அவருக்கே உரித்தான தனித்துவமான பாணியில் மேற்கத்திய நாகரிகத்தின் மீதான அவருடைய வாசிப்பை 'இந்து ஸ்வராஜ்' நூலில் முன்வைக்கிறார். அதன் எளிமை அதன் ஆழத்தைக் கடந்துபோகவைக்கிறது. சமூகரீதியாக, வரலாற்றுரீதியாக, உயிரியல்ரீதியாக, அறிவியல்ரீதியாக (பரிணாம வளர்ச்சி என்ற சட்டகம்) மனித நாகரிகத்தின் அனைத்து ரகசியங்களையும் வெளிக்கொணர்ந்துவிட்டது என்று போற்றப்பட்ட காலகட்டத்தில் காந்தி 'இந்து ஸ்வராஜ்' எழுதுவதற்கு அசாதாரணமான துணிச்சலும், அவரது வாசிப்பின் மீது ஆழ்ந்த நம்பிக்கையும் கொண்டிருக்க வேண்டும். 'இந்து ஸ்வராஜ்' நூலில் காந்தி முன்வைப்பது மேற்கத்தியச் சிந்தனைகளுக்கு எதிரானதல்ல. அதைக் கடந்துபோவதற்கான ஒரு கடினப் பயணமாகிறது. இந்தப் பயணம் அவரை கிராமங்கள் நோக்கிக் கொண்டுவிட்டது. நவீன நாகரிகம் என்ற நகர-தொழில்மயமாக்கம் எத்தகைய சீரழிவுகளுக்குக் கொண்டுவிடும் என்பதை ஒரு தீர்க்கதரிசிபோல் அவர் கண்டார்.

அதனாலேயே, அவரது 'இந்து ஸ்வராஜ்' ஒரு கலகப்பிரதியாக இருக்கிறது. ஆனால், கலகத்தை நாம் பொதுவாக அர்த்தப்படுத்துவதுபோல் எத்தகைய ஆடம்பரங்களும் இல்லாத மிக எளிமையான பிரதி. காந்தியோடு உரையாட விரும்பாதவர்கள், அவர் நம்மைக் கடந்த காலத்துக்குக் கொண்டுசெல்ல முயல்வதாக எளிமைப்படுத்துகிறார்கள்.

காந்தியின் கிராமம் ஒரு படிமம். அது ஸ்தூலமான கிராமத்தை மட்டும் குறிக்கவில்லை. ஸ்தூலமான கிராமத்தைப் பொறுத்தமட்டில் காந்தி ஒரு அந்நியர்தான். கிராமத்துக்குள் ஒரு அந்நியர் நுழைவதுபோல்தான் கிராமத்துக்குள் காந்தி நுழைகிறார். கிராமத்தோடு அந்த அந்நியர் தன்னை அடையாளப்படுத்திக்கொள்ள முயலும்போது எதிர்கொள்ளும் எல்லாச் சிக்கல்களையும் காந்தி எதிர்கொள்ள வேண்டியிருந்தது. அவரிடம் கிராமம் என்பது, நவீனத்துவத்துக்கு எதிரான சில விழுமியங்களுடைய லட்சியங்களின் குறியீடாகிறது. வேறு விதமாகச் சொல்வதென்றால், காந்தி ஸ்தூலமான கிராமங்களை நோக்கிய தனது பயணத்தை, அம்பேத்கரோடு ஏற்பட்ட மோதலுக்கு முன்னரே தொடங்கிவிட்டார் என்றாலும், அதற்குப் பிறகுதான் இந்திய கிராமங்களின், குறிப்பாகத் தீண்டாமையின் ஆழத்தை உணர்ந்துகொள்கிறார். இந்தியத் துணைக்கண்டப் பண்பாட்டில் ஒரு தனிமனித சுயத்துக்குள், ஒரு சமூகக் குழுவின் அர்த்தப்பாட்டுக்குள் ஒரு பகுதியாக எப்போதும் தங்கியிருக்கும் கிராமத்தை அவர் மீட்டெடுக்க முயன்றார். இப்படியும் சொல்லலாம்: காலனியம் தெற்காசியாவை வரையறுத்த முறையில் பெரும் சங்கடம் கொண்டு சிலர் வரலாற்றை நோக்கி நகர்ந்தார்கள் என்றால், கிராமங்களை நோக்கி காந்தி நகர்ந்தார். காந்தியைப் பொறுத்தமட்டில், நவீனத்தின் அச்சம் தரக்கூடிய யதார்த்தத்திலிருந்து வெளியேறும் லட்சியமாகிறது கிராமம். இது அவ்வளவு சுலபமானதல்ல. தீண்டாமை என்ற சமூக ஊனத்தோடு அவர் மிகக் கடுமையான யுத்தம் புரிய வேண்டியிருந்தது; அம்பேத்கரின் தீவிரையான முன்வைப்புகளை எதிர்கொள்ள வேண்டியிருந்தது.

இந்த லட்சிய கிராமத்தை அம்பேத்கரால் ஏற்றுக்கொள்ள முடியாமல்போனதில் வியப்பேதுமில்லை. அம்பேத்கரைப் பொறுத்தமட்டில், கிராமம் என்பது நரகக் குழி. மரபான சமூகத்தின் அச்சுறுத்தும் சூழலிலிருந்தும், ஒரு சுயத்தை அர்த்தமற்றதாக்கும் சூழலிலிருந்தும் வெளியேறுவது தலித்துகளுக்கு அவசியமாகிறது. அம்பேத்கரிடம் நவீன நகரம் என்பது தனிமனித சுயத்தை மீட்டெடுப்பதன் குறியீடாகிறது. காந்தி நவீன நகரங்களை சந்தேகக்கண் கொண்டு பார்த்தார் என்றால், கிராமங்களை அம்பேத்கர் வெறுத்தார். இந்தப் பயணத்தில் காந்திக்கு ஒன்று தெளிவானது: நவீன உலகுணர்வுவாதத்தைக் (Cosmopolitanism) கடந்து ஒரு மாற்று உலகுணர்வுவாதத்தை உருவாக்குவதற்குத் தீண்டாமையை எதிர்கொள்ள வேண்டும் என்று புரிந்துகொண்டார். இயந்திரகதியான, மனிதனின் அகம் சார்ந்த விழுமியங்களை அப்புறப்படுத்திய நவீன உலகுணர்வுவாதத்தை மேலும் செழுமைப்படுத்த வேண்டும் என்று அம்பேத்கர் புரிந்துகொண்டார். இந்தப் படைப்பூக்கம் மிக்க மாற்றத்தை

டி.ஆர்.நாகராஜ் எவ்வளவு நுட்பத்தோடு அணுகியிருக்கிறார்![1] இவ்விரு ஆசான்களிடம் காணப்படும் வேறுபாடுகளையெல்லாம் கடந்து நாம் காணக்கூடிய ஒற்றுமை இதுதான்: நவீன உலகுணர்வுவாதத்துக்கு மாற்றாக ஒன்றை முன்வைப்பது. இதை நாம் புரிந்துகொண்டால்தான் கடந்த காலத்துக்கு காந்தி நம்மை அழைத்துச்செல்கிறார் என்று பத்தாம்பசலித்தனமாக வாசிக்கவும் மாட்டோம், பௌத்தத்துக்கு அம்பேத்கர் மாறியதை அரசியல் நடவடிக்கையாகச் சுருக்கி அர்த்தப்படுத்தவும் மாட்டோம்.

பண்டைய காலம் தொட்டு உலகமயமாக்கல், பொருளாதார தாராளமயமாக்கல் காலத்துக்கு முன்புவரை நகரம்-கிராமம் இடையேயான உரையாடல் உயிர்ப்புடன் இருந்தது. பௌத்தம், சமணம், உபநிடதங்கள் எல்லாமே கிராமம் சார்ந்த வேதச் சமூக அடிப்படைகளுக்கு நகரம் சார்ந்த மாற்றுச் சிந்தனைகளாக இருக்கின்றன. இருப்பினும், இந்தச் சிந்தனைகள் எதுவும் அகவெளியில் கிராமத்தை அழிக்க முற்படவில்லை. இதைச் சொல்லும்போதே நாம் இதையும் சேர்த்துப் பார்க்க வேண்டியுள்ளது: ஒரு தனிநபரின் அகவெளியில் படர்ந்திருக்கும் கிராமவெளி ஸ்தூலமான நகரவெளியோடு ஐக்கியப்படுதலில் எப்போதும் சிக்கல்களை எதிர்கொள்ள வேண்டியுள்ளது. இந்தச் சிக்கலை மகாபாரதத்தில் நம்மால் பார்க்க முடியும். கர்ணனால் தனது அகவெளியில் உள்ள கிராமத்தை எப்போதும் உதறித்தள்ள முடியவில்லை. அது அவனுக்கு எத்தகைய சிக்கல்களையெல்லாம் கொடுத்தது என்பதை நாம் அறிவோம். நவீனச் சமூகத்திலும் அதன் எதிரொலிகள் தொடர்ந்துகொண்டுதான் இருக்கின்றன. கர்ணன் அனுபவித்த ஒதுக்குதலையெல்லாம் அம்பேத்கரும் அனுபவித்தார். அதனால்தான், அவருடைய அகவெளியில் உள்ள கிராமத்தை உதறித்தள்ள மூர்க்கமாய் முயன்றார். காலனிய நவீனத்தின் அடிப்படைகள் தலித்துகளை விடுவிக்கும் என்று நம்பினார். ஒரு தலித் தனது அகவெளியில் கிராமத்திலிருந்து வெளியேற விரும்பினாலும் நகரம் என்ற புறவெளியோடு முழுவதுமாக இணைய முடியவில்லை என்பதே இன்றைய சமூக யதார்த்தமாக இருக்கிறது.

‘நகரத்தில் உள்ள ஒரு தலித்தைப் பொறுத்தமட்டில், இந்தப் புதிய சூழ்நிலையானது துயரத்தின் வடிவமாகிறது. நிலப்பிரபுத்துவப் பண்பாட்டிலிருந்தும், தீண்டாமையை மறைமுகமாக இல்லாமல் முகத்துக்கு நேராகச் சந்திக்க வேண்டியிருக்கும் கிராமத்திலிருந்தும் தப்பித்து வெளியேறி ஒரு சுதந்திரமான பிரபஞ்சத்தின் உறுப்பினராகும் சாத்தியம் உண்மையாகவும் கற்பனையாகவும் இருக்கிறது. ஆனால், அவர் [நகரத்தில் தஞ்சம்புகும் தலித்] உடனடியாக ஒன்றை உணர்ந்துகொள்கிறார்: அவர் மீண்டும் கவனிப்பாரற்றும் நவீனம் என்ற பிரம்மாண்டமான மாளிகையின் அஸ்திவாரத்தில் ஒரு கல்லாக மதிப்பற்றும் கிடப்பதை உணர்ந்துகொள்கிறார்’ என்கிறார் பக்வத் (*Vidyut Bhagwat*). தலித் கவிஞர் தயா பவார் தன்னுடைய வாழ்க்கை

1 பார்க்கவும்: டி.ஆர்.நாகராஜ், *‘தீப்பற்றிய பாதங்கள்’* தொகுப்பில் உள்ள ‘சுயதூய்மையாக்கம் எதிர் சுயமரியாதை: தலித் இயக்கத்தின் வேர்கள் குறித்து’, எதிர் வெளியீடு, 2021.

வரலாற்றுப் புத்தகத்தில் இவ்வாறு பதிவுசெய்கிறார்: ‘ஜராசந்தனின் உடலை கிருஷ்ணன் இரண்டு துண்டுகளாகக் கிழித்து எதிரெதிர் திசையில் விட்டெறியச் சொன்னதாகச் சொல்கிறார்கள். அதுபோலவே, நான் இந்த நகரத்தில் இரண்டு துண்டுகளாகக் கிழிக்கப்பட்டுக் கிடக்கிறேன்.’ அம்பேத்கர் இந்த வெறுமையை உணர்ந்ததால்தான் பௌத்தத்தை நோக்கி நகர்கிறார். இந்து மதத்தின் அடிப்படைகளைக் கொண்டு நெகிழ்வான மாற்று உலகுணர்வுவாதத்தை உருவாக்க முடியாது என்ற முடிவுக்குவருகிறார். பௌத்தத்துக்கு மறுபிறவி கொடுக்கிறார். ஆனால், இந்து என்ற நிலையிடத்திலிருந்தே காந்தி ஒரு மாற்று உலகுணர்வுவாதத்தை உருவாக்க முயன்றார்.

இங்கு மிக முக்கியமானது இதுதான்: நகரத்திலிருந்து கிராமத்தை நோக்கிய அகப் பயணமாகட்டும், கிராமத்திலிருந்து நகரம் நோக்கிய ஸ்தூலமான பயணமாகட்டும், இரண்டு நிலைப்பாடுகளும் கிராமம்-நகரத்துக்கு இடையேயான உரையாடலை உயிர்ப்புடன் வைத்திருக்கின்றன. ஆனால், உலகமயமாக்கலுக்குப் பிறகு கிராமம் நேர்மறையாக எதையும் கொண்டிருக்கவில்லை என்று ஓர் அகவெளி உருவாக்கப்பட்டுள்ளது. அந்த அகவெளியில் கிராமம் காணாமல்போகும்போது அதில் நகரம் என்பது அறமற்றதாகத்தான் இருக்க முடியும். இத்தகைய அகவெளியில் கிராமம் நிலைத்திருப்பதற்கான எல்லா உரிமைகளையும் இழக்கிறது. அது பிற்போக்குக் கூடாரமாகவும், ஒதுக்குதலை மட்டுமே கொண்டிருப்பதாகவும் அர்த்தப்படுத்தப்படுகிறது. நகர அகவெளியில் கிராமம் அச்சம் தரக்கூடியதாகவும், தீர்மானிக்க முடியாததாகவும், அடக்க முடியாததாகவும் மாறிப்போகிறது. நவீன அரசின் பேரச்சம் இதில்தான் உள்ளது. கிராம மக்களின் அகவெளியில் நகரம் பற்றியான கற்பனாவாதங்கள் படராதவரை அவர்களைக் கண்டு நவீன அரசு பேரச்சம் கொண்டிருக்கும். இயற்கையின் மீதான அச்சமும் மனிதர்கள் மீதான அச்சமும் இங்கு விசித்திரமாக ஒன்றாகிவிடுன்றன. இத்தகைய அகவெளியில் கிராமத்தின் மீதான வன்முறைகள் புள்ளிவிவரங்களாக மாற்றப்படுகின்றன. இது நவீனத் தொழில்நுட்பத்தின் மீதும், நவீன அரசின் மீதும், வளர்ச்சி என்ற பொருளியல் முன்னேற்றத்தின் மீதும், அதிகாரத்தின் மீதும் அசாத்திய நம்பிக்கை கொண்ட அகவெளியாகும். இந்த அகவெளியானது மேற்கத்தியத்தின், வளர்ந்த நாடுகள் என்று அழைக்கப்படுவதன் சமகால வாழ்க்கை வடிவங்களைத்தான் அதன் எதிர்கால லட்சியங்களாகக் கொண்டிருக்கிறது. இந்த லட்சியத்துக்கு ஏற்ப வரலாறு படைக்கப்படுகிறது. இந்த லட்சியத்தின்பால் கொண்ட விருப்புறுதியே முற்போக்கு என்றும், அறிவியலார்ந்தது என்றும் வரையறுக்கப்படுகிறது. இந்த வரையறைகளுக்கு அடியில் மறைந்துகிடப்பது நுகர்வுப் பண்பாட்டால் கட்டமைக்கப்பட்ட சுயங்களே. கிராமத்தை நோக்கிச் சென்ற சிந்தனையாகட்டும், கிராமத்திலிருந்து வெளியேற எத்தனித்த சிந்தனையாகட்டும் மனிதத்தன்மை கொண்ட சுயவரையறைக்கான ஏக்கங்களைக் கொண்டிருக்கின்றன. ஆனால், அகவெளியிலிருந்து கிராமத்தை முற்றாக அழித்தொழித்த சிந்தனை அறமற்றதாகிறது; பொறுப்பற்றதாகிறது. அறமற்ற இந்தத் தளமானது அறிவியலிலிருந்து அதற்கான தார்மீகத்தைப் பெற

முயல்கிறது. ஏனெனில், பேகானின் (Francis Bacon) அறிவியல் உலகளாவிய தார்மீகத்தின் அடிப்படையாக வெற்றிகண்டுள்ளது.

இதுவரை விவரித்ததை நாம் வில்லியம் தாம்சன் (William Thompson) வார்த்தைகளில் தொகுத்துக்கொள்ளலாம்:

ஒருவர் மாற்று வரலாற்றுப் பார்வையில் நம்பிக்கை கொண்டிருப்பார் என்றால்... அவர் நகரங்களை விட்டு வெளியேறி கிராமத்தைத் தரிசிக்கத் தொடங்குவார். இந்தத் தரிசனத்தில் அலுவலகக் கட்டடங்களாலும் பல்கலைக்கழகங்களாலும் மறைக்கப்பட முடியாத தொன்மமான நட்சத்திரங்களைப் பார்ப்பார். வரலாறு முழுக்க ஆபிரகாம் முதல் மாவோ வரை எல்லா தீர்க்கதரிசிகளும் அவர்களைவிட மிக மேலான பார்வைகளை முன்வைப்பதற்கு நகரத்தை விட்டு வெளியேறியிருக்கிறார்கள். ஆனால், எல்லாப் போக்குகளும் இருமுனைக் கத்தியாக இருப்பது போன்று, நகரத்தை விட்டு வெளியேறித் திக்குத் தெரியாமல் அலைவதும் பைத்தியக்காரத்தனத்தின் ஒரு வகைதான். மனம்பிறழ்ந்த ஒருவன் தெளிந்த மனநிலை என்ற சமூகக் கட்டுமானத்தை விட்டு வெளியேறுவதாகிறது. மனம்பிறழ்ந்த ஒருவனின் பார்வையிலிருந்து வால்டேர் (Voltaire) சொல்வதை இப்படி மாற்றிச் சொல்லலாம்: தெளிந்த மனநிலை என்பது ஏற்றுக்கொள்ளப்பட்ட ஒரு பொய். நகரத்தில் பின்தங்கிப்போனவர்கள் தங்களைத் தாங்களே பொறுப்புணர்வு கொண்டவர்கள் என்றும், தெளிவானவர்கள் என்றும் வரையறுத்துக்கொண்டு, திக்குத் தெரியாமல் அலைபவனைப் பைத்தியக்காரன் என்று வரையறுக்கிறார்கள். திக்குத் தெரியாமல் அலைபவனோ பைத்தியக்காரத்தனமான இந்த நகரத்தில் அவன் மட்டுமே தெளிந்த சிந்தனை கொண்டவன் என்று வரையறுத்துக்கொண்டு, மாற்று சாத்தியங்களைத் தேடிப்போகிறான். வரலாறு முழுக்க இவ்வாறு நகரப் பார்வையும் கிராமப் பார்வையும் ஒரு தாள லயத்துக்குள் துடித்துக்கொண்டிருக்கின்றன.

நவீன அறிவியல்வாதம் மற்றும் தொழில்நுட்பவாதத்தின் மீது அசாத்திய நம்பிக்கை வைத்திருக்கும் நாம் எத்தகைய தயக்கமும் இல்லாமல் அகவெளியிலும் அதன் தொடர்ச்சியாகப் புறவெளியிலும் கிராமத்தை நோக்கிப் பயணம் மேற்கொள்ளும் நகரவாசிகளைப் பைத்தியக்காரர்கள் என்று வரையறுக்கத் தகுதிபெற்றவர்கள்தான்.

1

நாம் விவாதித்துக்கொண்டிருக்கும் விஷயத்தை வேறு விதமாக அணுக முயல்வோம். அதாவது, இப்படிக் கேட்டுக்கொள்வோம்: குறைந்தபட்சம்

அகவெளியில் கிராமத்தை நோக்கிப் போகாமல் நவீன அறிவியல்-தொழில்நுட்பக் கட்டுமானத்தை எதிர்க்க முடியாதா? இந்தக் கேள்விக்குப் பதில் தேட முயலலாம். நாம் தாமோதர் பள்ளத்தாக்குத் திட்டத்தை அடிப்படையாகக் கொண்டு இதைப் புரிந்துகொள்ள முயலலாம். தாமோதர் பள்ளத்தாக்குத் திட்டம் ஆசியாவிலேயே மிகப் பெரிய திட்டம் என்று பிரகடனப்படுத்தப்பட்டது. இந்தத் திட்டம் தேசிய அடையாளமாகவும், அறிவியல்-தொழில்நுட்பத்தில் மேற்கத்தியத்தோடு சமமாக நிற்கும் குறியீடாகவும் பார்க்கப்பட்டது. வடஅமெரிக்காவில் உள்ள டென்னஸி (Tennessee) பள்ளத்தாக்குத் திட்டத்தின் உந்துதலில் இந்தத் திட்டம் வடிவமைக்கப்பட்டது. 1948 வாக்கில் இந்தத் திட்டம் தொடங்கப்பட்டது. இந்தத் திட்டம் குறித்த புள்ளிவிவரங்களைத் தவிர்த்து, இந்தத் திட்டத்தை முழுமையாக எதிர்த்த ஒரு மனிதனின் அகவெளிப் பயணக் கதையைப் பார்ப்போம்.[2]

அந்த மனிதர் கபில்பிரசாத் பட்டாச்சாரியா. வங்கத்தில் மத்தியதரப் பார்ப்பனக் குடும்பத்தில் பிறந்த பட்டாச்சாரியா கட்டுமானப் பொறியியலில் பட்டம்பெற்றவர். மேற்படிப்புக்காக பாரிஸ் போகும் சந்தர்ப்பம் அவருக்குக் கிடைத்தது. 1935-ல் ஒரு தரகர் மூலமாக இவரைத் தொடர்புகொள்ள ஹிட்லர் முயன்றிருக்கிறார். பாரிஸ் காவல் துறையினருக்கு இவ்விஷயம் தெரியவர, அவர்கள் இந்தியாவிலுள்ள பிரிட்டிஷ் அதிகாரிகள் வழியாக கபிலின் தந்தையை எச்சரித்திருக்கிறார்கள். அதன் விளைவாக, பட்டாச்சாரியா உடனடியாக இந்தியாவுக்குத் திரும்ப வேண்டிவந்தது. அரசியலோடு எத்தகைய தொடர்பும் கொண்டிராத பட்டாச்சாரியா, இந்தியாவுக்குத் திரும்பிய பின் தனது இரண்டாவது மனைவியின் ஊடாக அரசியலில் ஈடுபாடுகொள்ளத் தொடங்குகிறார். பிறகு, மகன் வழியாக மேற்கு வங்க இடதுசாரி இயக்கத்தோடு இணைகிறார். பின்னாளில், அவர் இறந்த பின் தன்னுடைய தந்தை ஒரு மார்க்சியராக இருந்தாரா என்று அவரது மகள் கேள்விக்குட்படுத்துகிறார். தொடக்கத்தில், தாமோதர் பள்ளத்தாக்குத் திட்டத்தை பட்டாச்சாரியா ஆதரித்தார். பிறகு, நிலைப்பாட்டை மாற்றிக்கொண்டார். தெற்காசியாவிலேயே பெரிய அணைகளை ஒரு முறைமையோடு முதன்முதலில் எதிர்த்தவர் இவர்தான். அதனால்தான், ஷர்லாக் ஹோம்ஸ் கதையில் வரும் பேராசிரியர் மோரியார்த்தி (Moriarty) போல் நதிநீரை மனித நலனுக்குப் பலவிதமாகப் பயன்படுத்தும் நவீன முறைகளை முழுமையாக அறிந்திருந்தாலும், நம் நாட்டின் எதிரிகளுக்குச் சாதகமாகத் தன் அறிவைப் பயன்படுத்துகிறார் என்று மிகக் கடுமையாக விமர்சிக்கப்பட்டதாக நந்தி குறிப்பிடுகிறார். அவருடைய இறுதிக் காலத்தில், தாமோதர் பள்ளதாக்குத் திட்டத்துக்கு எதிராகச் செயல்பட்டதெல்லாம் வீண் என்ற முடிவுக்குவருகிறார். மனித உரிமைச் செயல்பாடுகளில் ஈடுபடத்

2 இவர் குறித்த விரிவான வாசிப்புக்குப் பார்க்கவும்: அஷிஸ் நந்தி, 'The Scope and Limits of Dissent: India's First Modern Environmentalist and His Critique of the DVC' in *'The Romance of the State and the Fate of Dissent in the tropics'*, OUP, 2007. இந்தக் கட்டுரையில் கபில்பிரசாத் பட்டாச்சாரியா குறித்துச் சொல்லப்பட்டிருக்கும் விஷயங்கள் நந்தியின் கட்டுரையிலிருந்து தொகுக்கப்பட்டவை. மேலும், கிராமம்–நகரம் இடையேயான உறவு குறித்து மேலும் வாசிக்க: Ashis Nandy, *'An Ambiguous Journey to the City: The Village and other ruins of the Self in the Indian Imagination'*, OUP, 2007.

தொடங்குகிறார். ஆனால், பிரம்மாண்டமான அறிவியல்-தொழில்நுட்பக் கட்டுமானத்தால் பாதிக்கப்பட்ட மக்கள் பிரச்சினைகளை அவர் மனித உரிமைப் பிரச்சினையாகப் பார்க்கத் தவறினார் என்று சொல்ல முடியும். அரசியல் வன்முறை தொடர்பான பிரச்சினைகளை மட்டுமே மனித உரிமைப் பிரச்சினையாகப் பார்ப்பதில் உள்ள போதாமைகளை ஆந்திர மாநில மனித உரிமைப் போராளி டாக்டர் பாலகோபால் ஒரு கட்டுரையில் குறிப்பிடுவார். ஆனால், அவர் சொல்லவந்தது தலித்துகளுக்கு எதிரான வன்முறைகளையும் நாம் மனித உரிமை மீறலாகப் பார்க்க வேண்டும் என்ற அர்த்தத்தில். அதாவது, நவீன அறிவியல்-தொழில்நுட்பத்தால் மக்கள் பாதிக்கப்படுவதையும், தீண்டாமை வன்முறைகளால் மக்கள் பாதிக்கப்படுவதையும் நாம் சமீப காலங்களில்தான் மனித உரிமை மீறல் பிரச்சினைகளாகப் பார்த்துவருகிறோம்.

நம்முடைய கதைக்குத் திரும்புவோம். தாமோதர் பள்ளத்தாக்குத் திட்டத்துக்கு எதிரான பட்டாச்சாரியாவின் செயல்பாடுகள் மூன்று அடுக்குகளைக் கொண்டிருப்பதாக அஷிஷ் நந்தி விவரிக்கிறார். முதல் அடுக்கு, ஏகாதிபத்தியச் சதித் திட்டம் என்ற கதையாடல். தாமோதர் பள்ளத்தாக்குத் திட்டத்தில் அமெரிக்க ராணுவ அக்கறை இருப்பதையெல்லாம் மீறி, ஏகாதிபத்தியத்தின் மீதான சந்தேகத்தின் அடிப்படையில், குறிப்பாக இந்தியாவில் நடைமுறைப்படுத்தப்பட்ட மார்க்சியச் சிந்தனையின் அடிப்படையில் பல திட்டங்களைச் சதி நடவடிக்கைகளாக முற்போக்கு அரசியல் பார்த்துவந்தது உண்மை. அவ்வளவு ஏன், இன்றும் அது தொடர்ந்துகொண்டுதான் இருக்கிறது. இது அரசியலார்ந்து பயன்தரக்கூடிய வழியாக இருந்தாலும், பிரச்சினையின் குணத்தைப் புலப்படுத்த உதவுவதில்லை. இதற்கு எதிர்மறையாக, சூழலியல் சார்ந்து போராட்டங்கள் நடத்துகிறவர்களை அரசாங்கங்கள் அந்நியக் கைக்கூலிகளாக வரையறுத்துவருகின்றன. சில சமயங்களில் இவர்கள் 'சூழலியல் தீவிரவாதிகள்' என்றும் அழைக்கப்படுகிறார்கள். பட்டாச்சாரியாவும் பெரும் சந்தேகத்துக்கு உட்படுத்தப்பட்டார். ஆனந்த பஜார் பத்திரிகா, 1961-ல் நவம்பர் ஏழாம் தேதி இவ்வாறு ஒரு செய்தி வெளியிட்டது:

> *சில குழுக்கள் இந்தத் திட்டம் மேற்கு வங்க மக்களுக்கு விரோதமானது என்று பிரச்சாரம் செய்வது மத்திய அரசின் கவனத்துக்குக் கொண்டுசெல்லப்பட்டது. மத்திய அரசும் மாநில அரசுக்கு இத்தகைய பிரச்சாரங்கள் குறித்துத் தகவல் சேகரிக்குமாறு அறிவுறுத்தியுள்ளது. இந்தியாவுக்கு எதிராக சர்வதேச அளவில் பிரச்சாரம் நடத்த இத்தகைய பிரச்சாரத்தைச் சாதகமாக்கிக்கொள்ள பாகிஸ்தான் முயல்வதாகவும் தெரியவருகிறது... இத்தகைய பிரச்சாரத்துக்குத் தலைமைதாங்கும் பட்டாச்சாரியா தன்னை அனுபவம் பெற்ற பொறியாளராகச் சொல்லிக்கொள்கிறார். இவர் 'ஃபராக்கா அணையின் (Farrakka Barrage) தீய விளைவுகள்' என்ற துண்டறிக்கை ஒன்றைப் பிரசுரித்துள்ளார். பாகிஸ்தான் உளவாளி ஒருவர் இந்தப் பிரசுரத்தின் சில பிரதிகளை பாகிஸ்தான் அரசாங்கத்துக்கு அனுப்பிவைத்திருக்கிறார்.*

இரண்டாவது அடுக்கில், பட்டாச்சாரியா உள்ளிருந்து விமர்சிப்பவராக வெளிப்படுகிறார். இந்தியாவை பிரிட்டிஷ் ஆக்கிரமிப்பதற்கு முன் இந்தியா அடிப்படையில் விவசாயச் சமூகமாக இருக்கவில்லை என்றும், ஆனால் விவசாயச் செல்வங்களைக் கொண்டிருந்தது என்றும், அது அடிப்படையில் தொழில் மற்றும் வியாபாரச் சமூகமாகத்தான் அறியப்பட்டிருந்தது என்றும் சொல்கிறார். ஏகாதியபத்திய ஆட்சியைத் தொடர்வதற்கும் சுரண்டுவதற்கும் இந்தியாவை விவசாய நாடாகச் சுருக்கிப் பெரும்பாலான மக்களை விவசாயம் சார்ந்திருக்க வேண்டியவர்களாக மாற்றினார்கள் என்கிறார். தாமோதர் பள்ளத்தாக்குத் திட்டம் இத்தகைய போக்கின் தொடர்ச்சிதான் என்கிறார். மேலும், தாமோதர் நதி வெள்ளம் பெருக்கெடுத்துப் பாய்வதன் மீதான அச்சத்தை சாதகமாகப் பயன்படுத்திக்கொண்டு, பிரம்மாண்டமான அணை என்ற நவீனத் தொழில்நுட்ப அற்புதத்தை விற்கிறார்கள் என்று குற்றஞ்சாட்டினார். இத்தகைய வளர்ச்சித் திட்டங்கள் ஏகாதிபத்தியத்தின் சிந்தனைகளைக் கிளிப்பிள்ளையாட்டம் ஒப்பிப்பவர்களால் உருவாக்கப்படுகின்றன என்றும், இத்தகைய வளர்ச்சித் திட்டங்களால் பாதிக்கப்படும் மக்கள் திரண்டெழுவார்கள் என்றும் நம்பினார்.

இங்கு நாம் முக்கியமான ஒரு விஷயத்தைக் கவனத்தில்கொள்ள வேண்டும். பட்டாச்சாரியா அறிவியல்-தொழில்நுட்பக் கட்டுமானத்தை ஒரு மாற்றுச் சட்டகத்திலிருந்து விமர்சிக்கவில்லை. அவர் அடிப்படையில் நகர-தொழில்மயமாக்கல் மீது நம்பிக்கை கொண்டவர். இந்தத் திட்டம் சிறிதளவேனும் தொழில்வளர்ச்சியை சாத்தியப்படுத்தும் என்பதால், அந்தத் தளத்தில் வரவேற்கப்பட வேண்டியதாகப் பார்த்தார். நீடிக்கக்கூடிய வளர்ச்சி (sustainable development) என்பதாகவும் இவருடைய அணுகுமுறையை வாசிக்க முடியும். அவர் இந்தியாவின் அதிகாரபூர்வமான வளர்ச்சிக் கொள்கைக்கு எதிரானவர் அல்ல. நதிநீரைப் பயன்படுத்தும் திட்டத்தின் ஒரு குறிப்பிட்ட பாணியிலான நடைமுறையைத்தான் அவர் விமர்சித்தார். தாமோதர் திட்டம் இந்திய விவசாயிகளுக்கு அனுகூலமானது என்று சொன்ன மேற்கத்தியத் தொழில்நுட்பவாதிகளை மிகக் கடுமையாகச் சாடினார். இந்தியாவைப் பின்தங்கிய நாடாகவும், விவசாய நாடாகவும் வைத்திருப்பதற்கான உத்திதான் இது என்றார். நைல் நதியில் அணை ஒன்று கட்டி எகிப்து நாட்டைப் பின்தங்கிய நாடாக வைத்திருக்க உதவிய வில்லியம் வில்காக்தான் (William Wilcock) இந்தத் திட்டத்திலும் பங்காற்றுகிறார் என்று குற்றஞ்சாட்டினார்.

பட்டாச்சாரியாவின் முக்கியக் கவலைதான் என்ன? கல்கத்தா துறைமுகத்தைக் காப்பாற்றுவதுதான். கல்கத்தா துறைமுகத்துக்கு இந்தத் திட்டத்தால் பாதிப்பு ஏற்படும் என்று அச்சப்பட்டார். கல்கத்தா துறைமுகம் பாதிப்புக்கு உள்ளானால் கல்கத்தாவில் நகர-தொழில்மயமாக்கல் பாதிக்கப்படும் என்று அச்சம்கொண்டிருந்தார். மேலும், மொத்த மேற்கு வங்கமும் பிஹாரும் ஒடிசாவும் அஸ்ஸாமும் பெருமளவு பாதிக்கப்படும் என்று அச்சம்கொண்டார். ஆனால், பட்டாச்சாரியா ஒரு விஷயத்தைத் தவறவிட்டார் என்கிறார் நந்தி. இந்திய மத்தியதர வர்க்கத்தை உளவியலார்ந்து பட்டாச்சாரியாவால் புரிந்துகொள்ள

முடியவில்லை என்கிறார். இந்திய மத்தியதர வர்க்கம் மேலும்மேலும் உலகளாவியச் சிந்தனைகளின் பகுதியாக மாறிக்கொண்டிருக்கிறது. இந்தியாவின் எதிர்காலம் குறித்து இந்த வர்க்கம் கொண்டிருக்கும் பார்வை எதற்கும் உதவாதது என்று புறந்தள்ள முடியாத அதிகாரத்தைக் கொண்டிருக்கிறது. ஏனெனில், இந்த வர்க்கத்தின் பொருளியல் நலன் இந்த விருப்புறுதியைச் சார்ந்துதான் கட்டப்பட்டுள்ளது. ஆனால், 1950-களின் இறுதியில் இந்தத் திட்டம் எதற்கும் உதவாது என்று புள்ளிவிவரங்கள் வெளிப்படுத்தினாலும், இந்தத் திட்டத்தின் பங்குதாரர்களும் ஆதரவாளர்களும் தினசரிகளை வாசிக்கும் வர்க்கமும் இந்தப் புள்ளிவிவரங்களையெல்லாம் கண்டுகொள்ளாமல் விட்டன. இந்தப் புள்ளிவிவரங்களைக் கணக்கில் எடுத்துக்கொள்வது என்பது இந்திய மத்தியதர வர்க்கத்தின் மொத்த சுயவரையறையையும், அதாவது அதன் உலகப் பார்வையையும், ஏற்றுக்கொள்ளத்தக்க நல்ல சமூகம் என்ற அதன் லட்சியத்தையும் தகர்த்தெறிந்திருக்கும் என்றும், நவீனமயமாக்கல் கொடுத்த உற்சாகத்தில், மிகுந்த வலிகளோடு அது உருவாக்கிவைத்திருக்கும் சுயவரையறையை விமர்சித்துக்கொள்வதைவிட சுயஅழிவை ஏற்றுக்கொள்ளவும் அந்த வர்க்கம் தயாராக இருக்கிறது என்றும் நந்தி வாதிடுகிறார்.

மூன்றாவது அடுக்கில், பட்டாச்சாரியா நகர-தொழில்மயமாக்கல் மீதான தன்னுடைய நம்பிக்கைகளையும், வளர்ச்சி குறித்தான கருத்தாக்கங்களையும் அறிவியல்வாதத்தையும் நிராகரிக்கத் தொடங்குவதுபோல் தெரிகிறது. இந்த அடுக்கில், அவர் அவ்வப்போது நவீனத்தின் இறுகிய பிடியிலிருந்து விலகி, அவர் சார்ந்திருந்த பிரதேசத்தின் மரபான அறிவுச் சட்டகத்துக்காக வாதிடுகிறார். மேலும்மேலும் ஒதுக்கித்தள்ளப்படும் தன்னுடைய சமூகத்தின் மரபான அறிவின் மீதாக மரியாதைகொள்வது பட்டாச்சாரியாவின் தனித்தன்மையில் அவ்வளவு சுலபத்தில் சாத்தியப்படக்கூடிய ஒன்றல்ல. தாமோதர் பள்ளத்தாக்குத் திட்டத்தை அவர் வாசித்த முறையில் உள்ள கோட்பாட்டுப் பாசாங்கையெல்லாம் அப்புறப்படுத்தினால், தொழில்நுட்பவாதிகளின், வளர்ச்சிவாதிகளின் பார்வைக்கு அப்பால் பல தலைமுறை அனுபவம் சார்ந்த தொழில்நுட்ப அறிவை நோக்கி அவர் நகர்வதை உணர்ந்துகொள்ள முடியும் என்று நந்தி வாதிடுகிறார். எப்படியிருந்தாலும், ஒரு மாற்று அறிவுமுறைமையில், நதிகளும் அதன் நீரும் புனிதத்தன்மையோடு பார்க்கப்பட்டன என்பதை அவர் கவனத்தில் எடுத்துக்கொள்ளவில்லை. காலனியத்துக்கு முந்தைய காலங்களில், அதாவது பதினெட்டாம் நூற்றாண்டின் முதல் பாதிவரை குறைந்தபட்சம் நானூறு ஆண்டுகளுக்கு மேலாக, நூற்றுக்கணக்கான மைல்கள் தாமோதர் நதியோரம் வாழ்ந்துவந்தவர்கள் நதியின் வெள்ளத்தைத் தங்களுடைய நிலங்களுக்கு உரமாகப் பயன்படுத்திவந்தார்கள். அந்த நதியின் சீற்றத்தைக் குறைக்கும் விதமாக அணைக்கரை கட்டிவந்தார்கள். தேவைப்படும்போது அந்த அணைக்கரையை உடைக்கவும் செய்தார்கள். எல்லாவற்றையும்விட தாமோதர் நதியை நிர்வகிக்கும் உரிமையை விவசாயிகள் கூட்டாகத் தங்களுடைய கட்டுப்பாட்டில் வைத்திருந்தார்கள். இதில் தலையிடுவதற்கு அரசுகள் பெருமளவு அதிகாரம் எதையும் கொண்டிருக்கவில்லை. வங்கம் மீது

மராத்தியர்கள் தொடர்ந்து படையெடுத்ததன் விளைவாக, 18-ம் நூற்றாண்டில் இந்த அணைக்கரைகளைப் பராமரிக்கும் பழக்கம் விட்டுப்போனது. பிரிட்டிஷ் அரசாங்கம் நிலைபெற்ற பின், அவர்கள் இந்த அணைக்கரைகளைப் பராமரிக்க வேண்டியதன் முக்கியத்துவத்தையும் அதன் பயன்பாட்டையும் குறைத்து மதிப்பிட்டார்கள். அணைக்கரை வெள்ளத்தைத் தடுப்பதற்கு மட்டுமானது என்றும், கால்வாய்களெல்லாம் குடிநீர் வசதிக்கானது என்றும் சுருக்கிப் பார்த்தார்கள். 1973-ல் 'Permanent Settlement System' கொண்டுவரப்பட்ட பின், இந்த அணைக்கரைகளைப் பராமரிக்கும் உரிமை விவசாயிகளிடமிருந்து பறிக்கப்பட்டது. இந்த அணைகளெல்லாம் புதிய எஜமானர்களின் உரிமையாயின. ஆனால், இந்தப் புதிய எஜமானர்கள் நகரத்தைச் சார்ந்த 'உயர்சாதி'கள் என்பதை பட்டாச்சாரியா கணக்கில் எடுத்துக்கொள்ளவில்லை. இந்தப் புதிய எஜமானர்கள் விவசாயத்தோடு உறவுகொண்டவர்கள் இல்லை. இவர்களுக்கு நிலங்கள் புதிய அந்தஸ்தாக மட்டுமே இருந்தன.

இதை நாம் வேறு விதமாக வாசிக்க முயலலாம். தாமோதர் நதியின் அன்பை, சீற்றத்தை விவசாயிகள் அதன் இயல்புக்கு ஏற்றாற்போல் எதிர்கொள்ளும் திறன் பெற்றிருந்தார்கள். இந்தப் புனித உறவு உடைபட்டுப்போன பின், தாமோதர் நதி சீற்றத்தை மட்டுமே கொண்டதாக அர்த்தப்பட்டது. மனிதனின் பயன்பாட்டுக்கு ஏற்றாற்போல் அதை அடக்கியாள வேண்டியிருந்தது. இதற்கு மாற்றாக, கால்வாய்களையும் குளங்களையும் பிற நீர்த்தேக்க வடிவங்களையும் பயன்படுத்துமாறு பட்டாச்சாரியா வேண்டினார். வெள்ளத்தின்போது பெரும் பிரச்சினையாகும் தாமோதர் நதியை மரபான தொழில்நுட்பத்தின் வழியாகக் கையாள முடியும் என்றார். மரபான சமூகத்தின் அறிவு முறைமைகளும், அந்த அறிவை முட்டுக்கொடுத்து நிறுத்தும் வாழ்வாதார முறைமைகளும் பட்டாச்சாரியாவின் சமூக சுயத்தின் பகுதியாக இருக்கவில்லை. அவரின் சமூக சுயம் ஒரு மாற்று உலகப்பார்வையை முன்வைப்பதைவிட மாற்றுத் தொழில்நுட்பத் தீர்வை முன்வைக்கும் எதிர்வல்லுநர் பார்வையாகத்தான் இருந்தது. தாமோதர் பள்ளத்தாக்குத் திட்டத்தை எதிர்த்து அவர் முன்வைத்த தீர்வுகளை வாசித்தால் பட்டாச்சாரியாவின் பார்வையானது அடிப்படையில் தொழில்நுட்பவாதியின் மொழியில் இருப்பதை உணர முடியும் என்கிறார் அஷிஷ் நந்தி. அதாவது, அறிவியல்-தொழில்நுட்பக் கூட்டு உருவாக்கும் பிரச்சினைகளுக்கு அதிலிருந்தே தீர்வு சொல்வது. இத்தகைய பார்வை இயற்கை மீது மனிதன் குறுக்கிடுவதற்கு ஒரு எல்லை இருக்கிறது என்ற சிந்தனையைக் கணக்கில்கொள்வதில்லை.

இதுவரை நாம் மூன்று அடுக்குகளில் பட்டாச்சாரியா செயல்பட்டதைப் பார்த்தோம். அதைத் தொகுத்துக்கொள்ளும் விதமாகச் சொல்வதென்றால், முதல் அடுக்கு ஏகாதிபத்திய சக்திகள், நவ காலனிய சக்திகளின் சதி என்ற சந்தேகத்தின் அடிப்படையிலானது. இங்கு நிச்சயமாக ஒரு தனிமனிதர் தனது சமூக சுயத்தில் வெறுக்கும் ஒரு பகுதியை மற்றமை மீது சுமத்தும் தொழில்நுட்பம் செயல்படுகிறது. இந்தத் தளம், அறிவியலை ஏகாதிபத்தியத்தின் பிடியிலிருந்து எடுத்துவிட்டால் அதை மனிதத்தன்மை கொண்டதாக மாற்ற

முடியும் என்ற நம்பிக்கையைக் கொண்டுள்ளது. இரண்டாவது அடுக்கு, ஒரு திட்டத்தின் அடிப்படைகளை அதன் தர்க்கத்துக்குள்ளிருந்து விமர்சிப்பது. அதாவது, அறிவியல்-தொழில்நுட்பம் ஏற்படுத்தும் சிக்கல்களுக்கு அதற்குள்ளிருந்தே தீர்வுகாண முயல்வது. இத்தகைய தளத்திலிருந்துதான் சாதகமான அறிவியல், பாதகமான அறிவியல் என்றெல்லாம் பிரிக்கப்படுகிறது. ஹிரோஷிமாவில் அணுகுண்டு போடப்பட்ட பின் ஒரு அறிவியலாளர் இவ்வாறு கூறினார்: அறிவியலாளர்களெல்லாம் சங்கடப்பட்டார்கள்; தொழில்நுட்ப வல்லுநர்களெல்லாம் சந்தோஷப்பட்டார்கள். நவீனத்துக்கு முந்தைய சமூகத்தில் அறிவியலும் தொழில்நுட்பமும் பிரிந்திருந்தன. உலகின் எல்லா நாகரிகங்களிலும் உழைக்கும் மக்களின் அனுபவத் தொகுப்பாகத் தொழில்நுட்பம் இருந்தது. நவீன அறிவியல் இயற்கையை ஒருவிதமாக வரையறுக்கத் தொடங்கியதிலிருந்து — குறிப்பாக, பேகானின் அறிவியல் — தொழில்நுட்பத்தை அறிவியலிலிருந்து பிரிக்க முடியாதபடி இணைத்துவிட்டது. இருந்தும், தூய அறிவியல் புறவயமான உண்மைகளை, அதாவது மனிதனின் அகநிலைப் பாதிப்புகளுக்கு உள்ளாகாத உண்மையைக் கொண்டிருப்பதாக அர்த்தப்படுத்தப்படுகிறது. இதன் அடிப்படையில்தான் அறிவியலையும் தொழில்நுட்பத்தையும் பிரித்துப்பார்க்கும் பார்வை உலகளாவிய சிந்தனையாக ஏற்றுக்கொள்ளப்பட்டு, அதை வளர்ச்சிவாதம் நடைமுறைப்படுத்தும் விதம் மட்டுமே விசாரணைக்கு எடுத்துக்கொள்ளப்படுகிறது. இதனால்தான், அறிவியல் மேலும்மேலும் தொழில்நுட்பத்தின் ஊடாகவே பிற அறிவுமுறைகளைவிட மேலானதாக நிலைநிறுத்திக்கொள்வது கவனத்தில் எடுத்துக்கொள்ளப்படுவதில்லை. மூன்றாவது அடுக்கு, ஒரு குறிப்பிட்ட பகுதியின் மரபான தொழில்நுட்பங்கள் எத்தகைய பொறுப்பும் இல்லாமல் அழிக்கப்படுவதன் மீதான விமர்சனங்களை வைக்கிறது. இந்தத் தளத்தில் நவீன அறிவியல்-தொழில்நுட்பச் சட்டகத்துக்கு வெளியேயிருந்து ஒரு மாற்றுச் சட்டகத்தை முன்வைக்காவிட்டாலும், அதற்கான அறிகுறிகளை இதில் இனங்காண முடிகிறது என்று சொல்லலாம்.

பட்டாச்சாரியாவுக்கு சாத்தியப்படாத நான்காவது, ஐந்தாவது அடுக்கு குறித்தும் நந்தி விவாதிக்கிறார். நான்காவது அடுக்கில், சிறு சமூகக் குழுக்களின் பண்பாடு, அவற்றின் தொழில்நுட்ப மரபு, நுண்-சூழலியல், நுண்-பொருளாதாரம் ஆகியவற்றின் மீதான தாக்குதலாக வாசிப்பது. இதன் மற்றொரு பகுதி நவீன அறிவியல் மற்றும் தொழில்நுட்பம் மீதும், நகர-தொழில்மயமாக்கல் மீதும், வளர்ச்சிமயவாதம் மீதும் ஆழமான விமர்சனங்களை முன்வைப்பது. ஐந்தாவது அடுக்கு, நதிகளை நாகரிகத்தின் கொடையாகப் பார்த்து அதன் புனிதத்தன்மை அகற்றப்படுவதற்கு எதிரான நிலைப்பாடாக இருக்கிறது. இங்கு மற்றொரு முக்கியமான விஷயத்தை நந்தி கவனப்படுத்துகிறார். பட்டாச்சாரியா முழுமையாக நகர இந்தியாவின் வார்ப்பு அல்ல. அவர் பாதி கிராமம், பாதி நகரம் என்ற சூழலில் பெரும்பாலான தொடக்கக் காலத்தைக் கழித்தவர். அவர் பொறியியல் கல்லூரியில் படித்தபோது முண்டா பூர்வகுடியைச் சேர்ந்த சில குடும்பங்களோடு நெருக்கமான தொடர்பில் இருந்திருக்கிறார். பல்வேறு வளர்ச்சித் திட்டங்களுக்காக இந்தப் பூர்வகுடிகள் அப்புறப்படுத்தப்பட்டதை

நேரடியாகப் பார்த்தவர். தாமோதர் பள்ளத்தாக்குத் திட்டத்துக்காக 1,50,000 பூர்வகுடிகள் தங்களது வாழ்வாதாரங்களை இழக்க வேண்டியிருந்ததைப் பார்த்தவர். மரபான கைவினைஞர்களின் அழிவையும் (இவர்கள்தான் நவீனத்துக்கு முந்தைய சமூகத்தில் தொழில்நுட்ப வல்லுநர்களாக இருந்தார்கள்), நோயைக் குணப்படுத்தும் முறைமைகளின் அழிவையும், காட்டை நிர்வகிக்கும் கலையின் அழிவையும் பார்த்திருக்கிறார். இருந்தும், இந்தப் பூர்வகுடிகள் பட்ட பெரும் துயரங்கள் எதுவும் அவரது எழுத்துகளில் பதிவாகவில்லை. வேறு விதமாகச் சொல்வதென்றால், கல்கத்தாவின் தலையெழுத்து குறித்தும், மேற்கு வங்க நகர-தொழில்மயமாக்கலின் தலையெழுத்து குறித்தும் பட்டாச்சாரியா கவலைப்பட்ட அளவுக்குப் பூர்வகுடிகள் தங்களுடைய வாழ்வாதாரத்தை இழந்து, பண்பாட்டு வேர்களை இழந்து, அகலாச்சாரப்படுத்தலுக்கு உள்ளாக்கப்பட்டது குறித்துக் கவலைப்படவில்லை.

இத்தகைய பார்வையை எது சாத்தியப்படுத்துகிறது? அவரது தலைமுறையினரைப் போலவே கபில் பட்டாச்சாரியாவும் தன்னை நவீன மேற்கின், ஐரோப்பிய அறிவொளியின் வளர்ப்புப்பிள்ளையாகவே வரையறுத்துக்கொண்டார் என்கிறார் நந்தி. மேற்கின் பிள்ளையாகத் தங்களை பாவித்துக்கொண்ட வர்க்கத்தினர் கொண்டிருக்கும் எல்லாக் கலக்கங்களையும் பட்டாச்சாரியாவும் கொண்டிருந்தார். இந்த வர்க்கத்துக்கு இயற்கையாகவும் நியாயமாகவும் கிடைத்திருக்க வேண்டியதையெல்லாம் அபகரித்துக்கொண்ட தந்தையாகவும், குறிக்கோளிலும் பாணியிலும் ஏகாதிபத்தியப் பண்பைக் கொண்டிருக்கும் தந்தையாகவும் மேற்கத்தியம் பார்க்கப்பட்டது. இதன் விளைவாக, அது படைப்பூக்கத்தோடு உண்மையான மேற்கு, உண்மையான அறிவொளிப் பாரம்பரியம் என்றும், போலியான மேற்கு, வன்முறையான, அதிகாரத்துவமிக்க மேற்கு என்றும் பிரித்துக்கொண்டது. முந்தையதை ஏற்றுக்கொண்டு பிந்தையதை ஒதுக்கித்தள்ள விரும்பியது. இத்தகைய சட்டகத்திலிருந்து அமெரிக்காவையும் ஐரோப்பாவையும் நகல் எடுக்க விருப்பம்கொள்வது எத்தகைய தீங்கையும் கொண்டிருக்க முடியாததாகிறது. இப்படியாகத்தான், மேற்குக்கு வெளியேயான மேற்கை நிராகரித்து, அதே சமயத்தில் மேற்கின் மேலாதிக்கத்தை சாத்தியப்படுத்திய அதன் தொழில்நுட்பத்தைத் தன்வயப்படுத்திக்கொள்ள முயன்றது. இத்தகைய தொழில்நுட்பம் சார்ந்த கருத்தாதிக்கம் அதற்கு வெளியேயான, அதாவது தொழிற்சாலைகளுக்கு முந்தைய உலகங்களையும், தொழிற்சாலைகள் அற்ற உலகங்களையும் முக்கியத்துவம் இல்லாத ஆடம்பரங்களாகவும், செயற்கையாக முன்னெடுக்கப்பட்ட கிராமம் மீதான கற்பனாவாதங்களாகவும் அர்த்தப்படுத்தியது. மேலும், மேற்கத்திய பாணியிலான நவீன நகர-தொழில்மயச் சமூகத்தையும், அதன் சமூக தரிசனத்தையும் நிராகரிப்பதாகப் பார்த்தது. இத்தகைய நிலைப்பாடு எல்லா மூன்றாம் உலகச் சமூகங்களுக்கும் பொதுவானதாக அர்த்தப்படுத்தப்பட்டது. மேற்கத்திய ஏகாதிபத்தியத்துக்குப் பெரும் சக்தியைக் கொடுத்த நடைமுறை சார்ந்த பகுத்தறிவையும், ஆண்மையத் தொழில்நுட்பவாதத்தையும் நிராகரிக்கும் மற்ற எல்லாப் பார்வைகளும் பட்டாச்சாரியாவுக்கு மிகவும் ஆபத்தானவையாகத் தோன்றின.

இந்தியா என்ற புவிசார் அரசியல் தொகுப்பானது கிராமங்களை மட்டுமே கொண்டிருக்கவில்லை; 4,000 வருட நகர நாகரிகப் பாரம்பரியத்தையும் கொண்டுள்ளது. அதனால், பட்டாச்சாரியாவின் அக்கறைகள் வேண்டிய அளவுக்குப் பண்பாட்டு அங்கீகாரத்தைக் கொண்டுள்ளன. இருந்தாலும், அவருடைய அறம் சார்ந்த நிலைப்பாட்டுக்கு அப்பால், இந்த நகரப் பாரம்பரியம் பல்வேறு வாழ்க்கை முறைகளோடு மிக நுட்பமாகப் பிணைக்கப்பட்டிருப்பதை அவர் பார்க்கத் தவறிவிட்டார். அறிவொளிக் கால ஐரோப்பாவால் தத்தெடுக்கப்பட்டு ஏமாற்றப்பட்ட பிள்ளையாக மட்டுமல்லாமல், பிரக்ஞைபூர்வத் தேர்வின் வழியாக அதன் பண்பாட்டுப் பெற்றோர்களையும் உறவினர்களையும் உதறித்தள்ளிய வர்க்கத்தைச் சேர்ந்தவராகத்தான் பட்டாச்சாரியா இருந்தார் என்கிறார் நந்தி.

நம் கலாச்சார சுயத்தின் முக்கியமான பண்புகளை நிராகரிப்பது என்பது முற்போக்குவாதங்கள் காணத்தவறிய பிரச்சினைகளுக்கு நம்மைக் கொண்டுவிடுகிறது. இயற்கை மீது அளவுக்கு அதிகமாகக் குறுக்கிடுவதால் ஏற்படும் விளைவுகள் குறித்துத் தெள்ளத்தெளிவாகத் தெரிந்திருந்தாலும், பேகானின் அறிவியல் என்ற நீதிமன்றத்தில், தொழில்நுட்பத்தின் மீதான அவநம்பிக்கையெல்லாம் தேவையில்லாத இடையூறுகளாகவும் கற்பனாவாதங்களாகவும் தீர்ப்பளிக்கப்படுகின்றன என்று வாதிடுகிறார் நந்தி. பிரம்மாண்டமான தொழில்நுட்பங்களை ஆதரிப்பவர்களின் அறிவியல்வாத நோயை எத்தகைய தரவுகள் கொண்டும் குணப்படுத்த முடியாது. அரசியல் தலைவர்களின், வளர்ச்சிமயவாதிகளின் உண்மையான அக்கறை — பட்டாச்சாரியா இத்தகைய புரிதலுக்கு மிக நெருக்கமாக வந்துசேர்கிறார் — சரியான அணைகள் தொடர்பானது அல்ல. அணை என்ற சிந்தனை தொடர்பானது. பிரம்மாண்டமான தொழில்நுட்பத் திட்டங்கள் என்பது சமூகக் குழுக்களின் வாழ்க்கையிலும் அதன் சுயவரையறையிலும் அரசியல்-பொருளாதாரக் குறுக்கீடாகவும், உளவியல் நோயைக் குணப்படுத்துவதற்கான குறுக்கீடாகவும் மாறுகிறது என்கிறார் நந்தி.

2

கபில் பட்டாச்சாரியாவின் நிலைப்பாட்டிலிருந்து நாம் சில புரிதல்களைப் பெற்றுக்கொள்ள முடியும். நவீன அறிவியல்-தொழில்நுட்பக் கூட்டை எதிர்ப்பதற்குச் சாத்தியப்படக்கூடிய ஐந்து தளங்களைப் பார்த்தோம். பட்டாச்சாரியா முதல் மூன்று தளங்களில் இயங்கினார் என்றால் காந்தி தன்னுடைய விமர்சனங்களை நவீன மேற்கத்திய நாகரிகத்தின் மீது இத்தகைய தளங்களிலிருந்து முன்வைக்கவில்லை. நாம் நான்காவது தளத்தின் இரண்டு அம்சங்களைப் பார்த்தோம். அதில் ஒன்று, சிறு சமூகக் குழுக்களின் பண்பாடு, அவற்றின் தொழில்நுட்ப மரபு, நுண்-சூழலியல் மற்றும் நுண்-பொருளாதாரம் மீதான தாக்குதலாக வாசிப்பது. இதன் மற்றொரு அம்சம், நவீன அறிவியல் மற்றும் தொழில்நுட்பத்தையும் நகர-

தொழில்மயமாக்கலையும் வளர்ச்சிமயவாதத்தையும் விமர்சிப்பதாகிறது. இந்த இரண்டையும் தெள்ளத்தெளிவாகப் பிரித்துக் கையாள முடியாது என்றாலும், அழுத்தம் கொடுக்கும் புள்ளி வெவ்வேறாக இருக்கும் சாத்தியங்களைக் கொண்டுள்ளது. மேற்கத்திய நவீனத்தை நாம் எதிர்கொண்ட முறையில் உள்ள பெரிய போதாமை என்னவென்றால் சிறு சமூகக் குழுக்களின் தொழில்நுட்ப அனுபவங்களையும், பல தலைமுறைகளாக உழைத்துப் பெற்ற அறிவையும் காப்பாற்றுவதற்கு எவரும் இல்லாமல்போனதுதான். காந்தியும்கூட இந்தத் தளத்தின் மற்றொரு பகுதியை மிக ஆழமாக எதிர்கொண்ட அளவுக்கு இந்தப் பகுதியைக் கையாளவில்லை என்றுதான் சொல்ல வேண்டும். (ராட்டையை உருவகரீதியாக எடுத்துக்கொண்டு அதை வளர்த்தெடுக்க முடியும் என்றபோதும்.) ஆனால், அவர் நான்காவது தளத்து இரண்டாவது பகுதியை ஐந்தாவது தளத்தோடு இணைத்தார்; அதாவது, இயற்கையோடான மனித உறவைப் புனிதப்படுத்துவது என்பதோடு மிக அற்புதமாக இணைத்தார். மரபான அறிவு ஏதோ ஒருவகையில் தொழில்நுட்பத்தை மனிதத் திறனின் நீட்சியாகப் பார்த்தது. மிதிவண்டியை காந்தி மிக அற்புதமான தொழில்நுட்பமாகப் பார்த்தார். ஆனால், அவர் இயற்கையோடான உறவின் புனிதத்துக்குக் கொடுத்த அழுத்தம் வாழ்க்கைக்கு உதவாத யோகியின் பேச்சுகளாகவும், அடிப்படையில் எல்லாத் தொழில்நுட்பங்களுக்கும் எதிரானவராகவும், கடந்த காலத்துக்குத் திரும்பிப்போக எத்தனிக்கும் கற்பனாவாதியாகவும் பார்க்கவே உதவியது. அவர் தொழில்நுட்பவாதத்தைத்தான் எதிர்த்தார்; தொழில்நுட்பத்தை அல்ல. அவர் பயன்படுத்திய ராட்டைகூட நூல் நூற்பதற்கு மரபாகப் பயன்படுத்தப்பட்ட கருவி அல்ல. அது அவராக மாற்றி வடிவமைத்துக்கொண்டதே.

இங்கு தாமோதர் பள்ளத்தாக்குத் திட்டம் குறித்த அம்பேத்கரின் பார்வையைக் கவனிக்க வேண்டியுள்ளது. பல தலித் செயல்பாட்டாளர்கள் இந்தத் திட்டத்தில் அம்பேத்கரின் பங்களிப்பை நேர்மறையாகப் பார்க்கிறார்கள். இந்தத் திட்டம் செயல்படுத்தப்பட்டதற்கான எல்லாப் பெருமையும் நேருவுக்குக் கொடுக்கப்படுவதில் இவர்கள் வருத்தம்கொள்கிறார்கள். தலித் செயல்பாட்டாளர்கள் சொல்வது உண்மைதான். அம்பேத்கர் இந்தத் திட்டத்தின் மீது பெரும் நம்பிக்கை கொண்டிருந்தது மட்டுமல்லாமல் அதற்காக அர்ப்பணிப்போடும் உழைத்தார். ஆனால், இதில் விசித்திரம் என்னவென்றால், நவீன அறிவியல்-தொழில்நுட்பக் கூட்டை எதிர்கொண்டதில் கபில் பட்டாச்சாரியாவின் நிலைப்பாட்டுக்கும் அம்பேத்கரின், நேருவின் நிலைப்பாட்டுக்கும் அடிப்படையில் எத்தகைய வேறுபாடும் இல்லை. வெவ்வேறு காரணங்களுக்காகத்தான் என்றாலும், இருவருமே நகர-தொழில்மயமாக்கல் மீது பெரும் நம்பிக்கை கொண்டிருந்தார்கள். இன்னும் குறிப்பாகச் சொன்னால், இந்தத் திட்டத்தால் பூர்வகுடிகளின் வாழ்வாதாரம் பாதிக்கப்படுவதை, வளர்ச்சிக்காக நாம் கொடுக்க வேண்டிய விலையாகவே அம்பேத்கர் பார்த்தார்.

மேற்கத்திய அறிவியல்-தொழில்நுட்பக் கூட்டுக்கு எதிராக நான்காவது, ஐந்தாவது தளத்தில் காந்தி செயல்பட சாத்தியப்பட்டதுபோல் கபில்

பட்டாச்சாரியாவுக்கு சாத்தியப்படவில்லை. அவரைப் போன்றவர்களுக்கு சாத்தியப்படவும் முடியாது. சாத்தியப்படுவதற்கு அகவெளியில் கிராமங்களை நோக்கிப் பயணம் மேற்கொள்ள வேண்டும். இது மற்றமையைச் சுயத்தின் பகுதியாக உணரக்கூடிய மிகக் கடினமான பயணமாகிறது. மற்றமையை நவீனப்படுத்துவது அல்லது அரசியல்படுத்துவது என்ற லட்சியத்தை இது அடிப்படையாகக் கொண்டிருக்க முடியாது. மாற்றுவது என்பது சமூகங்களை வேறு விதமாகப் பொறியமைப்பு செய்யும் நவீனச் சிந்தனையின் ஒரு வடிவம்தான். இந்தப் பொறியமைப்புச் சட்டகத்தில் மற்றமையோடு உரையாடல் சாத்தியப்படுவது இல்லை. மற்றமையோடான உரையாடலுக்கு, நம் சுயத்தில் நாம் வெறுப்பதை மற்றமையின் பகுதியாக மாற்றும் உந்துதலிலிருந்து நம்மைக் கட்டுப்படுத்திக்கொள்ள வேண்டியுள்ளது. கபில் பட்டாச்சாரியா மேற்கத்திய ஆண்மையவாத அறிவியல்-தொழில்நுட்பத்துக்கு முன் தன்னைப் பலமற்றவராகப் பார்த்தார். மிகச் சரியாக, காலனியம் எத்தகைய சுயவரையறைகளை உருவாக்க முனைந்ததோ அதில் அது முழு வெற்றிபெற்றதாக நந்தி முன்வைக்கிறார். பட்டாச்சாரியா காலனியம் உருவாக்கிய தன்னுடைய சுயவரையறையில் உள்ள போதாமைகளை நவீன அறிவியல்-தொழில்நுட்பத்தின் வழியாக எதிர்கொள்ள முயன்றார். அதனால்தான் 1,50,000 பூர்வகுடிகள் வாழ்வாதாரத்தை இழக்க நேர்ந்த துயரத்தை அவரால் உள்வாங்கிக்கொள்ள முடியவில்லை.

வேறு விதமாகச் சொல்வதென்றால், அகவெளியில் கிராமங்களை நோக்கிய பயணம் என்பது ஒரு புனித யாத்திரை போன்றது; திக்குத் தெரியாமல் அலைவது போன்றது. நம் சுயவரையறையை மற்றமையோடு இணைப்பதற்கான பயணமாகத்தான் அது இருக்க முடியும். இது காந்திக்கு சாத்தியப்பட்டது. கபில் பட்டாச்சாரியாவுக்கு சாத்தியப்படவில்லை. ஆனால், அதில் உள்ள மிகத் துயரமான விளைவு என்னவென்றால், டி.ஆர்.நாகராஜ் மிக அற்புதமாகச் சுட்டிக்காட்டியிருப்பதுபோல், இந்தப் புனிதப் பயணத்தில் கிராமத்தில் உள்ள எளிய மக்களெல்லாம் புனிதச் சடங்குக்கான பொருட்களாக மாற்றப்படுகிறார்கள். இங்குதான் நமக்கு அம்பேத்கர் அவசியமாகிறார். இங்கு ஒரு உரையாடல் சாத்தியப்படுகிறது என்பதுதான் முக்கியமானது. நாம் இங்கு மற்றொரு விஷயத்தையும் கவனத்தில்கொள்ள வேண்டியுள்ளது. ஜனநாயக அரசியலின் விளைவாகவும், மனித உரிமைகள் சார்ந்த பிரக்ஞையின் ஊடாகவும் நவீன அறிவியல்-தொழில்நுட்பக் கூட்டில் நேரடியாகப் பாதிக்கப்படும் மக்கள் எதிர்க்கத் தொடங்கியிருக்கிறார்கள். நர்மதா அணைக்கு எதிரான போராட்டம், மீத்தேன் எரிவாயுக்கு எதிரான போராட்டம், கூடங்குளம் அணு உலைக்கு எதிரான போராட்டம், இயற்கைச் செல்வங்கள் குறிப்பாகக் கனிமங்கள் சூறையாடப்படுவதற்கு எதிரான போராட்டம், மணல் கொள்ளைக்கு எதிரான போராட்டம் எல்லாமே கிராமம்-நகரம் உரையாடலை உயிர்ப்புடன் வைத்திருப்பதற்கான போராட்டங்கள்தான். ஆனால், வெகுஜன மக்களின் அகவெளியில், குறிப்பாக நேரடியான பாதிப்புக்கு உள்ளாகாத மக்களின் அகவெளியில் இந்த உரையாடல் நிகழ்வதில்லை. அதனால்தான், மேற்குறித்த போராட்டங்களை நம்மால் ஒன்றிணைக்க முடியவில்லை.

ஒவ்வொன்றும் தனித்து இயங்குகின்றன. நகர-தொழில்மயமாக்கல், வளர்ச்சி மீது ஏக்கம் கொண்டிருக்கும் அகவெளியில் கிராமம் என்பது முற்றிலுமாக அழித்தொழிக்கப்பட்டுவிட்டது. கிராமத்தோடு எத்தகைய உரையாடல்களும் இல்லாமல்போய்விட்டது. நகரம் சார்ந்த அகவெளியில் கிராமங்கள் பிற்போக்கின் கூடாரமாகவும், நம்முடைய சுயத்தில் நாம் உணரும் போதாமைகளின் உருவமாகவும் மாறிவிட்டன. நாம் நம்மை மீட்டெடுக்க அதன் அழிவை வேண்டுகிறோம். முதலீட்டியமும் கிராமங்களை அழிக்க விரும்புகிறது. நாம் இன்று அரவணைத்துக்கொள்ளும் நவீன அறிவியல்-தொழில்நுட்பக் கூட்டும் அதை அழிக்க விரும்புகிறது. நவீன அரசும் அதையே விரும்புகிறது. நம்முடைய முற்போக்குவாதமும் நம்முடைய விடுதலைக்கான வேட்கையும் முதலீட்டியத் தர்க்கத்துக்குக் கட்டுப்பட்டு இயங்குவது எப்படியான நகைமுரண்!

முடிக்கும் விதமாக, பண்பாட்டுரீதியாகவும் கடந்த கால அனுபவங்கள் சார்ந்தும் சமகால லட்சியங்கள் சார்ந்தும் இந்தியா என்ற புவிசார்-அரசியல் தொகுப்பில் பார்ப்பனர்களை எதிர்த்துப் பார்ப்பனரல்லாதோரும் தலித்துகளும் என்னதான் போராட்டங்கள் நடத்தியிருந்தாலும் — வெவ்வேறு நிலையிடங்களிலிருந்து என்றாலும்கூட — நவீன அறிவியல், தொழில்நுட்பம் சார்ந்த வளர்ச்சிவாதம் என்ற நடைமுறைக்குள் பார்ப்பனர்களோடு கூட்டுசேர்ந்து இயங்குகிறார்கள். இது வரலாற்றின் நகைமுரண் அல்லாமல் வேறு என்னவாக இருக்க முடியும்?

◉

சமூக அறிவியல் சட்டகங்களுக்கு அப்பால்

டி.ஆர்.நாகராஜின் 'தீப்பற்றிய பாதங்கள்' தொகுப்பை முன்வைத்து

'மரபு குறித்த நம்முடைய வாதங்கள் எளிமைப்பட்டவையாக இருக்கின்றன. ஒன்று, நாம் அதைத் தவறாக வாசிக்கிறோம் அல்லது அலங்கார அறிக்கைகளாக முன்வைக்கிறோம் அல்லது இருமத்தைத் திணித்த அறிவொளிக் காலத்தின் தர்க்கங்களோடு ஒப்பிட்டு அதைப் பரிசோதிப்பதுபோல் வாசிக்கிறோம். நம் வரலாற்றை நாம் பண்பாட்டுரீதியாக வாசிக்க வேண்டிய அவசியம் உள்ளது' என்கிறார் ஜி.பி.தேஷ்பாண்டே.[1] மரபைக் கொண்டாடாமல், அதை நிராகரிக்காமல், கடந்த காலத்தோடு நாம் எப்படியான உறவைக் கைக்கொள்ள முடியும் என்று அக்கறைகாட்டிய சிந்தனையாளர்களில் முக்கியமானவர் டி.ஆர்.நாகராஜ். இதனால்தான், 'இவர் வழக்கத்துக்கு மாறான பண்பாட்டு விமர்சகராகிறார்' என்கிறார் அஷிஸ் நந்தி. 'கடந்த காலம், நிகழ்காலம் இரண்டிலும் உள்ள ஒடுக்கும் வடிவங்களையும் அவற்றின் அழகையும் ஒருசேரப் பார்க்க முடிந்ததுதான் நாகராஜின் தனித்துவமான திறமை' என்கிறார் ஷெல்டன் போலாக் (Sheldon Pollock). வைதீகம்/அவைதீகம், மரபு/நவீனம், செவ்வியல்/நாட்டாரியல், பார்ப்பனர்/தலித், மதவாதம்/மதச்சார்பின்மை ஆகிய அச்சுகள் ஊடாக நாகராஜ் தன் வாசிப்புகளை முன்வைக்கிறார். இதற்கு நந்தியின் 'நெருங்கிய விரோதி' என்ற கோட்பாட்டை எடுத்துக்கொள்கிறார். நெருங்கிய விரோதி என்ற கோட்பாட்டைக் காலனியர்கள் (வெள்ளையர்கள்), காலனியப்பட்டவர்கள் (இந்தியர்கள்) என்ற பின்னணியில் நந்தி முன்வைக்கிறார். காலனியர்களையும் காலனியப்பட்டவர்களையும் இருமை-எதிர்வில் வைத்துப்பார்க்காமல் இந்த இரண்டுக்கும் இடையேயான உறவை, அதாவது ஒவ்வொன்றும் மற்றதை உருமாற்றும் உறவுக்கு நந்தி முக்கியத்துவம் கொடுக்கிறார்.[2] காலனியர்களும் காலனியப்பட்டவர்களும் உறவுகொள்ளாமல் ஒன்று மற்றதை உருமாற்ற முடியாது. சொல்லப்போனால், காலனியர்களைக் காலனியப்பட்டவர்கள் அர்த்தப்படுத்துகிறார்கள் என்றால், காலனியப்பட்டவர்களைக் காலனியர்கள் அர்த்தப்படுத்துகிறார்கள். இதை மார்க்ஸ் மிகச் சிறப்பாக வெளிப்படுத்துவார்.

1 G.P.Deshpande, *'Talking The Political Culturally And Other Essays'*, Thema, Kolkata, 2009, P. 4

2 பார்க்கவும்: Ashis Nandy, *'The Intimate Enemy: Loss and Recovery of Self Under Colonialism'*, OUP, 1883.

சூரியனைச் செடி அர்த்தப்படுத்துவதுபோலவே செடியைச் சூரியன் அர்த்தப்படுத்துகிறது. செடி மட்டுமே சூரியனை அர்த்தப்படுத்த முடியாது. சூரியனோடு செடி உறவுகொண்டிருக்கிறது என்றால், செடியோடு சூரியனும் உறவுகொண்டிருக்க வேண்டியுள்ளது. இவ்விரண்டுக்கும் இடையேயான உறவை இரண்டு நிலையிடங்களிலிருந்தும் பார்க்க வேண்டும் என்கிறார் மார்க்ஸ். தோற்றப்பாட்டியல் அடிப்படையில் நாம் ஒரு மரத்தைப் பார்க்கிறோம் என்றால் மரமும் நம்மைப் பார்க்கிறது என்கிறார் மேர்லாவ்-பாண்டி.[3] நாம் மரத்தைப் பார்க்கும் செயல் முழுமையடைய வேண்டும் என்றால், மரமும் நம்மைப் பார்க்க வேண்டியுள்ளது. எப்படியாக உறவுகொண்டிருக்கிறது என்பதே செடியையும் சூரியனையும் அர்த்தப்படுத்துகிறது. நாகராஜும் வைதீகம்/அவைதீகம், மரபு/நவீனம், செவ்வியல்/நாட்டாரியல், பார்ப்பனர்/ தலித், மதவாதம்/மதச்சார்பின்மை போன்றவற்றுக்கு இடையேயான உறவுக்கே முக்கியத்துவம்கொடுக்கிறார். ஒன்றையொன்று உருமாற்றிக்கொண்ட பண்புக்கு அழுத்தம்கொடுக்கிறார்.

மரபு, நவீனம் என்று வரும்போது, நாம் இரண்டு நிலைப்பாடுகளை அடையாளம்காண முடியும். ஒன்று, நவீனத்துவத்தின் மீதான நம்பிக்கை அல்லது மரபின் மீதான அவநம்பிக்கை. இரண்டாவது, நவீனத்துவத்தின் மீதான அவநம்பிக்கை அல்லது மரபில் ஏதோ நேர்மறையான அம்சங்கள் உள்ளன என்ற நம்பிக்கை. முதல் நிலைப்பாட்டைச் சேர்ந்தவர்கள் நவீனத்துவத்தின் வன்முறை வடிவங்களைக் கணக்கில் எடுத்துக்கொள்ளத் தவறினார்கள் என்றால், இரண்டாவது நிலைப்பாட்டைச் சேர்ந்தவர்கள் நவீனத்துவத்துக்கு முந்தைய சமூகத்தின் வன்முறை வடிவங்களைக் கணக்கில் எடுத்துக்கொள்ளத் தவறினார்கள். இவ்விரு நிலைப்பாடுகளுக்கு இடையே உரையாடலைச் சாத்தியப்படுத்தவே நாகராஜ் முயல்கிறார். இப்படி உரையாடல் நடத்துவது மிகவும் கடினமான பயணமாகிறது. இந்தப் பயணத்தின் ஊடாகவே, ஷெல்டன் போலாக் குறிப்பிடுவதுபோல், மரபானக் கட்டுமானங்களின், நவீனக் கட்டுமானங்களின் சாதகபாதக அம்சங்களை நாகராஜால் பார்க்க முடிகிறது. இவ்விரண்டு நிலைப்பாடுகளில் படைப்பூக்கச் சக்தியையும் போதாமையையும் மிகப் பரந்த தளத்தில் அவரால் வெளிக்கொணர முடிந்தது. இதுவே அம்பேத்கரும் காந்தியும் ஒருவரையொருவர் உருமாற்றிய புள்ளியைக் கண்டடைய அவரை உந்தித்தள்ளியது என்றும் சொல்ல முடியும். இதற்கு இரண்டு புள்ளிகளுக்கும் இடையேயான உறவை நாம் எப்படியாக அணுகிறோம் என்பது முக்கியமாகிறது. எடுத்துக்காட்டாக, காந்தி எதிர்காலத்திலிருந்து நிகழ்காலத்தையும் கடந்த காலத்தையும் பார்த்தார் என்றால், அம்பேத்கர் நிகழ்காலத்திலிருந்து கடந்த காலத்தையும் எதிர்காலத்தையும் பார்த்தார் என்கிறார் நாகராஜ். (இரண்டாவது அணுகுமுறையில் பெரியாரையும் சேர்த்துக்கொள்ள முடியும்.) காலங்களும் ஒன்றையொன்று உருமாற்றிக்கொள்கின்றன. இவ்விரண்டு அணுகுமுறைகளும் இரண்டு விதமான கதையாடல்களைப் படைக்கின்றன.

3 கோபால் குரு, சுந்தர் சருக்கை, *'விரசல் கண்ணாடி: அனுபவம், கோட்பாடு குறித்து ஓர் இந்திய விவாதம்'* தொகுப்பில் உள்ள 'தீண்டாமையின் தோற்றப்பாட்டியல்', எதிர் வெளியீடு, 2020.

அதாவது, மரபான சமூகத்தின் ஆதிக்கச் சக்திகளை விசாரணைக்கு உட்படுத்த அரசியல் மற்றும் பண்பாட்டுத் தளத்தில் பெரியாரும் அம்பேத்கரும் தொழிற்பட்டார்கள் என்றால், மரபான பக்தி இயக்கத்தின் பண்பாட்டு அடிப்படைகளைக் கைக்கொண்டு காந்தி தொழிற்பட்டார் என்று சொல்லலாம். நடைமுறையில் பிளவுண்டு இருக்கும் இவ்விரண்டு அணுகுமுறைகளுக்கு இடையே உரையாடலைச் சாத்தியப்படுத்தவே நாகராஜ் முயல்கிறார். வரலாற்றை ஒரு குறிப்பிட்ட முறையில் வாசித்து, வைதீகப் பண்பாட்டுக்கு எதிராக அவைதீகப் பண்பாட்டை முன்வைக்க நாகராஜ் தீர்மானமாக மறுக்கிறார். இவ்விரு உலகப்பார்வைகளும் ஒன்றையொன்று உருமாற்றிய பண்புகளுக்கு அழுத்தம்கொடுக்க முயல்கிறார். இப்படியான அணுகுமுறை வழியாக, பார்ப்பனர்-பார்ப்பனரல்லாதார், தலித்-தலித்தல்லாதார் போன்ற இருமங்களைச் சாராம்சப்படுத்தாமல் ஒன்றையொன்று தக்கவைத்துக்கொள்ளும் பண்புகளுக்கு அழுத்தம்கொடுக்கிறார். இதனால்தான், அவர் அம்பேத்கரையும் காந்தியையும் மீளிணக்கம்காண முடியாத முரண்தளத்தில் வைத்துப்பார்க்க மறுக்கிறார். நாகராஜின் 'சுயதூய்மையாக்கம் எதிர் சுயமரியாதை' மிக முக்கியமான கட்டுரை. இந்தக் கட்டுரை கல்விப்புலத்தில் தொடர்ந்து தாக்கம் செலுத்திவருகிறது. இருமை-எதிர்வு அடிப்படையில் வரலாற்றை, மனிதர்களை அணுகுகிறவர்களால் நாகராஜின் இந்த அணுகுமுறையைப் புரிந்துகொள்ள முடியவில்லை.[4]

சாதிய உறவுகளை வர்ணச் சட்டகத்திலிருந்து அணுகி அர்த்தமுள்ள வகைமைகளை உருவாக்க முடியாது. இதுபோலவே, வர்க்க உறவைக் கொண்டு சாதியத்தைப் புரிந்துகொள்ளவும் முடியாது. அதே சமயத்தில், சாதியும் உழைப்பும் உள்ளார்ந்து இணைந்திருப்பதால் சாதிக்கும் உழைப்புக்கும் இடையேயான உறவை முற்றிலும் வேறாகப் புரிந்துகொள்ளவும் வேண்டியுள்ளது. எடுத்துக்காட்டாக, முதலீட்டியத்தைப் பார்ப்போம். முதலீட்டியத்தை நாம் ஒருவிதமான சமூக உறவாகப் பார்ப்போம் என்றால், முதலாளிகளின், தொழிலாளிகளின் தேவைகள் எவ்வளவு வேறுபட்டவையாக, முரண்பட்டவையாக இருந்தாலும் இருசாராரும் சமூகரீதியாக உறவுகொள்ள வேண்டியிருப்பதுபோல், சாதிய உறவுகள் எப்படியான விலகல்களைக் கொண்டிருந்தாலும், சமூகரீதியாக உறவுகொள்ள வேண்டியுள்ளது. இப்படியான உறவு இல்லாமல் முதலீட்டியமும் சாத்தியமில்லை, சாதியமும் சாத்தியமில்லை. முதலீட்டியச் சமூக உறவில் தொழிலாளர்களை முதலாளிகள் அர்த்தப்படுத்துகிறார்கள் என்றால், சாதிய உறவில் முதலாளிகளைத் தொழிலாளர்கள் அர்த்தப்படுத்துகிறார்கள். அதுபோலவே பார்ப்பனரல்லாதவர்களைப் பார்ப்பனர்கள் அர்த்தப்படுத்துவதைப் போலவே பார்ப்பனர்களைப் பார்ப்பனரல்லாதவர்கள் அர்த்தப்படுத்துகிறார்கள்; தலித்துகளை தலித்தல்லாதவர்கள் அர்த்தப்படுத்துவதைப் போலவே தலித்தல்லாதவர்களை தலித்துகள் அர்த்தப்படுத்துகிறார்கள். இந்த அடிப்படையில், வைதீக அவைதீக மரபுகளை அணுகும்போதுதான்,

4 எடுத்துக்காட்டாக அருந்ததிராயின் கட்டுரையைச் சொல்லலாம். பார்க்கவும்: 'The Doctor and the Saint' in B.R. Ambedkar, 'Annihilation of Caste', The Annotated Critical Edition, Navayana, 2014.

பார்ப்பனர்களுக்கு எதிரான கலகங்களை, போராட்டங்களை நம்மால் புரிந்துகொள்ள முடியும்; தனித்த பிரிவுகளும், தனித்த வழிபாட்டுக் குழுக்களும் எப்படியாகத் தோன்றின என்று புரிந்துகொள்ள முடியும். வைதீக மரபும் அவைதீக மரபும் அங்ககமாக இணைந்திருக்கின்றன என்றே நாகராஜ் வாதிடுகிறார்.

இதே அடிப்படையில், இந்து மதவாதத்தையும் அதை எதிர்கொள்ளும் முறை குறித்தும் முற்றிலும் வேறான வாசிப்பை நாகராஜ் முன்வைக்கிறார்.[5] இந்தியச் சமூகத்தை அச்சுறுத்திக்கொண்டிருக்கும் இந்து அடிப்படைவாதத்தை நாகராஜ் வாசிக்கும் முறை நமக்குப் பரிச்சயமானதையெல்லாம் வேறு விதமாக அர்த்தப்படுத்துகின்றன. ராமர் எவ்வாறு வரலாற்றுக்குள், அகழாய்வுக்குள், தேசிய-அரசுக்குள் பொருத்தப்பட்டு, நிரூபணத்துக்கு உட்பட்ட ஒன்றாக மாற்றப்படுகிறார் என்பதை மிகச் சிறப்பாக விவரிக்கிறார். எவ்வாறு வரலாறு என்ற சட்டகத்துக்குள் நின்று சாராம்சவாதிகள் செயல்படுகிறார்களோ, அதுபோலவே இந்து அடிப்படைவாதிகளுக்கு எதிர்வினையாற்றும் கட்டமைப்புவாதிகளும் (இடதுசாரிகள், தாராளவாதிகள் போன்றோர்) செயல்படுகிறார்கள் என்கிறார் நாகராஜ். வரலாறு என்ற அடிப்படையை அப்புறப்படுத்திவிட்டால், இருசாராருமே நொறுங்கிவிடுவார்கள் என்கிறார். நாகராஜின் வாதங்கள் மதவாதம் குறித்து வேறு விதமான சிந்தனைகளைத் தூண்டுகின்றன. மதச்சார்பின்மையை நவீனத்துவத்தின் கொடையாகக் கட்டமைப்புவாதிகள் கொண்டாடுகிறார்கள். ஆனால், மதவாதமும் நவீனத்துவத்தின் கொடைதான் என்பதை மறந்துவிடுகிறார்கள். கட்டமைப்புவாதிகளை மேற்கத்திய அடிப்படையிலான மதச்சார்பின்மையை முன்வைப்பதாகச் சாராம்சவாதிகள் குற்றஞ்சாட்டுகிறார்கள். ஆனால், இவர்கள் முன்வைக்கும் அரசியலார்ந்த இந்து மதமும் மேற்கத்திய அடிப்படையானது என்பதை வசதியாக மறந்துவிடுகிறார்கள். மதவாதப் பிரச்சினையிலும் கட்டமைப்புவாதிகளைச் சாராம்சவாதிகள் நிலைநிறுத்துகிறார்கள் என்றால் சாராம்சவாதிகளைக் கட்டமைப்புவாதிகள் நிலைநிறுத்துகிறார்கள் என்றே நாகராஜ் வாசிக்கிறார். இவ்விருசாராரையும் ஒன்றிணைக்கும் புள்ளிதான் வரலாறு என்ற கருத்தமைவு. மொத்தத்தில், மத்திய காலத்தில் தோன்றிய பார்ப்பன எதிர்ப்பு மரபுகளையோ, சமகாலத்தில் மதச்சார்பின்மைப் பிரச்சினையையோ, காந்தி-அம்பேத்கர் மோதலையோ சமூக அறிவியல்கள் முன்வைக்கும் இருமச் சட்டகத்துக்குள் அடைத்துவிடாமல், அதைக் கடந்துசெல்லவே நாகராஜ் முயல்கிறார்.

---

5 பார்க்கவும்: டி.ஆர்.நாகராஜ், 'தீப்பற்றிய பாதங்கள்' தொகுப்பில் உள்ள 'சாராம்சவாதம் மற்றும் கட்டமைப்புவாதச் சட்டகங்களைக் கடந்து: இந்தியப் பன்முகத்தன்மை குறித்த வாசிப்பு', எதிர் வெளியீடு, 2021.

1

சமூக அறிவியல் முறையை நாகராஜ் ஏற்றுக்கொள்ளவில்லை. சமூக அறிவியல் எப்படி இயற்கை அறிவியல் முறையிலானதாக இருக்கிறது என்ற நிலையிலிருந்து இல்லை என்றாலும், சமூக முரண்களை இருமங்களாக முன்வைப்பதை நாகராஜ் ஏற்றுக்கொள்ள மறுக்கிறார். மற்றமையைத் தன்னிலையின் பகுதியாக வரையறுத்த பக்தி இயக்கத்தின் தத்துவார்த்த நிலைப்பாட்டையே நாகராஜ் முதன்மைப்படுத்துகிறார் (காந்திய நிலைப்பாடு என்று வைத்துக்கொள்வோம்). அதே சமயத்தில், இருமையை அடிப்படையாகக் கொண்ட நவீன அரசியல் தேவையை முழுமையாக ஏற்றுக்கொள்கிறார் (அம்பேத்கரிய நிலைப்பாடு என்று வைத்துக்கொள்வோம்). நாம் இப்படிக் கேட்டுக்கொள்வோம்: தலித்தல்லாத ஒருவர் இருப்பாய்வியலார்ந்து தலித்துகளோடு தங்களை எவ்வாறு இணைத்துக்கொள்ள முடியும்? இந்தக் கேள்வியை ஒருவர் இரண்டு விதமாக அணுக முடியும். ஒன்று, தன்னை தலித்தாக மாற்றிக்கொள்ள முயன்றுபார்க்கலாம். ஆனால், ஒருவர் எந்தளவுக்குத் தன்னை தலித்தாக மாற்றிக்கொண்டாலும், அவர் எப்போதும் அங்ககமான தலித்தாக முடியாது. மற்றொரு வழி, தலித்துகள் ஊடாகத் தன்னை வடிவமைத்துக்கொள்வது. இந்த அணுகுமுறை தலித் நிலைப்பாட்டிலிருந்து தன்னைப் புறவயப்படுத்திக்கொள்வதாகிறது. இதுவே காந்தியின் அணுகுமுறை. தீண்டப்படாதவர்களை 'ஹரிஜன்'களாக காந்தி வரையறுத்தது அவர்களோடான உறவை எப்படி வடிவமைத்துக்கொள்ள அவர் விரும்புகிறார் என்பதையும், இதன் ஊடாகத் தன்னை எப்படி வரையறுத்துக்கொள்ள முயல்கிறார் என்பதையும் சார்ந்திருக்கும் ஒன்றாகிறது. இந்த அணுகுமுறையை ஒரு தலித் ஏற்றுக்கொள்ள வேண்டிய அவசியம் ஏதுமில்லை. இவ்வாறு உறவுகொள்வதை ஒரு தலித் முற்றிலுமாக நிராகரிப்பதும் ஏற்றுக்கொள்ளக்கூடிய நிலைப்பாடுதான். அதே சமயத்தில், தலித்தல்லாதவர் நிலையிடத்திலிருந்து ஒரு தலித் தன்னை எப்படியாகப் புறவயப்படுத்திக்கொள்கிறார் என்பதும் முக்கியம். இதைச் சற்று விரிவாக, காந்திக்கும் அம்பேத்கருக்கும் இடையே இரட்டை வாக்குரிமை தொடர்பாக நடந்த மோதலை முன்வைத்துப் புரிந்துகொள்ள முயல்வோம். அம்பேத்கர் முன்வைத்த இரட்டை வாக்குரிமை இரண்டு நிலைப்பாடுகளைக் கொண்டிருக்கிறது. அதாவது, தலித்துகளைப் பொதுச் சமூகத்தின் பகுதியாகப் பார்ப்பது ஒரு நிலைப்பாடு என்றால், மற்றொன்று தலித்துகளைத் தனித்த சமூகமாகப் பார்க்கிறது. இவ்விரண்டு நிலைப்பாட்டில் காந்தி ஒரு நிலைப்பாட்டை ஏற்றுக்கொள்கிறார், மற்றொன்றை ஏற்றுக்கொள்ள மறுக்கிறார். தலித்துகளைத் தனிச் சமூகமாக ஏற்றுக்கொள்ள காந்தி ஏன் மறுத்தார்? ஏன் தலித்துகளை 'இந்து' சமூகத்தின் பகுதியாகப் பார்த்தார்? எளிமையாக விளக்கம் கொடுப்பதென்றால், தலித்துகளைத் தனிச் சமூகமாக ஏற்றுக்கொண்டால், ஒரு சாதிய சுயம் தன்னைத் தீண்டவியலாமை என்ற ஊனத்திலிருந்து எக்காலத்துக்கும் விடுவித்துக்கொள்ள முடியாமல் செய்திருக்கும். தலித்தல்லாதவர்களின் இருப்பு பெரும் சிக்கலை எதிர்கொள்ள வேண்டியிருக்கும். தீண்டவியலாமை என்ற ஊனத்திலிருந்து ஒரு சாதிய சுயத்தை விடுவிப்பதே காந்தியின் பிரதான நோக்கமாக இருந்தது. அதாவது, தீண்டுதலைப்

பரவலாக்குவது அவரது நோக்கமாக இருந்தது. இருப்பினும், தீண்டவியலாமை என்ற ஊனத்திலிருந்து ஒரு சாதிய சுயத்தை விடுவிப்பதற்கான காந்தியின் முனைப்பு, தீண்டவியலாமைக்குப் பயனிலையாக இருந்த தலித்துகளைத் தீண்டுதலுக்கான பயனிலையாக மாற்றும் துயரத்துக்குக் கொண்டுவிடுகிறது. இதை அம்பேத்கர் மிக நுட்பமாகப் புரிந்துகொண்டார். அதனாலேயே அவர் காந்தியைக் கடுமையாக விமர்சிக்க வேண்டியிருந்தது. 'உங்களுடைய அழுக்குகளை எங்களிடம் கொண்டுவந்து சேர்ப்பது உங்களுடைய நலன் சார்ந்திருக்கலாம். ஆனால், உங்களுடைய (தார்மீக) குப்பைகளுக்கான கிடங்காக நாங்கள் இருப்பது எங்களுடைய நலன்சார்ந்ததாக எவ்வாறு இருக்க முடியும்?' என்று அம்பேத்கர் கேட்பது காந்தியச் சட்டகத்தின் போதாமையை முன்னுக்குக் கொண்டுவருகிறது. அம்பேத்கரின் கேள்வியை நாம் இப்படியாக மொழியாக்கம் செய்ய முடியும்: தீண்டப்படாதவர்களாக இருந்தபோது தலித்தல்லாதவர்களின் தீண்டவியலாமைக்குப் பயனிலையாக இருக்க வேண்டியிருந்தது என்றால், ஹரிஜன்களாகவும் தலித்தல்லாதவர்களின் தீண்டுதலுக்கான பயனிலையாக ஏன் இருக்க வேண்டும்? தலித்தல்லாதவர்கள் தங்களுடைய ஊனத்திலிருந்து தங்களை விடுவித்துக்கொள்ள தலித்துகள் ஏன் தீண்டுதலுக்கான பொருளாக வேண்டும்? காந்திய முறையில் தலித்துகள் எழுவாயாக முடியாமல் பயனிலையாகவே தொடர வேண்டியிருக்கிறது.[6] அம்பேத்கரின் தீவிரையான, புரட்சிகரமான அரசியலை நாம் இங்குதான் அடையாளம்காண முடியும் என்று நினைக்கிறேன். இதை நாகராஜ் மிக அற்புதமாக வெளிப்படுத்துகிறார்:

> *காந்திய மாதிரியை நிராகரிப்பதைத் தவிர பாபாசாஹேபுக்கு வேறு வழியில்லை. இந்த மாதிரியானது மிகவும் வெற்றிகரமாக, சுயதூய்மையாக்கச் சடங்குக்கான பயனிலையாக ஹரிஜன்களை மாற்றிவிட்டது என்பதையும், இத்தகைய சட்டகத்தில் ஈடுபட்டவர்கள் அவர்களுடைய சுயமதிப்பீட்டில் காவிய நாயகனைவிடப் பெரிதாகத் தங்களை பாவித்துக்கொள்கிறார்கள் என்பதையும் அம்பேத்கர் உணர்ந்துகொண்டார். வரலாறு எனும் நாடகம் இத்தகைய நாடகப் பிரதிகளைக் கொண்டிருக்கும்போது, தீண்டப்படாதவர்கள் அவர்களுடைய சொந்த வழியில் நாயகர்கள் ஆக முடியவே முடியாது. நாயகர்கள் அவர்களுடைய சொந்த இருத்தலியல் சார்ந்த மனவுளைச்சல்களையும் மனக்கசப்புகளையும், அவ்வளவு ஏன், அவர்களுடைய பொருமையையும் பிரதிபலிக்கும் வெறும் கண்ணாடியாகத்தான் தீண்டப்படாதவர்களால் எப்போதும் இருக்க முடியும்.*

தீண்டப்படாதவர்கள் காந்தி நடத்திய சுயதூய்மையாக்கம் என்ற புனித வேள்வியில் பயன்படுத்தப்படும் பொருளாகிறார்கள் என்கிறார் நாகராஜ்.

6 இது குறித்த வாசிப்புக்குப் பார்க்கவும்: Srinivasa Ramanujam, *'Renunciation and Untouchability in India: The Notional and the Empirical in the caste Order'*, Routledge, 2020.

காந்திய முறையின் உள்ளார்ந்த பலவீனத்தை இதைவிடச் சிறப்பாக வெளிப்படுத்த முடியாது என்று நினைக்கிறேன். ஆக, சிக்கல் இதுதான்: காந்திய முறையில் தீண்டவியலாமை ஊனத்திலிருந்து ஒரு சாதிய எழுவாய் விடுதலை அடைவதற்கு தலித்துகளைப் பயனிலையாக்க வேண்டியிருக்கிறது என்றால், அம்பேத்கரிய முறையில் தீண்டுதல், தீண்டவியலாமை இரண்டுக்கும் பயனிலையாக இருக்க தலித்துகள் மறுக்கிறார்கள். இந்தச் சிக்கலைக் கடந்துசெல்வதற்கான வழி ஏதும் தெரியவில்லை. இங்கு ஒரு விஷயத்தைக் குறிப்பிட்டுச் சொல்ல வேண்டியிருக்கிறது. சுந்தர் சருக்கையின் 'தீண்டாமையின் தோற்றப்பாட்டியல்' பார்வையை நாகராஜின் எழுத்துகள் எதிர்பார்த்துக் காத்திருந்ததுபோல் தோன்றுகிறது. சுந்தர் சருக்கை தனது கட்டுரையில் பயனிலை சார்ந்த தீண்டாமையை எழுவாயின் பண்பாக, தீண்டவியலாமையாக முன்வைக்கிறார். தீண்டுதல், தீண்டவியலாமை இரண்டுமே அவற்றுக்கான பயனிலையைக் கொண்டிருக்க வேண்டியுள்ளது. நாகராஜ் எழுதும்போது, இப்படியான தத்துவார்த்த வாசிப்பு முன்வைக்கப்படவில்லை. இருப்பினும், மிக நுட்பமாக, காந்திய முறைக்கு மிக அவசியமான பயனிலையாக இருக்க அம்பேத்கர் மறுத்ததை மிக அற்புதமாக நாகராஜ் விவரிக்கிறார். காலத்தில் முந்தையது என்றாலும், நாகராஜின் வாசிப்பை சுந்தர் சருக்கையினுடைய முன்வைப்பின் தொடர்ச்சியாக வாசிப்பது பயனுள்ளதாக இருக்கும் என்றே தோன்றுகிறது.

ஆனால், காந்தி ஏன் தலித்துகளோடு இருமத்தன்மையிலான உறவைக் கைக்கொண்டார் என்ற கேள்வியை நாகராஜ் எடுத்துக்கொள்கிறார். சொல்லப்போனால், தன்னை தலித்துகளில் ஒருவராக காந்தியால் பாவித்துக்கொண்டிருக்க முடியும். தலித்துகளின் மொழியை காந்தி கைக்கொண்டிருக்க முடியும். தலித் நிலையிடத்திலிருந்து பேசுவதுதான் முற்போக்கானது என்று பல தலித்தல்லாதவர்கள் நினைக்கிறார்கள். இன்னும் சிலர் தங்களை தலித்தாகவே பாவித்தும்கொள்கிறார்கள். காந்தி போலியான மனிதர் அல்ல. தலித்துகள் பிரச்சினையைத் தன்னுடைய நிலையிடத்திலிருந்து இருப்பாய்வியலார்ந்தே கைக்கொள்ள முடியும் என்பதை அவர் தெளிவாக உணர்ந்திருந்தார். அம்பேத்கர்போல் காந்தியால் அங்ககமான தலித்தாக எக்காலத்திலும் மாற முடியாது. எதை நிலையிடமாகக் கொண்டு தீண்டப்படாதவர்களை, தீண்டாமையைப் பார்க்கிறேன் என்பதை காந்தி தெளிவாக வெளிப்படுத்தினார். ஒரு 'இந்து' சுயத்தின் மீதான அக்கறையை தலித்துகள் மீதான அக்கறையின் பகுதியாக்கினார். அம்பேத்கரின் நிலையிடத்தை காந்தி கைக்கொள்ள முயன்றிருந்தால் அது போலியான அரசியல் நிலைப்பாடாகவே வெளிப்பட்டிருக்கும். அதாவது, ஓர் இந்துவாக உணர்வுபூர்வமான அக்கறைகளைப் எப்படிப் பரவலாக்குவது என்பதே காந்தியின் பிரதான நோக்கமாக இருந்தது. ஓர்மைவாத அணுகுமுறையையும் இருமவாத அணுகுமுறையையும் நாகராஜ் விசாரணைக்கு எடுத்துக்கொள்கிறார்.[7]

7 *'தீப்பற்றிய பாதங்கள்'* தொகுப்பிலுள்ள 'ஓர் இளைஞனின் பொய்யும் ஒரு மானுடவியலாளரின் உண்மையும்' கட்டுரையைப் பார்க்கவும்.

காந்தி மிகச் சுலபமாக ஓர்மைவாத அணுகுமுறையில் தன்னை தலித்துகளோடு இணைத்துக்கொண்டிருக்க முடியும். ஆனால், அவ்வாறு செய்திருந்தால், ஒரு தனிமனிதராக அவருடைய ஆன்மிக நிலைப்பாட்டையே முன்வைத்திருக்கும் என்றும், இருமவாத அடிப்படையில் அடையாளப்படுத்திக்கொண்டதுதான் அசாத்தியமான அரசியல் சக்தியை வெளிக்கொணர்ந்தது என்றும் நாகராஜ் வாதிடுகிறார்.

மரியோ வர்கஸ் லோசா (*Mario Vargas Llosa*) எழுதிய 'தி ஸ்டோரிடெல்லர்' நாவலின் மானுடவியலாளர்-நாயகனான சால் ஸூராடாஸோடு காந்தியை ஒப்பிட்டுப் பார்க்கிறார் நாகராஜ். சால் ஸூராடாஸை நாகராஜ் இப்படியாக அர்த்தப்படுத்துகிறார்: 'இயவிடஞ்சார்ந்த மக்களோடு தன்னைக் கரைத்துக்கொள்வது என்ற சால் ஸூராடாஸின் தீர்மானமானது வரலாற்றில் குறுக்கிடுவதற்கு இருமவாத அடிப்படையில் அடையாளப்படுத்திக்கொள்ளும் உத்தி கொடுத்திருக்கக்கூடிய சாதகமான வாய்ப்புகளைப் பல வழிகளில் துண்டித்துவிடுகிறது'. அதாவது, 'இருமவாத முறையின் அரசியல் சக்தியானது வரலாற்றில் குறுக்கிடுவதற்கான சாத்தியத்தில்தான் அடங்கியுள்ளது' என்கிறார் நாகராஜ். மொத்தத்தில், ஓர்மைவாத அடையாளப்படுத்தல் ஊடாக சால் ஸூராடாஸ் தனக்கான ஆன்மிக திருப்தியை அடைந்தாரே ஒழிய, எந்தப் பூர்வகுடிகளின் நலனுக்காக அவர்களை நோக்கி நகர்ந்தாரோ அதில் எப்படியான குறுக்கீடுகளையும் அவரால் செய்ய முடியவில்லை. ஓர்மைவாத அடையாளப்படுத்தல் முறை புனிதத் தியாகிகளை உருவாக்குகிறதே தவிர அரசியலார்ந்த குறுக்கீடுகளுக்குப் பங்காற்றுவதில்லை என்று முடிக்கிறார் நாகராஜ். காந்தியின் இருமவாத அடையாளப்படுத்தல் முறையில் உள்ள சிக்கல்களையெல்லாம் மீறி, அது தலித்துகள் பிரச்சினையில் அசாதாரணமான குறுக்கீட்டைச் செய்ததை நாம் ஏற்றுக்கொள்ளத்தான் வேண்டும் என்கிறார்.

இஸ்லாமியர்களோடும் இருமவாத அடிப்படையில்தான் காந்தி தன்னை நிறுத்திக்கொண்டார். இருமவாத நிலைப்பாடு ஒரு நிலையிடத்தைச் சார்ந்திருக்கிறது. ஒரு நிலையிடத்திலிருந்து 'மற்றமை'யான ஒன்றோடு உறவுகொள்ள முயல்கிறது. காந்தியின் இருமவாத முறைக்கு மேலும் ஒரு எடுத்துக்காட்டை நாம் கொடுக்க முடியும்: அவரது ஆசிரமங்கள். பரந்துபட்ட சமூகத்தில் உடனடியாகச் சாதிக்க முடியாத விஷயங்களை அவரது ஆசிரமங்களில் முயன்றுபார்த்தார். இந்தத் தளத்தில் நாம் அவரது ஆசிரமங்களைப் பரிசோதனைக் கூடங்களாகப் பார்க்க முடியும். குறிப்பாக, உழைப்பு குறித்து ஒரு மாற்றுப் பார்வையை முன்வைக்க, தீண்டாமைக்கு எதிராக முயன்றுபார்க்க ஆசிரமங்களை அவர் பரிசோதனைக் கூடங்களாக மாற்றிக்கொண்டார். காந்தி ஓர்மைவாதியல்ல. ஆனாலும், அவர் மேற்கொண்ட தீவிரையான முயற்சிகள் நம் முன் வைக்கும் சங்கடமான கேள்விகளை எதிர்கொள்ள முடியாமல், அவரை ஓர்மைவாதப் புனிதத் தியாகியாக முன்வைக்கிறோம். எடுத்துக்காட்டாக, ஒரு விஷயத்தை இங்கு கொடுக்கலாம் என்று நினைக்கிறேன். காந்தியின் மகன் ராம்தாஸின் திருமணம் காந்தி ஆசிரமத்தில் நடந்தது. அந்தத் திருமணத்தில் காந்தி இவ்வாறு பேசுகிறார்:

> சற்று முன் முடிந்த இந்தத் திருமணமே, ஒரே சாதியைச் சேர்ந்தவர்களுக்கு இடையே இந்த ஆசிரமத்தில் நடக்கும் கடைசித் திருமணமாக இருக்கும். இதற்கு இந்த ஆசிரமத்தில் உள்ளவர்கள் முன்மாதிரியாக இருக்க வேண்டியது கட்டாயம். ஏனெனில், வெளியே இருப்பவர்கள் இதை நடைமுறைப்படுத்துவது சிரமமாக இருக்கும். ஆகவே, இந்த ஆசிரமத்தின் விதி என்னவென்றால், ஒரே சாதியைச் சேர்ந்தவர்களுக்கு இடையேயான திருமணங்களை மேலும் தொடராமல், வேறு சாதிகளைச் சேர்ந்தவர்களுக்கு இடையேயான திருமணங்களை ஊக்குவிக்க வேண்டும்.[8]

மேலும், 1945-க்குப் பிறகு திருமணம் செய்துகொள்ளும் தம்பதியில் ஒருவர் தலித்தாக இருந்தால் மட்டும் தன்னுடைய ஆசியை வழங்குவது என்ற நடைமுறையையும் காந்தி பின்பற்றிவந்தார். சில சமயங்களில் அவருக்கு மிக நெருக்கமாக இருந்தவர்களின் பிள்ளைகள் திருமணத்தைக்கூட, ஒரே சாதியைச் சேர்ந்த திருமணமாக இருந்தால் காந்தி தன் ஆசியை வழங்க மறுத்தார்.[9] இன்று, எந்த அரசியல் கட்சியாவது அல்லது அமைப்பாவது தங்களது கட்சியை, அமைப்பைப் பரிசோதனைக் கூடமாக நடத்த முன்வருமா? திருமணத் தம்பதியில் ஒருவர் தலித்தாக இல்லையென்றால் திருமண நிகழ்வில் கலந்துகொள்ள மாட்டேன் என்று ஒரு தலைவராவது அறிவிக்க முடியுமா? காந்தியின் இப்படியான தீவிரயான முயற்சிகளையெல்லாம் புறந்தள்ளியே நாம் அவரை ஒதுக்கிவைக்கிறோம்.

2

கலகக்காரர்களுக்கும் கடந்த கால நினைவுகள் தேவைப்படுகின்றன என்று பெரும் துயரத்தோடு நாகராஜ் முன்வைக்கிறார். கடந்த காலத்தோடு நாம் எப்படியாக உறவுகொள்ளப்போகிறோம் என்பது முக்கியம். கடந்த காலத்தை முற்றிலும் நிராகரிக்கும் அணுகுமுறையை மேற்கத்திய நவீனத்துவம் கொண்டிருக்கிறது என்றால், இந்திய நவீனத்தின் தொடக்கமோ கடந்த காலத்தை நிகழ்காலத்துக்குக் கொண்டுவந்து அதை மாற்றியமைக்கும் அணுகுமுறையை முன்வைக்கிறது.[10] இந்த நிலப்பரப்பில் தோன்றிய கலக மரபுகளை, குறிப்பாக தலித் இயக்கம் நிராகரித்தது என்பது இந்தப் பண்பாட்டின் மொத்தமும் பார்ப்பனர்களால் படைக்கப்பட்டதாக மாற்றுகிறது என்று வாதிடுகிறார் நாகராஜ். இன்னும் குறிப்பாக, மூன்று ஆச்சாரியர்களால் வளர்த்தெடுக்கப்பட்ட வேதாந்தத்திடம் கொடுத்துவிட்டது என்கிறார். மேலும், தீண்டப்படாதவர்களையும் ஒடுக்கப்பட்ட சாதிகளையும் பண்பாட்டு

8 Nishikant Kolge, *'Gandhi Against Caste'*, OUP, 2017, p. 23.

9 Ibid., p. 201.

10 விரிவான வாசிப்புக்கு இந்தத் தொகுப்பில் உள்ள 'இந்திய நவீனத்தின் தொடக்கமும் மறைவும்' கட்டுரையைப் பார்க்கவும்.

நினைவுகளற்ற நிலைக்குத் தள்ளிவிடுவது பெரும் துயரம் என்றும், இவர்களைப் பண்பாடுகளற்றவர்களாக மாற்றும் அபாயத்துக்கும் கொண்டுவிடுகிறது என்றும் முன்வைக்கிறார். நந்தி சொல்வதுபோல் இவர்களுடைய மூதாதையர்களை, கடவுள்களை, பேய்களை, மலைகளை, நதிகளை, நிலங்களை, தாத்தா பாட்டிகளை, தாய் தந்தைகளை, யோகிகளை, மந்திரவாதிகளை நிராகரிக்க வேண்டியதில்லை. மேலும், சமகாலப் பிரச்சினைகளை எதிர்கொள்ளும் அளவுக்கு இவர்களிடம் செழிப்பான பண்பாடு உள்ளது என்றும், கடந்த கால நினைவுகளை நிராகரிப்பது என்பது பெரும் கலகங்களின் வரலாற்றையும் சேர்த்து நிராகரிப்பதாகிறது என்றும் நாகராஜ் விவரிக்கிறார். ஆனால், நவீன அரசியல் என்ற இருமவாதச் சட்டகத்துக்குள் போராட்டங்கள் நிறைந்த கடந்த காலத்தை உள்ளடக்க முடியவில்லை. பாதிக்கப்பட்ட மனிதர்களாகவும் ஒதுக்கப்பட்ட சமூகங்களாகவும் பொருளாதார வறுமையைத் தவிர வேறெதையும் கொண்டிராத மக்கள் கூட்டமாகவும் வரையறுக்கப்பட வேண்டியுள்ளது. கலக வரலாற்றை, போராட்டங்களின் நினைவுகளை மீட்டெடுத்து அதை நவீன அரசியலோடு இணைப்பதற்கு நவீனச் சமூக அறிவியல் சட்டகம் போதுமானதாக இல்லை என்கிறார் நாகராஜ். இத்தகைய புரிதலில்தான் அவர், கதையாடல் என்ற சட்டகத்துக்கு நகர்ந்துபோகிறார். இறுதியாக, எல்லாமே கதையாடல்கள்தான் என்ற முடிவுக்கு வருகிறார். இத்தகைய சட்டகத்துக்குள் அரசியலார்ந்த அக்கறைகளைச் சரியாகப் பொருத்தவில்லை என்றால் இந்த முறை சீரழிந்துபோகும் என்று எச்சரிக்கையும் கொடுக்கிறார். எடுத்துக்காட்டாக, சகல விதத்திலும் நவீனத்துவவாதியான பாபாசாஹேப் நவீனச் சட்டகத்தைக் கடந்துபோக வேண்டும் என்ற முடிவுக்கு வருவதை எடுத்துக்காட்டாகக் கொடுக்கிறார். நவீன அறிவியல்கள் மீதான அசதியை இது வெளிப்படுத்துவதாக முன்வைக்கிறார். ‘புத்தமும் அவர் தம்மமும்’ சமூக அறிவியல் முறையிலான ஏரணங்கள் மீது அம்பேத்கர் அசதிகொண்ட அனுபவங்களைப் பதிவுசெய்கிறது என்கிறார் நாகராஜ். பௌத்தத்துக்கு அம்பேத்கர் மாறி புத்தபிட்சுவாகக் காட்சிதருவது நவீனத்துவத்துக்கு முந்தைய கலக மரபுகளை மீட்டெடுக்க வேண்டிய அவசியத்தை உணர்த்தும் குறியீடாக இருக்கிறது என்றும் வாதிடுகிறார். ‘இயற்கை’ என்ற கருத்தாக்கத்தை நமக்குக் கொடுக்கப்பட்டிருக்கும் ஒன்றாக எப்படி இயற்கை அறிவியல்கள் பார்க்கின்றனவோ அதுபோலவே கடந்த காலத்தை நமக்குக் கொடுக்கப்பட்டிருக்கும் ஒன்றாகச் சமூக அறிவியல்கள் பார்க்கின்றன. நாம் கடந்த காலத்தைப் படைக்கிறோம் என்ற நிலைப்பாட்டைச் சமூக அறிவியல்களுக்குள் கொண்டுவர முடியாது. இந்த அணுகுமுறையில் கடந்த காலம் நம் இருப்பிலிருந்து விலகியிருக்கும் ஒன்றாகிறது — இயற்கையிலிருந்து மானுடர்கள் விலகியிருப்பதுபோல். இந்த அணுகுமுறை மீது நாகராஜுக்கு நம்பிக்கையில்லை. நம் சுயத்தின் பகுதியாகக் கடந்த காலத்தை நிகழ்காலத்துக்குள் கொண்டுவர வேண்டியுள்ளது. இவ்வாறு கொண்டுவருவதன் ஊடாகவே நாம் கடந்த காலத்தை மாற்றியமைக்க முடியும். பௌத்தத்துக்கு அம்பேத்கர் மாறியதன் ஊடாக, கடந்த காலத்தை நிகழ்காலத்துக்குக் கொண்டுவருகிறார் என்று சொல்ல முடியும். ஆனால், இது இன்னும் வளர்த்தெடுக்கப்பட

வேண்டிய நிலைப்பாடாகும். குறிப்பாக, தத்துவார்த்தத் தளத்தில் பார்ப்பனர்களுக்கும் பௌத்தர்களுக்கும் இடையேயான உரையாடல்களையும் நாம் சமகாலப்படுத்த வேண்டியுள்ளது. எடுத்துக்காட்டாக, உருப்படிகளுக்கு இடையேயான உறவுக்கு மார்க்ஸ் முக்கியத்துவம் கொடுக்கிறார். இப்படியான பார்வையைத்தான் பௌத்தமும் முன்வைக்கிறது. சாராம்சப்படுத்துவதை மார்க்ஸும் நிராகரிக்கிறார், பௌத்தமும் நிராகரிக்கிறது. பௌத்த அறிவறிதல் சட்டகத்திலிருந்து சமகாலப் பிரச்சினைகளை நாம் அணுக வேண்டும். இது நமக்கான மார்க்ஸியத்தை நமக்குக் கொடுக்கும். எடுத்துக்காட்டாக, 'பார்ப்பனர்' என்ற சொல் உலகளாவிய பார்ப்பனத்தன்மையைக் குறிக்கிறது; குறிப்பிட்ட பார்ப்பனரைக் குறிக்கிறது; குறிப்பிட்ட பார்ப்பனருக்கும் உலகளாவிய பார்ப்பனத்தன்மைக்கும் இடையேயான உறவையும் குறிக்கிறது என்கிறது நியாயா பள்ளி. பார்ப்பனத்தன்மை என்பது எக்காலத்துக்குமானது என்கிறார்கள் நியாயாதிகள். (நவீன அறிவியலின் அறிவறிதல் அடிப்படையும் இதுவாகத்தான் இருக்கிறது.) ஆனால், பௌத்தர்கள் இப்படியான முன்வைப்பை ஏற்றுக்கொள்ளவில்லை. பார்ப்பனர், பார்ப்பனத்தன்மை போன்றவை உள்ளார்ந்த பண்பு எதையும் கொண்டிருக்கவில்லை என்றும், இது பிறவற்றோடு உறவுகொள்வதன் ஊடாகவே தமக்கான குணாம்சங்களைப் பெற்றுக்கொள்வதாகவும் வாதிடுகிறார்கள்.[11] பௌத்தர்கள் சாராம்சப்படுத்த மறுத்தார்கள். மார்க்ஸும் சாராம்சப்படுத்த மறுத்தார். உறவின் அடிப்படையில் சொல்வதென்றால் பார்ப்பனர்/பார்ப்பனரல்லாதவர், தலித்/தலித்தல்லாதவர் ஆகிய வகைமைகள் இவற்றுக்கு இடையேயான உறவை அடிப்படையாகக் கொண்டே தம்மை நிலைநிறுத்திக்கொள்கின்றன. இந்த வகைமைகள் சாராம்சமாக எக்காலத்துக்குமானது என்று எதையும் கொண்டிருக்கவில்லை என்று பௌத்தப் பார்வையிலிருந்து சொல்ல முடியும். ஆனால், அடையாளங்களை நாம் சாராம்சப்படுத்துகிறோம். சாராம்சப்படுத்தாமல் சமூக அறிவியல்கள் சாத்தியமில்லை. அதனாலேயே, சமூக அறிவியல் முறையை நாகராஜ் ஏற்றுக்கொள்ளவில்லை.

3

பொதுவாக, மேற்கத்திய அறிவியல் மற்றும் தொழில்நுட்பத்தின் மேலாண்மை விமர்சனமற்று ஏற்றுக்கொள்ளப்படுகிறது. இந்த நிலைப்பாடு ஒரு நாகரிகமாக இந்தியாவுக்கு இரண்டு தளங்களில் பெரும் பாதிப்புகளை ஏற்படுத்தியுள்ளது என்கிறார் நாகராஜ். முதலாவது, மரபான தொழில்நுட்பம் அழித்தொழிக்கப்படுவதன் மீதான அக்கறையற்ற தன்மை. இரண்டாவது, கைவினைஞர்கள் சமூகத்தைக் காப்பாற்ற முடியாத கையறு நிலை. கைவினைஞர்கள்தான் நவீனத்துவத்துக்கு முந்தைய சமூகத்தில்

---

11 இது குறித்த மிகச் சிறப்பான வாசிப்புக்குப் பார்க்கவும்: Prabal Kumar Sen, 'Caste in Classical Indian Philosophy: Some Ontological Problems', Pradeep P. Gokhale (ed), 'Classical Buddhism, Neo-Buddhism and the Question of Caste', Routledge, 2021.

தொழில்நுட்பச் சமூகமாக இருந்தார்கள். இவர்கள் நவீனத்துவத்தில் திறனற்ற தொழிலாளிகளாக மாற்றப்பட்டார்கள். இவர்களின் வாழ்வாதாரத்தை முதலீட்டியம்-'உயர்சாதி'கள் கூட்டு அபகரித்துக்கொண்டது என்று வாதிடுகிறார் நாகராஜ். வேறு வார்த்தைகளில் சொல்வதென்றால், எத்தகைய அறிவியல், தொழில்நுட்பம் ஒடுக்கப்பட்ட சாதிகளுக்கு ஒரு முகமையை உருவாக்கிக்கொடுக்கும் என்று நம்பப்பட்டதோ அதுவே அவர்களுடைய வாழ்வாதாரத்தின் அடிப்படைகளைப் பறித்துக்கொள்கிறது. இது துயரகரமான நிலைப்பாடு. ஏனெனில், ஒடுக்கப்பட்ட சாதிகள் பல நூற்றாண்டுகளாக உழைத்து வளர்த்தெடுத்த தொழில்நுட்ப அறிவையெல்லாம் எத்தகைய போராட்டங்களும் எதிர்ப்புகளும் இல்லாமல் பலிகொடுத்துவிட்டோம். அவர்களுடைய தொழில்நுட்ப அறிவைப் பறித்துக்கொண்டு அரசியலார்ந்து அவர்களை ஒடுக்கப்பட்ட சாதிகளாக மட்டுமே அடையாளப்படுத்துகிறோம் என்று நாகராஜ் துயரப்படுகிறார்.

இந்தத் துயரகரமான நிலைப்பாட்டுக்கு நாம் நவீனத்துவத்தின் முகவர்கள் மீதோ அல்லது பார்ப்பனர்கள் மீதோ குற்றஞ்சுமத்துவதில் எத்தகைய அர்த்தமும் இல்லை என்கிறார் நாகராஜ். நவீன அறிவியலின் அடிப்படையானது அதற்குப் பரிச்சயமில்லாத சிந்தனை மரபுகள் எல்லாவற்றையும் அழித்துவிடுகிறது. அதாவது, நவீன அறிவியல் சட்டகத்தில் மரபான அறிவுகள் அறிவியலார்ந்தவையாக ஏற்றுக்கொள்ளப்படுவதில்லை. மருத்துவமாக இருக்கட்டும், கட்டடக்கலையாக இருக்கட்டும், விவசாய அறிவாக இருக்கட்டும், கணிதவியலாக இருக்கட்டும் எவையும் அறிவுமுறையைக் கொண்டிருப்பவையாக ஏற்றுக்கொள்ளப்படுவதில்லை. இந்த அணுகுமுறையானது அறிவியலின் தோற்றத்தைக் கிரேக்கச் சிந்தனைகளோடு மட்டுமே சுருக்குவதால், பிற பண்பாடுகளில் காணப்படும் அறிவியல் அறிவு அறிவியலாக ஏற்றுக்கொள்ளப்படுவதில்லை; தொழில்நுட்பங்கள் தொழில்நுட்பங்களாக ஏற்றுக்கொள்ளப்படுவதில்லை. இந்தப் பண்பாடுகள் படைத்தவையெல்லாம் வெறும் அனுபவபூர்வமானவையாகச் சுருக்கப்படுகின்றன.[12] 'அறிவியல் வரலாறானது பொதுவாகக் கொஞ்சம் கொஞ்சமாக முன்னேறிய நுட்பங்களின் தொகுப்பாகவும், இயற்கையை வாசிக்கும் முறைகளில் ஏற்பட்டிருக்கும் பண்புரீதியான மாற்றமாகவும் பார்க்கப்படுகிறது. இப்படியாகத்தான், பிற பண்பாடுகளில் படைக்கப்பட்ட அறிவியல் அறிவு நவீன அறிவியலின் அடிப்படைகள் கொண்டு அளவிடப்படுகின்றன' என்று சையித் ஹுசைன் நஸ்ர் (Seyyed Hossein Nasr) குற்றஞ்சாட்டுகிறார். அதாவது, நவீன அறிவியலானது இஸ்லாமிய அறிவியலை இஸ்லாமிய அடிப்படைகளிலிருந்து பார்க்க மறுக்கிறது என்கிறார். இங்கு இதோடு தொடர்புடைய ஒரு கேள்வியை நாம் கேட்டுக்கொள்ள முடியும். மேற்கத்திய அறிவியல் முன்வைக்கும் அடிப்படைகளை உலகளாவியதாக ஏற்றுக்கொள்வது எந்த அளவுக்கு நியாயமானது? இதற்கான பதிலை முன்வைக்கும் விதமாக நவீன அறிவியலில்

12 Shiv Visvanathan, *'The Strange Quest of Joseph Needham in Situating the History of Science: Dialogues with Joseph Needham'*, Edited by S.Irfan Habib and Dhruv Raina. p. 214

மேற்கத்தியப் பண்பாட்டு அடிப்படைகள் எந்த அளவுக்குப் பங்காற்றியுள்ளன என்பதை ஆராய வேண்டியுள்ளது. அதாவது, குறிப்பிட்ட பண்பாட்டுக் கூறுகளை அடிப்படையாகக் கொண்டு மட்டுமே நவீன அறிவியல் என்ற ஒன்று சாத்தியப்பட்டதா அல்லது நவீன அறிவியல் — ஏற்றுக்கொள்வதில்லை என்றாலும்கூட — நடைமுறையில் பல்-பண்பாட்டு மூலங்களைக் கொண்டதா? இந்தக் கேள்வியைப் பல அறிஞர்கள் திறம்பட ஆராய்ந்திருக்கிறார்கள்.[13] ஆக, எப்படி நம்முடைய கடந்த கால அறிவியல் அறிவையும் தொழில்நுட்ப அறிவையும் அறிவியலாகவும் தொழில்நுட்பமாகவும் காலனியத்தால் ஏற்றுக்கொள்ள முடியவில்லையோ, அதுபோலவே இந்தியாவில் தத்துவ மரபு இருந்ததென்று இன்றுவரை மேற்கு ஏற்றுக்கொள்ளவில்லை என்கிறார் தேஷ்பாண்டே.

> *நான் இதுவரை இதற்கு [இந்தியச் சிந்தனைகள்] தத்துவார்த்த அந்தஸ்தைக் கொடுக்கும் ஓர் ஐரோப்பியத் தத்துவவியலாளரைக்கூடப் பார்த்ததில்லை. அதிகபட்சம், எத்தகைய தத்துவார்த்தச் சாரமும் இல்லாத பூடகமான மீவியற்பியல் அனுமானங்களாகத்தான் பார்க்கப்படுகின்றன. சமீபத்தில், சில பின்நவீனத்துவப் போக்குகளில் செவ்வியல் சிந்தனையான சாகித்தியசாஸ்திரா (Sahityasastra) பக்கம் சில குறியியலாளர்கள் திரும்பியிருக்கிறார்கள்; அவ்வளவுதான்.*[14]

காலனியம் நம்முடைய சிந்தனைகளை முற்றும் முழுவதுமாக ஆக்கிரமித்துள்ளதால், இந்திய மரபில் ஏதேனும் தத்துவார்த்தச் சிந்தனைகள், சமகாலப் பிரச்சினைகளைக் கையாள்வதற்கான சிந்தனைகள் இருக்கின்றன என்று ஏற்றுக்கொண்டாலும் அதை அருங்காட்சியகப் பொருளாகப் பார்க்கிறோம் அல்லது இந்து அடிப்படைவாத அரசியலுக்குப் பயன்படும் கச்சாப் பொருளாகப் பார்க்கிறோம். சமகாலப் பிரச்சினைக்கு ஏற்றாற்போல் இந்தியத் தத்துவங்கள் வளர்த்தெடுக்கப்படவில்லை என்பதைப் பலரும் ஏற்றுக்கொண்டாலும், ஏன் என்பது பெரும் புதிராகவே இருக்கிறது. அரசியலார்ந்து பார்ப்பனியத்துக்கு எதிராக பௌத்தம் முன்வைக்கப்படுகிறது. ஆனாலும், சமகாலப் பிரச்சினைகளை வாசிப்பதற்கு பௌத்த, சமணத் தத்துவங்களைப் பயன்படுத்துவதில்லை. பௌத்தத்துக்கு அம்பேத்கர் மாறியதுகூட ஓர் அரசியல் செயல்பாடாக மட்டுமே சுருக்கப்படுகிறது. அம்பேத்கரின் இந்தக் கருத்தை எடுத்துக்கொள்வோம்: 'சமூகம் குறித்த என்னுடைய தத்துவம் இந்த வார்த்தைகளில் பொதிந்துள்ளது: சுதந்திரம், சமத்துவம், சகோதரத்துவம். பிரெஞ்சுப் புரட்சியிலிருந்து நான் இவற்றைப் பெற்றுக்கொண்டதாக எவரும் நினைக்க வேண்டாம். என்னுடைய தத்துவம் அதற்கான வேர்களை மதத்தில் கொண்டிருக்கிறதே தவிர அரசியல் அறிவியலில் அல்ல. நான் இந்தக் கருத்தை என்னுடைய ஆசான் புத்தரிடமிருந்து

13 பார்க்கவும்: சுந்தர் சருக்கை, *'அறிவியல் என்றால் என்ன?: ஒரு தத்துவார்த்த வாசிப்பு'*, தமிழில்: சீனிவாச ராமாநுஜம், சீர்மை வெளியீடு, 2022.

14 G.P.Deshpande: *'The Classical and Colonial'* in *'Taking the Political Culturally'*, p.21

பெற்றுக்கொண்டேன்.' அம்பேத்கர் சொல்வது குறித்து நாம் ஆழமாகச் சிந்திக்க வேண்டியுள்ளது. இறுதியாக, நாகராஜ் முன்வைக்கும் முக்கியமான கூற்றைப் பார்க்கலாம்: 'இந்தியாவில் நிலைத்திருக்கும் அகிம்சை மரபானது பிரபஞ்சம், இயற்கை சார்ந்த பரிமாணங்களில், வன்முறையையும் அதை நிராகரிக்கும் வழிமுறைகளையும் மிகத் தெளிவாகவும் தீர்க்கமாகவும் முன்வைக்கிறது என்றாலும், மிகவும் புதிரான தன்மையில் வரலாற்றுரீதியான அக்கறையற்ற தன்மையையும் அது கொண்டுள்ளது.' பிரபஞ்சம், இயற்கை, வரலாறு ஆகியவற்றை ஒன்றிணைத்து ஒழுங்குபடுத்தும் மரபு இந்தியாவில் சீராக இயங்கவில்லை என்கிறார் நாகராஜ். பல நூற்றாண்டுகளுக்குப் பிறகு இம்மூன்றையும் ஒன்றிணைக்க முயன்றவர் காந்திதான் என்ற முடிவுக்கும் வருகிறார். இது குறித்தும் நாம் தீவிரமாகச் சிந்திக்க வேண்டியுள்ளது.

4

காலனிய நவீனத்துவம் நமக்கு அறிமுகப்படுத்தியிருக்கும் சில அடிப்படைகளை, அதாவது மையப்படுத்தப்பட்ட தேசிய-அரசு, உயர் தொழில்நுட்பம், நிறுவனரீதியான-அரசியலார்ந்த மதச்சார்பின்மை போன்றவற்றை விமர்சனரீதியாக அணுக நினைப்பவர்கள் அஷிஷ் நந்தியிடம் செல்வது தவிர்க்க முடியாதது. நந்தி குறித்த நாகராஜின் வாசிப்பு சில விஷயங்களை நம் கவனத்துக்குக் கொண்டுவருகிறது. சமூக அறிவியல்களின் இருமத்தைக் கடந்துபோக நந்தி முயல்கிறார். நவீனத்துவத்தின் வன்முறை வடிவங்களையும், அது இந்தியச் சமூகத்தில் ஏற்படுத்தியிருக்கும் பாதிப்புகளையும் நந்தியைவிட வேறு எவராலும் இவ்வளவு சிறப்பாக வெளிக்கொணர முடியாது. குறிப்பாக, காந்திக்கும் கோட்சேக்கும் இடையான உறவை நந்தி விவரிக்கும் முறை உண்மையிலேயே காவியத்தன்மை கொண்டதுதான். நந்தி வேறொரு காலத்தில் இருந்திருந்தால் இதைப் பெரிய காவியமாகப் படைத்திருப்பார் என்கிறார் நாகராஜ். இதையெல்லாம் மீறி, நந்தியிடம் உள்ள ஒரு சிக்கலை நாகராஜ் கவனப்படுத்துகிறார். நவீனத்துவத்துக்கு முந்தைய சமூகத்தில் காணப்படும் வன்முறை குறித்து, குறிப்பாகச் சாதிய முறைமை குறித்து நமக்குக் கற்றுக்கொடுக்க நந்தியிடம் எதுவுமில்லை. இதை நாகராஜ் மிக விரிவாகவும் ஆழமாகவும் விவரிக்கிறார். நவீனத்துவத்துக்கு முந்தைய சமூகத்தின் அநீதிகளை நந்தி அங்கீகரிக்க மறுக்கிறார் என்ற அர்த்தத்தில் இதைப் புரிந்துகொள்ள வேண்டியதில்லை. ஆனால், அதை அர்த்தப்படுத்துவதற்கான முறைகளை அவர் உருவாக்கவில்லை. நாகராஜும் இதே அர்த்தத்தில்தான் நந்தியை விமர்சிக்கிறார். நந்தி குறித்து நாகராஜ் முன்வைப்பதை வளர்த்தெடுத்துச் செல்வதென்றால் இப்படியாகச் சொல்லலாம்: கருத்தாக்கத் தளத்தில் சாதியத்தை நந்தி எதிர்கொள்ளாததுபோலவே, கருத்தாக்கத் தளத்தில் தீண்டாமையை நாகராஜ் எதிர்கொள்ளவில்லை. தீண்டாமையைத் தத்துவார்த்தத் தளத்தில் அணுகியிருந்தால், பக்தி இயக்கத்தை நாகராஜ் வேறு விதமாக அணுகியிருக்க முடியும் என்று நினைக்கிறேன். நாகராஜ் என்று மட்டுமல்லாமல், மத்திய காலச்

சமூக இயக்கங்கள் குறித்து எழுதும் பலரிடமும் இந்தச் சிக்கலை நம்மால் பார்க்க முடிகிறது. அதே சமயத்தில், கல்விப்புல வாசிப்பில் தீண்டாமையை வெறும் நடைமுறையாகப் பார்ப்பதற்கு மத்தியில் காந்தியை முன்வைத்து அதை ஒரு எழுவாயின், ஒரு சுயத்தின் பிரச்சினையாக நாகராஜ் அணுகியது மிக முக்கியமானது என்றும் நினைக்கிறேன். இந்த அர்த்தத்தில்தான், சுந்தர் சருக்கையை நாகராஜ் எதிர்பார்த்திருக்க வேண்டும் என்று முன்னர் சொன்னேன்.

நவீனத்துவத்துக்கு முந்தைய வன்முறை வடிவங்கள், நவீனத்துவத்தின் வன்முறை வடிவங்கள் என்று இரண்டின் மீதும் சம அளவில் நாம் அக்கறைகாட்ட வேண்டியுள்ளது. இப்படியான அக்கறைகளை வெளிப்படுத்துகிறவர்களில் நாகராஜ் முக்கியமானவராக இருக்கிறார். அவர் அம்பேத்கரையும் காந்தியையும் இணைப்பதோடு மட்டுமல்லாமல் நாட்டாரியல்/செவ்வியல், மரபு/நவீனம், பார்ப்பனர்/பார்ப்பனரல்லாதார், வைதீக மரபு/அவைதீக மரபு போன்றவற்றுக்கு இடையேயான பிளவுகளை அப்புறப்படுத்தவும் முயல்கிறார். சமூகரீதியாகவும் அரசியல்ரீதியாகவும் பிளவுபட்டிருப்பதையெல்லாம் நாகரிகத் தளத்துக்கு எடுத்துச்சென்று மீளிணக்கம்காண முயல்கிறார். அவர் இந்தியத் தத்துவார்த்த மரபுகளை நிராகரிக்கவில்லை; இந்தியத் தத்துவ மரபானது பார்ப்பனியத்துக்கு மட்டுமானது என்ற கருத்தை ஏற்றுக்கொள்ளவில்லை. பௌத்தத் தத்துவ ஆசான் நாகார்ஜுனர் மீது பெரும் ஈடுபாடுகொண்டிருந்தார்; இந்தியத் துணைக்கண்டத் தத்துவார்த்த மரபுகளிலிருந்து ஒரு நவீனச் சிந்தனை முறையை உருவாக்க வேண்டும் என்ற பேராவல் அவரது எழுத்துகளில் வெளிப்படுகிறது. அதற்கான அடிப்படைகள் மிகத் திடமாக உருப்பெறும் நிலையில் மரணம் குறுக்கிட்டுவிட்டது. நாகராஜின் ஆங்கிலப் புத்தகத்தைப் படித்து முடித்த பின் என்னுள் தோன்றிய முதல் எண்ணம் இதுதான்: இவர் இவ்வளவு சீக்கிரம் இறந்திருக்கக் கூடாது. பிறகுதான் தெரிந்தது, பலரும் இப்படித்தான் நினைக்கிறார்கள் என்று. இது இந்தியத் தத்துவார்த்த மரபுக்கு ஏற்பட்ட இரண்டாவது பெரும் இழப்பு. முதல் இழப்பு, பௌத்தத் தத்துவார்த்த அடிப்படையில் அம்பேத்கர் தனது பார்வைகளை முன்வைக்கும் முன் மரணம் அவரைப் பறித்துக்கொண்டது.

⊙

இந்திய நவீனத்தின் தொடக்கமும் மறைவும்

கடந்த காலத்துடனான உறவு குறித்து சில பார்வைகள்

காலனிய நவீனத்துவமாக நமக்கு அறிமுகமான மேற்கத்திய நவீனத்துவம் ஒருவிதமான உலகப் பார்வையை முன்வைக்கிறது. ஒப்பீட்டளவில் பண்புரீதியான வேறுபாட்டைக் குறிக்கிறது; புதிய விழுமியங்களின் தொகுப்பாகிறது. அதாவது, முதலீட்டிய உற்பத்திமுறை, நவீன அரசு, தேசியவாதம், பெரும்பான்மைவாதம், செக்குலர்வாதம், அறிவியல்வாதம், தொழில்நுட்பவாதம், உயிரியல் மற்றும் சமூகப் பரிணாம வளர்ச்சி போன்றவற்றையும் மனம்-உடல், மானுடர்-இயற்கை போன்ற இருமங்களையும் அறிமுகப்படுத்தியது. ஆனால், இந்த உலகப் பார்வை காலனியத்தின் ஊடாகவும், ஏகாதிபத்தியத்தின் ஊடாகவும் உலகளாவிய தன்மையிலான ஒன்றாக மேலாதிக்கம் செலுத்திவருகிறது. மேற்கல்லாத பிற பண்பாடுகள் அவற்றுக்கென சுயமான ஒரு நவீனத்துவத்தைக் கொண்டிருக்கவில்லை என்ற பார்வை திரும்பத்திரும்ப முன்வைக்கப்படுகிறது. மேற்கத்திய நவீன அறிவியல்-தொழில்நுட்ப முறைமை மீது பெரும் அயர்ச்சியுற்ற ஜோசப் நீதம் (Joseph Needham) போன்ற அறிஞர்கள்கூட சீனாவிலும் இந்தியாவிலும் ஏன் நவீன அறிவியல் தோன்றவில்லை என்ற கேள்வியை முன்வைக்கிறார்கள். இப்படியான முன்வைப்பை மேற்கல்லாத சமூகங்களும் விமர்சனமற்று ஏற்றுக்கொள்வதுபோல் தெரிகிறது. பிற பண்பாடுகளில் சாத்தியப்பட்ட அறிவியல், தொழில்நுட்பம், தத்துவம் அனுபவரீதியானவையாகப் பார்க்கப்படுகின்றனவே தவிர ஒரு ‘முறை’யாக வளர்க்கப்படவில்லை என்று கோரப்படுகிறது. அதாவது, ஐரோப்பியச் சிந்தனை ‘முறை’யானதாக முன்வைக்கப்படுகிறது. உலகளாவிய அறிவார்த்த வளர்ச்சியில் மேற்கத்தியச் சிந்தனை மரபுகள் (கிரேக்கம் உட்பட) மையமாக முன்வைக்கப்படுகின்றன; மேற்கல்லாத சிந்தனை மரபுகள் விளிம்புக்குத் தள்ளப்படுகின்றன. பின்காலனியச் சிந்தனையாளர்கள் ‘மேற்கத்தியத்தால் உருவாக்கப்பட்ட கட்டமைப்பு என்ற சாபக்கேட்டிலிருந்து’ தப்பிப்பதற்கு, காலனியர்கள்-காலனியப்பட்டவர்கள், நவீனம்-மரபு ஆகிய சேர்க்கைகளுக்கு இடையேயான உறவில் ஒன்றையொன்று பாதிக்கும் இயங்கியல் தன்மையில் வைத்துப்பார்க்க முயல்கிறார்கள் என்கிறார் தத்துவவியலாளரான ஜோனார்த்தன் கனேரி (Jonardon Ganeri). இவர் முன்வைக்கும் கூற்றுக்கு எடுத்துக்காட்டாக, அஷிஷ் நந்தியின்

‘நெருங்கிய விரோதி’ (*intimate enemy*) கோட்பாட்டைச் சொல்ல முடியும்.[1] மற்றொரு தளத்தில், பல நவீனத்துவங்கள் சாத்தியம் என்ற நிலைப்பாட்டை ஏற்றுக்கொள்வோம் என்றால், அதாவது மையம்-விளிம்பு சட்டகத்தைத் தவிர்த்து, காலம்-இடம் கடந்து ஒவ்வொரு பண்பாட்டிலும் நாகரிகத்திலும் அதன் உள்ளிருந்து சுயமாக உருவானதாகப் பார்க்க முடியும் என்கிறார் கனேரி. இதுவே பல்-மையப் பார்வையாகிறது. அதாவது, இந்திய மரபில் பயன்படுத்தப்படும் உருவகத்தில் சொல்வதென்றால் ‘பல்-மைய’ங்களைக் கொண்ட பிரம்மாண்டமான ஆலமரமாக அர்த்தப்படுத்த முடியும் என்கிறார். இந்திய அறிவார்த்த மரபில், குறிப்பாக சம்ஸ்கிருத அறிவார்த்த மரபில் எப்படி சுயமான ஒரு நவீனத்துவம் வடிவம்கொள்ளத் தொடங்கியது என்று கனேரியின் எழுத்துகளை முன்வைத்துத் தொகுத்துக்கொள்ளவிருக்கிறேன். தமிழ் மரபில் எப்படி ஒரு சுயமான நவீனத்துவம் சாத்தியப்பட்டது என்று டேவிட் ஷுல்மன் (David Shulman) விரிவாக எழுதியிருக்கிறார்.[2]

நவீனத்தின் புதிய நிலையியலில், இவ்வுலகம் முழுவதும் பல்வேறு மையங்கள் அடையாளம் காணப்பட வேண்டும் என்றும், சமனற்ற அரசதிகாரக் கட்டமைப்புக்குள்ளாக இந்த மையங்களை இணைக்கும் பண்பாட்டுப் போக்குவரத்து மீது கவனம் குவித்து, எவ்வாறு ஒன்றையொன்று உருமாற்றிக்கொண்டன என்று ஆராய வேண்டும் என்றும் சொல்கிறார் சூஸன் ஃப்ரீட்மன் (Susan Friedman). இதைச் சாத்தியப்படுத்த நவீனம் என்பதை மேற்கத்தியத்தின் விளைவாக மட்டுமே பார்க்காமல், ஒவ்வொரு பண்பாட்டிலும் உள்ளிருந்து தோன்றிய ஒன்றாகப் பார்க்க வேண்டும் என்கிறார். ‘பண்பாடுகள் இணைந்தியங்கும்போது, ஒன்றோடொன்று தொடர்புகொள்ளும் பகுதிகள் தீவிரமடைகின்றன; இந்தச் சேர்க்கை அதிர்ச்சிதரும் விதத்தில் வெளிப்படுவதும், இதனால் எல்லைகளில் மென்மேலும் விரிசல் ஏற்படுவதும் நவீனத்தின் பண்புகளாகின்றன. அதன் இருப்பும் இவ்வாறுதான் சாத்தியப்படுகிறது’ என்று சொல்லும் சஞ்சய் சுப்ரமணியம், இவ்வாறு தொகுத்துக்கூறுகிறார்: ‘நவீனம் என்பது உலகம் முழுவதும் இணைந்தியங்குகிற ஒரு போக்கே தவிர, ஓர் இடத்திலிருந்து தோன்றிப் பரவும் தொற்றுநோயல்ல.’ எடுத்துக்காட்டாக, ஐரோப்பாவில் தோன்றிய நவீன அறிவியல் எவ்வாறு பல்-பண்பாட்டு மூலங்களைக் கொண்டிருக்கிறது என்று அருண் பாலா விரிவாக விவாதிக்கிறார்.[3] நவீன அறிவியல் என்பது கிரேக்கச் சிந்தனையின் இயல்பான வளர்ச்சி அல்ல என்றும், சீனாவின், அரேபியாவின், இந்தியாவின் பங்களிப்பு

1 Ashis Nandy, *‘The Intimate Enemy: Loss and Recovery of Self Under Colonialism’*, OUP, 1983.

2 தமிழில் எப்படி ஒருவிதமான நவீனத்தின் தொடக்கம் சாத்தியப்பட்டது என்று அதிவீரராம பாண்டியனின் *‘நைடதம்’* காவியத்தை முன்வைத்து டேவிட் ஷுல்மன் விரிவாக ஆராய்கிறார். பார்க்கவும்: David Shulman, *‘More than Real – A History of the Imagination in South India’*, Harward University Press, 2012.

3 பார்க்கவும்: Arun Bala, *‘The Dialogue of Civilisations in the Birth of Modern Science’*, Palgrave MacMillan, 2006.

இல்லை என்றால் நவீன அறிவியல் என்று ஒன்று சாத்தியப்பட்டிருக்காது என்றும் பாலா வாதிடுகிறார்.

காலனியம் இந்தியத் துணைக்கண்டத்தில் தோன்றிய அசலான தத்துவ மரபுகளைப் புறந்தள்ளியது. அறிவறிதல், ஏரணம், காரணியம் போன்றவை குறித்து முறையாக எதையும் கொண்டிருக்கவில்லை என்று கோரியது. அதனாலேயே இவ்விரு பண்பாடுகளும் தனித்த பண்புகள் கொண்டவையாகவும் சுலபத்தில் உரையாட முடியாதவையாகவும் அர்த்தப்படுத்தப்பட்டன. காலனியத்தின் இப்படியான நிலைப்பாட்டை நாம் ஓரளவுக்குப் புரிந்துகொள்ள முடியும். ஆனால், காலனியப்பட்டவர்களே காலனியர்களின் நிலைப்பாட்டை விமர்சனமற்று ஏற்றுக்கொண்டதை நாம் எப்படிப் புரிந்துகொள்ளப்போகிறோம்? காலனியத்தின் மேலாதிக்கம் இன்றுவரை அதன் வடிவத்தில் எத்தகைய மாற்றங்கள் ஏற்பட்டாலும் தொடர்ந்துகொண்டிருக்கிறது. எடுத்துக்காட்டாக, முன்னாள் ஜனாதிபதியும் இந்தியத் தத்துவ அறிஞருமான எஸ்.ராதாகிருஷ்ணன், *'இந்திய மதங்களும் மேற்கத்தியச் சிந்தனைகளும்'* என்ற புத்தகத்தில், இந்திய மதங்களை ஏன் மேற்கத்திய அறிவார்த்த மரபுகளோடு இணைத்துப்பார்க்க வேண்டும் என்று தயா கிருஷ்ணா (Daya Krishna) கேள்வி எழுப்புகிறார். இந்திய மதங்களை மேற்கத்திய மதத்தோடு இணைத்துப்பார்ப்பதும், மேற்கத்தியச் சிந்தனை மரபுகளை இந்தியச் சிந்தனை மரபுகளோடு இணைத்துப்பார்ப்பதும்தானே நியாயமாக இருந்திருக்க முடியும்? மேற்கத்திய நாத்திகவாதத்தை, ஐயவாதத்தை (skepticism), இந்திய நாத்திகவாதத்தோடும் ஐயவாதத்தோடும்தானே ஒப்பிட்டுப்பார்த்திருக்க வேண்டும்? இப்படியாக நடக்கவில்லை. இதையும்விடக் கேடான ஒரு விஷயம் நடந்தது. காலனியம் நிகழ்காலத்தைத் தனக்கானதாகவும், இறந்த காலத்தைக் காலனியப்பட்டவர்களுக்கானதாகவும் பார்த்தது. இதனால், நவீனத்துவக் கருத்துகள், வகைப்பாடுகள், கோட்பாடுகள் போன்றவை கொண்டு நவீனத்துவத்துக்கு முந்தைய இந்தியச் சமூகங்கள் வாசிக்கப்பட்டன. பண்டைய, மத்திய காலக் கருத்தாக்கங்கள் தற்காலத்தை எவ்வாறு வடிவமைக்கின்றன என்று பார்ப்பதற்குப் பதிலாக, தற்காலக் கருத்தாக்கங்கள் கொண்டு பண்டைய, மத்திய காலச் சமூகங்கள் வாசிக்கப்பட்டன. இதன் விளைவாக, இந்தச் சமூகத்துக்குள்ளாக நடந்த உரையாடல்களெல்லாம் அர்த்தமிழந்துபோயின. மொத்தத்தில், காலனியர்கள் நம் சமூகத்தைக் கடந்த காலத்துக்குள் தள்ளினார்கள்; அதே சமயத்தில், கடந்த காலத்தை உறைந்துபோன ஒன்றாகவும் மாற்றினார்கள். இந்தியச் சமூகம் ஆன்மிகத்தன்மையிலானது என்றும், ஏரணம், காரணியம், அறிவறிதல் போன்ற தத்துவார்த்த அக்கறைகள் ஏதுமற்றது என்றும் அர்த்தப்படுத்தினார்கள். தீவிரையான முன்வைப்புகளும்கூடக் கண்மூடித்தனமாக நிராகரிக்கப்பட்டன. எடுத்துக்காட்டாக, ஸபாரா (Sabara), உருவ வழிபாட்டை எதிர்த்து வைக்கும் வாதங்கள் சமகால நாத்திகவாதப் பார்வைக்கு நிகரானதாக இருக்கின்றன.

ஆனால், இவர் தேவ மரபைக் காப்பாற்றவே முயன்றார்.[4] இந்த முரணை நாம் எப்படிப் புரிந்துகொள்ளப்போகிறோம்? இப்படியாக நாம் உறைந்துபோன கடந்த காலத்தைக் கொண்டிருப்பவர்களாகிறோம். நம்மால் கடந்த காலத்தை நிகழ்காலத்துக்குக் கொண்டுவர முடியவில்லை. எவ்வாறு கடந்த காலத்தை நிகழ்காலத்துக்குக் கொண்டுவருவது என்று காலனியத்துக்கு முந்தைய இந்திய நவீனத்துவத்தின் தொடக்க காலச் சிந்தனையாளர்கள் நமக்கு ஒரு வழியைக் காட்டுகிறார்கள். இந்தச் சமூகத்துக்குள் உள்ளார்ந்த உரையாடலுக்கான வழியையும் இது நமக்குக் காட்டுகிறது.

இவ்வுலகில் பல்-மைய (poly-centric) நவீனங்கள் சாத்தியம் என்ற அடிப்படையில் 16-ம், 17-ம் நூற்றாண்டுகளில் எவ்வாறு இந்தியாவில் ஒரு சுயமான நவீனம் சாத்தியப்பட்டது என்றும், குறிப்பாகக் கடந்த காலச் சிந்தனை மரபுகளை இந்திய நவீனத்தின் தொடக்க காலச் சிந்தனையாளர்கள் எவ்வாறு எதிர்கொண்டார்கள் என்று விவரிப்பதும், பாரசீக/இஸ்லாமியத் தாக்கத்தால் சம்ஸ்கிருத மரபில் எப்படி ஒருவிதமான நவீனத்துவம் சாத்தியப்பட்டது என்று விவரிப்பதுமே இந்தக் கட்டுரையின் நோக்கம். இந்தியாவில் தோன்றிய நவீனத்துவம் எவ்வாறு மேற்கத்திய நவீனத்துவத்தின் அஸ்திவாரமான கார்டீசிய இருமையைப் பிரக்ஞைபூர்வமாக நிராகரித்தது என்று புரிந்துகொள்ளவும் முயல்கிறது. இந்தக் கட்டுரை ஜோனார்தன் கனேரியின் *'The Lost Age of Reason'*[5] புத்தகத்தை அடிப்படையாகக் கொண்டது. நான் கொண்டிருக்கும் கேள்விகளுக்கு ஏற்றாற்போல் கனேரி முன்வைக்கும் தகவல்களை, வாதங்களை, முடிவுகளைத் தொகுத்துக்கொள்கிறேன். இந்தியத் தத்துவ மரபில் எவ்வாறு ஒருவகையான நவீனம் சாத்தியப்பட்டது என்றும், அதன் பண்பு குறித்தும், மேற்கத்திய நவீனத்திலிருந்து அது எவ்வாறு வேறுபட்டிருந்தது என்றும், இந்தப் புதிய தத்துவ மரபு தொடர முடியாமல் போனதற்கான காரணிகளையும் கனேரியின் புத்தகம் விரிவாக ஆராய்கிறது. அதே சமயத்தில், இந்திய அறிவார்த்த மரபில் ஒவ்வொரு சிந்தனை மரபும் பிற சிந்தனை மரபுகளோடு ஊடாடி எவ்வாறு உருமாறின என்றும் இந்தப் புத்தகம் விரிவாக முன்வைக்கிறது. கனேரியின் புரிதலில் சொல்வதென்றால், இங்கு 'பல்-மைய'ங்களை அடையாளம் காண்பது மட்டுமே நோக்கம் அல்ல. இந்த மையங்களுக்கு இடையேயான உரையாடல்களும் மிக முக்கியமானவை. நம் சமகால உரையாடல்களெல்லாம் பல்வேறு தளங்களில், பல்வேறு வடிவங்களில் காலனிய நவீனத்தோடு ஏற்பட்ட தொடர்பிலிருந்து உருப்பெற்றவைதான் என்றபோதும், நாகரிகங்களுக்கு இடையேயான அறிவார்த்த சமத்துவத்தோடு உரையாடல் நடத்துவது மிகவும் அவசியம். இன்றைய அரசியல் சூழ்நிலையில் இந்து மதம் என்ற முகமூடி கொண்டு பார்ப்பனர் என்ற கருத்தமைவைக் கட்டிக்காக்க முயலும் அடிப்படைவாத

4 பார்க்கவும்: Michael Willis, *'The Archeology of Hindu Rituals: Temples and the Establishment of Gods'*, Cambridge University Press, 2009.

5 Jonardon Ganeri, *'The Lost Age of Reason: Philosophy in Early Modern India: 1450-1700'*, OUP, 2011.

சக்திகள் மிகக் குறுகிய தளத்தில் கடந்த காலத்தை அர்த்தப்படுத்துகிறார்கள் என்றால், மறுபுறத்தில் மேற்கத்திய நவீனத்துவத்தின் அடிப்படைகளை விமர்சனபூர்வமாக வாசிக்க முற்பட்டாலே அது இந்திய தேசியவாதத்துக்கும் இந்து மதவாதத்துக்கும் தொண்டு செய்யும் மறைமுக முயற்சியாக 'முற்போக்கு' சிந்தனையாளர்கள் ஒதுக்கித்தள்ளுகிறார்கள். இரண்டு நிலைப்பாடுகளிலும் ஊனமாவது நம்முடைய நிகழ்காலமே. ஆக, இந்திய நவீனத்துவத்தின் தொடக்க காலச் சிந்தனையாளர்கள் தங்களுடைய கடந்த காலத்தை எவ்வாறு எதிர்கொண்டார்கள் என்பதிலிருந்து ஏதேனும் கற்றுக்கொள்ள முடியுமா என்று பார்ப்போம்.

கடந்த காலத்துடனான நவீனத்தின் உறவு

நவீனம் அதற்கு முந்தைய காலத்துடனான உறவின் அடிப்படையை ஏதோ ஒருவிதத்தில் வரையறுத்துக்கொள்ள வேண்டியுள்ளது. இது கடந்த காலத்தோடு இணைந்தும் விலகியும் சாத்தியப்படலாம் அல்லது முற்றிலுமாக நிராகரித்தும் சாத்தியப்படலாம். 'தத்துவ வரலாற்றில் ஒரு குறிப்பிட்ட தருணத்திலான நவீனத்தின் வருகை என்பது சுலபமாக ஒன்றிணைக்க முடியாத இரண்டு விளக்கங்களைத் தனக்குள்ளாகக் கொண்டிருப்பதுபோல் இருக்கிறது' என்கிறார் கனேரி. இதில், ஒருவகையான நவீனம் பண்டையதை முற்றிலுமாக நிராகரித்தது; அதாவது, பண்டைய பனுவல்கள், சிந்தனையாளர்கள், முறைமைகள், வகைப்பாடுகள், அர்த்தப்பாடுகள் எல்லாவற்றையும் நிராகரித்து புத்தம்புதிதாகத் தொடங்குவதற்கான ஏக்கத்தைக் கொண்டதாகிறது. தாபூல ரஸத்தில் (சுத்தமான சிலேட்) எல்லாவற்றையும் புதிதாகத் தொடங்குவதற்கான விருப்புறுதியை வெளிப்படுத்துவதாக இருக்கிறது. மற்றொன்று, கடந்த காலத்தை முற்றிலுமாக நிராகரிக்காமல் அதன் மீதான மரியாதையோடு அதன் அடிப்படையை மாற்றி அமைப்பதாகிறது. அதாவது, பண்டைய பிரதிகளை, சிந்தனையாளர்களை, வகைப்பாடுகளை மேலாதிக்கம் கொண்டதாகப் பார்த்து நிராகரிப்பதற்குப் பதிலாக, உண்மையைக் கண்டடைவதற்கான வெளிச்சமாகப் பார்க்கிறது. இந்த இரண்டாவது போக்கானது பண்டைய பிரதிகளைப் புதிய விசாரணை முறைமைகள் கொண்டு கையாள்கிறது; கடந்த காலம் மீதான பொறுப்புணர்வில் பண்புமாற்றத்தை உண்டாக்குகிறது. முதல் வகைக்கு ஐரோப்பிய நவீனத்தையும், இரண்டாவது வகைக்கு இந்தியத் துணைக்கண்டத்தில் சாத்தியப்பட்ட நவீனத்தின் தொடக்க காலத்தையும் எடுத்துக்காட்டுகளாக கனேரி முன்வைக்கிறார்.

ஐரோப்பாவில் 'புதிய தத்துவார்த்த' போக்கைத் தொடங்கியவர்கள் ஃபிரான்சிஸ் பேக்கன் (*Francis Bacon, 1561-1626*) மற்றும் ரெனே தேக்கார்த் (*Rene Descartes, 1596-1650*). "ஒரு வழிதான் இருக்கிறது. அதாவது, மேலும் சிறப்பான திட்டங்களோடு அறிவியல், கலை, மானுட அறிவு என்று எல்லாவற்றையும் திடமான அஸ்திவாரத்தின் மீது மீண்டும் கட்டமைக்க வேண்டியுள்ளது" என்கிறார் பேக்கன். "என்னுடைய ஆசிரியர்களின் கட்டுப்பாட்டிலிருந்து

வெளியேறும் வயதை அடைந்த உடனே, நான் புத்தகங்கள் படிப்பதை முழுமையாக நிறுத்திக்கொண்டேன். சில அறிஞர்கள் தங்களுடைய வாசிப்பில் முன்வைப்பது குறித்துச் சிந்திப்பதைக்காட்டிலும், ஒருவரைப் பாதிக்கக்கூடிய விஷயங்கள் குறித்துச் சிந்திப்பது மேலும் பல உண்மைகளைக் கண்டடைய உதவும் என்றே எனக்குத் தோன்றுகிறது" என்கிறார் தேக்கார்த். ஆனால், உண்மையிலேயே இவர்களால் கடந்த காலச் சிந்தனைகளிலிருந்து தங்களை முற்றாகத் துண்டித்துக்கொள்ள முடிந்ததா என்பது வேறு விவாதத்துக்கான பொருளாகிறது. துண்டித்துக்கொள்ளும் ஏக்கம் இருந்தாலும், உண்மையில் துண்டித்துக்கொள்ள முடியவில்லை என்கிறார்கள் பல ஆய்வாளர்கள்.

ஆக, மேற்கில் புதிய தத்துவார்த்தப் போக்கைத் தொடங்கியவர்கள் உண்மையில் கடந்த காலச் சிந்தனைகளிலிருந்து தங்களை முற்றிலுமாகத் துண்டித்துக்கொண்டார்களா இல்லையா என்பதைவிடத் துண்டித்துக்கொள்ளும் விருப்புறுதியைக் கொண்டிருந்தார்கள் என்று மட்டும் நிச்சயமாகச் சொல்ல முடியும். அரிஸ்டாட்டில் மீது பெரும் மோகம் கொண்டிருந்த சிந்தனையாளர்களைவிட (பழமைவாதிகள் என்ற அர்த்தத்தில்) புதிய தத்துவார்த்தப் போக்கைத் தொடங்கிவைத்தவர்கள் (நவீனவாதிகள் என்ற அர்த்தத்தில்) அரிஸ்டாட்டிலின் சிந்தனைகளைப் படைப்பூக்கத்தோடு கையாண்டதாக சில அறிஞர்கள் முன்வைக்கிறார்கள். பண்டைய சிந்தனைகளிலிருந்து முற்றிலுமாகத் துண்டித்துக்கொண்டதுதான் மேற்கத்திய நவீனம் என்று பொதுவாகக் கோரப்படுகிறது. இது மிகமிக எளிமைப்படுத்தப்பட்ட வாசிப்பு என்கிறார் கனேரி. லைப்னிஸ் *(Leibniz)*, ஸ்பினோஸா *(Spinoza)*, பாஸோ *(Basso)*, காஸெந்தி *(Gassendi)* போன்றவர்கள் உண்மையைக் கண்டடைவதற்குப் பண்டைய தத்துவவியலாளர்களிடம் பெற்றுக்கொள்ள முடியும் என்று திடமாக நம்பினார்கள். அதாவது, பண்டைய தத்துவங்களை வேறு விதமாக வாசிப்பதன் வழியாக அதில் காணப்படும் உண்மைகளை வேறு விதமாக வெளிக்கொணர முடியும் என்று இவர்கள் நம்பினார்கள். புதிய தத்துவார்த்த தரிசனங்களுக்குப் பண்டைய தத்துவங்களைத் தடைக்கற்களாக அல்லாமல் நுழைவாயிலாகப் பார்த்தார்கள். சொல்லப்போனால், பழமையானது என்று நிராகரித்தவர்களைவிட இத்தகையவர்கள் பண்டைய தத்துவங்களோடு படைப்பூக்கமிக்க உறவைக் கொண்டிருந்தார்கள்.

'புதிய காரணிய'த்தை *(new reason)* முன்வைத்த நவீனத் தத்துவவியலாளர்களை எது வேறுபடுத்திக்காட்டுகிறது என்றால், கடந்த காலம் குறித்த ஒருவரின் கடமையுணர்வுதான். தேக்கார்த் இதை முழுமையாக அறிந்திருந்தாலும் அதை ஒதுக்கித்தள்ளுகிறார். கடந்த காலங்களில் அதிகம் சுற்றித்திரிபவர்கள் நிகழ்காலத்தில் அந்நியராகிவிடுகிறார்கள் என்கிறார்:

> கடந்துபோன நூற்றாண்டுகளில் இருந்தவர்களோடு உரையாடுவது என்பது பயணம் மேற்கொள்வது போன்றதுதான். உலகம் குறித்து ஏதும் அறியாதவர்கள் தங்களுடைய வாழ்க்கைமுறைகளுக்கு முரணானதையெல்லாம் பைத்தியக்காரத்தனங்களாக,

பகுத்தறிவற்றவையாகப் பார்ப்பது வழக்கமாக இருக்கிறது. இதற்குப் பதிலாக, பல்வேறு வகைப்பட்ட பழக்கவழக்கங்களை அறிந்துகொள்வதன் ஊடாக நாம் நம்முடைய பழக்கவழக்கங்கள் குறித்து இன்னும் மேலான முடிவுக்கு வர முடியும். ஆனால், பயணங்களில் மிக நீண்ட காலத்தை இழப்பவர்கள் வேறு வழியில்லாமல் தங்களுடைய சொந்த நாட்டிலேயே அந்நியராகிவிடுகிறார்கள். மேலும், கடந்த கால நடைமுறைகள் மீது அதிக அக்கறை கொண்டவர்கள் தங்களுடைய சமகாலம் குறித்து ஏதும் அறியாதவர்களாக இருக்கிறார்கள்.

கடந்த காலத்திலேயே சுற்றிக்கொண்டிருக்கும் அபாயத்தை தேக்கார்த் மிகச் சரியாக முன்வைக்கிறார். அதாவது, எதற்காகக் கடந்த காலம் பற்றிய வாசிப்பில் இறங்குகிறோம் என்பதே மறந்துபோகும் அளவுக்கு அதனுள் முழுமையாக இழுக்கப்படும் அபாயம் எப்போதும் உள்ளது. அதுவும் 'மனதை வழிநடத்துவதற்கான சட்டங்க'ளாகப் பார்க்கப்படும்போது, கடந்த காலத்திலிருந்து முற்றிலுமாக விலகிப்போக வேண்டும் என்று தேக்கார்த் சொல்வது – அதாவது, நிச்சயப்படுத்திக்கொள்ள முடியாதவற்றைத் தவறானது என்று பார்ப்பது – மிக நியாயமானது என்பதுபோல் தோன்றுகிறது. இருந்தாலும், தேக்கார்த்திடம் கடந்த காலங்களில் பயணம் மேற்கொள்வதை முற்றிலுமாக நிராகரிக்கும் பாவனை ஒன்று நிச்சயமாக இருக்கத்தான் செய்கிறது, அவர் முன்வைக்கும் அபாயங்களிலிருந்து ஒருவர் தன்னைத் தற்காத்துக்கொள்வதற்கான வழிமுறைகளும் இருக்கத்தான் செய்கின்றன என்கிறார் கனேரி. நம்மோடு உரையாடல் நடத்தும் நபர் எவ்வளவுதான் நம்மை ஆக்கிரமிக்கக்கூடியவராக இருந்தாலும், நம்முடைய சுயத்தைத் தற்காத்துக்கொள்வதற்கான வழிமுறைகள் நம்மிடம் இருப்பதுபோல்தான் இதுவும் என்கிறார்.

கடந்த காலத்தில் மூழ்கிப்போகும் அபாயத்திலிருந்து நம்மைத் தற்காத்துக்கொள்வதற்குச் சிறந்த வழி ஒன்றுள்ளது. அதாவது, கடந்த காலத்திலிருந்து ஒரு குரலைக் கேட்பது போன்ற அழுத்தத்துக்கு உள்ளாகாமல், நம் சமகாலத்தவரோடு நாம் உரையாடுவதுபோல் உரையாடுவது ஒரு வழியாகிறது. அதாவது, வேற்றுகிரகவாசியோடு அல்லது ஓர் அந்நியரிடம் உரையாடுவது போன்று அல்லாமல் நம்முடன் இருக்கும் சகமனிதனோடு உரையாடுவதுபோல். இந்திய நவீனத்தின் தொடக்க காலச் சிந்தனையாளர்கள் இவ்வழியை நமக்குக் காட்டுகிறார்கள். கடந்த காலச் சிந்தனைகளை அறிமுகப்படுத்தும்போது, 'சிலர் இவ்வாறு சிந்தித்தார்கள்' அல்லது 'இது பழைய பார்வை; நாம் இப்போது புதிய பார்வையைப் பார்ப்போம்' போன்ற சொற்றொடர்களை நவீனத்தின் தொடக்க காலச் சிந்தனையாளர்கள் பயன்படுத்துகிறார்கள். இத்தகைய பாணியில் கடந்த காலச் சிந்தனைகளை எதிர்கொள்ளும்போது ஒருவிதமான அவரலாற்றுத்தன்மை அதனுள் நுழைகிறது. சிந்தனைகளை வரலாற்றுத்தன்மையற்றதாக கொண்டதாக மாற்றும் பிரக்ஞைபூர்வமான இந்த உத்தியானது இருபதாம் நூற்றாண்டு

சிந்தனையாளர்களை — அவர்கள் எத்தகைய தளத்திலிருந்து இயங்குகிறார்கள் என்பதைப் பொறுத்து — ஒன்று சந்தோஷப்படுத்தலாம் அல்லது எரிச்சலடையவைக்கலாம் என்கிறார் போர்ஹேஸ் (Borges). இங்கு அவர் குறிப்பிட்டுச் சொல்வது இந்தியத் தத்துவவியலாளர்களைத்தான்.

நான் இந்தியத் தத்துவ வரலாறு குறித்து நிறைய படித்திருக்கிறேன். அதன் ஆசிரியர்கள் (ஆங்கிலேயர்கள், ஜெர்மானியர்கள், பிரெஞ்சுக்காரர்கள், அமெரிக்கர்கள் மற்றும் பலர்) இந்தியர்களுக்கு வரலாற்றுணர்வு என்று ஒன்று இல்லாததைக் கண்டு பிரமித்துப் போகிறார்கள். அதாவது, அவர்கள் எல்லாச் சிந்தனையாளர்களையும் தங்களது சமகாலத்தவர்களாக பாவிக்கிறார்கள். பண்டைய தத்துவங்களை தங்களது சொந்த வார்த்தைகளாக மாற்றுகிறார்கள். ஆனால், இது துணிச்சல்மிக்க ஏதோ ஒன்றைக் குறிக்கிறது. இது ஒருவர் தத்துவத்தில் நம்பிக்கை கொண்டுள்ளார் அல்லது கவிதையில் நம்பிக்கை கொண்டுள்ளார் என்ற கருத்துக்கு ஒப்பானது. அதாவது, அழகாக இருக்கும் ஒன்று இன்னும் அழகாக இருக்க முடியும் என்பதற்கு ஒப்பானது.

ஒரு சிந்தனையாளரை சமகாலத்தவராக பாவிப்பது என்பது அவரோடு முரண்படுவதற்கான விருப்புறுதியை வெளிப்படுத்துகிறது. கடந்த காலத்தோடு உரையாடல் நடத்துவது என்பது சுயமான சிந்தனை இல்லை என்றோ, நவீனமானது இல்லை என்றோ அர்த்தமாகாது. நிச்சயமாக, தேக்கார்த் சொல்வதுபோன்று 'புத்தகங்கள் படிப்பதை முழுமையாக நிறுத்திக்கொள்வது' துணிச்சல்மிக்க செயல்தான் என்றாலும், வேறு விதமான துணிச்சல்மிக்க செயல் ஒன்றும் உண்டு: இது பண்டையதையும் அந்நியமானதையும் — விமர்சனத்தை ஏற்றுக்கொள்ளும் நண்பன்போல் — அர்த்தப்படுத்திக்கொள்ளும் அறிவார்த்த வடிவிலான துணிச்சல். நவீனத்துக்கு முந்தையவர்கள் பற்றிக் குறிப்பிடும்போது 'கடந்த காலத்தோடு உள்ள தொடர்பைக் காப்பாற்றுவதற்கான தவிப்பு' என்கிறார் எஸ்.ராதாகிருஷ்ணன். ஆனால், அவரும் அதே தவிப்புக்கு உள்ளாகிறார். அதனால்தான், அவரிடம் 'மூலாதாரத்துக்குத் திரும்புவது என்பது தேசியவாத அடையாளத்தைக் கட்டமைக்கும் திட்டமாக மாறுகிறது' என்கிறார் எஸ்.கோபால். மூலாதாரத்துக்குத் திரும்புவது என்பது சமமானவர்களுக்கு இடையேயான உரையாடலாக இருக்க முடியாது. இது ஒருவிதமான தப்பித்து ஓடும் நிலைப்பாடு என்கிறார் கனேரி.

இந்தியத் தத்துவவியலாளர்கள் தங்களுடைய சொந்த தத்துவார்த்த வரலாற்றை வாசிக்கும் முறையில் தடம்புரண்டுபோனார்கள் என்கிறார் கனேரி. இதை இந்திய வரலாற்றியலின் 'புதிர்' என்று அழைக்கிறார். எல்லா 'வரலாறு'களும் ஒன்றுபோல இந்தியத் தத்துவத்தை அவரலாற்றுத்தன்மையில் அணுகின. பிரதிகளை ஒற்றைத்தன்மையில் கட்டமைத்து அவற்றின் இழைகளைத் தவறவிட்டன என்று வாதிடுகிறார். இப்படி அவரலாற்றுத்தன்மையிலான அணுகுமுறையில் எது முந்தையது, எது பிந்தையது என்று நுட்பமாக

அணுகவில்லை என்றால், ‘புதிய’தை அடையாளம்காண முடியாமல்போகும் அபாயம் இருக்கிறது. இதனால்தான், தத்துவ வரலாற்றியலில் நவீனத்துக்கு முந்தையதுக்கும் நவீனத்தின் தொடக்கத்துக்கும் இடையேயான வேறுபாடுகளை இனங்காண முடியாமல்போகிறது என்றும், இதற்கு எதிர்மறையாகப் பின்னர் நடந்தவற்றை முந்தைய பிரதிகளில் வாசிப்பதும் இதே விளைவுகளைத்தான் ஏற்படுத்துகிறது என்றும் கனேரி வாதிடுகிறார்.

இந்தியத் துணைக்கண்ட நவீனத்துக்கு வரும்போது, வழமையான வரலாற்றியல் அடிப்படையில், அதாவது மேற்கில் பண்டைய தத்துவ மரபுக்கும் நவீனத் தத்துவ மரபுக்கும் இடையே நடந்த யுத்தத்தை அடிப்படையாகக் கொண்டு அணுகுவோம் என்றால், அது எத்தகைய தெளிவையும் நமக்குக் கொடுக்காது என்று தீர்மானமாக முன்வைக்கிறார் கனேரி. அதாவது, பேக்கன் போலவோ அல்லது தேக்கார்த் போலவோ பழையதை முற்றிலுமாக நிராகரிக்கும் விருப்புறுதியை இந்தியத் தத்துவவியலாளர்களிடம் காண முடியாது என்கிறார். இருந்தும், நிச்சயமாக இந்தியத் தத்துவார்த்த மரபில் ஒரு நவீனம் சாத்தியப்பட்டது என்கிறார் கனேரி. மேற்கத்தியத்தில் ஒரு தளத்தில் உருவான லைப்னிஸ், ஸ்பினோஸா, பாஸோ, காஸெந்தி போன்றோருக்கும், மற்றொரு தளத்தில் மோரின் (Morin), சென்ர்ட் (Sennert), வெய்கெல் (Weigel) போன்றோருக்கும் நிகரான தத்துவவியலாளர்களை இந்திய நவீனத்தில் காண முடியும் என்கிறார்.

‘நவீனத்தின் தொடக்கம் என்பது உண்மையான நவீனம் என்பதாக நான் அர்த்தப்படுத்தவில்லை’ என்று எச்சரிக்கிறார் கனேரி. அதாவது, நவீன ஐரோப்பிய வரலாற்றாசிரியர்கள், தொடக்கத்தில் செய்ததுபோல் நவீனத்துக்கு முந்தைய பழக்கவழக்கங்களை நவீனத்தோடு குழப்பிக்கொள்ளாமல், கடந்த காலம் குறித்த பொறுப்புணர்வோடு அது கொண்டுள்ள தனித்தன்மையைப் பார்க்க வேண்டும் என்கிறார். நவீனத்தின் தொடக்க காலச் சிந்தனையாளர்கள் நவீனத்துக்கு முந்தைய வாசகர்களுக்குத்தான் எழுதினார்கள் என்றாலும், அவர்கள் கடந்த காலத்திடம் வெறுமனே நடைமுறை சார்ந்து முறையிடாமல், அடிப்படையான மாற்றத்துக்கு வாசகர்கள் எவ்வாறு எதிர்வினையாற்ற வேண்டும் என்று எதிர்பார்ப்பதாகவும் இருந்தது. இந்தியாவில் நவீனத்துக்கு முந்தைய தத்துவார்த்தப் படைப்புகள் ‘குணப்படுத்தும்’ நோக்கத்தைக் கொண்டிருகின்றன; வாசகர் மனதில் ஒருவிதமான மாற்றத்தைக் கொண்டுவருவதை நோக்கமாகக் கொண்டிருந்தன. ஆனால், நவீனத்தின் தொடக்கத்தில் வாசகர்கள் நல்ல முறையில் வாழ்வது என்பதிலிருந்து நல்ல முறையில் சிந்திப்பது என்பதாக மாறுவதை நாம் கவனிக்க வேண்டியுள்ளது என்கிறார் கனேரி. அதாவது, 16-ம், 17-ம் நூற்றாண்டுகளில் சம்ஸ்கிருதத் தத்துவ மரபில், பிரமிக்கத்தக்கத் திட்டங்கள் உருவாக்கப்பட்டன என்கிறார் கனேரி. இதை சாத்தியப்படுத்தியவர்கள் தங்களை ‘புதிய’ என்ற அடைமொழியோடு விளித்துக்கொண்டார்கள். இந்தத் தத்துவவியலாளர்கள் தங்களை வேறாகக் காட்டிக்கொள்ள மட்டுமே ‘புதிய’ என்ற அடைமொழியைப் பயன்படுத்தினார்கள் என்று அர்த்தப்படுத்திக்கொள்ள முடியாது. இவர்களுக்கு

முன்பும் பலர் தங்களை இவ்வாறு வரையறுத்துக்கொண்டுள்ளார்கள். அப்படியிருக்க, இவர்கள் எதன் அடிப்படையில் தங்களை 'புதிய' என்று வரையறுத்துக்கொண்டார்கள்? சிந்தனைகளை முன்வைத்த முறைமையில்தான் 'புதியது' வெளிப்படுத்தப்பட்டதா அல்லது உள்ளடக்கமும் புதியதாக இருந்ததா?

17-ம் நூற்றாண்டைச் சேர்ந்த புதிய அறிவுஜீவிகளின் படைப்புகள் குறித்து ஷெல்டன் போலக் இவ்வாறு தொகுத்தளிக்கிறார்: 'மிக விசித்திரமான கூட்டில் புதிய பாணி ஏதோ ஒன்று, உள்ளடக்கத்தில் பழமையான ஏதோ ஒன்றை நிலைகுலையவைத்தது.' இந்திய நவீனத்துக்கு முந்தைய, அதாவது ஒன்பதாம் நூற்றாண்டைச் சேர்ந்த ஜெயந்தா (Jayantha) 'நாம் புதிய உண்மையை எவ்வாறு கண்டுபிடிக்க முடியும்? ஆக, வார்த்தைகளை மாற்றிச் சொல்வதில் உள்ள புதுமையையே ஒருவர் கணக்கில்கொள்ள வேண்டும்' என்கிறார். மிகவும் தாக்கத்தை ஏற்படுத்திய எட்டாம் நூற்றாண்டைச் சேர்ந்த பௌத்தச் சிந்தனையாளர் சாந்திதேவா (Shantideva), 'புதிதாக ஒன்று எப்போதும் சொல்லப்படுவதே இல்லை. எனக்கும் அதில் எத்தகைய திறமையும் இல்லை. ஆகையால், மற்றவர்களுக்குப் பயனுள்ளதாக இருப்பேன் என்று நான் கற்பனைசெய்ததுகூடக் கிடையாது. நான் இதைச் செய்வதற்கான காரணம் என்னுடைய புரிதலை வளர்த்துக்கொள்வதற்காகத்தான்' என்கிறார். ஜெயந்தாவும் சாந்திதேவாவும் கடந்த காலத்துக்குப் பணிந்துபோகும் போக்கை ரகுநாதா சிரோமணியிடம் (Raghunatha Siromani, 1460-1540) காண முடியவில்லை. நியாயா (Nyaya) தத்துவப் பள்ளியைச் சேர்ந்த ரகுநாதாவைக் கலகக்காரர் என்று வர்ணிக்கிறார் தயா கிருஷ்ணா. மேலோட்டமாகச் சொல்வதென்றால், நியாயா தத்துவப் பள்ளியானது புனித நூல்களுக்கு விளக்கவுரை கொடுப்பதைவிட அறிவார்ந்த சிந்தனையிலும், ஆதார அடைப்படையிலான ஆழ்ந்த விசாரணையிலும் நம்பிக்கை கொண்டிருந்தது. ரகுநாதா தன்னுடைய மிக முக்கியமான படைப்பான 'பொருட்களின் உண்மையான இயல்பு குறித்த விசாரணை' (The Inquiry into the True Nature of Things) நூலை இவ்வாறு முடிக்கிறார்:

> நான் மிகக் கவனமாக விளக்கி உறுதிப்படுத்தியிருப்பவையெல்லாம் பிற துறைகளைச் சேர்ந்தவர்கள் வந்தடைந்திருக்கும் முடிவுகளுக்கு முரணாக இருக்கின்றன. ஏற்றுக்கொள்ளப்பட்டிருக்கும் நிலைப்பாட்டுக்கு உகந்ததாக இல்லை என்பதால் மட்டுமே சொல்லப்பட்டிருக்கும் விஷயங்கள் குறித்து நாம் சிந்திக்காமல் ஒதுக்கித்தள்ள முடியாது; அறிஞர்கள் இவற்றைக் கவனமாகப் பார்க்க வேண்டும். எல்லா அறிவியல்களிலும் அடிப்படையானவை குறித்து உண்மைகளை அறிந்தவர்கள் முன் தலைவணங்குகிறேன்; உங்களைப் போன்றவர்களுக்கு (வாசகர்களுக்கு) தலைவணங்குகிறேன். நான் சொல்ல வருவதைக் கரிசனத்தோடு அணுகுமாறு கேட்டுக்கொள்கிறேன். என்னுடைய முறை அவ்வளவாக அங்கீகரிக்கப்படுவதில்லை என்றாலும்கூட, ஞானம் பெற்றவர்கள்

கடந்த காலங்களில் பயன்படுத்திய அதே முறையைத்தான் நானும் பயன்படுத்தியுள்ளேன். அதாவது, கற்றறிந்தவர்கள் தங்களுடைய சொந்தப் படைப்புபோல் இதன் மேல் அக்கறைகாட்ட வேண்டும் என்று கேட்டுக்கொள்கிறேன்.

முகலாயப் பேரரசர் அக்பரின் ஆட்சிக் காலத்தில் நிலவிய புதிய அறிவார்த்த சூழ்நிலையை அபு அல்-பத்ல் (Abu al-Fadl) 1597-ல் எழுதிய அயின்-இ-அக்பரியில் (Ain-i-Akbari), தத்துவவியலாளர் என்பவர் சான்று உறுதிகளைச் சந்தேகத்தால் நிரப்புகிறவர் என்றும், ஆதாரம் தவிர வேறு எதையும் ஏற்றுக்கொள்ள மறுப்பவர் என்றும் வரையறுக்கிறார். எடுத்துக்காட்டாக, வரலாற்றுரீதியான, கற்பனாரீதியான விஷயங்களின் அர்த்தப்பாடு குறித்து சிந்தனையைத் தூண்டக்கூடிய கேள்வியை ரகுநாதா எழுப்புகிறார்:

> மக்கள் இதுவரை (ராமனின் தந்தையான) தசரதனைப் பார்த்ததில்லை என்றாலும், தசரதன் என்ற சொல்லைக் கேட்டவுடன் எவ்வாறு அவரை அறிந்துகொள்ள முடிகிறது? இதுபோலவே, (கற்பனைச் சொல்லான) 'குட்டிச்சாத்தான்' என்ற சொல்லிருந்து அதை எவ்வாறு அறிந்துகொள்கிறோம்? நான் இதை மேலும் வளர்த்தெடுக்காமல், அறிஞர்கள் இது குறித்து கவனமாக சிந்திப்பதற்கு விட்டுவிடுகிறேன்.

இல்லாத ஒன்றை, பௌதிகத்தன்மையற்ற ஒன்றை நாம் எவ்வாறு பார்க்கிறோம்? அறிந்துகொள்கிறோம்? இன்மைக்கும் இருப்புக்கும் (absence and presence) இடையேயான உறவு என்ன? இவையெல்லாம் முக்கியமான கேள்விகள். 16-ம் நூற்றாண்டின் மத்தியிலிருந்து 17-ம் நூற்றாண்டுவரை, ரகுநாதாவைத் தொடர்ந்துவந்த தத்துவவியலாளர்கள் அறிவறிதல் (epistemology), மீவியற்பியல் (metaphysics), குறியியல் (semantics), தத்துவார்த்த முறைமைகள் (philosophical methodology) போன்ற துறைகளில் பெரும் மாற்றத்தைக் கொண்டுவந்தார்கள். ரகுநாதாவில் உந்துதல் பெற்ற தத்துவவியலாளர்களை மூன்று வகையினராக கனேரி பிரித்துக்கொள்கிறார். இத்தகைய தத்துவவியலாளர்களில், அதாவது ரகுநாதாவுக்குப் பின்பு வந்தவர்களில் (முதல் வகையினர் என்று வைத்துக்கொள்வோம்) சிலர் ரகுநாதா பிறந்த இடமான வங்கத்தில், நவாதிப்பா (Navadvipa) என்னும் இடத்தைச் சேர்ந்தவர்கள். முதல் வகையினரில் உத்வேகம் கொண்ட வேறு சிலர் வாராணசியைச் சேர்ந்தவர்களாக இருந்தார்கள். இவர்கள் இரண்டாவது வகையினராகிறார்கள். இவர்களுடைய எழுத்துகள், 'மேலும் நாம் இதைக் கவனத்தில்கொள்ள வேண்டும்', 'இது பற்றி நாம் மேலும் சிந்திக்க வேண்டும்', 'நாம் போய்க்கொண்டிருக்கும் பாதை சரியானதாகத்தான் உள்ளது' போன்ற சொற்றொடர்களால் நிரம்பியுள்ளன. பண்டைய பனுவல்களை வெறுமனே அர்த்தப்படுத்துவது என்று இல்லாமல், தீவிரத்தன்மையோடு தொடர்ந்து செயல்படும் உணர்வும், பிரச்சினைகள் குறித்து விசாரணைசெய்வதில் திறந்த பண்பும், தகவல்கள் மீதான கவனமும் இவர்களுடைய புதிய படைப்புக்கான உந்துசக்திகளாகின்றன.

முதல் வகையினர் ரகுநாதா படைப்புகளை அடிப்படையாகக் கொண்டு பண்டைய மீவியற்பியலை அற்புதமாக மறுவாசிப்புக்கு உட்படுத்தினார்கள். இரண்டாவது வகையினர், புதிதாக அர்த்தப்படுத்துவது, புதிதாகக் கோட்பாட்டாக்கம் செய்வது, பழைய நிலைப்பாட்டுக்கும் நவீன நிலைப்பாட்டுக்கும் இடையே மீளிணக்கம்காண முடியாது போன்ற நிலைப்பாட்டை மறுக்கும் அணுகுமுறையைக் கொண்டிருந்தார்கள். வாராணசியில் இருந்த இந்த இரண்டாவது வகையினர் பண்டைய சிந்தனையாளர்களிடம் செல்வதற்குப் பதிலாக, அவர்களுக்கு சற்றே முந்தைய காலத்துப் படைப்பூக்கமிக்க தத்துவவியலாளர்களான உதயனா (Udayana, 11-ம் நூற்றாண்டு) மற்றும் கணேஷா உபாத்யாயா (Ganesha Upadhyaya, 14-ம் நூற்றாண்டு) ஆகியோரிடம் சென்றார்கள். ரகுநாதாவைத் தொடர்ந்த மூன்றாவது வகையினர், முதல் இரண்டு வகையினருக்கு — அதாவது, ரகுநாதாவைப் பின்பற்றி 'புதிய' சிந்தனைகளைத் தோற்றுவித்தவர்கள் (முதல் வகையினர்) மற்றும் பண்டைய மீவியற்பியலைப் புதிதாக அர்த்தப்படுத்தியவர்கள் (இரண்டாவது வகையினர்) — இடையே நின்றார்கள். இவர்கள் பழமைவாத அரிஸ்டாட்டில் நிலைப்பாட்டுக்கு ஒத்தவர்களாக இருந்தார்கள். இவர்கள் கணேஷா உபாத்யாயா பிறந்த இடமான மிதிலாவை (Mithila) சேர்ந்தவர்கள். சுருக்கமாகச் சொல்வதென்றால், இந்தியத் தத்துவத்தில் காணப்படும் ஒருவகையான நவீனமானது மிதிலா அறிஞர்களிடமிருந்து உதயனா மற்றும் கணேஷாவை மீட்டெடுப்பதாக இருந்தது என்கிறார் கனேரி. மேலும், மற்ற அறிவார்த்தத் துறைகளில், அதாவது மொழியியல் (Vyakarana), தத்துவார்த்த இறையியல் (Philosophical Theology) — குறிப்பாக அத்வைதம், விசிஷ்டாத்வைதம், துவைதம், மீமாசம் (Mimamsa), சட்டத் தத்துவங்கள் (தர்மசாஸ்திரங்கள்) போன்றவையெல்லாம் நவீனத்தின் தொடக்க கால அறிவார்த்தச் சிந்தனைகளோடு, அதாவது பின்னர் 'புதிய நியாயா' (Navya Nyaya) என்று அழைக்கப்பட்ட சிந்தனைகளோடு ஒத்துப்போக முடியவில்லை என்கிறார் கனேரி.

இத்தகைய போக்குகளில் நவீனத்தின் இருப்பை நாம் பார்க்க வேண்டுமென்றால், பண்டைய மூலங்களை முற்றாக நிராகரிப்பதன் வழியாகத்தான் நவீனம் சாத்தியப்படும் என்ற சிந்தனையிலிருந்து நம்மை நாம் விடுவித்துக்கொள்ள வேண்டும் என்று கனேரி அழுத்தம்கொடுத்துச் சொல்கிறார். தொலைவிலிருந்து பார்த்தால், நம்முடைய தத்துவவியலாளர்கள் பழமைவாதக் கருத்தாக்கங்களையும் வகைப்பாடுகளையும் பயன்படுத்தி உரை எழுதுவதைப் போல் தோன்றலாம். இருந்தாலும், பழமைவாத அறிவார்த்தச் செயலோடு அடையாளப்படுத்தப்படும் உரை எழுதும் செயல்பாடு, எந்தப் பிரதிக்கு உரை எழுதப்படுகிறதோ அந்தப் பிரதி மீது உரையாசிரியர் கொண்டிருக்கும் பார்வையை வெளிப்படுத்தும் செயலாக இருக்க வேண்டியதில்லை. உரையாசிரியர்களின் அடிப்படைப் பாத்திரம் என்பது கடந்த காலத்துக்கும் நிகழ்காலத்துக்கும் இடையே ஒரு உரையாடலை நடத்துவதுதான். 16-ம், 17-ம் நூற்றாண்டு உரையாசிரியர்கள் இப்படியான உரையாடல்களை நிகழ்த்தியதாலேயே, அது கொண்டிருக்கும் நவீனத்தின் தொடக்கத்தை நம்மால் அடையாளம்காண முடிகிறது.

உரைகளுக்கு இடையே அடிப்படையான வேறுபாடு ஒன்று உள்ளது. ஒன்று, பண்டைய படைப்புகளில் காணப்படும் 'உண்மை'யைத் தெளிவுபடுத்துவது அல்லது முறைப்படுத்துவதாக இருக்கிறது என்றால், மற்றொன்று உண்மையை விசாரிக்கப் பண்டைய பனுவல்களைப் படைப்பூக்கத்தோடு பயன்படுத்துவதாகிறது. நவீனத்தின் தொடக்க காலத்தில் பண்டைய பிரதிகளை வாசிப்பது என்பது தனித்துவமிக்க செயலாகும். அதனால்தான், 16-ம், 17-ம் நூற்றாண்டுகளில் சாத்தியப்பட்ட நவீனத்தின் தொடக்க காலத்தைக் கண்டடைவதற்கான வழியை அது நமக்கு அமைத்துக்கொடுக்கிறது. அதாவது, பண்டைய பனுவல்களில் மறைந்திருக்கும் ஆழமான அர்த்தங்களைத் தோண்டியெடுப்பதாக உள்ளது. உரை எழுதுவதன் மீதான தவறான புரிதலின் காரணமாகப் புதிய பண்புகளைப் பழைய பனுவல்களில் வாசிப்பதாக முன்வைக்கும் போக்கை உருவாக்கியுள்ளது என்கிறார் கனேரி. இதன் விளைவு என்னவென்றால், பிந்தைய சிந்தனையாளர்களின் சுயமான பங்களிப்பு முற்றிலுமாக மறைந்துபோகிறது.

ஐரோப்பாவில் புதிய தத்துவங்களின் உருவாக்கம் இயற்கை அறிவியல் தோற்றத்திலிருந்து பிரிக்க முடியாதபடி ஒன்றிணைக்கப்பட்டிருக்கிறது. ஆனால், இந்தியாவில் தோன்றிய நவீனத்தின் தொடக்கம் அப்படியான பண்பைக் கொண்டிருக்கவில்லை. இவ்விரண்டு போக்குகளும் தனித்துவமானவை என்று ஏற்றுக்கொள்ளத் தவறியதன் விளைவுதான், தத்துவத்தில் தொடக்க கால நவீனம் பற்றியான புரிதலின் போதாமையாகிறது. பொதுவாகச் சொல்வதென்றால், இந்தியாவில் தத்துவத்தின் தொடக்க கால நவீனம் நுண்ணோக்காடி (microscopic) தன்மையில் அல்லது சேய்மை (distal) பண்பில் வாசிப்பது என்றில்லாமல் ஏரண வடிவங்களையும் மொழியியல் நடைமுறைகளையும் சார்ந்திருந்தன. இந்தியத் தத்துவ நவீனத்தின் தொடக்கம் மொழியியல் சார்ந்து இயங்கியது. பகுப்பாய்விலார்ந்த தத்துவ (analytical philosophy) முறை ஐரோப்பாவில் பின்னர்தான் தோன்றியது. இதைக் கணக்கில் எடுத்துக்கொண்டால்தான் இந்தியாவில் காணப்பட்ட தொடக்க கால நவீனத்துக்கும் இருபதாம் நூற்றாண்டு பகுப்பாய்விலார்ந்த தத்துவத்துக்கும் இடையேயான அசாதாரணமான ஒற்றுமையை நாம் விளங்கிக்கொள்ள முடியும் என்கிறார் கனேரி.

இந்தியாவில் தோன்றிய புதிய தத்துவார்த்தச் சிந்தனைகள் பாரசீகத்தின் தாக்கத்தாலும் இஸ்லாமிய ஆட்சியிலுமே நடந்தேறின என்ற முக்கிய விஷயத்தை கனேரி நம் கவனத்துக்குக் கொண்டுவருகிறார். இருந்தாலும், இந்தக் கால சம்ஸ்கிருதத் தத்துவவியலாளர்களிடம் மிகச் சொற்ப அளவிலேதான் இஸ்லாமிய-அரேபியத் தாக்கங்களையும் பார்க்க முடிகிறது என்ற விஷயத்தையும் கனேரி கவனப்படுத்துகிறார் — இந்தப் போக்கை எல்லாத் துறைகளுக்குமான பொதுவான போக்காகப் பார்க்க முடியாது என்றபோதும். எடுத்துக்காட்டாக, வானவியலில் பழைய இந்து பிரபஞ்ச வடிவங்களும் புதிய அரேபிய அறிவியலும் மிக ஆழமாக மோதிக்கொண்டன. தத்துவச் சிந்தனைகளில் ஏதேனும் பாதிப்புகள் இருக்கும் என்றால் அவை அந்தளவுக்கு

நேரடியாக இல்லை என்றாலும், பாரசீகப் பின்னணி அதுவரை சாத்தியப்படாத புதிய ஊக்கத்தை சம்ஸ்கிருதத் தத்துவவியலாளர்களுக்குக் கொடுத்தது என்கிறார். அறிவாழமிக்க சம்ஸ்கிருத அறிவுஜீவிகள் அக்பரின் முக்கிய மந்திரியான இந்து தோடர்மாலால் (Hindu Todarmal) பாரசீகம் கற்றுக்கொள்ள ஊக்கப்படுத்தப்பட்டனர். அக்பருக்குப் பிந்தைய 17-ம் நூற்றாண்டில் இந்தியாவில் அறிவார்த்தச் செயல்பாடுகள் மிகுந்திருந்தன. இஸ்லாமிய, சமண, இந்து அறிவுஜீவிகள் மிக முக்கியமான படைப்புகளைக் கொடுத்தார்கள். அவை தெற்காசியா முழுவதும் சுற்றிவந்ததோடு மட்டுமல்லாமல், பாரசீக மற்றும் அரேபிய உலகங்களுக்கும் பரவி ஐரோப்பாவுக்கும் சென்றுதிரும்பின. பின்னாளில், ரவீந்திரநாத் தாகூர் சொல்லும் திறந்த விசாலமான ‘இந்தியா என்ற கருத்து’ (Idea of India) என்று ஒன்று இருக்குமானால் — அதாவது, இந்தியா புவி சார்ந்த யதார்த்தம் மட்டுமல்ல; அது ஒரு கருத்து என்றும், இந்தக் கருத்து சொந்த மக்களை மற்றவர்களிடமிருந்து பிரித்துப்பார்க்கும் பிரக்ஞைக்கு முற்றிலும் எதிரான ஒன்று என்றெல்லாம் பார்க்க முடியுமானால், அதை இந்தக் காலகட்டத்தில் காண முடியும் என்கிறார் கனேரி. குறிப்பாக, 1656-ம் ஆண்டை கனேரி இவ்வாறு வர்ணிக்கிறார்: வஹாத் அல்-உஜுத் (Wahat Al-Wujud - Unity in Being - இருப்பின் ஓர்மை) என்ற சிந்தனையை அடிப்படையாகக் கொண்டு மதங்களெல்லாம் சமவடிவுடமை (isomorphism) கொண்டவைதான் என்ற கருத்தாக்கம் அக்பரின் காலத்தைத் தொகுத்தவரான அபு-அல்-பத்லால் (Abu-Al-Fadl) முன்வைக்கப்பட்டது. வாராணசியில் தாரா ஷிகோஹ் இருமொழி அறிஞர்களை ஒன்றுதிரட்டி, ஐம்பத்தியிரண்டு உபநிடதங்களைப் பாரசீகத்துக்கு மொழியாக்கம் செய்தது, இந்தக் கருத்துக்குப் பெருமளவு வலுசேர்த்தது என்று சொல்ல முடியும். இந்து மதத்துக்கும் இஸ்லாத்துக்கும் இடையேயான வேறுபாடுகள் என்பது சொல்பிறப்பியல் (etymology) ஆனது என்றும், உபநிடதங்களை குர்ரான் மீதான உரையாகவும் வாசிக்க முடியும் என்றும் தாரா ஷிகோஹ் நம்பினார்.[6] அக்பரின் கொள்ளுப்பேரரான தாரா ஷிகோஹின் இந்தப் பிரமிக்கத்தக்க திட்டம் அந்தக் காலத்திலும் அதற்குப் பிறகும் எதிரொலித்துக்கொண்டே இருந்தது.

உலகம் முழுவதும் மனிதச் சிந்தனைகள் எவ்வாறு சுற்றிவந்தன என்று அறிந்துகொள்ள ஆர்வம் உள்ளவர்களுக்கும் இந்தத் தகவல் பெரும் ஊக்கத்தைக் கொடுக்கும்: அறிவுலகக் காலத் தொடக்கத்தின் மிக முக்கியமானவரும் பிரெஞ்சுத் தத்துவவியலாளர்களில் முதன்மையானவருமான தேக்கார்த்தின் தத்துவார்த்த நிலைப்பாடுகள், வாராணசியில் உள்ள பண்டிதர்களுக்கு 1660-லேயே, அதாவது அவர் இறந்து பத்து வருடங்களுக்குள்ளாகவே அறிமுகமாகியிருந்தன என்கிறார் கனேரி. பிரெஞ்சு மருத்துவரும் தத்துவவியலாளருமான ஃபிரான்ஸுவா பெர்னீ (Francois Bernier) முகலாய இந்தியாவில் தாரா ஷிகோஹுக்கும், இவரின் மறைவுக்குப் பிறகு ஔரங்கசீப்புக்கும் மருத்துவராக இருந்தார். இவர் எவ்வாறு தேக்கார்த், காஸெந்தியின் படைப்புகள் குறித்து சம்ஸ்கிருத பண்டிதர்களோடு விவாதித்தார் என்று விவரிக்கிறார்:

6 இந்தத் தொகுப்பில் உள்ள ‘மதச்சார்பின்மையும் பன்மைத்துவமும்’ கட்டுரையைப் பார்க்கவும்.

எனக்கு சம்ஸ்கிருதம் தெரியாமலேயே நான் அந்த மொழியில் உள்ள புத்தகங்களிலிருந்து பல கருத்துகளைச் சொல்லப்போவதைக் கண்டு ஆச்சரியப்படாதீர்கள். என்னுடைய எஜமான் தனிஸ்மந்த் கானோடு (Danismand Khan) இந்தியாவில் மிகப் பிரபல சம்ஸ்கிருத அறிஞர் ஒருவர் இருந்தார். இந்தப் பண்டிதர் ஷாஜகானின் மூத்த மகனான தாரா ஷிகோஹிடம் ஊக்கத்தொகை பெற்றவர். இந்தப் பண்டிதர் மிகவும் கற்றறிந்த அறிவியலாளர்களைக் கவர்ந்திழுத்ததோடு மட்டுமல்லாமல் மூன்று வருடங்களுக்கு மேலாக என்னோடு இருந்தார். என் எஜமானனிடம் உடலியல் குறித்து வில்லியம் ஹார்வீ (William Harvey), பீக்வாட் (Pequet) முன்வைப்புகளையும், தேக்கார்த் மற்றும் காஸெந்தி தத்துவங்களையும் பாரசீகத்துக்கு மொழிபெயர்த்து அவருக்குப் புரியவைக்கும் முயற்சியில் நான் சோர்வுற்றுப்போகும்போது (இதை நான் ஐந்தாறு வருடங்களுக்கு மேலாகச் செய்துகொண்டிருந்தேன்) அந்தப் பண்டிதர்தான் என்னோடு விவாதித்துக்கொண்டிருப்பார்.

பெர்னீயின் கூற்று உண்மையாக இருக்கும்பட்சத்தில், சிந்தனைகளில் இடப்பெயர்வு பிரமிக்கத்தக்க அளவில் நடந்தேறியுள்ளது எனலாம். இதில் முக்கியமான விஷயம் என்னவென்றால், பெர்னீக்கு ஆதரவுகொடுத்த தனிஸ்மந்த் கான் மட்டும்தான் தாரா ஷிகோஹுக்கு மரண தண்டனை கொடுக்கப்பட்டபோது எதிர்த்துநின்றார்.[7] 1658-59 முதல் 1661-62 வரையில் இவரது தாராளப் பண்பும் திறந்த மனப்பாங்கும் பிரெஞ்சு, பாரசீகம், சம்ஸ்கிருதம் ஆகிய மொழிகளில் உள்ள தத்துவார்த்த நிலைப்பாடுகளுக்கு இடையே பெரும் உரையாடலை சாத்தியப்படுத்தின.

1656-ம் ஆண்டு ஐரோப்பாவிலும் பெரும் மாற்றங்கள் ஏற்பட்டன. இவ்வருடத்தில், 'கடவுள் அல்லது இயற்கை' என்பது வெறும் திரவியம் (substance) என்று முன்வைத்ததற்கும், தெய்வீக அருள் நிறைந்த நிகழ்வுகள், தீர்க்கதரிசனம், புனித நூல்கள் போன்றவற்றுக்கு எதிராக நாத்திகவாதக் கருத்துகளை முன்வைத்ததற்கும் ஆம்ஸ்டர்டாமில் போர்ச்சுக்கீசிய யூத சமூகத்தினரால் ஸ்பினோஸா (Spinoza) சமூக விலக்கு செய்யப்பட்டார். பெரும் தாக்கத்தை ஏற்படுத்திய பிரெஞ்சு தொடக்க கால நவீனவியலாளரான பேய்ல் (Bayle) மற்றும் மெல்ப்ரான்ச் (Malebranche) இருவரும் சீனா ஸ்பினோஸியர்களால் நிரம்பியது என்றார்கள். ஆனால், தாரா ஷிகோஹின் பாரசீக உபநிடதங்கள் லத்தீன் மொழியில் அறிமுகப்படுத்தப்பட்டபோது உபநிடதங்களைப் படைத்தவர்கள்தான் உண்மையான ஸ்பினோஸியர்கள் என்று சொல்லப்பட்டது. உபநிடதங்களை ஸ்பினோஸியர்களோடு

7 தாரா ஷிகோஹ் குறித்து இரண்டு நாடகங்கள் உள்ளன: ஒன்று, பாகிஸ்தானிய எழுத்தாளரான அக்பர் அஹ்மத் எழுதிய 'தாரா ஷிகோஹின் வழக்கு'. மற்றொன்று, கோபால் காந்தி எழுதிய 'தாரா ஷிகோஹ்'. வெவ்வேறு தளங்களில் இவ்விரு நாடகங்களும் மிக முக்கியமானவை. Akbar Ahmed, *'The Trail of Dara Shikoh'* in *'Akbar Ahmed Two Plays'*, Saqibooks, 2009, and Gopal Gandhi, *'Dara Shukoh: A Play'*, Tranquebar Press, 2010.

அடையாளப்படுத்தியது என்பது இந்தியா குறித்தான ஐரோப்பியர்கள் புரிதலில் பெருமளவு பங்காற்றியது என்கிறார் கனேரி. முகலாய இந்தியாவில் மருத்துவராக இருந்த பெர்னீ ஐரோப்பிய மறுமலர்ச்சி காலத் தொடக்கத்தில் ஏற்படுத்திய தாக்கம் மிக முக்கியமானது என்கிறார் கனேரி. செக்ஸ்டஸ் எம்ப்யூரிக்கஸ் (Sextus Empiricus) மீண்டும் கண்டெடுக்கப்பட்ட பின் பெரும் உற்சாகம் அடைந்த குழுமத்தோடு பெர்னீ நெருங்கிய தொடர்பில் இருந்தார். அதாவது, பிரன்ஸ்வா தி லாமோத் ல வாயர் (Francios de la Mothe le Vayer) என்ற பிரபலமான ஐயவாதியோடு (sceptic) பெர்னீ நெருங்கிய தொடர்பில் இருந்தார். பெர்னீ எழுதிய 'டிராவல்ஸ்' (Travels) புத்தகம் ஆங்கிலத்தில் மொழியாக்கம் செய்யப்பட்டதன் (1662) விளைவாகத்தான் ஜான் டிரைடன் (John Dryden) ஔரங்கசீப் (Aureng-Ezbe) என்ற நாடகத்தை எழுதினார். பெர்னீயின் 'Abrege', 1678-ம் ஆண்டு பிரசுரிக்கப்பட்டது. இது காஸெந்தியின் அனுபவவாதத்தையும் பொருள்முதல்வாதத்தையும் கவனத்துக்குக் கொண்டுவந்தது. பிரிட்டிஷ் யதார்த்தவாதத்தில் இது பெரும் தாக்கத்தை ஏற்படுத்தியது. நிச்சயமாக, பெர்னீயின் புத்தகத்தை லாக் (Locke) படித்திருக்கிறார். காஸெந்தியின் படைப்புகள் பிரெஞ்சு மொழியில் கிடைப்பதற்கு முன்பாகவே பாரசீகத்துக்கு வந்துசேர்ந்தன. உபநிடதங்கள் மற்றும் தாரா ஷிகோஹ் முன்வைத்த ஓரிறைக் கோட்பாடானது ஸ்பினோஸியர்கள் தங்களுடைய அறக் கோட்பாட்டை முன்வைப்பதற்கு ஒரு வருடம் முன்பாகவே இங்கிலாந்திலும் பிரான்ஸிலும் பரவியிருந்தது. எப்படிப் பார்த்தாலும், இந்தத் தகவல்களெல்லாம் 1660-களிலேயே அறிவார்த்த உலகமயமாக்கல் சாத்தியப்பட்டதை நாடகத்தன்மையோடு வெளிப்படுத்துகின்றன.

உபநிடதங்களின் அடிப்படையில், சிலந்தியின் எச்சிலிலிருந்து சிலந்திவலை உருவாவதுபோல் இவ்வுலகம் கடவுளின் ஆதாரத்திலிருந்து உருவானது என்ற கருத்தாக்கம் பெர்னீ வழியாக டேவிட் ஹியூமை (David Hume) சென்றடைந்தது. இந்த உலகத்துக்கு ஒரு ஆன்மா இருக்கிறது என்ற இந்து நம்பிக்கையை ஹியூம் தன்னுடைய 'இயற்கையிலான மதங்கள் குறித்த உரையாடல்கள்' (*Dialogues Concerning Natural Religions*) புத்தகத்தில் இவ்வாறு நிராகரிக்கிறார்:

> *பார்ப்பனர்கள் இந்த உலகம் மிக பிரம்மாண்டமான சிலந்தியிலிருந்து உருவானது என்கிறார்கள். அதாவது, சிலந்தியின் வயிற்றிலிருந்து வெளியேறியதைக் கொண்டு இந்த மொத்த உலகமும் நெய்யப்பட்டிருக்கிறது என்றும், பிறகு பகுதியாகவோ முழுமையாகவோ உறிஞ்சிக்கொண்டு அதை அழித்துவிடுகிறது என்றும், அதன் ஆதாரத்துக்குள் உள்வாங்கிக்கொள்கிறது என்றும் சொல்கிறார்கள். பிரபஞ்சத் தோற்றம் பற்றிய இந்தக் கருத்து பைத்தியக்காரத்தனமாக இருக்கிறது. ஏனெனில், அற்பப் பூச்சியான சிலந்தி இந்த மொத்த பிரபஞ்சத்துக்கும் ஒரு மாதிரியாக இருக்க முடியாது. ஆனால், நம்முடைய உலகத்தில் இப்படிப்பட்ட*

> உருவகங்களைக் கொண்டிருக்கும் மனிதர்கள் இருக்கத்தான் செய்கிறார்கள்.

இந்திய விவரணையை நையாண்டிசெய்து நிராகரிப்பது ஹியூமுக்கு மிகவும் சௌகரியமாக இருக்கலாம். ஆனால், இந்த உலக இருப்பின் ஓர்மை என்ற பகுத்தறிவுவாத விளக்கத்தைத் தாக்கியதன் வழியாக, மிகவும் கொண்டாடப்பட்ட ஒரு கோட்பாட்டை ஹியூம் முடிவுக்குக் கொண்டுவந்ததாக கனேரி வாதிடுகிறார். ஆனால், சிலந்தி படிமத்தை பேக்கன் தன்னுடைய பகுத்தறிவுவாத விளக்கங்களுக்குப் பயன்படுத்திக்கொண்டார் என்பதுதான் இதில் உள்ள நகைமுரண். அதாவது, சிலந்தி தன் எச்சிலிலிருந்து வலையை நெய்வதுபோலானது பகுத்தறிவுவாத முறை என்கிறார். மேலும், அனுபவவாதிகளின் (empirics) தகவல்கள் திரட்டும் முறையானது எறும்புகள் செய்வதைவிட ஒன்றும் சிறப்பானதாக இல்லை என்றும், உண்மையான தத்துவார்த்த முறை என்பது தகவல்களைத் திரட்டி அதை உருமாற்றுவதில்தான் உள்ளது என்றும் பேக்கன் சொல்கிறார். அனுபவவாதிகளை பேக்கன் விவரிப்பதுபோல்தான் இந்தியாவில் ‘புதிய காரணிய’த்தின் தத்துவவியலாளர்கள் சார்வாகர்களை (பொருள்முதல்வாதிகள்) விவரிக்கிறார்கள்; அத்வைத வேதாந்திகள் பகுத்தறிவுவாதிகளை பேக்கன் விவரிப்பதுபோல்தான் விவரிக்கிறார்கள். அதாவது, சார்வாகர்களுக்கும் அத்வைத வேதாந்திகளுக்கும் இடைப்பட்ட ஒரு நிலையை அவர்கள் எடுக்க முயன்றார்கள். புதிய காரணிய முறையும் அதன் நுட்பமும் அவ்வளவு சக்திகொண்டதாக இருந்ததால்தான் சம்ஸ்கிருத அறிவார்த்த உலகத்தில் இது பெரும் தாக்கத்தை ஏற்படுத்தியது. இந்தப் புதிய காரணியத்தின் வேர்கள் 14-ம், 15-ம் நூற்றாண்டு மதிலாவில் உள்ளது என்றாலும், ரகுநாதா சிர்மோனியின் ‘பொருட்களின் இயல்பான பண்பு குறித்த ஒரு விசாரணை’ மற்றும் அவரது பிற படைப்புகள் சார்ந்து அதன் மையம் நவாதிப்பா மற்றும் வாராணசிக்கு இடம்பெயர்ந்தது. ரகுநாதாவைப் பின்பற்றியவர்கள், அதாவது புதிய நியாயாதிகள் என்று தங்களை வரையறுத்துக்கொண்டவர்கள் மதிலா அறிஞர்களிடமிருந்து தங்களை வேறுபடுத்திக்கொண்டார்கள். மேலும், அவர்கள் புதியதுக்குள் புதியது என்பதாகவும் உண்மையான நவீனவியலாளர்களாகவும் (நவீனா) தங்களை வரையறுத்துக்கொண்டார்கள்.

ஆனால், சம்ஸ்கிருத உலகத்துக்குள்ளாவே இருப்பது என்று முடிவெடுத்தவர்கள் சம்ஸ்கிருதத் தத்துவ மரபின் அவசியத்தையும் சக்தியையும் நிரூபிக்க வேண்டியிருந்தது. இவர்கள் இஸ்லாமியச் சிந்தனை உலகத்துக்குள் தங்களைப் புதைத்துக்கொள்ளாமல், அதே சமயத்தில் அதிலிருந்து ஊக்கம் பெற்றார்கள். ஐரோப்பாவின் பலம் பல்கலைக்கழகங்களில் அரிஸ்டாட்டிலைப் பின்பற்றியவர்களிடம் இருந்தது என்றால், இந்தியாவில் இஸ்லாமிய ஆட்சியாளர்களிடம் இருந்தது. இந்த அதிகார மையத்துக்குள் தங்களை இணைத்துக்கொள்ள மறுத்ததன் வழியாக, புதிய தத்துவவியலாளர்கள் மனதளவில் அகதிகளாக இருந்தார்கள். மற்றொரு முக்கியமான விஷயத்தை கனேரி முன்வைக்கிறார்: இஸ்லாமியச் சிந்தனைகள் குறித்து நேரடியாக

எழுதாமல், சம்ஸ்கிருதச் சிந்தனை உலகுக்குள்ளாக இஸ்லாமிய வடிவங்களைப் பொருத்திப்பார்த்தார்கள் என்கிறார். எப்படியிருந்தாலும், அதுவரை சாத்தியப்படாத வேறு வகையான ஊக்கத்தையும் சந்தர்ப்பத்தையும் பாரசீகப் பண்பாடும் இஸ்லாமிய ஆட்சியும் சம்ஸ்கிருத அறிஞர்களுக்கு உருவாக்கிக்கொடுத்தது என்று சொல்லலாம். சுருக்கமாகச் சொல்வதென்றால், இந்திய நவீனத்தின் தொடக்கத்தில் பாரசீகப் பண்பாட்டின் தாக்கத்தையும், இஸ்லாமிய ஆட்சியின் பாதிப்பையும் சுலபத்தில் ஒதுக்கித்தள்ள முடியாது.

இந்தப் புதிய தத்துவவியலாளர்கள் எதிர்கொண்ட சூழ்நிலை, முன்பு மரபுக்குள்ளாக இருந்து புதுப்பிப்பது என்ற சூழலிலிருந்து வேறாக இருந்தது. எடுத்துக்காட்டாக, 14-ம் நூற்றாண்டில், கணேஷா சம்ஸ்கிருத உலகத்துக்குள்ளாக ஏற்பட்ட நெருக்கடிகளை எதிர்கொள்ள வேண்டியிருந்தது. இந்த நெருக்கடி இரண்டு தளங்களிலிருந்து உருவானது. ஒன்று, வேதத்தின், மீமாம்சத்தின் அதிகாரத்தையும் நியாயப்பாட்டையும் காப்பாற்றுவதற்குத் தோன்றிய தத்துவ விசாரணைகள். வேதங்கள் அதிகாரத்துவம் கொண்டவை என்ற நிலைப்பாட்டை ஏற்றுக்கொள்ளும் பட்சத்தில், அவற்றிலிருந்து நாம் பெறும் நம்பிக்கைகளின் உண்மை குறித்து எத்தகைய கேள்விகளும் எழப்போவதில்லை; உறுதிப்படுத்துவதற்கான திட்டங்கள் ஏதும் தேவைப்படப்போவதில்லை. இந்தப் போக்கு, உண்மை என்பது கண்டெடுத்தல் மற்றும் நிரூபணத்துக்கு உட்பட்டது என்ற அடிப்படைக்கு முற்றிலும் முரணானதாகிறது. இரண்டாவது, பன்முகத்தன்மை வாய்ந்த மீவியற்பியலாளர்களின் பொதுப்புத்திக்கு எதிராகத் தோன்றியது. அதாவது, அத்வைத வேதாந்தம் பொருட்களின் தோற்றம் குறித்த நம்பகத்தன்மையைக் குறைத்து மதிப்பிடுகிறது. குறிப்பாக, தனித்துவமான அறிவறிதலார்ந்த பன்முகத்தன்மையைச் சாத்தியப்படுத்தும் இடைப்பட்ட அளவுகொண்ட பொருட்களால் (microsim-மும் அல்லாமல் distal-லும் அல்லாமல்) நிரம்பியது என்பதை மறுத்து, உலகத்தை அதனுள் கொண்டிருக்கும் பிரக்ஞையை மட்டுமே அத்வைதம் ஏற்றுக்கொள்கிறது. உள்ளிருந்து எழுந்த இந்த நெருக்கடிகள் இரண்டு விஷயங்களை முன்னுக்குக் கொண்டுவர வேண்டிய நிர்ப்பந்தத்தை கணேஷாவுக்கு ஏற்படுத்தின என்கிறார் கனேரி. முதலாவதாக, அடிப்பணிந்துபோவதற்குத் தீவிர எதிர்ப்பை முன்வைப்பது. அதாவது, அதிகாரம் கொண்டிருப்பதாலேயே அதை ஏற்றுக்கொள்ள வேண்டிய, நம்ப வேண்டிய அவசியமில்லை என்றும், நம்பகத்தன்மை நிலைநிறுத்தப்பட்டால் மட்டுமே எது ஒன்றும் ஏற்றுக்கொள்ளத் தகுதியுடையதாகிறது என்றும் முன்வைக்க வேண்டியிருந்தது. இரண்டாவது அறிவார்த்தரீதியான, அறரீதியான, உணர்வுபூர்வமான ஒரு தொகுப்பாகத் தனிமனிதனுக்கான பொறுப்புகளை அளிப்பது. அதாவது, ஒரு குறிப்பிட்ட சுயத்தின், அதாவது ஆன்மாவின் உளவியலார்ந்த பண்புகளுக்கு முக்கியத்துவம் கொடுப்பது.

இந்த இரண்டு நெருக்கடிகளும் சம்ஸ்கிருத அறிவார்த்தச் சட்டகத்துக்குள்ளாக இருந்து தோன்றின என்று சொல்ல முடியும். கணேஷா இந்தச் சவால்களை எதிர்கொள்ள வேண்டியிருந்த சூழ்நிலை, அவருக்கு முந்தையவர்கள் எதிர்கொண்ட சூழ்நிலையிலிருந்து வேறாக இருந்தது. அதாவது,

கணேஷாவுக்கு முந்தையவர்களின் முரண்பாடு, மிக நீண்ட காலம் பௌத்தத்துடனான இயக்கவியலார்ந்து அமைந்திருந்தது என்கிறார் மதிலால். நியாயா தத்துவவியலாளர்கள் பௌத்தர்களுக்குத் திடமான மறுப்பு கொடுக்குமளவுக்கு அவர்களை வடிவமைத்துக்கொள்ள வேண்டியிருந்தது. பௌத்த தத்துவவியலாளர்களை முழுமையாக வெளியேற்றிய பின், இவர்கள் இந்து தத்துவவியலாளர்களை எதிர்கொள்ள வேண்டியிருந்ததும் ஒரு காரணமாக இருக்கலாம். கணேஷா தன்னுடைய தத்துவத்தை 'புதிய' என்று வரையறுத்துக்கொண்டாலும், உண்மையைக் கண்டடைவதற்கான விசாரணையை அவர் மேற்கொள்ளாமல், பண்டைய தத்துவத்தைப் போட்டி தத்துவவியலாளர்களிடமிருந்து காப்பாற்றுவது என்ற நோக்கத்தை மட்டுமே கொண்டிருந்ததால், இவரை நவீனத்துவத்துக்கு முந்தைய சிந்தனையாளராக வரையறுக்கலாம் என்கிறார் கனேரி. ரகுநாதா நிராகரித்ததுபோல் எத்தகைய அர்த்தத்தையும் உருவாக்க முடியாத பண்டைய மீவியற்பியல் வகைப்பாடுகளை கணேஷாவால் நிராகரிக்கவும் முடியவில்லை, புதிய காரணியத்துக்கான மூலாதாரங்களுக்கும் விசாரணை முறைகளுக்கும் ஏற்றாற்போல் அவரால் தன்னைத் தகவமைத்துக்கொள்ளவும் முடியவில்லை. கணேஷா, உதயனா இருவருக்கும் பிந்தைய தத்துவவியலாளர்கள், அதாவது 'புதிய நியாயா' தத்துவவியலாளர்கள் தங்களுக்கான அடிப்படைகளை இவர்களிடமிருந்துதான் பெற்றுக்கொண்டார்கள் என்றாலும், கணேஷாவையோ அல்லது அவருக்கும் பின்னால் வந்த மதிலா தத்துவவியலாளர்களையோ நாம் நவீனத்துக்கும் முந்தையவர்கள் என்றே வரையறுக்க முடியும் என்கிறார் கனேரி. ஐரோப்பிய மறுமலர்ச்சிக் காலத்தில் தோன்றிய 'பண்டைய வழி', 'நவீனத்தின் வழி' என்ற போக்குகளோடு ஒப்பிட்டு இவ்வாறு சொல்லலாம்: செவ்வியல் பிரதிகளில் பண்டைய சிந்தனையாளர்கள் சமகாலப் பிரச்சினைகளுக்கான தீர்வை முன்வைத்துள்ளார்கள் என்ற நிலைப்பாட்டை 'பண்டைய வழி' என்று எடுத்துக்கொண்டால், சமகாலப் பிரச்சினைகளுக்கு ஏற்ப செவ்வியல் பிரதிகளில் பண்டைய சிந்தனையாளர்கள் முன்வைத்திருப்பவற்றில் சிலவற்றையேனும் வளர்த்தெடுக்க வேண்டும் என்ற நிலைப்பாட்டை 'நவீனம் வழி' என்று எடுத்துக்கொள்ளலாம். இத்தகைய புரிதலில் கணேஷா 'பண்டைய வழி'யில் நிற்கிறார்.

'நவீனம் வழி'யாகச் செயல்பட்டவர்களில் ரகுநாதா முதல் நபர். இவர் கடந்த காலத்தை மதித்து அதற்கு எதிராக 'நவீனம் வழி'யாகக் கிளர்ச்சிசெய்தார். மற்றொரு தளத்தில், உரையாடல் முழுமையாக ஒருதலைபட்சமாகச் சாய்ந்துவிடுவதைத் தவிர்க்கும் விதமாக உரை எழுதும் உத்தியை முழுமையாகக் கைக்கொண்டு, பண்டைய பிரதிக்கும் சமகால வாசகர்களுக்கும் இணைப்புப் பாலமாக இருந்தார். ரகுநாதாவின் உரைகள், புத்தகப் பக்கங்களில் குறிப்பெடுப்பதுபோலவும், ஒரு பிரதியை அர்த்தப்படுத்துவது என்ற மட்டில் நிற்காமல் அதனுடன் சிந்தித்து அதைக் கடந்துபோவதற்கான முனைப்பை வெளிப்படுத்துவதாகவும் இருக்கிறது. 'இது சரியாக இருக்க முடியாது, ஏனெனில்...' என்றும், 'உண்மையில் என்னதான் நடந்துகொண்டிருக்கிறது?' என்றும் ரகுநாதா அடிக்கடி குறிப்பு கொடுக்கிறார். அவருடைய உரை

இத்தகைய சொற்றொடர்களால் நிரம்பியிருக்கிறது. இப்படியாக, அவருடைய சமகாலத்தவர்கள் பண்டைய பிரதிகளை வாசிப்பதற்குப் புதிய வழிமுறையை உருவாக்கிக்கொடுப்பதில் அவர் வெற்றி அடைகிறார். எடுத்துக்காட்டாக, ஜெயராமா தன்னுடைய 'Garland of Principles' படைப்பில் பண்டைய பிரதிகளின் உள்ளடக்கங்களை எடுத்துக்கொண்டு புதிய தத்துவத்தைக் கட்டமைக்க முடியும் என்று நிரூபிக்கிறார். இவ்வாறு செய்வது அடிபணிந்துபோவதாக அர்த்தமாகாது. சொல்லப்போனால், உரை எழுதும் உத்தி இரண்டு சமமானவர்களுக்கு இடையேயான உரையாடலாக மாறுகிறது என்கிறார் கனேரி. மதிலாவில் கணேஷாவுக்குப் பிந்தையவர்கள் கணேஷாவின் படைப்புக்கு உரை எழுதினார்கள் என்றாலும், அவை அரிஸ்டாட்டில் குறித்த பழமைவாதக் கல்விப்புல அறிவார்த்த நிலைப்பாடுபோலவே வெளிப்படுகின்றன. ரகுநாதா பிறந்த இடமான நவாதிப்பாவிலும் வாராணசியிலும்தான் ஒரு புதிய நவீனம் சாத்தியப்பட்டது. இவ்விரு இடங்களிலும்தான் கணேஷா தீவிரமாக வாசிக்கப்பட்டார். இதற்கு ஒரு எடுத்துக்காட்டைப் பார்ப்போம்.

கணேஷா தன்னுடைய 'Gemstone' படைப்பின் தொடக்கத்தில், இந்த மொத்த உலகமும் (ஜகத்) துக்கத்தில் மூழ்கியிருக்கிறது என்றும், இந்தத் துக்கத்திலிருந்து வெளியேறுவதற்கான வழியைத் தத்துவம் அமைத்துக்கொடுக்க வேண்டும் என்றும் குறிப்பிடுகிறார். கணேஷாவை விளக்கும்போது, ரகுநாதா 'மொத்த உலகம்' என்பதை எல்லோரையும், அதாவது பெண்கள் மற்றும் தீண்டப்படாதவர்கள் உட்பட என்று விளக்கம் கொடுக்கிறார். மதிலால் இதை விரிவாக விளக்கியுள்ளார். அதை இங்கு முழுமையாகக் கொடுப்பது பொறுத்தமாக இருக்கும்:

> கணேஷாவின் தொடக்க வாக்கியத்தில் இரண்டு முக்கியமான விஷயங்கள் உள்ளன. முதலில், மொத்த உலகமும் (ஜகத்) துக்கத்தில் மூழ்கியிருப்பதாகச் சொல்கிறார். அதிலிருந்து விடுதலை அடைவதற்கான பாதையைத் தத்துவம் (anviksihi) அமைத்துக்கொடுக்க வேண்டும் என்றும் சொல்கிறார். உரையாசிரியர்கள் 'ஜகத்' என்பதற்கு கணேஷா கொடுத்த விளக்கத்தை ஏற்றுக்கொள்ள மறுத்தார்கள். ஜகத் என்பதற்கு ஒரு ஆன்மா மறுபிறவி எடுக்கும் செயல்பாட்டில் இருப்பதாகும் (Jagat - moving) என்கிறார் ரகுநாதா. மதுரன்னாதா (Mathuranatha) வழமையான அர்த்தத்தில் 'ஜகத்' என்ற சொல் ஆன்மாவை மட்டுமல்ல, எல்லா உருப்படிகளையும் குறிப்பதாக முன்வைக்கிறார். ஆனால், 'பானை' போன்ற உருப்படிகள் துக்கத்தில் இருப்பதில்லை. அதனால், அவை விடுதலை அடைய வேண்டிய அவசியமில்லை. ஆகவே, துக்கத்தில் இருக்கும் ஒன்று மற்ற உருப்படிகளிலிருந்து வேறாகிறது. இப்படியாகத் துக்கப்படும் ஆன்மா துக்கப்படாததிலிருந்து வேறுபடுத்திப் பார்க்கப்படுகிறது (பானை போன்ற பொருட்கள், சுதந்திரமான ஆன்மா, கடவுள்). ஆக, விடுதலை என்பது துக்கப்படும் ஆன்மாக்களுக்குத்தான்.

> இவற்றுக்காகத்தான் சாஸ்திரங்கள் இயற்றப்படுகின்றன. இரண்டாவதாக, தர்மராஜா ராமகிருஷ்ணா வேறொரு பார்வையை முன்வைக்கிறார். இது சமூகவியல் முக்கியத்துவம் கொண்டது. ஜகத் என்பது துக்கப்படும் எல்லோரையும் — வேதங்கள் படிக்க உரிமையில்லாத பெண்களும் சூத்திரர்களும் உட்பட — குறிக்கிறது என்கிறார். இது நிச்சயமாக ரகுநாதாவின் பார்வை. ரகுநாதா ஜகத் என்பதற்கு 'சம்ஸாரியமஜார்த்ரம்' (samsaryamajatram) என்று சொல்கிறார். ராமகிருஷ்ணாவும் இதைப் பயன்படுத்துகிறார். ஆக, ரகுநாதா சுருக்கமாகவும் செறிவாகவும் சொன்னது கணேஷாவின் தத்துவம்தான் என்றாலும், முதல் மூன்று வர்ணங்களில் உள்ள ஆண்களுக்கு மட்டுமானது அல்ல என்பதாக இருக்கிறது. துரதிர்ஷ்டவசமாக, இன்று இத்தகைய சமூக விமர்சனங்கள் கண்டுகொள்ளப்படாமல்போகின்றன. (குறிப்பாக, நவீன வரலாற்றாசிரியர்கள் மற்றும் சமூக அறிவியலாளர்களால்.) செவ்வியல் சிந்தனையாளர்களிடம் அடிநாதமாகக் காணப்படும் இத்தகைய சமூகம், மதம் சார்ந்த நடைமுறைகள் மீதான விமர்சனத்தை ஒதுக்கித்தள்ளுவது முட்டாள்தனமானது. [...] ரகுநாதா அவரது பாணியில் வர்ண (caste) வேறுபாடுகளை நிராகரிப்பது இந்தப் பின்னணியில் மிகவும் முக்கியத்துவம் கொண்டது.[8]

16-ம் நூற்றாண்டில் இந்தியா முழுவதுமிருந்து சம்ஸ்கிருத அறிஞர்கள் வந்து குவியும் இடமாக வாராணசி இருந்தது. ஷெல்டன் போலாக் சொல்வதுபோல், 17-ம் நூற்றாண்டு வாராணசி அதற்கு முன் எப்போதும் கண்டிராத அளவுக்கு சுதந்திரச் சிந்தனையாளர்கள் ஒன்றுகூடக்கூடிய இடமாக இருந்தது. இதை சாத்தியப்படுத்தியது தாரா ஷிகோஹ்தான். நேரடியாகவோ மறைமுகமாகவோ வாராணசியில் நடந்தேறிய தத்துவ விவாதங்களின் விளைவுதான் இந்தியத் தத்துவ நவீனத்தின் தொடக்கம் என்று சொல்லலாம். இங்கு முக்கியமான ஒரு விஷயத்தை கனேரி குறிப்பிட்டுச் சொல்கிறார்: ரகுநாதா சிரோமணி பிறந்த இடமான நவாதிப்பா உலகுணர்வுவாதத்துக்குப் பெயர்பெற்றது என்பதோடு மட்டுமல்லாமல், இந்து-இஸ்லாமியர்களுக்கு இடையே மிக நீண்ட, சிக்கலான உறவையும் கொண்டிருந்தது. இங்கு தோன்றிய சிந்தனையாளர்கள் பண்டைய மரபோடு தங்களை இணைத்துக்கொள்வது மீது அந்த அளவுக்கு அக்கறைகாட்டவில்லை. இவர்கள் புதிய தத்துவார்த்த ஆராய்ச்சிகள் மேற்கொள்வது மீதே அதிகம் அக்கறைகாட்டினார்கள். இதற்குக் கடந்த காலங்களிலிருந்து பெற்றுக்கொள்ள வேண்டியதைப் பெற்றுக்கொண்டு அவற்றை மறுவாசிப்புசெய்யவும் இவர்கள் தயக்கம்காட்டவில்லை.

புதிய காரணியத்தின் மையமாக மூன்று கருத்துகள் இருந்தன என்று தொகுத்துக்கூறுகிறார் கனேரி: முதலாவது, ஆதாரங்கள் சார்ந்தும்

8 Bimal Krishna Mathilal, 'On the Concept of Philosophy in India' in *'Mind, Language and World: Philosophy, Culture and Religion'* (Ed. Jonardon Ganeri), OUP, 2002, p. 366-7.

நிரூபிக்கக்கூடியவையாகவும் விசாரணை முறைகள் இருக்க வேண்டும். அதாவது, பல முகமைகள் கொண்ட சூழ்நிலையில் அனுபவத்தால் உறுதிப்படுத்தக்கூடியது அல்லது பொய்ப்பிப்பது என்ற தொழில்நுட்பம் திறந்த தன்மை கொண்டதாகவும் சான்றுகள் அடிப்படையிலான உத்திகளைக் கொண்டதாகவும் ஏரணத்துக்கு உட்பட்ட முடிவுகளைச் சார்ந்தும் இருக்க வேண்டும் என்றார்கள். இரண்டாவது, இந்த உலகம் பல அடுக்குகளைக் கொண்டது என்ற கருத்தாக்கம். இதில் மிகக் கீழான அடுக்கில் இருக்கும் அணுவாதம், மேல் அடுக்கில் இருக்கும் சுருக்கக்கூடிய அல்லது சுருக்க முடியாத மற்ற யதார்த்தங்களோடு இணைந்திருக்கக்கூடிய பெரும் தொகுப்பாகிறது. மூன்றாவது, புதிய தத்துவத்துக்குப் புதிய மொழி அவசியம் என்ற கருத்தாக்கம். இது தத்துவார்த்த ஏரண வடிவங்கள் கோருவதை அம்பலப்படுத்துவதாக இருக்க வேண்டும். மேலும், எல்லாவற்றுக்கும் இடையேயான உறவுகளை நிரூபிக்கக்கூடியவையாகவும் இருக்க வேண்டும் என்று முன்வைக்கப்பட்டது.

இந்த மூன்று முக்கியக் கருத்துகளும் — இவை ஒன்றோடொன்று இணைந்து பண்டைய மரபில் அவர்கள் மெய்யென்று நம்பியதை அடிப்படையாகக் கொண்டு மீண்டும் வாசித்து, 17-ம் நூற்றாண்டின் மத்தியில் முழுமை அடைந்தது. பாரசீகத்திலிருந்து சம்ஸ்கிருதத்துக்கு தேக்கார்த் மொழியாக்கம் செய்யப்பட்டாரா இல்லையா என்று நிச்சயமாகச் சொல்ல முடியாவிட்டாலும், ஜெயராமாவின் இரண்டு படைப்புகளும் (*The Garland of Principles* மற்றும் *The Garland of Categories*) கார்டீசிய (Cartesian) தத்துவத்தோடு நேரடியாக மோதுகிறது என்று கனேரி தீர்மானமாக முன்வைக்கிறார். 17-ம் நூற்றாண்டின் இறுதியில் ஐரோப்பியச் சிந்தனையின் பகுதியான நவீனத்தின் தொடக்கத் தத்துவங்களில் தனித்துவமான இடத்தைக் கொண்டிருக்கும் கார்டீசியக் கருத்துகள் இங்கு நிராகரிக்கப்பட்டன என்பது முக்கியமான விஷயமாகும்.

இந்தப் புதிய சிந்தனையாளர்கள், முகலாய அரசுகளின் அல்லது வங்க சுல்தானின் ஆதரவைச் சார்ந்திருந்தாலும், இந்த அதிகார மையத்திலிருந்து விலகியே இருந்தார்கள். இந்தச் சிந்தனையாளர்களுக்கு ஆதரவளித்தவர்கள் வங்கத்தை ஆண்ட தனிஸ்மந்த் கான், ஹுசைன் ஷா, கிருஷ்ண சந்தரா போன்ற சுதந்திரச் சிந்தனைகொண்ட ஆட்சியாளர்கள்தான். இவர்களுடைய ஆதரவில்தான் 16-ம், 17-ம் நூற்றாண்டுகளில் புதிய தத்துவார்த்த விசாரணை முனைப்பு சாத்தியப்பட்டது. 19-ம் நூற்றாண்டின் தொடக்கத்தில் இந்தப் புதிய சிந்தனையாளர்களின் தாக்கம் குறித்து விவேகானந்தர் மிகவும் பிரமித்து எழுதும் அளவுக்கு செல்வாக்கு கொண்டிருந்தது என்று செல்லலாம். ஆனால், சில வருடங்கள் கழித்து இந்தச் சிந்தனையாளர்களை ஒதுக்கித்தள்ளி வேதாந்தத்தை நாடு முழுவதும் பரப்ப வேண்டும் என்ற நிலைப்பாட்டை விவேகானந்தர் எடுக்கிறார். பிரயோஜனமற்ற நியாயா ஏரணங்களைக் கட்டி மாரடிப்பதைக்காட்டிலும் உபநிடதங்களையும் பிரம்மசூத்திரத்தையும் படிக்குமாறு அறிவுறுத்தினார்.

19-ம் நூற்றாண்டில் இந்து மதரீதியான சிந்தனைகள் மட்டுமே வாசிக்கத் தகுதியானவையாக மாறின. புதிய சிந்தனையாளர்களின் பங்களிப்பு பயனேதுமில்லாத ஏரணங்கள் அடிப்படையிலான வறட்டு வாதங்கள் என்று ஒதுக்கிவைக்கப்பட்டன. இப்படி ஒதுக்கிவைக்கும் போக்கை எஸ்.ராதாகிருஷ்ணனிடம் மட்டுமல்லாமல் வேறு பல புதிய வேதாந்திகளிடமும் காண முடியும் என்கிறார் கனேரி. தத்துவ வாசிப்பை அவசியமற்ற ஒன்றாகப் பார்த்ததோடு, இந்தியாவுக்குப் புத்துயிர் ஊட்ட ஆன்மிக மறுமலர்ச்சி அவசியம் என்ற நிலைப்பாட்டை விவேகானந்தர் எடுத்தார். இந்தப் புதிய நிலைப்பாட்டுக்கான உந்துதல், காலனியக் கல்விக் கொள்கைகளில் இருப்பதாக கனேரி அடையாளம் காண்கிறார். நவீன அரசுகள் மதராஸாக்களை மத அடிப்படைவாதக் கூடாரங்களாக இன்று கட்டமைப்பதுபோல் அன்று காலனியம் கட்டமைக்கவில்லை என்றாலும்கூட, அங்கு பயிற்றுவிக்கப்படுவதெல்லாம் பயனற்றதாகப் பார்க்கப்பட்டது. நவாதிப்பாவில் உள்ள கல்வி மையங்கள் ஆங்கிலேயர்களால் இரண்டு முறை ஆய்வுக்கு உட்படுத்தப்பட்டு (1829 & 1865) அங்கு பயிற்றுவிக்கப்படுவது பயனற்றவை என்று புனையப்பட்டது. மேற்கத்தியக் கல்வி விரிவாக்கப்பட வேண்டும் என்ற கொள்கை முடிவும் எடுக்கப்பட்டது. புதிய சிந்தனையாளர்களிடம் பாணியில்தான் புதுமை இருக்கிறதே ஒழிய, அதன் உள்ளடக்கம் சத்தில்லாத தர்க்கங்களால் நிரம்பியது என்ற நீடித்துநிற்கக்கூடிய கருத்தாக்கம் இதிலிருந்துதான் தோற்றம்கொண்டது என்கிறார் கனேரி.

இப்படியான போக்கை அடையாளம்கண்டு, '19-ம் நூற்றாண்டில் அமெரிக்க-ஐரோப்பியத் தத்துவவியலாளர்கள், அமெரிக்க-ஐரோப்பியச் சிந்தனைகள் என்ற ஒன்றைத் தீர்மானமாகக் கட்டமைத்து இந்தியாவில் அதற்கு நிகராக இருக்கக்கூடிய எது ஒன்றுக்கும் அங்கீகாரம் கொடுக்க மறுத்தார்கள்' என்று விமர்சிக்கிறார் ஹல்பஸ். மேலும், இந்தப் புதிய சிந்தனைகள் காலனிய எதிர்ப்பில் பெரும் பங்காற்றியிருக்கக்கூடும் என்பதாலும், திட்டமிட்டுப் புதிய காரணிகள் முக்கியத்துவமற்றவையாக முன்வைக்கப்பட்டன என்கிறார் கனேரி. 19-ம் நூற்றாண்டில் இந்திய நவீனத்தின் தொடக்கம் பற்றிய 'வழமையான வரலாறும்' இதற்கு நிகரான விளைவுகளைத்தான் ஏற்படுத்தியது. இவையெல்லாம் இந்தியாவுக்கும் ஐரோப்பாவுக்கும் இடையேயான வேறுபாடுகளை மிகைப்படுத்தின. காலனியம் வேற்றுமைகளை அடையாளம்காண்பதிலும், தனித்துவமான என்ற சட்டகத்துக்குள் பொருத்திப்பார்ப்பதிலும்தான் அடங்கியுள்ளது. இணைவுகளைப் புறந்தள்ள வேண்டியது காலனியத்தின் அடிப்படைத் தேவையாகிறது. 17-ம் நூற்றாண்டில் ஐரோப்பாவில் தனித்துவமான ஒரு நவீனத்தின் தொடக்கம் குறித்த வரலாறு 19-ம் நூற்றாண்டுத் தேவையின் அடிப்படையில் உருவாக்கப்பட்டது என்பதை நாம் கவனத்தில்கொள்ள வேண்டியுள்ளது. இன்றுவரை நவீனத்தின் பிறப்பு பற்றிய விமர்சனப் பார்வைகள் ஏதுமில்லாமல் பல்கலைக்கழகங்களில் பயிற்றுவிக்கப்படுவது விசித்திரமாகத்தான் இருக்கிறது என்கிறார் கனேரி.

‘எப்படியிருந்தாலும் ஒரு மாற்று அறிவறிதலில், இதுவரை உலகம் கண்டிராத ஒரு செழிப்பான முறை ஒன்று இங்கு (இந்தியத் துணைக்கண்டத்தில்) இருக்கிறது. இது புரிந்துகொள்ளும் விதத்தில் சொல்லப்படுவதற்குக் காத்திருப்பதோடு அதன் அடிப்படைகள் மிகப் பெரும் அளவுக்கு வளர்த்தெடுக்கப்படும் சாத்தியத்தையும் கொண்டிருக்கிறது’ என்கிறார் தயா கிருஷ்ணா. இந்திய நவீனத்தின் தொடக்கம், உலகமயமாக்கல் பின்னணியில் வைத்துப் பார்ப்போம் என்றால் உலகுணர்வுவாதம் குறித்துக் கற்றுத்தருவதற்கு நிறைய இருக்கிறது என்கிறார் கனேரி. நாம் இந்தப் புதிய தத்துவவியலாளர்களை ஆழமாக வாசிப்பதன் ஊடாகத்தான், இவர்கள் தங்களை வெளிப்படுத்திக்கொண்ட வடிவத்தின் மீது மட்டுமல்லாமல் அதன் உள்ளடக்கத்தில் உள்ள புதியதையெல்லாம் நம்மால் அடையாளம்காண முடியும் என்றும் சொல்கிறார். இந்த ‘புதிய சிந்தனையாளர்கள்’ உருவாக்கிய தத்துவார்த்த முறைமையின் தொடர்ச்சி அறுபட்டுப்போனது. இந்தக் காரணிய மரபு முகலாயப் பேரரசின் விழ்ச்சியோடு ஒரு முடிவுக்குவந்தது என்று சொல்லலாம்.

1772 வரை நவாதிப்பாவில் அறிவார்த்தச் செயல்பாடுகள் தொடர்ந்தன. 1770-ம் ஆண்டு வங்கத்தில் ஏற்பட்ட பெரும் பஞ்சமும், கிழக்கிந்தியக் கம்பெனி முகலாயப் பேரரசோடு போட்டுக்கொண்ட ஒப்பந்தமும் (ஆண்டுக்கு 26,00,000 ரூபாய் வரியாக வசூலிக்கும் உரிமை) புதிய சிந்தனையாளர்களுக்குக் கிடைத்துவந்த ஆதரவைப் பெருமளவு பாதித்தது. இந்தச் சூழ்நிலையைப் புதிய சிந்தனையாளர்கள் எவ்வாறு எதிர்கொண்டார்கள் என்று கனேரி சுவாரஸ்யமான சம்பவம் ஒன்றின் வழியாக விளக்குகிறார். ராம்நாத் என்ற சிந்தனையாளர் பற்றிய கதை அது. பெருளாதார ஆதரவு பெருமளவு பாதிக்கப்பட்டதைத் தொடர்ந்து, நவாதிப்பாவுக்கு அருகில் உள்ள காட்டில் ராம்நாத் தனது பள்ளியை நடத்த வேண்டியிருந்தது. அவரும் அவரது மாணவர்களும் பெரும் ஏழ்மையில் வாழ்ந்துவந்தார்கள். ராஜா சிவசந்திரன் இவரைப் பார்க்க வந்து, ஏதேனும் பொருளுதவிகள் தேவையா என்று கேட்கிறார். இதற்கு, எத்தகைய பொருளுதவிகளும் இல்லாமலே அவரால் கணேஷாவின் படைப்பு குறித்து (Gemstone) விவாதிக்க முடியும் என்றும், அதன் ஏரணங்களை விளங்கிக்கொள்ள முடியும் என்றும் பதில்கொடுக்கிறார். அவரது மாணவர்களை அழைத்து அவர்களுக்கு ஏதேனும் உதவிகள் தேவைப்படுகின்றனவா என்று கேட்கிறார். பிறகு, அவரது மனைவியை அழைத்துக் கேட்கிறார். அவரது மனைவி, அணிந்துகொள்ள ஒரு புடவை இருக்கிறது, இரும்புப் பாத்திரங்கள் இருக்கின்றன, படுக்க பாய் இருக்கிறது, இரும்பு வளையல்கள் இருக்கின்றன என்றும், முழு திருப்தியோடு வாழ்வதாகவும், எத்தகைய உதவியும் அவசியமில்லை என்றும் சொல்கிறார். மற்றொரு சமயத்தில், மிகவும் பிரசித்திபெற்ற ‘ஜகன்னாத தர்க்க பஞ்சனா’வை (Jagannath Tarka Panchanan) வாதத்தில் ராம்நாத் வென்றபோது ராஜா பெரும் பணத்தை அவருக்கு அளிக்க முன்வந்தார். ராம்நாத் பணத்தை மறுத்ததோடு, அவரைப் பொறுத்தமட்டில் பணம் என்பது காக்கையின் எச்சத்துக்குச் சமமானது என்று சொல்லி நிராகரிக்கிறார். பார்ப்பனர்கள் தங்களை சுயஅடைப்புக்கு உள்ளாக்கிக்கொண்டதற்கு இது முதல் எடுத்துக்காட்டு என்றால் நாம்

இரண்டாவதைப் பார்ப்போம். இரண்டாவது, மிகவும் துயரமான விளைவுகளை ஏற்படுத்தியது என்று சொல்லலாம்.

1784-ம் ஆண்டு நவாதிப்பா பண்டிதர்களிடம் கற்க வேண்டும் என்று ராஜா சிவசந்திரனிடம் வில்லியம் ஜோன்ஸ் (William Jones) வேண்டுகோள் வைக்கிறார். ஆனால், மிலேச்சர்களுக்குக் கற்றுக்கொடுக்க பார்ப்பனர்கள் மறுக்கிறார்கள். பிறகு வேறு வழியில்லாமல், ராமாலோசனா கவிபூசணா (Ramalocana Kavibhusana) என்ற வைசியர் வில்லியம் ஜோன்ஸுக்குக் கற்றுக்கொடுக்க முன்வருகிறார். பார்ப்பனர்கள் தங்களை சுயஅடைப்பு செய்துகொள்ளாமல் இருந்திருந்தால் ஏற்பட்டிருக்கும் விளைவுகளை நம்மால் கற்பனைசெய்து பார்க்க முடியும் என்கிறார் கனேரி. வில்லியம் ஜோன்ஸ் ‘சகுந்தலை’ நாடகத்தை ரசிப்பதற்குப் பதிலாக, புதிய காரணியங்களை ரசிக்கக் கற்றுக்கொண்டிருந்திருப்பார். வில்லியம் ஜோன்ஸின் முதல் மொழியாக்கம் ரகுநாதா சிரோமணியின் படைப்பாக இருந்திருக்கலாம். நவாதிப்பா பார்ப்பனர்கள் தங்களை சுயஅடைப்பு செய்துகொண்டு உள்நோக்கிச் சுருங்கியதை, அவர்களைச் சுற்றிலும் காணப்பட்ட இஸ்லாமிய உலகத்துக்கான எதிர் வெளிப்பாடு என்பதாக அர்த்தப்படுத்திக்கொள்ள முடியுமா என்று கனேரி கேட்கிறார். அதிகாரத்தை இழந்திருந்த பார்ப்பனர்கள் அரூபமான அறிவார்த்தச் செயல்பாடுகளில் தங்களை ஈடுபடுத்திக்கொண்டார்கள் என்று சொல்வது, இந்தப் புதிய தத்துவவியலாளர்களுக்குச் செய்யும் அநீதியாகத்தான் இருக்கும் என்கிறார். அதே சமயத்தில், எத்தகைய இஸ்லாமியத் தாக்கங்களும் இவர்களுடைய படைப்புகளில் காணப்படாதது பண்பாட்டுரீதியாகத் தங்களை அந்நியர்களாக ஆக்கிக்கொண்டதையே வெளிப்படுத்துகிறது என்கிறார் தாரஃப்தர் (Tarafdar). இவர் முன்வைக்கும் வாதம் இதுதான்:

> இஸ்லாமிய ஆட்சி நிலைத்துநிற்கும் பின்னணியில், பார்ப்பனர்கள் அரசியலார்ந்து எதையும் எதிர்பார்க்க முடியாத சூழல் ஒன்று உருவானது. இவர்களால் செய்ய முடிந்ததெல்லாம் பண்பாட்டு நடவடிக்கைகளில் தங்களை ஈடுபடுத்திக்கொண்டு தங்களது அறிவார்த்த மேலாண்மைக்கு அழுத்தம்கொடுப்பதுதான். நவாதிப்பாவில் மிகத் தீவிரமான பண்பாட்டு நடவடிக்கைகள் ஏன் சாத்தியப்பட்டன என்பதை இது விளக்குகிறது. தரிசான, குழப்பமான அறிவார்த்தத் துறைகளான ஏரணம், இலக்கணம், ஸ்மிருதி போன்றவை மட்டும்தான் பார்ப்பனர்களின் கவனத்தை ஈர்த்தன... இப்படியாக, பார்ப்பனர்கள் தர்மசாஸ்திரங்கள் சார்ந்து தாங்களாக எழுப்பிக்கொண்ட நான்கு சுவர்களுக்குள் தங்களது சுயத்தை மையமாகக் கொண்ட உலகத்தில் வாழ்ந்துவந்தார்கள்.

இதை ஏற்றுக்கொள்ள கனேரி மறுக்கிறார். இந்தச் சிந்தனையாளர்கள் தத்துவத்தின் அஸ்திவாரங்களை மிகவும் தீவிரையாக மாற்றினார்கள் என்றும், புதிய கருத்தாக்கங்களுக்குக் கொண்டுசெல்லும் செயலில் தங்களை ஈடுபடுத்திக்கொண்டார்கள் என்றும், அவர்களுடைய காலத்தின் தேவைக்கு

ஏற்ப எதிர்வினையாற்றும் விதத்தில் செயல்பட்டார்கள் என்றும் சொல்கிறார் கனேரி. இஸ்லாமியர்களின் ஆதரவை இவர்கள் ஏற்றுக்கொண்டார்கள். வைணவக் கவியான ஜெகநாதா, 16-ம் நூற்றாண்டில் நவாதிப்பா பார்ப்பனர்கள் இஸ்லாமியர்களின் உடையையும் பழக்கவழக்கங்களையும் பின்பற்றினார்கள் என்கிறார். அதாவது, பண்பாட்டு தாராளவாதமும் மரபைப் பாதுகாப்பதும் இணைந்து இயங்கின என்று கனேரி வாதிடுகிறார்.

இந்தப் புதிய சிந்தனையாளர்களுக்குக் கிடைத்த ஆதரவை மூன்று காலகட்டங்களாகப் பிரித்துக்கொள்கிறார் கனேரி: முதலில், வங்க சுல்தான் ஹுசைன் ஷாவின் ஆட்சியானது வடக்கிலிருந்து பெருமளவு தனித்திருந்தது. இவரது ஆட்சி நவாதிப்பா பார்ப்பனர்களைப் பெரிதும் ஆதரித்தது. இரண்டாவது கட்டத்தில், அதாவது அக்பரின் ஆட்சிக்குக் கீழ் வங்கம் வந்த பிறகும் இந்த ஆதரவு தொடர்ந்தது. மூன்றாவதாக, இந்து அரசரான கிருஷ்ண சந்திராவின் ஆதரவு. இது 1770-ல் பெரும் பஞ்சம் ஏற்படும்வரை தொடர்ந்தது.

நீதிமன்றங்கள் இஸ்லாமியர்களுக்கு இஸ்லாமிய மதத்தின் அடிப்படையிலும், இந்துக்களுக்கு தர்மசாஸ்திரங்கள் அடிப்படையிலும் செயல்படும் என்று, கிழக்கிந்தியக் கம்பெனி ஆட்சியை எடுத்துக்கொண்ட பிறகு வாரன் ஹஸ்டிங்ஸ் (*Warren Hustings*) அறிவித்தார். வில்லியம் ஜோன்ஸ் இந்து சட்டங்களின் சாரத்தைத் தயாரித்துக்கொடுக்குமாறு ஜெகநாதாவைக் கேட்டுக்கொண்டார். அதாவது, எல்லா முக்கியப் பிரதிகளையும் கணக்கில் எடுத்துக்கொண்டு தயாரிக்குமாறு கேட்டுக்கொள்ளப்பட்டார். ஆனால், ஜெகநாதா புதிய சூழ்நிலைக்கு ஏற்றாற்போல் பழைய பிரதிகளைப் பயன்படுத்துவது என்ற அடிப்படையில் தயாரித்துக்கொடுத்தார். நாம் இதை இப்படியும் வாசிக்கலாம் என்கிறார் கனேரி: 'தத்துவத்திலும் இறையியலிலும் ஏற்பட்ட ஒரு நவீனம்போல் சட்டத்துக்குள்ளும் ஒரு நவீனம் சாத்தியப்பட்டது.' அதாவது, பழமைவாதமும் ஒரு நவீனத்தை உருவாக்க முடியும் என்பதற்கு இது மிகச் சிறந்த எடுத்துக்காட்டாகிறது. (ஆர்எஸ்எஸ்ஸை நாம் இப்படியாகப் புரிந்துகொள்ள வேண்டியுள்ளது. பழமைவாதத்தை, இன்னும் குறிப்பாகச் சொல்வதென்றால் பார்ப்பனரின் மேலாண்மையை நவீனப்படுத்துவதே ஆர்எஸ்எஸ்ஸின் நோக்கம். அதனால்தான் இந்த அமைப்பை நம்மால் பழமைவாத அமைப்பாகவோ, நவீன அமைப்பாகவோ பிரித்து வாசிக்கும் முயற்சிகள் எப்படியானதாக இருந்தாலும் தோல்வியுறுகின்றன.)

இதுவரை பார்த்ததன் அடிப்படையில் தொகுத்துக்கொள்வதென்றால், பாரசீக-இஸ்லாமியப் பண்பாட்டின் தாக்கமும், சம்ஸ்கிருதத் தத்துவ மரபுக்குள்ளாகத் தோன்றிய உள்ளார்ந்த நெருக்கடிகளும், பழமையைத் தீவிரையாக விசாரிக்கும் ஒரு நவீனத்தைத் தொடங்கிவைத்தன என்றால் (நவீனத்தின் வழி), கிழக்கிந்தியக் கம்பெனியின் வருகையும் பார்ப்பனர்களின் மரபான சுயஅடைப்பும் ஒருவிதமான பழமைவாதத்தைப் புதிய சூழ்நிலைக்கு ஏற்றாற்போல் அர்த்தப்படுத்தும் ஒருவிதமான நவீனத்தைத் தொடங்கிவைத்தன (பண்டைய வழி). இவ்விரண்டு வழிகளும் நம் முன் இரண்டு சாத்தியப்பாடுகளை முன்வைக்கின்றன.

'பண்டைய வழி'யை இந்துத்துவா சக்திகள் தற்காலத் தேவைக்கு ஏற்றாற்போல் திறம்படப் பயன்படுத்துகின்றன. இந்த 'பண்டைய வழி'யின் போதாமையை நாம் முழுமையாக உணர்ந்திருக்கிறோம். நவாதிப்பாவில் தோன்றிய நவீனத்தின் தொடக்க காலச் சிந்தனையாளர்களின் முன்வைப்புகளை நம்மால் வளர்த்தெடுக்க முடியாமல்போனது. அதாவது, 'ஜகத் என்பது துக்கப்படும் எல்லோரையும் — வேதங்கள் படிக்க உரிமையில்லாத பெண்களும் சூத்திரர்களும் உட்பட — குறிக்கிறது என்று இந்தச் சிந்தனையாளர்கள் முன்வைத்ததை வளர்த்தெடுக்க முடியாமல்போனது பெரும் துயரம்தான். வில்லியம் ஜோன்ஸ் சம்ஸ்கிருதம் கற்றுக்கொள்ள முன்வந்தபோது அவரை மிலேச்சர் என்று நிராகரித்த நவாதிப்பா பார்ப்பனர்கள் ஒரு பெரும் முரண்பாட்டை நம் முன் வைக்கிறார்கள். கருத்தாக்கத் தளத்தில் பெரும் பாய்ச்சலை ஏற்படுத்திய சம்ஸ்கிருத மரபானது நடைமுறையில் பின்தங்கிப்போனது; பண்பாட்டுத் தளத்தில் தங்களை சுய-அடைப்பு செய்துகொண்டது. அதே சமயத்தில், மிலேச்சர் என்று ஒதுக்கிவைக்காமல், வில்லியம் ஜோன்ஸுக்கு நவாதிப்பா பார்ப்பனர்கள் புதிய காரணியத்தைக் கற்றுக்கொடுத்திருந்தாலும், காலனியத்தின் உள்ளார்ந்த பண்பு இதை அனுமதித்திருக்குமா என்றும் கேட்டுக்கொள்ள வேண்டியுள்ளது. காலனியப்பட்டவர்கள் செழிப்பான ஒரு நவீனத்தைக் கொண்டிருந்தார்கள் என்று காலனியத்தால் ஏற்றுக்கொள்ள முடியுமா? சமகால அறிவுப்புலத்தில் மேற்கத்திய அறிவுமுறைமைகளைப் பிரதானப்படுத்தி, பிற பண்பாடுகளின் பங்களிப்பு தொடர்ந்து நிராகரிக்கப்பட்டுவருவதைப் பார்க்கும்போது இதற்கு வாய்ப்பு இருப்பதாகத் தெரியவில்லை. இதையெல்லாம் மீறி, கருத்தாக்கத் தளத்தில் பெரும் பாய்ச்சலை ஏற்படுத்திய நவீனத்தின் தொடக்கம் நடைமுறையில் பின்தங்கிப்போன போதாமையை நாம் இந்நாள்வரை தொடர்கிறோம். எடுத்துக்காட்டாக, சாதி ஒழிப்பு என்ற லட்சியத்தை நம்மால் கருத்தாக்கத் தளத்தில் முன்வைக்க முடிகிறது. ஆனால், தீண்டவியலாமை எப்படியெல்லாம் ஒரு சாதிய சுயத்தை வடிவமைக்கிறது என்று அன்றாட வாழ்வு சார்ந்து, நடைமுறை சார்ந்து விசாரணை செய்ய நாம் முன்வருவதில்லை. கருத்தாக்கத் தளத்தில் நம்மால் பல உன்னத நிலைப்பாடுகளை முன்வைக்க முடிகிறது. ஆனால், நடைமுறையில் பழமைவாதிகளின் நிலைப்பாட்டையே தொடர்கிறோம்.

ஒரு விஷயத்தைச் சுருக்கமாக சொல்லி இந்தக் கட்டுரையை முடித்துக்கொள்கிறேன். இது, நம் நிகழ்காலத்தை நாம் தொலைத்ததோடு தொடர்புடையது. 1869-ல் சூயஸ் கால்வாய் திறக்கப்பட்டபோது, ஐரோப்பியக் கண்டத்தையும் ஆசியக் கண்டத்தையும் இந்தக் கால்வாய் இணைப்பதாக பிரிட்டிஷ் மகாராணியின் பிரதிநிதி பேசினார். இது புவியியலார்ந்த உண்மை. அதனால், இதோடு அவர் நிறுத்தியிருந்தால் பரவாயில்லை. அவர் மேலும், வரலாற்றின் இரண்டு காலங்களையும் இணைப்பதாகப் பேசினார். அவரது பார்வையில் ஆசியக் கண்டம் கடந்த காலத்துக்கானதாகவும் ஐரோப்பியக் கண்டம் தற்காலத்துக்கானதாகவும் முன்வைக்கப்படுகின்றன. இது அசாதாரணமான

பார்வை என்கிறார் ஜி.பி.தேஸ்பாண்டே.[9] அதாவது, காலனியப்பட்டவர்கள் கடந்த காலத்தில் அடைக்கப்படுகிறார்கள் என்றால் காலனியர்கள் தற்காலத்தில் உலவுகிறவர்களாகிறார்கள். அதாவது, தற்கால ஐரோப்பாவைப் பண்டைய ஆசியாவோடு சூயஸ் கால்வாய் இணைக்கிறது என்றே அர்த்தமாகிறது. காலனியத்தின் உள்ளார்ந்த பண்பை இதைவிடச் சிறப்பாக வெளிப்படுத்த முடியுமா என்று தெரியவில்லை. தற்காலப் பிரச்சினைகளின் வேர்களை நாம் கடந்த காலத்தில் தேடிக்கொண்டிருக்கிறோம். கடந்த காலச் சிந்தனைகளை சமகாலத்துக்கு மொழியாக்கம் செய்வதற்குப் பதிலாக, சமகாலப் பிரச்சினைகளைப் பண்டைய பிரதிகளாக மொழியாக்கம் செய்துகொண்டிருக்கிறோம். கடந்த காலத்தோடு நாம் எப்படியான உறவுகொள்ளப்போகிறோம் என்பதற்கு நாம் மேற்கத்திய அணுகுமுறையைப் பின்பற்ற வேண்டியதில்லை. கடந்த காலத்தைத் தற்காலத்துக்குக் கொண்டுவருவதன் ஊடாகவே நாம் வேறான எதிர்காலத்தைக் கற்பனைசெய்து பார்க்க முடியும். இந்திய நவீனத்தின் தொடக்க காலச் சிந்தனையாளர்கள் இந்த வழியைத்தான் நமக்குக் காட்டுகிறார்கள். கடந்த காலச் சிந்தனைகளை மரியாதையோடு சமகாலத்துக்குக் கொண்டுவந்து அவற்றைக் கறாராக விசாரணைசெய்ய முடியும். அந்தச் சிந்தனைகளை முற்றிலுமாக மாற்றியமைக்க முடியும். கடந்த காலச் சிந்தனைகளை மாற்றியமைப்பதன் ஊடாகத்தான் நாம் நம்மை மாற்றியமைத்துக்கொள்ள முடியும்.

◉

---

9 G.P.Deshpande, *'Dialectics of Defeat: The Problems of Culture in Postcolonial India',* Seagull Books, 2006, p. 107, 149.

மதச்சார்பின்மையும் பன்மைத்துவமும்
தாரா ஷிகோஹ் மற்றும் யாஷோவிஜயா
அணுகுமுறைகளை முன்வைத்து

இன்று நாம் எதிர்கொள்ளும் மிக முக்கியப் பிரச்சினை 'இந்து' பெரும்பான்மைவாதம். அதுவும் பாபர் மசூதி இடிப்புக்குப் பிறகு இந்து அடிப்படைவாதம் பூதாகரமாகக் கிளம்பியிருக்கிறது. நாம் இந்த நாள்வரை பேசிக்கொண்டிருந்த மதச்சார்பின்மை என்ற கருத்தின் போதாமை வெளிப்படத் தொடங்கியுள்ளது. மதச்சார்பின்மை என்பது அடிப்படையில் நவீன அரசோடு, அரசியலோடு தொடர்புடைய கருத்தாக முன்வைக்கப்படுகிறது. அரசிடமிருந்து மதத்தை விலக்கிவைத்திருப்பதாக அல்லது அரசு எல்லா மதங்களையும் சம தொலைவில் வைத்திருப்பதாக முன்வைக்கப்படுகிறது. மதச்சார்பின்மையை நிறுவனம் சார்ந்து அணுகுவதில் உள்ள போதாமை குறித்துப் பல வாசிப்புகள் உள்ளன. இந்தக் கட்டுரையில், அன்றாட வாழ்க்கையில் ஒரு நடைமுறையாக எவ்வாறு மதச்சார்பின்மையை அணுகுவது என்பதே பிரதானமாகிறது. இதை ஒரு எழுவாயின் பிரச்சினையாகப் பார்க்க வேண்டியுள்ளது. மக்கள் அன்றாட வாழ்க்கையில் மதநம்பிக்கை கொண்டவர்களாக இருந்தாலும், மதச்சார்பின்மையினர்களாகத்தான் இருக்கிறார்கள். அப்படியென்றால், ஏன் மதச்சார்பின்மை பிரச்சினைக்குரியதாகிறது? இந்து தேசியவாதத்துக்கு எதிர்வினையாகக் கருத்தாக்கத் தளத்தில் மதச்சார்பின்மையை முன்வைக்க வேண்டியுள்ளது. இவ்வாறு முன்வைக்கும்போது மதச்சார்பின்மை ஒரு நிலைப்பாடாகிறது – இந்து மத தேசியவாதம் எப்படி ஒரு நிலைப்பாடாகிறதோ அதுபோல். மதச்சார்பின்மையை ஒரு நிலைப்பாடாக முன்வைப்பது போதுமானதா? மதச்சார்பின்மைக் கொள்கையை அரசியல் தளத்திலானதாகச் சுருக்குவது சரியா? நம் நல்லெண்ணங்களை மீறி அன்றாட வாழ்க்கையின் பகுதியாக இருக்கும் மதச்சார்பின்மையை எப்படிக் கருத்தாக்கத் தளத்தின் பகுதியாக்குவது? அதாவது, மதவாத தேசியத்துக்கு எதிர்வினையாற்றும் விதமாக நாம் மதச்சார்பின்மையை எவ்வாறு அரசியல் வெளிப்பாடாக்குவது? அன்றாட வாழ்க்கையில் ஒரு நடைமுறையாக மதச்சார்பின்மை என்பது மத நம்பிக்கைகளை, அடையாளங்களை அந்தரங்கவெளிக்குள் வைத்துக்கொள்வது என்றும், பொதுவெளியில் மத அடையாளங்களை, மதக் கருத்துகளைக் கொண்டுவர வேண்டியதில்லை என்றும் சொல்லப்படுகிறது. பிரச்சினை என்னவென்றால், மதம் என்பது வெறுமனே இறையியல் விசாரணைகளோடு மட்டுப்பட்டதாக இல்லை. அது ஒரு வாழ்க்கைமுறையாக

நம் சிந்தனைகளை, புலன்களை, அன்றாட வாழ்வை வடிவமைக்கிறது, கட்டுப்படுத்துகிறது. இப்படியிருக்க, எவ்வாறு அந்தரங்கவெளிக்குள் மட்டுமே மதச் சிந்தனைகளை அடக்கிவைக்க முடியும்? குடும்பமும் ஒரு சமூக அமைப்பு என்று முன்வைக்கும்போது, அந்தரங்கவெளி என்ன அர்த்தத்தைக் கொண்டிருக்க முடியும்? பொதுவெளியில் காணப்படும் பண்பாட்டு வடிவங்கள் மத நம்பிக்கைகளிலிருந்து துண்டிக்கப்பட்டவையாக இருக்க முடியுமா? பொதுவெளிக்கானதாக மதச்சார்பின்மை இருக்க முடியுமா? ஒரு எழுவாய் எவ்வாறு அந்தரங்கவெளியில் மதநம்பிக்கை கொண்டவராகவும், பொதுவெளியில் மதச்சார்பற்றவராகவும் இருக்க முடியும்? மொத்தத்தில், நடைமுறை சார்ந்து அந்தரங்கவெளி, பொதுவெளி என்று பிரிப்பது, ஒரு எழுவாயின் அகக் கட்டமைப்புச் சிக்கல்களைக் கணக்கில்கொள்ளாத மிக எளிமையான தீர்வாக இருக்கிறது. சொல்லப்போனால், நடைமுறைத் தளத்தில் பயனேதும் தராத தீர்வு.

இந்தியாவில் மட்டுமல்ல, வளர்ந்த நாடுகளிலும் இந்தச் சிக்கல் காணப்படுகிறது. ஐரோப்பாவில் எப்படி இஸ்லாமியர்கள் இரண்டாம்தரக் குடிநபர்களாக இருக்க வேண்டியுள்ளது என்று தலால் ஆஸாத் விரிவாக விவரிக்கிறார்.[1] எது சிக்கலை மேலும் கடினமாக்குகிறது என்றால், மதச்சார்பின்மையை முன்வைக்கும் தாராளவியலாளர்கள் தங்களது நல்லெண்ணத்தையெல்லாம் மீறி, அவர்களையும் அறியாமல் வலதுசாரி மொழியைக் கைக்கொள்ள வேண்டியிருக்கிறது என்று எடுத்துக்காட்டுகளோடு தலால் ஆஸாத் வாதிடுகிறார். இந்தச் சிக்கலை நாம் இந்தியாவிலும் அனுபவித்துக்கொண்டிருக்கிறோம். மேலும் ஒரு சிக்கலை எதிர்கொள்ள வேண்டியிருக்கிறது: மதச்சார்பின்மை நடைமுறையில் நாத்திகமாகவும் முன்வைக்கப்படுகிறது. சடங்குகள் செய்யாமல் இருப்பது, இறை வழிபாடுகளில் ஈடுபடாமல் இருப்பது, மதக் குறிகள் எதையும் கொண்டிராமல் இருப்பது, அறிவியலார்ந்த வாழ்க்கைமுறையை அமைத்துக்கொள்வது போன்றவையெல்லாம் மதச்சார்பின்மை வெளிப்பாடுகளாக அன்றாடத் தளத்தில் முன்வைக்கப்படுகின்றன. ஜனநாயக உணர்வு கொண்டிருக்கும் ஒருவர் திருநீர் பூசிக்கொண்டால், அவர் மதவாதியாக அர்த்தப்படுத்தப்படுகிறார். பழமைவாதி ஒரு பன்மைத்துவராக இருக்க முடியாது என்று தீர்மானமாக முன்வைக்கப்படுகிறது. மதவாதம் பழமைவாதத்தோடு இணைத்துப் பார்க்கப்படுகிறது. இதனால்தான், அந்தத் தலைவரின் குடும்பத்தார் தினமும் கோயிலுக்குப் போகிறார்கள், இந்தத் தலைவரின் துணைவியார் அத்திவரதரைத் தரிசிக்கச் சென்றார் போன்ற வீண் சச்சரவுகள் தோன்றுகின்றன. மொத்தத்தில், மதச்சார்பின்மையானது நாத்திகர்களின், இறைமறுப்பாளர்களின், இடதுசாரிகளின் அரசியல் நிலைப்பாடாகக் கருத்தாக்கத் தளத்தில் முன்வைக்கப்படுகிறது. சில சமயங்களில் பார்ப்பன எதிர்ப்பும் மதச்சார்பின்மையாக முன்வைக்கப்படுகிறது. ஆனால், மதச்சார்பின்மையை இப்படியாகச் சுருக்குவது ஏற்றுக்கொள்ளத்தக்கதா?

1 Talal Azad, *'Formations of the Secular: Christianity, Islam, Modernity'*, Stanford University Press, 2003. குறிப்பாக, 'Muslims as a "Religious Minority" in Europe' இயலைப் பார்க்கவும்.

மதச்சார்பின்மை என்பது ஒரு நிலைப்பாடல்ல. அது மதங்களுக்கு இடையேயான சமூக உறவைக் குறிக்கிறது. மதச்சார்பின்மையைச் சமூக உறவாகப் பார்த்தால் மட்டுமே பழமைவாதி ஒருவரும் மதச்சார்பற்றவராக இருக்க முடியும் என்று நம்மால் ஏற்றுக்கொள்ள முடியும். பிரச்சினை என்னவென்றால், சமூக உறவுகளை ஒரு நிலையிடம் சார்ந்தே வடிவமைத்துக்கொள்ள முடியும். அந்தரத்திலிருந்து வடிவமைக்க முடியாது. அல்லது சமூகத்துக்கு வெளியே தன்னைப் பொருத்திக்கொண்டு உறவுகொள்ள முடியாது. மதச்சார்பின்மையைச் சமூக உறவாகப் பார்ப்போம் என்றால், சமூகத்தில் அதன் நிலையிடம் என்ன? மதச்சார்பின்மையை இயக்கவியல் அடிப்படையில் எப்படி அணுகுவது? எளிமையாகச் சொல்வதென்றால், வெவ்வேறு நிலையிடங்களிலிருந்து வெவ்வேறு உறவுமுறைகளை அணுகுவதுதான் இயக்கவியல். மதச்சார்பின்மையை நிலைப்பாடாக முன்வைப்போம் என்றால், அது மதங்களோடு போட்டிபோட்டுநிற்கும் மற்றொரு நிலைப்பாடாகிறது. இந்தியாவில் இப்படித்தான் நடந்துகொண்டிருக்கிறது. இறை நம்பிக்கை எப்படி ஒரு நிலைப்பாடாக இருக்கிறதோ, நாத்திகம் எப்படி ஒரு நிலைப்பாடாக இருக்கிறதோ அதுபோல் மதச்சார்பின்மையும் ஒரு நிலைப்பாடாக இருக்கிறது. மதச்சார்பின்மை என்பது கணிதவியல் சிக்கல் அல்ல; அறிவியலார்ந்த பிரச்சினை அல்ல. அது நம் வாழ்வோடு, அன்றாடத்தோடு, மனிதர்களோடு மிக நெருங்கிய தொடர்புகொண்டது. மதச்சார்பின்மையைச் சமூக உறவுமுறையாக வளர்த்தெடுக்க முயல்வோம் என்றால் அது பன்மைத்துவம் என்ற கருத்தோடு நெருங்கிய தொடர்புகொண்டிருப்பதைப் பார்க்க முடியும். பன்மைத்துவமும் அன்றாட வாழ்வோடு தொடர்புகொண்டது. அதே சமயத்தில், அது அறிவார்ந்த சிக்கலாகவும் இருக்கிறது.[2] இதை அறிவியல் சமன்பாடுபோல் அணுகுவது பயனேதும் தராது. பன்மைத்துவத்துக்கும் நிலையிடம் மிக அவசியம். நாம் எங்கு நின்றுகொண்டு பிறவற்றோடு எப்படி உறவுகொள்கிறோம், அறிவார்ந்த தளத்தில் எப்படி அணுகுகிறோம் என்பதே பன்மைத்துவத்தின் உள்ளடக்கமாக இருக்க முடியும். ஆக, மதச்சார்பின்மை, பன்மைத்துவம் இரண்டையும் நாம் உறவுமுறையாகவும் நடைமுறையாகவும் அறிவுமுறையாகவும் பார்க்க வேண்டியுள்ளது. இவற்றை அரசியல் நிலைப்பாடாக மட்டுமே முன்வைப்பது போதுமானதாக இல்லை. மதச்சார்பின்மை, பன்மைத்துவம் இரண்டையும் ஒரு உறவுமுறையாக ஏற்றுக்கொள்வோம் என்றால் நாம் மேலிருந்து கீழ், கீழிருந்து மேல் என்று இரண்டு விதமாகவும் அணுக முடியும் என்கிறார் கனேரி. இவ்விரண்டு அணுகுமுறைகளையும் இரண்டு ஆளுமைகளை அடிப்படையாகக் கொண்டு புரிந்துகொள்ள விரும்புகிறேன்: மதநல்லிணக்கத்தின் இளவரசர் என்று போற்றப்படும் தாரா ஷிகோஹ் மற்றும் சமணத் தத்துவவியலாளரான யாஷோவிஜயா ஞானி. இஸ்லாமிய இறை நம்பிக்கையாளரான தாரா ஷிகோஹ், 'இந்து' மதத்துக்கும் இஸ்லாமிய மதத்துக்கும் இடையே உரையாடல் நிகழ்த்த மேலிருந்து கீழ் அணுகுமுறையைக் கைக்கொண்டார் என்றும், சமணத் தத்துவவியலாளர் யாஷோவிஜயா சமணத்துக்கும் சமணமல்லாத

2 பார்க்கவும்: Bimal Krishna Matilal, *'Ethics and Epics: Philosophy, Culture and Religion'*, OUP, 2015. குறிப்பாக, 'Pluralism, Relativism and Interaction between Cultures' இயலைப் பார்க்கவும்.

பிற மதங்களுக்கும் இடையே உரையாடல் நிகழ்த்த கீழிருந்து மேல் அணுகுமுறையை கைக்கொண்டார் என்றும் கனேரி (Jonardon Ganeri) அர்த்தப்படுத்துகிறார். இந்தக் கட்டுரை, கனேரியின் *'The Lost Age of Reason'*[3] புத்தகத்தை அடிப்படையாகக் கொண்டது. கனேரி முன்வைக்கும் தகவல்களை, வாதங்களை, முடிவுகளை என்னுடைய கேள்விகளுக்கு ஏற்றாற்போல் தொகுத்துக்கொள்கிறேன். மதச்சார்பின்மை, பன்மைத்துவம் ஆகிய கருத்துகளை உறவுமுறையாக, அறிவுமுறையாக வளர்த்தெடுப்பதற்கு தாரா ஷிகோஹிடமிருந்து, யாஷோவிஜயாவிடமிருந்து நாம் ஏதேனும் கற்றுக்கொண்டு, தற்காலத்தில் நாம் எதிர்கொள்ளும் பிரதானப் பிரச்சினையை இன்னும் மேலாகப் புரிந்துகொள்ள முடியுமா என்று முயல்வதே இந்தக் கட்டுரையின் நோக்கம்.

தாராஹ் ஷிகோஹ்: மேலிருந்து கீழ் அணுகுமுறை

'உலகுணர்வுவாதத்தின் அடிப்படை விருந்தோம்பல். ஒரு அந்நியரின் உரிமை. வேறொரு பிரதேசத்திலிருந்து வந்தவர் என்பதால் ஒரு அந்நியர் சந்தேகக்கண் கொண்டு பார்க்கத் தகுந்தவரல்ல' என்கிறார் இம்மானுவேல் காண்ட் (Immanuel Kant). பிரதிகள் ஒரு இடத்திலிருந்து மற்றொரு இடத்துக்கு மாறும்போது, 'ஒரு அந்நியரின் உரிமையாக விருந்தோம்பல் என்னவாக இருக்க முடியும்?' என்று கேட்கிறார் கனேரி. அதாவது, அறிவார்ந்த வடிவில் புலம்பெயர்ந்துவரும் அந்நியப் பிரதிக்கு விருந்தோம்பல் உரிமையைக் கொடுப்பதற்கு ஒரு மரபு எதைக் கொண்டிருக்க வேண்டும் என்று கேட்கிறார்.

17-ம் நூற்றாண்டில் முகலாயர் கட்டுப்பாட்டில் இந்தியா இருந்தது. முகலாயர்கள் தங்களோடு செழிப்பான பாரசீகப் பண்பாட்டையும், இஸ்லாமிய உலகத்துடனான தொடர்பையும் கொண்டுவந்தார்கள். இருநூறு ஆண்டுகளுக்கு மேலாக இஸ்லாமிய-பாரசீகப் பண்பாடு தொடர்ந்தது; இங்கிருந்த அறிவார்ந்த மரபுகளோடு உரையாடியது. சம்ஸ்கிருதப் பிரதிகள் இஸ்லாமிய-பாரசீக மரபுக்குப் புலம்பெயர்ந்தன. 1656 வாக்கில், பேரரசர் அக்பரின் கொள்ளுப்பேரனும் ஷாஜகானின் மூத்த மகனும் ஔரங்கசீப்பின் அண்ணனுமான தாரா ஷிகோஹ் மூன்று இந்துப் பிரதிகளைப் பாரசீகத்துக்கு மொழியாக்கம் செய்யும் திட்டத்தை மேற்கொண்டார். இந்தத் திட்டத்துக்கு உதவும் விதமாகப் பல சம்ஸ்கிருதப் பண்டிதர்களை வாராணசியில் ஒன்றுதிரட்டினார். தாரா ஷிகோஹ் மொழியாக்கத்துக்குத் தேர்ந்தெடுத்த மூன்று பிரதிகள்: *உபநிடதங்கள், பகவத் கீதை, யோகா-வசிஸ்டம்.* சூஃபி நம்பிக்கையாளரான தாரா ஷிகோஹ் ஏன் 'இந்து' பிரதிகளை மொழியாக்கத் திட்டத்துக்கு எடுத்துக்கொள்ள வேண்டும்? மதரீதியாக இல்லை என்றாலும் பண்பாட்டுரீதியாகப் பல இந்துக்கள் இஸ்லாமியப்

3 Jonardon Ganeri, *'The Lost Age of Reason: Philosophy in Early Modern India 1450–1700'*, OUP, 2011.

பழக்கவழக்கங்களைப் பின்பற்றினார்கள் என்று படித்திருக்கிறோம். பல வெள்ளையர்கள் இஸ்லாமியர்களாகத் தங்களை மாற்றிக்கொண்டார்கள் என்றும் படித்திருக்கிறோம். ஆனால், தாரா ஷிகோஹ் தன்னை ஒரு இந்துவாகப் பண்பாட்டுரீதியாகவோ மதரீதியாகவோ வெளிப்படுத்திக்கொள்ள எத்தனித்தாரா? நிச்சயமாக இல்லை. அடிப்படையில், இஸ்லாமிய மத நம்பிக்கையாளராகவே அவர் இருந்தார். (அக்பரும் ஒரு இஸ்லாமியராக இருந்துதான் 'இந்து' மதத்தோடு உரையாடினார். காந்தியும் இந்துவாக இருந்துதான் இஸ்லாமிய மதத்தோடும் கிறிஸ்தவ மதத்தோடும் உரையாடினார்.) ஆனாலும், இறைமறுப்பாளன் என்று குற்றஞ்சாட்டப்பட்டு தாரா ஷிகோஹ் கொல்லப்பட்டார்.

தாரா ஷிகோஹ் மேற்கொண்ட மொழியாக்கத் திட்டத்தின் விளைவு எத்தகையது? அறிவார்ந்த உலகத்திலோ வெகுஜனத் தளத்திலோ அதன் தாக்கம் என்னவாக இருந்தது? அறிவார்ந்தத் தளத்தில் நாம் நினைத்துப்பார்க்க முடியாத விளைவுகளையெல்லாம் ஏற்படுத்தியது என்று உறுதியாகச் சொல்ல முடியும் என்கிறார் கனேரி. ஐரோப்பாவில் தத்துவவியலாளர்களும் அறிஞர்களும் சம்ஸ்கிருதத்தைவிடப் பாரசீக மொழியை அறிந்திருந்ததால், தாரா ஷிகோஹால் மொழியாக்கம் செய்யப்பட்ட உபநிடதங்கள், பாரசீகத்திலிருந்து லத்தீன் மொழிக்குப் புலம்பெயர்ந்தன (மொழிபெயர்த்தவர்: *Anquetil Duperron*). லத்தீன் மொழியை வந்தடைந்த உபநிடதங்கள், 19-ம் நூற்றாண்டு ஐரோப்பியச் சிந்தனையில் பெரும் தாக்கத்தை எற்படுத்தின. இந்த மொழியாக்கத்தைத்தான் ஸோபென்ஹவர் *(Schopenhauer)* வாசித்தார். அவருடைய வாசிப்புதான் விட்கென்ஸ்டைனை *(Wittgenstein)* — மறைமுகமாகத்தான் என்றாலும் — பாதித்தது. இந்த மொழியாக்கத்தைத்தான் கவிஞர் வில்லியம் பிளேக் *(William Blake)* வைத்திருந்தார். இதைத்தான் ஷெல்லிங் *(Schelling)* வாசித்தார். இதற்கு மேல் இந்தப் பிரதி எவ்வாறெல்லாம் பயணித்தது என்பது தன்னுடைய தற்போதைய அக்கறையில்லை என்று கனேரி முடித்துக்கொள்கிறார். 'இங்கு என்னுடைய அக்கறை இந்துப் பிரதிகளுக்கு தாரா ஷிகோஹ் காண்பித்த விருந்தோம்பல் குறித்தும், பாரசீக-இஸ்ஸாமியக் கற்றலுக்கு இவற்றை எவ்வாறு கொண்டுசென்றார் என்பது குறித்தும்தான்' என்கிறார் கனேரி.

தாரா ஷிகோஹ் மேற்கொண்ட இந்த மொழியாக்கத் திட்டம், சம்ஸ்கிருதப் பிரதிகளைப் பெருமளவில் மொழியாக்கம் செய்த பிற திட்டங்களிலிருந்து பண்புரீதியாக மாறுபட்டிருப்பதாகவும் கனேரி அடையாளம் காண்கிறார். எடுத்துக்காட்டாக, இந்திய பௌத்தத்துக்கு திபெத்தில் கொடுக்கப்பட்ட வரவேற்பைச் சொல்லலாம். அந்நியரை உபசரிப்பது லாபநோக்கத்தையும் கொண்டிருக்கலாம்; அந்நியரிடமிருந்து நமக்கு வேண்டிய ஒன்றைப் பெற்றுக்கொள்ள முடியும் என்பதற்காகவும் அவர் வரவேற்கப்படலாம். நிச்சயமாக, சம்ஸ்கிருத பௌத்தப் பனுவல்கள் மீதான திபெத்தின் அக்கறை லாபநோக்கிலானதுதான் என்கிறார் கனேரி. ஆனால், தாரா ஷிகோஹின் மொழியாக்கத் திட்டம் லாபநோக்கு எதையும் கொண்டிருக்கவில்லை. இதற்கு விலையாக அவர் தன்னுடைய உயிரையும் கொடுக்க வேண்டியிருந்தது.

இறைப்பற்றுமிக்க இஸ்லாமியராகவும், சூஃபி பண்பாட்டை நடைமுறைப்படுத்துகிறவராகவும் அவருடைய நிலைப்பாட்டில் திடமாக இருந்த தாரா ஷிகோஹ், உபநிடதங்களிலிருந்தோ பிற சம்ஸ்கிருதப் பிரதிகளிலிருந்தோ புதிதாக ஏதோ கற்றுக்கொள்ளப்போகிறோம் என்ற எதிர்பார்ப்பு எதையும் கொண்டிருக்கவில்லை. தாரா ஷிகோஹ் சம்ஸ்கிருதப் பிரதிகளை வரவேற்று உபசரித்ததன் வேர் முற்றிலும் வேறான கருத்தாக்க அடிப்படையைச் சார்ந்தது என்கிறார் கனேரி. அதாவது, ஒரு அந்நியரை வரவேற்று, உபசரித்து அவரைப் புரிந்துகொள்ள முயல்வோம் என்றால், அவரை நிச்சயமாக அந்நியராக உணர மாட்டோம். 'இந்து' மதத்தை அந்நியராகவும் மற்றமையாகவும் நடத்துவது அடிப்படையில் தவறானது என்றே தாரா ஷிகோஹ் நம்பினார். இந்து மதத்துக்கும் இஸ்லாத்துக்கும் இடையே நிறைய ஒற்றுமைகள் இருக்கின்றன என்றும், அவ்வளவு ஏன், ஒன்றில் மற்றொன்றை அடையாளம் காண்பதும் சாத்தியம் என்றும் நம்பினார். விருந்தோம்பலின் உலகுணர்வுவாத உரிமை என்பது ஒருவேளை பொதுவான மனிதத்தன்மை என்பதை உறுதிப்படுத்துவதாகவும் இருக்கலாம்.

தாரா ஷிகோஹைப் பொறுத்தமட்டில், புதிய உண்மைகள் எதையும் உபநிடதங்கள் கொண்டிருக்கவில்லை. குரானில் சொல்லப்பட்டிருப்பதை உபநிடதங்கள் விரிவாக விளக்குவதாகவே தாரா ஷிகோஹ் அர்த்தப்படுத்திக்கொண்டார். இங்கு முக்கியமான கேள்வி ஒன்றை கனேரி முன்வைக்கிறார்: அந்நியப் பண்பாட்டிலிருந்து இறக்குமதிசெய்யப்பட்ட ஒரு பிரதி, இஸ்லாமியர்களின் புனித நூலுக்கு எப்படி உரைவிளக்கவியலாக இருக்க முடியும்? தாரா ஷிகோஹின் முன்னுரையில் இதற்கான விடையை நாம் காண முடியும். தாரா ஷிகோஹ் ஐம்பத்தியிரண்டு உபநிடதங்களைப் பாரசீகத்துக்கு மொழியாக்கம் செய்து அந்தத் தொகுப்புக்கு ஸிர்ரெ அக்பர் (Sirr-i-Akbar, மாபெரும் ரகசியம்) என்று பெயரிட்டார். அந்த மாபெரும் ரகசியம் என்ன? தாரா ஷிகோஹ் தன்னுடைய 'முன்னுரை'யில் இந்த ரகசியத்தைப் பகிர்ந்துகொள்கிறார். குரான் வாசிப்பில் அவருக்கு ஏற்பட்ட நுட்பமான சந்தேகங்களை நிவர்த்திசெய்துகொள்ள வேண்டும் என்ற பேராவலை அதில் வெளிப்படுத்துகிறார்:

> குரான் பெரும்பாலும் உருவகரீதியாக விவரிக்கப்பட்டிருப்பதால், நம் காலத்தில் அதன் நுட்பங்களோடு அதை அணுகக்கூடியவர்கள் மிக அபூர்வமாக இருப்பதால், மேலிருந்து கொடுக்கப்பட்ட நூல்களெல்லாம் கடவுளின் நேரடி வார்த்தைகளைக் கொண்டிருப்பதால், அவை உரையாக முடியும் என்பதால், இவற்றையெல்லாம் நம்முடைய பார்வைக்குக் கொண்டுவர தாரா பேராவல் கொண்டுள்ளான். ஒரு புத்தகத்தில் மிகச் சுருக்கமாக இருப்பது மற்றொன்றில் விவரிக்கப்பட்டிருக்கலாம்; வேறொன்றில் சிதறல்களாக இருக்கலாம். ஒன்றிலிருந்து மற்றொன்றின் சாரத்தைப் புரிந்துகொள்ள முடியலாம். அதனால், அவன் [தாரா] மோசஸின் புத்தகம் மீதும், வசனங்கள் (Psalms) மீதும், பிற

> *புனித நூல்கள் மீதும் தனது கவனத்தைத் திருப்புகிறான். ஆனால், இவற்றிலெல்லாம் ஓரிறைவாதம் (தௌஹித், Tauhid) மிகச் சுருக்கமாகவும் புதிர்த்தன்மையிலும் இருப்பதால், சுயநலம் கொண்டவனின் பொறுப்பற்ற இந்த மொழிபெயர்ப்பு அதன் நோக்கத்தில் புரிந்துகொள்ள முடியாததாகத்தான் இருக்கிறது.*

தாரா ஷிகோஹ் தனக்குத் தோன்றிய சந்தேகங்களுக்கு விடைகாணும் விதமாகப் பல மூலப் பிரதிகளைத் தேடி ஆராய்ச்சி மேற்கொள்கிறார். பல்வேறு மூலப் பிரதிகளை அணுகுவதன் ஊடாக, ஒன்றைவிட மற்றொன்று தெளிவாகவும் புரிந்துகொள்ளும் விதமாகவும் இருப்பதாக உணர்கிறார். எப்படிப் பார்த்தாலும் பல்வேறு மூலப் பிரதிகளை அணுகுவது நியாயமான அறிவார்ந்த நடைமுறையாகத்தான் இருக்க முடியும். ஆனால், மதப் பிரதிகள் வேறுபட்ட பாணிகளில் அவற்றை வெளிப்படுத்திக்கொண்டாலும், அவற்றில் எத்தகைய போதாமைகள் காணப்பட்டாலும் அவையெல்லாம் ஒரே கருப்பொருளைத்தான் கொண்டிருக்கின்றன என்ற அனுமானம் – அவ்வளவு வெளிப்படையாக இல்லை என்றாலும் – நிச்சயமாக இருக்கிறது என்கிறார் கனேரி. இத்தகைய அடிப்படையை மதரீதியான உலகுணர்வுவாதமாக வரையறுக்கலாம் என்றும் வாதிடுகிறார். அதாவது, மனிதச் சமூகங்களெல்லாம் ஒரு பொதுவான ஆன்மிகப் பாரம்பரியத்தைக் கொண்டிருக்கின்றன என்ற நம்பிக்கை. இதுதான் சூஃபி கோட்பாட்டின் அடிப்படையாகவும் இருக்கிறது: வஹ்த(த்)துல் வுத் (*wahdat-al-wujud, Unity of Being,* இருப்பின் ஓர்மை). இந்த அடிப்படைதான் 16, 17-ம் நூற்றாண்டு இந்தியாவில், அதாவது அக்பரிலிருந்து அப்துர்ரஹ்மான் சிஷ்த்தி (*Abd-Al-Rahman Chisti*) வரை இந்துகளுக்கும் இஸ்லாமியர்களுக்கும் இடையேயான உறவின் அடிப்படையாக இருந்தது என்று சொல்வது மிகையாகாது என்கிறார் கனேரி. உபநிடதங்களைப் பாரசீகத்துக்கு மொழியாக்கம் செய்ததற்கான காரணத்தை, விருந்தோம்பலுக்கான இரண்டாவது காரணத்தை தாரா ஷிகோஹ் முன்வைக்கிறார்:

> *சிரமமான விஷயங்கள், உன்னதமான விஷயங்கள் பற்றியெல்லாம் விரும்பியதுபோலவோ சிந்தித்ததுபோலவோ கிடைக்காததையெல்லாம் தாரா இந்தப் பண்டைய நூல்களின் சாரத்திலிருந்து பெற்றுக்கொண்டான். கேள்விகள் ஏதுமில்லாமல் சந்தேகத்துக்கு இடமில்லாமல் இந்தப் புத்தகங்களெல்லாம் ஒரு குறிப்பிட்ட காலத்தில் சொர்க்கத்திலிருந்து கொடுக்கப்பட்டவைதான். இந்தப் புத்தகங்கள் ஓர்மை என்னும் பெருங்கடலின் ஊற்றாகவும் மூலாதாரமாகவும் இருக்கின்றன. அதாவது, இந்தப் புத்தகங்கள் குரானோடு ஒத்துப்போகின்றன என்பதாக மட்டுமல்லாமல், குரானுக்கான உரையாகவும் இவற்றை வாசிக்கலாம்.*

உபநிடதங்கள் உண்மையான ஆன்மிகச் சிந்தனைகளுக்கான ஊற்றாக இருப்பதால்தான் சூஃபி சிந்தனைகளில் தாரா ஷிகோஹ் எதிர்கொண்ட பிரச்சினைகளுக்கு விடை தேடுவது சாத்தியமானது. மேலும், குரானில்

உருவகரீதியாகச் சொல்லப்பட்டிருக்கும் விஷயங்களின் புதிர்த்தன்மையை உபநிடதங்கள் ஆராய்வதாக தாரா ஷிகோஹ் நம்பினார். நவீனச் சிந்தனைகளின் அடிப்படையில் மதரீதியான பன்மைத்துவத்தை முன்வைப்பவர்களால், இந்தக் கருத்தைக் கொஞ்சமும் புரிந்துகொள்ள முடியாது என்கிறார் கனேரி. அறிவியலார்ந்து சிந்திப்பதாகத் தங்களைக் காட்டிக்கொள்கிறவர்கள் இதை 'முட்டாள்தனம்', 'மூடநம்பிக்கை' என்றெல்லாம் சொல்லக்கூடும். ஆனால், தாரா ஷிகோஹின் மதரீதியான உலகுணர்வுவாதத்தில் இவை மிகச் சரியாகப் பொருந்திப்போகின்றன. பல்வேறு காலகட்டங்களில் பலவிதமானவர்கள் பலவிதமான கண்டுபிடிப்புகள் செய்திருந்தாலும் ஒரு வானியல், ஒரு வேதியியல் அல்லது ஒரு இயற்பியல் இருப்பதுபோல், மிகத் துணிச்சலோடு உலகம் முழுவதும் பங்காற்றியுள்ள ஒரு ஆன்மிகம் இருக்கிறது என்பதற்கு ஒத்த நிலைப்பாட்டை தாரா ஷிகோஹ் எடுக்கிறார். இரண்டு தனித்துவமான மதங்களுக்கு இடையே உரையாடலையோ விவாதத்தையோ தொடங்கிவைப்பதாக தாரா ஷிகோஹ் தன்னை முன்னிறுத்திக்கொள்ளவில்லை. ஆனால், ஒரே மூலாதாரத்திலிருந்து தோன்றிய பல்வேறு நுண்ணிழைகள் என்பதாக அர்த்தப்படுத்த முயன்றார். 'அதனால்தான், தாரா ஷிகோஹின் மொழியாக்கம் ஒன்றிணைப்பதற்கான முயற்சியோ அல்லது சிறந்த விஷயங்களையெல்லாம் பொறுக்கி எடுத்து ஒன்றின் கீழ் கொண்டுவருவதற்கான முயற்சியோ அல்ல' என்கிறார் சையித் ஹுஸைன் நஸ்ர் (Seyyed Hossein Nasr). இதற்கான காரணம், ஒன்றிணைக்கும் திட்டத்துக்கு 'வேறுபாடுகள்' அவசியமாகின்றன. இப்படி வேறுபாடுகள் இருப்பதாகப் பார்க்கும் பார்வையை தாரா ஷிகோஹ் ஏற்றுக்கொள்ள மறுத்தார்.

தாரா ஷிகோஹ் தன்னுடைய 'முன்னுரை'யில் இந்த மொழியாக்கத் திட்டத்துக்கான தேவை குறித்து முக்கியமான பார்வை ஒன்றை நம்மோடு பகிர்ந்துகொள்கிறார். அதாவது, முன்தீர்மானங்களிலிருந்தும் தற்சாய்வுகளிலிருந்தும் விடுதலை அடைந்த எல்லோருக்கும் கடவுளின் வார்த்தைகள், அதன் பகுதியாக இருக்கும் உபநிடதங்களிலிருந்து கிடைக்கின்றன என்று தாரா ஷிகோஹ் முடிக்கிறார். மதரீதியான உலகுணர்வுவாதம் என்று கனேரி முன்வைப்பதற்கு இது சரியான சான்றாகிறது.

> உண்மையான அக்கறையோடும் கடவுளின் ஆசியோடும் கீழ்த்தரமான சுயநலத்தை உதறித்தள்ளி அனைத்து விதமான சாய்வுகளிலிருந்தும் விடுதலை அடைந்தவன் சந்தோஷமாக இருக்கிறான். இவ்வாறு சந்தோஷமாக இருப்பவன், கடவுளின் வார்த்தைகள்தான் மொழியாக்கப்பட்டிருக்கின்றன என்று உணர்ந்தவனாக இருக்கிறான். ஸிர்ரெ அக்பர் என்று அழைக்கப்படும் இந்த மொழிபெயர்ப்பைப் படிப்பவன் அழிவில்லாதவனாகவும், அச்சம் என்ற ஒன்றை அறியாதவனாகவும், எக்காலத்துக்கும் விடுதலை அடைந்தவனாகவும் இருப்பான்.

தாரா ஷிகோஹின் முன்னுரையில் காணப்படும் இந்த இறுதி வாக்கியங்கள் அவரது மறுப்புகளையெல்லாம் மீறி, உபநிடதங்களில் உந்துதல் பெற்றதையும், இந்திய மூலங்கள் ஓரளவுக்கு அவரது சிந்தனைகளில் தாக்கம் செலுத்தியிருப்பதையும் வெளிப்படுத்துகிறது என்றும், உருவகரீதியாக இருந்தாலும் குரானில் காணக்கிடைக்காத ஆன்மிக ஞானம் ஏதும் உபநிடதங்களில் இல்லை என்று நிரூபிப்பதற்கு தாரா ஷிகோஹ் மிகவும் பிரயத்தனப்பட்டார் என்றும் கனேரி வாதிடுகிறார். இருப்பினும், அழிவில்லாச் சுதந்திரம் குறித்தும், விடுதலை குறித்தும் உபநிடதங்களில் காணப்படும் ஆன்மிகச் சொல்லாடல்கள், தாரா ஷிகோஹின் சொந்த ஆன்மிகத்தோடு ஒன்றெனக் கலந்திருப்பதைச் சுட்டிக்காட்டுகிறார்.

தாரா ஷிகோஹ், உபநிடதங்களை சம்ஸ்கிருதத்திலிருந்து பாரசீகத்துக்குக் கொண்டுசென்ற முறையை நாம் உணர்ந்துகொள்ள முதலில் அவருடைய *'இரண்டு பெருங்கடல்கள் சங்கமிக்கும் இடம்'* (*The Meeting-Place of the Two Oceans*) என்ற படைப்பை அணுக வேண்டியுள்ளது என்கிறார் கனேரி. *'சமுத்திரச் சங்கமம்'* (*Samudra-sangama*) என்று அழைக்கப்படும் அவரது படைப்பு, மொழிபெயர்ப்புத் திட்டம் தொடங்குவதற்கு இரண்டு ஆண்டுகளுக்கு முன் முடிக்கப்பட்டது. இந்தப் படைப்பு மீவியற்பியல் (*metaphysics*) தொடர்பாக இருபத்தியிரண்டு அத்தியாயங்கள் கொண்டது. இந்தப் படைப்பின் முன்னுரையில் அவர் இவ்வாறு குறிப்பிடுகிறார்:

> *... துக்கங்களும் துயரங்களும் ஏதுமற்ற ஃபக்கீரான (fakir) இந்த தாரா ஷிகோஹ் இவ்வாறு சொல்கிறான்: உண்மைகளின் உண்மையை அறிந்துகொள்ளுதல், சூஃபி மதத்தின் நுட்பங்களையும் ரகசியங்களையும் அறிந்துகொள்ளுதல் என்ற பெரும் பரிசைப் பெற்றவனாக அவன் [தாரா], இந்தியாவில் ஓரிறைவாத மதம் சொல்வதை அறிந்துகொள்ளப் பேராவல் கொண்டிருந்தான். இந்த மதத்தின் அப்பழுக்கற்ற புனித நூல்களோடும் அதன் அறிஞர்களோடும் திரும்பத்திரும்ப உரையாடி மிகவும் பண்பட்ட விதத்தில் மதம் குறித்தான பயிற்சிகளையும் புரிதலையும் அறிவையும் நுட்பங்களையும் பெற்றுக்கொண்டான். இதில் வார்த்தைகள் வேறாக இருக்கின்றனவே தவிர உண்மையை அறிந்துகொள்வதிலும் புரிந்துகொள்வதிலும் எத்தகைய வேறுபாடுகளையும் அவனால் காண முடியவில்லை. இதன் விளைவாக, இருசாராரின் பார்வைகளையும் திரட்டிய பின், உண்மையைத் தேடுகிறவர்களுக்கு அத்தியாவசியமான, பயன்தரக்கூடியதுமான ஞானத்துக்கு அவசியமான விஷயங்களை ஒன்றுசேர்த்தான். இவற்றையெல்லாம் ஒன்றுசேர்த்து உண்மையையும் ஞானத்தையும் உயரிய நோக்கில் அணுகுவதற்கு இரண்டு [மத] குழுமங்கள் இதில் ஈடுபட்டுள்ளதால் அவன் இதை மஜ்மஉல் பஹ்ரைன் (Majma-ul-Bahrain) அல்லது இரண்டு பெருங்கடல்கள் சங்கமிக்கும் இடம் என்று பெயரிட்டான்.*

சூஃபி சிந்தனைகளும் இந்து மதச் சிந்தனைகளும் வார்த்தைகளைப் பயன்படுத்துவதில்தான் வேறுபடுகின்றன என்ற மிக அற்புதமான சிந்தனைதான் 'இரண்டு பெருங்கடல்கள் சங்கமிக்கும் இடம்' படைப்பின் அடிநாதம் — அதாவது, தத்துவார்த்தச் சொற்கள் வடிவத்திலும் அவை உறவுகொள்ளும் முறையிலும் ஒன்றுதான். இத்தகைய லட்சியத்தோடு அணுகும்போது நிச்சயமான தேர்வு என்பது குறிப்பிட்ட, குறுகிய எல்லைக்கு உட்பட்டதாகத்தான் இருக்க முடியும். உபநிடதங்கள் போன்ற மிகப் பரந்த, பலவகைப்பட்ட, சிக்கலான, தொடர்ந்து படைக்கப்பட்ட (13-ம் நூற்றாண்டுவரை உபநிடதங்கள் படைக்கப்பட்டதாக தயா கிருஷ்ணா சொல்கிறார்) தொகுப்பிலிருந்து தேர்ந்தெடுப்பது என்பது முன்தீர்மானிக்கப்பட்ட அடிப்படையில்தான் இருக்க முடியும். அதாவது, சூஃபி தத்துவத்தின் சொல்லமைப்புக்கும் அர்த்தப்பாட்டுக்கும் ஒத்துப்போகும் உபநிடதங்களையே தாரா ஷிகோஹ் தேர்ந்தெடுத்தார். எடுத்துக்காட்டாக, தனிப்பட்ட ஆன்மா (ரூஹ், *Ruh*) மற்றும் உடல் என்று இருப்பதுடன் வேறொரு ஆன்மாவும் இருக்கிறது என்கிறார். அது, ஆன்மாக்களின் ஆன்மாவாகிறது (அபுல் அர்வாஹ், *abul-arwah*). இந்த ஆன்மாக்களின் ஆன்மா, எல்லாத் தனிப்பட்ட ஆன்மாக்களையும் உள்ளடக்கியதாக இருக்கிறது. அனைத்துக்கும் மேலான ஆன்மா (ரூஹெ ஆஸம், *ruh-i-azam*) ஒன்றும் இருக்கிறது என்றும், அது எங்கும் நிறைந்திருக்கிறது என்றும் சொல்கிறார். ஆனால், தனிப்பட்ட ஆன்மாவுக்கும் ஆன்மாக்களின் ஆன்மாவுக்கும் இடையேயான உறவோ, ஆன்மாக்களின் ஆன்மாவுக்கும் அனைத்துக்கும் மேலான ஆன்மாவுக்கும் இடையேயான உறவோ தெளிவாக முன்வைக்கப்படவில்லை என்கிறார் கனேரி. ஆனால், இந்த மூன்றுக்கும் இடையேயான உறவு மிக அற்புதமான உருவகத்தில் சொல்லப்படுகிறது:

> நீர்ப்பரப்புக்கும் அதன் அலைகளுக்கும் இடையேயான உறவு போன்றதுதான் இந்தச் சரீரத்துக்கும் ஆன்மாவுக்கும் இடையேயான உறவு. அலைகள் ஒன்றோடொன்று சேர்ந்து உருவாக்கும் பண்பை ஆன்மாக்களின் ஆன்மா அல்லது பரமாத்மா என்பதுடன் இணைத்துப்பார்க்க முடியும். ஆனால், நீர்ப்பரப்பு என்பது அனைத்துக்கும் மேலான ஆன்மாவாகிறது.

தனிப்பட்ட ஆன்மா என்பது பெருங்கடலின் மேலாகத் தெரியும் அலை என்பதாகவும், ஆன்மாக்களின் ஆன்மா என்பது ஒவ்வொரு அலையும் இணைந்து உருவாகும் மொத்த பண்பு என்பதாகவும், அனைத்துக்கும் மேலான ஆன்மா என்பது தனிப்பட்ட ஆன்மா மற்றும் ஆன்மாக்களின் ஆன்மாவை உள்ளடக்கிய நீர்த்தொகுப்பு என்பதாகவும் உருவகிக்கிறார்.

இங்கு தாரா ஷிகோஹ் ஒரு சிக்கலை எதிர்கொள்ள வேண்டியிருக்கிறது. சம்ஸ்கிருதத்தில் உள்ள ஆன்மா என்ற சொல்லையும், ரூஹ் என்ற பாரசீகச் சொல்லையும் சமன்படுத்துகிறார். அதுபோலவே, பரமாத்மா என்ற சொல்லையும், அபுல் அர்வாஹ் என்ற சொல்லையும் சமன்படுத்துகிறார். ஆனால், அனைத்துக்கும் மேலான ஆன்மா என்பதைக் குறிக்கும் பாரசீகச்

சொல்லான ரூஹெ ஆஸம் (*ruh-i-azam*) என்பதற்கு சமமான சம்ஸ்கிருதச் சொல் கிடையாது. நேரடியாக இல்லை என்றாலும், ரூஹெ ஆஸம் என்பதற்கு சமமாக பிரம்மம் என்ற சொல்லை முன்வைக்கலாம் என்கிறார் கனேரி. ஆனால், அனைத்துக்கும் மேலான ஆன்மாவைப் பெருங்கடலோடு இணைத்துப்பார்ப்பது, உபநிடதங்களில் பயன்படுத்தப்படும் உருவகம் என்றும் (அதாவது, எல்லா நதிகளும் பெருங்கடலில் சங்கமித்துக் கரைவதுபோல்) அல்லது பிரம்மசூத்திர பாஷ்யத்தில் தனிப்பட்ட அலைகளுக்கு இடையே வேறுபாடுகளை மறுத்து மீவியற்பியலார்ந்த ஓர்மையை முன்வைக்கும் சங்கரின் உருவகம் என்றும் கனேரி விவரிக்கிறார். ஆனால், இவ்வாறு சொற்களுக்கு இணையானதை அர்த்தப்படுத்துவது எவ்வாறு குரானுக்கு உரைவிளக்கவியலாக இருக்க முடியும் என்பது தெளிவாக இல்லை என்றாலும், 'குரான் உரைவிளக்கவியலின் தொடர்ச்சி' என்பதோடு தொடர்புடைய மிக சுவாரஸ்யமான தகவல் ஒன்றையும் கனேரி பகிர்ந்துகொள்கிறார். சூஃபி நம்பிக்கைகளுக்கும் உபநிடத நிலைப்பாடுகளுக்கும் இடையே முன்னரே சாத்தியப்பட்ட மறைமுகமான பண்பாட்டுத் தொடர்பை மீட்டெடுக்க தாரா ஷிகோஹும் பிற பாரசீக அறிஞர்களும் முயன்றதாக இதைப் பார்க்க முடியும் என்கிறார்.

1657-ல் உபநிடதங்கள் சம்ஸ்கிருதத்திலிருந்து பாரசீகத்துக்குப் புலம்பெயர்ந்தது முதன்முறை அல்ல. பல அறிஞர்கள் உபநிடதங்களுக்கும் புளோட்டினஸ் (*Plotinus*, கி.பி. 204-270) சிந்தனைகளுக்கும் உள்ள நெருங்கிய தொடர்பை முன்னரே வெளிப்படுத்தியிருக்கிறார்கள். புதிய பிளாட்டோவியத்தை (*Neo-Platonic*) தோற்றுவித்தவர் புளோட்டினஸ். எகிப்தில் பிறந்த இவர் அலெக்ஸாண்டிரியாவில் படித்தவர். இந்தியத் தத்துவத்தை ஆழமாகக் கற்க வேண்டும் என்ற உந்துதலில், கி.பி. 243-ம் ஆண்டு, பேரரசர் மூன்றாம் கார்டியன் (*Gordian III*) பாரசீகத்துக்குப் படையெடுத்தபோது அவரோடு சேர்ந்து பயணித்தார். கார்டியன் தனது படைகளால் கொல்லப்பட்ட பிறகு ரோம் நகரத்துக்குச் சென்ற புளோட்டினஸ், அவரது இறுதிக் காலம்வரை அங்கு வாழ்ந்துவந்தார். அவர் அலெக்ஸாண்டிரியாவில் இருந்தபோதும் அதற்குப் பிறகும், இந்தியத் தத்துவங்களை எந்த அளவுக்குப் பயின்றார் என்று தெளிவாகத் தெரியவில்லை என்றாலும், உபநிடதங்களும் புதிய பிளாட்டோனியச் சிந்தனைகளும் இணைந்தும் இணையாகவும் காணப்படுகின்றன என்கிறார்கள் அறிஞர்கள். புதிய பிளாட்டோவியச் சிந்தனைகளும் இஸ்லாமியப் பார்வையும் இணைந்துதான் சூஃபி தத்துவம் படைக்கப்படுகிறது. உபநிடதச் சிந்தனைகள் பல்வேறு உருமாற்றங்களுக்கு உள்ளாகியிருந்தாலும், தாரா ஷிகோஹ் சூஃபி சிந்தனைகளில் காணப்படும் உபநிடதங்களின் சிதறல்களைக் கண்டெடுக்கும் முயற்சியாகவும் நாம் அவரது மொழியாக்கத் திட்டத்தைப் பார்க்க முடியும் என்ற மிக முக்கியமான வாசிப்பை கனேரி முன்வைக்கிறார். எப்படியிருந்தாலும் தாரா ஷிகோஹின் மதரீதியான உலகப் பார்வைக்கும் இந்த மொழியாக்கத் திட்டம் பெரும் பங்காற்றியுள்ளது என்பது மட்டும் நிச்சயம் என்கிறார். புளோட்டினஸ் தனது என்னீடில் (*Ennead*) இவ்வாறு எழுதுகிறார்:

ஒரு குறிப்பிட்ட அறிவியல் சூத்திரம் மொத்த அறிவியலின் பகுதியாகப் பார்க்கப்படுவதில்லையா? இவ்வாறு பார்க்கப்படுவதால் அறிவியல் எவ்விதத்திலும் குறைபட்டுப்போவது கிடையாது. ஒவ்வொரு பகுதியும் மொத்த அறிவியலின் வெளிப்பாடாகவும், உண்மையைக் கண்டறியக்கூடியதாகவுமே பார்க்கப்படுகிறது. இத்தகைய தன்மையில் ஒவ்வொரு பகுதியும் மொத்த அறிவியலையும் அதனுள் கொண்டுள்ளது. அதனால், ஒவ்வொரு பகுதியும் மொத்தமாகிறது. இந்த ஒப்புமையை நாம் ஆன்மாவின் மொத்தம் மற்றும் அதன் பகுதி என்பதற்கும் பொருத்திப்பார்க்கலாம்: மொத்தத்தின் பண்பாக இருக்கும் பகுதி ஏதோ ஒன்றின் ஆன்மாவாக இருக்க முடியாது. அது சுத்தமான எளிமையான ஆன்மாவாகத்தான் இருக்க முடியும். ஆகவே, அது மொத்த பிரபஞ்சத்தின் ஆன்மாவாக இருக்க முடியாது. அப்படியே இருந்தாலும் அதுவும் ஒரு பகுதியாகத்தான் இருக்க முடியும். ஆக, எல்லா ஆன்மாக்களும் ஒரு ஆன்மாவின் பகுதியாக இருப்பதோடு ஒன்றுபோலவும் இருக்கின்றன.

சாதாரண ஆன்மா, ஆன்மாக்களின் ஆன்மா, பிரபஞ்ச ஆன்மா என மூன்று வகையான ஆன்மாக்கள் முன்வைக்கப்படுகின்றன. ஒவ்வொரு அறிவியல் சூத்திரமும் மொத்த அறிவியல் கோட்பாட்டின் பகுதியாக இருப்பதோடு மட்டுமல்லாமல், அவை பகுதியாக இருந்தாலும் மொத்தமாக இருந்தாலும் கணிதவியல் முறைமையை அடிப்படையாகக் கொண்டும் இருக்கின்றன. தாரா ஷிகோஹ் பயன்படுத்துவதற்கு நிகராக இந்த ஒப்புமை இருக்கிறது. அதாவது, தண்ணீர் ஒத்த பாணியில் அலைகளை அடிப்படையாகக் கொண்டிருப்பதுபோல். தாரா ஷிகோஹிடம் வேறொரு புதிய பிளாட்டோவியச் சிந்தனையையும் காண முடியும் என்கிறார் கனேரி. அதாவது, ஆன்மாக்களின் ஏற்றமும் இறக்கமும். இது இந்தியக் கோட்பாடுகளோடு இணைந்துபோகின்றன.

சூஃபி மரபில், படைக்கப்பட்ட எல்லா உயிர்களும் நான்கு நிலைகளைக் கடக்க வேண்டியுள்ளது. மனித உலகம் (நாஸூத் Nusut) அரூப உலகம் (மல(க்)கூத், Malakut), மிக உயர்ந்த உலகம் (ஜப்ரூத், Jabarut), புனித உலகம் (லாஹூத், Lahut). இந்திய மறையியலில் அவஷத் (avashat) என்ற பதம், இந்த நான்கு உலகங்களையும் கொண்டுள்ளது: ஜாகர்ட் (Jagart), ஸாபன் (Sapan), சகுபட் (Sakupat), துர்யா (Turya). இதில் ஜாகர்ட் என்பது நாஸூத் என்பதற்கு ஒப்பானது. இது உணரக்கூடிய உலகத்தையும் விழித்திருக்கும் நிலையையும் குறிக்கிறது. ஸாபன் என்பது மல(க்)கூத் என்பதற்கு ஒப்பானது. இது ஆன்மாக்கள் மற்றும் கனவுகளின் உலகம். சகுபட் என்பது ஜப்ரூத் என்பதற்கு ஒப்பானது. இதில் முன்னிரண்டு உலகங்களின் தடயங்கள் முழுமையாக மறைந்துபோய் 'நாம்', 'நீ' என்பதற்கு இடையேயான வேறுபாடுகள் மறைந்துபோகின்றன. துர்யா என்பது லாஹூத் என்பதற்கு ஒப்பானது. இது பரிசுத்தமான இருப்பைக் குறிக்கிறது.

> இது எல்லாவற்றையும் சுற்றி இருப்பதோடு எல்லாவற்றையும் உள்ளடக்கியதாகவும் இருக்கிறது. ஒரு மனிதன் ‘மனித உலகிலிருந்து அரூப உலகத்துக்கும்’, ‘அரூப உலகிலிருந்து மிக உயர்ந்த உலகத்துக்கும்’, ‘மிக உயர்ந்த உலகிலிருந்து புனித உலகத்துக்கும்’ பயணிப்பான் என்றால், அவன் வளர்ந்துகொண்டிருக்கிறான் என்று அர்த்தம். ஆனால், உண்மைகளின் உண்மை, இந்திய ஓரிறை வழிபாட்டாளர்கள் அவஷத் என்று அழைப்பது, ‘புனித உலகிலிருந்து அரூப உலக’த்துக்கு பயணித்து, மீண்டும் ‘மனித உலக’த்துக்கு இறங்கிவருகிறது. இந்தப் பயணம் மனித உலகத்தில் முடிவடைகிறது. சில சூஃபிகள் இத்தகைய நிலைகளை நான்காகப் பார்க்கிறார்கள் என்றால் வேறு சிலர் ஐந்தாகவும் பார்க்கிறார்கள்.

தாரா ஷிகோஹ் எந்த உபநிடதத்திலிருந்து இந்தக் கோட்பாட்டை உருவாக்குகிறார் என்று அடையாளம் காண்பது சிரமமானதல்ல என்றும், இது ஆன்மா குறித்த மாண்டூக்கிய (*Mandukya*) உபநிடதத்தின் விவரணை என்றும் கனேரி முன்வைக்கிறார். சூஃபி சிந்தனை மரபின் நான்கு உலகங்களின் ஏற்றம் அல்லது இறக்கம் என்பதோடு சாதாரண அனுபவங்களால் ஆன உலகம், கனவுகளால் ஆன உலகம், அனுபவங்களும் கனவுகளும் அற்ற உலகம், அனுபவம் அல்லது கனவு ஆகியவற்றின் இருப்பு அல்லது இருப்பின்மையைத் தீர்மானிக்க முடியாத உலகம் போன்று முன்வைக்கப்படும் மானுட அகவெளி மிகச் சிறப்பாக தாரா ஷிகோஹால் இணைக்கப்படுகிறது. இது பிளாட்டோவியர்களின் இருவழிப் பாதையோடு ஒத்துப்போகிறது; ஆன்மா மூலத்திலிருந்து பிரிந்து புத்தியின் ஊடாக ஆன்மா நிலைக்கும் பிறகு உணர்வுகளின் நிலைக்கும் திரும்பிவந்து, மீண்டும் அதே பாணியில் ‘சிந்தனை’க்குப் பயணிக்கிறது.

உபநிடதங்களை ஒரு அந்நியரை வரவேற்பது போன்று தாரா ஷிகோஹ் வரவேற்கிறார். ஆனால், உபநிடதங்கள் அவற்றுக்குள்ளாக ஏதோ ஞானத்தைக் கொண்டிருப்பதுபோல் எதிர்கொள்ளாமல், அவருடைய சொந்த முயற்சியால் அதற்கு வெளியிலிருந்து விளக்கம் கொடுத்து அதை வரவேற்கிறார். ஒரு அந்நியர் மூலமாக நாம் நம்மைப் புறவயப்படுத்திப் பார்த்துக்கொள்ள முடியும். இப்படியாகத்தான் உபநிடதங்களைப் பாரசீகத்துக்கு இறக்குமதிசெய்வதை தாரா ஷிகோஹ் நியாயப்படுத்துகிறார் – கேள்விகளுக்கு ஒரு சூஃபி சிந்தனையாளர் தன்னுடைய சொந்த பதில்களைக் கண்டடையும் விதமாக. புலம்பெயர்ந்துபோகும் பிரதிகள் அதை வரவேற்கும் மரபுக்குப் பெரும் சேவைபுரிகின்றன. ஆனால், இந்தச் சேவை அந்தப் பிரதியின் உள்ளார்ந்த தன்மையால் உருவானதல்ல. மேலும், பிரதிகள் புலம்பெயர்வதற்கு அனுமதித்தாலும் அவை தன் ரகசியங்களை அதற்குள்ளாகத் தக்கவைத்துக்கொள்கின்றன என்கிறார் கனேரி.

மதங்களுக்கு இடையேயான உறவை ஒரு அறிவுமுறையாகப் படைக்க முயன்றார் தாரா ஷிகோஹ். இத்தகைய முயற்சிதான் அவருடைய மரணதண்டனைக்குக் காரணமாக அமைந்தது. தாரா ஷிகோஹ் சாக்ரடீஸ்

மரணத்தைத் தழுவிக்கொண்டார் என்று சொல்வது மிகப் பொருத்தமானது. தத்துவவியலாளர்களுக்கு ஒரு தனித்துவமான அறிவார்ந்த வெளியை உருவாக்கிக்கொடுத்ததுதான் அவர் ஏற்படுத்திய தீவிரையான பாதிப்பாகும். இந்த வெளியிலிருந்து உருவானவர்தான் யாஷோவிஜயா ஞானி என்ற சமணத் தத்துவவியலாளர். இத்தகைய விசாலமான இஸ்லாமிய வெளியை, தாரா ஷிகோஹ் செய்ததுபோல் இல்லை என்றாலும் தனிஸ்மந்த் கான் (Danishmand Khan) போன்ற இஸ்லாமிய ஆட்சியாளர்களும் வேறுசில இந்து ஆட்சியாளர்களும் வங்கத்தில் சாத்தியப்படுத்தினார்கள். இருப்பின் ஓர்மை என்ற புள்ளியிலிருந்து சூஃபி சிந்தனை, உபநிடதச் சிந்தனை இரண்டையும் மேலிருந்து கீழ் அணுகுமுறையில் கைக்கொள்ள தாரா ஷிகோஹ் முயன்றார். வெவ்வேறு மீவியற்பியலார்ந்த முன்வைப்புகளுக்கு இடையே ஒரு அறிவார்ந்த பாலத்தைக் கட்டியமைக்க முயன்றார். இதனாலேயே இவர் மதநல்லிணக்க இளவரசர் என்று போற்றப்படுகிறார்.

தாரா ஷிகோஹின் அசாதாரணமான பங்களிப்பை மீறி, சமகால மதச்சார்பின்மை குறித்து நாம் அவரிடமிருந்து எதை எடுத்துக்கொள்ள முடியும்? 'தத்துவவியலாளர் முறையின் அரசியல்ரீதியான விருப்புறுதிகளும் வேட்கைகளும் அந்தந்த மதம் சார்ந்த நம்பிக்கையாளர்களைப் பொறுத்தமட்டில் ஓரளவு செயற்கையானவையாக இருக்கின்றன' என்று தாரா ஷிகோஹ் குறித்து டி.ஆர்.நாகராஜ் முன்வைக்கிறார்.[4] அதாவது, தாரா ஷிகோஹின் அணுகுமுறை உண்மையிலேயே பயன்தரக்கூடியதுதானா என்ற கேள்வியை நாகராஜ் முன்வைக்கிறார். மேலும், தாரா ஷிகோஹ் போன்றவர்களின் முயற்சிகள் 'தனித்திறன்வாய்ந்த அறிவார்ந்த தேடலாக இருப்பதோடு, மிகச் சரியாக இதனாலேயே அவர்களுடைய தேடல் ஓரளவு மட்டுப்பட்டதாகவும் இருக்கிறது' என்கிறார் நாகராஜ். சீதையை ராமனின் சகோதரியாகப் படைத்திருக்கும் பௌத்த ராமாயணத்தை முன்வைத்து டெல்லியில் சம்ஹத் (SAMHAT) நடத்திய கண்காட்சியை தாரா ஷிகோஹின் முயற்சிகளோடு நாகராஜ் ஒப்பிடுகிறார். ஆனால், துயரம் இதுதான்: தன் முறையின் போதாமையை தாரா ஷிகோஹ் முழுமையாக உணர்ந்திருந்தார். 'இரண்டு பெருங்கடல்கள் சங்கமிக்கும் இடம்' புத்தகத்தின் முன்னுரையில் தாரா ஷிகோஹின் துயரமான வார்த்தைகளை இங்கு நினைவுகூர்வது பொருத்தமாக இருக்கும்.

> *நியாயமானவர்களும் அக்கறைகொண்டவர்களும் நான் இதற்கு எவ்வளவு சிந்தித்திருக்க வேண்டும் என்று உணர்வார்கள். இவர்களும் அறிவார்ந்த மக்களும் இதில் பெருத்த சந்தோஷத்தை அடைவார்கள். ஆனால், இரண்டு பக்கத்திலும் வறட்டு புத்திசாலித்தனத்தைக் கொண்டவர்கள் எத்தகைய பயனும் அடைய மாட்டார்கள். என்னுடைய ஆய்வை என்னுடைய உள்ளுணர்வு சார்ந்தும்,*

4 டி.ஆர்.நாகராஜ், *'தீப்பற்றிய பாதங்கள்: தலித் இயக்கம், பண்பாட்டு நினைவு, அரசியல் வன்முறை'*, எதிர் வெளியீடு, 2021. குறிப்பாக, 'சாராம்சவாத, கட்டமைப்புவாதச் சட்டகங்களைக் கடந்து: இந்தியாவின் பன்முகத்தன்மை குறித்து' என்ற இயலைப் பார்க்கவும்.

> *அழகியல் சார்ந்தும் என் குடும்பத்தாரின் நன்மைக்காக இங்கு முன்வைக்கிறேன். இரண்டு சமூகத்திலும் உள்ள சாதாரண மக்கள் மீது எனக்கு எத்தகைய அக்கறையும் இல்லை.*[5]

கடைசி வாக்கியம் தாரா ஷிகோஹின் மொத்த அறிவார்ந்த செயல்பாட்டை அவர் எங்கு பொருத்துகிறார் என்று தெளிவாக வெளிப்படுத்துகிறது. அவருடைய அறிவார்ந்த செயல்பாடுகள் கறாரான அறிஞர்களுக்கானவை. சாதாரண மக்களுக்கு அல்ல என்று மிகத் தெளிவாக உணர்ந்திருக்கிறார். இங்கு ஒரு விஷயத்தை முன்வைப்பது அவசியம் என்று நினைக்கிறேன். இன்றைய அரசியலில் மதச்சார்பற்றவர்களின் நிலைப்பாடு தாரா ஷிகோஹின் நிலைப்பாட்டுக்கு ஒப்பானது. மிக உயரிய லட்சியத்தைக் கொண்டுள்ளது என்பதில் எள்ளளவும் சந்தேகமில்லை. ஆனால், தாரா ஷிகோஹுக்கும் சமகால மதச்சார்பற்றவர்களுக்கும் இடையேயான வேறுபாடு என்னவென்றால் தாரா ஷிகோஹ் தனது முயற்சிகள் பொதுமக்களுக்கானவை அல்ல என்று முழுமையாக உணர்ந்திருந்தார். ஆனால், இன்றைய மதச்சார்பற்றவர்கள் தங்களுடைய நிலைப்பாடு பொதுமக்களுக்கானதாகக் கோருகிறார்கள். தன் முன்வைப்புகள் கருத்தாக்கத் தளத்திலானவை (குட்மன் (Goodman) வார்த்தைகளில் ‘உருவாக்கப்பட்ட உலகங்கள்’) என்று தாரா ஷிகோஹ் வெளிப்படையாக ஏற்றுக்கொள்கிறார். மேலும், அவரது முன்வைப்புகளை ஒரு பார்வையாக, ஒரு நிலைப்பாடாக முன்வைக்காமல், இரண்டு உலகப்பார்வைகளுக்கு இடையேயான உறவைக் கண்டெடுக்கும் முயற்சியாகப் பார்த்தார். மதங்களுக்கு இடையேயான முரண்பாட்டை சமரசம் செய்துவைப்பவராக, மத்தியஸ்தம் செய்பவராக தாரா ஷிகோஹ் தன்னை முன்னிறுத்திக்கொள்ளவில்லை. ஆனால், சமகால மதச்சார்பற்றவர்கள் மதங்களுக்கு இடையே சாத்தியப்படக்கூடிய உறவைக் கண்டெடுப்பதற்குப் பதிலாக, அதை ஒரு தனித்த பார்வையாக, ஒரு நிலைப்பாடாக முன்வைக்கிறார்கள். தங்களை சமரசம் செய்துவைப்பவர்களாக, மத்தியஸ்தர்களாக வரையறுத்துக்கொள்கிறார்கள். மொத்தத்தில், மதச்சார்பின்மையை எப்படி அன்றாட வாழ்கையின் பகுதியாக்குவது என்றும் நமக்குத் தெரியவில்லை, எப்படி அறிவுமுறையாக்குவது என்றும் நமக்கு தெரியவில்லை.

மதரீதியான வேறுபாடுகளைப் பன்மைத்துவத்தின் பகுதியாகப் பார்த்து, சமணத் தத்துவவியலாளரான யாஷோவிஜயா ஞானி முன்வைத்த கீழிருந்து மேல் அணுகுமுறை கொண்டு மதச்சார்பின்மையைப் புரிந்துகொள்ள முயல்வோம்.

5 முன்னுரையில் Majma-ul-Bahrain, Translated in English by M.Mahfuz-ul-Haq, published by Asiatic Society. First Edition 1929 p. 38.

யாஷோவிஜயா ஞானி: கீழிருந்து மேல் அணுகுமுறை

நாம் பகிர்ந்துகொள்ளும் வெளி தொடர்பான சிந்தனைகளை விவரிப்பதற்கு, வெளிப்படுத்துவதற்கு, பிரதிநிதித்துவப்படுத்துவதற்கு அல்லது தன்வயப்படுத்திக்கொள்வதற்குப் பிரத்யேக வழி என்று ஏதுமில்லை என்ற சிந்தனை சமகாலத்தில் குட்மனோடு தொடர்புபடுத்திப் பார்க்கப்படுகிறது என்கிறார் கனேரி. ஓவியத்திலிருந்து நாவல் வேறுபட்டு இருப்பதுபோல், நாளிதழ் செய்திகளிலிருந்து ஒரு கவிதை வேறுபட்டு இருப்பதுபோல், 'உருவாக்கப்பட்ட உலகங்கள்' (கருத்தியலார்ந்த உலகங்கள்) வேறுபட்டவையாக இருக்கின்றன என்கிறார் குட்மன். இவ்வாறு அர்த்தப்படுத்துவதை ஏற்றுக்கொள்கிறோம் என்றால், உலகங்களுக்கு இடையேயான முரண்பாடுகளையும் இணைவுகளையும் பற்றிப் பேச வேண்டும் என்றால், சரித்தன்மையை அளவிடுவதற்கும் அடிப்படைகளை ஒப்பிடுவதற்கும் உண்மை என்ற கருத்துக்கு மட்டுமே முக்கியத்துவம் கொடுக்காமல், பிற பொருத்தப்பாடுகளோடு இணைத்துப்பார்க்க வேண்டும் என்கிறார் கனேரி.

அனுபவங்களை ஒழுங்கமைப்பது என்று வரும்போதும், அவற்றை முன்வைப்பது என்று வரும்போதும் குட்மன் முன்வைக்கும் 'உருவாக்கப்பட்ட உலகங்கள்' கருத்தாக்கத் தளத்தில் என்ன செய்கின்றனவோ அதையேதான் சமணத்தின் நயா (*Naya*) கருத்தாக்கமும் செய்கிறது என்கிறார் மதிலால். இப்படியாகக் கேட்டுக்கொள்வோம்: சரியானவையாகத் தோன்றும் ஆனால் ஒன்றோடொன்று முரண்படும் பார்வைகளுக்கு இடையே எப்படி மீளிணக்கம் காண்பது? இவற்றுக்கு இடையேயான உறவை எப்படி வடிவமைப்பது? முரண்பட்டுக்கொள்ளும் பார்வைகள் — அவற்றின் வெளிப்பாட்டு முறைகள் வேறானவையாக இருந்தாலும், அவற்றின் அடிநாதமாக ஒரு உண்மையைத்தான் கொண்டிருக்கின்றன என்று முன்வைப்பது ஒரு முறையாகிறது. இந்த முறையை தாரா ஷிகோஹ் முயன்றுபார்த்தார் (மேலிருந்து கீழ் அணுகுமுறை). ஆனால், சமணம் வேறான வழிமுறையை நமக்குக் காட்டுகிறது. அதாவது, முரண்பட்டவையாக வெளிப்படும் பார்வைகள், ஒரு மொத்தத்தின் பகுதியாக இருப்பதால், ஒவ்வொன்றும் சரியானவையாக இருந்தாலும், நியாயமானவையாக இருந்தாலும், ஒவ்வொரு பார்வையும் மொத்தத்துக்கு முழுமையாகப் பங்காற்றுவதில்லை. இந்த அணுகுமுறையை நாம் கீழிருந்து மேல் என்று புரிந்துகொள்ளலாம். உலகுணர்வுவாதத்தின் அடிப்படை இவ்விரண்டு அணுகுமுறைகளையும் கொண்டிருக்க முடியும். அதாவது, ஒவ்வொரு பார்வையும் மொத்தத்தின் பகுதியாக இருந்தாலும், ஒரு உண்மையின் வேறான வெளிப்பாடுகளாக இருந்தாலும், இவை ஒன்றிணைக்கப்படுவதற்கான சாத்தியத்தைக் கொண்டுள்ளன என்ற பார்வை இங்கு மேலோங்கியிருக்கிறது. ஆனால், இரண்டு நிலைப்பாடுகள் ஒருவித அரசியல்ரீதியான, சமூகரீதியான, தத்துவார்த்தரீதியான முரண்பாடாக இருக்கும் பட்சத்தில் என்ன செய்வது? நியாயமான உரையாடல் ஒன்றில் எல்லா நிலைகளிலுமிருந்து நம்முடைய வாதங்களை நாம் முன்வைக்கிறோம் என்பதற்கு என்ன உத்தரவாதம்

இருக்கிறது? அடிப்படையில் முரண்பட்டுக்கொள்ளும் பார்வைகளுக்கு இடையே மீளிணக்கம் எவ்வாறு சாத்தியம்? சமணத் தத்துவவியலாளராக யாஷோவிஜயாவினுடைய முன்வைப்புகளின் அடிப்படையில் இந்தக் கேள்விகளை அணுக முயல்வோம்.

16, 17-ம் நூற்றாண்டுகளில் சாத்தியப்பட்ட செழிப்பான அறிவார்ந்த சூழ்நிலையில் தோன்றியவர்தான் சமணத் தத்துவவியலாளரான யாஷோவிஜயா ஞானி. இவர் 1624-ல் குஜராத்தில் பிறந்து 1688-ல் மறைந்தார். இவருடைய படைப்புக் காலகட்டத்தை கனேரி மூன்று பகுதிகளாகப் பிரித்துக்காட்டுகிறார்: முதலில், வாராணசியில் முன்வைக்கப்பட்ட 'புதிய காரணியம்' முறையில் பயிற்சி எடுத்துக்கொண்டது (ஏறக்குறைய 12 வருடங்கள், அதாவது 1642 முதல் 1654 வரை). இரண்டாவதாக, இந்தப் புதிய காரணிய முறையை, உத்தியைக் கைக்கொண்டு சமணத் தத்துவார்த்தப் படைப்புகள் படைத்தது. இறுதியாக, ஒரு தனிமனித சுயத்தின் பண்பு குறித்த படைப்புகளில் ஈடுபடுத்திக்கொண்டது. புதிய காரணிய முறையில் போதுமான பயிற்சி எடுத்துக்கொண்டு அதில் சிறந்து விளங்கியதால் நியாயா-விசாரதா (Nyaya-Visarada, சிந்திப்பதில் திறமைபெற்றவர்) என்று யாஷோவிஜயா அழைக்கப்பட்டார். சமண அறிவறிதல் தொடர்பான 'Jaina language of Reason', 'Jaina Amassed Morsels' போன்றவை இவரது ஆகச் சிறந்த படைப்புகள் என்கிறார் கனேரி. புதிய காரணிய முறையில் பன்னிரண்டு ஆண்டுகள் பயிற்சி பெற்றிருந்தாலும், அதன் உத்திகளை ஏற்றுக்கொண்டிருந்தாலும் அந்த மரபில் தன்னை ஒரு அந்நியராகவே உணர்ந்தார் என்றும், புதிய காரணிய முறைகளை விமர்சனபூர்வமாக அணுகினார் என்றும் (குறிப்பாக, ரகுநாதா சிரோமணியை (Raghunatha Siromani) இவர் கடுமையாக விமர்சிக்கிறார்) இவரது நோக்கம் புதிய காரணியத்தை முற்றிலும் உருமாற்றுவதே என்றும் கனேரி தொகுத்தளிக்கிறார்.

'அறிவின் சாரம்' (Essence of Knowledge) என்ற அறம் தொடர்பான இவரது படைப்பில், யாஷோவிஜயா நல்லொழுக்கத்துக்கு முப்பத்தியிரண்டு அறநீதியான, அறிவார்ந்த நற்குணங்களைப் பட்டியலிடுகிறார். இந்தப் பட்டியலில் இரண்டு மட்டும் தனித்துவமானவை என்கிறார் கனேரி. ஒன்று, நடுநிலை (மத்யஸ்தாதா, Madhyasthata); மற்றொன்று, அனைத்துப் பார்வைகளிலும் நிலைகொண்டிருப்பது (சர்வ-நயாஸ்ராயா, Sarva-Nayasraya). முதலில், நடுநிலையை எடுத்துக்கொள்வோம். இன்றைய அரசியலார்ந்த புரிதலில் நடுநிலை என்ற ஒன்று கிடையாது என்றும், அது பழமைவாதிகளின், சந்தர்ப்பவாதிகளின் வெளிப்பாடு என்றும் சொல்லப்படுகிறது. நடுநிலையின் பண்பு என்னவாக இருக்க முடியும்? இது அல்லது அது என்பதில் ஏதோ ஒன்றைத் தேர்ந்தெடுப்பது பிரக்ஞைபூர்வமான நிலைப்பாடு என்றும், நடுநிலை என்பது இருப்பதைத் தக்கவைத்துக்கொள்ளும் நிலைப்பாடு என்றும் சொல்ல முடியுமா? நடுநிலை என்பதும் பிரக்ஞைபூர்வமான நிலைப்பாடாக இருக்க முடியாதா? நடுநிலை என்பது உணர்ச்சிகளை ஒதுக்கிவைத்துச் சிந்திப்பது என்கிறார் யாஷோவிஜயா. அதாவது, இந்த நற்பண்பைக் கொண்டவர்கள்,

ஒரு குறிப்பிட்ட நிலைப்பாட்டின் மீது ஈடுபாடு கொண்டிருந்தாலும்கூட, அந்த நிலைப்பாட்டை நியாயப்படுத்துவதற்கு அல்லாமல், காரணியம் அவர்களை அழைத்துச்செல்லும் வழியில் பயணிப்பார்கள் என்கிறார். நடுநிலை என்பது இறுதிநிலை அல்ல; அது முடிவு அல்ல. அது காரணியத்தின் வழி. இதை விளக்குவதற்கு யாஷோவிஜயா மிக அற்புதமான எடுத்துக்காட்டைக் கொடுக்கிறார்: பலவிதமான மூலிகை இலைகள் குவிந்துகிடக்கும்போது, அதில் ஒன்று நிச்சயமாக நோயைக் குணப்படுத்தும் என்று தெரிந்திருந்தாலும், அது எது என்று அறிய முடியாதபோது எல்லாவற்றையும் சமமாக பாவித்து உட்கொள்வது போன்றது. இந்த எடுத்துக்காட்டை அடிப்படையாகக் கொண்டு சொல்வதென்றால், இங்கு தத்துவம் என்பது ஆன்மாவுக்கான மருந்தாகப் பார்க்கப்படுகிறது. மேலும், ஒரு தத்துவத்தின் மதிப்பு என்பது அது நோயைக் குணப்படுத்தும் ஆற்றலைச் சார்ந்திருப்பதாகிறது. அதாவது, ஒருவர் ஒரே சமயத்தில் ஒத்துப்போகக்கூடிய பல மருத்துகளை உட்கொள்வதுபோல், நாம் ஒன்றுக்கொன்று ஒத்துப்போகக்கூடிய பலவிதமான தத்துவங்களை ஏற்றுக்கொள்வதும் நியாயமான அறிவார்ந்த நிலைப்பாடாக இருக்க முடியும் என்கிறார் யாஷோவிஜயா. சுவாரஸ்யமான விஷயம் என்னவென்றால், எந்த அறிவுமுறையும் — அறிவியலார்ந்த அறிவு உட்பட — தன்னை நியாயப்படுத்திக்கொள்வதற்கு அதற்குள்ளாக எதையும் கொண்டிருக்கவில்லை. நம் நோயை ஒரு மூலிகை குணப்படுத்தும் அல்லது குணப்படுத்தாது என்று நாம் எவ்வளவு வேண்டுமென்றாலும் வாதிட்டுக்கொண்டிருக்கலாம். ஆனால், நோய் குணமாகிறதா என்பதைப் பொறுத்தே நாம் முன்வைத்த வாதங்கள் சரியா தவறா என்று தீர்மானிக்க முடியும். நம் வாதங்கள் குறித்து இறுதித் தீர்ப்பு அளிக்கும் ஆற்றல் எதையும் நம் வாதங்கள் கொண்டிருக்கவில்லை. நடைமுறை வாழ்க்கைதான் ஒரு அறிவார்ந்த முன்வைப்பு ஏற்றுக்கொள்ளத்தக்கதா இல்லையா என்று தீர்ப்பளிக்கும் தகுதி பெற்றதாகிறது. யாஷோவிஜயா முன்வைக்கும் மூலிகை எடுத்துக்காட்டு எல்லா அறிவுமுறைகளுக்கும் பொருந்தக்கூடியதாக இருக்கிறது. ஆக, காரணியத்தின் பாதையாக நடுநிலையைப் பார்ப்போம் என்றால், நம்மால் அதன் நடைமுறையையும் அறிவார்ந்த நடவடிக்கையாகப் பார்க்க முடியும்.

இரண்டாவதாக, 'அனைத்துப் பார்வைகளிலும் நிலைகொண்டிருப்பது. ஒவ்வொரு விதமான பார்வைக்கும் மொத்தச் சட்டகத்தில் முக்கியத்துவம் கொடுப்பதை இது குறிக்கிறது. இந்தப் பார்வையானது காரணியத்தை முதன்மைப்படுத்துகிறது. பொது விவாதங்களில் நியாயமாகப் பங்கெடுப்பதற்கான சாத்தியத்தை இது உருவாக்கிக்கொடுக்கிறது' என்கிறார் கனேரி. அதாவது, நிலைகொண்டு நிற்பவர்களால் மட்டும்தான் மதம் குறித்தும், தர்மம் குறித்தும் பயன்தரக்கூடிய விவாதங்களில் பங்கெடுக்க முடியும் என்றும், அவ்வாறு அல்லாதவர்களின் பேச்சுகள் வீண் சச்சரவுகளாகவே (சுஸ்கவதா-விவாதா, Suskavada-Vivada) இருக்கும் என்றும் சொல்கிறார் யாஷோவிஜயா. நடுநிலை, அனைத்துப் பார்வைகளிலும் நிலைகொண்டிருப்பது போன்ற நற்குணங்களை வளர்த்துக்கொள்வதன் இறுதி லட்சியம் பிரக்ஞை, ஆனந்தம் மற்றும் உண்மையை (சச்சிதானந்தம்) அடைவதுதான் என்கிறார். எல்லா

விதமான பார்வைகளையும் நடுநிலையோடு அணுகுவது ஓரளவு கிரேக்க பைரோனியவாதத்தோடு (pyrrhonism) ஒத்துப்போகிறது என்கிறார் கனேரி. வேறுபாடுகள் பார்க்காமல், எல்லா விதமான பார்வைகளுக்கும் கண்மூடி ஒப்புதல் அளிப்பதில்லை என்ற நிலைப்பாடு மகிழ்நிலைக்கு (ataraxia) மிக அவசியமான நிச்சலனமான மனதை (eudaimonia) சாத்தியப்படுத்தும் என்கிறது பைரோனியவாதம்.

யாஷோவிஜயா தன்னுடைய 'அறரீதியான கடமைகளை விசாரித்தல்' (Examination of Moral Duty) புத்தகத்தில் மற்ற மதங்களுடனான உறவில் சமாதான வழிமுறையைப் பின்பற்றுவதற்கு நடுநிலை என்ற கருத்தாக்கத்தைப் பயன்படுத்துகிறார். அதாவது, பிற மத மரபுகளைப் பின்பற்றுகிறவர்கள் தங்களுடைய நம்பிக்கையை நெகிழ்வான முறையில் பின்பற்றும்வரை, மரபுக்கு உட்பட்டு சத்தியத்தின் பாதையில் பயணிப்பவர்களாக அவர்களைக் கருத முடியும் என்கிறார் யாஷோவிஜயா. இப்படியாக முன்வைப்பது சமண மதம் பிற மதங்களைக்காட்டிலும் மேலானது என்று — மறைமுகமாகத்தான் என்றாலும் — நிலைநிறுத்தவில்லையா? சமணம் முன்வைக்கும் பார்வையை மதங்கள் ஒவ்வொன்றும் கொண்டிருக்கின்றன என்றால், அதில் ஒரு சமநிலை இருக்கிறது என்று எடுத்துக்கொள்ள முடியும். ஆனால், சமணம் மட்டுமே இப்படிச் சொல்வதாக எடுத்துக்கொள்வோம் என்றால், பிற மதங்களைக்காட்டிலும் சமணம் மேலானது என்ற நிலைப்பாட்டைக் கொண்டிருக்கவில்லையா? கொண்டிருக்குமானால் அது எப்படிப் பன்மைத்துவத்தை முன்வைப்பதாகும்? இங்கு ஒரு படிநிலை உருவாக்கப்படவில்லையா? எல்லா மதப் பார்வைகளும் சத்தியத்துக்கு உட்பட்டவை என்றாலும்கூட, அதை சமணத்தால் மட்டுமே முன்வைக்க முடியும் என்றாகிறதா? எடுத்துக்காட்டாக, நம் காலத்தில் இந்து மதம் என்று அழைக்கப்படுவது மதங்களுக்கு இடையே வேறுபாடுகள் பாராட்டாமல் எல்லாவற்றையும் உள்ளிணைத்துக்கொள்ளும் பண்பு கொண்டது என்ற பார்வை முன்வைக்கப்படுகிறது. இப்படியாக முன்வைப்பதன் ஊடாக அது தன்னை மேலானதாக முன்னிறுத்திக்கொள்கிறது என்று சொல்ல முடியும்தானே? இந்து மதம் உள்ளிணைத்துக்கொள்ளும் பண்பு கொண்டது என்று முன்வைப்பதன் ஊடாக வேறொரு விஷயமும் மறைமுகமாக முன்வைக்கப்படுகிறது: இஸ்லாமும் கிறிஸ்தவமும் வேறுபாடுகள் பாராட்டாமல் உள்ளிணைத்துக்கொள்ளும் பண்பு எதையும் கொண்டிருக்கவில்லை. இதுபோலவே சமணமல்லாதவை எதுவும் சமணம் பிற மதங்களை எதிர்கொண்டதுபோல் சமணத்தை எதிர்கொள்ளவில்லை என்று யாஷோவிஜயா மறைமுகமாக முன்வைக்கிறாரா? இங்கு சிக்கல் என்னவென்றால், சமணமல்லாத பார்வைகளையும் அறிவுமுறையின் ஒரு பகுதியாகப் பார்க்கும் பண்பை யாஷோவிஜயாவின் நிலைப்பாடு கொண்டிருந்தாலும்கூட 'வேறு வழியில்லாமல் சமண மதம் முன்வைக்கும் பாதையின் மேலான தன்மையை நிலைநிறுத்தவே செய்கிறது' என்கிறார் பால் தண்டஸ் (Paul Dundas).

இந்த எடுத்துக்காட்டை இங்கு கொடுப்பது பொருத்தமாக இருக்கும். சில வருடங்களுக்கு முன் இடதுசாரித் தோழர்களும், அம்பேத்கரிய, பெரியாரியத் தோழர்களும் பெரியார் திடலில் மதநல்லிணக்க மாநாடு நடத்தினார்கள். இந்த மாநாட்டை நடத்தியவர்கள் தங்களை மதச்சார்பற்றவர்களாக வரையறுத்துக்கொள்கிறவர்கள். அது உண்மையும்கூட. அதனால், மேடையில் தங்களை 'செக்குல'ராக வெளிப்படுத்திக்கொண்டார்கள். ஆனால், மேடையில் இருந்த இஸ்லாமியரும் கிறிஸ்தவரும் மதச்சார்பற்றவர்களாக இருந்தாலும்கூட, மத அடையாளத்தோடு தங்களை வெளிப்படுத்திக்கொண்டார்கள். அவர்களுடைய மத அடையாளத்தை முன்னிறுத்தினார்கள். அதாவது, அவர்கள் 'செக்குலர்' பாணியில் தங்களை வெளிப்படுத்திக்கொள்ளவில்லை. ஆனால், மாநாட்டை முன்னிருந்து நடத்தியவர்கள் 'இந்து'க்களாக இருந்தாலும்கூட மாநாட்டில் அந்த அடையாளம் மறைக்கப்பட்டதாக இருக்கிறது. இங்கு இந்து அடையாளம் 'செக்குலர்' அடையாளமாக உருமாறி, இஸ்லாமிய, கிறிஸ்தவ அடையாளத்தைவிட மேலானதாகத் தன்னை நிலைநிறுத்திக்கொள்கிறது. கலந்துகொண்ட தோழர்களின் நோக்கத்தை நான் கேள்விகேட்கவில்லை. அவர்களின் நல்லெண்ணத்தையெல்லாம் மீறி அது வெளிப்படுத்தும் சிக்கல் குறித்தே பேச விரும்புகிறேன். மதநல்லிணக்க மாநாட்டில் இஸ்லாமியர்களும் கிறிஸ்தவர்களும் 'செக்குல'ராகத் தங்களை வெளிப்படுத்திக்கொள்ள இடம் இருக்கிறதா? இருக்கிறது என்றால், 'செக்குலர்' என்பதன் அர்த்தம் அந்தக் குறிப்பிட்ட மேடையில் அர்த்தமிழந்துபோகாதா? 'செக்குலர்' அர்த்தம்பெறுவதற்கு இஸ்லாமியர்கள் இஸ்லாமியர்களாகவும் கிறிஸ்தவர்கள் கிறிஸ்தவர்களாகவும் 'இந்து'க்கள் மதச்சார்பற்றவர்களாகவும் மதமற்றவர்களாகவும், இன்னும் சொல்லப்போனால் நாத்திகர்களாகவும் இருக்க வேண்டியுள்ளதா? விசித்திரம் என்னவென்றால், இந்து அடிப்படைவாதம் இந்துக்களைப் பெரும்பான்மையினராகக் கட்டமைக்கிறது என்றால், மதச்சார்பற்றவர்கள் இஸ்லாமியர்களையும் கிறிஸ்தவர்களையும் சிறுபான்மையினராகத் தக்கவைக்கிறார்கள். இங்கு யாஷோவிஜயா முன்வைப்பதைப் பார்ப்போம். வெளிப்படையாக இல்லை என்றாலும்கூட, சாய்வற்ற தன்மை, நடுநிலை, ஒருதலைபட்சமற்ற தன்மை போன்றவற்றை சமணமல்லாத மதங்களும் கொண்டிருப்பதாக அவர் வாதிடுகிறார். அதாவது, சமணமல்லாத பிற மதங்களும்கூட சமணத்தின் அடிப்படைகளைக் கொண்டிருப்பதாக முன்வைக்கிறார். அதாவது, சமணம் என்ற நிலையிடத்திலிருந்து பேசுவதால், யாஷோவிஜயா இத்தகைய மொழியைக் கைக்கொள்ள வேண்டியுள்ளது. சமணத்தை நிலையிடமாகக் கொள்ளாமல் 'எல்லா மதங்களும் சாய்வற்ற தன்மை, நடுநிலை, ஒருதலைபட்சமற்ற தன்மை போன்றவற்றைக் கொண்டிருக்கின்றன' என்று சொல்லியிருந்தால், அதன் முன்வைப்பு என்னவாக இருந்திருக்கும்? மதத்துக்கு வெளியே இருக்கும் ஒரு அந்நியரின் முன்வைப்பாக மாறியிருக்கும். சமணத்தை நிலையிடமாகக் கொண்டுதான் யாஷோவிஜயா இந்தக் கூற்றை முன்வைத்திருக்க முடியும் என்று நினைக்கிறேன். வெளியேயிருந்து வைத்திருந்தால், அவரது முன்வைப்பு அதற்கான வீரியத்தை இழந்திருக்கும். சமணராக இருந்து முன்வைத்ததால்தான்

அது மதரீதியான உலகுணர்வுவாதத்தின் வெளிப்பாடாகிறது. சமணமாக இருந்தாலும், சமணமல்லாதவையாக இருந்தாலும், குறுங்குழுவாத அடிப்படையில் அல்லாமல் அவை முன்வைக்கும் கோட்பாடுகளைப் பரிசோதனைக்கு உட்படுத்தி, தங்கத்தில் கலப்பு இருக்கிறதா என்று பரிசோதித்துப்பார்ப்பதைப் போல் பார்க்க வேண்டும் என்கிறார். இங்கு நடுநிலையும், அனைத்துப் பார்வைகளிலும் நிலைகொண்டிருப்பதும் மிகவும் அவசியமாகின்றன.

அனைத்து விதமான பார்வைகளையும் மொத்தத்தின் பகுதியாகப் பார்க்க வேண்டும் என்ற பார்வை முழுமுற்றானதாக இருக்க முடியுமா? இந்தப் பிரச்சினையை யாஷோவிஜயா எடுத்துக்கொள்கிறார். ஒரு குறிப்பிட்ட பார்வை அதற்குள்ளாக முரண்களற்று இருக்கிறதா என்று பார்க்க வேண்டும் என்கிறார். எடுத்துக்காட்டாக, மதரீதியாக தியானமும் (ஏற்றுக்கொள்ளப்பட்ட வழிமுறை), வன்முறைக்கு எதிரான நிலைப்பாடும் (மறுக்கப்பட்ட வழிமுறை) முரண்பாடுகளற்று இருக்கின்றன. ஆனால், இது போதுமானதாக இல்லை. ஏனெனில், எப்படியான சிந்தனைச் சட்டகமும் அதன் மொத்த கட்டமைப்பில் முரண்பாடுகளற்று இருக்க முடியாது. இந்தச் சிக்கலை எதிர்கொள்ளும் விதமாக சமணம் இரண்டு கருத்தாக்கங்களை முன்வைக்கிறது: நிபந்தனைகளுக்கு உட்பட்ட முன்வைப்பு (சியாத்வாதம், *syadvada*) மற்றும் ஒருதலைபட்சமற்ற முன்வைப்பு (அனேங்காதவாதம், *anekantya*). இதை விளக்குவதற்கு கனேரி இந்த எடுத்துக்காட்டைக் கொடுக்கிறார்: ஆன்மா நிலையானது என்று முன்வைப்பது ஒரு நிலைப்பாடு; நிலையற்றது என்று முன்வைப்பது மற்றொரு நிலைப்பாடு. இவ்விரண்டு நிலைப்பாடுகளும் ஒன்றோடொன்று முரண்படுவதுபோல் தோன்றலாம். மீளிணக்கம்காண முடியாதவைபோல் தோன்றலாம். ஆக, இரண்டு நிலைப்பாடுகளையும் நடுநிலை சார்ந்து அப்படியே ஏற்றுக்கொள்ள முடியுமா? நடுநிலை என்பது முரண்பாடுகளை மூடிமறைப்பதல்ல. ஒரு குறிப்பிட்ட பார்வை குறைந்தபட்சத் தெளிவைக் கொண்டிருக்க வேண்டும்; ஒத்திசைவைக் கொண்டிருக்க வேண்டும் என்றும், இவ்விரண்டும் இல்லாததை ஒரு பார்வையாகவே ஏற்றுக்கொள்ள முடியாது என்றும் யாஷோவிஜயா முன்வைக்கிறார். ஆக, ஒரு குறிப்பிட்ட பார்வை தெளிவாக முன்வைக்கப்படுமானால், முரண்பாடுகளற்று ஒத்திசைவைக் கொண்டிருக்குமானால் அந்தப் பார்வையை நாம் ஏற்றுக்கொள்ள முடியும் என்கிறார் யாஷோவிஜயா. இந்தப் புரிதலில் சொல்வதென்றால், ஆன்மா இருக்கிறது என்ற நிலைப்பாடும், ஆன்மா இல்லை என்ற நிலைப்பாடும் முரண்பட்டவைபோல் தோன்றினாலும் இரண்டுமே மானுட அகநிலையை விவரிக்கின்றன என்ற தளத்திலிருந்து அணுகினால், அவை ஆன்மா குறித்த மொத்த பார்வையின் நியாயமான பகுதிகளாக ஏற்றுக்கொள்ள முடியும் என்றார் கனேரி. நாம் மேலே பார்த்த மதநல்லிணக்க மாநாட்டை மீண்டும் எடுத்துக்கொள்வோம். மதநல்லிணக்க மாநாட்டில் கலந்துகொண்ட 'இந்து'க்கள் மதச்சார்பற்றவர்கள் என்ற நிலைப்பாட்டிலிருந்துதான் இந்த மாநாட்டை நடத்த வேண்டியுள்ளது. 'இந்து'வாக இருந்து இந்த மாநாட்டை நடத்த முடியவில்லை. இதனாலேயே, மதச்சார்பின்மையை மதங்களுக்கு

இடையேயான உறவுமுறையாக முன்வைக்க முடியாமல்போகிறது; நிலைப்பாடாக முன்வைக்க வேண்டியுள்ளது. இறைநம்பிக்கை கொண்ட இந்துக்களுக்குப் பங்களிப்பு ஏதுமில்லாமல்போகிறது. இங்கு நாம் அரசியலார்ந்த நிலைப்பாட்டை முதன்மைப்படுத்துகிறோமே தவிர மதங்களுக்கு இடையேயான உறவை முதன்மைப்படுத்துவதில்லை. இதனால், மதச்சார்பின்மைக்கு நிலையிடம் ஏதுமில்லாமல்போகிறது. இந்த மாநாட்டில் இஸ்லாமியர்களும் கிறிஸ்தவர்களும் நிலையிடம் கொண்டிருக்கிறார்கள். மதச்சார்பற்றவர்கள் நிலையிடம் என்று எதையும் கொண்டிராத காரணத்தால், உறவுமுறையாக வெளிப்பட வேண்டிய மதச்சார்பின்மை ஒரு நிலைப்பாடாக மாறுகிறது. நாத்திகம் ஒரு நிலைப்பாடு. இறைநம்பிக்கை ஒரு நிலைப்பாடு. ஆனால், மதச்சார்பின்மை ஒரு நிலைப்பாடு அல்ல. நாத்திகத்தை நிலையிடமாகக் கொண்டும் மதச்சார்பின்மையை முன்வைப்பதாக வாதிடலாம். ஆனால், அது நிபந்தனைகளுக்கு உட்பட்ட நிலைப்பாடாகவே இருக்கும். ஏனெனில், சமகால நாத்திகம் அறிவியலார்ந்த சிந்தனையாகத் தன்னை முன்னிறுத்திக்கொள்கிறது. அறிவியலார்ந்த முன்வைப்புகளோடு தன்னை அடையாளப்படுத்திக்கொள்கிறது. சொல்லப்போனால், நாத்திகம் பகுத்தறிவானது என்றும், மதரீதியான முன்வைப்புகள் பகுத்தறிவற்றவை மூடநம்பிக்கை என்றும் படிநிலைப்படுத்தப்படுகிறது. இத்தகைய தளத்தில் நாத்திகத்தை நிலையிடமாகக் கொண்டு மதச்சார்பின்மையை முன்வைப்பவர்கள் இஸ்லாம், கிறிஸ்தவம் ஆகிய மதங்களையும் கீழாக வைத்தே உறவுகொள்ள முடியும். ஆக, யாஷோவிஜயா முன்வைக்கும் மற்றொரு நிபந்தனையையும் இதனால் பூர்த்திசெய்ய முடியாது. அதாவது, ஒருதலைபட்சமற்ற நிலைப்பாட்டை முன்வைக்க முடியாமல்போகிறது.

பன்மைத்துவம் என்பது, ‘வெவ்வேறு நிலைப்பாடுகளிலிருந்து பிறக்கும் வேறுபாடுகள், பெரும் உலகளாவிய வடிவத்துக்குள் ஐக்கியமாகின்றன — பலத்த காற்று கடலில் பெரும் அலைகளை உருவாக்குவதுபோல்’ என்கிறார் யாஷோவிஜயா. பன்மைத்துவம் என்பது ஒரு நிலைப்பாடு அல்ல. அது பிற பார்வைகளோடு உறவுகொள்ளும் அணுகுமுறை. காரணியத்தை உள்ளார்ந்து கொண்டது. மிக முக்கியமாக, நிலையிடத்தைக் கொண்டது. மதங்களுக்கு இடையேயான உறவை தாரா ஷிகோஹ் மேலிருந்து கீழாக அணுகியதை, யாஷோவிஜயா கீழிருந்து மேல் அணுகியதை கனேரியின் வாசிப்பை அடிப்படையாகக் கொண்டு பார்த்தோம். ஆனால், இரண்டு அணுகுமுறைகளையும் இருவரிடமும் காண முடியும் என்று கனேரி தொகுத்து முன்வைக்கிறார். திடமான உலகுணர்வுவாதத்துக்கு இரண்டு அணுகுமுறைகள் தேவைப்படுகின்றன என்கிறார். பிற அறிவார்ந்த பண்பாடுகளிலிருந்து பெற்றுக்கொண்டு அவர்களுடைய அர்த்தப்பாட்டை மேம்படுத்த முடியும் என்றே இவ்விரு ஆசான்களும் நமக்குக் கற்றுக்கொடுக்கிறார்கள். மதச்சார்பின்மை, பன்மைத்துவம் போன்ற கருத்தாக்கங்களை ஏற்றுக்கொள்ளத்தக்க அறிவுமுறையாக மாற்றுவதற்கு நாம் தாரா ஷிகோஹிடமிருந்தும் யாஷோவிஜயா ஞானியிடமிருந்தும் கற்றுக்கொள்ள முடியும். இயற்கையை வாசிக்கும் அறிவியலாளர் தன்னுடைய முன்வைப்புகளில் எப்படி எழுவாயின்

பங்களிப்பை மறைத்துப் புறவயமான உண்மைகளை, விதிகளைக் கண்டெடுப்பவராகத் தன்னை பாவித்துக்கொள்கிறாரோ அதுபோலவே, மதச்சார்பற்றவர்களும் தங்களை பாவித்துக்கொள்கிறார்கள். தாரா ஷிகோஹும் யாஷோவிஜயாவும் தங்களுடைய நிலையிடத்தில் தீர்க்கமாக நிற்கிறார்கள். நாம் இங்கு ஒரு கேள்வியைக் கேட்டுக்கொள்ள முடியும்: ஒரு ஐயவாதி எப்படி எல்லாப் பார்வைகளையும் நிராகரிக்கிறாரோ அதற்கு நிகராக ஒரு பன்மைத்துவவாதி எல்லாப் பார்வைகளையும் ஏற்றுக்கொள்கிறவராகிறாரா? எடுத்துக்காட்டாக, இந்துத்துவ சித்தாந்தத்தை நாம் பன்மைத்துவத்தின் பகுதியாக ஏற்றுக்கொள்ள முடியுமா? நிச்சயமாக முடியாது. ஆனால், ஏன் என்று நாம் கேட்டுக்கொள்ள வேண்டியுள்ளது. இந்துத்துவ சித்தாந்தத்தைக் காரணியத்துக்கு உட்பட்டு அணுகுவோம் என்றால், ஏரணத்துக்கு உட்பட்டு அணுகுவோம் என்றால் அது நிலைத்துநிற்பதற்கு அதற்குள்ளாக எதையும் கொண்டிருக்கவில்லை. இந்துத்துவாவும் நிலையிடம் என்று எதையும் கொண்டிருக்கவில்லை. மேலும், கருத்தாக்கத் தளத்தில் இந்துத்துவா என்ற கருத்து ஒரு ஒழுங்குக்கு உட்பட்டதாகவும் இல்லை.[6] இந்தச் சிக்கலை காந்தி மேலாகப் புரிந்துகொண்டிருந்தார் என்றே நினைக்கிறேன். அதனால்தான், இந்து என்ற அரசியலார்ந்த கட்டமைப்பை எதிர்கொள்ளும் விதமாகச் சமூகப் பிரச்சினையான தீண்டாமையைப் பிரதானப்படுத்தினார்.

இந்திய நவீன அரசியலில் தாரா ஷிகோஹின் மதரீதியான உலகுணர்வுவாதத்தையும் யாஷோவிஜயா ஞானியின் பல்-மைய உலகுணர்வுவாதத்தையும் பிரதிநிதித்துவப் படுத்தியவர்களில் மிக முக்கியமானவர் காந்தி. குறிப்பாக, மதங்களுக்கு இடையேயான உறவு, பன்மைத்துவம் என்று வரும்போது காந்தி இந்த ஆசான்களோடு எவ்வளவு நெருக்கமாக இருக்கிறார் என்பதை நம்மால் உணர்ந்துகொள்ள முடியும். தாரா ஷிகோஹ் ஒரு இஸ்லாமியராகவும் யாஷோவிஜயா ஞானி ஒரு சமணராகவும் தங்களை நிலைநிறுத்திக்கொண்டுதான் உலகுணர்வுவாதத்துக்கான அடிப்படைகளை உருவாக்கித்தந்தார்கள். காந்தியும் ஒரு இந்துவாகத் தன்னை நிலைநிறுத்திக்கொண்டுதான் மதரீதியான உலகுணர்வுவாதத்துக்கான அடிப்படைகளை உருவாக்கிக்கொடுக்க முயன்றார். தன்னை மதச்சார்பற்றவராக நிலைநிறுத்திக்கொள்ள காந்தியைவிடத் தகுதிபெற்றவர் எவரும் இருக்க முடியாது. ஆனால், அப்படி நிலைநிறுத்திக் கொண்டிருப்பாரானால், இந்து மதம் உட்பட எல்லா மதங்களையும் சம தொலைவில் வைத்து அவரால் பார்த்திருக்க முடியாது. அதனாலேயே திரும்பத்திரும்பத் தன்னை ஒரு இந்துவாக வரையறுத்துக்கொண்டார். எல்லாவற்றுக்கும் மேலாக, மதச்சார்பின்மை நிலைப்பாட்டை அன்றாடத் தன்மைக்கு மாற்றியவர் காந்தி. மதச்சார்பின்மையை ஒரு நடைமுறையாக அணுகியதால்தான் அவர் இஸ்லாமுடனான கிறிஸ்தவத்துடனான உறவை முதன்மைப்படுத்தாமல், இஸ்லாமியர்களுடனான கிறிஸ்தவர்களுடனான உறவை முதன்மைப்படுத்தினார். மதங்களுக்கு இடையேயான இடைவெளியை,

6 விரிவான வாசிப்புக்குப் பார்க்கவும்: சீனிவாச ராமாநுஜம், *'இந்து மதம் ஒரு விசாரணை: ஆர்எஸ்எஸ் – பார்ப்பனர் – சாதிகள்'*, எதிர் வெளியீடு, 2022.

முரண்பாட்டை, மோதலை நாம் தத்துவார்த்தத் தளத்திலிருந்து, கருத்தாக்கத் தளத்திலிருந்து, இறையியல் தளத்திலிருந்து அணுக வேண்டியது எவ்வளவு அவசியமோ அதே அளவுக்கு அன்றாடத் தன்மையில் இடைவெளிகளைக் கையாளவும் தெரிந்துகொள்ள வேண்டியுள்ளது. சில பிரச்சினைகளை நடைமுறை சார்ந்து மட்டுமே அணுக முடியும் என்று புரிந்துகொண்டவர்களில் காந்தி மிக முக்கியமானவர். எப்படிப்பட்ட அறிவாக இருந்தாலும், அதை ஏற்க அல்லது நிராகரிக்கத் தகுதியாக்குவதும் அன்றாட வாழ்வுதான்.

◉

கருத்தாக்கங்களை மொழிபெயர்த்தல்

மொழிபெயர்ப்பு குறித்து சில குறிப்புகள்

மொழியாக்கம் குறித்து என் அனுபவங்கள் சார்ந்து சில பார்வைகளை இந்தக் கட்டுரையில் பகிர்ந்துகொள்ள விரும்புகிறேன். இந்தக் கேள்விகளிலிருந்து தொடங்குவோம்: ஒரு மொழியாக்கம் எந்த அளவு 'மூலப் பிரதி'க்கு நெருக்கமாகப் போக முடியும்? மூலம் எங்கே இருக்கிறது? மூலம் என்பது நாம் மொழியாக்கம் செய்யும் பனுவலாக இருக்க முடியுமா? மூலத்துக்கும் மொழியாக்கத்துக்கும் இடையே எத்தகைய இடைவெளியும் இல்லாமல், மூலப் பிரதியின் மறுவுருவமாக ஒரு மொழியாக்கம் வெளிப்பட முடியுமா? அப்படியாக ஒரு இடைவெளி இருக்குமென்றால் அந்த இடைவெளியை நாம் எவ்வாறு உள்வாங்கிக்கொள்ளப்போகிறோம்? பலமுறை திருத்தியும், மாற்றி எழுதியும் ஏன் இந்த இடைவெளி காணப்படுகிறது? மூலப் பிரதியோடு ஒப்பிடும்போது மொழியாக்கம் கூடுதலாகவோ குறைவாகவோ எதையோ கொண்டிருப்பதுதான் இந்த இடைவெளியைத் தோற்றுவிக்கிறதா? அதுதான், மூலப் பிரதிக்கும் மொழியாக்கத்துக்கும் இடையே காணப்படும் இடைவெளியை எக்காலத்துக்கும் கடக்க முடியாததாக்குகிறதா? ஆக, இந்த இடைவெளியை எக்காலத்துக்கும் கடக்க முடியாது என்றால் மொழியாக்கத்தின் 'நோக்கம்' என்ன? ஒரு மொழியாக்கம் எப்போது 'உயிருள்ள பிரதி'யாக மாறுகிறது? பொதுவான புரிதலில் மூலப் பிரதியின் 'தொனி'யை வெளிப்படுத்தும் மொழியாக்கமே சிறந்த மொழியாக்கம் என்று சொல்லப்படுகிறது. அப்படியென்றால், மூலப் பிரதியின் 'தொனி'யைத்தான் நாம் மொழியாக்கம் செய்கிறோமா? இந்தத் தொனியானது மூலப் பிரதியின் வார்த்தைகளுக்கு, வாக்கியங்களுக்கு உட்பட்டதாக இருக்கிறதா அல்லது அவற்றுக்கு அப்பாற்பட்டு இருக்கிறதா? மூலப் பிரதியில் உள்ள வார்த்தைகள் ஊடாக, வாக்கியங்கள் ஊடாக, பத்திகள் ஊடாக, பக்கங்கள் ஊடாக, இயல்கள் ஊடாக, முழுப் பனுவல் ஊடாக, அதைச் சமூகத்தோடும் மனிதர்களோடும் இயற்கையோடும் தொடர்புபடுத்துவதன் ஊடாகவே நாம் மூலப் பிரதியின் 'தொனி'யை உள்வாங்கிக்கொள்கிறோம் என்று வைத்துக்கொள்வோம். ஆனால், மொழியாக்கச் செயலில் ஈடுபடும்போது நாம் எதை அடிப்படையாக எடுத்துக்கொள்ளப்போகிறோம்? வார்த்தைகளையா? வாக்கியங்களையா? பத்திகளையா? அல்லது முழுப் புத்தகத்தையுமா? அல்லது தொனியையா?

இவை குறித்துச் சிந்திப்பதற்கு நான் வார்த்தைகளுக்கும் வாக்கியத்துக்கும் இடையேயான உறவை முதலில் எடுத்துக்கொள்கிறேன். பொதுவான புரிதலின் அடிப்படையில், வார்த்தைகளை வாக்கியமும், வாக்கியங்களைப் பத்தியும், பத்திகளை இயலும், இயல்களைப் புத்தகமும், புத்தகம் சமூகத்தையும் சார்ந்திருக்கின்றன என்பதாக வைத்துக்கொள்வோம் என்றால், நாம் மொழியாக்கத்தில் பின்நோக்கிய பயணத்தை எப்படியாக வடிவமைத்துக்கொள்கிறோம்? ஏனெனில், நாம் வார்த்தைகளைக் கொண்டுதான் நம்முடைய மொழியாக்கத்தை உருவாக்க வேண்டியுள்ளது. ஒரு மொழியில் உள்ள வார்த்தைகளுக்கும் மற்றொரு மொழியில் உள்ள வார்த்தைகளுக்கும் இடையேயான உறவு என்ன? ஒரு மொழியிலேயே ஒரு வார்த்தை பல வார்த்தைகளாக 'மொழியாக்கம்' காணும்போது, இந்த வார்த்தையை நாம் வேறொரு மொழியில் உள்ள ஒரு வார்த்தையோடு மட்டும் எப்படி இணைத்துப்பார்க்க முடியும்? இந்தக் கேள்விகளுக்கு விடைகாண நான் சம்ஸ்கிருத இலக்கணவியலாளரான பர்த்ருஹரியையும் *(Bhartrhari)*, குமரில பத்தா *(Kumarila Bhatta)*, பிரபாகரா *(Prabhakara)* போன்ற மீமாம்சவாதிகளையும் எடுத்துக்கொள்கிறேன். இவர்களின் நிலைப்பாடு குறித்து பிமல் கிருஷ்ண மதிலால், ஏ.கே.சென், சுந்தர் சருக்கை போன்ற தத்துவவியலாளர்கள் முன்வைக்கும் வாசிப்பின் அடிப்படையில் இந்தக் குறிப்பை எழுத முயல்கிறேன்.[1] இங்கு நான் பகிர்ந்துகொள்வதை வெறுமனே தொடக்கமாக மட்டுமே எடுத்துக்கொள்ள வேண்டுகிறேன். இதுகுறித்தெல்லாம் நாம் மேலும் விரிவாகவும் ஆழமாகவும் பேச வேண்டியிருக்கிறது.

ஒரு பிரதியில் உள்ள வாக்கியத்தை அல்லது பொதுவாகவே ஒரு வாக்கியத்தை நாம் எவ்வாறு அணுகுகிறோம்? ஒரு வாக்கியத்தில் இருக்கும் வார்த்தைகளின் அர்த்தத் தொகுப்புதான் வாக்கியத்தின் அர்த்தமா அல்லது ஒரு வாக்கியம் அதற்கான அர்த்தத்தை வார்த்தைகளுக்கு அப்பால் கொண்டிருக்கிறதா? வார்த்தைகளுக்கு அப்பால் ஒரு வாக்கியம் அதற்கான அர்த்தத்தைக் கொண்டிருக்கும் என்றால் நாம் எதை மொழியாக்கம் செய்கிறோம்? வார்த்தைகளின் அர்த்தத்தையா அல்லது வாக்கியத்தின் அர்த்தத்தையா? வார்த்தைகளின் அர்த்தத் தொகுப்புதான் வாக்கியத்தின் அர்த்தம் என்றால், நாம்

1 Bimal Krishna Matilal, *'The Word and the World: India's Contribution to the study of Language'*, 2014, OUP, New Delhi; Bimal Krishna Matilal, *'Mind, Language and World: Philosophy, Culture and Religion* (The Collected Essays of Bimal Krishna Matilal, Vol-2), 2015, OUP, New Delhi; B.K.Matilal and P.K.Sen, *'The Context Principle and Some Indian Controversies over Meaning'*, 1988, 'Mind', Vol.97, No.385; Sundar Sarukkai, 'Indian Philosophy and Philosophy of Science', (History of Science, Philosophy and Culture in Indian Civilizations, Vol-15, General Editor: D.P.Chattopadhyaya), 2008, Project of History of Indian Science, Philosophy and Culture, Centre for Studies in Civilizations, New Delhi. Sundar Sarukkai, *'Translating the World: Science and Language'*, 2002, *Lanham: University of America.* மேலும், *Thinking-Counter Thinking: Indian Philosophy, The relationship between Learning and Language* ஆகிய இரண்டு தலைப்புகளிலும் சுந்தர் சருக்கை ஆற்றிய உரைகள். இந்த இரண்டு உரைகளும் யூட்யூபில் கிடைக்கின்றன. எல்லாவற்றுக்கும் மேலாக, சம்ஸ்கிருத இலக்கணவியலாளர்களின் சிந்தனைகள் குறித்து ஒருமணி நேரத்துக்கும் மேல் எனக்கு விளக்கிய சுந்தர் சருக்கைக்கு எனது மனமார்ந்த நன்றியைத் தெரிவித்துக்கொள்கிறேன்.

இந்த அர்த்தத்தை எவ்வாறு மொழியாக்கத்தில் கொண்டுவருகிறோம்? ஒரு வாக்கியத்தில் உள்ள ஒரு வார்த்தைக்கு நமக்கு அர்த்தம் தெரியாவிட்டாலும், நாம் எப்படி ஒரு வாக்கியத்தின் அர்த்தத்தைப் பெற்றுக்கொள்கிறோம்? நாம் பெற்றுக்கொள்ளும் அர்த்தம் சரியாக இருக்கலாம் அல்லது தவறாக இருக்கலாம். அது முக்கியமல்ல. முக்கியமான கேள்வி, நாம் எப்படி வாக்கியத்தின் அர்த்தத்தை வார்த்தையைக் கடந்து அறிந்துகொள்கிறோம்? மதிலாலும் சென்னும் எழுதிய ஒரு கட்டுரையில் இந்தக் கேள்வியைக் கேட்கிறார்கள்: ‘ஒரு வாக்கியத்தில் உள்ள வார்த்தைகளுக்கான அர்த்தத்தை நாம் அறிந்திருக்கிறோம் என்று வைத்துக்கொண்டாலும், ஒன்றிணைக்கப்பட்ட முழுமையான வாக்கியத்தின் அர்த்தத்தை நாம் எவ்வாறு அறிந்துகொள்கிறோம்?’ இந்தக் கேள்வி மிக முக்கியமானது.

முதலில், வார்த்தைகளுக்கும் வாக்கியத்துக்கும் இடையேயான உறவைப் பார்ப்போம். மரபார்ந்த தத்துவவியலாளர்கள் (குறிப்பாக, இலக்கணவியலாளர்கள்) இரண்டு விதமாகவும் வாதிடுகிறார்கள். வாக்கிய-அர்த்தத்தை ஒரு பள்ளி முதன்மைப்படுத்துகிறது என்றால், வார்த்தை-அர்த்தத்தை மற்றொரு பள்ளி முதன்மைப்படுத்துகிறது. இவ்விரு பள்ளிகளுக்கும் இடையே அடிப்படையான பிரச்சினை என்னவென்றால், மொழியின் அடிப்படை வார்த்தையா இல்லையா என்பதாகவே இருக்கிறது. வாக்கியமானாலும் வார்த்தையானாலும் அவை ஓசையைச் சார்ந்திருக்கின்றன. இரண்டுமே ஓசைகள்தான். அப்படியிருக்க, நாம் எவ்வாறு வார்த்தைகளையும் வாக்கியத்தையும் பிரித்துக் கேட்கிறோம்? வார்த்தைகள் ஒன்றன் பின் ஒன்று என்று கோக்கப்பட்டு வாக்கியமானாலும், ஒரு வாக்கியத்தில் பல வார்த்தைகள் இருந்தாலும், வாக்கியம் தன்னை முழுமையாக வெளிப்படுத்திக்கொள்ள வேண்டியுள்ளது. இல்லையென்றால், நம்மால் வாக்கியத்தைக் கேட்க முடியாது. அதே சமயத்தில், ஒரு வாக்கியத்தில் உள்ள வார்த்தைகள் முழுமையானவையாக இருக்கின்றன என்று வைத்துக்கொள்வோம். ஒரு வாக்கியமும் முழுமையானதாக இருக்கிறது என்று வைத்துக்கொள்வோம். இப்படியாக இருக்க, நாம் எதிலிருந்து அர்த்தத்தைப் பெற்றுக்கொள்கிறோம்? நமக்கு அர்த்தத்தைக் கடத்துவது வார்த்தையின் முழுமையா அல்லது வாக்கியத்தின் முழுமையா? வார்த்தைகளின் முழுமையை எடுத்துக்கொள்வோம். ஒரு வார்த்தையில் பல எழுத்துகள் இருக்கின்றன. நாம் ஒவ்வொரு எழுத்தாக உள்வாங்கிக்கொண்டுதான் ஒரு வார்த்தையை உள்வாங்கிக்கொள்கிறோமா? அல்லது ஒரு வார்த்தையை முழுமையாக உள்வாங்கிக்கொள்கிறோமா? ஒரு வார்த்தையை எழுத்துகளின் தொகுப்பாக நாம் உள்வாங்கிக்கொள்வதில்லை; அதை முழுமையாகவே உள்வாங்கிக்கொள்கிறோம். இதுபோலவே, வார்த்தைகளின் இடையீடு இல்லாமல் ஒரு வாக்கியத்தின் முழுமையை நேரடியாக உள்வாங்கிக்கொள்கிறோமா? இப்படியாகத்தான் என்றால், வார்த்தைகளின் தனித்த அர்த்தம் என்னவாகிறது? வேறு விதமாகக் கேட்பதென்றால், ஒரு வார்த்தையின் தனித்த அர்த்தம் ஒரு வாக்கியத்தில் அப்படியே வெளிப்படுகிறதா அல்லது ஒரு வாக்கியத்தோடு இணையும்போது ஒரு வார்த்தை அதனுள் மறைத்துக்கொண்டிருக்கும் சிலவற்றை வெளிப்படுத்தும்

சாத்தியத்தைக் கூடுதலாகப் பெறுகிறதா? இது நம்மை மற்றொரு கேள்விக்குக் கொண்டுவிடுகிறது: ஒரு வார்த்தைக்கும் அது கொண்டிருக்கும் அர்த்தத்துக்கும் இடையேயான உறவு என்ன? உலகில் மெய்யாக உள்ள ஒன்றுக்கும் அதுகுறித்த வார்த்தைக்கும் இடையேயான உறவு என்ன? 'பசு' என்ற வார்த்தையை எடுத்துக்கொள்வோம். மெய்யாக உள்ள பசுவை இந்தச் சொல் குறிக்கிறதா? மெய்யாக உலகில் உள்ள பசுவானது 'பசு' என்ற வார்த்தையை அதனுள் கொண்டிருக்கிறதா? அல்லது நாம்தான் பொருள்-வடிவத்தின் மீது வார்த்தை-வடிவத்தைச் சுமத்துகிறோமா? இதற்குப் பல விதமான பதில்கள் சாத்தியப்படுகின்றன. 'பசு' என்ற சொல் நேர்மறையான அர்த்தத்தைவிட எதிர்மறையான அர்த்தத்தையே கொண்டிருக்கிறது என்கிறார்கள் பௌத்தர்கள். 'பசு' என்ற சொல் குதிரையல்லாதது இல்லை, நாயல்லாதது இல்லை, மனிதரல்லாதது இல்லை என்ற அர்த்தத்தையே கொண்டிருக்கிறது என்கிறார்கள். (இரண்டு எதிர்மறை இங்கு ஏன் அவசியமாகிறது என்பது முக்கியம். இந்தப் பிரபஞ்சம் தோன்றுவதற்கு முன் என்ன இருந்தது என்ற கேள்விக்கு ரிக் வேதம் இப்படிப் பதில் சொல்கிறது: ஏதுமில்லாமல் இல்லை (Not Nothing Was). வெறுமனே ஏதுமில்லை என்று சொல்லியிருந்தால், ஏதுமில்லாததிலிருந்து ஏதோ ஒன்று தோன்ற முடியும் என்றாகிறது. இதன் நீட்சியாய் ஏதுமில்லாததே ஏதோ ஒன்றாக மாறுகிறது. ஏதோ ஒன்றிலிருந்துதான் ஏதோ ஒன்று தோன்ற முடியும் என்பதால், ஏதுமில்லாததும் ஏதோ ஒன்றாக ஆகும் அபாயம் உள்ளது. அதனாலேயே 'ஏதுமில்லாமல் இல்லை' என்று சொல்ல வேண்டியிருக்கிறது. இரண்டு எதிர்மறை ஒரு நேர்மறையைக் கொடுக்கும் என்ற சூத்திரத்தின் அடிப்படையில் இதற்கு அர்த்தம் ஏதோ இருந்தது என்பதல்ல; இதற்கு அர்த்தம், ஏதுமில்லாமல் இல்லை என்பது மட்டுமே. பௌத்தர்களின் நிலைப்பாட்டையும் நாம் இப்படியாகப் புரிந்துகொள்ள வேண்டியுள்ளது. வெறுமனே குதிரையல்லாதது என்று சொல்லியிருந்தால், மொழியியல்ரீதியாக நாய் பசுவாகும் ஆபத்து இருக்கிறது. இதைத் தவிர்க்கும் விதமாகவே இரண்டு எதிர்மறையை முன்வைக்கிறார்கள்.) வேறுசில பார்வைகளோ மெய்யான உலகில் உள்ள பசுவைத்தான் 'பசு' என்ற சொல் குறிக்கிறது என்கின்றன. 'பசு' என்ற சொல், 'தனிப்பட்ட பசுவைக் குறிக்கலாம், பசுவின் வடிவத்தைக் குறிக்கலாம், உலகளாவிய 'பசுத்தன்மை'யைக் குறிக்கலாம், அல்லது பசுவின் வடிவத்தையும் உலகளாவிய பசுத்தன்மையையுமுடைய ஒரு குறிப்பிட்ட பசுவைக் குறிக்கலாம்' என்றும் சொல்கிறார்கள். மீமாம்சவாதிகளைப் பொறுத்தமட்டில் வார்த்தைகள் உலகளாவிய தன்மையைக் குறிக்கின்றனவே தவிர குறிப்பிட்ட ஒன்றை அல்ல. இந்தப் பார்வையில் 'பசு' என்ற சொல் உலகளாவிய தன்மையிலான பசுவைக் குறிக்கிறதே தவிர தனிப்பட்ட பசுவை அல்ல. நியாயாதிகளைப் பொறுத்தமட்டில் இந்தச் சொல் உலகளாவிய பசுத்தன்மையுடைய ஒரு குறிப்பிட்ட பசுவைக் குறிப்பதாகிறது. நியாயாதிகளின் இந்தப் பார்வையைப் பௌத்தர்கள் ஏற்றுக்கொள்ள மறுக்கிறார்கள். இத்தகைய மாறுபட்ட பார்வைகள் வார்த்தை-அர்த்தம், வாக்கிய-அர்த்தம் ஆகியவற்றில் நேரடியாகவும் மறைமுகமாகவும் பங்காற்றுகின்றன. இந்தியத் தத்துவார்த்தப் பள்ளிகளில் நியாயா பள்ளியை மெய்ம்மைவாதச் சிந்தனைக்கான சிறந்த

எடுத்துக்காட்டாக ஆய்வாளர்கள் முன்வைக்கிறார்கள். நியாயாதிகளைப் பொறுத்தமட்டில் இந்த உலகம் அதனளவில், அதாவது மானுடர்களுக்கு அப்பால் மெய்யான இருப்பு கொண்டதாகிறது. மேலும், உலகில் உள்ள ஒவ்வொன்றும் அதனளவில் முழுமையானது என்றும், அதை நாம் முழுமையாகப் புரிந்துகொள்ள முடியும் என்பதாகவும் பார்க்கிறது. ஆக, நாம் மானுடர்களுக்கும் அப்பால் சுதந்திரமாக இருப்பு கொண்டிருக்கும் மெய்யான உலகை அதன் தனிப்பட்ட பண்பு சார்ந்தும் (பகுதிகள்), உலகளாவிய பண்பு சார்ந்தும் (மொத்தம்), பகுதிகளுக்கு இடையேயான உறவுகள் சார்ந்தும், பகுதிகளுக்கும் மொத்தத்துக்கும் இடையேயான உறவு சார்ந்தும் மெய்ம்மையை நம்மால் கைக்கொள்ள முடியும் என்கிறது. நாம் இந்த மெய்ம்மையை மொழியின் ஊடாகக் கைக்கொள்ள முடியும் என்கிறது.[2] (இது நவீன அறிவியல் முறைக்கு நிகரான பார்வையாக இருக்கிறது.) இதனால்தான், 'பசு' என்ற சொல், பசு வடிவத்தைக் குறிக்கலாம், உலகளாவிய 'பசுத்தன்மை'யைக் குறிக்கலாம், அல்லது பசுவின் வடிவத்தையும் உலகளாவிய பசுத்தன்மையையுமுடைய ஒரு குறிப்பிட்ட பசுவைக் குறிக்கலாம்' என்கிறார்கள். இதை நீட்டித்துப் பார்ப்போம்: 'பார்ப்பனர்' என்ற சொல் பார்ப்பனத்தன்மையில் உள்ளார்ந்த குணத்தைக் குறிப்பதாகிறது. அதாவது, கடந்த காலத்தில் இருந்த பார்ப்பனர்கள், நிகழ்காலத்தில் இருக்கும் பார்ப்பனர்கள், எதிர்காலத்தில் இருக்கப்போகும் பார்ப்பனர்கள் என்று எல்லோரும் பார்ப்பனத்தன்மையைக் கொண்டிருப்பவராகிறார்கள். மொத்தத்தில், பார்ப்பனர் என்ற சொல் பார்ப்பனத்தன்மையை எக்காலத்துக்கும் கொண்டிருக்கும் ஒன்றாகிறது. இதுபோலவே ஷத்ரியர், சூத்திரர் போன்ற சொற்கள் ஷத்ரியத்தன்மையை, சூத்திரத்தன்மையைக் கொண்டிருப்பவையாகின்றன. சமூக உறவுகளை, குறிப்பாக வர்ணம் அடிப்படையிலான சமூக உறவுகளை மொழியியல் தத்துவத்தின் அடிப்படையிலும் முட்டுக்கொடுத்து நிலைநிறுத்த முடியும் என்பதை இது நமக்குப் புலப்படுத்துகிறது.[3]

வாக்கிய-அர்த்தத்தை முதன்மைப்படுத்தியவர்களில் மிக முக்கியமானவர் பர்த்ருஹரி. இலக்கணவியலாளரான இவர் 'முழுமைக் கோட்பாட்'டை *(sphota theory)* முன்வைக்கிறார். 'ஒரு வார்த்தையையோ அல்லது வாக்கியத்தையோ பல்வேறு ஒலிகளை [எழுத்துகளை] குறிப்பிட்ட ஒழுங்குக்குள் கொண்டுவரப்பட்டதாக நாம் பார்க்கக் கூடாது' என்கிறார் பர்த்ருஹரி. ஒரு வார்த்தையை அல்லது வாக்கியத்தை அதன் முழுமை சார்ந்து அணுகுவதே முழுமைக் கோட்பாடு. இவரது பார்வையில் எழுத்துகள் ஒன்றுசேர்ந்து எப்படி ஒரு முழுமையான வார்த்தையை உருவாக்குகின்றனவோ (சில சமயங்களில் ஒரு எழுத்து மட்டுமே), அதுபோலவே பல வார்த்தைகள்

2 பார்க்கவும்: Ajay Verma, 'Epistemological Bases of Caste Identities', in *'Classical Buddhism, Neo-Buddhism and the Question of Caste* (Ed. Pradeep. P. Gokhale), Routledge, 2021, p. 66-67.

3 இதுகுறித்து நாம் வேறுபல சாத்தியங்கள் அடிப்படையிலும் விவாதிக்க வேண்டியுள்ளது. பார்க்கவும்: Prabal Kumar Sen, *'Caste in Classical Indian Philosophy: Some Ontological Problems'*, in Ibid, p. 40-41.

சேர்ந்து (சில சமயங்களில் ஒரு வார்த்தை மட்டுமே) ஒரு முழுமையான வாக்கியத்தை உருவாக்குகின்றன என்கிறார். இதை வேறு விதமாகச் சொல்வதென்றால், ஒரு வார்த்தையில் காணப்படும் எழுத்துகள் ஒவ்வொன்றும் தனித்து இருக்கும்போது அவை கொண்டிருக்கும் பண்புக்கு அப்பால் எதையோ கூடுதலாக வார்த்தையில் சேர்க்கின்றன. அதுபோலவே, ஒரு வார்த்தை அது கொண்டிருக்கும் தனித்த அர்த்தத்துக்கு அப்பால் கூடுதலாக எதையோ வாக்கியத்தில் சேர்க்கிறது. வேறு விதமாகச் சொல்வதென்றால், ஒரு வார்த்தை அதனுள் மறைத்துக்கொண்டிருக்கும் கூடுதலான ஏதோ ஒன்றை ஒரு வாக்கியமே வெளிக்கொணர்கிறது. இதனாலேயே வாக்கியத்தை வார்த்தைகளின் தொகுப்பாக அல்லாமல், ஒரு முழுமையாகப் பார்க்க வேண்டும் என்கிறார் பர்த்ருஹரி. ஒரு வாக்கியத்துக்கான அர்த்தத்தை அதன் முழுமை சார்ந்துதான் நாம் பெறுகிறோமே தவிர வார்த்தைகளின் தனித்த அர்த்தங்களைச் சார்ந்தில்லை என்கிறார். இதை 'வகுபடாக் கோட்பாடு' (indivisibility thesis) என்றழைக்கிறார்கள். ஒரு வார்த்தை அதனுள் மறைத்துக்கொண்டிருக்கும் ஒன்றை ஒரு வாக்கியமே வெளிப்படுத்துவதால், வார்த்தைகளின் புலப்படக்கூடிய அர்த்தத் தொகுப்பாக ஒரு வாக்கியம் ஆக முடியாது என்கிறது இந்த வாதம்.

இதற்கு மாறாக, வார்த்தை-அர்த்தப் பள்ளியானது 'வகுபடும் கோட்பாடு' (divisibility thesis) என்றழைக்கப்படுகிறது. இங்கு மீமாம்சவாதிகளின் பார்வையை எடுத்துக்கொள்வோம். இரண்டு விதமான பார்வைகள் இதில் உள்ளன. தனித்த வார்த்தைகளின் தொகுப்பே வாக்கியம் என்கிறது ஒரு பார்வை. ஒரு வாக்கியத்தில் உள்ள வார்த்தைகள் பிற வார்த்தைகளோடு தொடர்புகொண்டே ஒரு வாக்கியத்தில் அவற்றுக்கான அர்த்தத்தைப் பெறுகின்றன என்கிறது மற்றொரு பார்வை. வாக்கியத்தின் பகுதியாக ஒரு வார்த்தை மாறும்போது கூடுதலாக எதையும் வெளிப்படுத்துவதில்லை என்கிறது முதல் பார்வை. மேலும், ஒரு வார்த்தையின் உள்ளார்ந்த அர்த்தத்தை மட்டுமே அது வாக்கியத்தில் வெளிப்படுத்துகிறது என்கிறது. இந்தப் பார்வையானது வார்த்தைகளை அடிப்படையாகக் கொண்டே வாக்கியத்தை எதிர்கொள்கிறது. இந்தப் பள்ளியானது மீமாம்சத்தில் 'குமரிலா பத்தா பள்ளி' என்றழைக்கப்படுகிறது. சுருக்கமாகச் சொல்வதென்றால், வாக்கியத்தில் வார்த்தைகள் ஒன்றோடொன்று தொடர்புகொள்வதற்கு முன்னரே அவற்றுக்கான அர்த்தத்தைக் கொண்டிருக்கின்றன (designation-before-connection) என்கிறது. பத்தாவைப் பொறுத்தமட்டில் தனித்த வார்த்தைகள் உள்ளார்ந்த அர்த்தத்தைக் கொண்டிருக்கின்றன. இதனால், எந்த ஒரு வாக்கியமும் தனித்த வார்த்தைகளின் உள்ளார்ந்த அர்த்தத்தைச் சார்ந்தே அதற்கான அர்த்தத்தைப் பெறுகிறது. அப்படியென்றால், ஒரு வாக்கியத்தில் உள்ள தனித்த வார்த்தைகளை நாம் எவ்வாறு தொடர்புபடுத்துகிறோம்? ஒரு வாக்கியத்தில் உள்ள வார்த்தைகளுக்கு இடையேயான உறவை நாம் உத்தேசமான முடிவின் ஊடாகப் பெற்றுக்கொள்கிறோம் என்கிறார் பத்தா. இவரது பார்வையில் வார்த்தைகளுக்கு இடையேயான உறவானது வாக்கியத்துக்கு அப்பால், கேட்பவரின் உளவியலைச் சார்ந்திருக்கிறது.

இரண்டாவது பார்வை, 'பிரபாகரா பள்ளி' என்றழைக்கப்படுகிறது. இந்தப் பள்ளி முன்வைக்கும் முக்கியமான வாதம் என்னவென்றால், ஒரு வாக்கியத்தில் உள்ள ஒவ்வொரு வார்த்தையும் மொத்த வாக்கியத்தின் பகுதியாகிறது. அதாவது, வார்த்தைகள் ஒன்றோடொன்று தொடர்புகொள்வதன் ஊடாகவே ஒரு வாக்கியத்தில் அவற்றுக்கான அர்த்தத்தைப் பெறுகின்றன (connected-designation). ஒரு வாக்கியத்தில், வார்த்தைகள் அவற்றுக்கான அர்த்தத்தை அதே வாக்கியத்தில் உள்ள பிற வார்த்தைகளோடு இணைவதன் ஊடாகவே பெறுகின்றன. இந்தப் பார்வையில், வார்த்தைகள் ஒன்றன் பின் ஒன்றாக வரிசையாகத் தோன்றுகின்றன என்பதால், ஒரு வாக்கியத்தின் அர்த்தம் இந்த வரிசை சார்ந்து இருக்கிறது. இந்தப் பார்வையில் ஒவ்வொரு வார்த்தையும் வேறுசில வார்த்தைகளோடு சேர்வதற்கான சாத்தியப்பாட்டை ஒரு வாக்கியம் அதற்குள்ளாகக் கொண்டிருக்கிறது. ஒவ்வொரு வார்த்தையும் ஒரு பொருளையோ செயலையோ குணத்தையோ உறவையோ குறிக்கும் ஆற்றலை மட்டுமே கொண்டிருக்கவில்லை. பிற வார்த்தைகளோடு சேர்வதற்கான சாத்தியப்பாட்டையும் கொண்டிருக்கிறது. அதனால், தனித்த வார்த்தைகளின் அர்த்தத் தொகுப்பு ஒரு வாக்கியத்தின் அர்த்தமாவதில்லை (இதுதான் பத்தாவின் பார்வை). மாறாக, ஒவ்வொரு வார்த்தையும் பிற வார்த்தைகளோடு தொடர்புபடுத்தப்படும் முறை சார்ந்தே நாம் வாக்கியத்தின் அர்த்தத்தைப் பெறுகிறோம் என்கிறார் பிரபாகரா. ஆனால் மதிலால் சொல்வதுபோல், வரிசையானது காலத்துக்கு உட்பட்டது என்பதால் நாம் மொழிரீதியான அலகின் மீது காலத்தைச் சுமத்த வேண்டியிருக்கிறது. பத்தா பார்வையில் வார்த்தைகளுக்கு இடையேயான உறவை உத்தேசமான முடிவின் அடிப்படையில் தொடர்புபடுத்துவதை பிரபாகரா பள்ளி ஏற்றுக்கொள்ளவில்லை. வார்த்தைகளுக்கு இடையேயான தொடர்பை வார்த்தைகளே கொண்டிருக்கின்றன என்கிறது. எடுத்துக்காட்டாக, மாடு என்று ஒருவர் சொல்கிறார் என்று வைத்துக்கொள்வோம், அது அதனளவில் முழுமையடையாத ஓசையாக இருக்கிறது. (தனித்த வார்த்தைகள் எப்படியான அர்த்தத்தைக் கொண்டிருக்க முடியும் என்று பசு எடுத்துக்காட்டின் ஊடாகப் பல்வேறு சிந்தனை மரபுகள் எப்படியாகப் பார்த்தன என்று மேலே பார்த்தோம்.) மாடு என்ற சொல் 'கட்டு', 'அழைத்துவா' போன்ற சொற்களோடு சேர்ந்தே முழுமையடைகிறது. ஆனால், இந்தப் பார்வையில் நாம் காலத்தைக் கொண்டுவர வேண்டியுள்ளது. அதை மொழியின் மீது சுமத்த வேண்டியுள்ளது.

வாக்கிய-அர்த்தம், வார்த்தை-அர்த்தம் ஆகிய இரண்டு பார்வைகளுக்கும் இடையேயான வேறுபாட்டை நாம் பகுதி-மொத்தம் (part-whole) என்ற தளத்திலிருந்து அணுக முடியும். ஒரு வாக்கியம் மொத்தமாகப் பல வார்த்தைப் பகுதிகளைக் கொண்டிருந்தாலும், ஒரு வாக்கியத்தின் அர்த்தமானது வார்த்தைப் பகுதிகளின் அர்த்தத்தின் கூட்டுத்தொகையல்ல. அப்படியாக இருக்கவும் முடியாது. பகுதிகளின் கூட்டுத்தொகைதான் மொத்தம் என்றால், மொத்தம் என்று ஒன்று உண்மையிலேயே சாத்தியம்தானா? மொத்தம் சாத்தியப்படுவதற்கு அது உள்ளடக்கியிருக்கும் பகுதிகளுக்கு அப்பால் எதையோ கூடுதலாகக் கொண்டிருக்க வேண்டியுள்ளது (அல்லது குறைவாகக் கொண்டிருக்க

வேண்டியிருக்கிறது). ஆக, சருக்கை முன்வைப்பதுபோல் நாம் முழுமையான வாக்கியம் என்ற தளத்திலிருந்து அணுகும்போது ஒரு வாக்கியத்தின் பகுதியான ஒரு வார்த்தை என்ன அர்த்தத்தைக் கொண்டிருக்கிறது என்று பார்ப்பதற்குப் பதிலாக ஒரு வார்த்தை எப்படியான அர்த்தங்களைக் கொண்டிருக்க முடியும் என்று பார்க்கும் சாத்தியப்பாட்டை வாக்கியமே உருவாக்கிக்கொடுக்கிறது. சருக்கையின் இந்தக் கூற்று மிக முக்கியமானது. இப்படியாகப் பார்ப்போம் என்றால் நாம் எதை மொழியாக்கம் செய்கிறோம்? வார்த்தைகளை மொழியாக்கம் செய்து வாக்கியத்தை உருவாக்குகிறோமா அல்லது நேரடியாக வாக்கியத்தை மொழியாக்கம் செய்கிறோமா? இரண்டாவது என்றால், ஒரு வாக்கியத்தை மொத்தமாக நாம் எப்படி உள்வாங்கிக்கொள்கிறோம்? இங்குதான் பர்த்ருஹரியின் முழுமைக் கோட்பாடு நமக்குக் கைகொடுக்கிறது. பர்த்ருஹரி வாக்கிய முழுமை, வார்த்தை முழுமை என்று விவரிக்கிறார். (வார்த்தை முழுமை என்று பர்த்ருஹரி முன்வைப்பதானது நவீன அறிவியலின் கணித மொழியில் உள்ளவற்றுக்கும் மெய்யான உலகுக்கும் இடையேயான உறவை எப்படியாக அர்த்தப்படுத்துகிறதோ அதற்கு நிகரானதாக இருக்கிறது என்கிறார் சருக்கை.) அதாவது, ஒரு வாக்கியத்தை முழுமையாகப் பெற்றுக்கொண்டு, அந்த வாக்கியத்தில் உள்ள ஒவ்வொரு வார்த்தையையும் வாக்கியத்தோடு தொடர்புபடுத்திதான் வார்த்தையின் அர்த்தத்தைப் பெற்றுக்கொள்கிறோமே தவிர, ஒவ்வொரு வார்த்தையின் முழுமை சார்ந்து ஒரு மொத்த வாக்கியத்தின் அர்த்தத்தை நாம் பெற்றுக்கொள்வதில்லை என்கிறார் பர்த்ருஹரி. ஆனால், பர்த்ருஹரி முன்வைக்கும் முழுமைக் கோட்பாட்டுத் தளத்திலிருந்து பார்த்தால் மொழியாக்கம் என்பது சாத்தியமே இல்லை என்கிறார் மதிலால். (கணித மொழியும் மொழிபெயர்க்கவியலா பண்பைக் கொண்டிருக்கிறது.) ஆக, எது மொழியாக்கத்தை சாத்தியப்படுத்துகிறது? மொழியாக்கத்தில் நாம் இரண்டு தளங்களில் செயல்பட வேண்டியுள்ளது. இவ்விரண்டும் தனித்துச் செயல்படுவதில்லை என்றாலும், சில சமயங்களில் இவை இணைந்தும், சில சமயங்களில் பிரிந்தும் செயல்படுகின்றன. முதலில் மூல மொழி வாக்கியத்தை முழுமையாக உள்வாங்கிக்கொள்ள வேண்டியுள்ளது. இதற்கு நாம் வாக்கியங்களைக் கடந்து பத்தி, பக்கம், இயல், மொத்த புத்தகம், சமூகம் என்று விரிந்த தளத்தில் ஒரு வாக்கியத்தை விரித்துப்பார்க்க வேண்டியுள்ளது. ஒரு வாக்கியத்தின் அர்த்தத்தை நாம் பிறவற்றிலிருந்து பிரித்தெடுத்துத் தனியே புரிந்துகொள்ள முடியாது. அதுபோலவே நாம் ஒரு வாக்கியத்தில் உள்ள வார்த்தைகளையும் தனித்துப் புரிந்துகொள்ள முடியாது. இவ்வாறு ஒன்றோடொன்று தொடர்புபடுத்தியே வார்த்தைகளையும் வாக்கியங்களையும் உள்வாங்கிக்கொள்கிறோம். மூலப் பிரதியில் உள்ள வாக்கியங்களோடும், வார்த்தைகளோடும் அவை கொண்டிருக்கும் முழுமையைக் கடந்தே உறவுகொள்கிறோம். இதுவே மொழியாக்கத்தை சாத்தியப்படுத்துகிறது. வார்த்தைகளின் முழுமையோ, வாக்கியங்களின் முழுமையோ மொழியாக்கத்தை சாத்தியப்படுத்தவில்லை.

அப்படியென்றால், நாம் எதை மொழியாக்கம் செய்கிறோம்? வார்த்தையை, வாக்கியத்தை அதன் முழுமை சார்ந்து மொழியாக்கம் செய்ய முடியாது

என்றால் நாம் எதை மொழியாக்கம் செய்கிறோம்? நாம் வார்த்தைகளோடு, வாக்கியங்களோடு அவற்றைக் கடந்து உறவுகொள்ளும்போது 'தொனி'யைக் கண்டடைகிறோம். அப்படியென்றால், நாம் தொனியைத்தான் மொழியாக்கம் செய்கிறோமா? இந்தத் தொனி மூலப் பிரதியில் இருக்கிறதா அல்லது மூலப் பிரதிக்கு அப்பால் உள்ளதா? அனந்தவர்த்தனாவின் (Anandhavardhana) வாசிப்பை அடிப்படையாகக் கொண்டு மாதவ சிப்பலி இந்தக் கேள்வியை விவாதிக்கிறார்.

> *நம்மால் தொனியை மொழியாக்கம் செய்ய முடியுமா? இது தவறான கேள்வி. ஏனெனில், தொனியை நம்மால் மொழியாக்கம் செய்ய முடியாது. என்னுடைய யோசனை என்னவென்றால், தொனியைக் குறிக்கோளாகக் கொண்டு ஒரு பனுவலை அதன் நேரடி அர்த்தம் சார்ந்தும், உருவகரீதியான அர்த்தம் சார்ந்தும் மட்டுமே மொழியாக்கம் செய்ய முடியும். தொனியை மொழியாக்கம் செய்ய முடியும் என்ற விவாதம் எப்படியானதாக இருந்தாலும், அது மூலப் பிரதியில் தொனி இருக்கிறது என்றும், அதை மொழியாக்கப் பிரதிக்கு மாற்ற முடியும் என்றும் அனுமானத்தைக் கொண்டிருக்க வேண்டியுள்ளது. ...மூலப் பிரதி மொழியிலிருந்து மொழியாக்கம் செய்யப்படும் மொழிக்கு நம்மால் தொனியை 'கடத்த' முடியும் என்றால், தொனியானது மூலப் பிரதியில் இருக்க வேண்டியுள்ளது. ஆனால், மூலப் பிரதியில் தொனி குடிகொண்டிருக்கவில்லை.*[4]

மேலும், தொனி மீது மூலப் பிரதி ஆசிரியருக்கோ, அந்தப் பிரதியை மொழியாக்கம் செய்பவருக்கோ எத்தகைய கட்டுப்பாடும் முழுமையாக இல்லை என்கிறார் சிப்பலி. அப்படியென்றால், தொனி என்பது என்ன? மூலப் பிரதியில் காணக்கிடைக்கவில்லை என்றால், அது எங்கு இருக்கிறது? தொனி

4 Madhava Chippali, 2016, *'Translation of Metaphors: Insights from Indian Thought'*, unpublished PhD thesis. இந்த ஆய்வை எனக்குப் படிக்கக்கொடுத்த மாதவ சிப்பலிக்கும் சுந்தர் சருக்கைக்கும் என்னுடைய நன்றியைத் தெரிவித்துக்கொள்கிறேன். சிப்பலி கன்னடத்தில் மொழிபெயர்ப்பாளராகவும் செயல்படுகிறார். சிப்பலியின் ஆய்வுக் கட்டுரையைப் படித்தவுடன் என்னுள் ஒரு கேள்வி எழுந்தது: அறிவியலின் மொழியான கணிதத்தில் தொனியைக் கண்டெடுக்க முடியுமா? இதுகுறித்து சிப்பலியுடனும் சருக்கையுடனும் விவாதித்துக்கொண்டிருந்தபோது சிப்பலி அற்புதமான கருத்தை முன்வைத்தார். "கணிதத்தின் மொழியைக் காவியமாக (கதையாடலாக) வாசிப்போம் என்றால் அதில் தொனியைக் கண்டெடுக்க முடியும்" என்கிறார். இதையே சருக்கை, "கணித மொழியில் உள்ளதை அதன் நேரடித்தன்மையிலிருந்து உருவகரீதியான, குறிப்பீட்டுரீதியான வாசிப்பாக அணுகுவோம் என்றால் தொனியைக் கண்டெடுக்க முடியும்" என்றார். இது நமக்கு ஒரு விஷயத்தைப் புலப்படுத்துகிறது. கணித மொழியை நேரடியாக அணுகுவதுபோல நாம் அல்புனைவு எழுத்துகளை அணுகுகிறோம். அல்புனைவு எழுத்துகளை ஒரு கதையாடலாக அணுகுவோம் என்றால், மூலப் பிரதியை அதன் நேரடித்தன்மையிலும் உருவகரீதியாகவும் குறிப்பீட்டுரீதியாகவும் அணுகுவோம் என்றால் நம்மால் தொனியைக் கண்டெடுக்க முடியும். அல்புனைவு எழுத்துகளை அதன் நேரடித்தன்மையில் மட்டுமே அணுகுவோம் என்றால் நாம் அவற்றைக் கணிதரீதியாக அணுகுகிறோம் என்றாகிறது. டி.ஆர்.நாகராஜ் குறித்து, 'புள்ளிவிவரங்களைக்கூடக் கதையாடலாக நாகராஜ் பார்த்தார்' என்று பிருத்வி தத்தா சந்தர ஷோபி சொல்வதோடு இணைத்துப்பார்க்கலாம்.

என்பது ஒரு ஆசிரியரும் வாசகரும் (அல்லது மொழிபெயர்ப்பாளர்) இணைந்து உருவாக்கும் ஒன்றே தவிர அது மூலப் பிரதியிலோ அல்லது மொழியாக்கப் பிரதியிலோ காணக்கிடைக்கக்கூடிய ஒன்றல்ல. அது முழுமையாக ஆசிரியருக்கு மட்டும் கட்டுப்பட்டதாகவோ, வாசகருக்கு மட்டும் (மொழிபெயர்ப்பாளருக்கு மட்டும்) கட்டுப்பட்டதாகவோ இல்லை. ஆக, நாம் வார்த்தைகளைக் கடந்து, வாக்கியத்தைக் கடந்து தொனியை முதன்மைப்படுத்துவோம் என்றால், மொழியாக்கம் குறித்த நமது பார்வை வேறு விதமான சாத்தியப்பாடுகளைக் கண்டடைய முடியும். இதில் மொழிபெயர்ப்பாளரின் (வாசகரின்) பங்களிப்பு வேறு விதமான அர்த்தத்தைப் பெறுகிறது. அதாவது, மொழிபெயர்ப்பாளரோ அல்லது வாசகரோ மூலத்தில் எதையோ சேர்க்கும்போதுதான் மொழியாக்கம் முழுமையடைகிறது.

இந்தப் புரிதலின் அடிப்படையில் நாம் கோட்பாட்டுரீதியான சொற்களை எப்படி அணுகுவது என்று பார்ப்போம். புனைவல்லாத எழுத்துகளில், அதுவும் கோட்பாட்டுரீதியான சொற்களையும் கருத்தாக்கரீதியான சொற்களையும் கொண்டிருக்கும் சமூக அறிவியல் வாசிப்புகளை, தத்துவார்த்த வாசிப்புகளை மொழியாக்கம் செய்யும்போது நாம் ஒரு வலைக்குள் சிக்கிக்கொள்கிறோம். அதாவது, புனைவு எழுத்துகளை மொழியாக்கம் செய்யும்போது ஒரு வாக்கியத்தின் ‘தொனி’யை ‘உணர்வுபூர்வ’மாகப் பிடித்துவிடுகிறோம். அது நமக்கான மொழியை உருவாக்கிக்கொடுக்கிறது. ஆனால், புனைவல்லாத எழுத்துகளில் ஒரு வாக்கியத்தின் முழு பரிமாணத்தை உள்வாங்கிக்கொள்வதற்குக் கோட்பாட்டுரீதியான சொற்கள் தடையாக இருக்கின்றன. கோட்பாட்டாக்கச் சொற்கள் ஒற்றை அர்த்தத்தை உள்ளார்ந்து கொண்டிருக்கின்றன என்று நம்புகிறோம். கோட்பாட்டாக்கச் சொற்கள் உள்ளார்ந்த அர்த்தத்தைக் கொண்டிருப்பதாக நம்புவதால், இதன் அடிப்படையில், அதாவது கோட்பாட்டுரீதியான சொற்களின் அடிப்படையில் வாக்கியத்தைக் கட்டமைக்க முயல்கிறோம். (இது சில சமயங்களில் மொழிச் சிக்கலை உருவாக்குகிறது. பிரபாகரா முன்வைக்கும் வார்த்தைகளுக்கு இடையேயான இணைவை — பல சமயங்களில் — தவறவிடுகிறோம்.)

ஒரு வாக்கியத்தில் உள்ள கோட்பாட்டுரீதியான வார்த்தையை மொழியாக்கத்தில் எப்படியாக அணுக முடியும்? ஒரு மொழியில் உள்ள கருத்தாக்கரீதியான வார்த்தைக்கு நிகரான வார்த்தைக்கு நாம் எப்படி வந்தடைகிறோம்? அப்படியே வந்தடைந்தாலும், நாம் மூல மொழியில் உள்ள வார்த்தை கொண்டிருக்கும் அர்த்தத்தை அப்படியே தக்கவைத்துக்கொள்ள முடியுமா? சருக்கை முன்வைப்பதுபோல், நாம் மூல மொழியில் உள்ள ஒரு கருத்தாக்கச் சொல்லை மொழியாக்கம் செய்ய முயல்கிறோம் என்றாலும், இந்த மொழியாக்கச் செயல்பாட்டின் ஊடாக நாம் புது அர்த்தங்களை மூல மொழியில் உள்ள வார்த்தைக்குச் சேர்க்கிறோம். அதாவது, மூல மொழியில் ஒரு கருத்தாக்கச் சொல் கொண்டிருக்கும் அர்த்தத்தோடு நாம் மொழியாக்கத்தின் ஊடாக எதையோ சேர்க்கிறோம் அல்லது கழிக்கிறோம் என்றாகிறது. மூல மொழியில் உள்ள ஒரு வார்த்தை கொண்டிருக்கும் அர்த்தத்தை நாம் அப்படியே

மொழியாக்கம் செய்து வேறொரு மொழிக்குள் கொண்டுவர முடியாது என்கிறார் சருக்கை.[5] ஏனெனில், ஒரு பண்பாட்டிலுள்ள கருத்துகளும் கோட்பாடுகளும் வேறு விதமான மீவியற்பியலார்ந்த முற்கோள்களாலும் நம்பிக்கைகளாலும் ஆனவை என்கிறார் சருக்கை. மேலும், சருக்கை முன்வைப்பதுபோல் ஒரு கருத்தாக்கச் சொல்லை மொழியாக்கம் செய்வது என்பது அந்தச் சொல் எப்படியான அர்த்தங்களை அதற்குள்ளாக அடக்க இடம்கொடுக்கிறது என்பதைக் கண்டெடுக்கும் செயலாகவே இருக்கிறது. எடுத்துக்காட்டாக, நாம் செக்குலரிஸம் என்ற சொல்லைச் சொல்ல முடியும். மேற்கத்தியச் சமூகத்தில் இந்தச் சொல் குறிப்பிட்ட அர்த்தத்தைக் கொண்டிருக்கிறது. இந்திய அனுபவம் இந்த வார்த்தைக்குள் கூடுதலான அர்த்தத்தைச் சேர்க்கிறது. தொகுத்துச் சொல்வதென்றால், மொழியாக்கம் என்பது ஒரு வார்த்தை எப்படியான அர்த்தங்களைக் கொண்டிருக்க முடியும் என்று துருவியகழும் செயலாகவே இருக்கிறது.

ஒவ்வொரு கருத்தாக்கச் சொல்லும் அதற்கான வரலாற்றைக் கொண்டிருக்கிறது. ஒரு கருத்தாக்கச் சொல் ஒரு மொழிக்குள் எவ்வாறு தன்னை வடிவமைத்துக்கொள்கிறது என்பது அந்தச் சொல் எத்தகைய சிந்தனைமுறையின் பகுதியாக இருக்கிறது என்பதைச் சார்ந்திருக்கிறது. எடுத்துக்காட்டாக, 'கேப்பிடலிஸம்' என்ற ஆங்கிலச் சொல்லை எடுத்துக்கொள்வோம். இதை நான் அறிந்தமட்டில் தமிழில் 'முதலாளித்துவம்' என்றே சொல்லிவந்தோம். ஆனால் ராஜன் குறை, 'முதலாளித்துவம்' என்ற தமிழாக்கத்தில் உள்ள போதாமையைச் சுட்டிக்காட்டி, 'முதலீட்டியம்' என்ற சொல்லை உருவாக்குகிறார். இந்தப் புதுச் சொல் உருவாக்கத்தை எவ்வாறு புரிந்துகொள்வது? ஒரு மாற்றுச் சொல்லை உருவாக்க வேண்டிய அவசியம் ஏன் ஏற்படுகிறது? இது மொழியாக்கப் பிரச்சினையல்ல. மூலச் சொல் கொண்டிருக்கும் கருத்தோடு நாம் எவ்வாறு உரையாடுகிறோம், எவ்வாறு அதை உள்வாங்கிக்கொள்கிறோம், எவ்வாறு நம்முடைய மொழியை அது வடிவமைக்கிறது, எவ்வாறு நம் அனுபவம் இந்தச் சொல் கொண்டிருக்கும் கருத்தாக்கத்தோடு இணைக்கப்படுகிறது மற்றும் இதுபோல் பலவற்றோடு தொடர்புகொண்டதாக இருக்கிறது. 'கேப்பிடலிஸம்' என்பது பொருளாதாரத்தோடு மட்டுப்படுத்தப்பட்ட பார்வையல்ல. மேலும், அது நிச்சயமாக முதலாளிகளோடு மட்டுப்பட்டதும் அல்ல. அது ஒரு உலகப் பார்வை. அது இயற்கையை, தனிமனிதர்களை, சமூகத்தை, அறிவியலை, தொழில்நுட்பத்தை, அறத்தை ஒருவிதமாக அர்த்தப்படுத்தும் உலகப் பார்வையாக இருக்கிறது. மேற்கத்திய நவீனத்தின் பகுதியாகவும் இருக்கிறது. இத்தகைய உலகப் பார்வையை நாம் வெறுமனே முதலாளிகள் என்ற முகவர்களோடு மட்டுமே தொடர்புகொண்டிருக்கும் ஒன்றாகச் சுருக்க முடியாது. 'கேப்பிடலிஸம்' என்ற உலகப் பார்வையானது

5 பார்க்கவும்: Sundar Sarukkai, 2013, 'Translation as method: Implications for History of Science' in 'The Circulation of Knowledge between Britain, India and China: The Early-Modern World to the Twentieth Century', eds. Bernard Lightman et.al. Boston: Brill, quoted in Madhava Chippali thesis.

மனிதர்களைக் கட்டுப்படுத்துகிறது. அதே சமயத்தில், தனிமனிதர்களைக் கடந்து சுதந்திரமாகச் செயல்படக்கூடிய ஆற்றல் கொண்டிருக்கிறது. (பார்ப்பனியம், சாதியம்போலவே.) இந்த உலகப் பார்வையை யதார்த்தமாக்க மனிதர்கள் — முதலாளிகளாகவும் தொழிலாளிகளாகவும் நிச்சயமாகத் தேவைப்படுகிறார்கள் என்றாலும் அது தனிமனிதர்களுக்குள் சுருங்கிய ஒன்றல்ல. கேப்பிடலிஸம் முதலாளிகளின், தொழிலாளிகளின் தொகுப்பும் அல்ல. ஆக, 'முதலீட்டியம்' என்று ராஜன் குறை முன்வைக்கும்போது, இவற்றோடெல்லாம் அவர் உரையாடுகிறார். முன்பு நாம் எழுப்பிய 'டாடா ஒழிக, பிர்லா ஒழிக' போன்ற கோஷங்கள் (இப்போது யாரும் 'அம்பானி ஒழிக, அதானி ஒழிக' என்று வீதியில் கோஷம் போடுவதில்லை.) டாடா, பிர்லாவை ஒழிக்க வேண்டுமானால் பயன்படலாமே தவிர நிச்சயமாக கேப்பிடலிஸத்தை ஒழிக்கப் பயன்படாது. மேலும், 'ஸ்டேட் கேப்பிடலிஸம்' என்ற கருத்தாக்கத்தை 'அரசு முதலாளித்துவம்' என்று சொல்ல முடியாது. முதலாளிகளை ஒழித்து, பின்னர் உருவாகும் கேப்பிடலிஸத்தை மீண்டும் முதலாளித்துவம் என்ற சொல்லைக் கொண்டு வரையறுக்க முடியாது. அப்படியென்றால் முதலாளித்துவம் என்ற மொழியாக்கம் 'தவறானது' என்றும், முதலீட்டியம் என்பது 'சரியானது' என்றும் ஆகிறதா? சரியானது, தவறானது குறித்தான பிரச்சினையல்ல இது. ஒரு குறிப்பிட்ட எல்லைவரை நம்முடைய சமூக அனுபவத்தை நாம் அர்த்தப்படுத்திக்கொள்ள முதலாளித்துவம் என்ற தமிழாக்கம் போதுமானதாக இருந்தது. ஆனால், கேப்பிடலிஸமும் சாதியும் இந்துமத அடிப்படைவாதமும் ஒன்றிணைந்து ஒருமித்துச் செயல்படும் நம் காலத்துக்கு முதலாளித்துவம் என்ற தமிழாக்கம் போதுமானதாக இல்லை. நம் அனுபவம் அந்த எல்லையைக் கடந்துசெல்லும்போது நமக்கு வேறு சொல் தேவைப்படுகிறது. மேலும், இன்வெஸ்ட்மெண்ட்டுக்கும் கேப்பிட்டலுக்கும் இடையேயான வேறுபாட்டை எவ்வாறு முன்வைக்கப்போகிறோம் என்பதன் அடிப்படையில் முதலீட்டியம் என்ற சொல்லையும் நாம் விசாரணைக்கு எடுத்துக்கொள்ளலாம். ஆக, ஒரு கருத்தாக்கத்தை, கோட்பாட்டை நாம் தமிழாக்கம் செய்வது என்பது அந்தக் கருத்தாக்கத்தோடு, கோட்பாட்டோடு நாம் உரையாடத் தொடங்குவதையே குறிக்கிறது. இந்த உரையாடல் மேலும் ஆழமாகப் போக வேண்டிய 'நிர்ப்பந்தத்தில்தான்' ஒரு தமிழாக்கத்தை நாம் விசாரணைக்கு எடுத்துக்கொள்கிறோம். மேலும், கருத்தாக்கச் சொற்களை நாம் பொதுவான வார்த்தைகளையும் வாக்கியங்களையும் மொழியாக்கம் செய்வதுபோல் அணுகுகிறோம். இது தவறு என்கிறார் சருக்கை. வேறொரு பின்னணியில்தான் சருக்கை முன்வைக்கிறார் என்றாலும், நாம் அதை மொழியாக்கத்துக்கு எடுத்துக்கொள்ள முடியும். "...துரதிர்ஷ்டவசமாக, கருத்தாக்கங்களை மொழியாக்கம் செய்வது, சொற்களையும் வாக்கியங்களையும் மொழியாக்கம் செய்வதோடு ஒப்பிட்டுத் தவறான புரிதலுக்கு வருவதை... அடிப்படையாகக் கொண்டிருக்கிறது. கருத்தாக்கங்கள் மிகச் சரியாக என்ன அர்த்தம் கொண்டிருக்கின்றன என்று கேட்பது உண்மையில் சரியான கேள்வி அல்ல. கருத்தாக்கங்கள் எத்தகைய அர்த்தங்களைக் கொண்டிருக்க முடியும் என்றே ஒருவர் கேட்க வேண்டும்" என்கிறார் சருக்கை. இப்படியாக

அணுகுவதன் ஊடாகவே நாம் மூல மொழியில் உள்ள கருத்தாக்கத்துக்கு மொழியாக்கம் செய்யப்படும் மொழி எதையோ சேர்க்கிறது.

இதை, சருக்கையின் 'தீண்டாமையின் தோற்றப்பாட்டியல்' கட்டுரையை மொழியாக்கம் செய்த அனுபவத்தை வைத்து விவாதிக்கலாம் என்று நினைக்கிறேன்.[6] சுந்தர் சருக்கை தனது 'தீண்டாமையின் தோற்றப்பாட்டியல்' கட்டுரையில் '*untouchable*' என்ற ஆங்கிலச் சொல்லை உடைத்து அந்தச் சொல் கொண்டிருக்கும் தெளிவற்ற தன்மையை வெளிக்கொணர்கிறார். அதாவது, *untouchable* என்ற சொல் *untouch-able* என்ற அர்த்தத்தைக் கொண்டிருக்கிறதா அல்லது *touch-un-able* என்ற அர்த்தத்தைக் கொண்டிருக்கிறதா என்று கேட்கிறார். இந்தக் கேள்வியானது தீண்டாமையை வேறு விதமாக அர்த்தப்படுத்துவதற்குக் கொண்டுவிடுகிறது. இதே கட்டுரையைத் தமிழில் சிந்தித்து சருக்கை எழுதியிருந்தால் '*untouchable*' கொண்டிருக்கும் பிரச்சினையை அவரால் நிச்சயமாக எழுப்பியிருக்க முடியாது. ஏனெனில், தமிழில் நாம் பயன்படுத்தும் 'தீண்டப்படாதவர்' என்ற சொல் மிகத் தெளிவாகப் பயனிலை அடிப்படையிலானதாக இருக்கிறது. குழப்பம் ஏதுமில்லை. ஆனால், தமிழில் நாம் வேறொரு முக்கியமான கேள்வியைக் கேட்டுக்கொள்ள முடியும். நாம் *untouchability* என்பதற்குத் தீண்டாமை என்ற சொல்லைப் பயன்படுத்துகிறோம். இந்த மொழியாக்கத்துக்கு முன் நம் சமூகத்தில் உள்ள ஒரு சமூக நடைமுறையை நாம் மொழிப்படுத்தவில்லை. அதாவது, அனுபவரீதியாகக் காணப்படும் ஒன்று மொழித் தளத்தில் இல்லாமல்போகிறது. ஆனால், தீண்டாமை என்ற சொல் மிகத் தெளிவாகவும் நேரடியாகவும் ஒரு எழுவாயை அடிப்படையாகக் கொண்டிருக்கிறது. ஆனால், தீண்டப்படாதவர் என்ற சொல்லோ பயனிலையை அடிப்படையாகக் கொண்டிருக்கிறது. இந்த முரணானது தமிழில் தீண்டாமை, தீண்டப்படாதவர் குறித்து வேறு விதமாகச் சிந்திக்கும் சாத்தியத்தை அதனுள் கொண்டிருக்கிறது. இவற்றைப் பின்னணியாகக் கொண்டு நாம் எடுத்துக்கொண்ட கேள்விக்கு வருவோம். ஆங்கிலத்தில் சருக்கைக்கு சாத்தியப்பட்ட வாதமுறை, அவருக்கே தமிழில் சாத்தியப்படாது என்றால், அது ஆங்கிலத்தில் சிந்தித்தால் மட்டுமே சாத்தியம் எனும்போது, ஆங்கிலத்தில் அவர் எழுதியதை எப்படித் தமிழாக்கம் செய்ய முடியும்? அப்படியே தமிழில் எழுதினாலும், ஆங்கிலச் சொல் மற்றும் அதன் அடிப்படையிலான வாதமுறைகளை எப்படித் தமிழில் கொண்டுவர முடியும்? இவற்றையெல்லாம்விட, மண்டைக்குள் இது குறித்து தமிழில் எப்படிச் சிந்திக்க முடியும்?

இங்குதான் நாம் சொற்களை மொழியாக்கம் செய்வதைக் கடந்துசென்று அது கொண்டிருக்கும் கருத்தோடு உரையாட வேண்டியிருக்கிறது. அதாவது, நம் சமூகத்தில் நிலவியிருக்கும் கருத்தாக்கங்களோடு தொடர்புபடுத்தி 'அந்நியக்

6 கோபால் குரு, சுந்தர் சருக்கை, *'விரிசல் கண்ணாடி: அனுபவம், கோட்பாடு குறித்து ஓர் இந்திய விவாதம்'* தொகுப்பில் உள்ள சுந்தர் சருக்கையின் 'தீண்டாமையின் தோற்றப்பாட்டியல்', தமிழில்: சீனிவாச ராமாநுஜம், எதிர் வெளியீடு, 2020.

கருத்து'களைத் தன்வயப்படுத்திக்கொள்ள வேண்டியுள்ளது. இத்தகைய செயலாக்கம் எப்படிப்பட்ட விளைவுகளை ஏற்படுத்துகிறது என்று பார்ப்போம். சருக்கை untouchable என்ற சொல் கொண்டிருக்கும் தெளிவற்ற தன்மையை வெளிக்கொணர்வதற்கு அவர் தீண்டும் உணர்வின் பல்வேறு வகைகள் குறித்து விவாதிக்கிறார். அவர் touch, non-touch, not-touch, untouch என்று தீண்டுதலின் பல்வேறு வகைகளைத் தோற்றப்பாட்டியல் அடிப்படையில் விவாதத்துக்கு எடுத்துக்கொள்கிறார். non-touch என்ற சொல்லை நாம் அதீண்டுதல் என்பதாக அர்த்தப்படுத்தும்போது, இல்லாத ஒன்று இருக்க முடியுமா என்ற கேள்வி எழுகிறது. non-touch என்ற சொல் touch என்ற சொல்லின் எதிர்மறையல்ல. அதாவது, தீண்டுதல் - தீண்டுதலல்லாத என்பதாக இல்லை. அகிம்சை என்ற சொல் இம்சை என்ற சொல்லுக்கு எதிர்மறையானது அல்ல. அகிம்சை அதனளவில் சுதந்திரமான இருப்பைக் கொண்டிருக்கிறது. இதுபோலவே தர்மமும் அதர்மமும். ஆக, தீண்டுதல்போலவே அதீண்டுதலை ஓர் புலனாக எடுத்துக்கொள்ள வேண்டியுள்ளது. இது சருக்கை முன்வைக்கும் முக்கியமான நகர்வு. இரண்டாவதாக, not-touch என்ற சொல்லை எடுத்துக்கொண்டால், அது தீண்டா என்ற பொருளைக் கொண்டிருக்கிறது. ஆனால், தீண்டப்படாதவர் என்று நாம் சொல்வது untouchable-ஐக் குறிக்கிறதே தவிர not-touch-ஐக் குறிக்கவில்லை. எடுத்துக்காட்டாக, மிக முக்கியமான ஆய்வறிஞரான கராஷிமா, 10-ஆம் நூற்றாண்டு கல்வெட்டில் தீண்டாச் சேரி என்ற பதம் காணப்படுவது குறித்து எழுதியிருக்கிறார். தீண்டாச் சேரியை untouchable colony என்று அவர் ஆங்கிலத்தில் மொழியாக்கம் செய்கிறார். ஆனால், untouchable என்ற சொல் தெளிவற்ற தன்மையைக் கொண்டிருக்கிறது என்று சருக்கை சுட்டிக்காட்டுகிறார். அதாவது, தீண்டாச் சேரி என்பது தீண்டப்படாதவர்களின் சேரியா அல்லது தீண்டாமைக்கு உட்பட்டவர்களின் சேரியா அல்லது தீண்டவியலாதவர்களின் சேரியா என்று நாம் கேட்டுக்கொள்ள முடியும். தீண்டா என்பது தீண்ட முடியாத, தீண்டப்படாத, தீண்டத்தகாத என்று பல்வேறு வகைகளைக் கொண்டிருக்கிறது. அதாவது, இந்தச் சொல் மிகத் தெளிவாகப் பயனிலையைச் சார்ந்திருக்கிறது. ஆனால், தீண்டாமை என்பது எழுவாயைச் சார்ந்திருக்கிறது. அப்படியென்றால், நாம் தீண்டாச் சேரிகளை எப்படி untouchable colony என்று அழைக்க முடியும்? untouchable என்ற சொல்லுக்குப் பதிலாக not-touched அல்லது un-touched என்றே கராஷிமா பயன்படுத்தியிருக்க வேண்டுமா? இதில் நாம் ஒரு தீர்மானத்துக்கு வருவதற்கு முன் not-touch, untouch இரண்டுக்கும் இடையேயான வேறுபாடு என்ன என்று பார்க்க வேண்டியுள்ளது. untouch என்பது தீண்டவியலா என்றாகிறதா அல்லது தீண்ட முடியாத என்றாகிறதா? தீண்டாமை எவ்வாறு எழுவாயின் பண்பாக இருக்கிறதோ அதற்கு நிகராக untouchable என்ற சொல்லானது எழுவாய்க்கு நிகரானதாக இருக்க வேண்டும் என்றால், நாம் untouchable என்பதைத் தீண்டப்படாதவர் என்பதற்குப் பதிலாகத் தீண்டவியலாதவர் என்றே பயன்படுத்த வேண்டியிருக்கும். ஆனால், தீண்டாச் சேரி என்பது தீண்டப்படாதவர்களின் சேரி என்றால், அந்தக் குடியிருப்பு எவ்வாறு தீண்டாமைக்கு உட்பட்டதாக இருக்க முடியும்?

தீண்டாச் சேரி என்பது தீண்டப்படாதவர்களைக் கொண்டிருந்தாலும், அவர்கள் தீண்டாமைக்கு உட்பட்டவர்களாக இருக்க வேண்டிய அவசியம் ஏதுமில்லை. தீண்டப்படாதவர்களெல்லாம் தீண்டாமைக்கு உட்பட்டவர்கள் அல்ல. சண்டாளர்கள் தீண்டப்படாதவர்களாக இருந்தாலும், தீண்டாமைக்கு உட்பட்டவர்களாக இல்லை என்கிறார் அம்பேத்கர். இது மிக முக்கியமான அவதானிப்பு. அம்பேத்கர் வைக்கும் இந்தப் பார்வையை நாம் போதுமான அளவுக்குத் தீவிரமாக எடுத்துக்கொள்ளவில்லை. நாம் இந்த அவதானிப்பைத் தீண்டாச் சேரிக்கும் பொருத்த முடியும். ஆனால், இங்கு என்னுடைய நோக்கம் தீண்டாச் சேரி தீண்டாமைக்கு உட்பட்டதா, இல்லையா என்ற முடிவுக்கு வருவதல்ல. தீண்டாச் சேரியை வேறு விதமாக மொழியாக்கம் செய்ய முடியும் என்பதைக் கவனப்படுத்தத்தான் இதை முன்வைக்கிறேன். ஏனெனில், தீண்டாமை குறித்த நம் புரிதல் சாதியம் குறித்த புரிதலில் மிக ஆழமான விளைவுகளை ஏற்படுத்திவருகிறது. அதாவது, 10-ஆம் நூற்றாண்டில் தீண்டாச் சேரி என்பது தீண்டப்படாதவர்களின் குடியிருப்பாக இருந்தது என்றால், அதே காலகட்டத்தில் இருக்கும் அக்ரஹாரங்களை நாம் தீண்டவியலாதவர்களின் குடியிருப்பாகப் பார்க்க முடியும். ஏனெனில், தீண்டாமையை நடைமுறைப்படுத்துகிறவர்கள் தீண்டவியலாதவர்களே தவிர தீண்டப்படாதவர்கள் அல்ல. தீண்டவியலாதவர்கள், தீண்டப்படாதவர்கள் இரண்டுக்கும் இடையேயான வேறுபாடானது சாதியம், தீண்டாமை குறித்த விவாதங்களில் பெரும் பங்காற்றக்கூடும். மேலும் ஒரு சிக்கல் என்னவென்றால், தீண்டாமை என்ற நடைமுறையில் தீண்டவியலாதவர்கள் இருக்க முடியுமே தவிர தீண்டப்படாதவர்கள் இருக்க முடியாது. ஏனெனில், தீண்டாமை ஒரு எழுவாயின் பண்பாக இருப்பதுபோலவே தீண்டவியலாத என்பதும் ஒரு எழுவாயை அடிப்படையாகக் கொண்டிருக்கிறது. ஆனால், தீண்டப்படாதவர் என்பது பயனிலையை அடிப்படையாகக் கொண்டிருக்கிறது. தோற்றப்பாட்டியல் அடிப்படையில் சொல்வதென்றால், தொடுகை என்பது எழுவாய், பயனிலை என்ற இருமத்தைச் சார்ந்திருப்பதுபோல், தீண்டுதல் சார்ந்தில்லை. தீண்டுதல் எப்போதும் எழுவாயின் பண்பாகவே வெளிப்படுகிறது என்கிறார் சருக்கை. ஆனால், தீண்டப்படாதவர் என்பது தீண்டாதவர் என்று ஒன்றைக் கொண்டிருக்க வேண்டும். யார் இந்தத் தீண்டாதவர்? தீண்டவியலாதவரே தீண்டாதவராகிறார். ஆக, தீண்டப்படாதவர் என்று ஒருவர் இருப்பதால் ஒருவர் தீண்டாதவராகி, தீண்டவியலாத பண்பைத் தன்வயப்படுத்திக்கொள்ளவில்லை. மாறாக, தீண்டவியலாதவர் தீண்டாதவராக நிலைத்திருப்பதற்குத் தீண்டப்படாதவரை உருவாக்க வேண்டியுள்ளது. இத்தகைய வாசிப்பு நம்மை எங்கு கொண்டுவிடுகிறது? இது தீண்டாமையை நடைமுறைப்படுத்தும் எழுவாயிடம் அறநீதியான கேள்வியை முன்வைப்பதைச் சாத்தியப்படுத்துகிறது. சாதியச் சமூகத்தில் தீண்டவியலாதவர்கள் நிலைத்துநிற்பதற்கு (பார்ப்பனர் என்ற கருத்தமைவு) எவரோ தீண்டப்படாதவர்களாக இருக்க வேண்டியுள்ளது என்பதால் தீண்டாமையானது எழுவாய் சார்ந்ததாகிறதே தவிர பயனிலை சார்ந்ததாக இல்லை. சுவாரஸ்யமான விஷயம் என்னவென்றால், தீண்டவியலாத

ஊனமானது அதீண்டுதல் ஆற்றலாக வெளிப்படுகிறது. நாம் மேலே பார்த்ததுபோல், அதீண்டுதல் என்பது அதனளவில் அதற்கான இருப்பைக் கொண்டிருக்கும் ஒன்றாகிறது. அதீண்டுதல் பௌதிகரீதியான புலனல்ல. அது மீபௌதிகப் புலனாகிறது. இந்த மீபௌதிகப் புலனைப் பருண்மையான புலனாக மாற்றுவதற்குப் பயனிலைகள் தேவைப்படுகிறார்கள். மொத்தத்தில், தீண்டாமை என்பது எழுவாயின் தேவையாகிறது. தீண்டவியலா ஆற்றல் என்பது எழுவாயின் ஊனமாகிறது. ஆக, முதலாளித்துவம் என்பதும், முதலீட்டியம் என்பதும் அன்றாட வாழ்க்கையில் ஒத்த அனுபவத்தைக் கொண்டிருந்தாலும், எவ்வாறு வேறுபட்ட கருத்தாக்க உலகை உருவாக்குகிறதோ, அதற்கு நிகராக untouchable என்பதைத் தீண்டப்படாதவர் என்று தமிழாக்கம் செய்வதும் தீண்டவியலாதவர் என்று மொழியாக்கம் செய்வதும், ஒத்த அனுபவத்தைக் கொண்டிருந்தாலும் வேறுபட்ட கருத்தாக்க உலகை உருவாக்குகின்றன. நம் வாழ்வனுபவத்தை நாம் எவ்வாறு கருத்தாக்கம் செய்கிறோம் என்பது மிக முக்கியமாகிறது. இது வெறுமனே அர்த்தப்படுத்திக்கொள்வதற்கான உத்தி அல்ல. கருத்தாக்கச் சட்டங்களும், கோட்பாட்டாக்கச் சட்டங்களும், இதைச் சாத்தியப்படுத்தும் வெளிகளும் நம் அனுபவத்தை வடிவமைக்கின்றன. மொழியாக்கத்தை நம் வாழ்வனுபவத்திலிருந்து பிரித்துப்பார்க்க முடியாது. அறிவியல் முன்வைப்புகளிலிருந்து பண்பாட்டு ரீதியான மனிதரை அப்புறப்படுத்துவதுபோல் மொழியாக்கச் செயல்பாடுகளிலிருந்து பண்பாட்டுரீதியான மனிதரை அப்புறப்படுத்தக் கூடாது.

பால் டி மேன் (Paul de Man) சொல்வதுபோல், எந்த ஒரு மொழிபெயர்ப்பும் அந்நியத்தன்மையை அதனுள்ளாகக் கொண்டிருக்கும். ஏனெனில், நமக்கு சாத்தியப்படும் மொழிக்குள் மூல மொழியை 'முழுமையாக' அடக்க முடிந்தால், மூல மொழியில் உள்ள கருத்து நம் மொழிக்கு அந்நியப்பட்டதாக எதையும் கொண்டிருக்கவில்லை என்றே பொருளாகிறது. நமக்கு 'அந்நியமாக' இருக்கும் ஒன்றையே நாம் மொழியாக்கத்துக்கு எடுத்துக்கொள்கிறோம். இந்த அந்நியத்தன்மையே நம் மொழியின் எல்லையை நமக்குப் புலப்படுத்துகிறது. மீண்டும் பால் டி மேன் சொன்னதைச் சொல்வதென்றால், ஒவ்வொரு மொழியாக்க முயற்சியும் ஒரு மொழிபெயர்ப்பாளர் எந்த அளவுக்கு அவரது சொந்த மொழியிலிருந்து விலகியிருக்கிறார் என்பதை அவருக்கு உணர்த்துவதாகவே இருக்கிறது.[7] ஆக, வேறொரு மொழியிலிருந்து கருத்தாக்கச் சொல்லை, கோட்பாட்டாக்கச் சொல்லைத் தமிழில் உருவாக்கும்போது மூலச் சொல்லோடு வரலாற்றுரீதியாகவும் பண்பாட்டுரீதியாகவும் தத்துவார்த்தரீதியாகவும் எவ்வாறு உரையாடுகிறோம் என்பது மிகவும் முக்கியமானதாகிறது. இந்த உரையாடல் மூல வார்த்தைக்கு அதன் பங்களிப்பைச் செய்வதாகிறது.

நாம் இதுவரை பார்த்ததன் அடிப்படையில் சொல்வதென்றால், மொழியாக்கம் என்பது அடிப்படையில் வாசிப்பதாக இருக்கிறது. வார்த்தைகளுக்கும்

---

[7] Paul de Mann, 'The Resistance to Theory', Manchester University Press, Manchester, 1986, in Sundar Sarukkai, 'Translating the World'.

வாக்கியத்துக்கும் இடையேயான உறவை ஆராய்வதாக இருக்கிறது. அதில் மிக முக்கியமானவை கருத்தாக்கச் சொற்கள். பொதுவாக நாம் கருத்தாக்கரீதியான, கோட்பாட்டு ரீதியான சொற்களை அவற்றின் நேரடித்தன்மையில் புரிந்துகொள்கிறோம். கோட்பாட்டுரீதியான சொற்கள் அவற்றின் உள்ளார்ந்த பண்பில் ஒரு அர்த்தத்தைக் கொண்டிருப்பதாகப் பார்க்கிறோம் (அதாவது, கணித மொழியை அணுகுவதுபோல்). இது, அடிப்படையில் தவறான பார்வை. இதனால், வாக்கியத்தின் பகுதியாக இருக்கும் ஒரு சொல் எப்படியான அர்த்தங்களைக் கொண்டிருக்க முடியும் என்று சிந்திக்க முடியாமல்போகிறது.

தொகுத்துச் சொல்வதென்றால், நாம் கருத்தாக்கச் சொற்களை மொழியாக்கம் செய்யும்போது, அதன் வரலாற்றுக்குள் பயணிக்க வேண்டியுள்ளது. அதே சமயத்தில், அதன் அர்த்தப்புலத்தையும் நாம் ஆராய வேண்டியுள்ளது. எடுத்துக்காட்டாக, science, democracy, equality, liberty, fraternity, secularism போன்ற சொற்களுக்கு நிகரான சொற்கள் தமிழ், சம்ஸ்கிருதம் உட்பட எந்த இந்திய மொழிகளிலும் இல்லாததால், இந்தியச் சிந்தனைகள் இவை குறித்தெல்லாம் அக்கறை எதுவும் கொண்டிருக்கவில்லை என்ற முடிவுக்கு வர முடியுமா? Untouchability என்ற சொல்லுக்கு நிகரான சொல் இந்திய மொழிகளில் இல்லை என்பதால், சமூகத்தில் தீண்டாமை என்ற நடைமுறை இல்லை என்று ஆகிவிடுமா? ஆங்கிலக் கருத்தாக்கச் சொற்களுக்கு நிகராக இந்திய மொழிகளில் சொற்கள் இல்லை என்பதால், இந்தக் கருத்தாக்கங்கள் நம் சிந்தனை மரபுகளில் இல்லை என்ற முடிவுக்கு வர முடியாது. ஆங்கிலத்தில் உள்ள ஒரு கருத்தாக்கத்தின் அர்த்தப்புலத்தை நம் மொழியில் உள்ள அர்த்தப்புலத்தோடு இணைத்துப்பார்க்க வேண்டுமே தவிர, சொற்களை ஒப்பிட்டுப்பார்த்து அந்தக் கருத்தாக்கம் நம்மிடம் இல்லை என்ற முடிவுக்கு வர வேண்டியதில்லை. இது சாத்தியப்பட, நாம் கருத்தாக்கச் சொற்களை நேரடித்தன்மையிலாக மட்டுமே அணுகாமல், அதை உருவகரீதியாகவும் குறிப்பீட்டுரீதியாகவும் அணுக வேண்டியுள்ளது. இப்படிச் செய்வதன் ஊடாக ஒரு சொல்லின் அர்த்தப்புலத்தை நாம் விரிவுபடுத்துகிறோம். இதற்கு மிகச் சிறந்த எடுத்துக்காட்டாக அம்பேத்கர் தனது அரசியல் தத்துவம் குறித்துச் சொன்னதை முன்வைக்க முடியும். அவர் சொல்கிறார்: 'சமூகம் குறித்த என்னுடைய தத்துவம், இந்த வார்த்தைகளில் பொதிந்துள்ளது: சுதந்திரம், சமத்துவம், சகோதரத்துவம். பிரெஞ்சுப் புரட்சியிலிருந்து நான் இவற்றைப் பெற்றுக்கொண்டதாக எவரும் நினைக்க வேண்டாம். என்னுடைய தத்துவம் அதற்கான வேர்களை மதத்தில் கொண்டிருக்கிறதே தவிர அரசியல் அறிவியலில் அல்ல. நான் இந்தக் கருத்தை என்னுடைய ஆசான் புத்தரிடமிருந்து பெற்றுக்கொண்டேன்.' வார்த்தைகள் சார்ந்து அல்லாமல் அர்த்தப்புலம் சார்ந்த மொழியாக்கத்துக்கு இது மிகச் சிறந்த எடுத்துக்காட்டாகிறது.

ஆக, கோட்பாட்டாக்கரீதியாகப் பிரதிகளை நாம் தமிழாக்கம் செய்யும்போது முதல் பிரச்சினை சொல்லாக்கமாக இருக்கிறது என்றால், இரண்டாவது பிரச்சினை அந்தச் சொற்கள் வாக்கியமாகும் பிரச்சினையாகிறது. தமிழில் அல்லது ஆங்கிலத்தில் எழுதப்படும் சமூக அறிவியல், மானுடவியல்,

தத்துவார்த்தக் கட்டுரைகளில் காணப்படும் வாதமுறைகள், வாக்கியங்களின் அமைப்பாக்கம் (இலக்கணரீதியாக அல்ல), ஒவ்வொரு சிந்தனைமுறையும் கொண்டிருக்கும் பிரத்யேகச் சொற்கள் எல்லாமே நடைமுறை சார்ந்த 'பொதுமை'யான கட்டுரைகளிலிருந்தும், வாழ்வனுபவக் கட்டுரைகளிலிருந்தும், படைப்பிலக்கியங்களிலிருந்தும் முற்றிலும் வேறானதாக இருக்கின்றன. எடுத்துக்காட்டாக, ஒரு சமூக அறிவியல் கட்டுரையை மொழியாக்கம் செய்யும்போது அதன் பிரத்யேகச் சொற்களை நாம் தவிர்ப்போம் என்றால், அது அதன் சிந்தனைமுறையை இழந்துவிடும். இதை எவ்வாறு கையாள்வது என்பது வெறுமனே மொழித் திறன் தொடர்பானதோ அல்லது அந்தந்தத் துறைகள் சார்ந்து கொண்டிருக்கும் நிபுணத்துவம் தொடர்பானதோ அல்ல. ஆக, ஒரு சமூக அறிவியல் கட்டுரையைச் சமூக அறிவியல் கட்டுரையாக மொழியாக்கம் செய்ய வேண்டும் என்றால், அதன் பிரத்யேக வாதமுறைக்குள், வாக்கிய அமைப்புக்குள், சொற்களுக்குள் நாம் செல்ல வேண்டியிருக்கிறது. அவற்றோடு 'உரையாட' வேண்டியிருக்கிறது. நமக்கு சாத்தியப்படும் மொழிக்குள் இருந்து 'புரிந்துகொள்வது' என்பது ஒரு சிந்தனைமுறைக்கான பிரத்யேகப் பண்புகளை உதாசீனப்படுத்துவதாகிறது. சுருக்கமாகச் சொல்வதென்றால், நம்முடைய மொழியின் எல்லைக்குள் இருந்து ஒரு சிந்தனைமுறையை எதிர்கொள்ளாமல், தேர்ந்தெடுக்கும் சிந்தனைமுறைக்குள் நாம் மொழி அடிப்படையில் பயணிக்க வேண்டியுள்ளது.

சுருக்கமாகச் சொல்வதென்றால், ஒரு வார்த்தையின், ஒரு வாக்கியத்தின், 'தொனி'யைப் பிடிப்பதற்கு நாம் வார்த்தையை, வாக்கியத்தைக் கடந்துசெல்ல வேண்டியுள்ளது. இங்கு 'தொனி' என்பது அழகியல்ரீதியானதாக மட்டுமல்லாமல், மொழியியல்ரீதியானதாக மட்டுமல்லாமல் அறிவறிதல்ரீதியானதாகவும் ஆகிறது. அதாவது, மூலப் பிரதி அதன் மொழியின் தனித்த பண்புகளால் ஆனது. ஒரு குறிப்பிட்ட வழியில் மூல மொழி அதை வெளிப்படுத்திக்கொள்கிறது. நாம் அதற்கு நிகரான சொற்களையோ மொழியையோ உருவாக்க முடியாது. இதனாலேயே மொழியாக்கம் படைப்பூக்கமிக்க விளையாட்டாகிறது. மொழியாக்கத்தின் ஊடாக நாம் எதையோ சேர்க்கிறோம் அல்லது கழிக்கிறோம். நாம் இதைப் பிரக்ஞைபூர்வமாகவும் செய்யலாம், பிரக்ஞையற்றும் செய்யலாம். மொழியாக்கத்தில் இப்படிக் கூட்டுவதன், கழிப்பதன் ஊடாகவே ஒரு மூலப் பிரதி பல 'தொனி'களில் வெளிப்படுகிறது; வாக்கியங்களும் வார்த்தைகளும் பல அர்த்தங்களைக் கொண்டிருப்பவையாகின்றன. (அறிவியல் மொழியான கணிதவியலில் இப்படிக் கூட்டவோ குறைக்கவோ முடியாத காரணியத்தால்தான் கணித மொழியானது மொழியாக்கம் செய்ய முடியாததாகிறது.) பல தொனிகள் ஊடாகவே ஒரு பிரதியானது மூலம் என்ற தகுதியை அடைகிறது. (கணித மொழியில் 'இயற்கை' என்ற கருத்தமைவே மூலமாகிறது.) அதனால்தான், மதிலால் சொல்வதுபோல் ஒரு தத்துவவியலாளர் வேறொரு தத்துவவியலாளரின் எழுத்துகளை — அவர் பண்டைய சமூகத்தைச் சேர்ந்தவராக இருந்தாலும் நவீனச் சமூகத்தைச் சேர்ந்தவராக இருந்தாலும் — வாசிக்கும்போது அவர் மொழியாக்கத்தில்தான் ஈடுபடுகிறார். மேலும், ஒரு பிரதியைப் பலவிதமாக வாசிப்பதும் அர்த்தப்படுத்துவதும் மொழியாக்கத்தின் அடிப்படைப்

பண்பாகிறது. இப்படியாக நாம் மொழியாக்கத்தைப் புரிந்துகொள்வோம் என்றால் ஒவ்வொரு மொழியாக்கமும் தனித்த வாசிப்பாகிறது.

முடிக்கும் விதமாக, ஆரம்பத்தில் கேட்டுக்கொண்ட கேள்விகளுக்குத் திரும்புவோம். ஒரு வாக்கியத்தின் அர்த்தத்தை நாம் எப்படிப் பெறுகிறோம்? ஒரு வாக்கியத்தில் உள்ள ஒரு சொல்லுக்கு அர்த்தம் தெரியாவிட்டாலும் எப்படி ஒரு வாக்கியத்தின் அர்த்தத்தைத் தவறாகவோ சரியாகவோ பெற்றுக்கொள்கிறோம்? ஒரு வாக்கியத்தை மொத்தமாகவும், வார்த்தைகளைப் பகுதியாகவும் பார்ப்போம் என்றால், இவ்விரண்டுக்கும் இடையேயான உறவு என்ன? வார்த்தைகளுக்கும் வாக்கியத்துக்கும் இடையேயான உறவை நாம் இயக்கவிலார்ந்து அணுகிப்பார்ப்போம். மொத்தம், பகுதியை மார்க்ஸ் எவ்வாறு அணுகுகிறார் என்று பார்ப்பது பயனுள்ளதாக இருக்கும். நாம் மொத்தத்திலிருந்து பகுதிகளுக்குப் பயணித்து, பிறகு பகுதிகளுக்கு இடையேயான உறவின் ஊடாக மீண்டும் மொத்தத்துக்கு வருகிறோம். அதாவது, வாக்கியத்தில் உள்ள ஒரு வார்த்தைக்கு (பகுதி) அர்த்தம் தெரியாவிட்டாலும் அந்த வாக்கியத்தை (மொத்தம்) 'தோராயமாக' புரிந்துகொள்கிறோம். (இதை abstraction என்கிறார் மார்க்ஸ்.) ஒரு விதமான புரிதலிலிருந்து பகுதிகளுக்கு (வார்த்தை) நகர்கிறோம். பகுதிகளில் பிரத்யேகப் பண்புகளை ஆராய்கிறோம். இந்தப் பகுதிகளுக்கு இடையேயான உறவுக்கு முக்கியத்துவம் கொடுக்கிறோம். பகுதிகள் குறித்தும், இந்தப் பகுதிகளுக்கு இடையேயான உறவுகள் குறித்தும் நாம் பெற்றிருக்கும் புரிதல் அடிப்படையில் மீண்டும் மொத்தத்தை நோக்கி நகர்கிறோம். இப்படி மீண்டும் நாம் வந்தடையும் மொத்தமானது வாழ்வனுபவத்தோடு இணைந்திருக்கிறது என்கிறார் மார்க்ஸ். அதாவது, தோராயமான புரிதலிலிருந்து ஸ்தூலமான புரிதல் நோக்கி நகர்கிறோம். மொத்தம் என்பது பகுதிகளால் வடிவமைக்கப்பட்டது அல்ல. பகுதிகளின் கூட்டுத்தொகையும் அல்ல. இந்தப் பார்வை சாராம்சப்படுத்தும் பார்வையாகிறது. மொத்தம் என்பது பகுதிகளுக்கு இடையேயான உறவின் பண்பாகிறது. பகுதிகள் ஒன்றோடொன்று உறவுகொள்வதன் பகுதிகளையும் உருமாற்றுகின்றன; மொத்தத்தையும் உருமாற்றுகின்றன. நாம் வார்த்தைக்கும் வாக்கியத்துக்கும் இடையேயான உறவை, கருத்தாக்கங்களை இயக்கவியலார்ந்து அணுகுவோம் என்றால், இவற்றோடு நெருக்கமாக உரையாட முடியும். தொகுத்துச் சொல்வதென்றால், மொழியாக்கம் என்பது ஒன்றோடு நெருக்கமாக உரையாடும் செயலாக இருக்கிறது. இந்த உரையாடல் வழியாக நாம் மொழியாக்கத்தைப் படைக்கிறோம்; நாம் படைக்கும் மொழியாக்கம் நம்மைப் படைக்கிறது.

⊙

இயற்கையும் மெய்ம்மையும்

இயற்கையை மொழிபெயர்க்கும் சிக்கல்கள் குறித்து

அறிவியலார்ந்த சிந்தனை முறை மட்டுமே 'பகுத்தறிவானது' என்றும், அறிவியலல்லாத சிந்தனை முறைகள் 'பகுத்தறிவற்றவை' என்றும் ஏற்றுக்கொள்ள மறுத்துவந்திருக்கிறேன். இதற்கு முக்கியக் காரணம், ஆர்தர் காஸ்லெரின் *'தி ஸ்லீப்வாக்கர்ஸ்'* புத்தகத்தைப் படித்த பின் நவீன அறிவியல் கொண்டிருக்கும் 'பகுத்தறிவற்ற' தன்மையைப் புரிந்துகொள்ள முடிந்ததுதான்.[1] ஆனால் பகுத்தறிவு, பகுத்தறிவற்ற போன்ற கருத்துகள் அவ்வளவு தெளிவாகவும் இல்லை. எடுத்துக்காட்டாக, கடவுள் குறித்த கதையாடல்கள் பகுத்தறிவற்றவை என்றும், கடவுள் மறுப்புக் கொள்கை பகுத்தறிவானது என்றும் சொல்வது உண்மையிலேயே எதைக் குறிக்கிறது என்று தெரியவில்லை. பகுத்தறிவு என்பது ஒழுங்குக்கு உட்பட்டதாகவும் எல்லை கொண்டதாகவும் ஆண் தன்மையிலானதாகவும் பார்க்கப்படுகிறது என்றால், பகுத்தறிவற்றது என்பது ஒழுங்கற்றதாகவும் எல்லையற்றதாகவும் பெண் தன்மையிலானதாகவும் பார்க்கப்படுகிறது.[2] இந்தப் புரிதலிலிருந்து நாம் இப்படியாகக் கேட்டுக்கொள்ளலாம்: நாத்திகம் என்பது இறை நம்பிக்கைபோலவே வாழ்வனுபவத்தையும் உலகத்தையும் வேறு விதமாக அர்த்தப்படுத்தும் மற்றொரு சிந்தனை முறையாகிறதா? நாத்திகமும் இறை நம்பிக்கையும் போலவே அறிவியல் அறிவும் உலகை வேறாக அர்த்தப்படுத்தும் வேறான சிந்தனை முறையாகிறதா அல்லது இயற்கை விதிகளைத் துல்லியமாகக் கண்டறியும் அறிவு முறையாகிறதா? மேலும் கடவுள், குடும்பம், இறையியல், அரசியல், பண்பாடு, பொருளாதாரம், தொழில்நுட்பம், அவ்வளவு ஏன் தனிமனிதர் என்ற கருத்தாக்கம் உட்பட எல்லாவற்றையும் சமூகரீதியாகவும் அரசியலார்ந்தும் ஆய்வுபூர்வமாக அணுகுகிறோம். சமூகத்தில் குமுகங்களுக்கும்

1 Arthur Koestler, *'The Sleepwalkers: A History of Man's Changing Vision of the Universe'*, Arkana – Penguin Books, 1989. (First Published in 1959).

2 பகுத்தறிவு, பகுத்தறிவற்ற ஆகிய கருத்தாக்கங்கள் குறித்து எனக்குத் தெளிவைக் கொடுத்த சுந்தர் சருக்கைக்கு நன்றி. மேற்கல்லாத பண்பாடுகள் ஏன் 'பகுத்தறிவு' என்ற கருத்தை முதன்மைப்படுத்தவில்லை என்றும், மேற்கு முதன்மைப்படுத்த வேண்டியது ஏன் அவசியமானது என்றும் கேட்டுக்கொள்ள வேண்டியுள்ளது. 'பகுத்தறிவு' என்ற கருத்தை மேற்கத்திய நவீனத்துவம் எப்படியாகக் குணாம்சப்படுத்தியது என்பது குறித்த வாசிப்புக்குப் பார்க்கவும்: Tuhina Ray and Urmie Ray, *'On Science: Concepts, Cultures and Limits'*, 2020, pp. 168–170, Routledge.

தனிமனிதர்களுக்கும் இடையேயான உறவில் இவையெல்லாம் தாக்கம் செலுத்துவதாலும், உறவுமுறைகளை வடிவமைப்பதாலும் இவற்றையெல்லாம் விமர்சனபூர்வமாக அணுகுகிறோம். ஆனால், அறிவியலை மட்டும் வெறும் அறிவு முறைமையாக மட்டுமே அணுகுகிறோம். அறிவியலைச் சமூகரீதியான ஒன்றாகவோ, குமுகங்களுக்கும் மனிதர்களுக்கும் இடையேயான உறவை வடிவமைப்பதில் செல்வாக்கு செலுத்திவரும் ஒன்றாகவோ பார்க்கத் தவறுகிறோம். அறிவு முறைமைகளுக்கு, பகுத்தறிவுச் சிந்தனைகளுக்கு அறிவியல் அறிவை ஆகச்சிறந்த எடுத்துக்காட்டாக முன்வைக்கிறோம். மிகக் குறுகிய வட்டத்தில்தான் என்றாலும்கூட அறிவியலையும், அது முன்வைக்கும் உலகப் பார்வையையும், அது உருவாக்கும் தொழில்நுட்பங்களையும் சமூகரீதியாக, அரசியல்ரீதியாக, வரலாற்றுரீதியாக அணுகும் காத்திரமான வாசிப்புகள் காணப்படுகின்றன. இந்தியாவில் கிலாட் ஆல்வரிஸ், அஷிஸ் நந்தி, ஷிவ் விஸ்வநாதன், அருண் பாலா, எஸ்.என்.நாகராஜன் போன்றோரை இங்கு குறிப்பிட்டுச் சொல்ல முடியும். ஆனால் அறிவியல் அறிவை, அதன் கருத்தாக்கங்களை, முற்கோள்களை, அனுமானங்களை, அதன் முறையை, முறைமையைத் தத்துவார்த்தரீதியாக அணுகும் வாசிப்புகள் இந்தியாவில் ஏறக்குறைய இல்லை என்றே சொல்லிவிடலாம். இந்தக் குறையை சுந்தர் சருக்கையின் எழுத்துகள் நிவர்த்திசெய்கின்றன. அறிவியலைத் தத்துவார்த்தரீதியாக அணுகுவதன் ஊடாகப் பிற அறிவு முறைமைகளிலிருந்து அறிவியல் எங்கு வேறுபடுகிறது என்றும், அறிவியல் கொண்டிருக்கும் அடிப்படையான கருத்தாக்கங்கள், அனுமானங்கள் என்னவென்றும், அறிவியல் முன்வைக்கும் 'இயற்கை' என்ற கருத்தாக்கம் குறித்தும், அது முன்வைக்கும் மெய்ம்மையின் பண்பு என்னவென்றும் சருக்கை விரிவாகக் கையாள்கிறார். குறிப்பாக, மொழியியல் குறித்த இந்தியத் தத்துவ வாசிப்புகள் கொண்டு கணிதவியலை ஒரு மொழியாக அணுகி, அறிவியல் அறிவறிதல் முறையை விசாரணைக்கு எடுத்துக்கொள்கிறார்.

மையமான கேள்வி இதுதான்: 'இயற்கை'யை உள்ளபடியே அறிவியல் வெளிப்படுத்துகிறதா அல்லது கலை இலக்கியங்கள் எப்படி ஒருவிதமான 'இயற்கை'யைப் படைக்கின்றனவோ அதுபோலவே அறிவியலும் ஒருவிதமான, அதாவது அறிவியலார்ந்த 'இயற்கை'யைப் படைக்கிறதா? ஒவ்வொரு அறிவு முறைமையும் தமக்குத் தேவையான கருத்தாக்கங்களைப் படைத்துக்கொள்கிறது; அந்தக் கருத்தாக்கங்களைப் பயன்படுத்தும் விதிமுறைகளை உருவாக்கிக்கொள்கிறது. இந்த விதிமுறைகளுக்கு உட்பட்டு அது கொண்டிருக்கும் கருத்தாக்கங்களைப் பயன்படுத்தி மெய்யான உலகின் வெளிப்பாட்டை விவரிக்கிறது, விளக்குகிறது, கட்டுப்படுத்த முயல்கிறது. இப்படியாகப் புது உலகத்தைப் படைக்கிறது. இவையெல்லாமும் மானுடச் செயல்பாடுகளாகின்றன. இந்த ஆற்றல்கள் எதுவுமே 'இயற்கை'யாகக் கொடுக்கப்பட்டதாக இல்லை. இப்படிப் படைக்கப்படும் அறிவுகளில் சில வாழ்வனுபவத்தோடு பொருந்திப்போகின்றன; சில அர்த்தமில்லாமல்போகின்றன. இலக்கியத்துக்கு மட்டுமல்ல; அறிவியலுக்கும் இது பொருந்தும். சருக்கை முன்வைக்கும் ஒரு எடுத்துக்காட்டை இங்கு

கொடுக்க முடியும்: நிறை என்றால் என்னவென்று இருப்பாய்வியலார்ந்து ஆய்வு செய்யாமலேயே இயற்பியலில் அதைப் பயன்படுத்த முடியும். ஆனால், நிறை என்ற கருத்தாக்கத்தை இருப்பாய்வியலார்ந்து அணுகுவது அவசியமாகிறது. இப்படி அணுகுவதன் ஊடாகவே இந்தக் கருத்தாக்கத்தின் அவசியத்தையும், அது எப்படியான அனுமானங்களின் மீது கட்டமைக்கப்பட்டிருக்கிறது என்றும், அது தன்னை விரித்துக்கொள்ளும் முறையையும் நம்மால் புரிந்துகொள்ள முடியும். இதுபோலவே காலம், வெளி, கணிதவியல் உருப்படிகள், பருப்பொருள் என்று ஒவ்வொரு கருத்தாக்கத்தையும் அணுக முடியும். ஆக, அறிவியல் தத்துவம் என்பது அறிவியல் முறைகள், முறையியல்கள், அதன் கருத்தாக்கங்கள், கருதுகோள்கள் எல்லாவற்றையும் தத்துவார்த்தக் கருத்துகள், கருத்தாக்கங்கள், முறைகள் கொண்டு அணுகுவதாக இருக்கிறது.[3]

அறிவியலைத் தத்துவார்த்தரீதியாக அணுகுவது ஏன் அவசியமாகிறது? துரதிர்ஷ்டவசமாக, பல ஆய்வாளர்கள் சுட்டிக்காட்டியிருப்பதுபோல் இயற்கை அறிவியல் முறையியலானது சமூக அறிவியல்களிலும், அரசியலார்ந்த பார்வைகளிலும் பெரும் செல்வாக்கு கொண்டிருக்கிறது; இயற்கை அறிவியல் மெய்யான உலகத்தைப் பொருள்வயப்படுத்துவதுபோல் மனிதர்களைப் பொருள்வயப்படுத்துகிறது.[4] அதாவது, இயற்கை அறிவியல் எப்படி அதன் கருத்தாக்க உலகத்துக்கு வெளியே (கணிதவியலில் உள்ளது போன்று) மானுட எழுவாயை நிறுத்துகிறதோ அதுபோலவே சமூக அறிவியல்களும் மானுட எழுவாயை அதன் உலகத்துக்கு வெளியே நிறுத்துகிறது. சமூக அறிவியல்களில் மானுட எழுவாயை அப்புறப்படுத்தும் அறிவு முறைக்கு இயற்கை அறிவியல் முறைதான் தார்மீக பலம்.[5] அறிவு முறைமைகளிலிருந்து மானுட எழுவாயை அப்புறப்படுத்துவதன் ஊடாகவே புறவயமான அறிவு என்று ஒன்று சாத்தியப்படுகிறது. மானுட எழுவாயோடு இயற்கை அறிவியல் எப்படிப் பிரச்சினைக்குரிய உறவைக் கொண்டிருக்கிறதோ, அதே பிரச்சினைக்குரிய உறவைச் சமூக அறிவியல்களும் அரசியல் செயல்பாடுகளும் கொண்டிருக்கின்றன. ஆக, கேள்வியை நாம் இப்படியாகச் சுருக்கிக்கொள்ள முடியும்: இயற்கை மற்றும் சமூக மெய்ம்மைகளுக்கும் மானுட எழுவாய்களுக்கும் இடையேயான உறவை நாம் எப்படியாகக் குணாம்சப்படுத்தப்போகிறோம்? அதாவது, மானுட விருப்பு வெறுப்புகளுக்கு அப்பாற்பட்டு, மொழிக்கு அப்பாற்பட்டு, மானுட அனுபவங்களுக்கு அப்பாற்பட்டு, மானுடப் புலனறிதல்களுக்கு அப்பாற்பட்டு 'மெய்ம்மை' என்ற ஒன்று இருப்பதாக வைத்துக்கொண்டாலும் அதை அணுகுவதற்கான வழிமுறைகள் என்ன? 'இயற்கை' என்று நாம் அழைக்கும் ஒன்று நமக்குக் கொடுக்கப்பட்ட ஒன்றாக இருக்கிறதா அல்லது மானுடர்களால்

3 இது குறித்த விரிவான வாசிப்புக்குப் பார்க்கவும்: Sundar Sarukkai, *'Philosophy and Method' in Mapping Scientific Method: Disciplinary Narrations*, Eds. Gita Chadha and Renny Thomas, 2022, Routledge.

4 நம் சமூகத்தில் தீண்டாமை நடைமுறையில் தீண்டா உணர்வுக்கான பயனிலையை உருவாக்க மனிதர்களைப் பொருள்வயப்படுத்துவதோடு இணைத்துப்பார்க்க முடியும்.

5 இது குறித்த விரிவான வாசிப்புக்குப் பார்க்கவும்: Gopal Guru and Sundar Sarukkai, *Experience, Caste and Everyday Social*, 2019, Oxford University Press, New Delhi.

படைக்கப்பட்ட ஒன்றாகிறதா? இயற்கை என்பதைக் கொடுக்கப்பட்டதாகப் பார்க்கும் பார்வையே மெய்ம்மைவாதம் என்றழைக்கப்படுகிறது. அறிவியல் இப்படியான மெய்ம்மைவாதத்தையே அதன் அடிநாதமாகக் கொண்டிருக்கிறது. அறிவியல் மெய்ம்மைவாதம் என்பது மானுட எழுவாய்களுக்கு அப்பால் இயற்கை என்பது உள்ளார்ந்த விதிகளைக் கொண்டிருப்பதாகிறது; விதிகளுக்கு உட்பட்டு இயங்குவதாகிறது. சமூக மெய்ம்மைவாதம் இதன் நீட்சியாகிறது.

நவீன அறிவியல்களில், குறிப்பாக இயற்பியலில் 'இயற்கை' என்ற கருத்தே அதன் மூலமாக இருக்கிறது. இயற்கை உள்ளார்ந்து காரணகாரியத் தொடர்புகளை, செயற்பாங்குகளை, விதிகளைக் கொண்டிருக்கும் ஒன்றாகிறது. இவற்றைக் கண்டறிவதே நவீன அறிவியலின் நோக்கமாகிறது. அறிவியல்களில் இயற்கை என்பது அறிவியல் முறையில் வாசிக்கப்படும் திறந்த புத்தகமாகிறது. ஆனால், இயற்கை என்றால் என்ன? நமக்குக் கொடுக்கப்பட்டிருக்கும் மெய்யான உலகம் 'இயற்கை'யானதா? இயற்கை என்பது மானுடர்களுக்கு, பண்பாடுகளுக்கு, வரலாறுகளுக்கு (மானுட உழைப்பு) வெளியே இருக்கும் ஒன்றென்றால் ஏன் இயற்கை வேறான பண்பாடுகளில் வேறாக வரையறுக்கப்படுகிறது?[6] இயற்கையின் பகுதிதான் மானுடர்கள் என்றால், எப்படித் தங்களை இயற்கைக்கு வெளியே பொருத்திக்கொள்ள முடியும்? அல்லது இயற்கை என்பது மானுடர்களால் படைக்கப்படும் ஒன்று என்றால், இயற்கை இயற்கையைப் படைத்துக்கொள்கிறது என்று சொல்ல முடியுமா? ஐன்ஸ்டைனுக்கும் தாகூருக்கும் இடையே மெய்ம்மை குறித்து நடந்த உரையாடல் வழியாக இந்தக் கேள்விகளை அணுக முயல்வோம்.

தத்துவங்களில் மெய்ம்மையின் இயல்பு தொடர்ந்து விவாதிக்கப்பட்டுவருகிறது. ஒவ்வொரு அறிவு முறைமையும் மெய்ம்மையை ஒவ்வொரு விதமாக வரையறுக்கிறது; விவரிக்கிறது. இதை நாம் தாகூர், ஐன்ஸ்டைன் உரையாடலிலும் காண முடியும். இவர்கள் கேட்டுக்கொண்ட கேள்வி இதுதான்: மனிதர்கள் எவருமே இல்லாத அறையில் உள்ள மேசை ஒன்று மேசையாக இருக்கிறதா? அதாவது, மானுடர்களுக்கு அப்பால் மேசை ஒன்று உள்ளார்ந்து மேசைத்தன்மை என்று எதையேனும் கொண்டிருக்கிறதா? பிதாகரஸ் சூத்திரம் மானுடர்களுக்கு அப்பால் 'மெய்'யாக இருப்பதாக ஐன்ஸ்டைன் நம்புகிறார். அதே சமயத்தில், இந்தக் கூற்றை 'அறிவியலார்ந்து' தன்னால் நிரூபிக்க முடியாது என்றும் சொல்கிறார்.[7] ஐன்ஸ்டைனின் வாதங்களுக்குப் பதில் சொல்லும் விதமாக, தாகூர் இப்படிச் சொல்கிறார்:

6 பார்க்க: Meera Baindur, *'Nature in Indian Philosophy and Cultural Traditions'*, Springer India, 2015.

7 'The Tagore – Einstein Conversation on the Nature of Reality' in *'Tagore, Einstein, and the Nature of Reality: Literary and Philosophical Reflections'*, (ed) Partha Ghose, Routledge, 2019. pp. 229–232. இவ்விரு ஆளுமைகளுக்கும் இடையே உண்மையிலேயே விவாதம் ஏதும் நடக்கவில்லை என்றும், இருவரும் அவரவர் மொழியில் அவர்கள் கொண்டிருக்கும் பார்வையைத்தான் வெளிப்படுத்துகிறார்கள் என்றும் சருக்கை முன்வைக்கிறார். பார்க்கவும்: The Einstein–Tagore Dialogue: Bridging the Unbridgeable?, Lecture at King's College, London. (இது யூட்யூபிலும் கிடைக்கிறது.)

'இந்த உலகம் மானுட உலகமே — அறிவியலார்ந்த பார்வை என்பது அறிவியல் மனிதரின் பார்வையே.' அதாவது, மானுடர்கள் இல்லாமல் ஓர் அறையில் உள்ள மேசையானது மேசையாக இருக்க முடியாது. இந்த நிலைப்பாட்டை ஏற்றுக்கொள்ள ஐன்ஸ்டைன் மறுக்கிறார். ஆக, இவ்விரு ஆளுமைகளுக்கும் இடையேயான முரண்பாடானது மெய்ம்மையை மொழிப்படுத்துவது மானுடக் கருத்தாக்கமா அல்லது அது மானுடர்களுக்கு அப்பால் சுதந்திரமாக இருப்பு கொண்டிருக்கும் ஒன்றை மொழியில் வெளிப்படுத்துகிறோமா என்ற கேள்வியாகத்தான் இருக்கிறது. மானுடர்களுக்கு அப்பால் மேசை ஒன்று மேசையாக இருக்க முடியும் என்பது மெய்ம்மைவாதப் பார்வையாகிறது. ஆனால், மேசை என்ற ஒன்று மானுடர்களுக்கு அப்பால் எப்படியான இருப்பும் கொண்டிருக்கவில்லை என்பதாக எடுத்துக்கொள்ள முடியுமா? இங்கு நாம் கவனத்தில்கொள்ள வேண்டிய விஷயம் இதுதான்: 'மெய்ம்மைவாதம் என்பது இந்த உலகம் உண்மையிலேயே எப்படியாக உள்ளது என்பது குறித்ததாக இல்லை. இந்த உலகம் எப்படியாக இருக்கிறது என்று முற்றிலும் தவறான வழிகளில் நம்மால் உள்வாங்கிக்கொள்ள முடியும். ஆனாலும், மெய்ம்மை உண்மையாகவும் இருக்க முடியும்'.[8] மானுட இடையீட்டுக்கு அப்பால் உள்ள மெய்ம்மையை நாம் 'முரட்டு' மெய்ம்மை என்பதாகவும், மானுட இடையீட்டால் படைக்கப்படும் மெய்ம்மையை நாம் 'கருத்தாக்க' மெய்ம்மையாகவும் பிரித்துப்பார்க்க முடியும். மானுடர்களுக்கு அப்பால் உள்ள மேசை ஒன்று மேசை என்ற பொருளாக இருக்க முடியாது; அது ஏதோ ஒன்றாக மட்டுமே இருக்க முடியும். மானுட இடையீட்டின் ஊடாகத்தான் முரட்டு மெய்ம்மையானது கருத்தாக்க மெய்ம்மையாக உருமாறுகிறது. எடுத்துக்காட்டாக, எவரெஸ்ட் உச்சி என்பது மானுடர்கள் இருந்தாலும் இல்லையென்றாலும் மெய்யான ஒன்றாகத்தான் இருக்கும். ஆனால், 'உலகத்தில் மிக உயரமானது எவரெஸ்ட் உச்சி' என்ற மெய்ம்மையோ மானுட எழுவாயால் படைக்கப்பட்டது. இது, காரணிகளுக்கும் ஏரணத்துக்கும் உட்பட்டதாக இருக்க வேண்டியுள்ளது. அடையாளமற்ற ஒரு மெய்ம்மையானது மானுடர்களால், மானுடர்களின் மொழியால் அடையாளம் கொண்ட மெய்ம்மையாகிறது. இப்படிப் படைக்கப்படும் மெய்ம்மை எப்போதும் மறுக்கப்படுவதற்கும் மாற்றப்படுவதற்கும் நிராகரிக்கப்படுவதற்கும் சாத்தியங்களை உள்ளார்ந்து கொண்டிருக்கிறது. நாளை ஒருவர், 'உலகத்தில் உயரமான உச்சி எவரெஸ்ட் அல்ல' என்று காரணியங்களுக்கும் ஏரணத்துக்கும் உட்பட்டுக் கோர முடியும். முரட்டு மெய்ம்மையான எவரெஸ்ட் உச்சி இப்படியான சாத்தியப்பாடுகள் எதையும் உள்ளார்ந்து கொண்டிருக்கவில்லை. தாகூரின் கூற்றை ஏற்றுக்கொள்ளும் மதிலால், 'அறிவை மொழியில்தான் வெளிப்படுத்த

8 John R. *Searle, The Construction of Social Reality,* The Free Press, New York, 1995, p. 155. அப்படியென்றால், இருப்பாய்வியலார்ந்து இரண்டு மெய்ம்மைகள் இருக்கின்றன என்று எடுத்துக்கொள்ள முடியுமா? அதாவது, ஏதோ ஒன்று அதுவாக இருக்கிறது (thing-in-itself) என்றும், ஏதோ ஒன்று நமக்காக இருக்கிறது (thing-for-us) என்பதாகவும் எடுத்துக்கொள்ள முடியுமா? இப்படி வேறுபடுத்திப்பார்ப்பதை மார்க்ஸ் ஏற்றுக்கொள்ளவில்லை. மெய்ம்மையின் பண்பு குறித்த மார்க்ஸின் வாசிப்புக்குப் பார்க்கவும்: Philip J.Kain, *Marx' Method, Epsitemology, and Humanism: A study in the Development of His Thought,* D. Reidel Publishing Company, Holland, 1986.

வேண்டியுள்ளது. மொழி இல்லையென்றால் மற்றவர்களிடம் நம்மால் அறிவைப் பகிர்ந்துகொள்ள முடியாது. அறிவின் இடையகமாக இருக்கும் மொழி என்பது மானுடர்களால் உருவாக்கப்பட்ட ஒன்றாகிறது' என்கிறார்.[9] ஆக, இருக்கும் ஏதோ ஒன்று மெய்யாக இருக்கிறது என்றாலும்கூட, அது அடையாளமற்று இருப்பதோடு, மானுட மொழிக்கு உட்பட்டு, காரணியத்துக்கு உட்பட்டு, ஏரணத்துக்கு உட்பட்டு, மானுட அனுபவத்துக்கு உட்பட்டு, மானுட உழைப்புக்கு உட்பட்டு அடையாளம் கொண்டிருக்கும் ஒன்றாகப் படைக்கப்படுகிறது. மிக முக்கியமாக, மொழி என்பது (கணிதவியல் மொழி உட்பட) மானுடர்களால் படைக்கப்பட்டது என்பதால், மானுடக் கற்பனைகளை அதிலிருந்து முற்றிலுமாக அப்புறப்படுத்த முடியாது என்றும், உண்மைகளிலிருந்து மானுடர்களை விலக்கிவைக்க முடியாது என்றும் மதிலால் முன்வைக்கிறார்.[10]

இந்தப் பிரச்சினையைப் புறவயத்தன்மை, அகவயத்தன்மை என்ற எளிமையான இருமத்துக்குள் வைத்துப் பார்க்க வேண்டியதில்லை. எவரெஸ்ட் உச்சி என்று நம்மால் அழைக்கப்படும் ஒன்று மானுடக் குறுக்கீடுகளுக்கு அப்பால் இருக்கும் (முரட்டு) மெய்ம்மையாக இருக்கிறது என்றாலும், மானுடக் குறுக்கீட்டின் ஊடாகவே அது எவரெஸ்ட் உச்சி என்ற (கருத்தாக்க) மெய்ம்மையாக உருமாறுகிறது. எவரெஸ்ட் உச்சி இயற்கையானது, நமக்குக் கொடுக்கப்பட்டிருக்கும் ஒன்று என்று நம்மால் தீர்மானமாகச் சொல்ல முடியுமா? அதாவது, மேசை ஒன்று மேசைத்தன்மையை அதுவாகவே கொண்டிருக்கிறதா? இந்தக் கேள்வியை, இயற்கை என்ற கருத்தாக்கத்தை மார்க்ஸ் எப்படிப் பார்த்தார் என்பதோடு இணைத்துப்பார்க்க முயல்வோம். மிகவும் பகட்டாகச் சொல்வதென்றால், ஐன்ஸ்டைனுக்கும் தாகூருக்கும் இடையேயான உரையாடலில், ஐன்ஸ்டைனை (ஒருவிதமான அறிவியலார்ந்த, அதாவது நேர்க்காட்சியப் பார்வையை முதன்மைப்படுத்தும்) மார்க்ஸியம் ஏற்றுக்கொள்ளும் என்றும், மார்க்ஸ் ஒரு தத்துவவியலாளராக தாகூர் பக்கம் நிற்பார் என்றும் நம்மால் சொல்ல முடியும். மார்க்ஸின் தத்துவார்த்த வாசிப்புகள் அறிவியலார்ந்த வாசிப்புகளாக மார்க்ஸியர்களால் முன்வைக்கப்படுகின்றன. அதாவது, அறிவியல் கொண்டிருக்கும் முறையை மார்க்ஸ் கொண்டிருப்பதாகவும், இந்த அறிவியல் முறைக்கு உட்பட்டு மானுடச் சமூகங்களை, வரலாற்றை, முதலீட்டியத்தை அவர் வாசித்ததாகவும் அர்த்தப்படுத்திக்கொள்ள முடியும். இப்படி வாசிப்பதை மார்க்ஸின் எழுத்துகள்

9 Bimal Krishna Matilai, 'Preamble: a man-centric view: Poet and Scientist', in *'Tagore, Einstein, and the Nature of Reality: Literary and Philosophical Reflections'*, (ed) Partha Ghose, Routledge, 2019. pp. 12–15.

10 Ibid., (இதே கருத்தை ஹைசன்பக்கும் முன்வைக்கிறார்: Natural Science does not simply describe or explain nature. It is part of the interplay between nature and ourselves; it describes nature as exposed to our method of questioning. பார்க்கவும்: Werner Heisenberg, *Physiscs and Philosophy: The Revolution in Modern Science*, Haper perenninal, New York. குறிப்பாக, Language and Reality இயலைப் பார்க்கவும்.)

அனுமதிக்கின்றன என்கிறார் மெக்காத்தி.[11] ஆனால், வேறு விதமாக வாசிக்கும் சாத்தியப்பாட்டையும் மார்க்ஸ் நமக்குக் கொடுக்கிறார். அறிவியலார்ந்த முன்வைப்புகள் அறிவியலார்ந்த மெய்ம்மைகளிலிருந்து மானுட எழுவாயை அப்புறப்படுத்துகின்றன. இப்படி அப்புறப்படுத்துவது அறிவியல் முறைக்கு மிகவும் அவசியமாகிறது என்கிறார் சருக்கை. இப்படி அப்புறப்படுத்துவதன் ஊடாகவே இயற்கை என்ற கருத்தானது மானுடர்களுக்கு அப்பால் இருக்கும் ஒன்றாக முன்வைக்கப்படுகிறது. ஆக, அறிவியலார்ந்த முறையை மார்க்ஸ் கொண்டிருந்தார் என்று சொல்வோமானால், அவர் தனது வாசிப்புகளில் மானுட எழுவாயை அப்புறப்படுத்தி மானுடச் சமூகம் குறித்த உண்மைகளை முன்வைத்தவராகிறார். இயற்கை அறிவியலாளர்கள் எப்படி இயற்கை விதிகளைக் கண்டறிகிறார்களோ அதுபோல மார்க்ஸ் சமூக விதிகளை, வரலாற்று விதிகளைக் கண்டறிந்தவராகிறார். இப்படி முன்வைப்பதில் உள்ள சிக்கல் இதுதான்: அறிவியலாளர்கள் படைப்பாளிகளாக (ஆசிரியர்களாக) இருந்து இந்த உலகம் குறித்த விதிகளை வரலாற்றுச் சாத்தியப்பாடுகளுக்கு உட்பட்டு (மானுட உழைப்புக்கு உட்பட்டு) படைக்கிறார்களா அல்லது இயற்கை உள்ளார்ந்து கொண்டிருக்கும் விதிகளை நமக்குக் கொடுக்கும் மொழிபெயர்ப்பாளர்களாக இருக்கிறார்களா என்று சருக்கை கேட்கும் கேள்வி இந்தச் சிக்கலை மிகத் தெளிவாக முன்வைக்கிறது.[12] மார்க்ஸைப் புரிந்துகொள்ள சருக்கை முன்வைக்கும் இந்தக் கேள்வி பயனுள்ளதாக இருக்கும் என்று நம்புகிறேன். இயற்கை என்ற கருத்தை மார்க்ஸ் எப்படிக் கையாண்டார் என்றும், அதாவது உலகம் குறித்த உண்மைகளில் மானுட எழுவாயை மார்க்ஸ் எங்கு பொருத்தினார் என்றும் பார்ப்பது பயனுள்ளதாக இருக்கும்.

மார்க்ஸைப் பொறுத்தமட்டில் மெய்யான (நம் மொழியில் முரட்டு மெய்ம்மையான) உலகமானது மானுட உடலின் விரிவாக்கமாகிறது. மானுட உடல் எப்படி அங்ககமான உறுப்புகளைக் கொண்டிருக்கிறதோ அதுபோல், மெய்யான உலகம் மானுடர்களின் அங்ககமல்லாத உறுப்புகளாகிறது. இதனால்தான், 'மானுடர்களின் பௌதிக இருப்பும், மனம்சார்ந்த இருப்பும் இயற்கையோடு இணைந்திருப்பது என்பது, இயற்கை இயற்கையோடு இணைந்திருக்கிறது என்றே அர்த்தமாகிறது. ஏனெனில், மானுடர்கள்

11 '[...] on Marx's writings there is, however, a noticeable element of positivism and mechanical economic determism, especially when he deals with such issues as his philosophy of history, social change precipated by the contradictions between productive forces, and relations of production, historical necessity, the relationship between base and super structure, his theory of needs and his materialsit conception of man. However, within the context of overall writings with its epsitemological and philosophical continuity this appears as an experimental period in his life heavily influenced by Engels'. George E. McCarthy, Marx's Critique of Science and Positvism: The methodological Foundations of Political Economy, Kluwer Academic Publishers, London, 1988, p. 173.

12 Sundar Sarukkai, *'Translating the World: Science and Language'*, University Press of America, 2002. நடைமுறை அறிவியலாளர்கள் இரண்டு நிலைக்கும் பொறுப்பேற்க மறுக்கிறார்கள். இதுகுறித்து இந்தக் கட்டுரையின் 'அறிவியலாளர் என்ற மொழிபெயர்ப்பாளர்' பகுதியில் விரிவாக விவாதிக்கப்படுகிறது.

இயற்கையின் பகுதியாகிறார்கள்' என்கிறார் மார்க்ஸ்.[13] ஆனால், அறிவியலார்ந்த அறிவு என்பது பௌதிக உலகத்திலிருந்து மானுட எழுவாயைத் துண்டித்தே சாத்தியப்படுகிறது. இந்த நிலைப்பாட்டைத்தான் எங்கெல்ஸ் எதிரொலிக்கிறார்: 'பிற உயிரிகளைக்காட்டிலும் இயற்கை மீது மேலான கட்டுப்பாட்டை மானுடர்களால் கொண்டிருக்க முடிவதால், இயற்கை விதிகளை மானுடர்களால் அறிந்துகொள்ள முடிகிறது, அந்த விதிகளை நடைமுறைப்படுத்த முடிகிறது.'[14] இதன் நீட்சியாக, இயற்கை அறிவியல் முறைகளைக் கொண்டு சமூகம் குறித்த அறிவைப் படைக்க முடியும் என்று நீட்டிக்கப்படும் பார்வையானது மானுடர்களால் படைக்கப்படும் அறிவானது மானுடர்களையே அதற்கான பயனிலையாக்கிக்கொள்கிறது. சுருக்கமாகச் சொல்வதென்றால், அறிவியலார்ந்த மார்க்ஸியத்தில் மார்க்ஸ் நேர்க்காட்சியச் சிந்தனையாளராக மாறுகிறார். ஆனால், நேர்க்காட்சியப் பார்வையை மார்க்ஸ் முற்றிலுமாக நிராகரிக்கிறார் என்கிறார்கள் பல ஆய்வாளர்கள். நாம் விவாதித்துக்கொண்டிருக்கும் விஷயத்தோடு தொடர்புபடுத்திச் சொல்வதென்றால், நேர்க்காட்சியப் பார்வையில் இயற்கை என்பது மானுடர்களுக்குக் கொடுக்கப்பட்டிருக்கும் ஒன்றாகிறது; சில விதிகளுக்கு உட்பட்டு இயங்கும் ஒன்றாகிறது; மானுடர்களிடமிருந்து இந்த விதிகள் சுதந்திரமாக இயங்குபவையாகின்றன. 'நேர்க்காட்சியம் என்பது அடிப்படையில் இறையியல் பார்வையே' என்கிறார் மெக்காத்தி.[15] அதாவது, இந்த அண்டத்தைக் கடவுள் படைத்தார் என்பதற்குப் பதிலாக விதிகளால், அதாவது அறிவியலால் கண்டறியக்கூடிய காரணகாரிய விதிகளால் படைக்கப்பட்டதாகப் பார்க்கப்படுகிறது. ஆக, நேர்க்காட்சியம் என்பது அறிவியலார்ந்த, புறவயமான விதிகளை மையப்படுத்தும் பார்வையாகிறது; அறிவியல் அறிவை மட்டுமே ஏற்றுக்கொள்ளத்தக்க அறிவாகப் பார்க்கிறது; பலவிதமான அறிவுகள் இருப்பதை ஏற்றுக்கொள்ளவும் மறுக்கிறது. மேலும், 'இயற்கை விதிகளும் சமூக விதிகளும் புறவயமானவை என்ற மீவியற்பியலார்ந்த நம்பிக்கைகளைச் சார்ந்தும் இருக்கிறது. அதாவது, மெக்காத்தி சொல்வதுபோல், நேர்க்காட்சிய முறையியலில் புறவயமான மெய்ம்மை என்பது சுதந்திரமானதாகவும் (அறிவியலின் மீவியற்பியல்); விழுமியம்சாராததாகவும் (புறவயத்தன்மை) அனுமானித்துக்கொள்ளப்படுகிறது. இப்படியான முறை சார்ந்து படைக்கப்படும் உள்ளமைகள் சுதந்திரமான (மானுடர்களுக்கு அப்பால்) சரிபார்க்கக்கூடிய புறவயமான உள்ளமைகளாகின்றன (எடுத்துக்காட்டு, எவரெஸ்ட் உச்சி என்ற உள்ளமை). இந்த உள்ளமைகள் இயற்கை அல்லது சமூகத்தை நேர்மையாக, மானுடர்கள் குறுக்கீடு எதையும் சார்ந்திராமல், எதையும் கூட்டாமல் கழிக்காமல் பிரதிபலிப்பதாகப் பார்க்கப்படுகின்றன. 'பொதுவாக, அனுபவவாதம், பகுத்தறிவுவாதம் போன்ற நேர்க்காட்சிய

---

13 Marx, Economic and Political Manuscripts of 1844, in Elizabeth Terzakis, 'Marx and Nature: Why we need Marx now more than ever', International Socialist Review, Issue 109.

14 Engels, Dialectics of Nature, in Paul Thomas 'Marxism and Scientific Socialism: From Engels to Althusser', Routledge, 2008, p. 134.

15 George E. McCarthy, 'Marx's Critique of Science and Positivism: The Methodological Foundations of Political Economy', Kluwer Academic Publishers, 1988, p. 3.

வகைமைகள் கொண்டே மார்க்ஸின் மூலதனம் அர்த்தப்படுத்தப்படுகிறது. மார்க்ஸின் மூலதனம் 19-ஆம் நூற்றாண்டு நேர்க்காட்சியச் சிந்தனையால் படைக்கப்பட்டது அல்ல. சொல்லப்போனால் அது அதற்கு எதிரான படைப்பாகத்தான் இருக்கிறது' என்கிறார் மெக்காத்தி.

மார்க்ஸை நாம் அறிவியலார்ந்த சிந்தனையாளராக முன்வைப்போம் என்றால், அவர் அறிவியல் அறிவை முற்றிலும் வேறான முறையில் — அதாவது, மானுட எழுவாயை உள்ளடக்கிய முறையில் அர்த்தப்படுத்தினார் என்று நாம் ஏற்றுக்கொள்ளத்தான் வேண்டும். 'உண்மையான அறிவியல் என்பது உணர்வுபூர்வமான தேவைகளிலிருந்தே தொடங்க முடியும்' என்றும், 'வாழ்க்கைக்கு ஒரு அடிப்படை, அறிவியலுக்கு ஒரு அடிப்படை என்பது முன்னீட்டுத் தவறாகும்' என்றுமே மார்க்ஸ் வாதிடுகிறார்.[16] அதாவது, மானுட வாழ்வனுபவத்திலிருந்து துண்டிக்கப்பட்ட அறிவு என்று ஒன்று இருக்க முடியாது என்றே மார்க்ஸ் கோருகிறார். இதனால்தான், இயற்கை என்றழைக்கப்படும் மெய்யான உலகத்திலிருந்து மானுடர்களைப் பிரித்துப்பார்க்க மார்க்ஸ் தீர்மானமாக மறுக்கிறார்; மானுட அறிவிலிருந்து மானுட எழுவாயை அப்புறப்படுத்த மறுக்கிறார். மானுட உழைப்பின் ஊடாகவே (மொழி, அனுபவம், காரணியம், ஏரணம், பௌதிகக் கருவிகள், கருத்தாக்கக் கருவிகள்) முரட்டு மெய்ம்மையானது கருத்தாக்க மெய்ம்மையாகப் படைக்கப்படுகிறது; இதுவே முரட்டு மெய்ம்மையை வடிவமைப்பதாகவும் இருக்கிறது. மானுட உழைப்பு இயற்கை என்றழைக்கப்படும் பௌதிக உலகத்தை மாற்றுவதோடு மட்டுமல்லாமல், இயற்கையின் அங்ககமாக இருக்கும் மானுடர்களையும் மாற்றுகிறது. ஆக, பொருள்வயப்பட்ட உலகமானது மானுட உழைப்பு வழியாகவே இயற்கையாகிறது. இந்த அர்த்தத்தில் இயற்கையே இயற்கையைப் படைத்துக்கொள்வதாகிறது. இது முன்னீட்டு விதிகள் சார்ந்திராமல், வளர்சிதை மாற்றத்திலானதாகிறது. ஆகவேதான், 'மானுடவியலார்ந்தும் வரலாற்றுரீதியாகவும் இயற்கையோடு மானுடர்களை இணைப்பது மானுட உழைப்பே' என்கிறார் மார்க்ஸ்.[17]

> உழைப்பு என்பது அடிப்படையில் மானுடர்களுக்கும் இயற்கைக்கும் இடையேயான செயற்பாங்காகிறது; இந்தச் செயற்பாங்கில், மானுடர்கள் தங்களுடைய செயல்கள் ஊடாக இயற்கைக்கும் தங்களுக்கும் இடையேயான வளர்சிதை மாற்றத்தில் குறுக்கிடுகிறார்கள், ஒழுங்கமைக்கிறார்கள், கட்டுப்படுத்துகிறார்கள். பொருள்வயப்பட்ட இயற்கையை இயற்கையான சக்தியாகப் பார்க்கிறார்கள். மானுட உடலுக்குச் சொந்தமான, புஜங்களுக்கு, கால்களுக்கு, தலைக்கு, கைகளுக்குச் சொந்தமான இயற்கையான சக்திகளை இயங்கவிட்டு, தங்களுடைய சொந்தத் தேவைக்கு

---

16 Marx, Economic and Political Manuscripts, in Paul Thomas, 'Marxism and Scientific Socialism: From Engels to Althusser', Routledge, 2008, p. 143.

17 Paul Thomas, Ibid., p. 136.

ஏற்றாற்போல், பொருள்வயப்பட்ட இயற்கையைத் தன்வயப்படுத்திக்கொள்கிறார்கள்.[18]

மிக முக்கியமாக, மானுட உழைப்பு என்பதே மானுடர்களுக்குப் பொருள்வயப்பட்டதாகிறது என்கிறார் மார்க்ஸ். அதாவது, உழைப்பின் ஊடாக மானுடர்கள் தங்களையே புறவயப்படுத்திக்கொள்கிறார்கள் என்கிறார். மேலும், மானுடர்களினுடைய 'ஐம்புலன்களின் வளர்ச்சி என்பது முந்தைய எல்லா வரலாறுகளின் விளைவாகிறது' என்கிறார் மார்க்ஸ்.[19] ஐம்புலன்களின் ஆற்றலைக்கூட இயற்கையான ஒன்றாக, நமக்குக் கொடுக்கப்பட்டிருக்கும் ஒன்றாக மார்க்ஸ் பார்க்கவில்லை. இங்கு 'முந்தைய எல்லா வரலாறுகளின் விளைவாகிறது' என்பது மானுட அனுபவத்தைக் குறிக்கிறது; உழைக்கும் ஆற்றலைக் குறிக்கிறது; வரலாற்று விதிகளை அல்ல. ஆக, மானுட உழைப்பு பௌதிக உலகத்தை மட்டுமல்லாமல் மானுடர்களையும் உருமாற்றும் ஆற்றல் கொண்டிருப்பதாலும், மானுடர்களின் உழைப்பை மானுடர்களால் புறவயப்படுத்த முடிகிறது என்பதாலும், இயற்கை என்றழைக்கப்படும் பௌதிக உலகம் மானுட உடலின் அங்ககமல்லாத உறுப்புகளாக இருப்பதாலும், பௌதிக உலகத்துக்கும் மானுடர்களுக்கும் இடையேயான உறவு வளர்சிதை மாற்றத்திலானதாக இருப்பதாலும், மானுட உழைப்பு என்பது இயற்கையோடு உள்ளார்ந்து உறவுகொண்டிருக்கும் ஒன்றாகிறது. பௌதிக உலகத்தின் ஆற்றல்களை மானுடர்கள் தேவைக்கு ஏற்ப பயன்படுத்திக்கொள்ள எப்படியாகக் குறுக்கிடுகிறோம், எப்படியாகக் கட்டுப்படுத்துகிறோம் என்பது நாம் நம்மை எப்படியாக வடிவமைத்துக்கொள்ள முயல்கிறோம் என்றே அர்த்தமாகிறது. உழைப்பை மார்க்ஸ் முதன்மைப்படுத்துவதன் வழியாக இயற்கையின் உள்ளார்ந்த உறவையே முதன்மைப்படுத்துகிறார். ஏனெனில், உழைப்பின் ஊடாக நாம் நம்மையே படைத்துக்கொள்கிறோம். உழைப்பது என்பது உணர்வுபூர்வமான தேவைகளை மட்டுமே கொண்டிருக்கவில்லை; லட்சியவாதத்தையும் கொண்டிருக்கிறது. (தேனீயின் கூட்டுக்கும் மானுட உழைப்புக்கும் இடையேயான வேறுபாடு குறித்து மார்க்ஸ் சொல்வதை இங்கு இணைத்துப்பார்க்கலாம்.) இந்த லட்சியவாதம்தான் மானுடர்கள் தங்களையே புறவயப்படுத்திக்கொள்வதைச் சாத்தியப்படுத்துகிறது. உழைப்பின் லட்சியவாதமே நாம் நம்மை வரையறுத்துக்கொள்வதைச் சாத்தியப்படுத்துகிறது. இந்த அர்த்தத்தில், உழைப்பின் ஊடாக மானுடர்கள் தங்களைத் தாங்களே படைத்துக்கொள்கிறார்கள் என்பது இயற்கை அதை அதுவாகப் படைத்துக்கொள்கிறது என்றே அர்த்தமாகிறது. இப்படியான புரிதலில், இறை நம்பிக்கை ஒருவிதமான மானுடச் சுயவரையறையைச்

18 Marx, Capital, in Paul Thomas, Ibid., p. 136.

19 Marx, Manuscripts in Schmidt, 2014, p. 109. நம்முடைய புலன்கள் முந்தைய வரலாற்றால் வளர்த்தெடுக்கப்பட்டவை என்று மார்க்ஸ் சொல்வதையும், இந்தியச் சமூகத்தில் நம் புலன்கள் எப்படி சாதியப் புலன்களாக வளர்த்தெடுக்கப்பட்டிருக்கின்றன என்று குருவும் சருக்கையும் சொல்வதையும் இணைத்துப்பார்க்க வேண்டியுள்ளது. புலன்கள் விழுமியமற்றவை அல்ல; அவை சமூகப் புலன்களாகவே தம்மை வெளிப்படுத்திக்கொள்கின்றன. பார்க்கவும்: Gopal Guru and Sundar Sarukkai, *'Experince, Caste, and Everyday Social'*, OUP, New Delhi, 2019.

சாத்தியப்படுத்துகிறது என்றால், நாத்திகம் ஒருவிதமான சுயவரையறையைச் சாத்தியப்படுத்துகிறது என்றால், நவீன அறிவியலும் ஒருவிதமான மானுடச் சுயவரையறையைச் சாத்தியப்படுத்துகிறது என்று சொல்ல முடியும். மானுட எழுவாயை அப்புறப்படுத்தும் வரையறைகளை நாம் ஏற்றுக்கொள்ளப்போகிறோமா அல்லது மானுட எழுவாயின் பாத்திரத்தை அங்கீகரிக்கப்போகிறோமா என்பதே நம் முன் இருக்கும் அறரீதியான கேள்வியாகும். இந்த அறரீதியான கேள்வியை எதிர்கொள்ள நமக்கு மார்க்ஸ் மிகவும் அவசியமாகிறார்.

ஐன்ஸ்டைன்-தாகூர் உரையாடலில், மானுட எழுவாயை உழைப்பின் ஊடாகக் கொண்டுவந்து, மானுட எழுவாய் கொண்டிருக்கும் கருவிகள் ஊடாக இருவரின் நிலைப்பாடுகளையும் மார்க்ஸ் இணைத்திருப்பார் என்று சொல்ல முடியும். அறிவறிதலை உழைப்பின் ஊடாகச் சமூகவயப்படுத்தியதே மார்க்ஸின் மேதமையாகிறது. நம் சிந்தனை வரலாற்றில் மிக பிரம்மாண்டமான பாய்ச்சல் இது. அறிவறிதல் பிரச்சினையை மானுட உழைப்பின் ஊடாக மார்க்ஸ் எதிர்கொள்கிறார். மானுட உழைப்பு சமூகவயப்பட்டதே; மொழியும் சமூகவயப்பட்டதே; கருத்துகளும் கருத்தாக்கங்களும் சமூகவயப்பட்டவையே. மானுட உழைப்பால் படைக்கப்பட்டதுதான் மொழி. முரட்டு மெய்ம்மை அதற்குள்ளாக ஏதேனும் உள்ளமைகளை, விதிகளைக் கொண்டிருந்தாலும்கூட, மொழிப்படுத்தாமல், சமூகவயப்படுத்தாமல் அவற்றை நம் பிரக்ஞையின் பகுதியாக்க முடியாது. இந்தச் செயற்பாங்கில் மானுட எழுவாயின் பாத்திரத்தை நம்மால் அப்புறப்படுத்த முடியாது. மொத்தத்தில், மானுடர்களால் படைக்கப்படும் மெய்ம்மைகளிலிருந்து, உள்ளமைகளிலிருந்து மானுடர்களை அப்புறப்படுத்த முடியாது. மார்க்ஸின் தத்துவம் மீது நம்பிக்கை கொண்டவர்கள் அவரை வெறுமனே நவீன அறிவியல் முறைகளைக் கைக்கொண்ட, அறிவியலார்ந்த சிந்தனைமுறைகளைக் கைக்கொண்ட அறிவியலாளராகச் சுருக்காமல், அறிவறிதல் கேள்வியைச் சமூகவயப்படுத்திய மிக முக்கியமான தத்துவவியலாளராகப் பார்க்க வேண்டியுள்ளது. இதற்கு மார்க்ஸ் குறித்த மாற்று வாசிப்புகள் மீதும், அறிவியல் தத்துவ வாசிப்புகள் மீதும் நாம் கவனம் செலுத்த வேண்டும்.

அறிவியல் அறிவை வெறுமனே அறிவு முறைமையாக மட்டுமே பார்க்காமல், அதைச் சமூகவயப்பட்டதாகப் புரிந்துகொள்ள, அறிவறிதல் பிரச்சினையை மார்க்ஸ் சமூகவயப்படுத்தியதோடு இணைத்துப்பார்ப்பது பயனுள்ளதாக இருக்கும். ஆக, அறிவறிதல் பிரச்சினையை மையப்படுத்திய தத்துவவியலாளராக மார்க்ஸைப் பார்க்கும் பார்வையில், இந்தியத் தத்துவார்த்த மரபுகள் உட்பட, மேற்கல்லாத பிற தத்துவ மரபுகள் எல்லாமும் அறிவறிதல் பிரச்சினையை எவ்வாறு எதிர்கொண்டன என்று பார்ப்பதற்கும் பயனுள்ளதாக இருக்கும். நம்முடைய தத்துவார்த்த அடிப்படைகள் ஊடாக மார்க்ஸோடு ஒரு உரையாடல் நடத்த முடியும். இந்தியத் தத்துவ மரபுகளில் புறவயத்தன்மை-அகவயத்தன்மை, புலன்சாரா-புலன்சார் (*apriori-aposteriori*) போன்ற இருமைகள் ஏன் சாத்தியப்படவில்லை என்றும், மேற்கத்தியத் தத்துவத்தில்

ஏன் இவை சாத்தியப்பட்டன என்றும் நாம் கேட்டுக்கொள்ள வேண்டியுள்ளது. இந்தியத் தத்துவ மரபுகளைப் பொறுத்தமட்டில் புறவுலகம் இல்லாமல் மொழியும் இல்லை, பிரக்ஞையும் இல்லை. மொழியும் பிரக்ஞையும் இல்லாமல் புறவுலகம் எப்படியான அர்த்தத்தையும் கொண்டிருப்பதில்லை. சங்க இலக்கிய அகம்-புறம் கோட்பாடு இப்படியான பார்வைக்கு மிகச் சிறந்த எடுத்துக்காட்டாகிறது. அகப்பாடல்கள் புறத்தை விவரித்து அகத்தை வெளிப்படுத்துகின்றன என்றால், புறப்பாடல்கள் அகத்தை விவரித்துப் புறத்தை வெளிப்படுத்துகின்றன. ஏ.கே.ராமானுஜனின் வார்த்தைகளில் சொல்வதென்றால், சங்க இலக்கியத்தில் அகமும் புறமும் கண்ணாடியைக் கண்ணாடி பிரதிபலிப்பதுபோல் ஒன்றையொன்று பிரதிபலிக்கின்றன. இதில் மானுட எழுவாயும், பௌதிக உலகமும் ஒன்றோடொன்று கரைந்து வெளிப்படுகின்றன. அறிவியல் அறிவையும் இப்படி நுட்பமான செயற்பாங்கின் ஊடாகவே நாம் அணுக வேண்டும்.

கணித மொழியிலான உலகம்

இப்படியான புரிதலிலிருந்து அறிவியலுக்கும் மொழிக்கும் இடையேயான உறவை நாம் விரிவாகப் பார்ப்போம். இந்தக் கேள்விகளிலிருந்து தொடங்குவோம்: அறிவியல் — குறிப்பாக, இயற்பியல், ஏன் கணித மொழி என்ற குறியீட்டு மொழியைச் சார்ந்திருக்க வேண்டியுள்ளது? இந்தக் கேள்வியை நாம் தத்துவார்த்தரீதியாக அணுக வேண்டியுள்ளது. மொழியின் பண்புக்கும், குறிப்பாகக் கணித மொழியின் பண்புக்கும் மெய்ம்மைக்கும் இடையேயான உறவு என்ன? ஏன் நாம் இயற்கை மொழிகள் என்றழைக்கும் தமிழ், ஆங்கிலம் போன்ற மொழிகளில் அறிவியல் உண்மைகளை முன்வைக்க முடியவில்லை? கணித மொழிக்கும் இயற்கை மொழிகளுக்கும் இடையேயான உறவு எப்படிப்பட்டது? இயற்கை மொழிகளுக்கு இடையேயான உறவின் பண்பைத்தான் கணித மொழி இயற்கை மொழிகளோடு கொண்டிருக்கிறதா? இல்லையென்றால், அதன் தனித்த பண்பு என்ன? ஆம், என்றால் கணித மொழியும் மற்றொரு இயற்கை மொழிதானா? இயற்கை மொழி பலவிதமான வாசிப்புகளுக்கு இடம்கொடுப்பதுபோல் கணித மொழியில் இடமிருக்கிறதா? கணித மொழியும் ஒரு மொழிதான் என்றால், அது இத்தகைய பண்பைக் கொண்டிருக்க வேண்டும். ஆனால், கொண்டிருக்கவில்லை. ஏன்? இந்தக் கேள்விகளை சுந்தர் சருக்கையின் *'Translating the World'* புத்தகத்தை அடிப்படையாகக் கொண்டு புரிந்துகொள்ள முயல்கிறேன். இந்தப் புத்தகத்தில் சருக்கை முன்வைக்கும் வாதங்களை இங்கே தொகுத்துக்கொள்கிறேன்.[20] அறிவியல் முன்வைப்புகளை ஏற்றுக்கொள்வது அல்லது மறுப்பது என்பதற்கு அப்பால், அதன் அறிவறிதல் அடிப்படைகளைப் புரிந்துகொள்வதே என் நோக்கம்.

20 பார்க்கவும்: Sundar Sarukkai, *Translating the World: Science and Language*, University Press of America, 2002. இந்தப் புத்தகத்தின் அடிப்படைகள் பின்வரும் பகுதிகளில் விரிவாக விவாதிக்கப்படுகின்றன.

நவீன அறிவியல் இந்தப் பிரபஞ்சத்தை ஒருவிதமாக அர்த்தப்படுத்துகிறது. இயற்கை குறித்தான வரலாறு இல்லாமல் இயற்கை அறிவியல் இல்லை என்கிறார் சருக்கை. இரண்டும் ஒன்றோடொன்று பின்னிப்பிணைந்துள்ளன. நவீனத்துவத்துக்கு முன்பு இவ்வுலகம் கடவுளால் படைக்கப்பட்டதாக அர்த்தப்படுத்தப்பட்டது. நவீனத்துவத்தில் கடவுள் அப்புறப்படுத்தப்பட்டு அந்த இடத்தில் இயற்கை என்ற கருத்தமைவு முன்வைக்கப்பட்டது. இயற்கை ஒரு பிரதியாகப் பார்க்கப்படுகிறது. ஒரு பிரதியாக அதனுள் புதைந்துள்ள ரகசியங்களை, விதிமுறைகளை வெளிக்கொணர்வதே நவீன அறிவியலின் லட்சியமாகும். இயற்கை சில விதிகளுக்கு உட்பட்டு இயங்குகிறது. அப்படி இயங்கவில்லை என்றால் இந்த உலகம் நிலைத்திருக்க முடியாது என்றும், அத்தகைய விதிமுறைகளை வெளிக்கொணர்வதன் ஊடாக இயற்கையை மானுடத் தேவைக்கு ஏற்றாற்போல் கைக்கொள்ள முடியும் என்றும் பார்க்கப்படுகிறது. இந்த அனுமானத்தில்தான் நவீன அறிவியல் முறைமை கட்டப்பட்டுள்ளது. நவீன அறிவியல் முறையியலில் கிரேக்கக் கணிதவியலின் அடிப்படைகள் தாக்கம் செலுத்திவருகின்றன. இதனால், கிரேக்கக் கணிதவியல் சுமந்த மீவியற்பியலார்ந்த அனுமானங்களை நவீன அறிவியலும் சுமக்க வேண்டியிருக்கிறது என்கிறார் சருக்கை. இன்றளவும் நவீனக் கணிதவியலில் பிளேட்டோவியம் தாக்கம் செலுத்திவருகிறது. ‘கணிவியலே இயற்கையின் மொழி’ என்று கலிலியோ முன்வைக்கும்போது இதைத்தான் உறுதிப்படுத்துகிறார். கலிலியோவுக்குப் பிறகான அறிவியலாளர்களும் கணிதவியலாளர்களும் இதே கருத்தைத்தான் வெளிப்படுத்துகிறார்கள். ஆனால் விசித்திரமாக, கணிதவியல் குறித்த கிரேக்கப் பார்வையை இந்திய, அரேபியப் பண்பாடுகள் கொண்டிருக்கவில்லை. இதனால், இந்தியாவிலும் அரேபியாவிலும் கணித மரபு இல்லை என்றில்லை. மிகவும் செழிப்பான கணிதவியல் மரபை இந்தப் பண்பாடுகள் கொண்டிருந்தன. அப்படியென்றால் கிரேக்கப் பார்வைக்கும் இந்திய, அரேபிய, சீனப் பார்வைக்கும் உள்ள வேறுபாடு என்னவென்று நாம் கேட்டுக்கொள்ள வேண்டியுள்ளது. மேலோட்டமாகச் சொல்வதென்றால், இந்த நாகரிகங்களில் காணப்படும் கணிதவியலின் பண்பானது கிரேக்க மரபில் காணப்படும் பிளேட்டோவியத்துக்கு எதிர்த் திசையிலானதாக இருக்கிறது. கணிதவியல் குறித்து இந்தப் பண்பாடுகள் கொண்டிருக்கும் அடிப்படைகள், இயற்கை குறித்தான கதையாடல்களிலும் வெளிப்படுகின்றன. கிழக்கு, மேற்கு என்பதை நான் இங்கு எதிரிணையாக முன்வைக்கவில்லை. இவ்வாறு விவரிப்பது ஒருவிதமான புரிதலுக்காக மட்டும்தான்.

இந்தியக் கணிதவியலாளர்கள் கணிதத்தை எவ்வாறு பார்த்தார்கள் என்பதற்குக் கணித சார சம்கிரஹாவை (Ganitha Sara Samgraha) எடுத்துக்காட்டாகக் கொடுக்கலாம். மண்ணுலகைச் சார்ந்திருந்தாலும் விண்ணுலகைச் சார்ந்திருந்தாலும் எல்லாச் செயல்பாடுகளிலும் கணிதமே சாரமாகிறது என்கிறார் 9-ம் நூற்றாண்டில் வாழ்ந்த கணிதவியலாளர் மகாவீரா. பாலியல் உறவில், இசையில், நடனத்தில், நாடகத்தில், சமையலில், மருத்துவத்தில், கட்டடக் கலையில், கவிதையில், ஏரணத்தில், இலக்கணத்தில் என்று எல்லாவற்றிலும் கணிதவியல் தாக்கம் செலுத்துகிறது என்கிறார். சூரியனை அடிப்படையாகக்

கொண்ட கிரகங்கள், கோள்கள் போன்ற விண்ணுலகங்களின் சுழற்சி, சந்திரனின் திசை, காலம், இடம் குறித்து அறிந்துகொள்வது என்று எல்லாவற்றிலும் கணிதவியல் பயன்படுத்தப்படுகிறது என்கிறார். தீவுகளின், மலைகளின், கடல்களின் விட்டம், சுற்றளவு போன்றவற்றை அறிந்துகொள்வதிலும் மக்கள்தொகை, அவர்களுடைய வாழ்நாள் அளவு, அவர்களுடைய எட்டு குணாம்சங்கள் என்று எல்லாவற்றிலும் கணிதவியல் பயன்படுத்தப்படுகிறது என்கிறார். மேலும், மூன்று உலகங்களிலும் நகரக்கூடிய, நிலையான என்று எது ஒன்றையும் நம்மால் கணிதவியல் இல்லாமல் அறிந்துகொள்ள முடியாது என்கிறார்.[21] இருப்பினும், இந்தியக் கணிதவியல் மரபு கிரேக்கக் கணிதவியலை அணுகியதுபோல் அணுகவில்லை. கிரேக்கச் சிந்தனையாளர்கள் ஏரணத்தைக் கணிதவியலுக்குள் பொருத்திப்பார்த்தார்கள் என்றால், இந்தியச் சிந்தனையாளர்கள் ஏரணத்தை மொழியியலுக்குள் பொருத்திப்பார்த்தார்கள். அதனால்தான், கணிதவியல் கட்டமைப்புக்கு ஒத்ததாக சம்ஸ்கிருத மொழி இருக்கிறது என்கிறார்கள் பல ஆய்வாளர்கள். கணிதவியலை அனுபவத்துக்கு அப்பாற்பட்டதாகக் கிரேக்கம் பார்த்தது என்றால், இந்தியக் கணிதவியல் மரபுகளோ அனுபவத்துக்கு உட்பட்டவையாக இருக்கின்றன.

அதே சமயத்தில், நவீன அறிவியல் என்று நாம் அழைப்பது சீன, இந்திய, அரேபியப் பண்பாடுகளிலிருந்து தொகுக்கப்பட்டு, வளர்க்கப்பட்டதுதான் என்றாலும், இந்தத் தொகுப்பாக்கம் குறிப்பிட்ட சட்டகத்தில், அதாவது பிளேட்டோவியச் சட்டகத்தில் தொகுக்கப்பட்டு வளர்த்தெடுக்கப்பட்டதாகிறது. நவீன அறிவியல் வேறுபட்ட பண்பாடுகளில் காணப்பட்ட அறிவியல், கணிதவியல் கூற்றுகளை எடுத்துக்கொண்டாலும், வேறுபட்ட பண்பாடுகளில் இயற்கை பல்வேறு விதமாக அர்த்தப்படுத்தியதை எடுத்துக்கொள்ளவில்லை என்கிறார் சருக்கை. அதாவது, இஸ்லாமியக் கணிதவியலிலிருந்து எடுத்துக்கொண்ட நவீனக் கணிதவியல், அதை இஸ்லாமிய உலகப் பார்வையிலிருந்து துண்டித்தது. செக்குலர் தன்மையிலானதாக நவீன அறிவியல் உருமாற்றப்பட்டது. இங்கு செக்குலர் என்பது கழித்தல் கோட்பாடு அல்ல. அதாவது, ஒரு குறிப்பிட்ட உலகப் பார்வையில் மதரீதியான கருத்தாக்கங்களைக் கழித்தால் வருவதல்ல செக்குலர் தன்மை. செக்குலர் தன்மை 'இயற்கை' என்ற கருத்தமைவைச் சார்ந்திருக்கிறது; ஒருவிதமான அறிவறிதல் முறைமையாகிறது. இது மேற்கத்திய நவீனத்துவத்தின் விளைவு. இது உலகத்தையும் மானுட அனுபவங்களையும் ஒருவிதமாகக் கட்டமைக்கிறது.

உலகம் குறித்தான அடிப்படைக் கேள்விகளை நவீன அறிவியல் ஏன் எடுத்துக்கொள்வதில்லை? மனிதனாக இருப்பது என்றால் என்ன என்ற கேள்வியை நவீன அறிவியல் ஏன் கேட்டுக்கொள்வதில்லை? இதைப் புரிந்துகொள்ள நாம் அறிவியலாளர் என்றால் என்னவென்று கேட்டுக்கொள்ள வேண்டியுள்ளது. அறிவியலாளர் என்ற கருத்தமைவுக்கும் அறிவியல் என்ற

21 George Gheverghese, 'Eastern mathametics, Western Mathematics: shall the Twain ever meet?', in *'Science and Narratives of Nature: East and West'* (Ed. Jobin M. Kanjirakkat, Gordon McQuat and Sundar Sarukkai, Routledge, 2017, p. 197.

ஒருவிதமான அறிவறிதல் முறைக்கும் இடையேயான உறவு என்பது மானுட எழுவாய்க்கும் மெய்ம்மைக்கும் இடையேயான உறவைப் புலப்படுத்தும் என்று நினைக்கிறேன்.

அறிவியலாளர் என்ற தன்னிலை

அறிவியலார்ந்த எழுவாய் என்றால் என்ன? நாம் அதை எவ்வாறு விளங்கிக்கொள்ளப்போகிறோம்? மெய்யான உலகத்தைப் புறவயத்தன்மையில் அர்த்தப்படுத்துவதுதன் அறிவியல் என்றால், அர்த்தப்படுத்தும் ஓர் எழுவாயை நாம் எங்கு பொருத்தப்போகிறோம்? நவீன அறிவியலில் 'இயற்கை' என்ற கருத்து மேலோங்கியிருப்பதால், அதை அர்த்தப்படுத்தும் எழுவாயை இயற்கைக்கு வெளியே பொருத்தப்போகிறோமா அல்லது இயற்கையின் பகுதியாகப் பார்க்கப்போகிறோமா? அர்த்தப்படுத்தும் எழுவாயை இயற்கைக்கு வெளியே பொருத்தாமல் அறிவியல் அறிவைப் புறவயத்தன்மையிலானதாகக் கோர முடியாது. ஓர் எழுவாயை இயற்கைக்கு வெளியே எங்கு, எப்படிப் பொருத்துவது? இயற்கையை அர்த்தப்படுத்தும் எழுவாயும் இயற்கையின் பகுதியில்லையா? அதாவது, மெய்யான உடலின் ஓர்மையைச் சிதைக்காமல் ஓர் எழுவாயை இயற்கைக்கு வெளியே பொருத்த முடியாது. இப்படிப் பொருத்துவதற்கு மானுட உடலின் ஓர்மையைச் சிதைக்க வேண்டியுள்ளது. அதாவது, ஓர் எழுவாயின் உடல் உள்ளே/வெளியே என்று பிரிக்கப்படுவதன் ஊடாகவே, மெய்யான உலகின் ஓர்மை சிதைக்கப்படுகிறது. வேறு விதமாகச் சொல்வதென்றால், மானுட உடலை உள்ளே/வெளியே என்று பிரிக்காமல் நாம் மானுடர்களை இயற்கைக்கு வெளியே பொருத்த முடியாது.[22]

இது அறிவியல் தொடர்பான பிரச்சினை மட்டுமல்ல. சமூக அறிவியல்களிலும் அரசியலிலும் இப்படியான பார்வையின் சிக்கல்களை நாம் எதிர்கொள்கிறோம். இயற்கை அறிவியல்கள் முறையில்தான் சமூக அறிவியல்களும் வடிவமைக்கப்பட்டுள்ளதாக சருக்கை வாதிடுகிறார்.[23] எடுத்துக்காட்டாக, நம்முடைய உடலுக்கு 'உள்ளாக' இருப்பதை நாம் பார்க்க முடியாதபோது, தீண்ட முடியாதபோது அதை எவ்வாறு அறிந்துகொள்கிறோம்? எக்ஸ்ரே போன்ற கருவிகள் ஊடாக நாம் அறிந்துகொள்வது உயிரியலார்ந்த உடல்தானே தவிர 'நம்முடைய' உடலை அல்ல. நம்முடைய உடலின் பின்பகுதியை நாம் எவ்வாறு உணர்ந்துகொள்கிறோம்? மற்றவர்களுடைய பின்பகுதியைப் போன்றுதான் நம்முடைய பின்பகுதியும் என்ற அனுமானத்திலிருந்துதான் அறிந்துகொள்கிறோமா? ஏன் இதைக் கேட்க வேண்டியுள்ளது என்றால், நாம் நம்முடைய உடலின் உட்பகுதியைத் தோற்றப்பாட்டியலார்ந்தே

22 அறிவியலுக்கும் மானுட எழுவாய்க்கும் இடையேயான சிக்கலான உறவு குறித்த விரிவான வாசிப்புக்குப் பார்க்கவும்: சுந்தர் சருக்கை, *'அறிவியல் என்றால் என்ன?: ஒரு தத்துவார்த்த வாசிப்பு'*, தமிழில்: சீனிவாச ராமானுஜம், சீர்மை வெளியீடு, 2022.

23 பார்க்கவும்: Gopal Guru and Sundar Sarukkai, *'Caste, Experience and Everyday Social'*, OUP, 2019.

(phenomenologically) அறிந்துகொள்கிறோம். அதாவது, மூச்சு எடுத்தல்/ விடுதல், உணவு எடுத்துக்கொள்ளுதல்/மலம் கழித்தல் போன்ற வெளிப்பாடுகள் ஊடாகத்தான் நாம் நம் உடலை அறிந்துகொள்கிறோம். இவ்வாறு அறிந்துகொள்வதில் உடலின் ஓர்மை சிதைக்கப்படுவதில்லை. ஆனால், அதை நாம் உயிரியல் உடலாக மாற்றும்போது உடலின் ஓர்மையைச் சிதைக்கிறோம். கருவியலார்ந்த உடலாக மாற்றுகிறோம். ஆனால், மனம்/உடல், உள்ளே/ வெளியே போன்ற எதிரிணைகளை உருவாக்காமல் ஓர் எழுவாயை பௌதிக உலகத்துக்கு, இயற்கைக்கு வெளியே பொருத்த முடியாது.[24]

இயற்கை குறித்த உண்மையை வெளிக்கொணரும் அறிவியலாளரை நாம் எங்கு பொருத்தப்போகிறோம்? நவீன அறிவியலானது மானுட எழுவாயை உள்ளடக்கும் தோற்றப்பாட்டியலார்ந்த அறிவு முறை அல்ல. இயற்கையை அர்த்தப்படுத்தும் ஓர் எழுவாயும் இயற்கையின் பகுதியாக இருக்கும்போது நம் முன் இந்தக் கேள்வி எழுகிறது: இயற்கை என்ற முழுமையின் பகுதியாக மானுடர்கள் இருக்கும்போது எவ்வாறு மானுடர்களால் முழுமையை அறிந்துகொள்ள முடியும்? இந்தக் கேள்வி அறிவியலின் உள்ளார்ந்த தர்க்கம் தொடர்பானதல்ல. இது மானுட எழுவாய்க்கும் இயற்கை என்றழைக்கப்படுவதற்கும் இடையேயான உறவு குறித்த தத்துவார்த்தக் கேள்வியாகிறது. நாம் ஒன்றின் பகுதியாக இருக்கும்போது அதன் முழுமையை எவ்வாறு அறிந்துகொள்வது, உணர்ந்துகொள்வது?[25] இந்த அடிப்படையான சிக்கல், அதாவது மானுடர்கள் இயற்கையின் பகுதியா அல்லது இயற்கைக்கு வெளியிலா என்ற குழப்பம் அறிவியல் உண்மைகளை உருவாக்கும் செயலாக்கத்திலும் வெளிப்படுகிறது என்கிறார் சருக்கை. ஒரு தளத்தில் அறிவியல் உண்மைகள் என்பது மானுட அகநிலையின் பகுதிதான் என்றும், இவை பயிற்சி, பண்பாடு மற்றும் பிறவற்றால் தீர்மானிக்கப்படுகின்றன என்றும் அறிவியலாளர்கள் ஏற்றுக்கொண்டாலும், மற்றொரு தளத்தில் அறிவியல் உண்மைகளானது மானுட அக்கறைகள், முன்சாய்வுகள் அற்றவை என்றும் கோருகிறார்கள். மெய்யாக இருப்பதில் எதையும் கூட்டாமல், கழிக்காமல் அறிவியல் முன்வைப்பதாகக் கோருகிறார்கள். இப்படிக் கேட்டுக்கொள்வோம்: ஒன்றைக் கண்டறிய வேண்டும் என்ற சிந்தனை ஏன் தோன்றுகிறது? அதற்கு எத்தகைய முன்தயாரிப்புகள் தேவைப்படுகின்றன, அவற்றைப் பூர்த்தியாக்கும் பண்பாட்டுரீதியான, சமூக-அரசியலார்ந்த முன்நிபந்தனைகள் என்ன? இவையெல்லாம் இறுதியாக முன்வைக்கப்படும் அறிவியல் உண்மைகளை எந்த அளவுக்குப் பாதிக்கின்றன? உண்மையில்,

---

24 விரிவான வாசிப்புக்குப் பார்க்கவும்: Sundar Sarukkai, Inside/Outside: Merleau-Ponty/Yoga, Philosophy East and West, Vol. 52, No. 4 (Oct., 2002), pp. 459-478.

25 ஒரு வாக்கியத்தை மொத்தமாகவும், அந்த வாக்கியத்தில் உள்ள வார்த்தைகளைப் பகுதியாகவும் பார்ப்போம் என்றால், வாக்கியத்துக்கும் வார்த்தைகளுக்கும் இடையேயான உறவு என்ன? வாக்கியத்திலிருந்து வார்த்தைகளுக்குப் போகிறோமா அல்லது வார்த்தைகளிலிருந்து வாக்கியத்துக்குப் போகிறோமா? இந்தத் தொகுப்பில் உள்ள 'கருத்தாக்கங்களை மொழிபெயர்த்தல்' என்ற கட்டுரையைப் பார்க்கவும். குறிப்பாக, பகுதிக்கும் மொத்தத்துக்கும் இடையேயான உறவை நாம் மார்க்ஸின் தத்துவம் ஊடாகப் புரிந்துகொள்ள வேண்டியுள்ளது.

இவையெல்லாம் ஒரு அறிவியல் கண்டறிதலில் பங்காற்றுகின்றன என்றாலும்கூட, ஒரு கண்டறிதல் சாத்தியப்பட்ட பின், இதற்குப் பங்காற்றிய எல்லாமும் பின்னுக்குத் தள்ளப்படுகின்றன, ஒதுக்கிவைக்கப்படுகின்றன. இதுவே நம்முடைய அடிப்படையான சிக்கல்.

ஓர் எழுவாய்க்குப் புறத்தே உள்ள மெய்ம்மையை அணுகுவதாகவும், அது வரலாற்றுரீதியான, பண்பாட்டுரீதியான, உளவியல்ரீதியான சுவடுகள் அற்றதாகவும் அனுமானிக்கப்படுகிறது. இதன் விளைவாக, ஒரு அறிவியலாளர் தனது முன்வைப்புகளை தன்னுடைய அனுபவம் சார்ந்த, பண்பாடு சார்ந்த, வாழ்க்கை முறை சார்ந்த பார்வையாக முன்வைப்பதில்லை. எல்லோருக்கும் எக்காலத்துக்கும் பொருந்தக்கூடிய உலகளாவிய உண்மையாகவே முன்வைக்கிறார். எடுத்துக்காட்டாக, $E=mc^2$ சமன்பாட்டை நாம் ஐன்ஸ்டைனின் சமன்பாடு என்பதாக அர்த்தப்படுத்துவதில்லை. அதாவது, ஐன்ஸ்டைன் அவர் முன்வைத்த சமன்பாட்டின் ஆசிரியர் அல்ல. அவருடைய தன்வரலாற்றுத் தகவல்கள் சார்ந்து, எத்தகைய பண்பாட்டின் விளைவாய் இந்தச் சமன்பாடு அவருக்கு சாத்தியப்பட்டது என்ற தகவல்களை நாம் கணக்கில் எடுத்துக்கொண்டாலும் கொள்ளாவிட்டாலும் அவரது சமன்பாட்டின் சாரம் எவ்விதத்திலும் பாதிக்கப்படுவதில்லை. ஐன்ஸ்டைன் குறித்த தகவல்கள் ஒரு தனிமனிதர் குறித்த கதைகளாகின்றனவே தவிர ஐன்ஸ்டைன் என்ற அறிவியலாளரின் முன்வைப்புகளில் பங்காற்றுவதில்லை என்றே நம்புகிறோம். தனிமனிதரான ஐன்ஸ்டைனுக்கும் ஒரு அறிவியலாளராக அவரது முன்வைப்புகளுக்கும் எத்தகைய தொடர்பும் இல்லை என்றே நினைக்கிறோம். விசித்திரமாக இங்கு என்ன நடக்கிறது என்றால், ஐன்ஸ்டைன் என்ற மனிதருக்கும், ஐன்ஸ்டைன் என்ற அறிவியலாளருக்கும் இடையேயான உறவானது ஐன்ஸ்டைன் என்ற மனிதருக்கும் அவரது சமன்பாட்டுக்கும் இடையேயான உறவுபோல் முற்றிலும் துண்டிக்கப்படுகிறது. அறிவியலாளர் என்பவர் சமூகத்துக்கு அப்பாலான மனிதராகிறார். இது எவ்வாறு சாத்தியப்படுகிறது என்கிற கேள்வி மிக முக்கியமானது என்று கருதுகிறேன். அறிவியல் ஆய்வுக்கட்டுரைகளில் 'நான்' என்பதற்கு இடமில்லை என்கிறார் சருக்கை. அப்படியென்றால், சமூக மனிதர்களாக இவர்கள் கொண்டிருக்கும் விழுமியங்களுக்கு அறிவியலாளராக கட்டுப்பட்டு இருக்கிறார்களா? ஒரு அறிவியலாளர் அறிவியல் செய்யும்போது அறச் சிக்கல்களை எதிர்கொள்கிறாரா? அதற்கான சாத்தியப்பாடுகள் இருக்கின்றனவா? இருக்கின்றன என்றால் ஏன் அறிவியல் மொழியில் 'நான்' என்பதற்கு இடமில்லாமல்போகிறது?

இதற்கு முக்கியக் காரணம், அறிவியல் என்ற அறிவறிதல் முறைமையில் 'ஆசிரியர்' என்ற எழுவாய் அப்புறப்படுத்தப்படுகிறார். ஒரு அறிவியலாளர் அவர் முன்வைக்கும் அறிவியல் கண்டுபிடிப்புகளை ஆசிரியராக இருந்து வைப்பதில்லை. அதாவது, ஒரு நாவலை முன்வைக்கும் நாவலாசிரியர்போலவோ, சிறுகதை எழுத்தாளர்போலவோ, ஒரு கட்டுரை ஆசிரியர்போலவோ ஒரு அறிவியலாளர் ஆசிரியராக இருந்து தன்னுடைய படைப்புக்குத் தார்மீகப் பொறுப்பை ஏற்றுக்கொள்ள வேண்டியதில்லை. ஒரு அறிவியலாளராக

இருக்கும் ஒரு பண்பாட்டு மனிதர் அறிவியல் குறித்துத் தார்மீக விமர்சனங்களைக் கொண்டிருக்கலாம்; ஆனால், ஒரு அறிவியலாளராக அதை அவரது அறிவறிதல் சட்டகத்துக்குள் கொண்டுவர முடியாது. எடுத்துக்காட்டாக, ஹிரோஷிமா, நாகசாகியில் போட்ட அணுகுண்டுத் தயாரிப்பில் பங்கெடுத்த அறிவியலாளர்கள் அது ஏற்படுத்திய விளைவுகளைப் பார்த்து, தனிமனிதர்களாகத் தங்களைச் சுருக்கிக்கொண்டார்களே தவிர (அதாவது, அரசுக் கட்டுப்பாட்டில் உள்ள ஆயுதப் பரிசோதனைக்கூடங்களிலிருந்து வெளியேறி பல்கலைக்கழகங்களுக்குப் பாடம் எடுக்கச்சென்றார்கள்), அறிவியலாளர் என்ற தன்னிலையின் அடிப்படைப் பண்பை விசாரணைக்கு எடுத்துக்கொள்ளவில்லை.

ஒரு தன்னிலைக்குள் இத்தகைய பிளவு எவ்வாறு சாத்தியப்படுகிறது? அறிவியல் அறிவறிதல் சட்டகத்தில் ஒரு அறிவியலாளரை மொழிபெயர்ப்பாளராக அர்த்தப்படுத்தியதால் இது சாத்தியப்படுகிறது. அதாவது, இயற்கையை அறிவியலாளர் படைப்பதில்லை. இயற்கைக்குள்ளாகப் புதைந்துகிடக்கும் விதிமுறைகளை வெளிக்கொணர்வது மட்டுமே அவரது லட்சியமாக இருக்கிறது. அறிவியலாளர் என்பவர் இயற்கையை மானுட மொழிக்கு மொழிபெயர்ப்பவராகிறார். ஒரு மொழிபெயர்ப்பாளராக இருக்கும்போது ஒரு அறிவியலாளர் எவ்வாறு அவர் முன்வைப்பதற்குத் தார்மீகப் பொறுப்பேற்க முடியும்? அறரீதியான சிக்கல்களுக்கு மூலமே பொறுப்பேற்க வேண்டும். மேலும், மொழிபெயர்ப்பில் ஈடுபடும்போது அவரது பாலினம், மதம், பண்பாடு, சாதி, தனிப்பட்ட பண்புகள், நம்பிக்கைகள், உலகப் பார்வைகள், மேலாதிக்க அடிப்படைகள் என்று எல்லாவற்றிலுமிருந்தும் முற்றிலுமாக விலகிய எழுவாயாக ஒரு அறிவியலாளர் தன்னை நிறுத்திக்கொண்டு மொழியாக்கத்தில் ஈடுபடுவதால், அவரது முன்வைப்புகள் காலம், வெளிக்கு அப்பாற்பட்டதாகவும், ‘நான்’ என்பதற்கு அப்பாற்பட்டதாகவும் மாறுகின்றன. மேலும், கூட்டுச் செயல்பாடாக அறிவியல் முன்வைக்கப்படுவதால், அது தனிமனிதர்களைக் கடந்த ஒன்றாகவும் முன்வைக்கப்படுகிறது என்கிறார் சருக்கை. அறிவியலாளர் என்ற தனிநபர் சார்ந்து அல்லாமல் அறிவியலாளர் என்ற உலகளாவிய கருத்தமைவைச் சார்ந்துதான் இந்தக் கூட்டுச் செயல்பாடு சாத்தியப்படுகிறது. இதற்கு அறிவியல் அறிவறிதல் முறைமையில் ‘நான்’, காலம், வெளி போன்றவை அப்புறப்படுத்தப்பட வேண்டியுள்ளது. மொத்தத்தில், அறிவியலாளர் என்பது ஒரு கருத்தமைவு. ஆனால், கருத்தமைவாக இருப்பதாலேயே ஒன்றை நாம் பிரச்சினைக்குரியதாகப் பார்க்க முடியாது. ஒரு கருத்தமைவுக்கு எத்தகைய பண்புகள் கொடுக்கப்பட்டு, அது எப்படி உயிரோட்டமானதாகிறது என்பதுதான் முக்கியம். ஆக, நாம் அறிவியலாளர் என்ற கருத்தமைவின் பண்புகளைக் கைக்கொள்ள வேண்டியுள்ளது. அறிவியலாளர் என்ற கருத்தமைவினுடைய சட்டகத்தின் லட்சியத்துக்கு ஏற்ப ஒரு அறிவியலாளர் தன்னை வடிவமைத்துக்கொள்ள வேண்டியுள்ளது. வரலாற்றுரீதியாகவும் பண்பாட்டுரீதியாகவும் தார்மீகரீதியாகவும் உருவாக்கப்படும் ஒரு தனிமனிதர் தனது பிரத்யேக அடையாளங்கள், குழப்பங்கள், தர்மசங்கடங்கள், தீர்மானங்கள், நல்லது-கெட்டது குறித்த பார்வைகள், நீதி-அநீதி, தர்மம்-அதர்மம் குறித்த குழப்பங்கள் என்று எதுவுமில்லாத, உணர்வுகளற்ற ஓர்

எழுவாயே அறிவியலாளராகிறார். இந்த லட்சியத்துக்கு உட்பட்டுத்தான் அறிவியலாளர் என்ற கருத்தமைவு நடைமுறைப்படுத்தப்படுகிறதா என்ற கேள்வி அவ்வளவு முக்கியமானதல்ல. நடைமுறைகள் சார்ந்து விலகல்கள் இருக்கலாம். இருக்கும். எத்தகைய தளத்திலிருந்து அறிவியலாளர் என்ற கருத்தமைவு கட்டமைக்கப்படுகிறது என்பதுதான் முக்கியம். எடுத்துக்காட்டாக, அறிவியலாளர் என்ற கருத்தமைவைப் பாலின வேறுபாடுகள் பாதிக்கக் கூடாது என்றாலும், பெண்கள் அறிவியலாளராக முடியாது என்ற கருத்து ஆண் அறிவியலாளர்களின் பொதுபுத்தியாக இருக்கிறது என்கிறார் சருக்கை. இந்தப் பொதுபுத்திக்கு ஐன்ஸ்டைனும் விதிவிலக்கல்ல. அதுபோலவே அரேபிய, இந்தியப் பண்பாடுகளில் காணப்பட்ட அறிவியல் பங்களிப்புகள் அதன் தகுதிக்கேற்று அங்கீகரிக்கப்படுவதில்லை. இரானில் உள்ள மசூதிச் சுவர்களில் எழுதப்பட்டிருந்த கணிதவியல் சமன்பாடுகள் நவீனக் கணிதவியலாகின்றன. பெயர் தெரியாத, இஸ்லாமிய இறையியல் மீது நம்பிக்கை கொண்ட முகமில்லாத ஒரு கணிதவியலாளர் ஒருவர்தான் இந்தக் கணிதச் சமன்பாட்டை மசூதிச் சுவரில் பதித்திருக்க வேண்டும். ஆனால், மேற்கத்தியக் கணிதவியலாளர் இந்த இஸ்லாமியக் கணிதச் சமன்பாட்டை இஸ்லாமிய இறையியலிலிருந்து பிரித்தெடுக்கிறார். செக்குலரான கணிதவியலாளர்களும் அறிவியலாளர்களும் மட்டுமே நவீன அறிவியலுக்கும் கணிதவியலுக்கும் பங்காற்ற முடியும் என்ற மூடநம்பிக்கையை நாம் கொண்டிருக்கிறோம். நம்மூர் கணிதவியலாளர் இராமானுஜன் தனது பழைமைவாதப் பார்ப்பனியத்தின் ஊடாகத்தான் கணிதவியல் பங்களிப்பைச் செய்தார். இது எப்படிச் சாத்தியப்பட்டது என்று நாம் கேட்டுக்கொள்வதில்லை. தற்காலத்தில் பல அறிவியலாளர்கள் இறை நம்பிக்கை கொண்டவர்களாகவும் அறிவியலாளர்களாகவும் இருக்கிறார்கள்.[26]

இந்தக் கட்டுரையில் நம்முடைய அக்கறை இதுவல்ல. ஒரு அறிவியலாளர் ஓர் ஆசிரியருக்காகத் தார்மீகப் பொறுப்பை ஏன் எடுத்துக்கொள்வதில்லை என்றும், ஏன் தன்னை ஒரு மொழிபெயர்ப்பாளராக அர்த்தப்படுத்திக்கொள்கிறார் என்பதும்தான் நம்முடைய அக்கறையாகிறது. இதுநாள்வரை நவீன அறிவியலால் ஏற்பட்ட பேரழிவுகளுக்குப் பொறுப்பான அறிவியலாளர்களை நாம் ஏன் குற்றவாளிகளாக்குவதில்லை? இயற்கை என்னும் 'மூல'த்தை வாசிப்பவராக மட்டுமே அறிவியலாளர் அர்த்தப்படுத்தப்படுகிறார். மூல ஆசிரியர் எழுதியிருப்பதை, படைத்திருப்பதை வெறுமனே மொழிபெயர்ப்பதாக முன்னிறுத்திக்கொள்வதன் ஊடாகவே ஒரு அறிவியலாளர் தனது சமூகப் பொறுப்புகளிலிருந்து தன்னை விடுவித்துக்கொள்கிறார். அறிவியலால் ஏற்படும் நன்மை, தீமை எதற்கும் அவர் பொறுப்பெற்க வேண்டியதில்லை. அறிவியலாளர்கள் எதையும் படைக்கவில்லை, வெறுமனே 'மூல'த்தை மொழிபெயர்க்கிறார்கள் என்றால் மொழிபெயர்ப்பு வாசிப்புகள் எதிர்கொள்ளும்

26 இறைநம்பிக்கையையும் அறிவியலையும் எதிரிணையாக வைக்க வேண்டியதில்லை என்றே சமகால அறிவியலாளர்கள் பலரும் சொல்கிறார்கள். இறைநம்பிக்கையும் அறிவியல் செய்வதும் ஒன்றோடொன்று தொடர்பில்லாத தளங்களில் செயல்படுவதாக இவர்கள் சொல்கிறார்கள். நடைமுறையில் இது எப்படிச் சாத்தியப்படுகிறது என்று நாம் கேட்டுக்கொள்ள வேண்டியுள்ளது. விரிவான ஆய்வுக்குப் பார்க்கவும்: Renny Thomas, *'Science and Religion in India: Beyond Disenchantment'*, Routledge, 2022.

பிரச்சினைகளை அறிவியலாளர்கள் ஏன் எதிர்கொள்வதில்லை என்று கேட்கிறார் சருக்கை. மொழியாக்கச் சிக்கல்களிலிருந்து அறிவியல் தன்னை விடுவித்துக்கொள்ள இயற்கை மொழிகளை (தமிழ், ஜெர்மன், ஆங்கிலம் போன்று) கீழாகப் பார்க்கிறது. இயற்கை மொழிகளில் உள்ளவற்றை நாம் பலவிதமாக அர்த்தப்படுத்த முடியும். இவ்வாறு அர்த்தப்படுத்துவதில் ஓர் எழுவாயின் பங்களிப்பு வெளிப்படையாக இருக்கிறது. அறிவியல் இதை ஏற்றுக்கொள்ளும் என்றால், இயற்கையைப் பலவிதமாக அர்த்தப்படுத்தும் சாத்தியத்தை ஏற்றுக்கொள்ள வேண்டியிருக்கும். இதை அனுமதித்தால், இயற்கையை அர்த்தப்படுத்துவதில் காணப்படும் ஒருவிதமான ஒற்றைத்தன்மையை மறுதலிக்க வேண்டியிருக்கும். ஆக, இயற்கைக்குள் புதைந்திருக்கும் விதிமுறைகளை வெளிக்கொணர்வதுதான் அறிவியலின் பொறுப்பு என்றால், அந்த விதிமுறைகள் பலவிதமான அர்த்தப்பாடுகளுக்கு உட்பட்டதாக இருக்க முடியாது. மேலும், அது எக்காலத்துக்குமான உண்மையாகவும் இருக்க முடியாது. இதனால்தான், பயன்பாட்டுத் தளத்தில் அல்லாமல், நடைமுறை சார்ந்து அல்லாமல், அறிவியல் என்ற அறிவறிதல் சட்டகம் பிரத்யேகமான ஒரு மொழியை வேண்டிநிற்கிறது. அதுவே, கணித மொழி. ஆக, மொழியாக்கச் சிக்கல்களுக்கு இடம்கொடுக்காத கணித மொழியில் அறிவியலாளர்கள் இயற்கையை மொழிபெயர்க்கிறார்கள். இங்கு ஒரு விஷயத்தைக் கவனப்படுத்த வேண்டியுள்ளது. கணிதவியல் நவீன வெளிப்பாடு அல்ல. கிரேக்கம், இந்திய, அரேபியப் பண்பாடுகள் கணிதவியலை முக்கியமானதாகப் பார்த்தன. இந்தப் பண்பாடுகளில், அவற்றின் அடிப்படைப் பண்பில் காணப்படும் வேறுபாடுகளைக் கடந்து பண்டைய காலத்திலும், மத்தியக் காலத்திலும் கணிதவியல் எவ்வாறு அணுகப்பட்டது, கணித மொழியின் பண்பு என்னவாக இருந்தது போன்ற கேள்விகளை நாம் கேட்டுக்கொள்ள வேண்டியுள்ளது. அதைத் தொகுத்துக்கொள்ளும் விதத்தில் என்னுடைய வாசிப்பு இல்லை என்பதால் இந்தக் கேள்வியை நான் சற்று ஒதுக்கிவைக்கிறேன்.

நவீன அறிவியலில் மானுட எழுவாயை எங்கு பொருத்துவது என்ற சிக்கல் தனிப்பட்ட அறிவியலாளர்கள் பிரச்சினையல்ல. இது அறிவியல் அறிவறிதல் சட்டகத்தின் உள்ளார்ந்த பிரச்சினையாகும். அறிவியலாளர் என்ற தன்னிலையை அதன் சட்டகத்தில் எங்கு பொருத்துவது என்று அறிவியல் அறிந்திருக்கவில்லை. அறிவியலாளரை ஒரு படைப்பாளியாக ஏற்றுக்கொண்டால், இயற்கையை 'மூல'மாகப் பார்க்க முடியாது. அவர்கள் முன்வைப்பதை இலக்கியப் படைப்புகள்போல் பார்க்க வேண்டியிருக்கும். இயற்கை என்ற கருத்தமைவை நிலைநிறுத்த அறிவியலாளர்கள் தங்களை மொழிபெயர்ப்பாளர்களாக வரையறுத்துக்கொள்ள வேண்டியுள்ளது. அதாவது பிதாகரஸ் சூத்திரம் மானுடர்களுக்கு அப்பால் அதுவாக இருக்கும் ஒன்று என்கிறார் ஐன்ஸ்டைன். அப்படியென்றால், பிதாகரஸ் இயற்கையில் உள்ள சூத்திரத்தை மொழிபெயர்த்தவராகவே நாம் பார்க்க வேண்டியுள்ளது.

அறிவியலாளர் என்ற மொழிபெயர்ப்பாளர்

ஒரு மொழிபெயர்ப்பாளருக்கும் அவர் மொழிபெயர்க்கும் மூலத்துக்கும் இடையேயான தார்மீக உறவு குறித்தும், அறிவியலாளர்கள் இயற்கையை மொழிபெயர்ப்பதன் தத்துவார்த்தச் சிக்கல்கள் குறித்தும் இந்தப் பகுதியில் பார்ப்போம். மேற்கத்திய நவீனத்துவத்தில் இவ்வுலகம் ஒருவிதமாக அர்த்தப்படுத்தப்படுகிறது. இதனால் இயற்கை, மதம், கடவுள், நம்பிக்கை, மூடநம்பிக்கை ஆகியவை ஒருவிதமான அர்த்தப்பாட்டைப் பெற்றன. நவீன அறிவியலில் இவ்வுலகம் திறந்த புத்தகமாக அர்த்தப்படுத்தப்படுகிறது. அறிவியலாளர்கள் இந்தப் புத்தகத்தை வாசிக்கிறார்கள். மேலும், மதம் என்ற கோட்பாட்டை உலகளாவிய ஒன்றாகக் காலனியம் மாற்றியதுபோல் நவீன அறிவியலையும் மாற்றியது. மேற்கத்திய நவீன அறிவியலே அறிவியலுக்கான அடிப்படையானது. இந்தத் தளத்தில், மனிதனுக்கும் இயற்கைக்கும் இடையேயான உறவின் ஓர்மையைச் சிதைத்தது; இயற்கையின் சாராம்சப் பண்பை வெளிக்கொணர்வது, விதிமுறைகளைப் புரிந்துகொள்வது, மனித நலனுக்காக இயற்கையைப் பயன்படுத்திக்கொள்வது, குறுக்கிடுவது என்றானது. நடைமுறைத் தேவை சார்ந்து பௌதிக உலகத்தில் குறுக்கிடுவது எல்லாக் காலங்களிலும் எல்லாப் பண்பாடுகளிலும் காணப்பட்டாலும், ஒரு கோட்பாடாக வடிவம் பெற்றது நவீனத்துவத்தில்தான். இப்படியும் சொல்லலாம்: இயற்கைக்கு சாராம்சப் பண்பை உருவாக்கிக்கொடுப்பதே நவீன அறிவியலின் அடிப்படை நோக்கமாகிறது. இதுதான் நேர்க்காட்சிவியல் அணுகுமுறை. மானுடர்களுக்கும் மெய்யான உலகத்துக்கும் இடையேயான உறவு பின்னுக்குத் தள்ளப்பட்டு, நேர்க்காட்சிவியல் அடிப்படையில் மெய்யான உலகம் அர்த்தப்படுத்தப்பட்டது. மெய்யான உலகத்திலிருந்து மானுடர்களைப் பிரித்துவைக்காமல் ‘இயற்கை’ என்ற கருத்தைப் படைத்திருக்க முடியாது. இந்த நோக்கத்தின் அடிப்படையிலேயே இயற்கை ஒரு பிரதியாக வாசிக்கப்படுகிறது. இதன் நீட்சியாகவே, பல்வேறு பண்பாடுகளும் சமூகக் குழுமங்களின் பழக்கவழக்கங்களும் சடங்குகளும் பிரதிகளாக வாசிக்கப்பட்டன. இதைத்தான் நாம் மானுடவியல் என்கிறோம். மானுடர்கள் குறித்துப் புறவயமாக ஆராய்ச்சிகள் செய்கிறேன் என்ற பாவனைக்கு இயற்கை அறிவியலே மாதிரியாகிறது. சுருக்கமாகச் சொல்வதென்றால், சமூகமும் இயற்கையும் வாசிக்கக் காத்திருக்கும் பிரதிகளாயின. இத்தகைய பின்னணியில்தான் ஒரு நவீன அறிவியலாளர் ஒரு ஆசிரியருக்கான தார்மீகப் பொறுப்பை ஏற்க முடியாமல் ஒரு மொழிபெயர்ப்பாளராகத் தன்னை பாவித்துக்கொள்கிறார். ஒரு அறிவியலாளர் இயற்கைக்குள் புதைந்துகிடக்கும் ரகசியங்களை மானுட மொழிக்கு மாற்றுகிறாரே தவிர எதையும் படைக்கவில்லை. அவை இயற்கையாகவே இருக்கின்றன. அவ்வளவுதான்!

இயற்கையை மொழியாக்கம் செய்யும் ஒரு அறிவியலாளரின் பிரச்சினைகளை எடுத்துக்கொள்ள மொழிபெயர்ப்பின் பிரச்சினைகளுக்குள் நாம் நுழைய வேண்டியுள்ளது. ஏன் நவீன அறிவியல் — குறிப்பாக, இயற்பியல் — அது இயற்கையை வாசிப்பதற்குக் கணித மொழியைச் சார்ந்திருக்க வேண்டியுள்ளது?

ஏன் மானுடத்தின் அன்றாட வாழ்க்கை மொழியில், இலக்கியங்கள், தத்துவங்கள் படைக்கக்கூடிய மொழியில், மனித உணர்வுகளை, ஏமாற்றங்களை, கனவுகளை, லட்சியங்களை வெளிப்படுத்தக்கூடிய மொழியில் முன்வைக்க முடியாமல்போகிறது? ஏன் வரைபடங்கள், அட்டவணைகள், கணிதச் சமன்பாடுகள், எண்கள் அடிப்படையிலான வரைபடங்கள் போன்றவற்றைக் கொண்டு முன்வைக்க வேண்டியுள்ளது? சொல்லப்போனால், இந்தக் குறியீட்டு மொழிக்கு அப்பால் அறிவியல் முன்வைப்புகளுக்கு எத்தகைய அர்த்தமும் கிடையாது. அதாவது, மொழியாக்கம் செய்யப்படும் இயற்கையின் பண்பு எல்லா நாகரிகங்களுக்குமான எல்லா மக்களுக்குமான பொதுவான உண்மையல்ல. அது ஒரு குறிப்பிட்ட மொழியின் ஏரணத்துக்கு, அதாவது கணித மொழியின் விதிகளுக்கு மட்டுமே அர்த்தம் பெறுகின்றன. கணிதச் சமன்பாடுகளும் அறிவியல் கருவிகளும் அறிவியல் முன்வைப்பதை உறுதிப்படுத்துகின்றன. அறிவியல் கருவிகள் எத்தகைய அறிவியல் கோட்பாட்டின் அடிப்படையில் உருவாக்கப்படுகின்றனவோ அந்தக் கோட்பாட்டைத்தான் உறுதிப்படுத்துகின்றன. அறிவியல் சட்டகத்துக்கு அப்பால் அறிவியல் முன்வைப்புகளை ஏற்கத்தக்கதாக்குவது அல்லது நிராகரிக்கத்தக்கதாக்குவது மானுட வாழ்வனுபவமே. அறிவியல் உறுதிப்படுத்தும் உண்மைகளை நாம் குறியீட்டு மொழிக்கு வெளியே வாழ்வனுபவம் சார்ந்தே அணுக முடியும். இதை விளங்கிக்கொள்ள நாம் மொழிபெயர்ப்புப் பிரச்சினைகளை எடுத்துக்கொள்வோம்.

மொழிபெயர்ப்பு என்பதே பிரச்சினைக்குரிய ஒன்றுதான். மேலும், மொழிபெயர்ப்பு அசலான படைப்பாகப் பார்க்கப்படுவதில்லை. ஒரு மூலத்தைச் சார்ந்திருப்பதாகப் பார்க்கப்படுகிறது. இருப்பினும், மூலத்தின் மொழியை ஒரு மொழிபெயர்ப்பு மாற்றினாலும் அதன் 'சார'த்தை அப்படியே கொண்டிருப்பதாகக் கோர முடியுமா? மொழிபெயர்ப்பு குறித்து ஆண்ட்ரு பெஞ்சமின் இத்தகைய பார்வையை முன்வைக்கிறார்:

> *மொழியாக்கம் முதலில், மீளப்பெறுதல் என்ற கருத்தைச் சார்ந்திருக்கிறது. அதாவது, அர்த்தத்தை மீளப்பெறுதல் அல்லது உண்மையை மீளப்பெறுதல் என்பதைச் சார்ந்திருக்கிறது; இதைத் தொடர்ந்து அதை வெளிப்படுத்துவதைச் சார்ந்திருக்கிறது. இரண்டாவதாக, மொழியாக்கம் குறித்த இத்தகைய புரிதலானது சுதந்திரமான பரிமாற்றம் என்ற கருத்தைச் சார்ந்திருக்கிறது. அதாவது குறிக்கீடுகளற்ற, கட்டுப்பாடுகளற்ற சுதந்திரத்தை உள்ளடக்கியதாகவும் இருக்கிறது. இதில் குறிப்பான்கள் பரிமாற்றத்துக்கானவை ஆகின்றன.*[27]

இயற்கை மொழி சார்ந்த மொழிபெயர்ப்புக்கான இத்தகைய புரிதலை இயற்கையை மொழிபெயர்ப்பதாக அர்த்தப்படுத்தும் அறிவியலாளருக்கும்

27 Andrew Benjamin, *'Translation and the Nature of Philosophy: A New Theory of Words'*, Routledge, 1989.

அறிவியல் நடவடிக்கைகளுக்கும் நாம் பொருத்த முடியுமா? இதைத்தான் சருக்கை இவ்வாறு கேட்கிறார்: 'ஒரு அறிவியலாளர் வெறுமனே மொழிபெயர்ப்பாளராகத்தான் இருக்கிறார் என்றால், ஏன் இலக்கிய மொழிபெயர்ப்புகள் குறித்த தத்துவார்த்தப் பார்வைகளை அறிவியல் மொழிபெயர்ப்புக்குப் பொருத்திப்பார்ப்பதில்லை.' இதை சற்று விரிவாகப் பார்ப்போம். ஜேகப்சோன் மூன்று வகையான மொழிபெயர்ப்புகளை அடையாளம் காண்கிறார்.[28]

1) ஒரே மொழிக்குள்ளான மொழியாக்கம் *(intra-lingual translation)*
2) மொழிகளுக்கு இடையேயான மொழியாக்கம் *(inter-lingual translation)*
3) குறியியல்களுக்கு இடையேயான மொழியாக்கம் *(inter-semiotic translation)*

ஒரே மொழிக்குள்ளான மொழியாக்கம் என்பது நாம் ஒத்த அர்த்தத்தை முன்வைப்பதற்கு ஒத்த சொற்களையும் சொற்றொடர்களையும் பயன்படுத்துவதாகிறது. ஆனால், ஒரே மொழியில் ஒத்த சொற்களைத் தேர்ந்தெடுப்பதுகூட மொழிகளுக்கு இடையேயான மொழியாக்கப் பண்பைத்தான் கொண்டிருக்கிறது. அதாவது, ஒத்த சொற்கள்கூட மூலச் சொல்லுக்கு சமமானதைக் கைக்கொள்வதில்லை என்கிறார் ஜேகப்சோன். நாம் ஒரு சொல்லுக்கு ஒத்த சொல்லைப் பொருத்தும்போதே நம்மையும் அறியாமல் நாம் மொழியாக்கச் செயலில் ஈடுபடுகிறோம் என்கிறார். இந்தத் தளத்திலிருந்து அணுகுவோம் என்றால், அறிவியல் கருத்தாடல்கள் உள்வாங்கவியலா *(incomprehensibility)* பிரச்சினையோடு தொடர்புடையதாக இருப்பதால், அதை நாம் ஒரு மொழிக்குள்ளான மொழியாக்கச் செயலாகப் பார்க்க முடியும் என்கிறார் சருக்கை. ஒரு கருத்தாக்கம் ஒரு மொழியில் உள்ள சொற்களையும் சொற்றொடர்களையும் பயன்படுத்தலாம் என்றாலும், அதே சொற்களை வேறு பல கருத்தாக்கங்களுக்குப் பயன்படுத்தலாம் என்றாலும், ஒப்பிடவியலாமைச் சிக்கல் உருவாவதற்கான சாத்தியப்பாட்டை அது கொண்டிருக்கிறது என்கிறார். அதாவது, மாறிக்கொண்டிருக்கும் வரலாற்றுப் போக்குகளும் சமூகச் சூழ்நிலைகளும் ஒரு சொல் தோற்றம் கொண்ட அர்த்தத்தில் காலந்தோறும் பயன்படுத்துவதில்லை. ஒரு தளத்தில், உரை எழுதுதலை நாம் இதற்கு எடுத்துக்காட்டாகச் சொல்ல முடியும்.

இரண்டாவது, மொழிகளுக்கு இடையேயான மொழியாக்கம். இதில் மூல மொழியிலிருந்து மொழிபெயர்க்கப்படும் மொழியில் மீண்டும் எழுதப்படுகிறது. இலக்கிய மொழிபெயர்ப்புகள் இந்த வகைக்குள் வருகின்றன. இதை விளங்கிக்கொள்ள, தத்துவப் பேராசிரியரான தயா கிருஷ்ணா மேற்கொண்ட முயற்சியைச் சொல்லலாம். இதை *'Jaipur Experiment'* என்று அழைக்கிறார்கள். அவர் சம்ஸ்கிருதத் தத்துவங்களுக்கும் ஆங்கிலத் தத்துவங்களுக்கும் இடையேயான மொழியாக்கத்தில் ஏற்படும் சிக்கல்களை வெளிக்கொணர

28 Roman Jakobson, 'On Linguistic Aspects of Translation' in 'On Translation', (Ed.) by R. Brower, OUP, 1966, Quoted in Sundar Sarukkai, 'Translating the World'.

முயன்றார். மொழியாக்கப் பரிசோதனையில் ஈடுபட்டவர்களை மூன்று வகையாகப் பிரித்துக்கொண்டார். முதல் வகையினர், சம்ஸ்கிருதம் மட்டுமே தெரிந்த மரபான சம்ஸ்கிருத அறிஞர்கள். இவர்களுக்கு ஆங்கிலம் தெரியாது. இரண்டாவது வகையினர், ஆங்கிலத் தத்துவப் பேராசிரியர்கள். இவர்களுக்கு சம்ஸ்கிருதம் தெரியாது. மூன்றாவது வகையினர், சம்ஸ்கிருதமும் ஆங்கிலமும் தெரிந்த தத்துவப் பேராசிரியர்கள். இந்த முயற்சியில் சம்ஸ்கிருத்தில் உள்ள ஒரு தத்துவ நிலைப்பாடு ஆங்கில மொழிக்குள் கொண்டுசெல்லப்படும்போது, சம்ஸ்கிருத வரலாற்றுச் சுமை அப்புறப்படுத்தப்பட்டு ஆங்கில வரலாற்றின் முழுச் சுமையையும் அந்தச் சொல் எடுத்துக்கொள்ள வேண்டியிருக்கிறது என்றும், ஆங்கிலத்திலிருந்து சம்ஸ்கிருதத்துக்கு மொழியாக்கும்போது ஆங்கில வரலாற்றுச் சுமை அப்புறப்படுத்தப்பட்டு சம்ஸ்கிருத வரலாற்றுச் சுமை அந்தச் சொல் மீது ஏற்றப்படுகிறது என்றும் முன்வைக்கிறார்கள்.

பொதுவாகவே, ஆங்கிலச் சொற்கள் கொண்டிருக்கும் வரலாற்றுச் சுமை பிற மொழிச் சொற்கள் மீது சுமத்தப்படுகிறது. நம் சமூகத்தில் உள்ள ஒரு நடைமுறையை untouchability, untouchable என்ற ஆங்கில சொற்கள் அடிப்படையில் அணுகியதன் விளைவை எடுத்துக்காட்டாகச் சொல்ல முடியும்.[29] ஆனால், இதற்கு எதிர்மறையாக நடக்காமல் பார்த்துக்கொள்கிறார்கள்.

மூன்றாவது வகை, குறியியல்களுக்கு இடையேயான மொழியாக்கம். ஒரு குறியியலிலிருந்து பிறிதொரு குறியியலுக்கு என்பது இன்னும் சிக்கலானது. இது உச்சரிக்கப்படும் குறிகளை உச்சரிக்கப்படாத குறிகளாக மாற்றுவதாகிறது. இது இலக்கிய மொழிபெயர்ப்போடு தொடர்புகொண்டதல்ல. இயற்கையைப் பிரதிகளாக வாசிப்பதோடு அறிவியல் நெருங்கிய தொடர்புகொண்டிருப்பதால், அறிவியல் பிரதிகள் அடிப்படையில் பல்குறியியல் குணாம்சத்தைக் கொண்டிருக்கின்றன. அறிவியல் பிரதிகள் உச்சரிக்கப்படும் மொழிச் சொற்களையும் உச்சரிக்கப்படாத குறியீடுகளையும் வரைபடங்களையும் புள்ளிவிவர அட்டவணைகளையும் கொண்டிருப்பதோடு அது மூலப் பிரதியை, அதாவது இயற்கையை வேறொன்றாக மாற்றுகிறது.

இந்த மூன்று மொழிபெயர்ப்பு வகைகளிலும் காணப்படும் ஒற்றுமை என்னவென்றால், மூன்றுமே ஒரு மூலத்தைச் சார்ந்திருக்கின்றன. மேலும், மொழியாக்கப்படுவதன் ஊடாகவே 'மூலம்' என்று ஒன்று சாத்தியப்படுகிறது. பொதுவாக, சிறந்த மொழிபெயர்ப்பு என்பது மூலத்தைத் துல்லியமாகப் பிரதிபலிப்பதாகப் பார்க்கப்படுகிறது. இயற்கையை நம்மால் துல்லியமாக மொழிபெயர்க்க முடியும் என்றால், நம்மால் பிறவற்றையும் துல்லியமாக மொழிபெயர்க்க முடியும் என்றே அர்த்தமாகிறது. அறிவியல் மொழிபெயர்ப்புகளில் நாம் மேலே பார்த்த மூன்று வகையான மொழிபெயர்ப்புகளும் பெருமளவில் பங்காற்றுகின்றன என்றாலும் இதை அறிவியலாளர்கள் ஏற்றுக்கொள்வதில்லை. மேலும், அறிவியலில்

---

29 இதுகுறித்த விரிவான முன்வைப்புக்கு, இந்தத் தொகுப்பில் உள்ள 'கருத்தாக்கங்களை மொழிபெயர்த்தல்' கட்டுரையைப் பார்க்கவும்.

உள்ள மொழிபெயர்ப்புச் சுவடுகளை அப்புறப்படுத்துவதன் ஊடாகத்தான் அறிவியல் முன்வைப்புகள் முழுமுற்றாகின்றன என்கிறார் சருக்கை. அதாவது, அறிவியலில் மொழிபெயர்ப்புச் சுவடுகளை அழிக்காவிட்டால் அது அறுதியிட்ட உண்மையைப் பேசுவதாகக் கோர முடியாது. எடுத்துக்காட்டாக, ஐன்ஸ்டைன் தனது அறிவியல் கருத்துகளை எழுதும்போது தனது தாய்மொழியான ஜெர்மன் மொழியையும் பயன்படுத்துகிறார். பல ரஷ்ய, பிரெஞ்சு அறிவியலாளர்களும் கணிதவியலாளர்களும் தங்களது கூற்றுகளை எழுதும்போது தத்தம் தாய்மொழிகளைப் பயன்படுத்துகிறார்கள். ஆனால், இவர்களது அறிவியல் கோட்பாடுகள் உலகம் முழுவதும் ஆங்கிலத்தில் மொழிபெயர்க்கப்பட்டுப் பரவலாக்கப்படுகின்றன. இருந்தும், இலக்கிய மொழிபெயர்ப்புகள் விவாதிக்கப்படுவதுபோல் அறிவியல் மொழிபெயர்ப்புகள் விவாதிக்கப்படுவதில்லை. ஒரு மொழியிலிருந்து மற்றொரு மொழிக்கு மொழியாக்கம் செய்யும்போது எதிர்கொள்ளப்படும் சிக்கல்கள் எதுவும் அறிவியல் மொழிபெயர்ப்புகளுக்குப் பொருத்திப் பார்க்கப்படுவதில்லை. இதற்கான காரணங்கள் என்ன? இயற்கை மொழி குறித்து அறிவியல் கொண்டிருக்கும் அனுமானமே இதற்குக் காரணமாகிறது என்கிறார் சருக்கை. அதாவது, கணித மொழியும் இயற்கை மொழியும் சேர்ந்துதான் அறிவியல் முன்வைப்புகளை அர்த்தப்படுத்துகின்றன என்றாலும், கணித மொழியே சாரத்தைக் கொண்டிருப்பதாகப் பார்க்கப்படுகிறது. அதாவது ஜெர்மன், பிரெஞ்சு, ரஷ்ய மொழி போன்ற இயற்கை மொழிகள் சார்ந்துதான் கணித மொழி என்கிற உபமொழி தன்னை நிலைநிறுத்திக்கொள்கிறது என்றாலும், கணித மொழியே சாரத்தைக் கொண்டிருப்பதாக அர்த்தப்படுத்தப்படுகிறது. ஏனெனில், கணித மொழியில் வெளிப்படுத்தும் கூற்றுகள், சமன்பாடுகள் எந்தவொரு இயற்கை மொழியில் எழுதப்பட்டாலும் ஒத்த அர்த்தத்தையே கொண்டிருப்பதாக எடுத்துக்கொள்ளப்படுகிறது. அறிவியல் மொழிபெயர்ப்புப் பிரச்சினைகள் விவாதத்துக்கு எடுத்துக்கொள்ளப்படாததற்கு இது மிக முக்கியக் காரணமாகிறது என்கிறார் சருக்கை. இப்படியான அனுமானம் எதிர்பாராத விளைவுகளை ஏற்படுத்துகிறது. அதாவது, அறிவியல் முன்வைப்புகளில் இயற்கை மொழியின் மீதான அவநம்பிக்கை என்பது இயற்கை மொழிகளிலான வரலாறு, தத்துவம், சமூகவியல், இறையியல், அறம், சட்டம், தார்மீகம், இலக்கியம் போன்றவற்றின் மீதான அவநம்பிக்கையாக மாறுகிறது. இதனால்தான், அறிவியல் முன்வைப்புகள் வரலாறு, தத்துவம், சமூகவியல், அறம் போன்றவற்றின் தாக்கத்துக்கு அப்பாற்பட்டவையாக அர்த்தப்படுத்தப்படுகின்றன. இதனால்தான், சையித் ஹுஸைன் நஸ்ர் போன்றோர் இஸ்லாமிய அறிவியல் என்ற கருத்தை முன்வைக்கும்போது அவரும் அவர் போன்றோரும் நவீனத்துவத்துக்கு எதிரானவர்களாக நிறுத்தப்படுகிறார்கள்.

இதை நீட்டித்துச் சொல்வதென்றால், கணிதவியல் கருத்தாடல் பிரதானச் சிந்தனை முறையாகவும் வரலாறு, தத்துவம், சமூகவியல் போன்ற சிந்தனை முறைகள் கீழ் நிலையிலானவையாகவும் முன்வைக்கப்படுகின்றன. எடுத்துக்காட்டாக, சமகால முக்கிய அறிவியலாளரான ஸ்டீபன் ஹாகிங்

இவ்வாறு சொல்கிறார்: 'அறிவியல் கருத்தாக்கங்களில் காணப்படும் வளர்ச்சிக்குத் தத்துவவியலாளர்களால் ஈடுகொடுக்க முடியவில்லை. அவர்களால் புரிந்துகொள்ள முடியாத அளவுக்கு அறிவியலானது தொழில்நுட்பம் சார்ந்ததாகவும் கணிதவியல் சார்ந்ததாகவும் மாறிவிட்டது.' அறிவியல் குறித்து அறிவியலாளரல்லாதவர்கள் முன்வைப்பதை அறிவியலாளர்கள் எப்படி வழக்கமாக எதிர்கொள்கிறார்களோ அதுபோல்தான் ஸ்டீபன் ஹாகிங்கும் எதிர்கொள்கிறார். பொதுவாக, மொழியின் பன்மைத்துவத்தை அறிவியலாளர்கள் சந்தேகக்கண் கொண்டு பார்க்கிறார்கள். அறிவியல் கருத்தாடல்களில் மொழியின் பன்மைத்துவத்தை மீட்டெடுப்பது மிக அவசியமாகிறது என்கிறார் சருக்கை. இதைத்தான் ஆய்வாளர் ருடால்ப் பன்விட்ஸ் (Rudolf Pannwitz) இவ்வாறு முன்வைக்கிறார்: 'ஒரு மொழிபெயர்ப்பாளர் செய்யும் அடிப்படையான பிழை என்னவென்றால், அந்நிய மொழி வெளிப்பாட்டின் ஊடாக அவரது சொந்த மொழியைப் பண்பு மாற்றத்துக்கு உள்ளாவதைத் தவிர்த்து அவரது தாய்மொழி செயல்படும் பண்பை உள்ளதுபோலவே தக்கவைத்துக்கொள்கிறார். [...] அந்நிய மொழியின் ஊடாக ஒரு மொழிபெயர்ப்பாளர் தனது தாய்மொழியை ஆழ அகலப்படுத்த வேண்டும்.' இயற்கையை மொழிபெயர்க்கும் ஒரு அறிவியலாளர் தனது மொழியின் சட்டகத்துக்கு ஏற்றாற்போல் இயற்கையைப் படைக்கிறார் என்றாலும்கூட, மொழியின் பன்மைத்துவத்தைத் தீர்மானமாக மறுத்துவருகிறார்.

ஒரு தளத்தில் மொழிபெயர்ப்பாளராக முன்வைப்பதை எப்படி அறிவியலாளர்கள் ஏற்றுக்கொள்ள மறுக்கிறார்களோ அதுபோலவே ஆசிரியராக முன்வைப்பதையும் ஏற்றுக்கொள்ள மறுக்கிறார்கள். இந்த உலகம்தான் 'மூல'மாகிறது. இந்த உலகத்தை மானுடர்கள் படைக்கவில்லை. இந்த விதத்தில் அறிவியலாளர்கள் ஆசிரியர்கள் அல்ல. மானுட மொழிக்கு உலகத்தை மொழிபெயர்க்கும் மொழிபெயர்ப்பாளர்களாகிறார்கள். இந்தத் தளத்தில் அறிவியல் முன்வைப்புகள் எல்லாமே மொழிபெயர்ப்புகளாகின்றன. இதை ஏற்றுக்கொள்ள மறுக்கிறார்கள். நமக்குக் கொடுக்கப்பட்டிருக்கும் உலகம் குறித்து ஒரு படைப்பாளியாக நம்மால் எழுத முடியும், திருத்தி எழுத முடியும், மாற்றி எழுத முடியும். அறிவியலாளர்களும் இதைத்தான் செய்கிறார்கள். இதனால், அறிவியலாளர்கள் இலக்கிய ஆசிரியர்கள்போல் அறிவியல் ஆசிரியர்களாகிறார்கள் என்று நம்மால் கோர முடியும். ஆனால், இதை ஏற்றுக்கொண்டால், அறிவியலை ஒரு கதையாடலாக முன்வைக்க வேண்டியிருக்கும். பலவிதமான கதையாடல்களுக்கும் இடம்கொடுக்க வேண்டியிருக்கும். இதனால், அறிவியலாளர்கள் ஆசிரியர்கள் இல்லை என்கிறார்கள். ஆக, அறிவியலாளர் ஆசிரியரும் இல்லை, மொழிபெயர்ப்பாளரும் இல்லை என்றால் அவர்கள் யார்? அறிவியலாளர்கள் 'போலி மொழிபெயர்ப்பாளர்கள்' என்ற கருத்தை சருக்கை முன்வைக்கிறார். ஒருவர் தனது அசலான படைப்பை மொழிபெயர்ப்பாக முன்வைப்பவரே 'போலி மொழிபெயர்ப்பாளர்'. ஒருவர் ஆசிரியருக்கான உரிமையைக் கொண்டிருந்தாலும் அவரை மொழிபெயர்ப்பாளராக வெளிப்படுத்திக்கொள்பவரே 'போலி மொழிபெயர்ப்பாளர்'. இப்படியாக

வெளிப்படுத்திக்கொள்வதற்குப் பல்வேறு புறச்சூழல்கள் காரணமாக இருக்கலாம். சொல்லவந்த கருத்தை ஒரு ஆசிரியராக இருந்து சொல்வதில் அரசியலார்ந்த பிரச்சினைகள் இருக்கலாம்; சமூகக் கண்டனத்துக்கு உள்ளாக வேண்டியிருக்கும் என்ற அச்சம் இருக்கலாம்; சுயபாதுகாப்புக்கான போலி மொழிபெயர்ப்பாளராக வெளிப்படுத்திக்கொள்ளலாம். ஆனால், தொழில்நுட்பக் கருத்தாடல்கள், அறிவியலாளர்களைப் போலி மொழிபெயர்ப்பாளர்களாக முன்வைக்காமல், ஆசிரியர்களாக முன்வைக்கிறது என்கிறார் சருக்கை.

நாம் இதுவரை சருக்கையின் வாசிப்பின் அடிப்படையில் அறிவியலை மொழிபெயர்ப்புத் தளத்திலிருந்து அணுகினோம். 'மொழிபெயர்ப்புச் சிக்கல்களை நாம் கையாளும்போது நாம் தத்துவார்த்தப் பிரச்சினை நோக்கித்தான் நகர்கிறோம்' என்கிறார் தெரிதா. மொழிபெயர்ப்பு என்ற கருத்தின் ஊடாகவே 'மூலம்' என்ற கருத்தாக்கத்தைப் படைக்கிறோம். அதாவது மொழியாக்கம் இல்லாமல், 'மூலம்' என்ற ஒன்று கிடையாது. 'மூலம்' என்ற கருத்தானது பிரதிகளுக்குள் உள்ளடங்கியதாக இருக்கிறது. எடுத்துக்காட்டாக, கம்ப ராமாயணத்தை நாம் மொழியாக்கம் என்று சொல்வதில்லை. கம்ப ராமாயணத்தை நாம் மொழியாக்கம் என்று சொல்வோமானால், வால்மீகி ராமாயணம் மூலமாகிறது. (கம்ப ராமாயணம் ஆங்கிலத்தில் மொழியாக்கம் ஆகும்போது தமிழில் உள்ளது 'மூலமாகிறது'.) அதாவது, மொழிபெயர்ப்பின் ஊடாகவே ஒன்றை மூலமாக வரையறுக்க முடிகிறது. இங்கு மூலம் என்பது உணர்நிலைக்கு அப்பாலான (transcendence) ஒன்றைக் குறிக்கவில்லை என்கிறார் சருக்கை. ஏனெனில், அது மொழியாக்கம் செய்யக்கூடிய, செய்ய முடியாத என்று எல்லாவற்றையும் மூலமாக்கும் சிக்கலைக் கொண்டுவிடும். மொழிபெயர்ப்பு என்ன செய்கிறது என்றால், அது மூலத்துக்கு அர்த்தத்தை உருவாக்குகிறது. இது வாசித்தல் என்ற செயல்பாட்டின் ஊடாக வெளிப்படுவதோடு வாசிக்கும்போதே எது வாசிக்கப்படுகிறதோ அதை எழுதுவதாகிறது. இவ்வாறு தொடர்ந்து வாசிப்பது/எழுதுவது என்ற செயல்பாட்டின் ஊடாகவே ஒரு மூலம் உருவாக்கப்படுகிறது. இருந்தாலும், நம்முடைய வாசிக்கும்/எழுதும் செயல் ஒரு பொருள் கண்ணாடியில் பிரதிபலிப்பதுபோல் மூலத்தைப் பிரதிபலிப்பதில்லை. சருக்கை முன்வைக்கும் இந்த வாதம் மிக முக்கியமானது. ஒன்றை வாசிப்பதன் ஊடாக மட்டுமே அது மூலமாவதில்லை. தொடர்ந்து வாசிப்பது/எழுதுவது என்ற செயல்பாட்டின் ஊடாகவே நாம் ஒரு மூலத்தை உருவாக்குகிறோம். ஆனால், இது சாத்தியப்பட மொழிபெயர்ப்பு என்ற செயல்பாட்டில், மூலம் என்பது எப்போதும் கிடைக்கக்கூடியதாக இருக்க வேண்டிய நிர்ப்பந்தத்தைக் கொண்டிருக்கிறது. ஆக, ஒரு மூலம் உணர்நிலைக்கு அப்பாலானதாக (transcendence) இருப்பதோடு அது நிலையானதாகவும், மொழியாக்கம் என்ற செயல்பாட்டின் ஊடாக முழுமையாக அணுகக்கூடியதாகவும் இருக்க வேண்டியுள்ளது. அதே சமயத்தில், அது சுலபமாக அழிந்துபோகக்கூடியதாகவும் மறைந்துபோகக்கூடியதாகவும் இல்லாமல் இருக்க வேண்டியுள்ளது. மேலும், அது ஒரு மொழிபெயர்ப்பாளர் தனக்கு ஏற்ற வகையில் கையாள்வதற்கு இடம்கொடுக்கக்கூடிய ஒன்றாகவும் இருக்க வேண்டியுள்ளது என்று சருக்கை விவரிக்கிறார்.

ஒரு மூலத்தின் சாரத்தை மொழியாக்கத்தின் ஊடாக வெளிப்படுத்த முடியும் என்ற பார்வை, ‘மூலம்’ அதற்கென்று சுயமான ஒன்றை (thing-in-itself) கொண்டுள்ளது என்ற அனுமானத்தைச் சார்ந்திருக்கிறது. ஆனால், நாம் ஒரு மூலத்தை மொழியாக்கத்தின் ஊடாகவே அணுக முடியும். இதனால்தான், நாம் மூலத்தின் சுயமான ஒன்றை மூல வடிவத்திலோ அல்லது மொழியாக்க வடிவத்திலோ அடைய முடியாமல்போகும் சாத்தியப்பாட்டுக்கு இடம்கொடுக்க வேண்டியுள்ளது. வால்டர் பெஞ்ஜமின் வார்த்தைகளில் சொல்வதென்றால், ‘மூலம் சுயமான ஒன்றை முழுமுற்றாகக் கொண்டிருக்கவில்லை’. இதிலுள்ள புதிர் என்னவென்றால், மூலத்தை அதன் பொருளியல் தன்மையைக் கடந்து மொழியாக்கத்தின் ஊடாகவே நம்மால் அணுக முடியும். அந்த மூலம் புத்தகமாக இருக்கலாம், ஓவியமாக இருக்கலாம், அல்லது இயற்கை என்றழைக்கப்படும் இந்த மெய்யான உலகமாகவும் இருக்கலாம். ஆனால், நாம் மொத்த புத்தகத்தை அல்லது இயற்கையை உள்வாங்கிக்கொள்ளாமல் மொழியாக்கச் செயலில் ஈடுபட முடியாது.

அறிவியலையும் மொழியாக்கத்தையும் இணைக்கும் முதல் இணைப்புப் புள்ளி மூலம் என்ற கருத்துதான். அறிவியலுக்கு இயற்கையே மூலமாகிறது. நவீன அறிவியல் அதன் முன்வைப்புகள் உண்மையானவை என்று கோருவதற்கு, இயற்கையை மூலமாக்க வேண்டியுள்ளது. மெய்யான உலகம் எப்படியாக இருக்கிறதோ எப்படியாக இயங்குகிறதோ அதையே அறிவியல் முன்வைப்பதாகக் கோருவதற்கு, எல்லாமும் மூலத்தில் இருப்பதாகக் கோர வேண்டியுள்ளது (பிதாகரஸ் சூத்திரம் மானுடர்களுக்கு அப்பால் சுயமான இருப்பைக் கொண்டிருப்பதாக ஐன்ஸ்டைன் கோருவதுபோல்). மூலப் பிரதியை (மெய்யான உலகத்தை) வாசித்தல்/எழுதுதல் என்ற செயல்பாட்டின் ஊடாகவே அறிவியல் கருத்தாடல் ஒழுங்கமைக்கப்படுகிறது. மானுடர்களிலிருந்து பிரித்துப்பார்க்கப்படும் மெய்யான உலகமே — இயற்கை என்று கருத்தாக்கம் செய்யப்பட்டு, மூலமாகிறது. அறிவியலுக்கு இயற்கை என்ற கருத்தே மூலமாகிறது. மானுடர்கள் இந்த மூலத்தின் பகுதியாக இருக்க முடியாது. மூலம் என்ற கருத்து மூலத்தை மொழிபெயர்த்தல், மூலத்தை நகலெடுத்தல் போன்ற விளைவுகளைக் கொண்டிருக்கிறது என்கிறார் சருக்கை. மூலம் என்ற கருத்து குறித்து இன்னும் விரிவாகப் பார்க்க முடியும் என்றாலும், இங்கு நம்முடைய வாசிப்புத் தேவைக்கு உட்பட்டு இவ்வாறு தொகுத்துக்கொள்வோம்: தொடர்ந்து வாசித்தல்/எழுதுதல் என்ற செயல்பாட்டின் ஊடாகவே ஒரு மூலம் உருவாக்கப்படுகிறது. மேலும், இந்தச் செயல் ‘இருப்பதுபோல்’ மூலத்தைப் பிரதிபலிப்பதில்லை. இது அடிப்படையில் மெய்யான உலகத்தை மொழிப்படுத்துவதோடு தொடர்புடைய பிரச்சினையாகிறது.

சரி, மூலத்தை ‘இருப்பதுபோல்’ மொழியாக்கம் செய்ய முடியாது என்றால், அதாவது மெய்யானது என்று ஒன்று இருந்தாலும் அதைக் கைக்கொள்ள முடியாது என்றால், மொழியாக்கங்கள் என்னதான் செய்கின்றன? வால்டர் பெஞ்ஜமினைப் பொறுத்தமட்டில், மொழியாக்கம் என்ற செயலில் ஈடுபடுவதற்கான முந்தைய

நிலை மொழியாக்கத்தில் மிக முக்கியப் பங்காற்றுகிறது. ஏனெனில், ஒரு பிரதி அதற்கு அப்பால் ஏதோ ஒன்றைக் கொண்டிருக்கிறது. அதாவது, ஏதோ ஒன்று மொழியாக்கத்துக்கு இடம்கொடுப்பதன் ஊடாக, அதன் இருப்புக்கு அப்பால் அது உபரியாக எதையோ கொண்டிருக்க வேண்டியுள்ளது. இப்படியாக அணுகுவோம் என்றால், எல்லாமும் மொழியாக்கம் செய்யக்கூடியவையாக இருப்பதில்லை. எல்லாமும் மூலமாகும் தகுதி கொண்டிருப்பதில்லை. ஏதோ ஒன்று அதற்கு அப்பாலும் உயிர் கொண்டிருக்க வேண்டியுள்ளது (after-life). இதுவே மொழிபெயர்ப்பாளருக்கு வழிகாட்டுகிறது; மொழியாக்கம் செய்வதற்கான சாத்தியப்பாட்டை உருவாக்கிக்கொடுக்கிறது. ஏதோ ஒன்று அதற்கு அப்பாலும் உயிரோடு இருக்க வேண்டியுள்ளது என்ற கருத்தை சற்று விரிவாகப் பார்ப்போம். ஒரு மருந்து தயாரிப்புக்குக் குறிப்பிட்ட செடி அடிப்படையாகிறது என்று வைத்துக்கொள்வோம். அதாவது, குறிப்பிட்ட செடிக்குக் குறிப்பிட்ட மருத்துவ குணம் இருப்பதாக நாம் மொழியாக்கம் செய்கிறோம். அந்தச் செடியின் உயிரியல் சுழற்சியில் மருத்துவப் பண்பு இருக்கிறதா அல்லது மருத்துவப் பண்பு கொண்டிருப்பதால் அது ஒருவிதமான உயிரியல் சுழற்சியைக் கொண்டிருக்கிறதா? ஒரு விதை இருக்கிறது. அது துளிர்விடுகிறது. செடியாய் முளைக்கிறது. பூ பூக்கிறது. பட்டுப்போகிறது. காய்ந்து விழுகிறது. இந்த உயிரியல் சுழற்சியில் அதற்கென்று எத்தகைய அர்த்தமும் கிடையாது. இவையெல்லாம் ஒரு செடியின் வளர்சிதை மாற்றத்தையே (metabolism) குறிக்கின்றன. அதன் மருத்துவப் பண்பு அதன் உயிரியல் சுழற்சியைச் சார்ந்திருக்கவில்லை. அதன் உயிரியல் சுழற்சிக்கு அப்பாலான இருப்பில்தான் அதன் மருத்துவ குணத்தை அது கொண்டுள்ளது. அதாவது, ஒரு செடியின் உயிரியல் சுழற்சிக்கு அப்பால், அதற்கு மருத்துவ குணம் கொண்டதாக மொழியாக்கம் செய்வதற்கான சாத்தியத்தை அது கொண்டிருக்கிறது. இது மானுடர்களும், பிற உயிரினங்களும் அந்தச் செடியோடு கொள்ளும் உறவின் ஊடாகவே சாத்தியப்படுகிறது. ஆக, செடியின் மருத்துவ குணம் என்பது உறவின் ஊடாகப் படைக்கப்படுகிறதே தவிர, செடியின் சாராம்ச குணத்தைச் சார்ந்தல்ல. மார்க்ஸ் இதை இப்படியாகச் சொல்வார்: சூரியனைச் செடி சார்ந்திருக்கிறது. இதை நாம் சுலபமாக ஏற்றுக்கொள்ள முடியும். ஆனால், அவர் இன்னும் மேலே சென்று சூரியனும் செடியைச் சார்ந்திருக்கிறது என்கிறார். இங்கு மார்க்ஸ் செடிக்கும் சூரியனுக்கும் இடையேயான உறவையே பிரதானப்படுத்துகிறார். சூரியனைச் செடி சார்ந்திருக்க வேண்டும் என்றால், அது நமக்குப் புலப்படக்கூடியதாக இருக்க வேண்டும் என்றால், சூரியனும் செடியைச் சார்ந்திருக்க வேண்டியுள்ளது. அதனால்தான், எது ஒன்றும் அதன் இயல்பை அதன் இருப்புக்கு அப்பால் கொண்டிருக்க வேண்டியுள்ளது என்றும், அவ்வாறு கொண்டிருக்கவில்லை என்றால் அது இயற்கை முறைமையியலில் பங்காற்றுவதில்லை என்றும் மார்க்ஸ் முன்வைக்கிறார்.[30] அடிப்படையில், செடியும் சூரியனும் ஒன்றோடொன்று உறவுகொண்டிருப்பதையே முன்வைக்கிறார். இந்த உறவை, செடியை

30 Marx, 1844 Manuscripts, in Bertell Ollman, *'Alienation: Marx's Conception of Man in Captalist Society'*, Cambridge University Press, 1996. (First Edition: 1971), p. 28.

நிலையிடமாகக் கொண்டு (vantage point என்கிறார் மார்க்ஸ்) சூரியனைப் பார்க்கிறோம்; சூரியனை நிலையிடமாகக் கொண்டு செடியைப் பார்க்கிறோம் என்கிறார் ஆல்மன் (Ollman).

பெஞ்ஜமின் வார்த்தைகளில் சொல்வதென்றால், 'மொழியாக்கத்தை ஒழுங்கமைக்கும் விதிகளை ஒரு மூலம் கொண்டிருக்கிறது'. அதுவே ஒரு பிரதியைக் குறிப்பிட்ட முறையில் மொழிபெயர்க்கத்தக்கதாக்குகிறது. மொழிபெயர்க்கத்தக்கதாக்குகிறது என்றால் என்ன அர்த்தம்? ஒன்று தொடர்ந்து இருப்பதற்கான ஆற்றலைக் கொண்டிருப்பதாகிறது. ஒரு செடி அதன் உயிரியல் சுழற்சிக்கு அப்பாலான இருப்புக்கான ஆற்றலைக் கொண்டிருப்பதால்தான் அது மருத்தவ குணம் கொண்டிருப்பதாக நம்மால் மொழியாக்கம் செய்ய முடிகிறது. இதனால்தான், ஒன்றை மொழிபெயர்ப்பது என்பது அதன் இருப்பைச் சார்ந்திராமல் அதற்கு அப்பாலான இருப்பைச் சார்ந்திருக்கிறது என்கிறார் வால்டர் பெஞ்ஜமின். மொழியாக்கம் குறித்த இந்த வாசிப்புகளை அறிவியல் முன்வைப்புகளுக்குப் பொருத்த முயல்கிறார் சருக்கை. ஒரு மூலத்தின் இருப்புக்கு அப்பால் எதையோ கொண்டிருப்பதற்கு இந்த உலகம் ஆகச் சிறந்த எடுத்துக்காட்டாகிறது என்கிறார் சருக்கை. இதுவே நிலைத்திருப்பதற்கு முதல் மாதிரியாகவும், பிரதிக்கான முதல் மாதிரியாகவும் இருப்பதோடு, மொழிபெயர்ப்பதற்கு அறைகூவல் விடுக்கும் ஒன்றாகவும் இருக்கிறது என்கிறார். மெய்யான உலகத்தை மூலமாகப் பார்த்து மொழியாக்கம் செய்வதன் ஊடாக அறிவியல் இதன் குணங்களைக் கைக்கொள்ள முயல்கிறது என்கிறார் சருக்கை.

அறிவியலாளர்கள் இந்த உலகத்தை ஒரு திறந்த புத்தகமாக விவரிக்கிறார்கள். இது எதேச்சையான விவரிப்பல்ல. இந்தப் புத்தகத்தைப் படிப்பதே அதை மொழியாக்கம் செய்வதற்குத்தான். ஆனால், மொழியாக்கத்தின் ஊடாக அறிவியலைப் புரிந்துகொள்ள முயலும்போது, அது மொழி குறித்த கேள்வியை முன்னுக்குக் கொண்டுவருகிறது. மொழியாக்கம் மொழிகளுக்கு இடையேயான பரஸ்பர உறவை முன்னிறுத்துகிறது. இந்த உலகத்தை மொழியாக்கம் செய்வது என்பது வால்டர் பெஞ்ஜமின் சொல்வதுபோல், அறிவியலுக்கும் மொழிக்கும் இடையேயான 'பரஸ்பர உறவை' வெளிப்படுத்துகிறது. மேலும், அவர் சொல்வதுபோல், மொழிகளுக்கு இடையேயான ரத்த உறவு வெறுமனே வெளித்தோற்றத்திலானது அல்ல. மாறாக, ஒவ்வொரு மொழியும் அதன் அடிநாதமாகக் கொண்டிருக்கும் 'நோக்க'த்தை அடிப்படையாகக் கொண்டது என்கிறார் வால்டர் பெஞ்ஜமின். இங்கு மொழியின் 'நோக்கம்' மிக முக்கியமாகிறது. இது அறிவியல் மொழியின் நோக்கம் குறித்து நம்மை நகர்த்துகிறது.

ஆக, நாம் அறிவியலை 'சிறப்பான' மொழியாக்கமாக எடுத்துக்கொள்ள வேண்டும் என்றால், அது மெய்யான உலகத்தை வெளிப்படுத்த மொழியை அல்லது மொழிகளை எவ்வாறு பயன்படுத்துகிறது என்று பார்க்க வேண்டியுள்ளது. அறிவியலாளர்களைச் சிறந்த மொழிபெயர்ப்பாளர்களாக முன்னிறுத்துவதற்கு, இந்த உலகம் குறித்த தகவல்களை மட்டுமல்லாமல்

அதன் 'சார'த்தையும் வெளிப்படுத்த வேண்டியுள்ளதால், அவர்கள் பயன்படுத்தும் மொழியின் 'நோக்க'த்துக்கு நாம் முக்கியத்துவம் கொடுக்க வேண்டியுள்ளது. கணித மொழிலேயே இந்த உலகம் படைக்கப்பட்டுள்ளது என்று கோருவதன் ஊடாக இந்த உலகத்தின் அடிப்படைப் பண்பானது கணித மொழியின் நோக்கத்துக்குக் கட்டுப்பட்டதாகிறது. ஆனால், இந்த உலகின் மொழியான 'கணிதவியலும்', மானுடர்களால் படைக்கப்பட்ட 'கணிதவியலும்' ஒன்றுதானா என்பது அவ்வளவு தெளிவாக இல்லை என்கிறார் சருக்கை. மேலும், ஒவ்வொரு சிறப்பான மொழியாக்கமும் மூலத்தைப் பிரதிபலிக்க முயல்வதுபோலவே, அதில் எதையோ சேர்க்கிறது அல்லது கழிக்கிறது என்பதையும் நாம் கவனத்தில்கொள்ள வேண்டும் என்கிறார். 'மூல'த்தில் எதையோ சேர்க்காமல், கழிக்காமல் நம்மால் மொழியாக்கச் செயலில் ஈடுபட முடியாது. இந்த உலகம் அதன் பௌதிகத் தன்மைக்கு அப்பால் ஏதேனும் விதிகளை, விவரிப்புகளைக் கொண்டிருந்தாலும்கூட, அதை மானுடர்கள் படைத்த மொழியில் மொழியாக்கம் செய்யும்போது எதையோ சேர்க்கிறோம் அல்லது கழிக்கிறோம். மூலத்தை அப்படியே பிரதிபலிக்க முடியாது.

ஒரு மொழிபெயர்ப்பாளர் எந்த மொழியில் மொழியாக்கம் செய்கிறாரோ அந்த மொழியின் 'நோக்கம்' அதில் எதிரொலிக்க வேண்டும் என்கிறார் வால்டர் பெஞ்ஜமின். இங்கு எதிரொலி என்று பெஞ்ஜமின் பயன்படுத்துவது மிகவும் சுவாரஸ்யமாக இருக்கிறது என்கிறார் சருக்கை. ஒரு மொழிபெயர்ப்பாளர் மூலத்தின் எதிரொலியைத்தான் உருவாக்க முடியுமே தவிர மூலத்தின் 'மூல'த்தை அல்ல. எதிரொலி என்பது நம்முடைய குரலை நாமே கேட்பது. நாம் உச்சரித்ததும், நாம் கேட்கும் எதிரொலியும் ஒத்தது அல்ல. நாம் என்ன உச்சரிக்கிறோமோ அதுவே நம்மிடம் திரும்ப வருகிறது என்றாலும், எது நம்முடைய குரலைத் திருப்பி அனுப்புகிறதோ அதனால் அது கலங்கப்பட்டதாகவும் இருக்கிறது. அறிவியல் முன்வைப்புகள் அடிப்படையில் எதிரொலியாகின்றன. மொழியால் கலங்கப்பட்ட எதிரொலி. ஆனால், மொழியில்லாமல் இந்த எதிரொலி சாத்தியமில்லை.

கணித மொழியும் இயற்கை மொழியும்

கணித மொழிக்கு அறிவியல் முக்கியத்துவம் கொடுப்பதன் ஊடாக, இயற்கை மொழிகளோடு அது கொண்டிருக்கும் ரத்த உறவை மறைத்துக்கொள்கிறது என்கிறார் சருக்கை. பொதுவாக, கணிதவியலை ஒரு மொழியாக நாம் பார்ப்பதில்லை. மூலத்துக்கும் மொழியாக்கத்துக்கும் இடையே 'இணக்கமான' உறவு 'தூய மொழி'யின் ஊடாகத்தான் சாத்தியப்படுகிறது என்கிறார் பெஞ்ஜமின். இதில் விசித்திரம் என்னவென்றால், இந்த 'தூய மொழி' எந்தக் குறிப்பிட்ட மொழியையும் குறிக்கவில்லை என்றாலும், அது (தூய மொழி) ஒரே சமயத்தில் வேறுபாட்டை அனுமதிப்பதோடு மொழிகள் ஒத்திருப்பதையும் குறிக்கிறது. ஒரு மொழிபெயர்ப்பாளர் எதை விடுவிக்கிறார் என்றால், ஒரு

மொழியின் உள்ளார்ந்த பண்பாக இருக்கும் மொழியைத்தான். அதாவது, பெஞ்ஜமின் முன்வைக்கும் 'தூய மொழி' என்ற கருத்துக்கும் அறிவியல் கருத்தாடல்களுக்கும் மிக நெருக்கமான தொடர்பு இருக்கிறது என்கிறார் சருக்கை. அறிவியல் கருத்தாடலானது எல்லாவற்றையும்விட உண்மையைக் கோருகிறது; இந்த உலகம் குறித்த உண்மைகளை முன்வைப்பதாகக் கோருகிறது. இங்கு சிக்கல் என்னவென்றால், ஒரு பிரதி எத்தகைய நிபந்தனைகளும் கொண்டிராமல் மொழிபெயர்க்கத் தகுந்ததாக இருக்க வேண்டும் என்றால், அந்தப் பிரதி எந்த மொழியில் மொழிபெயர்க்கப்படுகிறதோ அந்த மொழி 'உண்மையான மொழி'யாக இருக்க வேண்டியுள்ளது. அர்த்தத்தில் இடையீடுகள் எதுவும் செய்யாத மொழியாக இருக்க வேண்டியுள்ளது என்கிறார் ஆண்ரூ பெஞ்ஜமின். இந்த அடிப்படையில் மெய்யான உலகம் என்ற பிரதி எத்தகைய நிபந்தனைகளுமற்று மொழிபெயர்க்கக்கூடியதாக இருப்பதால் அறிவியலாளரின் வேலை சகலவிதத்திலும் மொழிபெயர்ப்பாளர் வேலையாகத்தான் இருக்கிறது என்கிறார் சருக்கை. இந்தப் புரிதலிலிருந்து அறிவியல் கருத்தாடல்களில் கணித மொழிக்கும் மொழிபெயர்ப்புக்கும் இடையேயான உறவைப் பார்க்க வேண்டியுள்ளது.

கணிதவியல் தனித்துவமான கருத்தாடலாக இருக்கிறது. வெறுமனே கணித மொழி குறியீட்டுத்தன்மையிலானதாக இருப்பதால் மட்டுமே அது தனித்துவமானதாக இல்லை. கணித மொழி குறியீடுகளைப் பயன்படுத்திச் செழிப்பான கதையாடல்களை முன்வைக்கிறது என்கிறார் சருக்கை. எடுத்துக்காட்டாக, '=' குறியீடானது கணித மொழிக்கும் பிற இயற்கை மொழிகளுக்கும் இடையேயான அடிப்படை வேறுபாட்டை மிகத் துல்லியமாக முன்வைக்கிறது. இயற்கை மொழியின் மீதான சந்தேகத்தால் இயற்கை மொழியில் சொல்லக்கூடியதை அதற்குப் பொருத்தமான குறியீடுகள் ஊடாகச் சொல்ல முற்படுகிறது என்பதாகக் கணித மொழி அர்த்தப்படுத்தப்படுகிறது. இது தவறான புரிதல் என்கிறார் சருக்கை. தவறான புரிதல் மட்டுமல்ல, அது சில அடிப்படைகளை மூடிமறைக்கவும் செய்கிறது என்கிறார். அதாவது, கணிதவியலாக்குவது என்பது வெறுமனே குறியீடுகளையும் உத்திகளையும் மட்டுமே கைக்கொள்வதல்ல. குறியீட்டுரீதியாக வெளிப்படுத்தப்படும் மொழியுடனான பிரத்யேக உறவே இந்தக் கருத்தாடலின் தனித்துவப் பண்பாகிறது. இந்தப் பண்பு இல்லையென்றால் அதன் கருத்தாடல் சட்டகமே ஆட்டங்காணக்கூடியதாக இருக்கும். குறியீட்டு மொழி என்று கணிதவியலைச் சொல்லும்போது நாம் வெறுமனே 6+6=12 என்பதைக் குறிக்கவில்லை. இது ஸ்தூலமாக உணரக்கூடிய நிலைப்பாடுதான். ஆனால் x, y என்று உபயோகிக்கும்போது அது முற்றிலும் வேறானதாகிறது. $x+y=z$ என்று எழுதும்போது x, y எதை வேண்டுமானாலும் குறிக்கலாம், எதை வேண்டுமானாலும் தவிர்க்கலாம். அதாவது, இங்கு x, y எல்லாமாகவும் ஏதுமற்றதாகவும் இருக்கிறது. மிக எளிமையாகச் சொல்வதென்றால், '$Table=T$' என்று எழுதுவதாக வைத்துக்கொள்வோம். நாம் T^2 என்று எழுத முடியும். அதற்கு அர்த்தமுள்ள இருப்பு சாத்தியப்படுகிறது. ஆனால், நிச்சயமாக $Table^2$ என்று எழுத முடியாது. அதாவது, கணிதவியலில் மாறிலிகள்

(variables) அதற்கென்ற தனித்த இருப்பைக் கொண்டிருக்கின்றன. இதுவே குறியீட்டு மொழியின் அடிப்படைப் பண்பாகிறது. மேலும், நாம் முன்னரே பார்த்ததுபோல், இயற்கை மொழிகளை ஒதுக்கிவைத்தே குறியீட்டுரீதியான உள்ளடக்கம் தனக்கான முக்கியத்துவத்தைப் பெறுகிறது. இயற்கை மொழிக்கும் குறியீட்டு மொழிக்கும் இடையேயான உறவு எத்தகையது? கணித மொழி 'உண்மை'யாகவே இயற்கை மொழித்தன்மை அற்றதுதானா? கணித மொழி இயற்கை மொழியைச் சார்ந்து இருக்கிறது என்றால், கணிதவியலில் இயற்கை மொழியின் பாத்திரம் என்ன?

கணிதவியல் பிரதியைப் பார்ப்பவர்கள் ஒன்றை உடனடியாக உணர முடியும். கணிதவியல் கருத்தாடல்களில் பொதுவாக அங்கீகரிக்கப்படுவதைக்காட்டிலும் அதிகமாக இயற்கை மொழிகள் பங்காற்றுகின்றன. உயர் கணிதத்தில் ஈடுபடுகிறவர்கள்கூட இயற்கை மொழியைச் சார்ந்திருக்க வேண்டியுள்ளது என்று சொல்லும் சருக்கை இந்த எடுத்துக்காட்டைக் கொடுக்கிறார்: *Every integer n›1 can be represented as a product of prime factors in only one way, apart from the order of other factors*. இந்தக் கணிதக் கூற்று ஆங்கிலத்தில்தான் சொல்லப்படுகிறது. அதாவது, கணிதவியலுக்குச் சொந்தமான prime, integer, factors, product போன்ற சொற்களெல்லாம் இயற்கை மொழியில்தான் எழுதப்படுகின்றன. இதில் பயன்படுத்தப்படும் சொற்களெல்லாம் இயற்கை மொழியான ஆங்கிலத்தில் சகஜமாகப் பயன்படுத்தப்படும் சொற்கள்தான். ஆனால், இந்தச் சொற்கள் கணிதக் கூற்றில் பிரத்யேக அர்த்தத்தைப் பெறுகின்றன. அதாவது, இந்தக் கணிதக் கூற்று ஆங்கிலத்தில் எழுதப்பட்டிருந்தாலும் அவை குறியீட்டுரீதியாகவே அவற்றை வெளிப்படுத்திக்கொள்கின்றன. ஆனால், இயற்கை மொழி பல்வேறு அர்த்தப்பாடுகளுக்கான சாத்தியத்தைக் கொண்டிருப்பதைப் போலவேதான் '*can be represented*' என்று ஆங்கிலத்தில் இருப்பதும் கொண்டிருக்கிறது.

கணிதவியல் எழுத்துகள் இந்த மாதிரியின் அடிப்படையிலேயே காணப்படுகின்றன. அதாவது, சில இயற்கை மொழிச் சொற்கள் பிரத்யேக அர்த்தத்தைப் பெறுகின்றன என்றால், சில இயற்கை மொழிச் சொற்கள் வேறான அர்த்தப்பாட்டுக்கான உபரியைக் கொண்டிருக்கின்றன. தொகுத்துச் சொல்வதென்றால், கணிதவியல் குறியீடுகள் கணிதக் கூற்றுகளில் வெளிப்படுவதற்கு முன்னதாக இயற்கை மொழியில் அதற்கான வெளிப்பாட்டைக் கொண்டிருக்கின்றன. ஆனால், இத்தகைய நிலைப்பாட்டைக் கணிதவியலாளர்கள் அவ்வளவு சுலபமாக ஏற்றுக்கொள்ள மாட்டார்கள் என்கிறார் சருக்கை. ஏனெனில், கணிதவியல் சமூகம் இயற்கை மொழிகளை அப்புறப்படுத்தி, குறியீடுகள் கொண்டு நிரப்ப முடியும் என்பதன் மீது பெரும் நம்பிக்கை கொண்டிருக்கிறது என்கிறார். ஆனால், இது அவ்வளவு சுலபமானது அல்ல என்றும், இயற்கை மொழியின் உதவி இல்லாமல் கணிதவியலாளர்களால் வெறும் கணிதக் குறியீடுகள் ஊடாகச் சிந்திக்க முடியாது என்றும் சருக்கை வாதிடுகிறார். இது முக்கியமான வாதம். கணிதவியல் குறியீடுகளைக் கொண்டு ஒருவரால் சிந்திக்க முடியுமா? குறியியல்

தளத்தில்தான் இயற்கையான மொழிகளும் இயங்குகின்றன என்றாலும், 'துல்லியமான' வரையறைகள் ஊடாகப் பன்மைத்துவத்தை நிராகரிக்கும் விதமாகக் கருத்தாடலை மாற்றி எழுதுவதுதான் கணிதவியல் கருத்தாடலின் முக்கியப் பண்பாகிறது. அதாவது, கணிதவியலில் இயற்கை மொழிச் சொற்கள் கணிதவியல் எழுத்துகள்போல் செயல்படுகின்றன என்றாலும் அவை அந்த மொழியின் பண்பாட்டை அடிப்படையாகக் கொண்டிருப்பதில்லை. எழுதுதல் என்ற செயல் ஊடாகக் கணிதவியலானது இயற்கை மொழியின் பாத்திரத்தை அழித்துவிட முயல்கிறது என்றாலும், அது அழிக்கப்படும் சுவடுகளை வேறு வழியில்லாமல் தக்கவைத்துக்கொள்ள வேண்டியுள்ளது என்கிறார் சருக்கை. ஆனால், எழுதி முடித்த பின், ஒற்றை அர்த்தத்தைக் கொண்டிருக்கும் ஒன்றாக இயற்கை மொழிச் சொல் மாற்றப்படுகிறது. இது, வேறு விதமான கருத்தாடல்கள் சார்ந்த, வேறு விதமான விதிமுறைகள் சார்ந்த 'குறிப்பான்களின் விளையாட்டு' (play of signifiers) என்கிறார்.

ஆக, கணிதவியல் பயன்படுத்தும் குறியீடுகள் இயற்கை மொழியால், இயற்கை மொழியைக் கொண்டுதான் உருவாக்கப்படுகின்றன. இந்தக் குறியீடுகள் வேறு ஒன்றைக் குறிப்பதற்கு முன்னால், ஒரு இயற்கை மொழிச் சொல்லைத்தான் குறிக்கின்றன (சமம் என்ற இயற்கை மொழிச் சொல்தான் '=' என்ற குறியீடாகிறதே தவிர கணிதவியலில் பயன்படுத்தப்படும் '=' என்பது சமம் என்ற இயற்கை மொழிச் சொல்லாவதில்லை). ஒரு குறிப்பிட்ட சொல்லோடு இணைக்கப்படும் ஒரு குறியீடு, அந்தச் சொல் கொண்டிருக்கும் அர்த்தத்துக்கு மேலாக எதையும் கொண்டிருப்பதில்லை. ஆனால், கறாரான வரையறைகள் ஊடாகவே ஒரு சொல்லுக்கு சாத்தியப்படும் பல்வேறு அர்த்தப்பாடுகள் அதனிடமிருந்து பறிக்கப்படுகின்றன. எடுத்துக்காட்டாக, இதைப் பார்ப்போம்: 'அவனும் அவளும் சமம்' என்று சொல்வதாக வைத்துக்கொள்வோம். இப்படிச் சொல்வோமானால், எந்த அர்த்தத்தில் சமம், எந்த அர்த்தத்தில் சமமில்லை என்றெல்லாம் நம்மால் விவரிக்க முடியும். அப்படி முன்வைப்பதைக் குறித்து முரண்படவும் முடியும். ஆனால், அவன்=அவள் என்று எழுதும்போது, சமம் என்ற சொல் கொண்டிருக்கும் குணாம்சங்களெல்லாம் அர்த்தமிழந்துபோகின்றன. '=' என்ற குறியீடு முழுமுற்றான சமத்தைக் குறிப்பதாகிறது; இது எல்லாவற்றையும் உள்ளடக்கியதாகவும் இருக்கிறது; எதையும் கொண்டிராத ஒன்றாகவும் இருக்கிறது. இந்த அடிப்படையில் நாம் ஒரு கேள்வியைக் கேட்டுக்கொள்ளலாம்: வார்த்தைகளால் செய்ய முடியாத எதைக் கணிதக் குறியீடுகள் செய்கின்றன? குறியீட்டுவயப்படுத்துவது என்பது சொற்களைக் கையாள்வது, கட்டமைப்பது, செயல்படுவது என்று சொற்கள் மீதாக சில நிகழ்வுகளைச் சாத்தியப்படுத்துவதோடு அவை புதிய வெளிப்பாடுகளையும் சாத்தியப்படுத்துகின்றன. எத்தகைய குறியீடும் அதன் தோற்றத்தின் தேவையைக் கடந்து அதற்கென்று தனித்த இருப்பை வடிவமைத்துக்கொள்ளும் திறன் கொண்டதாகவே இருக்கிறது.[31] ஆனால்,

---

31 குறிகள் தனக்கென்று சுதந்திரமான இருப்பைக் கொண்டிருக்கும் சாத்தியப்பாட்டைப் புரிந்துகொள்ள: டி.ஆர்.நாகராஜ், 'தீப்பற்றிய பாதங்கள்' தொகுப்பில் உள்ள 'சாராம்சவாத, கட்டமைப்புவாத சட்டகங்களைக் கடந்து: இந்தியாவின் பன்முகத்தன்மை குறித்து' கட்டுரையைப் பார்க்கவும்.

இப்படியாகச் செயல்பட்டாலும், கணித மொழியால், இயற்கை மொழியின் செழிப்பான வெளிப்பாடுகளின் 'அபாயங்களுக்குள்' விழாமல் இருக்க முடியவில்லை என்கிறார் சருக்கை. வேறு விதமாகச் சொல்வதென்றால், குறியீட்டுவயப்படுத்துவது பன்மைத்துவ அர்த்தப்பாட்டை மட்டுப்படுத்தும் நோக்கத்தில் கணித மொழி தோற்றுப்போவதாக சருக்கை வாதிடுகிறார்.

மொழியாக்கம் என்ற கருத்திலிருந்து கணிதவியல் தன்னை விலக்கிக்கொள்ள முயல்வதை நம்மால் புரிந்துகொள்ள முடிகிறது என்று சொல்லும் சருக்கை இதற்குப் பல காரணங்கள் இருக்கின்றன என்கிறார். முதலாவது, கணிதக் கூற்றுகள் உருவாக்கப்படுவது அதன் இறுதி முடிவைச் சார்ந்திராமல் எழுதுதல் கொடுக்கும் நிறையுணர்வைச் சார்ந்திருக்கிறது. இது மறைக்கப்பட்டு, உண்மை என்பதற்கு அதீத அழுத்தம் கொடுக்கப்படுகிறது. இரண்டாவது, இயற்கை மொழியின் மீதான அதன் சந்தேகம். மேலும், இயற்கை மொழியை 'மூல'மாக ஏற்றுக்கொள்ள கணிதவியல் மறுக்கிறது. ஏனெனில், மொழிபெயர்ப்பு என்கிற செயலே நம்பிக்கையும் மதிப்பும் அற்றதாகப் பார்க்கப்படுகிறது. மொழியாக்கத்தால் மூலத்தைக் கைக்கொள்ள முடியாது என்றும் பார்க்கப்படுகிறது. இந்தக் காரணங்களால், கணிதவியலுக்கும் மொழியாக்கத்துக்கும் இடையேயான உறவு அங்கீகரிக்கப்படுவதில்லை. ஆனால், கணிதவியல் என்பதே எழுதுதல்தான் (சிந்தித்தலோ பேசுதலோ அல்ல). இந்தப் பண்பு மிகவும் முக்கியமானது. அதனால்தான், கணிதவியல் தனக்கென்று எழுத்துகளை உருவாக்கிக்கொள்கிறது. கணிதவியல் எழுத்துகள் இயற்கை மொழியிலான வார்த்தைகளின் பருமனைக் குறைத்துச் சிறியதாக்குகிறது (graohemes). இதன் விளைவு என்னவென்றால், இது எழுதியதை எழுதுவதாகிறது. அதாவது, முன்னரே எழுதப்பட்டிருப்பதை மீண்டும் எழுதுவதாகிறது. 'எழுதியதை எழுதுவது' என்ற செயல்பாட்டை மொழியாக்கம் என்ற கருத்து மிகச் சிறப்பாக விவரிக்கிறது என்கிறார் சருக்கை. அதாவது, மொழியாக்கம் என்பது அடிப்படையில் எழுதியதை எழுதுவதாகிறது என்றால், கணிதவியலில் எழுதுவது என்பது மொழியாக்க நடவடிக்கையாகத்தான் இருக்க முடியும்.

மொழியாக்கத்தின் ஊடாகத்தான் கணிதவியல் குறியீடுகள் தனக்கான அர்த்தத்தைப் பெறுகின்றன. அதாவது, குறியீட்டு உலகமானது இயற்கை மொழியின் ஊடாகத்தான் படைக்கப்படுகிறது. இயற்கை மொழிதான் குறியீட்டு மொழியை உருவாக்குகிறது என்றாலும், கணிதவியல் கருத்தாடல்களில் இயற்கை மொழி பயனற்றதாகப் பார்க்கப்படுகிறது. இதனால்தான், கணித மொழியில் உள்ள இயற்கை மொழியின் பாத்திரத்தை மறைக்க முயல்கிறது என்றாலும் அது மறைக்கப்பட முடியாததாகிறது. மறைக்க முடியாத காரணத்தால்தான், கணித மொழியில் இயற்கை மொழிக்குச் சொல்லிக்கொள்ளும் அளவுக்கு எத்தகைய பாத்திரமும் கிடையாது என்று சொல்லப்படுகிறது. மீவியற்பியலார்ந்த இருமத்துக்குள் (metaphysical duality) கணிதவியல் சிக்கிக்கொள்கிறது; மனம்/உடல் என்ற எதிரிணைக்குள் சிக்கிக்கொள்கிறது. குறியீட்டுரீதியான உலகம் அதன் மனமாகிறது என்றால் எழுதப்படும் கணிதவியலும் இயற்கை மொழியும் உடலாகின்றன என்று

விவரிக்கிறார் சருக்கை. இது மிக முக்கியமான கருத்தாக்கம். ஏனெனில், இது கணித மொழியின் அடிப்படைப் பண்பை வெளிக்கொணர்கிறது.

இயற்கை மொழியை மூலமாகவும், கணிதவியலை அதன் மொழியாக்கமாகவும் கணிதவியலாளர்கள் ஏன் ஏற்றுக்கொள்ள மறுக்கிறார்கள்? கணிதவியல் பிளேட்டோவிய உலகத்தைக் குறிக்கிறது என்பது மட்டுமே இதற்குக் காரணமல்ல என்றும், பிற கதையாடல்கள்போல் அல்லாமல், இயற்கை மொழியோடு கணிதவியல் கொண்டிருக்கும் எல்லா உறவுகளையும் மறுப்பதும், இயற்கை மொழியின் உள்ளார்ந்த பண்பாக இருக்கும் அதன் தெளிவற்ற தன்மையையும் குழப்பங்களையும் விமர்சிப்பதுமே காரணம் என்கிறார் சருக்கை. ஆனால், சிக்கல் என்னவென்றால் இயற்கை மொழியோடு கணிதவியல் கொண்டிருக்கும் உறவை அழிக்கும் செயல் எவ்வாறு நடைமுறைப்படுத்தப்படுகிறது? எழுதுதல் என்ற செயல் ஊடாகவே இயற்கை மொழியோடு கணிதவியல் கொண்டிருக்கும் எல்லா உறவுகளையும் அழிக்க முடிகிறது. ஆனால், எழுதுதல் என்ற நடைமுறையின் ஊடாக எத்தகைய உறவை அது அழிக்க விரும்புகிறதோ அதை வெளிப்படுத்துவதோடு மட்டுமல்லாமல், கணிதவியல் என்பதே இயற்கை மொழியின் மொழியாக்கம்தான் என்பதை வேறு வழியில்லாமல் வெளிப்படுத்தவும் செய்கிறது. மொழிகளுக்கு இடையேயான ரத்த உறவுதான் மொழியாக்கத்தைச் சாத்தியப்படுத்துகிறது. இந்த ரத்த உறவு பொதுவான தோற்றம் சார்ந்ததோ அல்லது பொதுவான எழுத்துரு சார்ந்ததோ அல்லது மொழிக் குடும்பம் சார்ந்ததோ அல்ல. இது மொழிகளுக்கு இடையேயான பரஸ்பர உறவைச் சார்ந்திருக்கிறது. இத்தகைய புரிதலில், இயற்கை மொழிக்கும் கணித மொழிக்கும் இடையேயான பரஸ்பர உறவு எத்தகையது?

இயற்கை மொழிகள் எப்படிப் பரஸ்பர உறவு கொண்டிருக்கின்றனவோ அதுபோல்தான் இயற்கை மொழிகளோடு கணித மொழி கொண்டிருக்கிறது. ஆனால், இயற்கை மொழிகளுக்கு இடையேயான ரத்த உறவு என்பது ஒன்றை மற்றொன்றாக மொழியாக்கம் செய்யும் சாத்தியத்தைச் சார்ந்திருக்கிறது என்றால் மொழியாக்க முடியாத (untranslatalility) சாத்தியப்பாட்டிலிருந்து கணித மொழிக்கும் இயற்கை மொழிக்கும் இடையேயான உறவு சாத்தியப்படுகிறது என்கிறார் சருக்கை. இது உண்மையிலேயே மிக முக்கியமான அவதானிப்பு. இயற்கை மொழியில் சமம் என்ற சொல்லை நம்மால் ‘=’ என்று கணித மொழிக்கு மொழியாக்கம் செய்ய முடியும். ஆனால், எல்லாவற்றையும் உள்ளடக்கியதாகவும், எதையும் கொண்டிராமல் இருக்கும் ‘=’ என்ற கணித மொழிச் சொல்லை நம்மால் இயற்கை மொழிக்கு மொழியாக்கம் செய்ய முடியாது. மொழியாக்கம் செய்யப்பட முடியாத அதன் ஆற்றலிலிருந்துதான், உண்மையை முன்வைக்கும் மொழியாகக் கணித மொழி தன்னைத் தகவமைத்துக்கொள்கிறது. இயற்கையே கணித மொழியில் எழுதப்பட்டிருப்பதாகக் கணிதவியலாளர்கள் பார்க்கிறார்கள். ஆக, இயற்கையே கணிதவியலுக்கு மூலமாகிறது. இதன் விளைவாகவே, மூலமாக இருக்கும் இயற்கை எந்த மொழியில் எழுதப்பட்டிருக்கிறதோ அதே மொழியில்தான் கணித மொழியும் உள்ளதால், இந்தப் பரிமாற்றத்தில் மொழியாக்கம் ஏதுமில்லை

என்று கோரப்படுகிறது. ஆனால், கணித மொழியில் உண்மை உள்ளது என்றால், அந்த உண்மை அதை மொழியாக்கம் செய்ய முடியாத சாத்தியப்பாட்டில்தான் இருக்கிறது.³² கணித மொழியின் தனித்தன்மை என்பது அதன் தூய்மைவாதத்தில், அதாவது அதை மொழியாக்கம் செய்ய முடியாத சாத்தியப்பாட்டில்தான் உள்ளது. தொகுத்துச் சொல்வதென்றால், கணித மொழி மொழியாக்கம் செய்யும் சாத்தியப்பாட்டைத் தொடர்ந்து மறுத்துவருகிறது என்கிறார் சருக்கை. கணித மொழியின் இந்தப் பண்பே இயற்கை மொழிகளிலிருந்து அதை வேறுபடுத்திக்காட்டுகிறது. அதாவது, கணித மொழியானது மொழியாக்கத்தில் ஈடுபடுகிறது; அதே சமயத்தில், மொழிபெயர்க்கப்படுவதைத் தொடர்ந்து மறுத்துவருகிறது. இவ்வாறு இல்லையென்றால் கணித மொழியை நாம் இயற்கை மொழிகளுக்கு மொழியாக்கம் செய்ய முடிந்திருக்கும்; மொழிபெயர்ப்பது சாத்தியப்பட்டிருக்குமானால் கணித மொழி மற்றொரு இயற்கை மொழியாக இருந்திருக்கும்.

கணித மொழியில் வேறுசில தத்துவார்த்தச் சிக்கல்களும் உள்ளன. அதாவது, இரண்டு விதமாக மொழிகள் அதன் அமைப்பாக்கத்தில் பங்காற்றுகின்றன. இவ்விரண்டு மொழிகளும் வேறுபட்ட பண்பாட்டைச் சார்ந்திருக்கின்றன. இவ்விரண்டு மொழிகளின் கருத்தாடல் பழக்கவழக்கங்கள் முற்றிலும் வேறானவையாக இருக்கின்றன. ஆனால், நல்ல மொழியாக்கத்தில் ஒரு மொழியிலிருந்து மற்றொன்றுக்கு மாற்றுவது என்பது பெரும்பான்மைப் படுத்தாமல் (majoritizing) இருக்க வேண்டும். (இங்கு பெரும்பான்மை என்பது எண்ணிக்கை அடிப்படையிலானது அல்ல.) இதை பால் டி மன் (Paul de Man) இவ்வாறு முன்வைக்கிறார்:

> மொழியாக்கம் என்பது மூல மொழியோடு அது கொண்டிருக்கும் துயரமான உறவையே வெளிப்படுத்துகிறது. நாம் நம்முடைய மொழியோடு சகஜமாகவும் சௌகரியமாகவும் இருப்பதாக நினைத்துக்கொள்கிறோம். பழக்கப்பட்டதாக உணர்கிறோம். நம்முடைய மொழி என்று நாம் அழைப்பதற்குள் அடைக்கலம் கொள்கிறோம். நாம் அதிலிருந்து அந்நியப்பட்டவர்கள் இல்லை என்று நினைத்துக்கொள்கிறோம். மொழியாக்கம் எதை வெளிப்படுத்துகிறது என்றால், நம்முடைய சொந்த மொழியோடு நாம் கொண்டிருக்கும் உறவு எந்த அளவுக்கு அந்நியப்பட்டதாக இருக்கிறது என்பதைத்தான். நாம் மூல மொழியோடு கொண்டிருக்கும் உறவை எவ்வளவு தவறாக வெளிப்படுத்துகிறோம் என்ற உணர்வு ஒருவிதமான அந்நியப்பட்ட தன்மையையும் துயரத்தையும் நம் மீது சுமத்துகிறது.

---

32 பார்ப்பனர் என்ற கருத்தமைவை எப்படி மத்திய காலத்தில் தோன்றிய பல்வேறு சமயங்கள் மொழியாக்கம் செய்தன என்றும், தீண்டாமையை ஏன் மொழியாக்கம் செய்ய முடியவில்லை என்றும் நான் முன்வைக்கும் கருத்துக்கு சருக்கையின் இந்த வாசிப்பே அடிப்படை. பார்க்கவும்: Srinivasa Ramanujam, *'Renunciation and Untouchability in India'*, Routlege, 2020. குறிப்பாக, இந்தப் புத்தகத்தில் உள்ள, *'Translating Touch-un-ability'* இயலைப் பார்க்கவும்.

இயற்கை மொழி எத்தகைய பன்மைத்துவத்தைக் கொண்டிருக்கிறதோ அதே பன்மைத்துவத்தைக் கணித மொழியும் கொண்டிருக்கிறது. அதன் குறியீட்டுரீதியான அர்த்தப்பாடுகள் இயற்கை மொழியைப் போலவே பன்மைத்துவம் கொண்டிருக்கின்றன. ஆனால், குறியீடுகளில் காணப்படும் பன்மைத்துவம் என்பது முற்றிலும் வேறு தளத்துக்கானது. இவ்வுலகைச் சார்ந்து கணிதவியல் உருவாக்கும் உலகமானது இயற்கை மொழி, கணித மொழி ஆகிய இரண்டின் கலவையாகத்தான் இருக்கிறது. இயற்கை மொழியிலிருந்து கணித மொழிக்கு மொழியாக்கம் செய்ய முடிவதுதான் அதன் படைப்பூக்கமாகிறது; அதன் குழப்பமும் அடங்கியுள்ளது என்கிறார் சருக்கை. ஆனால், இவ்வாறு மொழியாக்கம் செய்யப்படும் அறிவியல்/கணிதவியல் கூற்றுகள் மீண்டும் இயற்கை மொழிக்கு மொழியாக்கம் செய்வதை மறுதலிப்பதில்தான் அதன் துயரமும் அடங்கியுள்ளது.

நாம் இதுவரை பார்த்தவற்றைத் தொகுத்துக்கொள்வோம். அறிவியல் முன்வைக்கும் மெய்யான உலகம் என்பது கணித மொழியிலான உலகம். (இலக்கியங்கள் முன்வைக்கும் உலகம் இலக்கிய உலகமாவதுபோல்.) கணித மொழியை மானுடர்களால் படைக்கப்பட்ட மொழியாகப் பார்ப்போம் என்றால், அறிவியல் இந்த உலகம் குறித்து அற்புதமான கதையாடல்களை முன்வைக்கிறது என்று கோர முடியும். மானுட அனுபவங்களை நாம் எப்படி இயற்கை மொழியின் ஏரணக் கட்டமைப்புக்கு உட்பட்டு மொழிப்படுத்துகிறோமே அதுபோலவே, அறிவியலானது கணித மொழியின் ஏரணக் கட்டமைப்புக்கு உட்பட்டு மொழிப்படுத்துகிறது. கணித மொழியில் முன்வைக்கப்படுபவற்றில் சில நம் வாழ்வனுபவத்தோடு ஒத்துப்போகின்றன என்றால், சில ஒத்துப்போக மறுக்கின்றன. (இயற்கை மொழியில் முன்வைக்கபடுபவையும் இப்படித்தான் இருக்கின்றன.) ஆக, கணித மொழியிலான உலகம் மெய்யான உலகத்தைத் துல்லியமாகப் பிரதிபலிப்பதாக அறிவியலாளர்கள் கோருவதை நாம் அப்படியே ஏற்றுக்கொள்ள முடியாது.

இதையெல்லாம் மீறி இயற்கை மொழிகள் மொழியாக்கத்துக்கு அனுமதிப்பதுபோல் கணித மொழி அனுமதிப்பதில்லை. கணித மொழியின் மேலாதிக்கம் இதில்தான் உள்ளது. கணித மொழியின் புனிதம் அதன் சுயஅடைப்பில்தான் உள்ளது. கணிதவியலை ஒரு மொழியாக அணுகுவோம் என்றால், இந்தியத் தத்துவ மரபுகளில் மொழி குறித்த விசாரணைகளை நாம் கணித மொழிக்கும் பொருத்திப்பார்க்க முடியும். குறிப்பாக, கணித மொழியைப் போன்றதே சம்ஸ்கிருத மொழி என்கிறார் சருக்கை.[33] இது நமக்குக் கணிதவியல் குறித்தும், அறிவியல் குறித்தும் இன்னும் செழிப்பான புரிதலைக் கொடுக்கலாம்.

33 இப்படியான வாசிப்புக்குப் பார்க்கவும்: Sundar Sarukkai, 'Indian philosophy and Philosophy of Science', Centre for Studies in Civilizations, Project of History of Indian Science, Philosophy and Culture, 2008.

பிற்சேர்க்கையாக: கணித மொழியும் தீண்டவியலாமையும்

கணித மொழி மொழிபெயர்க்கவியலா மொழியாக இருப்பதை நாம் எப்படிப் புரிந்துகொள்ளப்போகிறோம்? கணித மொழியின் இந்தப் பண்பானது சமூகத் தளத்தில் ஏற்படுத்தும் பாதிப்புகள் என்ன? மொழிபெயர்க்கவியலாத தன்மையே கணித மொழியின் தனித்தன்மை என்று சொல்லும்போது கணித மொழி தன்னை சுயஅடைப்பு செய்துகொள்கிறது என்றே அர்த்தமாகிறது. சுயஅடைப்பு செய்துகொள்கிறது எனும்போது அதன் எல்லைகளை மிகத் தீர்மானமாக வரையறுத்துக்கொள்வதாக அர்த்தமாகிறது. சுயஅடைப்பு செய்துகொள்ளும் கணித மொழியானது மனிதர்களோடும் கணிதவியலாளர்களோடும் அறிவியலாளர்களோடும் எப்படியாக உறவுகொள்கிறது? சுயஅடைப்பு செய்துகொள்ளும் மொழியைப் பயன்படுத்தும் ஒரு கணிதவியலாளரும் அறிவியலாளரும் என்னவாகிறார்கள்? அவர்கள் சுயத்தைக் கணித மொழி எப்படியாக வடிவமைக்கிறது?

நாம் அறிவியலாளர் என்ற எழுவாயை எடுத்துக்கொள்வோம். நாம் முந்தைய பகுதிகளில் சமூக எழுவாய்க்கும், அறிவியலாளர் என்ற கருத்தமைவின் ஊடாக அர்த்தம் பெறும் எழுவாய்க்கும் இடையேயான வேறுபாட்டைப் பார்த்தோம். முந்தையது வரலாற்றால், பண்பாட்டால் உருவாக்கப்பட்டது என்றால், பிந்தையது இவற்றிலிருந்து துண்டிக்கப்பட்டது. முந்தையது 'நான்', காலம், வெளி போன்றவற்றுக்கு உட்பட்டது என்றால், பிந்தையது இதுபோன்று எதற்கும் கட்டுப்பட்டதாக இல்லை என்றும் பார்த்தோம். இந்த வேறுபாடுகள் மிகவும் முக்கியமானவை. ஏனெனில் பண்பாடு, வரலாறு, மதம், சாதி போன்றவற்றின் ஊடாகப் படைக்கப்படும் ஓர் எழுவாய் போதாமைகள் கொண்டிருக்கலாம். அந்த எழுவாய் முன்வைக்கும் 'உண்மை'களை நாம் விசாரணைக்கு எடுத்துக்கொள்ள முடியும். வாழ்வனுபவம் சார்ந்து கேள்விகள் கேட்க முடியும். ஆனால், ஒரு அறிவியலாளர் கணித மொழியில் முன்வைக்கும் 'உண்மை'களை நாம் அதன் தர்க்கத்துக்கு வெளியே இருந்து விசாரணைக்கு உட்படுத்த முடியாது. அறிவியல்/அறிவியலாளர்கள் முன்வைப்பவையெல்லாம் சமூகத்துக்கு உள்ளாக நடக்கும் உரையாடல்கள்தான் என்றாலும்கூட, அது முன்வைக்கும் 'உண்மை'களை மொழிபெயர்க்கவியலா மொழியில் முன்வைப்பதால், நம்மால் அதை வேறு விதமாக மொழியாக்கம் செய்து விசாரணைக்கு எடுத்துக்கொள்ள முடிவதில்லை. ஓர் எழுவாய் அறிவியலாளராக, கணிதவியலாளராக இருக்கும்போது அவரை அவர் சுயஅடைப்பு செய்துகொள்ள வேண்டியுள்ளது. சுயஅடைப்பின் ஊடாகத்தான் அவரது முன்வைப்புகளில் 'என்' என்பதை மறைத்துக்கொள்கிறார். மொத்தத்தில், அறிவியலார்ந்த எழுவாய் என்பது, அந்த உன்னத நிலையில் சுயஅடைப்பு செய்துகொண்ட எழுவாயாகிறது. ஆனால், அறிவியலாளரும்கூட அறிவியல் செய்யும் போதுதான் அறிவியலாளராக இருக்கிறார். கணிதவியல் உலகத்தில் வாழும் ஒருவராக மாறுகிறார். அறிவியலாளராக, கணிதவியலாளராக இல்லாத

எவரும் இப்படியான இருப்பைக் கொண்டிருக்க முடியாது. இதனால்தான், அறிவியலார்ந்த உளப்பாங்கு என்பது எதைக் குறிக்கிறது என்று தெரியவில்லை.[34]

மிக விசித்திரமாக, அறிவியலாளர் என்ற தன்னிலையின் பண்பு பார்ப்பனர் என்ற தன்னிலையின் பண்புக்கு ஒத்திருக்கிறது. பார்ப்பனர் என்ற தன்னிலை பார்ப்பன வர்ணம் சார்ந்ததோ, பார்ப்பன சாதிகள் சார்ந்ததோ அல்ல. அது ஒரு கருத்தமைவு. லட்சியப் பார்ப்பனர் என்ற கருத்தமைவு சார்ந்துதான் பார்ப்பனர் என்ற தன்னிலை கட்டமைக்கப்படுகிறது. புரோகிதம், சடங்குகள் ஊடாகப் பார்ப்பன மேலாண்மை கட்டமைக்கப்படவில்லை. சமூகத்தோடு புரோகிதம் ஒரு பரிவர்த்தனை உறவைக் கொண்டது. இதன் ஊடாகப் பார்ப்பன மேலாண்மையை நிலைநிறுத்த முடியாது.[35] ஒரு பார்ப்பனர் சுயஅடைப்பு செய்துகொள்ளும்போதுதான், அதாவது தீண்டும் ஆற்றலை இழக்கும்போதுதான் அவர் பார்ப்பனராகிறார். அதுபோலவே ஒரு அறிவியலாளர் அறிவியல் செய்யும்போது அறிவியலாளராகிறார். பார்ப்பனர் தன்னை சுயஅடைப்பு செய்துகொள்ள தீண்டவியலாமை உதவுகிறது என்றால், அறிவியலாளர் தன்னை சுயஅடைப்பு செய்துகொள்ள கணித மொழி உதவுகிறது. இன்னுமொரு விசித்திரம் என்னவென்றால், கணித மொழியின் மொழிபெயர்க்கவியலா பண்பில்தான் அதன் உன்னதம் அடங்கியுள்ளது என்று முன்வைத்த சுந்தர் சருக்கைதான் உன்னதப் பார்ப்பன நிலையின் தீண்டவியலாமையையும் முன்வைக்கிறார்.[36]

உன்னதப் பார்ப்பனர் என்ற கருத்தமைவில் ஒரு பார்ப்பனர் தனது தீண்டும் ஆற்றலை இழக்கிறார்; தீண்டவியலாமையைக் கைக்கொள்கிறார். ஒரு மனிதரின் பௌதிக உடலானது தீண்டும் உணர்வை இழக்கும்போது அது பிணமாகிறது. பிற புலனுறுப்புகள் இல்லாமல் ஒரு பௌதிக உடலால் இவ்வுலகில் வாழ முடியும். ஆனால், தீண்டும் உணர்வை இழந்து ஒரு பௌதிக உடலால் இவ்வுலகில் வாழ முடியாது. ஆக, ஒரு பார்ப்பன உடலானது பௌதிகரீதியாகத் தீண்டும் உணர்வைக் கொண்டிருக்க வேண்டியுள்ளது; அந்த உடல் சுமந்துகொண்டிருக்கும் உன்னதப் பார்ப்பனர் என்ற கருத்தமைவு தீண்டவியலாமையைக் கொண்டிருக்க வேண்டியுள்ளது. நாம் விவாதித்துக்கொண்டிருக்கும் விஷயத்தோடு தொடர்புபடுத்துவதென்றால், ஓர் எழுவாய் கொண்டிருக்கும் தீண்டவியலாமையை மொழியாக்கம்

34 பார்க்கவும்: Renny Thomas, *'Science and Religion in India: Beyond Disenchantment'*, Routledge, 2022

35 இதுகுறித்த விரிவான வாசிப்புக்குப் பார்க்கவும்: [சீனிவாச] ராமாநுஜம், *'சந்நியாசமும் தீண்டாமையும்'*, மாற்று வெளியீடு, 2016

36 பார்க்கவும்: சுந்தர் சருக்கை 'The Phenomenology of Untouchability' in Gopal Guru and Sundar Sarukkai, *'The Cracked Mirrors: An Indian debate on Experience and Theory'* OUP, 2012, இந்த நூலின் மொழியாக்கத்துக்குப் பார்க்கவும்: கோபால் குரு, சுந்தர் சருக்கை, *'விரிசல் கண்ணாடி: அனுபவம், கோட்பாடு குறித்து ஓர் இந்திய விவாதம்*, தமிழில், சீனிவாச ராமாநுஜம், எதிர் வெளியீடு, 2020.

செய்ய முடியாது.[37] தீண்டும் உணர்வை நாம் பல விதமாக மொழியாக்கம் செய்ய முடியும். தீண்டும் உணர்வைத் தழுவிக்கொள்ளுதல், முத்தம் கொடுத்தல், தட்டிக்கொடுத்தல், தடவிக்கொடுத்தல், அடித்தல், கிள்ளுதல் என்று பலவிதமாக மொழியாக்கம் செய்து தொடுகை தொடர்பானதாக மாற்ற முடியும். ஆனால், தீண்டவியலாமை ஒற்றைத்தன்மையிலேயே தன்னை வெளிப்படுத்திக்கொள்ள முடியும். பௌதிக உடலின் வெளிப்பாடான தீண்டுதல் பன்மைத்துவம் கொண்டது. மேலும், தீண்டவியலாமை புலனுறுப்பு எதையும் சார்ந்திருக்கவில்லை. சுயஅடைப்பு அதன் வடிவமாகிறது. மிக விசித்திரமாக, கணித மொழியும் மொழிபெயர்க்கவியலா அதன் தனித்துவத்தில் சுயஅடைப்பு கொண்டதாகிறது. அதாவது, கணிதவியல் வரலாற்றிலிருந்தும் சமூகத்திலிருந்தும் பண்பாடுகளிலிருந்தும் இறையியலிலிருந்தும் அறத்திலிருந்தும் மனித உணர்வுகளிலிருந்தும் அதை சுயஅடைப்பு செய்துகொள்கிறது. சுயஅடைப்பு என்ற உன்னத நிலையின் ஊடாகவே அது புனிதமான ஒன்றாகிறது. அறிவியல் செய்யும்போது சுயஅடைப்பு செய்துகொள்வதன் ஊடாகவே அறிவியலாளர் என்ற கருத்தமைவு மேலான ஒன்றாக நிலைநிறுத்தப்படுகிறது. இது எல்லா விதத்திலும் பார்ப்பனர் என்ற கருத்தமைவு நிலைநிறுத்தப்படும் தொழில்நுட்பத்துக்கு நிகரானதாக இருக்கிறது.

மொத்தத்தில், அறிவியலாளர் என்ற கருத்தமைவும், உன்னதப் பார்ப்பனர் என்ற கருத்தமைவும் சுயஅடைப்பு செய்துகொண்ட நிலைகளாகின்றன. இரண்டும் அன்றாட வாழ்வின் பகுதியாக இருக்க முடியாது. சுயஅடைப்பு செய்துகொள்ளும் அறிவியலாளர் தனது ஊனத்தைத் தொழில்நுட்பவியலாளர்கள் பக்கம் மடைமாற்றிவிடுகிறார்கள் என்றால், பார்ப்பனர்கள் தாங்கள் கொண்டிருக்கும் தீண்டவியலாமை என்ற ஊனத்தை மற்றவர்களுக்கு மடைமாற்றுகிறார்கள். தற்காலத்தில் உயர் அறிவியல், உயர் கணிதவியல் போன்றவற்றில் பார்ப்பனர்களின் ஆதிக்கம் என்பது எதேச்சையான ஒன்றாக நாம் பார்க்க முடியாது. நவீன அறிவியலை வெறுமனே அறிவார்த்த முறைமையாக மட்டுமே பார்க்காமல், சமூக உறவுகளை வடிவமைக்கும், சமூக உறவுகளில் குறுக்கிடும், 'இயற்கை'யை ஒருவிதமாகப் படைக்கும் ஒன்றாகப் பார்க்க வேண்டியுள்ளது. மொத்தத்தில் அறிவியல், அறிவியலாளர் போன்ற கருத்தமைவுகளை சாராம்சப்படுத்தாமல், சமூக உறவை வடிவமைக்கும் ஒன்றாகப் பார்க்க வேண்டியுள்ளது. இதுபோலவே, பார்ப்பனர் என்ற கருத்தமைவையும் சாராம்சப்படுத்தாமல் சமூக உறவை வடிவமைக்கும் ஒன்றாகப் பார்க்க வேண்டியுள்ளது.

⊙

37 இந்திய வரலாற்றில் பார்ப்பன மேலாதிக்கத்தை எதிர்த்த எந்தச் சீர்திருத்த மரபும் தீண்டாமையை எழுவாயின் பண்பாக மொழியாக்கம் செய்யவில்லை. என்னைப் பொறுத்தவரை, தீண்டாமையை எழுவாயின் பண்பாக முதலில் மொழியாக்கம் செய்தவர் காந்திதான். அதுபோலவே தீண்டாமையைத் தத்துவார்த்தத் தளத்தில் எழுவாயின் பண்பாக முன்வைத்தவர் சுந்தர் சருக்கைதான்.

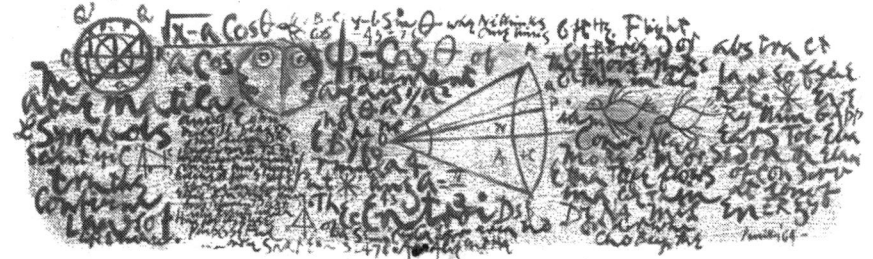

II

மறதியின் கவித்துவம்

அசோகமித்திரனின் ‘18வது அட்சக்கோடு’ நாவலை முன்வைத்து

மதம் சார்ந்து கட்டமைக்கப்பட்டிருந்தாலும், நவீன அரசியல் சார்ந்து கட்டமைக்கப்பட்டிருந்தாலும் சமூக அடையாளம் என்பது பிரக்ஞைபூர்வமான நிலைப்பாடாகத்தான் இருக்கிறது. மதம், அரசியல் இரண்டு தளங்களிலுமே சமூக அடையாளம் சில அர்த்தங்களையும் சலுகைகளையும் நலன்களையும் அதிகாரத்தையும் அகங்காரத்தையும் ஒதுக்குதலையும் சுரண்டலையும் கொண்டதாகத்தான் இருக்கிறது. அவ்வளவு சுலபத்தில் அழிக்க முடியாத சமூக அடையாளக் குறிகள் ஒரு தனிமனிதச் சுயவரையறையின் பகுதியாகக் கட்டமைக்கப்படுகின்றன. சமூக அடையாளக் குறிகள் தனிமனிதச் சுயவரையறையோடு முரணற்று முற்றும் முழுவதுமாக ஒன்றிணைந்துபோகின்றன என்று மட்டுமே அர்த்தப்படுத்திக்கொள்ள முடியாது. சமூக அடையாளக் குறிகளோடு தனிமனிதனின் சுயவரையறை, சதா ஓர் உரையாடலை நிகழ்த்திக்கொண்டுதான் இருக்கிறது. சமூக அடையாளங்கள் வெளிப்படுத்தும் அர்த்தப்பாடுகளோடு இணைந்துபோவது, எதிர்ப்பது, சமரசம்கொள்வது என்றெல்லாம் இந்த உரையாடலின் வழி சாத்தியப்படுகிறது. இந்த உரையாடலில், சமூக அடையாளத்தை நிராகரிக்கும் உச்சகட்டம்தான் சுயஅழிப்பு என்பதாக நான் அர்த்தப்படுத்திக்கொள்கிறேன்.

ஆனால், நவீனச் சமூக அடையாளத்தில் எங்கோ ‘மற்றமை’யை வரையறுக்கும் சட்டகம் உருவாக்கப்படுகிறது. நவீனச் சமூக அடையாளத்தில் மற்றமை குறித்த வரையறையானது வரலாறு, அறிவியல் மற்றும் தொழில்நுட்ப வளர்ச்சி, வரலாற்றுரீதியிலான பரிணாம வளர்ச்சி போன்றவை சார்ந்து வரையறுக்கப்படுகிறது. இந்தச் சட்டகங்கள் உலகளாவிய தன்மை பெற்றதில்தான் நவீனத்துவத்தின் தார்மீகம் அடங்கியுள்ளது. எடுத்துக்காட்டாக, மதம் என்ற ஒன்று எல்லாப் பண்பாடுகளிலும் ஒற்றைப் பண்பில் காணப்படுகிறது என்கிற நிலைப்பாட்டைச் சொல்லலாம். மதம் என்ற கருத்தாக்கம் படைப்பாளி *(God)*, படைப்பு *(Creation)* என்ற பிளவைச் சார்ந்திருக்கிறது. நம் சமூகத்தில் இந்தப் பிளவு இல்லை. மேலும், இங்கு கடவுள் என்பது படைப்பாளி மீதான ‘நம்பிக்கை’யைச் சார்ந்து இல்லை. நம் சமூகம் சடங்குகள் சார்ந்தது. சடங்குகள் ‘நம்பிக்கைகள்’ சார்ந்தவையல்ல; ‘செயல்’ சார்ந்தவை. இதன் விளைவு, நவீனத்துவச் சட்டகத்தில் சடங்குரீதியான சமூகமானது மதரீதியான

சமூகமாக அர்த்தப்படுத்தப்படுகிறது. நம் வாழ்க்கையானது சடங்குகள் சார்ந்தவையாகவும், அர்த்தப்பாடுகளானது மதம் சார்ந்தவையாகவும் பிளவுபட்டுக்கிடக்கின்றன. வரலாறு என்ற தொழில்நுட்பத்தின் ஊடாக நாம் இந்தப் பிளவைத் தக்கவைத்துக்கொள்கிறோம்.

ஒரு தனிமனிதனின் இருப்பு உண்மையான அல்லது கற்பனையான அச்சுறுத்தலுக்கு உள்ளாகும்போது தனிமனிதச் சுயவரையறையில் சாத்தியப்படக்கூடிய சுதந்திரமான வெளிகள் பின்னுக்குத் தள்ளப்பட்டு, தன்னிலை மிக மூர்க்கமாகச் சமூக அடையாளத்தோடு ஒன்றெனக் கலந்துவிட முயல்கிறது. இந்த நிலையில் பன்முகத்தன்மையிலான மற்றமையின் அன்றாடத்தன்மை வெளிப்பாடுகள் சாராம்சப்படுத்தப்படுகின்றன. அதே நேரத்தில், ஒரு தன்னிலையும் சாராம்சத்தன்மையைப் பெறுகிறது. இங்கு அன்றாட வாழ்க்கை சார்ந்த வெளிப்பாடுகள் மேலாதிக்கத்தின் அல்லது ஒதுக்குதலின் குறிகளாக மாறிவிடுகின்றன. இவையெல்லாம் அரசியல் தளத்தில் வரலாறு, தேசியம், சிறுபான்மை-பெரும்பான்மை போன்ற கருத்தாக்கங்களாக மொழியாக்கம் பெறுகின்றன. அதாவது, வரலாற்றுக்கு வெளியே, அரசியல் சொல்லாடல்களுக்கு வெளியே சாத்தியப்படக்கூடிய அன்றாடத்தன்மையின் வெளிப்பாடுகள் புது அர்த்தத்தைப் பெறுகின்றன. இத்தகைய புது அர்த்தங்கள் சுயவரையறையின் பகுதியாகும்போது அங்கு சுயம் என்பது ஏதுமற்றதாகிறது.

அசோகமித்திரனின் ‘18வது அட்சக்கோடு’ நாவலை முன்வைத்து, சமூக அடையாளம் ஒரு தனிமனிதச் சுயவரையறையின் பண்பாக மாற்றம்கொள்வதில் உள்ள சிக்கல்களைப் புரிந்துகொள்ள முயல்வதுதான் இந்தக் கட்டுரையின் நோக்கம். இந்தக் கட்டுரை, வரலாறு என்ற தொழில்நுட்பம் இன்னும் எல்லா மனிதர்களையும் முற்றும் முழுவதுமாக ஆக்கிரமிக்கவில்லை என்பதையும், வரலாறு என்ற தொழில்நுட்பத்துக்குக் கட்டுப்படாத தன்னிலைகள் இன்னும் சாத்தியப்படுகின்றன என்ற முட்டாள்தனமான நம்பிக்கையையும் அடிப்படையாகக் கொண்டுள்ளது. இந்த நாவலின் சிறப்புப் பண்பு இதுதான்: மிகக் குறுகிய காலத்தில் தனிமனிதர்களின் சமூக அடையாளம், சுயவரையறைகளெல்லாம் காலச் சுழற்சியில் சிக்கிக்கொண்டு பெரும் மாற்றத்துக்கு உள்ளாகின்றன. நேற்றைய அடிப்படைகள் இன்று தலைகீழாகிப்போகின்றன. இன்றைய அடிப்படைகள் மறுநாள் தலைகீழாகிப்போகின்றன. இந்த மாற்றத்தில் தனிமனிதர்கள் சிக்கித்தவிக்க வேண்டியுள்ளது. இத்தகைய சிக்கலின் பகுதியாக அசோகமித்திரன் வாழ நேர்ந்தது, காலம் அவருக்குக் கொடுத்த கொடை என்றுதான் சொல்ல வேண்டும். அந்த ஈடில்லா அனுபவத்தை அவர் இலக்கியமாக்கியதற்கு நாம் என்றும் அவருக்குக் கடமைப்பட்டுள்ளோம். வேறு வார்த்தைகளில் சொல்வதென்றால், கால வெள்ளத்தில் மிகச் சுலபமாகக் காணாமல்போயிருக்கக்கூடிய மனித அவலங்களை ஒரு மானுட அனுபவமாக நமக்கு அளித்திருக்கிறார். ஒரு சிறந்த படைப்பாளியின் பண்பு இதுவாகத்தானே இருக்க முடியும்.

காலனிய எதிர்ப்பு, இந்தியா என்ற புவிசார்-அரசியல் தொகுப்பின் உருவாக்கம், காந்தி படுகொலை, ஜின்னா மரணம், இந்திய ஒன்றியத்தோடு சேர நிஜாம் மறுத்தல், ஹைதராபாத் சமஸ்தானத்துக்குள் அன்றாடப் பொருட்களுக்கு ஏற்படும் தட்டுப்பாடு, சமஸ்தானத்துக்குள் இந்திய ராணுவம் நுழைதல், இந்திய ஒன்றியத்தோடு இணைய நிஜாம் செய்துகொள்ளும் ஒப்பந்தம் என்ற மிகவும் சிக்கலான காலகட்டத்தில், செகந்திராபாதில் வாழும் மனிதர்களை இந்த நாவல் கையாள்கிறது. இந்தியா என்ற புவிசார்-அரசியல் தொகுப்பின் உருவாக்கம் செகந்திராபாதில் வாழும் மனிதர்களை எவ்வாறெல்லாம் உருமாற்றியது என்று, மெட்ராஸ் பிரசிடென்ஸியிலிருந்து நிஜாம் ஆட்சிக்கு உட்பட்ட செகந்திராபாதில் வேலை நிமித்தமாகக் குடியேறிய நடுத்தர வர்க்கப் பார்ப்பனக் குடும்பத்தைச் சேர்ந்த சந்திரசேகரனின் பார்வையிலிருந்து முன்வைக்கப்படுகிறது. இந்நாவலின் கதைசொல்லி, நாவலின் பிரதானப் பாத்திரமான சந்திரசேகரனோடு ஒண்டிக்கிடக்கிறான். சந்திரசேகரனின் உலகத்துக்கு அப்பால் கதைசொல்லிக்கு வேறு உலகங்கள், மனிதர்கள் இருப்பதுபோல் தெரியவில்லை. அதனாலேயே, இந்த நாவல் ஒரு சுயவரையறையின் பயணமாக உள்ளது.

சந்திரசேகரன் குடும்பத்தின் இருப்பு நான்கு தளங்களில் செயல்படுகிறது: எண்ணிக்கையில் அதிக இந்துக்களைக் கொண்டிருக்கும் பகுதியில் ஒரு முஸ்லிம் ஆட்சியில் வாழ வேண்டிய தளம். அதிக எண்ணிக்கையைக் கொண்ட இந்துக்களில் சிறு பகுதியாக, தமிழர்களாக வாழ வேண்டிய தளம். சந்திரசேகரனின் அப்பா நவீனத்துவத்தின் குறியீடாக இருக்கும் ரயில்வே துறையில் வேலைபார்ப்பதால் இருக்கும் ஒருவித சாதிய மற்றும் நவீனத்துவம் சார்ந்த அதிகாரத் தளம். சாதியத் தன்னிலையாகப் பார்ப்பனச் சாதியின் பண்பாடு. இத்தகைய தளங்களில் ஒரு அரசியல் நிலைப்பாடு ஸ்தூலமாக உள்ளடங்கியுள்ளது. அதாவது, இந்தியா என்ற புவிசார்-அரசியல் தொகுப்போடு ஹைதராபாத் சமஸ்தானத்தை இணைப்பதற்கான அரசியல் விருப்புறுதி. ஒரு இந்து-தமிழர்-பார்ப்பனர் என்ற கூட்டின் அடிப்படை இந்த அரசியல் விருப்புறுதிக்கு அடித்தளமாகிறது. இந்த விருப்புறுதி உருவாக்கும் சங்கடங்களும் நம்பிக்கைகளும் நிலைப்பாடுகளும் மிக நுட்பமாக வெளிப்படுத்தப்படுகின்றன. ஏனெனில், மற்ற இந்துக்கள்போலவே சந்திரசேகரனின் குடும்பத்தினராலும் இந்த விருப்புறுதியின் கடந்த கால மற்றும் எதிர்கால அடிப்படைகளிலிருந்து அவ்வளவு சுலபமாகத் தங்களை விடுவித்துக்கொள்ள முடியவில்லை. இருந்தாலும், தங்களைச் சுற்றி நடக்கும் நிகழ்வுகளில் ஒரு பார்வையாளனாக இருப்பதைத் தவிர வேறு எதுவும் செய்ய முடியாது என்ற நிலையைத்தான் சந்திரசேகரனின் குடும்பம் தேர்ந்தெடுக்கிறது.

இந்து என்ற அரசியல் தொகுப்பின் விருப்புறுதியை வெளிப்படுத்தும் செயல்பாடுகளில் பங்கேற்பாளனாக இருக்க சந்திரசேகரன் விரும்பவில்லை. ஆனால், கொஞ்சம்கொஞ்சம் இந்த அரசியலுக்குள் சிக்கிக்கொண்டு பங்கேற்பாளனாக மாறுகிறான். கொஞ்சம்கொஞ்சமாக ஷேர்வானி அணிந்திருப்பவர்களும், வரலாறு பாடம் படிப்பவர்களும் ஒரு அரசியல்

நிலைப்பாட்டின் குறியாக மாறுகிறார்கள். பொருளாதாரரீதியாகவும் சமூகரீதியாகவும் மதரீதியாகவும் இவை வேறு அர்த்தங்களைப் பெறுகின்றன. ஆனால், இந்த வேறுபாட்டை உணரும் காலகட்டத்துக்கு முன் சந்திரசேகரனுக்கு வேறு விதமான அனுபவங்கள் சாத்தியப்படத்தான் செய்தன. 12 வயது சிறுவனின் பார்வையிலிருந்து விவரிக்கப்படும் அனுபவங்கள் இள வயதுக்கே உரிய அன்றாடத்தன்மையின் அழகோடு உள்ளன. வேறு வார்த்தைகளில் சொல்வதென்றால், அந்தத் தருணங்கள் வரலாற்றுக்கு வெளியே உள்ளன. சந்திரசேகரன் இன்னும் வரலாற்றுக்குள் நுழையாதவனாக இருக்கிறான். "லான்சர் பாரக்ஸில் சட்டைக்காரர்கள் வீட்டுக்கெல்லாம் ஆப்தனானேன். முஸ்லிம் வீடுகளில் அவர்களுடைய சாக்குத்துணித் திரையைத் தாண்டியும் போகக்கூடியவனானேன். கோழியின் கழுத்தை நெரிப்பதைச் சலனமில்லாமல் பார்க்கத் திடம்பெற்றேன். மாரீஸுடைய தகப்பனார், தாயார் இருவரும் குடித்துவிட்டு ஒருவரையொருவர் அடித்துக்கொள்ளும்போது அதே அறையில் அவன் அண்ணன் டெரின்ஸ், அவனுடைய சகோதரிகளுடன் 'மொனாப்பலி' ஆட்டம் ஆடினேன்" என்கிறான் சந்திரசேகரன். மேலும், "மனித மனமே சிறிதும் நம்பிக்கைக்குகந்ததாக இல்லை. பல வருடங்கள் இருந்த சுவடே தெரியாமல் பிரக்ஞையிலிருந்து அழிக்கப்பட்டிருக்கும். ஏதோ ஐந்து நிமிடங்கள் அநாதிகால நீட்டிப்புபோல் அணுஅணுவாக நினைவின் மேல்தளத்தில் வைத்திருக்கும். அதனுடைய கடிகாரமும் காலண்டரும் தனி, ஒருவேளை அதெல்லாம் அதற்குக் கிடையவே கிடையாதோ என்னவோ" என்று எண்ணும்போது, ஒன்று தெளிவாகத் தெரிகிறது. ஒரு தனிமனிதனின் கால-வெளிப் பரப்பு எப்போதும் வரலாற்றுக் கால-வெளிப் பரப்புக்குள் மட்டுமே அடங்கியிருப்பதில்லை. வரலாற்றுக்கு வெளியே அதற்கென்ற சுதந்திரமான வெளிகளை அது கொண்டுள்ளது. வரலாற்று ராஜ்ஜியத்தின் தர்க்கங்களுக்கும் அவரலாற்று ராஜ்ஜியத்தின் தர்க்கங்களுக்கும் இடையேயான இறுக்கமான, நெகிழ்வான பயணங்களே நம் சமூக அடையாளம் மற்றும் சுயவரையறையின் அடிப்படைப் பண்புகளாக உள்ளனவோ என்று யோசிக்கத் தோன்றுகிறது. அதே சமயத்தில், குறிப்பிட்ட சமூக அடையாளத்தின் அடிப்படையில் வரலாற்றுத் தர்க்கத்துக்குள் நுழைந்த பின் அதிலிருந்து வெளியேறுவது சுயஅழிப்பின் தவிர்க்க முடியாத பகுதியாகவும் இருக்கிறது. இந்தச் சுயஅழிப்புக்கான சாத்தியத்தைச் சமூகம் எப்போதும் ஒரு தனிமனிதனுக்கு வழங்கிக்கொண்டுதான் இருக்கிறது. அதைத் தேர்ந்தெடுப்பது பிரக்ஞைபூர்வமான நிலைப்பாடாக உள்ளது. மொத்தத்தில், அடையாளக் கட்டமைப்பு, அடையாளத் தகர்ப்பு இரண்டுமே பிரக்ஞைபூர்வ நிலைப்பாடாகத்தான் உள்ளன.

அடையாளக் கட்டமைப்பு, அடையாளத் தகர்ப்பு இரண்டுக்கும் இடையேயான உரையாடலை நாவல் மிகச் சிறப்பாகப் பதிவுசெய்கிறது. நாசீர் அலிகான் தலைமையிலான கிரிக்கெட் அணியின் நெட் பயிற்சியின்போது ஆட்டத்தில் தனது போதாமையை சந்திரசேகரன் முழுமையாக உணர்கிறான். தொடர்ந்து வீசப்படும் பந்துகளுக்கு மத்தியில் அவன் சிக்கித்தவிப்பது மிக அற்புதமாக விவரிக்கப்படுகிறது. ஆனால், சந்திரசேகரன் தனது நெட் பயிற்சி அனுபவத்தை இவ்வாறு முடிக்கிறான்: "நான் இனிமேல் ஆடப்போவதில்லை. ஆட

வரப்போவதில்லை. எனக்கு வேண்டாம் இந்த நவாபு-ஜாகீர்தார்களின் உறவும் அவர்களுடனான விளையாட்டும்.” இங்கு அவனுடைய போதாமைக்கு ஒரு உருவகம் கொடுக்கப்படுகிறது. ஆனால், நெட் பயிற்சி முடித்துத் திரும்பும்போது, நரஸிம்ஹராவ் என்ற நண்பன், நாசீர் அலிகானோடு சேர்ந்து விளையாடுவதை விமர்சிக்கும்போது, சந்திரசேகரன் தன்னுடைய போதாமையை எவ்வாறு உருவகப்படுத்தினானோ அதே உருவகத்தை நரஸிம்ஹராவ் உபயோகிக்கும்போது, அவனிடமிருந்து தப்பித்துப்போக நினைக்கிறான். இருவரின் நிலைப்பாட்டுக்கும் இடையே முக்கியமான வேறுபாடு ஒன்று உள்ளது. சந்திரசேகரன் மற்றமையைக் கட்டமைக்கவில்லை. ஆனால், நரஸிம்ஹராவ் மற்றமையைக் கட்டமைக்கிறான். சந்திரசேகரன் நிலைப்பாட்டில் அவனுடைய சுயவரையறையின் பகுதியாகத்தான் நவாபு-ஜாகீர்தார்கள் இருக்கிறார்கள். ஆனால், நரஸிம்ஹராவ் வரையறையில் அதே நாசீர் அலிகான் வெறுக்கப்பட வேண்டிய மற்றமையாகிறான். இந்தத் தன்மையை நாம் சந்திரசேகரனிடம் வேறு சில சந்தர்ப்பங்களிலும் பார்க்க முடிகிறது. அவனை ஒரு ‘பெண்’ சதா இம்சைப்படுத்திக்கொண்டிருக்கிறாள். அவளுக்குப் பெயர் கிடையாது. ஊர் கிடையாது. மொழி கிடையாது. உருவம் கிடையாது. ‘பெண்’ மட்டும்தான். ஆனால், ஸ்தூலமான பெண்களைப் பார்க்க நேரிடும்போதெல்லாம் அவர்கள் அவனுள் உள்ள அரூபமான பெண்ணோடு இணைத்துக்கொண்டு அவனை இம்சைப்படுத்துகிறார்கள். அவன் மனதில் உள்ள உருவமற்ற பெண்போலவே அவனுடைய சுயவரையறையும் உருவமற்றதாக இருக்கிறது. சந்திரசேகரனின் உருவமற்ற சுயவரையறை மற்றும் உருவமற்ற பெண் ஆகிய இரண்டு படிமங்களும் இணையும் புள்ளியை நாம் இறுதியில் பார்ப்போம்.

ஆனாலும், உருவமற்ற சந்திரசேகரனின் சுயவரையறை மெல்லமெல்ல ஓர் உருவம் கொண்டதாகிறது. ஒருமுறை, மாணவர்கள் ஊர்வலத்தில் போலீஸ் தடியடியில் ஈடுபட, அவன் தன்னைக் காப்பாற்றிக்கொள்ள ஓடுகிறான். அங்கிருக்கும் ஒரு முஸ்லிம் மூதாட்டியின் வீட்டுக்குள் புகுந்து அவரைச் சப்தம் எழுப்பாமல் இருக்குமாறு கெஞ்சுகிறான். அந்த மூதாட்டி அவனைக் காப்பாற்றுகிறார். ஆனால், அந்த மூதாட்டி மிக மோசமான பொருளாதார நிலையில் இருப்பதை சந்திரசேகரன் அங்கீகரித்தாலும், அந்த மூதாட்டியை ஒட்டிக் காய்ந்துபோயிருக்கும் நிஜாமோடு ஒப்பிட்டுப்பார்க்கிறான். ‘சத்தம் எழுப்பாதே’ என்று அந்த மூதாட்டியிடம் வேண்டியதை, பிச்சை எடுத்ததாக அர்த்தப்படுத்திக்கொள்கிறான். அந்த மூதாட்டி அவ்வளவு வறுமையில் இருந்தாலும் அவரிடம், ‘இரு கைகளையும் ஏதோ தானம் வாங்கிக்கொள்ளப்போவதுபோல் கைநீட்டி அந்த மூதாட்டியிடம் பிச்சையெடுத்திருக்க வேண்டியதில்லை’ என்று புலம்புகிறான். அடுத்த நாள் ஷேர்வானி அணிந்த மாணவர்கள் இவனைப் போன்ற மாணவர்களைப் பார்த்து, ‘நீங்களாடா எங்கள் நிஜாமைத் தூக்கித் தூரப்போடப்போகிறீர்கள்’ என்று இளக்காரமாகக் கேட்பதுபோல் உணர்கிறான். ஒரு தீர்மானத்துக்கு வருகிறான். இனி ஓடக் கூடாது. இதுபோலவே நிஜாமின் சுங்கச்சாவடியில் வேலைபார்க்கும் ஒரு பெண்மணியை ஜின்னாவின் சகோதரியுடன் ஒப்பிட்டுப்பார்க்கிறான்.

இவ்வாறு உருவகப்படுத்துவது, இவனை எங்கு கொண்டுவிடப்போகிறது என்ற கலக்கம் நம்மை ஆட்கொள்கிறது. சந்திரசேகரனின் அரசியல் விருப்புறுதி சார்ந்து அவனது சுயவரையறைக்கு ஓர் உருவம் கிடைக்கத் தொடங்கிவிட்டதோ என்று சந்தேகிக்க வேண்டியுள்ளது. நரஸிம்ஹராவ் தூண்டுதலில், ஒரு துண்டறிக்கையில் ரத்தத்தில் கையெழுத்து போடும்போதும், பாரதியின் 'விடுதலை' பாட்டைப் பாடும்போதும் உருவம் பெறுவது இன்னும் ஸ்தூலப்படுகிறது என்றே தோன்றுகிறது.

காந்தியின் மரணத்தை சந்திரசேகரன் எதிர்கொள்ளும் விதம் இதுவரை நமக்குப் பரிச்சயமில்லாத சந்திரசேகரனை அறிமுகப்படுத்துகிறது. மிகப் பிரம்மாண்டமாக விவரிக்கப்பட்டிருக்கும் இந்த அத்தியாயத்தை ஒருவிதமான அவல நகைச்சுவையாகத்தான் நாம் எடுத்துக்கொள்ள முடியும். காந்தி படுகொலை செய்யப்பட்டார் என்ற செய்தி அவனிடம் வெறியைத் தோற்றுவிக்கிறது. அவன் உடலில் திடீரென்று ரத்தம் சூடேறுகிறது. முடிந்தால் ஒரு முஸ்லிம் அல்ல நூறு முஸ்லிம்களைக் கொல்ல வேண்டும் என்ற எண்ணம் தோன்றுகிறது. முடிந்த மட்டும் முஸ்லிம்களைக் கொன்றுகொண்டே இருக்க வேண்டும் என்றும் தோன்றுகிறது. நிஜாமைக் கொன்றுபோட வேண்டும் என்று தோன்றுகிறது. இந்தச் சிந்தனை ஓட்டத்தைத் தொடர்ந்து இயலாமை வெளிப்படுகிறது: "நூறு முஸ்லிம்கள் கொல்லப்படுவதற்குக் கழுத்தைக் காட்டிக்கொண்டா நிற்பார்கள்? கழுத்தைக் காட்டிக்கொண்டு இந்துக்கள்தான் நிற்கிறார்கள்." இதோடு சேர்ந்து லம்பாடிகள் இந்துவா, முஸ்லிமா என்றும் கேட்டுக்கொள்கிறான். சந்திரசேகரனின் சிந்தனையோட்டத்தையும் அவனது இயலாமையையும் நாம் எவ்வாறு அர்த்தப்படுத்திக்கொள்ளப் போகிறோம்? இத்தகைய சிந்தனை, காந்தியைக் கொன்றது ஒரு இந்துதான் என்ற தகவலை அறியாத கணத்தில் தோன்றியதாகும். ஆனால், இது நமக்கு இங்கு முக்கியமில்லை. செகந்திராபாத் என்ற குறுகிய பிரதேசத்துக்குள் அவன் அர்த்தப்படுத்திய அரசியலுக்குள் அவன் காந்தியின் மரணத்தைப் பொருத்திப்பார்க்கிறான் என்று எடுத்துக்கொள்வதா அல்லது இந்தியா என்ற புவிசார்-அரசியல் தொகுப்பின் மீது ஏக்கம் கொண்ட அரசியல் நிலைப்பாட்டோடு பொருத்திப்பார்ப்பதா அல்லது அந்தக் கணத்தில் தோன்றிய சிந்தனை மற்றும் இயலாமை என்று மட்டுமே எடுத்துக்கொள்ள முடியுமா? காந்தியின் மரணத்தால் ஏற்பட்ட இயலாமை வெளிப்படுவதற்கு ஒரு குற்றவாளியை இஸ்லாமியராக அடையாளப்படுத்தும் உந்துதல் ஏன் மேலெழுந்துவருகிறது? இதே உணர்வுகள், இதே துயரம் ஒரு முஸ்லிமிடம் இதே வகையான உணர்வுகளைத்தானே தோற்றுவித்திருக்கும்? அவனும் துயரத்தை வெளிப்படுத்துவதற்கு முன் ஒரு குற்றவாளியை உருவகப்படுத்தியிருக்கும் சாத்தியங்கள் உண்டுதானே? நாம் காந்தியின் படுகொலையில் மறைந்திருக்கும் இந்துத்துவ அரசியல் பற்றி பிரக்ஞை பெற்றவர்கள். ஆனால், சந்திரசேகரனோ அந்தத் தருணத்தின் இறுக்கத்துக்குள் முழுமையாகச் சிக்கிக்கொண்டவனாக இருக்கிறான்.

இந்திய தேசியம் என்ற மொத்த கட்டமைப்பும் காந்தி என்ற குறியை அபகரித்துக்கொள்ளும் புள்ளி இந்த உணர்விலிருந்துதான் தோற்றம்கொள்கிறதா? இந்துப் பெரும்பான்மை அரசியலுக்கான தார்மீகம் இந்தப் புள்ளியிலிருந்துதான் பெறப்படுகிறதா? காந்தி என்ற குறியானது இந்துத்துவ சக்திகளால் அபகரிக்கப்படும் அபாயத்தை நம்மைப் போலவே சந்திரசேகரனும் அறிந்திருக்கவில்லை என்றுதான் தோன்றுகிறது. நாவல் இந்தப் பகுதியைக் கையாளும் பிரம்மாண்டமும் அபத்தமும் ஒன்றுசேர்ந்து சந்திரசேகரனையும் நம்மையும் நாமே வெறுக்கும் ஒரு பகுதியாக்குகின்றன. ஒன்று மட்டும் நிச்சயம்: கெமிஸ்டிரி ஆசிரியர் தம்பிமுத்து, "முன்னே துரைங்க இருப்பாங்க. இனிமே காந்தி குல்லாக்காரங்க இருப்பாங்க" என்று சொல்லி இதுபோன்ற போராட்டங்களில் சந்திரசேகரன் கலந்துகொள்ள வேண்டாம் என்று அறிவுரை சொல்கிறார். இந்த அரசியல் நிலைப்பாடு நிச்சயமாக சந்திரசேகரனுக்கு உகந்ததாக இருந்திருக்க முடியாது.

காந்தியின் படுகொலை விவரிப்புகளுக்குப் பிந்தைய செகந்திராபாத்தின் சூழ்நிலை அடியோடு மாறிவிடுகிறது. ஒரு முஸ்லிமின் நலனானது நிஜாம் ஆட்சி தொடர்வதில் உள்ளது என்றால், ஓர் இந்துவின் நலனோ இந்திய ஒன்றியத்தோடு சேர்வதில்தான் உள்ளது. இங்கு வரலாறு மட்டுமல்ல எதிர்காலமும் அன்றாடத்தன்மைக்குள் நுழைக்கப்படுகிறது. இரண்டு சம்பவங்களையும் நாம் இங்கு குறிப்பிட்டுச் சொல்ல வேண்டியுள்ளது. பக்கத்து வீட்டு காஸிம் அவன் வீட்டில் தண்ணீர் வரவில்லை என்று சந்திரசேகரன் குடும்பத்தோடு சண்டை பிடிப்பது. மிக அத்தியாவசியமான தண்ணீர் போன்றவற்றை ஒண்டிக்குடித்தனங்களில் பகிர்ந்துகொள்ள நேரிடும்போது பொதுவாகக் குடும்பங்களுக்கு இடையே நடக்கக்கூடிய சண்டைதான். ஆனால், இந்தியாவோடு ஐக்கியப்பட நிஜாம் மறுக்கும் சிக்கலான அரசியல் சூழ்நிலையில், இந்தச் சண்டை நமக்கு வேறு அர்த்தத்தைக் கொடுக்கிறது. இப்படி அர்த்தப்படுத்திக்கொள்ள நேரடியாக எந்த வார்த்தைகளும் நாவலில் கிடையாது. ஆனால், சந்திரசேகரன் வீட்டில் இருக்கும் குழாயை அத்துமீறிப் பரிசோதிக்க காஸிம் சுவர் ஏறிக் குதித்துவருகிறான்; மிரட்டுகிறான். இதற்கு முன் காஸிம் இதுபோல் நடந்துகொண்டதில்லை. சந்திரசேகரனின் அப்பா வந்து பேசிய பிறகும் பணிந்துபோவதைத் தவிர இவர்களுக்கு வேறு வழியில்லை. இவர்கள் வீட்டுக்கு வரும் நல்லகுட்டா சையது, "இன்னமும் சட்டநாபுரம் அக்கிரஹாரத்திலே இருக்கிற மாதிரி இங்கேயும் இருக்கணும்னா முடியுமாடா?" என்று கேட்கிறார். சையது கடலூரிலும் மாயவரத்திலும் இருந்தவர். செகந்திராபாத் வந்தவுடன் உருது பேச வேண்டும் என்று தீர்மானித்தவர். நல்லகுட்டா வாலண்டியர்ஸ் கோரில் காப்டனாக இருப்பதாகவும் சொல்கிறார். இவரிடம் தென்படும் மாற்றங்கள் சந்திரசேகரனை இவ்வாறு சிந்திக்கவைக்கின்றன: "இன்று இந்த செகந்திராபாத்தில் சையத் மாதிரி ஒருவரும், அப்பா மாதிரி ஒருவரும் ஒரே மாதிரி விஷயங்களை அணுக முடியுமா? அணுகினாலும் ஒரே மாதிரி முடிவுகள், விளைவுகள் இருவருக்கும் கிடைக்குமா? இருவருக்கும் விளைவுகள் வெவ்வேறாக இருக்கும் எனும்போது, எப்படி ஒரே மாதிரி அபிப்ராயம் இருக்க முடியும்?"

இதன் தொடர்ச்சியாய், ரயில்வேயில் வேறு எவரும் நுழைய முடியாதபடி ரெட்டிகளும் நாயுடுகளும் செயல்படுவதாகக் குறைபட்டுக்கொள்கிறார் சையது. “ஏண்டா, ரயில்வே என்ன உங்கப் பாட்டன் வீட்டுச் சொத்தா? எல்லாம் அந்த நிஜாமுதுதானே? அவரு ஆளுங்களுக்கு அவரு ரயில்வேயிலே வேலை இல்லேன்னா என்னடா அக்கிரமம்! ஒரு தர்மம் நியாயம் வேண்டாம்?” என்று சந்திரசேகரன் அப்பாவிடம் சையது குறைபட்டுக்கொள்கிறார். மேலும், இவர்களின் பேச்சில் பாகிஸ்தானுக்கு நிஜாம் கடன் கொடுத்தது, காங்கிரஸ் அதைக் கண்டித்ததெல்லாம் வந்துபோகின்றன. “ஒரு துப்பாக்கிச் சத்தம் கேட்டா அப்படியே ஒளிஞ்சுக்கிற பசங்க, இங்கே வாலாட்டினாங்கன்னா ஒட்ட நறுக்கிடுவோம்” என்கிறார். சையது நமக்கு ஒன்றைப் புரியவைக்கிறார்: பழைய உறவுமுறைகள் இனி சாத்தியமில்லை என்பதை சந்திரசேகரனின் குடும்பம் புரிந்துகொள்ள வேண்டியுள்ளது.

ஆனால், இந்தியத் துருப்புகள் ஹைதராபாத்துக்குள் நுழைந்தவுடன் எல்லாம் தலைகீழாகின்றன. காஸிம் வீட்டு ஜன்னல்கள் பலகை அடித்து மறைக்கப்படுகின்றன. ‘இனி எல்லாக் கஷ்டங்களுக்கும் நிவாரணம் வந்துகொண்டிருக்கிறது’ என்று சந்திரசேகரனும் நினைக்கிறான். இன்னும் ஒரு வாரம் அல்லது இரண்டு வாரம், அதிகபட்சம் ஒரு மாதம். அவ்வளவுதான். இந்தியத் துருப்புகள் முன்னேற்றம் பற்றிச் செய்தியை அறிய சந்திரசேகரனின் அப்பா, காஸிம் வீட்டில் இருக்கும் ரேடியோவைக் கடனாகக் கேட்கிறார். இந்தச் சூழ்நிலையில் எப்போதும் உரத்து ஒலித்துக்கொண்டிருக்கும் காஸிம் வீட்டு ரேடியோ சப்தமில்லாமல் இருக்கிறது. காஸிம் வீட்டில் அகதிகளாக வந்திருப்பவர்களில் ஒருவன், “ரேடியோ வேலைசெய்யவில்லை” என்கிறான். சந்திரசேகரன் குடும்பத்தார் சந்தேகப்படுகிறார்கள். அப்போது ஒரு பெண், “நீங்களே பரிசோதித்துப் பார்த்துக்கொள்ளுங்கள். வேலைசெய்தால் எடுத்துக்கொண்டுபோங்கள்” என்கிறாள். ஆனால், அச்சத்தில் சொல்லப்பட்ட இந்த வார்த்தைகளை அனுமதியாக எடுத்துக்கொண்டு சந்திரசேகரன் உள்ளே போகிறான். இந்த வேகம் நம்மைத் திடுக்கிடவைக்கிறது. எப்படி இது சாத்தியப்பட்டது? முதல் சம்பவத்தில் காஸிம் வீட்டு வாயிலில் அவனுடைய தந்தை தயங்கிநின்றதை சந்திரசேகரன் எப்படி மறந்துபோனான். மறந்துபோகவில்லை என்பதுதான் உண்மை. உள்ளே சென்றவன் ரேடியோ வால்வும் வேண்டுமென்றே உடைக்கப்பட்டிருப்பதைப் பார்க்கிறான்.

இவ்விரு சம்பவங்களும் நம்மை மிகவும் சங்கடமான நிலைக்குக் கொண்டுவிடுகின்றன. சமூக அடையாளம் அதிகாரத்தோடு கொண்டிருக்கும் நெருக்கம் அல்லது தொலைவு தனிமனிதச் சுயவரையறையின் அடிப்படைகளை மிகவும் சிக்கலான வழிகளில் மாற்றியமைக்கின்றன. இந்த மாற்றம் அரசியல் சொல்லாடல்களில் மட்டுமே வெளிப்படுவதில்லை. அது அன்றாடத்தன்மையிலான வெளிப்பாடுகளிலும் பெருத்த மாற்றத்தை ஏற்படுத்துகிறது. சொல்லப்போனால், எதுவும் மாறிவிடவில்லை. அதே மக்கள்தொகைதான். சற்றுக் கூடுதலாகப் பிற பகுதிகளிலிருந்து சில முஸ்லிம்கள் அகதிகளாக வந்திருக்கலாம். அதே நிலப்பரப்புதான். அங்கிருக்கும் செடி,

கொடி எதுவும் மாறிவிடவில்லை. அதே மனிதர்கள்தான். இந்திய அரசை எதிர்த்துநின்ற நிஜாம் அதனிடம் பணிந்துபோகிறார். இது ஒன்றுதான் மாற்றம்.

ஆனால், இங்கு சுயவரையறைகளில் பெரும் மாற்றங்கள் நிகழ்கின்றன. முதல் சம்பவத்தில் காஸிம் தன்னுடைய அடையாளத்தை மதம் சார்ந்த அரசதிகாரத்தோடு பொருத்திக்கொள்கிறான். இரண்டாவது சம்பவத்தில் சந்திரசேகரன், இந்தியப் புவிசார்-அரசியலோடு பொருத்திக்கொள்கிறான். அதாவது, சந்திரசேகரனின் அரசியல் விருப்புறுதி சார்ந்த சுயவரையறைக்கு ஓர் உருவம் கிடைத்துவிட்டது என்று சொல்லலாமா? அன்றாடத்தன்மையின் வெளிப்பாடுகள் அரசியல்ரீதியாக முழுமையாக அர்த்தப்படுத்த முடியாத குழப்பமான வெளிகளை எப்போதும் கொண்டிருக்கின்றன. நாம் கற்பிக்கும் அர்த்தப்பாடுகள் அன்றாடச் செயல்களில் பூடகமாகத்தான் இருக்கின்றன. புறச் சூழலில் ஏற்படும் சிறு மாற்றம்கூட அதே செயல்களின் அர்த்தத்தை முற்றிலும் வேறான தொனியில் வெளிப்படுத்தும் சாத்தியத்தை எப்போதும் கொண்டுள்ளது. சுற்றி நடப்பதையெல்லாம் "விருந்தாளிக்கான பொறுப்பின்மையோடும் அக்கறையின்மையோடும் காலத்தைக் கழித்துவிடலாம்" என்று பிரக்ஞைபூர்வமாக நினைத்தாலும் அதை அவனால் நடைமுறைப்படுத்த முடியவில்லை. மேலும், "நான் உல்லாசப்படும் ஆற்றலை இழந்துவிட்டேன். இனிமேல் எனக்குப் பெண்கள் எந்தக் கிளர்ச்சியும் ஏற்படுத்த மாட்டார்கள்" என்கிறான். வேறு விதமாகச் சொல்வதென்றால், சந்திரசேகரனின் தந்தைக்குச் சாத்தியப்பட்டது சந்திரசேகரனுக்குச் சாத்தியப்படவில்லை. அப்பா ஸோன் மிட்டாய் வாங்குவதை சந்திரசேகரன் எதிர்கொள்ளும் விதம் அவன் அன்றாடத்தன்மையிலான வாழ்க்கையை இழந்துவிட்டான் என்பதைப் புலப்படுத்துகிறது. ஸோன் மிட்டாய் முந்தைய சகஜ வாழ்க்கையின் குறியீடாகிறது.

நாவலின் இறுதிப் பகுதியில் சந்திரசேகரனின் அரசியல் விருப்புறுதி சார்ந்த சுயவரையறைக்கு ஓர் உருவம் கிடைக்கிறது. ஊரில் பெரும் கலவரம். அந்தத் துயரமான இரவில் சந்திரசேகரன் வழக்கமான பகுதிகளில் அலைந்துகொண்டிருக்கிறான். அகதிகளாக வந்திருந்த முஸ்லிம்கள் அப்புறப்படுத்தப்படுகிறார்கள். இந்தக் கலவரத்தில் சந்திரசேகரன் சிக்கிக்கொள்கிறான். அவனைக் காப்பாற்றிக்கொள்ள அவன் தலைதெறிக்க ஓட வேண்டியுள்ளது. அப்போது, ஒரு வீட்டின் மதில் சுவரைத் தாண்டிக் குதிக்கிறான். அந்த வீட்டில் முஸ்லிம் குடும்பம் ஒன்றுள்ளது. தங்களைத் தாக்குவதற்குத்தான் ஓர் இந்து வருகிறான் என்று அர்த்தப்படுத்திக்கொண்டு, பதினைந்து பதினாறு வயது மதிக்கக்கூடிய ஒரு சிறுமி, "நாங்கள் பிச்சை கேட்கிறோம். எங்களை ஒன்றும் செய்துவிடாதீர்கள்" என்று கெஞ்சியபடியே தன்னுடைய ஆடைகளைக் களைந்தெறிகிறாள். அவனுக்கு முன் முழு நிர்வாணமாக நிற்கிறாள். போலீஸ் தடியடியிலிருந்து அவனைக் காப்பாற்றிய அந்த முஸ்லிம் மூதாட்டியின் முன் "என்னைக் காப்பாற்று" என்று கெஞ்சியதை சந்திரசேகரன் அர்த்தப்படுத்திக்கொண்ட விதத்தை நாம் இந்தப் பெண்ணின் நிலையோடு ஒப்பிட வேண்டியுள்ளது.

சந்திரசேகரனுக்குத் தலைசுற்றி வாந்திவருகிறது. ஆனால், அடக்கிக்கொண்டு வெளியேறுகிறான். அவனை எப்போதும் இம்சைப்படுத்திக்கொண்டிருந்த உருவமற்ற அந்தப் பெண்ணும், அவனது அரசியல் விருப்புறுதி சார்ந்த உருவம் பெறாத அவனது சுயவரையறையும் அந்தப் பெண் வடிவில் ஒன்றிணைவதாக அர்த்தப்படுத்திக்கொள்கிறேன். நிர்வாணமான அந்தப் பெண் உருவம் அவனைப் புழுவாக்கிவிட்டது. இந்த நிலைக்கு அந்தப் பெண் தள்ளப்பட்டதற்குத் தானும் காரணமாகிவிட்டதாகப் புலம்புகிறான். சந்திரசேகரன் புரிந்துகொண்டிருக்கும் காந்தியமும், இந்தியா என்ற புவிசார்-அரசியல் தொகுப்பின் மீதான சந்திரசேகரனின் ஏக்கமும் இணையும் புள்ளியை அந்தப் பெண் தகர்த்தெறிந்துவிட்டாள். உண்மையான காந்தியத்தின் ஆன்மாவை அந்தப் பெண் வெளிப்படுத்துகிறாள். அவளுடைய மற்றும் அவளுடைய குடும்பத்தாரின் வக்கற்ற நிலையை அரசியலாக வெளிப்படுத்துவதில் வெற்றிபெறுகிறாள். சந்திரசேகரன் உண்மையான காந்தியத்தைத் தரிசிக்கிறான். அந்தப் பெண்ணின் காந்தியம் இந்திய புவிசார்-அரசியலோடு என்றுமே இணைய முடியாதது. ஆனால், சந்திரசேகரனின் காந்தியம் மிகச் சுலபமாக அதோடு இணையும் ஆபத்தை எப்போதும் கொண்டுள்ளது. இதை சந்திரசேகரனும் உணர்ந்திருக்கவில்லை, நாமும் உணர்ந்திருக்கவில்லை.

சந்திரசேகரன் அந்தச் சிறு பெண்ணின் நிர்வாணத்தைக் கண்டு, குமட்டிக்கொண்டு வந்த வாந்தியை வெளியே எடுத்ததாகக் கதைசொல்லி சொல்லவில்லை. சொல்லியிருக்கலாம். ஆனால், அது சந்திரசேகரனைச் சீர்திருத்தவாதியாக மாற்றியிருக்கும். ஆனால், சந்திரசேகரன் சீர்திருத்தவாதியும் இல்லை; புரட்சிக்காரனும் இல்லை. அதாவது, அவன் அடிப்படையில் இருப்பாய்வியலார்ந்த (ontological) கலகக்காரனும் அல்ல; அங்ககமான (organic) கலகக்காரனும் அல்ல. எடுத்துக்காட்டாக, அம்பேத்கர் அங்ககமான கலகக்கார் என்றால், காந்தி இருப்பாய்வியலார்ந்த கலகக்காரர். அம்பேத்கர்போல் சந்திரசேகரன் வரலாற்றுக்குள் தன்னை முழுமையாக இணைத்துக்கொள்ள முடியாதவனாக இருக்கிறான். காந்தியைப் போல் அதிலிருந்து முற்றிலுமாக வெளியேற முடியாதவனாகவும் இருக்கிறான். நாம் நம்மைப் புரட்சியாளனாகக் கற்பிதம் செய்துகொண்டால், நாம் சந்திரசேகரனை நிராகரிக்கலாம். ஆனால், சந்திரசேகரன் நம்மைப் போன்று வரலாற்றுக்குள் முழுமையாக இணையவும் முடியாமல் விலகியிருக்கவும் முடியாமல் தவிப்பில் இருப்பவன். நாவலின் இறுதி வரி, 'ஓடிக்கொண்டே இருந்த சந்திரசேகரன் பொழுது விடிந்திருப்பதை உணர்ந்தான்' என்கிறது. தன்னை நிர்வாணமாக்கிக்கொண்ட அந்த முஸ்லிம் பெண் உணர்த்த விரும்பியதை சந்திரசேகரன் உணர்ந்திருக்கலாம். நமக்குத் தெரியாது.

நான் நாவலுக்குச் சற்று வெளியே போக விரும்புகிறேன். சந்திரசேகரனுக்குச் சாத்தியப்படாத மறதியின் கவித்துவம் அவனுடைய தாய்க்குச் சாத்தியப்படுகிறது. வரலாற்றுக்குள் சிக்கிய ஒருவரை வரலாற்றுக்கு வெளியே எதிர்கொள்ளும் தருணத்தை 'அப்பாவின் சிநேகிதர்' சிறுகதை அற்புதமாக வெளிப்படுத்துகிறது. இந்தச் சிறுகதையை நாம் இந்த நாவலின் தொடர்ச்சியாக வாசித்தோம்

என்றால் அந்த மறதியின் அழகை உணரலாம். சந்திரசேகரனின் தந்தை இறந்த பின் அவன் குடும்பம் பெரும் சிக்கலில் மாட்டிக்கொள்கிறது. ரயில்வே குடியிருப்பைக் காலிசெய்து வேறு வீட்டுக்குப் போக வேண்டும். சையது தவிர வேறு எவரும் இல்லாத நிலையில் மாற்று வீடு ஏற்பாடுசெய்ய அவரையே நம்புகிறான் சந்திரசேகரன் (நாவலில் வரும் சந்திரசேகரன், சிறுகதையில் நாராயணன்). சையது அவர் இருக்கும் நிலையில் (மற்றொரு சிறுகதையான 'ஐந்நூறு கோப்பைத் தட்டுகள்' இதை மிக அற்புதமாக விவரிக்கிறது) சந்திரசேகரன் கொடுத்த பணத்தைச் செலவழித்துவிடுகிறார். பல வருடங்கள் கழித்து சென்னையில் சையதை சந்திரசேகரன் எதேச்சையாய்ச் சந்திக்கிறான். வீட்டுக்கு வந்து சந்திரசேகரனின் அம்மாவைப் பார்க்க வேண்டும் என்று சையது சொல்கிறார். சந்திரசேகரனுக்கு அவரை வீட்டுக்கு அழைத்துச்செல்ல விருப்பம் இல்லை. அவரால் அவர் குடும்பம் பட்ட கஷ்டங்களை அவனால் மறக்க முடியவில்லை. சையது ஏமாற்றியதை அம்மாவிடம் சொன்னபோது அவள் எப்படியெல்லாம் திட்டினாள் என்பதை நினைத்துப்பார்க்கிறான். நிச்சயமாக, சையதைப் பார்க்க அம்மா விரும்ப மாட்டாள் என்றும் நினைக்கிறான். ஆனால், மார்பில் அடித்துக்கொண்டு சையது அடம்பிடித்ததால், வேறு வழியில்லாமல் அழைத்துச்செல்கிறான். போகிற வழியெல்லாம் அம்மா அவரை என்ன அசிங்கமாகப் பேசப்போகிறாளோ என்று பயந்துகொண்டே போகிறான். வீட்டில் அவனுடைய அம்மா சையதைப் பார்த்தவுடன் இப்படிச் சொல்வதாகச் சிறுகதை முடிகிறது: "உங்களையெல்லாம் விட்டுட்டு இவ்வளவு சீக்கிரம் போக உங்க சிநேகிதருக்கு எப்படி மனசு வந்தது?"

சமூகத்தில் மக்களிடையே பண்பாட்டுதளத்தில் மதச்சார்பின்மை என்று ஒன்று இருக்குமேயானால் அது இத்தகைய கணங்களில்தான் உள்ளது; நிச்சயமாக, வரலாற்றில் இல்லை.

◉

அம்மா வந்தாளா, போனாளா?
தி.ஜானகிராமனின் 'அம்மா வந்தாள்' நாவலை முன்வைத்து

'**அம்மா வந்தாள்**' நாவலுக்கு சுகுமாரன் எழுதியிருக்கும் முன்னுரையில், 'இப்படி ஒரு கதையோட்டமுள்ள புனைவுக்கு இன்று இடமில்லை. நாவலில் காட்டப்படும் கிராமம் இல்லை. வேதப்பாடசாலைக்குப் பிள்ளைகளை அனுப்பும் சுமாரான வசதி கொண்ட குடும்பம் இருப்பதற்கில்லை. விதவையை முடக்கிவைக்கும் மரபும் இல்லை. பழைய சமுதாய வழக்கங்கள் ஏற்கத் தகுந்தவையாக இல்லை. இந்த நாவல் இன்று எழுதப்படுமானால் காலத்துக்கு ஒவ்வாத ஒன்றாகக் கருதப்படும்' என்று குறிப்பிடுகிறார். மேலும் இவர், இந்த நாவலில் அப்புவை வடிவமைப்பவர்களாக இருக்கும் 'இந்துவும் அலங்காரமும் இன்று பழைய தோற்றத்தில் இருக்க மாட்டார்கள். அவர்களது காலத்துக்குப் பின்பு காவிரியில் ஏராளமான வெள்ளம் பெருகியோடியிருக்கிறது. அவர்கள் வேறு வடிவில் இருக்கலாம். காலத்தை மீறிய மானுட இயல்பின் இந்த நிரந்தரச் சித்திரம்தான் நாவலை செவ்வியல் ஆக்கமாக எண்ணச் செய்கிறது' என்று சமகாலத்தில் இந்த நாவலுக்கும் நமக்கும் இடையேயான உறவுக்கான சாத்தியப்பாட்டை முன்வைக்கிறார். சமகாலத்துக்கு நாவல் தகுந்ததாக இருக்கிறதா, இல்லையா என்பதல்ல என்னுடைய நோக்கம்; இந்த நாவல் எத்தகைய உரையாடலை நடத்துகிறது என்பதை அறிந்துகொள்வதே என் நோக்கமாக இருக்கிறது. இந்த உரையாடலின் ஊடாகவே நாம் இந்த நாவல் எந்தத் தளத்தில் தன்னை நிறுத்திக்கொள்கிறது என்று அடையாளம்காண உதவும். இந்த நாவல் 1966-ல் வெளிவருகிறது. 1967-ல் அண்ணா தலைமையில் தி.மு.க. ஆட்சி அமைக்கிறது. 1916-ல் 'பார்ப்பனரல்லாதார் அறிக்கை' வெளியிடப்படுகிறது. பார்ப்பனர்கள் கோரும் சமூக அந்தஸ்து தீவிரமாக விமர்சனத்துக்கு உள்ளாக்கப்பட்ட காலம் அது. வைதீகத்துக்கு எதிராக பெரியார் நடத்திய அனல்பறக்கும் பிரச்சாரப் பின்னணியோடு இந்த நாவலைப் பொருத்தி, அது நடத்தும் உரையாடலை நாம் அர்த்தப்படுத்திக்கொள்ள வேண்டியுள்ளது. நாம்-சுயம், நான்-சுயம் என்ற கருத்துகளை முன்வைத்து இந்த நாவலை வாசிக்க முயல்கிறேன்.[1]

---

[1] 'நான்-சுயம்' (I–Self) மற்றும் 'நாம்-சுயம்' (We–self) குறித்த விரிவான வாசிப்புக்குப் பார்க்கவும்: Gopal Guru and Sundar Sarukkai, *Experience, Caste and the Everyday Social*, 2019, OUP, New Delhi.

நாம்-சுயத்தின் ஊடாகவே ஒரு எழுவாய் 'நான்-சுய'த்தைக் கட்டமைத்துக்கொள்ள வேண்டியுள்ளது. நாம்-சுயத்திலிருந்து முற்றிலுமாகத் துண்டிக்கப்பட்ட நான்-சுயம் சாத்தியமில்லை. மேலும், நாம்-சுயம் அதன் உள்ளார்ந்த பண்பில் எல்லைகளைக் கொண்டிருக்கிறது. எடுத்துக்காட்டாக, இந்திய அரசியல் சாசன முகப்புரையில் காணப்படும் 'நாம், இந்திய மக்கள்...' என்பதில் காணப்படும் 'நாம்' இந்தியர்கள் என்ற எல்லையை உள்ளார்ந்து கொண்டுள்ளது. இந்த 'நாமே' அதிகபட்சம் உள்ளடக்கியிருக்கும் நம்முடைய 'நாம்' ஆகிறது. இந்தியர் என்பது ஒரு விதமான 'நாம்-சுயம்' என்றால், தமிழர் என்பது மற்றொரு 'நாம்-சுய'மாகிறது. சாதிய அடையாளங்கள், சமயம், நாம் சார்ந்திருக்கும் நிறுவனங்கள், பார்ப்பனர், பார்ப்பனல்லாதார், தலித் போன்ற அரசியல் அடையாளங்கள் என இவையெல்லாம் பல நாம்-சுயங்களை உருவாக்குகின்றன. மேலும், 'நாம்-சுயம்' பல 'நான்-சுய'ங்களின் தொகுப்பல்ல. 'நாம்-சுயம்' அதற்கென்ற தனித்த இருப்பைக் கொண்டிருக்கிறது. இதோடு 'நான்-சுயம்' தொடர் உரையாடலில் ஈடுபட்டுக்கொண்டிருக்கிறது. ஒரு எழுவாய், நாம்-சுயத்தோடு கொள்ளும் உறவின் அடிப்படையிலேயே நான்-சுயம் வடிமைக்கப்படுகிறது என்றாலும், நாம்-சுயம் நிலையற்ற ஒன்றாக மாறும்போது, அதன் ஊடாக வடிவம் பெறும் நான்-சுயங்கள் இருத்தலியல் பிரச்சினைக்குள் சிக்கிக்கொள்கின்றன. இந்த இருத்தலியல் பிரச்சினையை ஒவ்வொரு எழுவாயும் தங்களுக்கு சாத்தியப்படும் முறையில் எதிர்கொள்கிறார்கள். பார்ப்பன நாம்-சுயத்துக்கு ஏற்பட்ட இருத்தலியல் சிக்கல்களை சில எழுவாய்கள் எவ்வாறு எதிர்கொள்கின்றன என்ற அடிப்படையில் இந்த நாவலை வாசிக்க விரும்புகிறேன். இந்த நாவலின் பிரதானப் பாத்திரமான அப்புவுக்கும் அவனது தாயார் அலங்காரத்துக்கும் இடையேயான உறவையும், அலங்காரத்துக்கும் அவளது கணவர் தண்டபாணிக்கும் இடையேயான மோதலையும் நவீனக் காலத்தில் பார்ப்பனச் சமூகத்தின் 'நாம்-சுயம்' எதிர்கொள்ளும் சிக்கலில் பல்வேறுபட்ட 'நான்-சுயங்கள்' எவ்வாறு வடிவமைக்கப்படுகின்றன; இத்தகைய நான்-சுயங்களின் உறவுகள் எத்தகைய சிக்கல்களுக்கு ஆளாகின்றன என்ற தளத்திலிருந்து இந்த நாவலை நான் வாசிக்க முயல்கிறேன்.

அப்புவைச் சுற்றி இந்த நாவல் நடக்கிறது. பெரும்பாலும் அப்புவின் பார்வையிலிருந்து விவரிக்கப்படுகிறது. அப்புவை வடிவமைப்பது மூன்று பெண்கள்: அவனது தாயார் அலங்காரம், அவன் மீது காதலும் மோகமும் கொள்ளும் சிறு வயதிலேயே விதவையாகியிருக்கும் இந்து, அவன் படிக்கும் வேதப்பாடசாலையை நடத்தும் பவானியம்மாள். மூன்று பெண்களுமே ஆகிருதி கொண்டவர்கள். தங்களை எவ்விதத்திலும் இழக்காதவர்கள். அன்பும் அரவணைப்பும் கொண்டவர்கள். அதே சமயத்தில், தங்களது லட்சியத்தின் மீது பிடிப்பும் பிடிமானமும் கொண்டிவர்கள். தங்களை வெளிப்படுத்திக்கொள்ள எத்தகைய தயக்கமும் காட்டாதவர்கள்.

கட்டிய கணவரோடு மூன்று குழந்தைகள் பெற்றெடுத்த அலங்காரம், சிவசு என்ற வேறொரு ஆணோடு உறவுகொண்டு மேலும் மூன்று குழந்தைகளைப்

பெற்றெடுக்கிறாள். அவளும் கணவனும் கணவனோடு பிறந்த குழந்தைகளும் இருக்கும் வீட்டிலேயே சிவசுவோடு பெற்றெடுத்த குழந்தைகளும் வளர்ந்துவருகிறார்கள். சிவசு சென்னையில் இருக்கும்போதெல்லாம் அலங்காரத்தை அவளது வீட்டுக்கு வந்து பார்த்துப்போகிறார். அலங்காரத்தின் கணவர் தண்டபாணி இருக்கும்போதும் வருகிறார், இல்லாதபோதும் வருகிறார். இந்த உறவில் ஒளிவுமறைவு ஏதுமில்லை. இந்த உறவை அவளது கணவரும், வீட்டில் இருக்கும் மூன்று மகன்களும், ஒரு பெண்ணும், மூத்த மகனின் மனைவியும் தினம்தினம் பார்த்துக்கொண்டிருக்கிறார்கள். இந்த உறவை நாம் எவ்வாறு அர்த்தப்படுத்திக்கொள்வது? சுகுமாரன் தன் முன்னுரையில், 'பாவம் செய்துவிட்டதாக நினைக்கும் அலங்காரம் பாவத்திலிருந்து விடுபடவே தன்னுடைய பிள்ளை அப்புவை வேதம் கற்க அனுப்புகிறாள்' என்கிறார். அதாவது, அவள் கொண்டிருக்கும் 'பிறழ் உறவு'க்கு அவள் செய்யும் பிராயச்சித்தமாகவே தன் மகனை வேதப்பாடசாலைக்கு அனுப்புகிறாள் என்கிறார். ஒரு காரியத்தைச் செய்துமுடித்த பின் அதைப் பாவமாக அர்த்தப்படுத்திக்கொண்டு, அதற்குப் பிராயச்சித்தம் செய்து அதிலிருந்து ஒருவர் தன்னை விடுவித்துக்கொள்ள முயலலாம். ஒரு செயலைத் தொடர்ந்து செய்துகொண்டிருக்கும்போது, அதைப் பாவமாக அர்த்தப்படுத்திக்கொண்டே எவ்வாறு அதற்குப் பிராயச்சித்தம் தேட முடியும்? ஒரு காரியத்தைச் செய்துகொண்டே அதிலிருந்து ஒருவர் எவ்வாறு தன்னை விடுவித்துக்கொள்ள முடியும்? ஆக, நாம் அலங்காரத்தை வேறு விதமாகப் புரிந்துகொள்ள வேண்டியுள்ளது.

அப்புவின் உலகமானது காவிரி நதி, பவானியம்மாள், வேதப்பாடம் சொல்லிக்கொடுக்கும் வாத்தியார், இந்து, அவனது தாயார் அலங்காரம் என்று சுருங்கிக்கிடக்கிறது. அவனது சிந்தனைகளை, மொழியை உருவாக்குபவர்கள் இவர்களாகவே இருக்கிறார்கள். அப்பு தான் படிக்கும் வேதத்தையும் அவனது தாயாரையும் பவானியம்மாளையும் அப்பழுக்கற்ற தூய்மையின் வெளிப்பாடாகவே பார்க்கிறான். அவன் படிக்கும் வேதத்தின் மீதான நம்பிக்கை என்பது அவனது தாயார் மீது அவன் கொண்டிருக்கும் நம்பிக்கையின் நீட்சியாகிறது. எதிர்காலம் குறித்து அவனிடம் எத்தகைய பார்வையும் இல்லை. கடந்த காலமே அவனது லட்சியக் காலம் ஆகிறது. வேதம் படித்துமுடித்து நிரந்தரமாக சென்னை திரும்பியிருக்கும் நாட்களில், இந்து — திருமணமாகி, விதவையாகித் திரும்பிவந்தவள் — தன் மீதான காதலை, மோகத்தை வெளிப்படுத்தும்போது, வேதத்தின் தூய்மையும் தாயாரின் தூய்மையும் பவானியம்மாளின் தூய்மையும் அவன் முன்னே வந்துநிற்கின்றன. இதைக் கடந்து அவனால் போக முடியவில்லை. பவானியம்மாளும் அவனது தாயாரும் அவன் முன்னே எப்போதும் நின்றுகொண்டிருக்கிறார்கள். அப்பு தன்னை நிராகரிப்பதை ஏற்றுக்கொள்ள முடியாத இந்து, அவனுக்கும் அவளுக்கும் இடையே அவனது தாயார் நின்றுகொண்டிருப்பதை உணர்கிறாள். அந்த எரிச்சலில், அவனது தாயார் அவன் நினைத்துக்கொண்டிருப்பதுபோல் தூய்மையானவள் இல்லை என்று சொல்கிறாள்.

சென்னை வந்த அன்றே அவனது தாயாருக்கும் அவனுக்கு அறிமுகமில்லாத சிவசுவுக்கும் இடையே இருக்கும் உறவை அறிந்துகொள்கிறான். அப்பாவின் கையாலாகாத்தனத்தின் மீது கோபம் வருகிறது. ‘ஏன் வீட்டைவிட்டு ஓடவில்லை? சந்நியாசி ஆகவில்லை? ஏன் அவள் பொங்கிப்போட்ட சோற்றை அவள் கையால் தின்றுகொண்டே கிடக்கிறார்? சுசிருசியாக இல்லாதவர்களின் கையால் இட்ட சோறு நம்மையும் அழுக்காக, கரியாகத்தானே செய்யும்! பிருஹந்நளை மாதிரி, சிகண்டி மாதிரி ஆகிவிட்டாரா அப்பா! ஆனால், பிருஹந்நளைகூடப் பின்னலைத் தொங்கவிட்டுக்கொண்டு யுத்தக்களத்தில் சரமாடிச் சின்னாபின்னப்படுத்தினாளே!’ என்று நினைக்கிறான். அதே சமயத்தில், அவரது ‘தர்க்க மூளை வக்கீல்களுக்கும் ஜட்ஜுகளுக்கும் சமமாக ஈடுகொடு’ப்பதைக் கண்டு பெருமைப்படுகிறான். ‘உங்களைப் போல் கார் இல்லாவிட்டால் என்ன, தோட்டம் இல்லாவிட்டால் என்ன, தோய்த்து உலர்த்திய கசங்கிய அரைக்கைச் சட்டையைப் போட்டுக்கொண்டிருந்தால் என்ன, முக்கால் பழுப்புப் பஞ்சகச்சம் கட்டியிருந்தால் என்ன? எங்கப்பாவுக்கு உங்களை எல்லோரையும் ஒரு நிமிஷம் மட்டிகளாகப் பார்க்க முடியும்’ என்று பெருமிதம்கொள்கிறான். அதுபோலவே அம்மாவின் கம்பீரத்தைக் கண்டு பெருமைப்படுகிறான். அவள் எங்கு சென்றாலும் சிம்மாசனத்தைக் கொண்டுசெல்வதாக நினைக்கிறான். ஆனால், அவனால் அப்பாவையும் புரிந்துகொள்ள முடியவில்லை, அம்மாவையும் புரிந்துகொள்ள முடியவில்லை. சிவசு, அப்பா வீட்டில் இருக்கும்போதும் வருகிறார், இல்லாதபோதும் வருகிறார். இவன் கேட்கும்போது, எதுவும் தெரியாது என்று அண்ணனின் மனைவி ஒதுக்கிக்கொள்கிறாள். பவானியம்மாளைப் பார்ப்பதற்குக் கிளம்பிய அவன், வழியில் அக்கா வீட்டுக்கு வருகிறான். அக்கா, “ஆனா, கடைசி மூனும்தான் அவ மனசோட பெத்த குழந்தைகள்னு தோணறது. அவ சுயபுத்தியோடுதான் இருக்கா. சிவசுவைப் பார்க்காமல் அவளாலெ இருக்க முடியாது” என்று அவர்களது தாயார் குறித்துச் சொல்கிறாள். ஆக, இந்து உட்பட எல்லோருக்கும் தெரிந்திருக்கிறது. அப்புவுக்கு மட்டும் தெரிந்திருக்கவில்லை. அப்புவுக்குத் தெரியாததுதான் அவனது இருத்தியல் பிரச்சினையாகிறது. தெரிந்துகொண்டபோது தாய் என்ற புனித பிம்பத்தின் சிதைவு அவனை நிலைகொள்ளாமல் செய்கிறது. அம்மாவின் லட்சியத்தை இத்தனை வருடங்களாக அவனை அறியாமலேயே சுமந்துகொண்டிருந்தான். அவ்வளவு ஏன், அம்மாவின் ஆழ்மன லட்சியத்தின் உருவமாகவே அவன் இருந்தான். எந்த மூலத்தின் வடிவமாக இருக்கிறோமோ அந்த மூலம் சிதைந்துவிட்டால் நமக்கு வடிவம் ஏது?

அலங்காரம் ஏன் தனது மூன்றாவது குழந்தையான அப்புவை வேதப்பாடசாலைக்கு அனுப்ப வேண்டும் என்று தீர்மானிக்கிறாள்? நகரத்தில்தான் வாழ்கிறாள். மூத்த மகன் இயற்பியல் முடித்துவிட்டுக் கல்லூரி ஆசிரியராக இருக்கிறான். கணவன் தண்டபாணி அச்சகத்தில் வேலைபார்த்துக்கொண்டு நண்பர்களுக்கு வேதாந்தம் வகுப்பெடுப்பது, ஜாதகம் பார்ப்பது என்று இருக்கிறார். சிவசுவுக்குப் பிறந்த குழந்தைகள் நகர வாழ்க்கையின் பகுதியாக இருக்கிறார்கள். இத்தகைய

சூழலில் வாழ்ந்துகொண்டிருக்கும் அலங்காரம் ஏன் அப்புவை வேதம் படிக்கவைக்க நினைக்கிறாள்?

இதோடு தொடர்புடைய சில கேள்விகளையும் நாம் கேட்டுக்கொள்ள வேண்டியுள்ளது. ஏன் சிவசுவோடு அவள் தனியாக வாழப்போகவில்லை? ஏன் தன்னுடைய கணவனோடும் அவரோடு பெற்ற பிள்ளைகளோடும் மருமகளோடும் சிவசுவோடு பெற்ற பிள்ளைகளையும் சேர்த்து வாழ்கிறாள்? அப்பு நினைப்பதைப் போல் ஏன் அலங்காரத்தின் கணவன் சந்நியாசம் வாங்கிக்கொண்டு போகவில்லை? சிவசு பெரும் பணக்காரர். அவரால் ஆறு குழந்தைகளைக் காப்பாற்றியிருக்க முடியும். இதை அலங்காரத்தின் கணவனோ அலங்காரமோ அறியாமல் இருக்க முடியாது. ஆக, சுருக்கமாகக் கேட்டுக்கொள்வதென்றால், அலங்காரம் எதோடு, ஏன் யுத்தம் செய்கிறாள்? அவள் எதோடு யுத்தம் செய்கிறாள் என்று அவளது கணவனும் மகன் அப்புவும் மற்றவர்களும் புரிந்துகொண்டிருக்கிறார்களா? புரிந்துகொண்டிருந்தால் அந்தக் குடும்பம் சிதைந்துபோயிருக்கும். புரிந்துகொள்ள முடியாததுதான் அலங்காரத்தின் இருத்தலியல் பிரச்சினையாகிறது. வேறு விதமாகச் சொல்வதென்றால், தன்னுடைய கணவன் மதிக்கத்தக்க பார்ப்பனராக இல்லை என்ற நிலையிலிருந்து அலங்காரம் இந்த யுத்தத்தை நடத்துகிறாள். பார்ப்பனன் குறித்து அவள் கொண்டிருக்கும் கருத்து சமகாலத்தில் பார்ப்பனர்களுக்கு எதிராக முன்வைக்கப்படும் கருத்துகளுக்கான தீர்வாக இருக்கிறது. அதாவது, தண்டபாணியால் ஒரு குடும்பஸ்தனுக்கான பொறுப்புகளையும் முழுமையாகச் செய்ய முடியவில்லை. ஒரு பார்ப்பனனுக்கான மதிப்பையும் முழுமையாகப் பெற முடியவில்லை. ஒரு குடும்பஸ்தனின் பொறுப்பு சமூக உறவைச் சார்ந்திருக்கிறது என்றால் ஒரு பார்ப்பனன் என்ற கருத்தின் மதிப்பு அசமூக உறவைச் சார்ந்திருக்கிறது. மொத்தத்தில், அப்பு ஒரு பார்ப்பனனுக்கான மதிப்பைப் பெறுவதே அலங்காரத்தின் லட்சியமாக இருக்கிறது. அப்புவின் திருமணம் குறித்து அவளது பார்வை இதையே வெளிப்படுத்துகிறது. சேஷராமன் தன் மகளை அப்புவுக்குக் கட்டிவைக்க நினைக்கிறார். அதுகுறித்து அலங்காரம் 'இந்தக் கிரிசைக் கெட்டவப் பெண்ணைப் பண்ணிக்கவா பதினாறு வருஷம் தபஸ் பண்ண அனுப்பினேன்' என்றும், 'அத்யயனம் பண்ணின குழந்தையைக் கசாப்புக் கடையில விட்டுவிட முடியுமா' என்றும் கேட்கிறாள். சேஷராமனின் மனைவி ஒரு சேட்டோடு கொண்டிருக்கும் உறவை இழிவாகப் பேசுகிறாள். ஆனால், அவள் சிவசுவோடு வைத்திருக்கும் உறவு அவளது நினைவோட்டத்தில் காணாமல்போகிறது. ஏனெனில், அவள் நடத்துவது யுத்தம்.

ஒரு பார்ப்பனனுக்கான மதிப்பு எதைச் சார்ந்திருக்கிறது. அசமூக உறவைச் சார்ந்திருக்கிறது என்றால், ஒரு பார்ப்பனனும் இந்தச் சமூகத்தில்தானே உயிர்வாழ வேண்டியிருக்கிறது; அசமூகத்தில் உயிர்வாழ முடியாது. இவ்வாறு இருப்பின், ஒரு பார்ப்பனனின் அசமூக உறவின் பண்பு என்ன? கையேந்தாமல் இருப்பது, அதாவது அப்பு புரோகிதத் தொழிலுக்குப் போவதற்காக அலங்காரம் அவனை வேதப்பாடச்சாலைக்கு அனுப்பிவைக்கவில்லை. பிறகு எதற்கு?

அவனை ஒரு உயர்ந்த பார்ப்பனனாக்க வேண்டும் என்ற லட்சியத்தோடுதான் அவனை வேதப்பாடசாலைக்கு அனுப்பிவைக்கிறாள். "ரண்டணாவுக்கும் மூணணாவுக்கும் மந்திரத்தை வித்தா, அதுக்குக் கோபம் வந்துடறது, பறக்கவிட்டு வேடிக்கைபார்க்கிறது. உள்ளே எரியணும் அது, அங்கே அணைச்சுப்புட்டா அது வெளியே எரிஞ்சு, இருக்கிறதைக் கரியாக்கிவிடறது" என்று அலங்காரம் சொல்வதற்கு, "ராமன் காலத்திலிருந்து புரோகிதம் ஈனத்தொழில்னு நிலைச்சுப்போயிருக்கே" என்கிறான் அப்பு. அதற்கு, கைநீட்டினால் சவக்களை வந்துவிடும் என்கிறாள் அலங்காரம்: "கையை நீட்டிண்டு பிச்சை வாங்கும்போதுதான், படிச்சுச் சேர்ந்த தேஜஸ் எல்லாம் நீட்டின கை வழியாக ஓடிப்போயிடறது. பிணக்களை வந்துடறது. வேதம் படிக்கவே வாண்டாம். வெறுமனே கைநீட்டினாலே சவக்களை வந்துவிடும்" என்கிறாள். அலங்காரம் தன் கணவனோடும் சிவசுவோடும் நடைமுறைரீதியான உறவை வைத்துக்கொண்டிருக்கிறாளே தவிர அதுவே அவளது முழுமையல்ல. அவளை எப்போதும் முழுமையாக ஆக்கிரமித்திருப்பது அவளது லட்சியமும் அவளது லட்சியத்தின் உருவமாக இருக்கும் அப்புவுமே. அவளுக்குள் சதா எரிந்துகொண்டிருப்பது அவளது லட்சியமே. அப்புவை வேதப்பாடசாலைக்கு அனுப்பிவைக்க தண்டபாணி ஒப்புக்கொண்ட இரவு அலங்காரம் தன்னையும் தன் உடலையும் முழுமையாக – அதாவது, கடைசி முறையாக, தன் கணவனுக்கு அளித்தது என்பது அவளது லட்சியம் உருப்பெறும் காரணத்தால்தான். இதற்குப் பிறகு, தண்டபாணிக்கும் அலங்காரத்துக்கும் இடையே தாம்பத்திய உறவு இல்லாமல்போகிறது. இதற்குப் பிறகுதான், சிவசுவோடு சேர்ந்து மூன்று குழந்தைகளைப் பெற்றுக்கொள்கிறாள். நீ மதிக்கத்தக்கப் பார்ப்பனன் அல்ல என்ற நிலைப்பாட்டிலிருந்து அப்படிப்பட்ட ஒரு பார்ப்பனனை உருவாக்கிக்காட்டுகிறேன் என்ற பிடிவாதம், கணவனுக்கு எதிரானதாக உருவம் எடுக்கிறது. அவளது லட்சியத்துக்கு அப்பு வடிவம் எடுத்ததுபோலவே கணவனுக்கு எதிரான அவளுடைய நிலைப்பாடானது சிவசு வடிவத்தை எடுத்தது. கணவன் நிகழ்காலத்துக்குள் காலூன்ற முயல்கிறார் என்றால், அலங்காரம் உன்னதமான கடந்த காலம் மீது ஏக்கம்கொள்கிறாள். அதை அடைய முடியும் என்று நம்புகிறாள். இந்த நம்பிக்கையை அர்த்தமுள்ளதாக்க அவள் கணவனோடு இருந்துகொண்டே அவனை ஒதுக்கிவைக்க வேண்டியுள்ளது. அதே சமயத்தில், அப்புவை ஒரு தீர்வாக அவனது கணவனுக்கு மட்டுமல்லாமல், மொத்த சமூகத்துக்குமான தீர்வாக முன்வைக்க விரும்புகிறாள்.

நாம் ஒருவரை ஸ்தூலமாக ஒதுக்கிவைப்பதை ஒதுக்கிவைக்கப்படும் நபர் உணர வேண்டும் என்றால், அவர் நம்முடைய வட்டத்துக்குள் இருக்க வேண்டும். அலங்காரம் அதையே செய்கிறாள். அத்தனை பேர் மறைமுகமாகவும் நேரடியாகவும் அவளை நிராகரிப்பதையெல்லாம் தாங்கிக்கொண்டு, அதை வெளிக்காட்டிக்கொள்ளாமல் இருப்பதற்குக் காரணம் அவளது கணவன் முழுமையான பார்ப்பனர் அல்ல என்பதை தண்டபாணிக்கு உணர்த்தவே. அவளுடைய யுத்தம் தண்டபாணியோடுதானே தவிர, மற்றவர்களோடு அல்ல. இதை தண்டபாணியும் புரிந்துகொண்டிருப்பதுபோல் தோன்றுகிறது. தான் உண்மையான பார்ப்பனன் என்றும், தான் இகழ்வுகளுக்கும் துரோகங்களுக்கும்

புகழ்களுக்கும் பெருமைகளுக்கும் பொருளியல் ஆதாயங்களுக்கும் அப்பாற்பட்டவன் என்பதை நிரூபிக்கும் விதமாக வாழ்வதாகவும் அவர் வெளிக்காட்டிக்கொள்ள வேண்டியுள்ளது. உண்மையில், அப்படியாக இல்லை என்று அவர் உணர்ந்திருக்கிறார். 'அலங்காரம் என்று பெயர்வைத்தார்களே சரியாக — லக்ஷ்மி, சரஸ்வதி, விசாலம், கௌரி, சங்கரி என்று இத்தனை பேர்களை விட்டுவிட்டு அலங்காரமாம் அலங்காரம். தேவடியாளுக்கு வைக்கிறாற்போல' என்று தனக்குள் புலம்புகிறார். அவர் படித்த வேதாந்தமானது நடைமுறை வாழ்க்கையோடு மோதுகிறது. அதில் அவர் தோற்றுப்போவதாக உணர்கிறார். அதாவது, அத்வைத வேதாந்தம் முன்வைக்கும் சூட்சம சரீரம், ஸ்தூல சரீரம் என்ற பாகுபாட்டை நடைமுறை வாழ்க்கையோடு எப்படிப் பொருத்திப்பார்ப்பது என்று அவருக்குத் தெரியவில்லை. அலங்காரத்தின் ஸ்தூல சரீரமே தன்னோடும் படுத்தது சிவசுவோடும் படுத்தது. ஸ்தூல சரீரத்தின் அழுக்குகள் சூட்சும சரீரத்தை எவ்விதத்திலும் கரைப்படுத்துவதில்லை. தன் பாதையில் வந்த சண்டாளரை 'ஒதுங்கிப்போ' என்று சங்கரர் சொல்வதற்கு, 'யார் உங்கள் வழியிலிருந்து ஒதுங்கிப்போக வேண்டும்? என்னுடைய ஸ்தூல சரீரமா அல்லது சூட்சம சரீரமா?' என்று அந்தச் சண்டாளர் கேட்கிறார். இந்தக் கேள்வி சூட்சும சரீரம் எங்கும் நிறைந்திருப்பதால் அதனால் ஒதுங்க முடியாது என்பதை சங்கரருக்கு நினைவூட்டுகிறது. மேலும், அத்வைதப் பார்வையில் ஸ்தூல சரீரம் உண்மையான 'நான்' என்பதோடு எப்போதும் பொருத்தப்படுவதில்லை. ஸ்தூல சரீரம் 'நான்' என்பதற்கான ஆடை மட்டுமே. தண்டபாணி வேதாந்தத்தைப் புரிந்துகொண்டவராக இருந்தால், அவர் அலங்காரத்தை நிராகரிக்க முடியாது. நிராகரித்தார் என்றால் அவர் படிக்கும் வேதாந்தத்துக்கு அவர் உண்மையாக இல்லை என்றாகும். இந்தச் சிக்கலை தண்டபாணி புரிந்துகொண்டிருக்க வேண்டும். சண்டாளர் முன்பு சங்கரரும் மௌனமாக வேண்டியிருந்ததை நாம் தண்டபாணியின் நிலையோடு இணைத்துப்பார்க்க வேண்டியுள்ளது. வேதாந்த அடிப்படையில் வாழ்க்கையைப் பார்ப்பதாகச் சொல்லிக்கொள்பவர்களை, நடைமுறைரீதியாக ஒரு பெண்ணுடல் காயடிக்கும்போது அவர்கள் நிலைகுலைந்துபோவதைத் தவிர வேறு வழியில்லை.

மரபான பிரதிகள் எல்லாமே ஆண்களால் ஆண்களுக்காகப் படைக்கப்பட்டவையே. குறிப்பாக, பார்ப்பன மரபில், யதார்த்தமாக இருக்கும் பெண்கள் கருத்தாக்கத் தளத்தில் காணாமல்போகிறார்கள். எந்த வேதாந்தத்துக்கு உண்மையாக இருக்கிறேன் என்று தண்டபாணி நினைக்கிறாரோ அதே வேதாந்த அடிப்படையிலிருந்துதான் அலங்காரமும் அவரை எதிர்ப்பதாக நாம் வாசிக்க முடியும். ஆனால், அலங்காரம் நடத்தும் யுத்தம் பெண்ணுடலை மீட்டெடுப்பதற்காக இல்லை. அது அலங்காரத்துக்கு சாத்தியம் இல்லை. ஏனெனில், அது எதிர்கால நிலைப்பாடு. அதே சமயத்தில், அவளுக்கு அவசியமும் இல்லை. ஏனெனில், அவள் பார்ப்பன ஆண்களுக்கான யுத்தத்தை நடத்திக்கொண்டிருக்கிறாள். பெண்களுக்காக இல்லை. அதாவது, பார்ப்பனர்களுக்கு மதிப்பு கொண்ட ஒரு கடந்த காலத்துக்குப் போகும் ஏக்கத்தை வெளிப்படுத்துவதாக நாம் அலங்காரத்தை அர்த்தப்படுத்த முடியும்.

அதனாலேயே அவள் தோற்றுப்போகிறாள். யாருடைய ஸ்தூலமான உடல் ஊடாக அவளது லட்சியத்தை அடைய வேண்டும் என்று நினைத்தாலோ அதே உடல், அதாவது அப்பு அவளைத் தோற்கடிக்கிறான். பவானியம்மாள் அவர் பெயரில் இருக்கும் சொத்தை இந்து மற்றும் தன் பெயருக்கு சாசனம் செய்துகொடுப்பதாக அப்பு சொல்கிறான். அலங்காரத்தின் 'கண்களில் ஒரு கணம் ஏதோ பயம் படர்ந்த மாதிரி இருந்தது. இரண்டு விநாடிகளுக்குப் பிறகு வெறும் வறட்சியாகத் தூரத்தைப் பார்த்தது. அப்படியே வெறிச்சென்று பார்த்துக்கொண்டிருந்தவள், "ஆக, சொத்தெல்லாம் நீதான் நிர்வாகம் பண்ணப்போறே" என்று' அப்புவைப் பார்க்காமலே கேட்கிறாள். பொருளியலுக்குள் அப்பு சிக்கிக்கொள்கிறான். இதுவே அலங்காரத்தின் முதல் தோல்வி. தண்டபாணி வாயை அடைக்க முடிந்த அலங்காரம் அப்புவிடம் தோற்றுப்போகிறாள்.

அலங்காரத்தின் லட்சியத்தைச் சுமந்துகொண்டிருக்கும் அப்பு அதிலிருந்து விடுதலை பெறுகிறான். பவானியம்மாளும் இந்துவும் இதைச் சாத்தியப்படுத்துகிறார்கள். அப்பு விடுதலை அடைந்ததால் அலங்காரம் தோற்றுப்போகிறாள். இருவரும் விடுதலை அடைய முடியாது. இருவரில் ஒருவர் தோற்றுப்போக வேண்டும். பவானியம்மாள் ஒரு தட்டில் பட்டுப்புடவையும் ரவிக்கைத் துண்டும் இருபத்தைந்து ரூபாய் பணமும் வைத்துக் கொடுக்கும்போது முதலில் மறுக்கும் அலங்காரம், "சரி எடுத்துக்கிறேன். எனக்கு விவேகம், ஞானம் எல்லாம் வரணும்னு ஆசீர்வாதம் பண்ணுங்கோ" என்கிறாள். இந்த அலங்காரம் வேறொருத்தியாக இருக்கிறாள். தன் தோல்வியை ஒப்புக்கொள்ளும் அலங்காரமாக இருக்கிறாள். தோல்வியை ஒப்புக்கொண்ட பின் இரண்டு விஷயங்கள் அவளுக்குப் புலப்படுகின்றன: ஒன்று, இனி தான் சம்சார வாழ்க்கையை வாழ முடியாது. அதனால், காசிக்குப் போவதாக அப்புவிடம் சொல்கிறாள். அப்போது சொல்கிறாள்: "ஒண்ணு, பிள்ளையோட கண் முன்னாலெ செத்துப்போகணும். இல்லேன்னா காசியில செத்துப்போகணும். நீ ஒண்ணுதான் என் பிள்ளைன்னு நெனச்சிண்டிருந்தேன். நீ ரிஷியாட்டே, உன் காலில் விழுந்து எல்லாத்தையும் பொசுக்கிண்டுவிடலாம்னு நினைச்சேன். நீயும் அம்மா பிள்ளையாவே இருக்கே!... இப்ப காசிக்குப் போய் இருக்கப்போறேன்." நீ இப்போது என்னுடைய பிள்ளை இல்லை என்று தான் பெற்ற மகனிடம் அலங்காரம் செல்ல வேண்டியிருக்கிறது. அதாவது, எவ்வாறு அத்வைத வேதாந்தத்தின் அடிப்படையில் தன் இருப்பைப் பார்த்தாளோ அதே அடிப்படையில் அப்புவின் உடலையும் பார்க்க வேண்டிய நிர்ப்பந்தத்துக்கு ஆளாகிறாள். அப்புவின் ஸ்தூல சரீரத்துக்கு மட்டும்தான் அவள் தாய். அப்புவோ சூட்சம சரீரத்தை முன்வைக்கிறான். சூட்சமத் தளத்தில் பவானியம்மாள் தாயாகிறாள். இதன் அடிப்படையிலேயே கணவனிடம் தான் தோல்வியுற்றதாக அப்புவிடம் வாக்குமூலம் கொடுக்கிறாள்: "அது ஞான சூரியன். கருணாமூர்த்தி. என்னைக் கருக்கிப்போடாம இருந்ததே இத்தனை நாளா! அதுவே பெரிசு." அவளது கடந்த காலக் கனவு நிகழ்காலத்தில், ஒன்று அப்புவின் சடங்குரீதியான சமூகரீதியான மரணத்தில் முடிந்திருக்க வேண்டும் அல்லது அலங்காரத்தின் ஸ்தூலமான மரணத்தில் முடிவுபெற வேண்டும்.

அப்பு தனது தந்தையைப் போலவே ஒரு குடும்பஸ்தப் பார்ப்பனனாக இருக்க முடிவெடுக்கிறான். கணவனை எதற்காக அலங்காரம் நிராகரித்தாலோ அதையே அப்புவும் தேர்ந்தெடுத்ததுதான் அலங்காரத்தின் தோல்வி.

அப்பு தன் தாயாரின் மாசற்ற பிம்பம் சிதைவுற்ற பின், அவன் தன்னைப் பற்றிக் கொண்டிருக்கும் புனித பிம்பத்தையும் சிதைத்துக்கொள்ள வேண்டியுள்ளது. இந்து தன் மீதான மோகத்தை வெளிப்படுத்தும்போது, அவளைத் தன்னுடைய தாயாக நினைத்தேன் என்றும் சகோதரியாக நினைத்தேன் என்றும் சொல்கிறான். அவனது தாயாரின் புனித பிம்பத்துக்குப் பின்னால் தன்னை அவன் மறைத்துக்கொண்டிருப்பதை அப்பு உணர்ந்திருக்கவில்லை. தாயாரின் புனித பிம்பம் சிதைந்த பிறகு இந்து குறித்தான அவனது சிந்தனைகள் பிரக்ஞைத்தளத்துக்கு வருகின்றன. திருமணமாகிக் கணவனோடு இந்து புறப்பட்டுச் சென்ற பின் அவன் பட்ட அவஸ்தைகள் அவன் பிரக்ஞைக்கு வருகின்றன. 'பவானி, இந்து, பரசு (இந்துவின் கணவன்), யாரை நினைத்தாலும் கோபம், கசப்பு! பசிக்கக்கூட இல்லை. வயிற்றைப் புரட்டிற்று... சாந்திக் கலியாண அறைகூடக் கண் முன் வந்தது. 'ஏ' என்று நோஞ்சல் உடம்பும் குச்சிக் கையும் நீளக் கழுத்தும் குனிந்த முதுகுமாக அவன் இந்துவை வந்து தொடுகிறான். இந்து முகத்தைச் சிணுக்குகிறாள். அப்பு அவனைக் கோரையால் உய் என்று விலாவில் ஓங்கி இழுக்கிறான். அது ஓடுகிறது. இன்னொரு கோரையை — கோரை எவ்வளவு அழகாக இருக்கிறது பிடுங்க - வழவழவழவென்று — ஒவ்வொரு கோரையாகப் பிடுங்கி பரசுவை அடிக்கிறான் அவன். இந்துவின் முழங்கையில்கூட நாலு அடி விழுந்துவிட்டது. விழட்டும்... அப்புவும் ஒரு செங்கல்லை எடுத்து பவானியம்மாளின் நெற்றியைப் பார்க்க வீசுகிறான்...' தன்னுடைய தாயின் புனித பிம்பத்துக்குள் தன்னை மறைத்துக்கொண்டு, இந்துவை இழிவாகப் பார்த்து, தன்னிடம் இருந்த அழுக்கைத் தான் சாமர்த்தியமாக மறைத்துக்கொண்டதை உணர்ந்துகொள்கிறான். விசித்திரம் என்னவென்றால், இந்தச் சிந்தனை, அதாவது இந்து மீது அவன் கொண்டிருக்கும் மோகம், அதனால் உண்டான எரிச்சல் எல்லாம் பிரக்ஞைக்கு வந்த பிறகு, பதிமூன்று வருடங்களாக அவன் கண்ணில் படாமல் இருந்த சங்கரர் சகஸ்ரநாமத்துக்கு எழுதிய உரை அவன் கண்ணில் படுகிறது.

தொகுத்துச் சொல்வதென்றால், பார்ப்பனியத்தையும் பார்ப்பனர்களையும் திராவிட இயக்கம் விமர்சித்தது என்பது, 'நாம்-சுய'த்தைக் கடும் பாதிப்பு உள்ளாக்குகிறது. பார்ப்பனர்களின் 'நாம்-சுயம்' வேறு விதமாகத் தன்னை வடிவமைத்துக்கொள்ள வேண்டியுள்ளது. இந்த எத்தனிப்பில், பலவிதமான 'நான்-சுயங்கள்' வடிவமைக்கப்படுகின்றன. அதில் ஒன்று அலங்காரம். அவள் கடந்த கால உன்னதத்தை நோக்கிப் பயணிக்கிறாள். நிகழ்காலத்தில் வேதாந்த அடிப்படைகளை நிறுவ முயல்கிறார் தண்டபாணி. இவ்விருவருக்கும் இடையேயான மோதலில் மாட்டிக்கொண்ட அப்புவை இந்துவோடும் பவானியம்மாளோடும் அவன் கொண்டிருந்த உறவு காப்பாற்றுகிறது. கடந்த காலத்துக்கும் லட்சியத்துக்கும் நிகழ்காலப் பிடிவாதத்துக்கும் இடையில்

சிக்கிக்கொண்ட அப்புவின் எதிர்காலம் திறந்த தன்மை கொண்டதாக இருக்கிறது. வேதப்பாடசாலையின் எதிர்காலம் குறித்து பவானியம்மாள் என்ன நினைக்கிறாள் என்று அப்பு தனது தாயாரிடம் சொல்கிறான். "முடிஞ்சா வேதத்தைச் சொல்லிக்கொடு. இல்லாட்டா பத்துப் பிள்ளைகளுக்குச் சாப்பாடு போட்டு வச்சிண்டு, தமிழ்ப் பள்ளிக்கூடத்துக்கோ இங்கிலீஸ் பள்ளிக்கூடத்துக்கோ — எதுக்கோ அனுப்பிச்சிண்டிரு. அதுகளோட இஷ்டம் அது. வேதம் படிச்சா என்ன? வாதம் படிச்சா என்ன? இல்லாததுகள் வயித்திலெ ரண்டு சாதம் விழணும். பசிதான் ஸ்வாமி. அதுக்கு நைவேத்யம் பண்ணினாப் போதும்..." என்கிறாள் பவானியம்மாள். அப்புவின், இந்துவின் எதிர்காலத்தைத் திறந்த தன்மை கொண்டதாக மாற்றுகிறாள். அலங்காரத்திடமும் தண்டபாணியிடமும் காணப்படும் பதற்றம் பவானியம்மாளிடமும் இந்துவிடமும் இல்லை. அவனது பெற்றோர்களிடம் காணப்படும் பதற்றம் அப்புவை அழித்திருக்கும். இந்துவும் பவானியம்மாளும் காப்பாற்றுகிறார்கள். பவானியம்மாளின், இந்துவின் 'நாம்-சுயம்' இந்தப் பதற்றங்களுக்கு அப்பாலான ஒன்றாக இருக்கிறது, அதுவே அப்புவின் 'நான்-சுய'த்தை வடிவமைக்கிறது. மொத்தத்தில், தோற்றுப்போகும் யுத்தத்தை நடத்தும் துயரத் தாயாகிறாள் அலங்காரம்.

◉

அழகியலும் மேலாதிக்க சுயமும்

ஜே.எம்.கூட்ஸியின் 'மானக்கேடு' நாவலை முன்வைத்து

ஷஹிதா மொழியாக்கம் செய்து, 'எதிர்' பதிப்பகம் வெளியிட்டிருக்கும் (2022) கூட்ஸின் நாவலான 'மானக்கேடு' தமிழுக்கு முக்கியமான வரவு. தென்னாப்பிரிக்க நாவலான இது, கறுப்பர்-வெள்ளையருக்கு இடையேயான பண்பாட்டுரீதியான, சமூகரீதியான, பொருளாதாரரீதியான, விழுமியங்கள்ரீதியான பிளவுக்கோட்டைச் சுற்றி இயங்குகிறது. மேலாதிக்கச் சமூகக் குழுமத்தைச் சேர்ந்த ஒருவரின், அதாவது ஆங்கில இலக்கியப் பேராசிரியராக இருக்கும், ஐம்பத்தியிரண்டு வயதான ஒரு வெள்ளையரின் ஆதிக்க மனக் கட்டமைப்பை இந்த நாவல் மிக நுட்பமாக வெளிக்கொணர்கிறது. மேலாதிக்கக் கருத்தாக்கம் எப்படியெல்லாம் அதை வடிவமைத்துக்கொள்கிறது என்றும், ஒரு சுயத்தை எவ்வாறெல்லாம் கட்டமைக்கிறது என்பதன் மேலும் இந்த நாவல் அக்கறைகாட்டுகிறது. அதே சமயத்தில், இந்த மேலாதிக்க சுயத்தைக் கையாள்வதற்கான வழிமுறைகளையும் இந்த நாவல் பரிசோதித்துப்பார்க்கிறது. இந்த நாவலில் நாம் நம்மை அடையாளம்காண முடிகிறது. மேலாதிக்க சுயத்தின் பிரதிநிதியாக இருக்கிறார் பேராசிரியர் டேவிட். மேலாதிக்க சுயத்தின் கட்டமைப்பை ஏற்றுக்கொள்ள மறுக்கிறார் அவரது மகளான லூஸி. பேராசிரியர் நாவலின் முதல் புள்ளியாகிறார் என்றால், லூஸி இரண்டாவது புள்ளியாகிறார். மூன்றாவது புள்ளி பெவ் ஷா. உடல் உபாதைகளால் தவித்துக்கொண்டிருக்கும் செல்லப் பிராணிகளை, குறிப்பாக அளவுக்கு அதிகமாக இனப்பெருக்கமாகியிருப்பதாகச் சொல்லப்படும் நாய்களைக் கருணைக்கொலை செய்யும் கறுப்பினப் பெண். ஆங்கில ரொமான்டிக் இலக்கியப் பாரம்பரியமும் கருணைக்கொலைக்காகக் காத்திருக்கும் நாய்களும் இந்த மூவரையும் இணைக்கும் கோடுகளாகின்றன.

ஆங்கில இலக்கியப் பேராசிரியரான டேவிட் தன்னைவிட முப்பது வயது இளையவரான மாணவியோடு அவரது ஒப்புதலுடன் உடலுறவுகொள்கிறார். இப்படித்தான் கதைசொல்லி நமக்குச் சொல்கிறார். கதைசொல்லி டேவிட் பாத்திரத்தோடு தன்னை ஐக்கியப்படுத்திக்கொள்கிறார். அதே சமயத்தில், அந்த மாணவி ஒரு கறுப்பர் என்பதை நேரடியாக இல்லாமல், நமக்குக் குறிப்பாக உணர்த்துகிறார். இந்த உடலுறவு ஒப்புதலோடு நடந்தது என்று டேவிட் பார்வையிலிருந்து சொன்னாலும், அது வன்புணர்வாக

இருக்கக்கூடும் என்றும் மறைமுகமாகச் சுட்டிக்காட்டுகிறார். ஆக, டேவிட் மனவோட்டத்தோடு கதைசொல்லி தன்னை ஐக்கியப்படுத்திக்கொண்டாலும், அதிலிருந்து விலகியும் இருக்கிறார். இரண்டு திருமணங்கள் செய்து விவாகரத்து செய்திருக்கும் இந்தப் பேராசிரியர் தனது பாலியல் தேவைகளை விலை கொடுத்துப் பூர்த்தி செய்துகொள்கிறவர். டேவிட்டை ஆங்கில ரொமான்டிக் இலக்கியத்தின் தந்தையான பைரன் முழுமையாக ஆக்கிரமித்திருக்கிறார். இலக்கிய விமர்சனங்கள் எழுதுவதில் சலிப்புற்றுப்போனதால், பைரன் குறித்து ஒரு ஓப்ரா எழுத வேண்டும் என்பது இவரது நீண்ட நாள் கனவு. அதற்கான தயாரிப்புகளையும் அவர் மேற்கொண்டுவருகிறார். சொல்லப்போனால், டேவிட் தன்னை பைரனாகவே நினைத்துக்கொள்கிறார் என்று சொல்ல முடியும். காமத்தை ஏரணங்களுக்குள் அடக்க முடியாது என்பது இவரது வாதம். காமம் அவரது அழகியலின் தவிர்க்கவியலாப் பகுதியாக இருக்கிறது.

தன் மாணவியிடம் உடலுறவுகொண்ட காரணத்தால் பல்கலைக்கழத்தில் அந்த மாணவி கொடுத்த புகாரின் அடிப்படையில் டேவிட் விசாரிக்கப்படுகிறார். ஏன் தன்னுடைய மாணவியோடு இப்படியாக உறவுகொள்ள நேர்ந்தது என்று பொதுவாக ஏற்றுக்கொள்ளப்பட்டிருக்கும் மொழியில் தன்னை வெளிப்படுத்திக்கொள்ள டேவிட் மறுக்கிறார். அதாவது, நான் அறியாமல் என் நிலை தவறினேன், ஒரு நல்லாசிரியருக்கான நடத்தையிலிருந்து நான் வழுவினேன், தகப்பனாக இருந்து அந்த மாணவியைப் பாதுகாத்திருக்க வேண்டிய நானே அவளுக்குப் பெரும் கேடு செய்துவிட்டேன், நான் பாவம் செய்துவிட்டேன், என்னை மன்னித்துவிடுங்கள் போன்ற பொதுமொழியில் டேவிட் தன்னை வெளிப்படுத்திக்கொள்ள வேண்டும் என்று விசாரணைக் கமிட்டி உறுப்பினர்கள் எதிர்பார்க்கிறார்கள். அப்படிச் செய்தால் இந்த விஷயத்தை நல்ல விதமாக முடிவுக்குக் கொண்டுவர முடியும் என்று அறிவுரையும் சொல்கிறார்கள். ஆனால், அவர்கள் முன்வைக்கும் குற்றச்சாட்டை ஏற்றுக்கொள்ளும் டேவிட், அதை அவர்களுடைய மொழிக்கு மொழியாக்கம் செய்யத் தீர்மானமாக மறுக்கிறார். எது இப்படியான நிலைப்பாட்டை எடுக்க டேவிட்டை உந்தித்தள்ளுகிறது என்று அவர்களால் புரிந்துகொள்ள முடியவில்லை. தன்னுடைய செயல் மானுடர்களுக்கே (வெள்ளையர்-ஆண்) இயல்பான ஒன்று என்றும், மாணவியோடு உடலுறவுகொண்ட அந்தத் தருணத்தைப் பெரும் குற்றமாகப் பார்க்க மறுப்பதாகவும் சொல்கிறார். அதே சமயத்தில், மற்றவர்கள் தன்னைக் குற்றஞ்சாட்டுவதை ஏற்றுக்கொள்கிறேன் என்றும் சொல்கிறார். பின் ஒரு சமயம் தனது முன்னாள் மனைவி, ‘உன் மீது நல்லபிப்ராயம் ஏற்படும்படி நீ நடந்துகொள்ளவில்லையாமே’ என்பதற்கு, ‘நான் அபிப்ராயம் உண்டாக்க முயன்றுகொண்டிருக்கவில்லை. ஒரு கொள்கையை நிலைநிறுத்த முயன்றுகொண்டிருக்கிறேன்’ என்கிறார் டேவிட். அதாவது, விசாரணை செய்யும் உறுப்பினர்களுக்கும் டேவிட்டுக்கும் இடையே எப்படியான உரையாடலும் சாத்தியமில்லாமல்போகிறது. விசாரணை செய்தவர்கள் நடைமுறை சார்ந்த பதில்களை எதிர்பார்த்தார்கள் என்றால், அதற்கு டேவிட் இறங்கிவர மறுக்கிறார். இவர் திமிர்பிடித்துப் பேசுகிறார் என்றும்,

செய்த தவறுக்கு வருந்தவில்லை என்றும் அவர் பல்கலைக்கழகத்திலிருந்து வேலைநீக்கம் செய்யப்படுகிறார்.

இவருக்கும் இவரது முதல் மனைவிக்கும் பிறந்த பெண் லூஸி. கறுப்பர்கள் நிறைந்திருக்கும் கிராமம் ஒன்றில் சிறிய பண்ணை ஒன்றை நடத்திவருகிறார். திருமணமாகாத இவர் முழு விவசாயியாக வாழ்ந்துவருகிறார். இவளது வாழ்க்கை அன்றாடத்தன்மையிலானது. அதில் முழுநிறைவைக் கொண்டிருப்பவர். பண்ணையில் லூஸிக்கு சகலவிதத்திலும் உதவிபுரிவது, கறுப்பரான பெட்ருஸ். இவர் கடுமையான உழைப்பாளி. லூஸியின் பண்ணையில் குடும்பத்தோடு வசித்துவருகிறார். இந்தக் கிராமத்தில் நாய், பூனை, ஆடு போன்ற விலங்குகளுக்கான 'மருத்துவமனை' ஒன்றை நடத்திவருகிறார் பெவ் ஷா என்ற கறுப்பர். உண்மையில், இது மருத்துவமனை அல்ல; கருணைக்கொலைக்கூடம்.

பல்கலைக்கழகத்திலிருந்து நீக்கப்பட்ட பின், வேலை ஏதுமில்லாததாலும், அவரது நண்பர்களால், மாணவர்களால், உடன் பணிபுரிந்தவர்களால் நிராகரிக்கப்படுவதாலும் தன் மகள் லூஸியோடு சிறிது காலம் வசிக்கலாம் என்று முடிவெடுக்கிறார். கிராமத்தில் லூஸிக்கு அன்றாட வேலைகளில் உதவிபுரிவதோடு, பெவ் ஷா நடத்தும் 'மருத்துவமனை'யில் நாய்களுக்கு இறுதி ஊசி போட்டுக் கொல்லும்போது டேவிட் அவற்றைப் பிடித்துக்கொள்வது, இறந்த நாய்களை எரிக்கக் கொண்டுசெல்வது போன்ற வேலைகளில் தன்னை ஈடுபடுத்திக்கொள்கிறார். நாய்களுக்கு இறுதி ஊசி போடும் முன் அவற்றிடம் மிகவும் அன்போடு நடந்துகொள்கிறார் பெவ் ஷா. இப்படி நடந்துகொள்வதை டேவிட்டால் புரிந்துகொள்ள முடியவில்லை. நாய்கள் இப்படிக் கொல்லப்படுவதை டேவிட் ஏற்றுக்கொள்ள மறுக்கிறார். கருணைக்கொலையை டேவிட் மனதளவில் ஏற்றுக்கொள்ளாததை நாய்கள் மோப்பம் பிடித்துவிடுவதால்தான் அவை தம்முடைய இறுதித் தருணங்களில் இவ்வளவு சிரமப்படுகின்றன என்கிறார் பெவ் ஷா. அவை எந்தச் சிரமமும் கொள்ளாமல் அமைதியாக மரணமடைய வேண்டும் என்பதே பெவ் ஷாவின் விருப்பம்.

இதற்கிடையில், இரண்டு ஆண்கள் ஒரு இளைஞன் என்று மூன்று கறுப்பர்கள் சேர்ந்து லூஸியின் பண்ணைவீட்டில் அத்துமீறுகிறார்கள். டேவிட்டைக் கழிப்பறையில் அடைத்துவிட்டு, லூஸியை வன்புணர்கிறார்கள். இந்த மோதலில் டேவிட்டுக்குத் தீக்காயங்களும் ஏற்படுகின்றன. வீட்டுப் பொருட்களும், டேவிட்டின் காரும் களவாடப்படுகின்றன. லூஸிக்கு எல்லா விதத்திலும் உதவிகள் செய்துகொண்டு அவளது பண்ணையிலேயே இருக்கும் பெட்ருஸ் இந்தச் சம்பவம் நடந்த அன்று, சொல்லிவைத்தாற்போல் அங்கு இல்லாமல்போகிறார். இந்தச் சம்பவம் நடந்த பின், "உங்களுக்கு நடந்ததை நீங்கள் சொல்லுங்கள், எனக்கு நடந்ததை நான் சொல்கிறேன்" என்கிறாள் லூஸி. வீட்டுப் பொருட்களும் காரும் களவுபோனதாகக் காவல் நிலையத்தில் பதிவுசெய்கிறார்கள். ஆனால், தான் வன்புணரப்பட்டதாகப் புகார் கொடுக்க

லூஸி மறுக்கிறாள். வன்புணர்ந்தவர்களைச் சட்டரீதியாகத் தண்டிக்கவே டேவிட் விரும்புகிறார். ஆனால், லூஸி தீர்மானமாக மறுக்கிறாள். காவல் நிலையத்தில் புகார் கொடுத்துவிட்டுத் திரும்பும்போது, லூஸி இவ்வாறு சொல்கிறாள்: “அது மிகக் குறிப்பாக எனக்கானதாக இருந்தது. அது அவ்வளவு தனிப்பட்ட வெறுப்புடன் நிகழ்த்தப்பட்டது. எதையும்விட அதுதான் என்னை ஸ்தம்பிக்கச்செய்தது. மற்ற எல்லாமும்... வழக்கமானதே. ஆனால், என்னை ஏன் அவர்கள் அவ்வளவு வெறுத்தார்கள்? இதற்கு முன் நான் அவர்களைப் பார்த்ததுகூட இல்லையே?” இதற்கு, “அவர்கள் வழியாகப் பேசியிருப்பது வரலாறு; தவறுகளின் வரலாறு. இது உதவுகிறது என்றால் இந்த வழியிலேயே யோசித்துப்பாரேன். இது தனிப்பட்ட நிகழ்வு என்பதுபோல் தோன்றலாம். ஆனால், அது உண்மையல்ல. இது இறங்கிவந்தது முன்னோர்களிடமிருந்து” என்கிறார் டேவிட். பிறகு அது குறித்துப் பேசுவதற்கு லூஸி தீர்மானமாக மறுக்கிறாள்.

டேவிட்டும் லூஸியும் இந்தச் சம்பவத்தை எப்படியாகப் பார்க்கிறார்கள் என்பதே நாவலின் மையமாகிறது. தன் மாணவியிடமே உடலுறவுகொண்டதைப் பொதுமொழிக்கு மாற்ற எப்படி டேவிட் மறுத்தாரோ அதுபோலவே தான் வன்புணர்வுக்கு ஆளானதைப் பொதுமொழிக்கு மாற்ற லூஸியும் மறுக்கிறாளா? டேவிட்டின் தனிமொழி எப்படி அவரை விசாரணை செய்தவர்களையும் அவரைச் சுற்றியிருந்தவர்களையும் அச்சுறுத்தியதோ அதுபோலவே டேவிட்டை லூஸியின் தனிமொழி அச்சுறுத்துகிறதா? இருவரின் வெளிப்பாடுகளும் ஒத்த தன்மையிலானவையாகத் தோன்றினாலும், அவை வேறானவற்றின் மீது கட்டமைக்கப்பட்டுள்ளன என்பதை நாவல் மிக நுட்பமாக விவரிக்கிறது. டேவிட்டின் தனிமொழி ‘நான்’ என்ற வெள்ளையர் மேலாதிக்கத்தின் மொழியாகிறது. ஆங்கில இலக்கியப் பாரம்பரியத்தின் துணைகொண்டு இது சாத்தியப்படுகிறது. ஆனால், ஒரு வெள்ளையராகவும் பெண்ணாகவும் இருக்கும் லூஸிக்கும் இது சாத்தியம்தானே? ஆனால், பாதிக்கப்பட்டது அவள்தானே. லூஸிக்கு நடந்ததை டேவிட் ‘குடிநபர்’ என்ற கருத்தமைவின் அடிப்படையில் பொதுமொழிக்கு மொழியாக்கம் செய்கிறார். இந்தக் கருத்தமைவின் ஊடாகத் தாக்கியவர்கள், தாக்கப்பட்டவர்கள் (கறுப்பர்-வெள்ளையர்) என்ற இருமைக்குள் வைத்துப் பார்க்கிறார். லூஸிக்கு நடந்தது கடந்த கால வெள்ளையர் ஆதிக்கத்தின் விளைவு என்று டேவிட் ஏற்றுக்கொண்டாலும், அதை எதிர்காலத்துக்கும் தொடர அனுமதிக்க முடியாது என்பதில் தீர்மானமாக இருக்கிறார். சட்டம், குடிநபர் போன்ற கருத்தாக்கங்கள் அவருக்கு உதவுகின்றன. இந்தக் கருத்தாக்கங்களை லூஸி நிராகரிக்கிறார். நாம் தென்னாப்பிரிக்காவில் இருக்கிறோம் என்பதை நினைவில்கொள்ள வேண்டும் என்று தந்தையிடம் சொல்கிறாள். அதாவது, குடிநபர் என்ற கருத்தை வரலாறுகளுக்கு, பண்பாடுகளுக்கு அப்பால் உலகளாவிய தன்மையிலான ஒன்றாக டேவிட் முன்வைப்பதை ஏற்றுக்கொள்ள லூஸி மறுக்கிறாள். இந்தக் கருத்தாக்கங்கள் வரலாறுகளுக்குக் கட்டுப்பட்டு, பண்பாடுகளுக்குக் கட்டுப்பட்டுத்தான் அவற்றை வரையறுத்துக்கொள்ள முடியும் என்பதாக லூஸி பார்க்கிறாள். ஏன் அவர்கள், அதாவது தன்னை வன்புணர்ந்தவர்கள்

தன்னை இத்தனை அருவருப்பாகப் பார்த்தார்கள் என்பதே லூஸியின் பிரதானக் கேள்வியாகிறது. இதற்கான விடையை லூஸி கண்டடைய வேண்டியுள்ளது. பண்ணையை விற்றுவிட்டுத் தன்னோடு வந்துவிடுமாறு லூஸியிடம் சொல்கிறார் டேவிட். அவள் மறுக்கிறாள். லூஸியிடம், “நீ அபாயகரமான தவறு ஒன்றைச் செய்யும் தருவாயில் இருக்கிறாய். வரலாற்றின் முன் உன் தலையைத் தாழ்த்திக்கொள்ள நினைக்கிறாய்” என்கிறார். வரலாறு கொண்டுவிட்டிருக்கும் இந்தத் தருணத்தைத் தனிமனிதர்களாக எவ்வாறு எதிர்கொள்வது? குடிநபர், சட்டம் போன்ற கருத்துகள் டேவிட்டுக்கு இருக்கின்றன. ஆனால், லூஸி இவற்றைக் கடந்து சிந்திக்க முற்படுகிறாள். இதனால்தான் தன் தந்தையிடம், “உங்களுக்கு இது புரியவில்லை. உங்களுக்குப் புரியவைக்க இதற்கு மேல் என்ன செய்வது என்று எனக்குத் தெரியவில்லை. நீங்கள் வேண்டுமென்றே சூரிய ஒளி நுழைய முடியாத மூலையில் அமர்ந்திருப்பதாகத் தோன்றுகிறது. உங்களை நான் அந்த மூன்று மனிதக் குரங்குகளில் ஒன்றாகப் பார்க்கிறேன். உள்ளங்கைகளால் கண்களைப் பொத்தியிருக்கும் ஒன்றாக” என்கிறாள். பெட்ருஸ் அவளது பண்ணையை அபகரித்துக்கொள்ளவே இப்படியெல்லாம் திட்டம் போடுவதாக டேவிட் சந்தேகப்படுகிறார். அவர் சந்தேகப்பட்டதுபோல், லூஸியை வன்புணர்ந்த மூவரில் ஒருவரான இளைஞன் பெட்ருஸின் உறவுக்காரன். பொருட்கள் களவாடப்பட்டதையும், லூஸி வன்புணரப்பட்டதையும் பெட்ருஸ் எதிர்கொள்ளும் விதம் டேவிட்டை ஆட்டம்காணவைக்கிறது. ஆனால், லூஸி யதார்த்தமாக எதிர்கொள்கிறாள். ‘ஏன் ஒருவர் இங்கே நிலைத்து வாழ்வதற்காக அவர் செலுத்தும் கட்டணமாக இருக்கக் கூடாது?’ என்று கேட்கிறாள். அதாவது, சமூகமாக வாழ்வதற்கான கட்டணம். இந்தக் கட்டணம் அவளது உடலாக மட்டுமல்லாமல் அந்த உடலுக்குள் உருப்பெற்றிருக்கும் கருவாகவும் இருக்கிறது. தன் வயிற்றில் வளரும் குழந்தை, நாளை கறுப்பர்களோடு இணைந்துவாழ்வதற்கான கட்டணம் என்பதாக லூஸி பார்க்கிறாள். லூஸியின் இந்த நிலைப்பாட்டைப் புரிந்துகொள்ளவது மிகவும் சிரமமானது. டேவிட்டிடமிருந்து நம்மை நாம் விலக்கிவைத்துக்கொள்ளவே முயல்வோம் என்றாலும்கூட, லூஸிக்கு நடந்த விஷயத்தைப் பொறுத்தமட்டில் அவர் பார்த்ததுபோல்தான் நாமும் பார்த்திருப்போம். நமக்கு வேறு சாத்தியங்கள் இருக்கின்றனவா? ஆனால், நம்மால் அவ்வளவு சுலபமாகப் புரிந்துகொள்ள முடியாத நிலைப்பாட்டை லூஸி எடுக்கிறாள். தன் உடலை வரலாற்றுரீதியானதாக மட்டுமே, அதாவது வெள்ளையர் என்பதாக மட்டுமே லூஸி பார்ப்பதை நம்மால் ஏற்றுக்கொள்ள முடியுமா? அவள் வெள்ளையர் மட்டுமல்ல, பெண்ணும்கூட. இது சிக்கலை மேலும் கடினமாக்குகிறது. ஆனால், வரலாறுகளுக்கு அப்பால், பண்பாடுகளுக்கு அப்பால் உடல் என்பது, அது பெண்ணுடலாகவே இருந்தாலும்கூட, அதனளவில் ஏதேனும் அர்த்தத்தைக் கொண்டிருக்க முடியுமா? தன் உடல் என்ற இறையாண்மையை முன்வைக்கும் டேவிட்டின் நிலைப்பாட்டை நாம் விமர்சனமற்று ஏற்றுக்கொள்ள முடியுமா? வெள்ளை ஆண் என்ற அடிப்படையை டேவிட்டின் உடல் சுமந்திருப்பதால்தானே அவரால் தன்னை பைரனாக பாவித்துக்கொள்ள முடிகிறது. கறுப்பர் ஆண்

ஒருவருக்கும் இந்த பாவனை சாத்தியப்படுமா? லூஸியை வன்புணர்ந்தவர்கள் தங்களை பைரனாக பாவித்துக்கொண்டிருக்க முடியுமா? ஆக, ஒரு உடல் என்பது வரலாற்றுரீதியான, பண்பாட்டுரீதியான அர்த்தப்பாடுகளையும், அதற்கு எதிரான அர்த்தப்பாடுகளையுமே கொண்டிருக்க முடியும். இதில் தனிமனிதர் என்ற கருத்தமைவை எங்கு பொறுத்துவது? லூஸி 'நான்', 'என்னது' என்பதையெல்லாம் மறுக்கும் நிலைக்குப் போகிறாளா? என்னுடைய புரிதலில், லூஸி இதையெல்லாம் மறுக்கவில்லை. 'நான்', 'என்னது' என்பதையெல்லாம் பரந்துபட்ட, அதாவது சமூகத் தளத்தில் பொருத்திப்பார்க்க முயல்கிறாள். பெண் என்பதைவிட வெள்ளையர் என்பதால் அவளை வன்புணர்ந்தவர்கள் அவள் மீது காட்டிய அருவருப்புதான் அவளுக்கு முக்கியமாகிறது. அவளது வயிற்றில் உள்ள உயிர்தான் அவள் எதிர்கொண்ட அருவருப்புக்கான பதிலாகிறது. இதை சற்று விரிவாகப் பார்ப்போம்.

கடந்த காலத்தின் தொடர்ச்சியாகவே நிகழ்காலச் சம்பவங்கள் நடக்கின்றன என்று டேவிட் ஏற்றுக்கொள்கிறார். காலத்தைக் கடந்த-நிகழ்-எதிர் காலம் என்று நேர்கோட்டில் பார்க்கிறார். ஆனால், லூஸி நிகழ்காலத்தைக் கடந்த காலத்தின் தொடர்ச்சியாக மட்டும் பார்க்கவில்லை, எதிர்காலத்தின் இறந்த காலமாகப் பார்க்கிறாள். நிகழ்காலத்தை இரண்டு திசைகளிலிருந்தும் லூஸி பார்க்கிறாள். டேவிட்டின் நிலைப்பாட்டைப் புரிந்துகொள்வதில் சிக்கல் ஏதுமில்லை. ஆனால், லூஸியின் நிலைப்பாட்டை அவ்வளவு சுலபமாகப் புரிந்துகொள்ள முடியாது. லூஸியைப் புரிந்துகொள்ள, நாம் காந்தியின் வாழ்க்கையில் நடந்த மிக முக்கியமான விஷயத்தோடு இணைத்துப்பார்க்க வேண்டும் என்று நினைக்கிறேன். பல இஸ்லாமியர்களை மீண்டும் 'இந்து'வாக மதம் மாற்றும் செயலில் ஈடுபட்டுவந்த ஆரிய சமாஜைச் சேர்ந்த சாமி சாரதாநந்தா (Shraddhaanand), அப்துல் ரஷித் என்ற இஸ்லாமிய இளைஞரால் கொல்லப்பட்ட சம்பவத்தை காந்தி எவ்வாறு எதிர்கொண்டார் என்பதோடு இணைத்துப்பார்ப்பது லூஸியின் நிலைப்பாட்டைப் புரிந்துகொள்ள உதவும் என்று நினைக்கிறேன்.

1926 டிசம்பர் 23 தேதி அன்று சாரதாநந்தா கொல்லப்பட்டார். கொலை செய்த இஸ்லாமிய இளைஞரை காந்தி திரும்பத்திரும்ப 'அன்புக்குரிய சகோதரன்' என்றே விளித்தார். மேலும், 'நான் ஏன் அப்துல் ரஷித்தை சகோதரன் என்றழைக்கிறேன் என்று ஒருவேளை நீங்கள் புரிந்துகொள்ளக்கூடும். நான் திரும்பவும் சொல்கிறேன், சாமிஜியைக் கொலை செய்த குற்றவாளியாக நான் அவனைப் பார்க்கவில்லை. சொல்லப்போனால் ஒருவர் மீது ஒருவர் விரோதம் கொண்டிருப்பவர்களான நாம்தான் குற்றவாளிகள்' என்கிறார். மற்றொரு சமயம், 'நான் அப்துல் ரஷித்துக்காக வாதிட விரும்புகிறேன். அவர் யார் என்று எனக்குத் தெரியாது. இந்தச் செயலைச் செய்ய எது அவரைத் தூண்டியது என்பது எனக்கு முக்கியமில்லை. தவறு நம் மீதுதான்' என்கிறார். அப்துல் ரஷித்தைக் கொலைகாரன் என்றோ, குற்றவாளி என்றோ காந்தி முன்வைக்க தீர்மானமாக மறுத்துவந்தார். அப்துல் ரஷித்தைக் கொலைகாரன் என்று அழைக்காமல் சகோதரன் என்று அழைத்ததற்கும், கொலையைக்

கண்டிக்காததற்கும் காந்தியை சாவர்க்கர் கடுமையாக விமர்சித்தார். வெள்ளை அதிகாரி ஒருவரைக் கொன்ற 18 வயதே நிரம்பிய வங்கப் புரட்சிக்காரனை சகோதரன் என்று அழைக்க காந்தி ஏன் மறுக்கிறார் என்றும் சாவர்க்கர் கேட்கிறார். சாவர்க்கர் மட்டுமில்லை, பலரும் இவ்விஷயத்தில் காந்தியைக் கடுமையாக விமர்சித்தார்கள். பொது அறிவிலிருந்து பார்ப்போம் என்றால், நாமும் காந்தியைக் கடுமையாக விமர்சிக்கவே முடியும். பட்டப்பகலில் கொலை செய்த ஒருவரைக் கொலைகாரன் என்றழைக்க காந்தி ஏன் மறுத்தார்? தான் வன்புணரப்பட்டேன் என்று வெளிப்படையாக ஏற்றுக்கொள்ள ஏன் லூஸி மறுத்தார்? சாவர்க்கரின் நிலைப்பாட்டை டேவிட் எடுக்கிறார் என்றால், காந்தியின் நிலைப்பாட்டை லூஸி எடுக்கிறார்.

என்னுடைய புரிதலில், காந்தியாகட்டும் லூஸியாகட்டும் இருவருமே சரி, தவறு என்பதைத் தனிமனித இறையாண்மை சார்ந்து வரையறுக்க மறுக்கிறார்கள். அதே சமயத்தில், கூட்டு அடையாளத்தின் சுமையைத் தனிமனிதர்கள் சுமக்கத்தான் வேண்டும் என்றும் எதிர்பார்க்கிறார்கள். தனக்கு நடந்ததை நிகழ்காலத் தனிமனித இறையாண்மை அல்லது பெண் என்ற வட்டத்தின் அறத்துக்குள் பொருத்தாமல், தனக்கு நிகழ்ந்ததை எதிர்காலத்திலிருந்து லூஸி பார்க்கிறாள். லூஸியின் பார்வை கறுப்பர்-வெள்ளையர் ஒற்றுமை என்ற ரொமான்டிக் பார்வையின் அடிப்படையிலானது இல்லை. அவள் மேலாதிக்க சுயத்தை மறுக்கும் ஒரு சுயத்தைப் படைக்கும் செயலில் ஈடுபடுகிறார். காந்தியும் சாரதாநந்தா படுகொலையையும், அவரைக் கொன்ற அப்துல் ரஷித்தையும் எதிர்காலத்திலிருந்தே பார்க்கிறார். இது இந்து-முஸ்லிம் ஒற்றுமை என்ற ரொமான்டிக் பார்வை தொடர்பானது இல்லை. அப்துல் ரஷித்தைக் கொலைகாரன் என்று அழைக்க மறுப்பதால் இந்து-முஸ்லிம் ஒற்றுமை நிலைநாட்டப்படும் என்பதற்கு எந்த உத்தரவாதமும் இல்லை. காந்தி, சாவர்க்கர், லூஸி, டேவிட் எல்லோரும் நிகழ்காலத்தின் மீது அக்கறை கொள்கிறார்கள் என்றாலும்கூட, சாவர்க்கரும் டேவிட்டும் நிகழ்காலத்தைக் கடந்த காலத்திலிருந்து பார்க்கிறார்கள் என்றால், காந்தியும் லூஸியும் நிகழ்காலத்தைக் கடந்த காலத்திலிருந்தும் எதிர்காலத்திலிருந்தும் பார்க்கிறார்கள். இந்த வேறுபாடு மிக முக்கியமானது. இப்படிப் பார்ப்பது, இன்றைய நோய்க்கூறுகளை வேறு விதமான விழுமியத்தோடு அணுகும் வாய்ப்பை உருவாக்கிக்கொடுக்கும். இது சாவர்க்கருக்கும் சாத்தியப்படாததுபோலவே டேவிட்டுக்கும் சாத்தியப்படவில்லை. ஆனால், காந்தியைப் போல் லூஸி தனக்கு நடந்ததை எதிர்காலத்திலிருந்து, அதாவது எதிர்காலத்தின் இறந்த காலத்தில் நடந்த ஒன்றாகப் பார்க்கிறாள். இப்படிப் பார்க்க முடிந்ததால்தான் குடிநபர், சட்டம் போன்ற கருத்தாக்கங்களுக்குள் அவளுக்கு நடந்ததை அடைக்க மறுக்கிறாள்; போலிஸிடம் தான் வன்புணரப்பட்டதாகப் புகார் அளிக்க மறுக்கிறாள்; வன்புணர்வால் உருவான கருவைக் கலைக்க மறுக்கிறாள். தந்தைக்கும் மகளுக்கும் இடையேயான இடைவெளி அவ்வளவு சுலபத்தில் கடக்க முடியாதது. இதன் காரணமாகவே பண்ணையில் டேவிட் இருக்க வேண்டாம் என்று கேட்டுக்கொள்கிறாள் லூஸி. அவளுக்கான நிகழ்காலப் பாதுகாப்பும், எதிர்காலப் பாதுகாப்பும் கறுப்பர் மத்தியில்தான் சாத்தியம்

என்பதில் தீர்மானமாக இருக்கிறாள். “எப்பேர்பட்ட இழிநிலை. எவ்வளவு உயரிய லட்சியங்கள் இப்படி முடிவதற்குத்தானா?” என்று கேட்கிறார் டேவிட். லூஸி இப்படிச் சொல்கிறாள்: “ஆம் ஒப்புக்கொள்கிறேன், இழிநிலைதான். ஆனால், ஒருவேளை இதுவே தொடக்கத்துக்கான சரியான புள்ளியாகவும் இருக்கலாம். ஒருவேளை இதைத்தான் நான் ஏற்றுக்கொள்ள வேண்டுமாய் இருக்கலாம். மீண்டும் புதிதாகத் தொடங்குவதற்காக. ஒன்றுமில்லாமல். ஆனால், ஏதுமில்லாமல் இல்லை. ஒன்றுமில்லாமல். கடனட்டைகள் இல்லாமல், ஆயுதங்கள் இல்லாமல், சொத்துகள் இல்லாமல், உரிமைகள் இல்லாமல், மானம் இல்லாமல்.” கறுப்பர்கள் நிலைக்குள் தன்னைப் பொருத்திக்கொள்கிறாள்.

ஒரு கட்டத்தில், தன் மகளின் நிலைப்பாட்டை டேவிட் புரிந்துகொள்வதுபோல் தோன்றுகிறது. இதுவரை பெண்ணுடல்களைத் தனக்கானதாகப் பார்த்துவந்த டேவிட் முதன்முறையாக ஒரு பெண்ணுடலுக்காகத் தன்னைக் கொடுக்கிறார். பெவ் ஷாவின் தேவையைப் பூர்த்திசெய்கிறார். பெவ் ஷா நடத்தும் நாய்கள் ‘மருத்துவமனை’யிலேயே தங்கி அவளுக்கு உதவிபுரிகிறார். அவரது லட்சியமான பைரன் ஓப்ராவை மனதில் படைத்துக்கொண்டிருக்கிறார். அவரோடு மிக நெருக்கமாக இருக்கும் பெவ் ஷாவும், இறப்பதற்குக் காத்திருக்கும் ஒரு நாயும் அவரது ஓப்ராவில் ஒரு பாத்திரமாக மாறுகிறார்கள். ஒருநாள், கொல்ல வேண்டிய நாய்கள் எல்லாவற்றையும் கொன்ற பிறகு, அவரோடு நெருக்கமாக இருந்த நாயையும், அதாவது ஓப்ராவில் பாத்திரமாக வந்த நாயையும் கொல்வதற்குத் தூக்கிச்செல்கிறார். ‘நீங்கள் அவனை இன்னும் ஒரு வாரத்துக்குக் காப்பாற்றிவைப்பீர்கள் என்று நினைத்தேன்’ என்று சொல்லும் பெவ் ஷா, ‘அவனைக் கைவிடுகிறீர்களா’ என்று கேட்கிறாள். ‘ஆம், அவனைக் கைவிடுகிறேன்’ என்கிறார் டேவிட்.

இறுதியாக, ஆங்கில இலக்கியப் பாரம்பரியமே, அதன் அழகியல் மேலாதிக்கமே தன் சுயத்தின் அங்கமாக இருப்பதை டேவிட் உணர்ந்துகொள்வதுபோல் தெரிகிறது. தன் மாணவியான, தன்னைவிட முப்பது வயது இளையவரான கறுப்பர் பெண்ணை சம்மதத்தோடு என்ற போர்வையில் வன்புணர்ந்த, ஆங்கில இலக்கிய ரொமான்டிக் நாயகனாகத் தன்னை பாவித்துக்கொண்ட, தன்னுள் ஈரோஸ் நுழைந்துவிட்டான் என்றும் நான் என்ன செய்ய முடியும் என்றும் தன்னை நியாயப்படுத்திக்கொண்ட அவரது செயலைப் பொதுமொழிக்கு மாற்ற மறுத்த டேவிட், தனது மகள் மூன்று கறுப்பர்களால் வன்புணரப்பட்டதைப் பெரும் குற்றமாகப் பார்க்கிறார். அவருடைய மகளோ அதைக் குற்றமாகப் பார்க்க மறுக்கிறாள். மிகச் சிக்கலான இந்தக் கதையாடல் டேவிட் பார்வையிலிருந்து வெகு இயல்பாக விவரிக்கப்பட்டிருக்கிறது. லூஸியின் பண்ணைவீட்டிலிருந்து வெளியேறிய பின் ஒன்று அவரது மகளை அவர் கைவிட வேண்டும் அல்லது அவர் எழுதவிருக்கும் பைரன் ஓப்ராவைக் கைவிட வேண்டும். ஓப்ரா எழுதுவதைக் கைவிடுவதன் வழியாகத் தனது மேலாதிக்க சுயத்தின் மூலத்திலிருந்து அவர் தன்னைத் துண்டித்துக்கொள்வதுபோல்

தோன்றுகிறது. டேவிட்டின் இந்த மாற்றத்தை லூஸியைவிட பெவ் ஷா ஆழமாக உணர்ந்திருப்பதுபோலும் தெரிகிறது.

இந்த நாவலை இப்படி ஒரு கறுப்பரால் எழுதியிருக்கவும் முடியாது. இதுபோல் ஒரு நாவல் சாத்தியப்பட்டிருந்தாலும்கூட அது வேறான வாசிப்பை வேண்டிநிற்கும். இந்த நாவலை ஒரு வெள்ளையர்-ஆண் எழுதியதே இப்படியான வாசிப்பைச் சாத்தியப்படுத்துகிறது. லூஸியும் டேவிட்டும் ஒரு கறுப்பராக இருந்திருப்பார்களானால், இந்த நாவலின் அர்த்தம் முற்றிலும் வேறானதாக இருக்கும். தனிமனிதத் தளத்தில் அழகியல் சார்ந்து எப்படி மேலாதிக்கம் வடிவம்கொள்கிறது என்பதை இந்த நாவல் மிக நுட்பமாக வெளிப்படுத்துகிறது. அழகியலோ இலக்கியப் பாரம்பரியமோ விழுமியமற்றவை அல்ல. நாம் உயர்த்திப்பிடிக்கும் அழகியல், மொழி, கலை இலக்கியம், பண்பாடு, மதம், இனம், சாதி, சரி, தவறு, உண்மை, அறம், தார்மீகம், தேசியம், அறிவியல், தொழில்நுட்பம், சித்தாந்தம் எல்லாமும் மேலாதிக்க சுயத்தின் பகுதியாகும் சாத்தியப்பாட்டை எப்போதும் கொண்டிருக்கின்றன. டேவிட் பாத்திரம் இதைத்தான் நமக்கு உணர்த்துகிறது.

இந்த நாவலை ஷஹிதா சிறப்பாக மொழியாக்கம் செய்திருக்கிறார். நாவலின் தொனியை நம்மால் மீட்டெடுக்க முடிகிறது. ஆங்கிலத்தை நினைவூட்டாத வகையில் மொழியாக்கம் செய்யப்பட்டுள்ளது. குறிப்பாக, லூஸியின் பிம்பம் மிகச் சிறப்பாக உள்வாங்கப்பட்டுள்ளது. பொதுவாகவே, ஷஹிதா தனக்கென்ற பிரத்யேகமான வார்த்தைப் பிரயோகத்தைக் கொண்டிருக்கிறார். இந்தத் தனித்தன்மை பல இடங்களில் சிறப்பாக வெளிப்பட்டிருக்கிறது. இந்த நாவலில் நம்மை நாம் அடையாளம் கண்டுகொள்ள முடியும். இதை நாம் பலவிதமாக அணுக முடிவதோடு மட்டுமல்லாமல், நம் இலக்கியங்களில் எப்படியான சுயம் வெளிப்படுத்தப்படுகிறது என்பதோடு இணைத்துப்பார்க்கவும் முடியும். இந்த நாவல் குறித்து சிந்திப்பது என்பது நாம் நம்மைப் புறவயப்படுத்திப்பார்க்கும் செயலாகவே இருக்க முடியும்.

⊙

கனவுகளின் யதார்த்தமும் அழகியல் முழுமையும்

பா.வெங்கடேசனின் 'பாகீரதியின் மதியம்' நாவலை முன்வைத்து

இந்த நாவலின் கதைசொல்லிகளுக்கும் இந்தக் கதைசொல்லிகள் உருவாக்கும் பாத்திரங்களின் நிலைப்பாடுகளுக்கும் இடையேயான உறவின் அடிப்படையில் இந்த நாவலை வாசிக்க முயல்கிறேன். கதைசொல்லிகள் என்று பன்மையில் அழைப்பதற்குக் காரணம் இந்த நாவலில் இரண்டு கதைசொல்லிகள் நம்மோடு உரையாடுகிறார்கள். கதையைச் சொல்பவர் ஒருவர்; மற்றொருவர் அதைக் கேட்டு இறுதியில் அவரும் கதைசொல்லியாக மாறுகிறவர். இவ்விருவருக்கும் இடையே ஓர் ஒற்றுமை என்னவென்றால் இருவருமே தன்னிலையிலிருந்து நம்மோடு உரையாடவில்லை. கதை கேட்கும் கதைசொல்லி முகமற்றவராக இருக்கிறார். கதை சொல்லும் கதைசொல்லி தனது முழு ஆளுமையோடு கதைசொல்வதில் ஈடுபடுகிறார். கதையில் அவரும் ஒரு பாத்திரமாக வெளிப்படுகிறார். கதைசொல்லி நாவலில் முக்கியப் பாத்திரமாக இருந்தாலும் அவரது அடையாளத்தை முடிந்தமட்டும் மறைத்துக்கொள்ள முயல்கிறார். நாவலின் இறுதியில்தான் நமக்குத் தெரியப்படுத்துகிறார். கதைசொல்லி தனது அனுபவத்தை ஏன் தன்னிலையிலிருந்து நம்மிடம் பகிர்ந்துகொள்ளவில்லை? 'நான்' என்ற நிலையிலிருந்து தன் அனுபவத்தை விவரிக்க வேண்டிய அவசியமில்லை என்றாலும்கூட, இந்த 'நான்' அவரது விவரிப்பில் என்னவாகிறது? என்னவாக எதிர்கொள்ளப்படுகிறது? இந்த நாவலின் முகமுள்ள கதைசொல்லி அவரது பாத்திரத்தோடும், பிற பாத்திரங்களோடும் அவர் கொள்ளும் உறவையும், ஓர் ஆசிரியருக்கும் நாயகனுக்கும் இடையேயான உறவையும் கொண்டு அணுகலாம் என்று தோன்றுகிறது. ஏனெனில், முகமுள்ள கதைசொல்லி தன்னை நாயகனாக பாவித்துக்கொள்வதோடு, ஒரு ஆசிரியராக இருந்து காலத்தை, கதையாடலை, பாத்திரங்களின் அந்தரங்கங்களை, எதிர்காலத்தைத் தீர்மானிக்கும் அதிகாரம் கொண்டவராகவும் தன்னை பாவித்துக்கொள்கிறார். இருந்தும், தான் சொல்லும் கதையைக் கேட்பவர் ஒரு கதைசொல்லியாக உருமாறக்கூடும் என்று அவர் அறிந்திருக்கவில்லை. கதைசொல்லியின் துயரம் இதில்தான் உள்ளது.

முதலில் நாம் முகமுள்ள கதைசொல்லி நிலையிலிருந்து இந்த நாவலை வாசிக்க முயல்வோம். இந்தக் கதைசொல்லி தன்னுடைய கதையாடலில் ஒரு பாத்திரமாக வருகிறார் என்றாலும், அவரது பார்வையிலிருந்துதான் முழுக்

கதையும் சொல்லப்படுகிறது என்றாலும், அவர் 'நான்' என்ற நிலையிலிருந்து இந்தக் கதையாடலை முன்வைக்கவில்லை. இந்தக் கதைசொல்லி, தனக்கும் நாவலின் பிரதானப் பாத்திரமான பாகீரதிக்கும் இடையேயான உறவை எப்படியாக வடிவமைத்துக்கொள்கிறார்? உறங்காப்புலிக்கும் வாசுதேவனுக்கும் ஜெமினிக்கும் இந்தக் கதைசொல்லிக்கும் இடையேயான உறவு எப்படியாக வடிவமைக்கப்படுகிறது? வேறு விதமாகக் கேட்டுக்கொள்வதென்றால் பாகீரதியை, வாசுதேவனை, உறங்காப்புலியை, ஜெமினியை எந்தத் தளங்களிலிருந்து நம் கதைசொல்லி அர்த்தப்படுத்திக்கொள்கிறார்? ஒருவிதமாக அர்த்தப்படுத்திக்கொள்வதன் வழியாக என்னவாகத் தன்னை வெளிப்படுத்திக்கொள்கிறார்? அல்லது வெளிப்படுத்திக்கொள்ள விரும்புகிறார்? பக்தினின் (Bakhtin) 'ஒரு அழகியல் செயல்பாட்டில் ஆசிரியரும் நாயகனும்' என்ற படைப்பை அடிப்படையாகக் கொண்டு, தோற்றப்பாட்டியல் ஊடாக இந்தக் கேள்விகளுக்கு விடைகாண விரும்புகிறேன்.[1] பக்தினிடம் போகும் முன், முகமுள்ள கதைசொல்லிக்கும் முகமற்ற கதைசொல்லிக்கும் இடையேயான உறவை சற்றுத் தெளிவுபடுத்திக்கொள்வோம். கதை சொல்லும் கதைசொல்லி தனது அனுபவங்களைப் பகிர்ந்துகொள்கிறார். இந்த அனுபவங்களைக் கதையாகக் கேட்கும் கதைசொல்லி, அந்த அனுபவங்களை அப்படியே ஏற்றுக்கொள்ள மறுக்கிறார். ஒருவிதமான தோற்றப்பாட்டியல் தொலைவைத் தக்கவைத்துக்கொள்கிறார். இது சாத்தியப்படாமல் முகமற்ற கதைசொல்லியால் இந்த நாவலின் பின்னிணைப்பைக் கொடுத்திருக்க முடியாது. மேலும், இவர் கதை கேட்கும்போது தனது கருத்துகளை அடைப்புக்குறியில் நம்மோடு பகிர்ந்துகொள்கிறார். இதுவும் நமக்கு நாவலின் இறுதியில்தான் தெரியவருகிறது.

1

பண்பாடு என்பது எல்லைகளைக் கொண்டது; கலைப்படைப்பில் கோரத்தை நேசம் அரவணைத்துக்கொண்டு அதை அழகிய ஒன்றாக்குகிறது. அழகியல் செயல்பாட்டின் பண்பு குறித்துப் பேசும்போது பக்தின் இவ்விரண்டு நிலைப்பாடுகளையும் இணைத்துப்பார்க்கிறார். அதாவது, கலைப்படைப்பில் தனித்துவமான ஒன்றாக வெளிப்படுவது – அது, வாழ்க்கையில் செயல்படுத்த முடியாத ஒன்று என்றபோதும் – பொறுப்புள்ள செயல்பாடாக இருக்கிறது. நாயகன் குறித்த ஆசிரியரின் அழகியல் பார்வை, நாயகனைப் பொறுத்தமட்டில் அறம் சார்ந்து முக்கியத்துவம் பெறுகிறது. ஓர் ஆசிரியருக்கும் நாயகனுக்கும் இடையேயான உறவைத் தோற்றப்பாட்டியல் ஊடாக பக்தின் அணுகுகிறார். எழுவாய்களுக்கு இடையேயான உறவில் பரிவுகாட்டுவது என்பது பயனிலையோடு ஓர் எழுவாய் ஒன்றெனக் கரைந்துவிடுவதே ஆகச்சிறந்த அறச் செயல்பாடாக முன்வைக்கப்படுகிறது. இத்தகைய நிலைப்பாட்டை ஏற்றுக்கொள்ள மறுத்தவர்களின் தொடர்ச்சியாய், பக்தின் 'விலகியதன்மை'யை

1 M.M.Bakhtin, *'Art and Answerability: Early Philosophical Essays'*, University of Texas Press, 1990; Craig Brandist, *'The Bakhtin Circle: Philosophy, Culture and Politics'*, Pluto Press, 2002.

(outsideness) முன்வைக்கிறார். இதை 'தோற்றப்பாட்டியலார்ந்த தொலை'வாக *(phenomenological distance)* பார்க்க முடியும். எட்மண்ட் ஹுஸ்ரல் *(Edmund Husserl)* உள்ளிருந்து அனுபவிக்கப்படும் (உயிருள்ள) உடலையும் உடலுக்கு வெளியேயிருந்து உணரப்படும் (பௌதிக) உடலையும் வேறுபடுத்திப்பார்க்கிறார்.[2] அதாவது, வெளியேயிருந்து உணரப்படும் உடல் குறித்தான ஒரு தனிமனிதனின் அனுபவம் பிறர் கண்கள் ஊடாகத்தான் சாத்தியப்படுகிறது என்கிறார். இவ்வாறு ஒவ்வொரு தனிமனிதரும் ஒருவிதமான புலனுணர்வு சார்ந்த 'உபரி'யைத் தன்னுள் கொண்டிருக்கிறார். இவ்வாறு திர் - திர்ஷ்யம் ('seer' and the 'seen') இரண்டும் ஒன்றையொன்று பரஸ்பரம் சார்ந்திருக்க வேண்டிய நிலையில், சமூகத்தில் ஓர் எழுவாய் ஓர்மையை உணர்வதற்குப் பிற எழுவாய்களைச் சார்ந்திருக்க வேண்டியுள்ளது. பரஸ்பரம் சார்ந்திருக்க வேண்டிய இந்த நிலைப்பாட்டை எடுத்துக்கொண்டு பக்தின் இதை அழகியல் தளத்தில், 'பிறரை' அடிப்படையாகக் கொண்ட புரிதல் இல்லாமல் தன்னிலை சார்ந்த புரிதல் சாத்தியமில்லை என்று முன்வைக்கிறார். 'பிறர் என்ற வகைமையின் ஊடாக என் வாழ்க்கையை நான் உணர்ந்தறியும்போது, என்னுடைய உடலானது அழகியலார்ந்து ஏற்றுக்கொள்ளத்தக்கதாகிறது' என்கிறார். அதாவது, உயிருள்ள மனிதர், பிறரை உணர்ந்தறியும்போது அது பண்பாட்டின் பகுதியாகிறது. இதுவே அழகியல் செயல்பாடாகிறது. அதாவது, அழகியலார்ந்த ஒரு பயனிலையை உருவாக்குகிறது. ஆனால், இத்தகைய செயல்பாட்டில் அழகியலார்ந்த பயனிலையாக ஓர் உடல் மட்டுமல்லாமல், தனிமனிதரின் உளவியலும் அதன் பகுதியாகிறது. தொகுத்துச் சொல்வதென்றால், ஒரு தனிமனிதரின் ஆளுமை எதைச் சார்ந்திருக்கிறது என்றால், அவரது தன்னிலைக்கு வெளியே உள்ள பிறரை உணர்ந்தறிவதைத்தான். இதைத்தான் பக்தின், 'என்னுடைய ஜீவன் *(spirit)* பிறருக்குக் கொடுக்கும் பரிசுதான் என் ஆன்மா *(soul)*' என்கிறார். இவ்வாறு பிறருக்கு வெளியே பொருத்தப்படும் தன்மையைத்தான் பக்தின் 'விலகியதன்மை' என்கிறார். மேலும், தன்னிலைகளுக்கு இடையேயான உறவில், தனிப்பட்ட இருப்பு 'நான்-எனக்காக *(I-for-myself)*, நான்-பிறருககாக *(I-for-another)*, பிறர்-எனக்காக *(Other-for-me)*' என்று பல வடிவங்களில் வெளிப்படுவதாக முன்வைக்கிறார்.

ஒரு தனிமனிதர் பிறரை உணர்ந்தறிவதோடு மட்டுமல்லாமல், பிறரிடமிருந்து விலகி அவருடைய சொந்த நிலைப்பாட்டுக்குத் திரும்ப வேண்டும் என்ற நிலைப்பாட்டையும் பக்தின் முன்வைக்கிறார். இதுவே உணர்ந்தறிவதில் முழுமையைக் கொடுக்கும் என்கிறார். இந்த நிலைப்பாட்டைப் படைப்பிலக்கியங்களுக்குப் பொருத்திப்பார்க்க முயல்கிறார். அதாவது, பிறரை உணர்ந்தறிவதையும் அதிலிருந்து திரும்புதலையும் ஆசிரியருக்கும் நாயகனுக்கும் இடையேயான உறவாக முன்வைக்கிறார். இதை நான்-பிறர் என்று எழுவாய்களுக்கு இடையேயான உறவாகப் பார்க்கிறார். இந்த உறவை அற நிலைப்பாட்டிலிருந்து அழகியல் நிலைப்பாடாக மாற்றுகிறார். ஓர்

2 Edmund Husserl, *'Thing and Space: Lectures of 1907'*, (Tr.) Richard Rojcewicz, Springer, 1997.

ஆசிரியரின் பிரக்ஞை (நான்) நாயகனை (பிறர்) எல்லாப் பக்கங்களிலிருந்தும் சூழ்ந்துகொண்டு, ஒரு நாயகனை முழுமையாக்குகிறது என்றாலும் அது நாயகனின் பிரக்ஞையோடு முழுமையாகக் கரைந்துவிடுவதில்லை. மொத்தத்தில், தோற்றப்பாட்டியலார்ந்த தொலைவு, ஓர் ஆசிரியருக்குத் தனது படைப்பிலக்கியக் கதையாடலில் ஒரு மையத்தை உருவாக்கிக்கொடுக்கிறது. விவரிக்கப்படும் நிகழ்வுகளில் ஓர் ஆசிரியரின் பங்கு நேரடியாக இல்லை என்றாலும், ஒரு நாயகனின் பங்கேற்பு நேரடியான ஒன்றாக இருக்கிறது. அதே சமயத்தில், விவரிக்கப்படும் நிகழ்வுகளில் ஆசிரியர் ஒருவிதமான விலகியதன்மையைக் கொண்டிருக்கிறாரே தவிர அக்கறையற்ற தன்மையைக் கொண்டிருக்கவில்லை. ஆசிரியர் ஒருவர் நடப்பவற்றுக்கு வெளியே இருந்து அறம் சார்ந்த மதிப்பீடுகளை உருவாக்கிக்கொடுக்கிறார். அதாவது, நாயகனோடு முழுமையாகத் தன்னைக் கரைத்துக்கொள்வதால் எது சாத்தியப்படாமல்போகிறதோ அதை நாயகனுக்கு வெளியே இருந்து சாத்தியப்படுத்துவதோடு ஓர்மையையும் முழுமையையும் படைக்கிறார். ஆசிரியரின் விலகியதன்மைதான் ஒரு நிகழ்வை அர்த்தமுள்ளதாக்குகிறது. ஆசிரியருடைய 'தரிசனத்தின் உபரி'தான் ஒரு படைப்பாக்கத்துக்கான அடிப்படையாகிறது. மொத்தத்தில், ஆசிரியரின் உலகத்திலிருந்து முற்றிலும் வேறுபட்ட ஓர் உலகத்தில் ஒரு நாயகன் வாழ்கிறான் என்றாலும், அழகியலார்ந்த முழுமையானது ஆசிரியரின் பார்வையிலிருந்து சாத்தியப்படுகிறதே தவிர நாயகனின் பார்வையிலிருந்து அல்ல. ஆசிரியரின் பார்வையிலிருந்து விவரிக்கப்படும் வாழ்க்கை மட்டுமே தீர்மானிக்கப்பட்ட ஒன்றாக இருக்க முடியும். அதாவது, 'திறந்த பண்புகொண்ட' எதிர்காலத்திலிருந்து விடுதலை அடைந்து, தீர்மானிக்கப்பட்ட உலகத்தை ஓர் ஆசிரியரால் மட்டுமே நாயகனுக்கு உருவாக்கிக்கொடுக்க முடியும். நாயகனைப் பொறுத்தமட்டில் அவனது எதிர்காலம் 'திறந்ததன்மை'யிலானதாக மட்டுமே இருக்க முடியும். நாயகனால் தீர்மானிக்கப்பட்ட ஒன்றாகத் தனது எதிர்காலத்தை மாற்ற முடியாது. ஆசிரியர் பார்வையிலிருந்து மட்டுமே வாழ்தல் அனுபவம் அழகியலார்ந்து தொகுக்கப்பட்டு இருப்பின் அர்த்த இழையைப் பிரித்தெடுக்க உதவுகிறது. நாயகனின் வாழ்வானது தார்மீகரீதியானதாக மட்டுமே இருக்க முடியும். நாயகனின் 'தார்மீகம்' ஆசிரியரின் 'அழகியலார்ந்து' முழுமையைப் பெறும்போதுதான் படைப்பிலக்கியம் உருக்கொள்கிறது.

நாயகன் எதிர்கொள்ளும் அறம் சார்ந்த பிரச்சினைகள், ஒரு நிகழ்வின் திறந்த பின்னணியில் சுதந்திரமாகச் செயல்படுவதில் உள்ளடங்கியுள்ளன. ஆனால், நாயகன் எதிர்கொள்ளும் சூழ்நிலைகளும், அந்தச் சூழ்நிலைகள் தீர்மானிக்கப்பட்டதாகவும் அடைக்கப்பட்டதாகவும் இருப்பதாலும், சூழ்நிலையின் முடிவு முன்னரே அறியப்பட்டதாக இருப்பதாலும் ஆசிரியர் பார்வையிலிருந்து ஒரு நாயகனின் செயல்பாடு என்பது அழகியலார்ந்த செயல்பாடாகவே இருக்க முடியும். நாயகன் தன்னைச் சுற்றி உருவாக்கப்படும் தடைகளை உணர்ந்து அவற்றைக் கடப்பதற்கான வழிகளைக் கண்டறிவது அறம் சார்ந்த செயல்பாடாகிறது. ஆனால், ஓர் ஆசிரியர் எல்லைகளை, தடைகளை உருவாக்கியே அழகியலார்ந்த தீர்மானத்துக்கு வர முடிகிறது. வாசகரும்

வாசிப்பின் ஊடாக அழகியலார்ந்த தீர்மானத்தைத்தான் மறுவுருவாக்கம் செய்கிறார். ஆனால், நாயகனுடனான ஆசிரியரின் உறவு, இணைந்தும் விலகியும் செயல்படக்கூடியதாக உள்ளது. நாயகனோடு தொடர்புபடுத்திப் பார்க்கும்போது ஆசிரியர் மற்றும் வாசகர் ஒரே சமயத்தில் செயலற்றும் செயலூக்கத்துடனும் இருக்கிறார்கள். நாம் (ஆசிரியர்/வாசகர்) - நாயகன் உறவில் சில எல்லைகளை அழித்து நாயகனோடு அடையாளப்படுத்திக்கொள்ளும்போது செயலற்றும், எல்லைகளைக் கலைத்துப்போட்டு அழகியலார்ந்து முழுமை அடையும்போது செயலூக்கம் கொண்டவர்களாகவும் ஆகிறோம். அதாவது, 'நான்' ஒரு நாயகனை அறம் சார்ந்த தளத்தில் சாத்தியப்படுத்துவதோடு, 'நான்' தரிசனத்தின் உபரியையும் உருவாக்குகிறது. இதுவே அழகியல் மதிப்பை உருவாக்குகிறது.

விலகியதன்மையின் நெருக்கடிகள் குறித்தும் நாம் சற்று பார்ப்போம். எழுவாய்களுக்கு இடையேயான உறவு சில வகையான நோய்க்கூறுகளைக் கொண்டதாகிறது. இந்த நோய்க்கூறின் மிக முக்கியமான பகுதி 'நான்' என்ற தனித்த, பிரத்யேகமான ஒன்று பிறர் மீது கவிழ்ந்து, பிறரின் தனித்தன்மையை அழிக்க முற்படுகிறது. இதன் ஊடாகப் பிறரின் இருப்பைக் கேள்விக்குள்ளாக்குகிறது. மறுபுறத்தில், 'நான்' பிறருள் மூழ்கிப்போகும் அளவுக்குப் போதைகொண்டு, 'நான்' அதன் தனித்த, பிரத்யேகமான இருப்பை அழித்துக்கொள்கிறது. அதாவது, ஓர் எழுவாய் பிறரின் ஊடாகவும் பிறருக்குள்ளாகவும் தன் இருப்பைக் கொண்டிருக்கும் ஒன்றாகிறது. முந்தையதை இடியோபாதிக் (*idiopathic*) என்றும், பிந்தையதை ஹெட்ரோபாதிக் (*hetropathic*) என்றும் குறிப்பிடுகிறார்கள். இவ்விரு முறைகளிலான அடையாளப்படுத்தல் அதன் எல்லைகளில் உச்சகட்ட நோய்க்கூறாகிறது. இந்த நோய்க்கூறுகளிலிருந்து ஓர் எழுவாய் தன்னைத் தற்காத்துக்கொள்ள நான்-பிறர் போன்றவற்றுக்கு இடையேயான உறவில் படைப்பூக்கமிக்க இறுக்கத்தைக் கொண்டிருக்க வேண்டியுள்ளது. படைப்பூக்கமிக்க இந்த உறவில் பிறர் பயனிலையாக மாற்றப்படாமல், தேவையான தொலைவில் தக்கவைக்கப்படுகிறது. இத்தகைய இறுக்கத்தில்தான் நான்-பிறர் என்பது சமமதிப்பு கொண்டதாகிறது. இந்த வாதங்களை பக்தின் அழகியல் சார்ந்த வாதங்களாக மாற்ற முயல்கிறார். ஓர் ஆசிரியர் சில சமயங்களில் விலகியதன்மையை இழப்பதால், படைப்பில் உள்ள நிகழ்வுகளில் தன்னுடைய அற மதீப்பீடுகளை இழந்துவிடுகிறார். அதாவது, ஒரு தளத்தில் நாயகனோடு ஆசிரியர் கொள்ளும் உறவு, ஆசிரியர் அவருடனே அவர் கொள்ளும் உறவாக உருமாற்றம் அடைகிறது. இதன் விளைவாக, நாயகன் சுயமாகத் தீர்மானிப்பவனாக மாறிவிடுகிறான். இதனால், நாயகன் தன்வரலாற்றுத் தன்மை கொண்டவனாக மாறுவதோடு, பிறர் அவன் குறித்துக் கொண்டிருக்கும் பிம்பங்களைச் சுலபமாகக் கடக்கக்கூடியவனாகவும் மாறிவிடுகிறான். வேறு விதமாகச் சொல்வதென்றால், ஓர் ஆசிரியர் தனது வாழ்க்கை குறித்துக் கொண்டிருக்கும் பார்வையே ஒரு நாயகன் வாழ்க்கை குறித்துக் கொண்டிருக்கும் பார்வையாக மாறிவிடுகிறது. இவ்விரண்டு நிலைப்பாடுகளும் ஏற்றுக்கொள்ள முடியாத நாயகனை உருவாக்குகின்றன.

மூன்றாவதாக ஒன்றும் சாத்தியப்படுகிறது. இது விலகியதன்மை குறித்த பிரச்சினையின் முக்கியப் பகுதியாகிறது. ஒரு நாயகன் தன்னையே ஆசிரியராக பாவித்துக்கொண்டு தனது வாழ்க்கையையே ஒரு கலையாக பாவித்துக்கொள்ள முடியும். இதற்கு எதிர்நிலையாக, ஓர் ஆசிரியர் தனது நாயகன்பால் முற்றிலும் ஈர்க்கப்பட்டு, பயனிலைகள் குறித்த நாயகனின் உணர்வுபூர்வமான தேர்வுகளை அப்படியே ஏற்றுக்கொள்கிறவராகிறார். உலகம் குறித்த நாயகனின் அற அறிவாற்றலை அதிகாரபூர்வமானதாக மாற்ற முயல்கிறார். இதன் விளைவாக, எல்லாவற்றையும் நாயகனின் பார்வையிலிருந்து புரிந்துகொள்கிறார்; அனுபவிக்கிறார். இங்கு ஒரு சிக்கல் உருவாகிறது. இங்கு ஓர் ஆசிரியர் படைக்க விரும்பும் கலைப்படைப்பு கலைப்படைப்பாக இருப்பதற்கு அவசியமான சில பண்புகள் ஆட்டங்காணத் தொடங்குகின்றன: அறுதியிடுவதற்குத் தேவையான நிலையான தன்மையும் இழந்து தீர்க்கமான விலகியதன்மையை நிலைநிறுத்திக்கொள்ள முடியாமல்போகிறது. பக்தினைப் பொறுத்தமட்டில், 'நான்' என்பதை 'நான்' என்பதாக அனுபவிக்க முடிந்தால் மட்டுமே, நிகழ்வுகளின் கணத்தை 'நான்' ஊடாகப் பெற முடிந்தால் மட்டுமே வாழ்க்கை புரிந்துகொள்ளக்கூடியதாக இருக்கிறது. அதனால்தான், அழகியலார்ந்த உறவு இங்கு அறம் சார்ந்ததாகிறது. நாவலில் பாத்திரங்களுக்கு இடையேயான உறவின் ஊடாகக் கட்டமைக்கப்படும் உலகினுடைய அழகியலின் முக்கியத்துவத்தை ஆசிரியரால் மட்டுமே உணர்ந்துகொள்ள முடியும் என்கிறார் பக்தின். சமூகத்தில் ஒரு தனிமனிதனும், இலக்கியத்தில் நாயகனும் நிரந்தரமாக விசாரணைக்கு உட்பட்டவர்களாக இருக்கிறார்கள். ஒரு நாயகன் அல்லது ஒரு தனிமனிதன் தன்னுடைய செயல்பாடுகளையெல்லாம் பார்த்துக்கொண்டிருக்கும் ஒரு நீதிபதிக்கு முன்னால் தொடந்து தன்னை நியாயப்படுத்திக்கொள்ள வேண்டியிருக்கிறது. ஓர் ஆசிரியர் தனது படைப்புக்கு ஒரு முழுமையைக் கொடுக்கச் சில நிர்ப்பந்தங்களுக்கு உட்பட்டுத் தனது நாயகனோடு ஐக்கியப்பட வேண்டியுள்ளது என்றாலும், அவர் தன்னுடைய தனித்த, பிரத்யேகமான நிலைப்பாட்டுக்குத் திரும்ப வேண்டியுள்ளது. இதைச் செய்யத் தவறுவதன் விளைவு என்னவென்றால், ஒரு சுதந்திர மனிதனான நாயகனின் உரிமை மீறப்படுவதோடு, ஓர் ஆசிரியர் தனக்கான பொறுப்பை ஏற்றுக்கொள்ள மறுப்பதாகிறது. இத்தகைய அழகியல்ரீதியான விதிமுறைகளிலிருந்து விலகுவது என்பது, ஓர் அரசு அதன் அதிகாரத்தைத் தவறாகப் பயன்படுத்துவதற்கு ஒப்பானதாகிறது. அதாவது, மனித உரிமைகளை உதாசீனப்படுத்தி அதன் பொறுப்பிலிருந்து விலக்குவதாகிறது. ஓர் ஆசிரியர் அரசதிகாரத்தின் குறியீடாகிறார்.

மேலும் பிரக்ஞைபூர்வமான, பிரக்ஞையற்ற நிலைகளுக்கு இடையேயான போராட்டம் 'நான்/பிறர்' என்பதற்கு இடையேயான போராட்டமாக மாறுகிறது. எடுத்துக்காட்டாக, ஒரு நோயாளிக்கும் மருத்துவருக்கும் இடையேயான உறவில், ஒரு நோயாளியின் 'நான்-எனக்காக' என்ற நிலைப்பாட்டை மருத்துவர் ஏற்றுக்கொள்ள வேண்டும் என்றும், மருத்துவரின் 'நான்-பிறருக்காக' என்ற நிலைப்பாட்டை நோயாளி ஏற்றுக்கொள்ள வேண்டும் என்றும் கோருகிறார்கள். இப்படியான முன்வைப்புகள் 'பிறர்-எனக்காக' என்ற நிலைப்பாட்டை

மேலும் சிக்கலாக்குகின்றன. சமூக வேறுபாடுகள் நிலைப்பாடாக மாறுவதன் ஊடாகத் தன்னிலைகளுக்கு இடையேயான பரிமாற்றங்கள் கருத்தாடல் வடிவத்தை எடுக்கின்றன. இத்தகைய கருத்தாடல்கள் பல வகைகளில் தம்மை வெளிப்படுத்திக்கொள்கின்றன. கருத்தாடல்களுக்கு உள்ளாகக் கருத்தாடல், கூற்றுகளுக்கு உள்ளாகக் கூற்றுகள், கருத்தாடல்கள் குறித்தான கருத்தாடல், கூற்றுகள் குறித்தான கூற்று போன்றவை ஒரு நாயகனுக்கு வெளியே இருக்கும் ஆசிரியரின் பிரக்ஞை ஊடாக மொழிப்படுத்தப்படுவதால், ஒரு நாயகனின் நோக்கம் வேறான அர்த்தப்பாட்டுக்கு உள்ளாகிறது. பக்தினின் பிந்தைய எழுத்துகள் தன்னிலைகளுக்கு இடையேயான உறவைத் தோற்றப்பாட்டியல் ஊடாக அணுகியதிலிருந்து, தன்னிலைகளுக்கு இடையேயான உறவைக் கருத்தாடல்களாக அணுகின என்றாலும், நான் பக்தினின் தோற்றப்பாட்டியல் அடிப்படையில் இந்த நாவலை வாசிக்க விரும்புகிறேன்.

2

கதை சொல்லும் கதைசொல்லியான அரங்கநாதன் நம்பி இறுதிவரை பாகீரதியைப் பார்க்க முடியாத வெறுமையிலிருந்துதான் அழகியலார்ந்த முழுமைக்கான அவரது உட்கிடக்கை வெளிப்படுகிறது. இத்தகைய ஏக்கத்தை நிறைவாக்கும் விதமாகத்தான் பாகீரதியை அவர் தேடி அலையும் அனுபவங்கள் நம்மோடு பகிர்ந்துகொள்ளப்படுகின்றன. இந்தத் தேடலில் அவர் தீர்மானமாகத் தன்னைப் புறவயப்படுத்திக்கொள்கிறார். ‘நான்’ என்பதை ஒரு நோக்கத்தோடு மறைத்துக்கொள்கிறார். வேறு வார்த்தைகளில் சொல்வதென்றால், அரங்கநாதன் நம்பி ஒரு யதார்த்த மனிதனாக (நாயகனாக) கொண்டிருக்கும் போதாமைகளை ஓர் ஆசிரியராகக் கடக்க முயல்கிறார். ஒரு தனிமனிதன் யதார்த்த வாழ்க்கையில் எதிர்கொள்ளும் தார்மீகத் தருணங்களும், அழகியல் முழுமையை உணரும் தருணங்களும் ஒன்றுபோல் சாத்தியப்படுவதில்லை. ஒரு தார்மீக வெளிப்பாடு அதன் அளவிலேயே அழகியல் வெளிப்பாடாக மாறிவிடுவதில்லை. இந்த இடைவெளியை அரங்கநாதன் நம்பி உணர்ந்திருப்பதுபோலவே தெரிகிறது. காந்தியராகவும் டிராகுலாவாகவும் தன்னை அர்த்தப்படுத்திக்கொள்ளும் நம்பி, மனநல மருத்துவராக இருக்கிறார். பல மன நோயாளிகளுக்கு அவர்களோடு மிக நெருக்கமாக இருந்து மருத்துவம் பார்த்திருந்தாலும், அவர்களிடமிருந்து விலகியிருக்கும் தொழில்நுட்பத்தை அறிந்தவர்தான் (‘நான்-பிறருக்காக’). ஆனால், பாகீரதியைத் தேடி அலையும் பயணத்தில் கடைசிவரை பாகீரதியை அவரால் நேரில் பார்க்க முடியாமல்போனாலும், பாகீரதி அவருக்கு மிக தொலைவில் இருந்தாலும், பாகீரதிக்கு மிக நெருக்கத்தில் இருப்பதாக பாவித்துக்கொள்கிறார். அவரைப் பொறுத்தமட்டில் பாகீரதி கானல்நீராய்த் தள்ளிப்போய்க்கொண்டே இருக்கிறாள். அவள் விலகவிலக, தனக்கு மிக நெருக்கத்தில் வருவதாக உணர்கிறார். வேறு வார்த்தைகளில் சொல்வதென்றால், அரங்கநாதன் நம்பி தன்னை ஓர் ஆசிரியராகவும், பாகீரதியைத் தனது படைப்பாகவும் மாற்றுவதன் ஊடாக இந்த நெருக்கத்தை அடைகிறார்.

ஓர் ஆசிரியர் அவர் படைக்கும் நாயகரை எல்லாத் திசைகளிலிருந்தும் சூழ்ந்துகொள்வதுபோல் பாகீரதியைச் சூழ்ந்துகொள்ள முயல்கிறார். பாகீரதியின் ஒவ்வொரு கணத்தின் 'எதிர்கால'த்தையும் தீர்மானிக்கப்பட்ட முறையில் உருவாக்கும் அதிகாரம் தன்னிடம் இருப்பதாக அரங்கநாதன் உண்மையிலேயே நம்புகிறாரா? அதற்கான சாத்தியப்பாடு அவரிடம் இல்லை என்பதை அவர் இறுதிவரை உணராமல் இருக்கிறாரா? ஓர் ஆசிரியராக பாவித்துக்கொள்ளும் நம்பி தனது உட்கிடக்கையாக பாகீரதியோடு கொண்டிருந்த உறவுமுறை 'பிறர்-எனக்காக' என்றாகிறது.

ஒருவேளை, நம்பி இந்தக் கதையைத் தன்னிலையிலிருந்து சொல்லியிருந்தால் அவர் தன்னை டிராகுலாவாக மாற்றிக்கொள்ளும் அவசியம் இல்லாமல்போயிருக்கலாம். இது சாத்தியப்பட அவர் பாகீரதியோடு தோற்றப்பட்டியலார்ந்த தொலைவைத் தக்கவைக்க வேண்டும். இப்படித் தக்கவைத்திருந்தால் அவர் டிராகுலாவாக அல்லாமல் காந்தியாக மாறியிருக்கக்கூடும். தன்னிலையை மறுத்துக் கதைசொல்லும் உத்தியை அவர் கைக்கொண்டபோதே அவர் தன்னுடைய வாழ்க்கை சார்ந்த (பாகீரதி விஷயத்தில்) பெரும் போதாமையை ஏற்றுக்கொள்வதாகத்தான் தெரிகிறது. இந்தப் போதாமையின் இறுதியான வெளிப்பாடுதான் அவர் தன்னை டிராகுலாவாக மாற்றிக்கொள்வது. ஒரு காந்தியராகத் தன்னை அடையாளப்படுத்திக்கொள்ளும் அரங்கநாதன் நம்பி இறுதியில் தன்னை டிராகுலாவாக மாற்றிக்கொண்டு அழகியலார்ந்த ஓர்மையை அடைகிறார். காந்தி, டிராகுலா இருவரும் பிறரை வேறுபட்ட வழிகளில் எதிர்கொண்டவர்கள். காந்தி 'பிற'ரிடமிருந்து (குறிப்பாக, தலித் மற்றும் முஸ்லிம்கள்) தோற்றப்பாட்டியலார்ந்த தொலைவைத் தக்கவைத்துக்கொண்டவர். எப்போதும் தன்னை தலித்தாகவோ முஸ்லிமாகவோ அடையாளப்படுத்திக்கொண்டவர் இல்லை. அவர்களுடைய நிலையிடத்திலிருந்து தன்னை வடிவமைத்துக்கொள்ள மறுத்தவர். 'நான்' (இந்து, தலித் அல்லாதவர்) என்ற நிலையிடத்தைத் தீர்க்கமாக முன்வைத்தவர். சொல்லப்போனால், அவரது பாலினப் பரிசோதனைகளிலும்கூட ஆண் என்ற நிலையிடத்தைத் தக்கவைத்துக்கொண்டார். டிராகுலாவால் இத்தகைய தொலைவைத் தக்கவைத்துக்கொள்ள முடியவில்லை. இறுதியில், டிராகுலாவாக நம்பி மாறிச் சவப்பெட்டிக்குள் பதுங்குவதைத் தவிர அவருக்கு வேறு வழியில்லை. அவரது மொத்த வாழ்க்கையும் சவப்பெட்டிக்குள் அடைபட்டதாகிறது. அவருடைய ஓர்மை இதன் ஊடாகவே சாத்தியப்படுகிறது.

ஒரு நாயகன்/நாயகியை உருவாக்காமல் ஒருவரால் ஆசிரியராக முடியாது என்பதை நம்பி உணர்ந்திருக்கிறார். அவர் பாகீரதியை ஒரு நாயகியாகப் படைக்கிறார். பாகீரதியை ஒரு நாயகியாகப் படைத்து, அவளுடைய வாழ்க்கையை அவளே அர்த்தப்படுத்தும் சுதந்திரத்தை அவளுக்குக் கொடுக்க மறுக்கிறார். பாகீரதியின் 'எதிர்கால'த்தைத் தீர்மானிக்கப்பட்ட முறையில் அவரால் கையாள முடியாது என்பதை அவர் உணர்ந்திருந்தாலும் பாகீரதி தனது வாழ்க்கையை அர்த்தப்படுத்தும் உரிமையை அவளிடமிருந்து பறித்துக்கொள்கிறார். இந்த அதிகாரம் சார்ந்தே அவரை ஓர் ஆசிரியராக

பாவித்துக்கொள்கிறார். மனநல மருத்துவரான நம்பி, பாகீரதியோடு கொண்ட உறவில், பக்தின் ஓர் ஆசிரியருக்கு மிக அவசியமானது என்று முன்வைக்கும் விலகியதன்மையை (அல்லது தோற்றப்பாட்டியலார்ந்த தொலைவை) இழந்துவிடுகிறார். இந்தக் கதையை நம்பி சொல்லும் முறை, காந்திய முறைக்கும் டிராகுலா முறைக்கும் இடையேயான இறுக்கத்தை வெளிப்படுத்தவில்லை. அவரது அழகியலார்ந்த முழுமை டிராகுலா முறையை அங்கீகரிக்கும் விதமாகவே கதையைக் கட்டமைக்கிறார். செட்டியாரான அரங்கநாதன் நம்பி பேரழகியான ஒரு நாடார் பெண்ணைத் திருமணம் செய்துகொள்ளும் சந்தர்ப்பத்தை நழுவவிடுகிறார். அந்தப் பேரழகியையும் அவர் கண் கொண்டு பார்த்ததில்லை. அவருக்காகக் காத்திருந்த ஸ்தூலமான பெண்ணைக் கானல்நீராக மாற்றுகிறார். அந்தப் பெண்ணின் இடத்தை பார்ப்பனப் பெண்ணான பாகீரதியின் புகைப்படம் எடுத்துக்கொள்கிறது. தீண்டக்கூடிய நெருக்கத்தில் பாகீரதியின் புகைப்படம் இருந்தாலும் கானல்நீரைத் தீண்டினால் அது காணாமல்போவதுபோல் பாகீரதியும் காணாமல்போகிறாள்.

பாகீரதியால் வடிவமைக்கப்பட்ட ஒருவராக அரங்கநாதன் நம்பி தன்னை மாற்றிக்கொள்கிறார். பாகீரதிக்காக வாழ்பவராகத் தன்னை வடிவமைத்துக்கொள்கிறார். அதாவது, ஓர் ஆசிரியர் தனது நாயகனால் தீர்மானிக்கப்பட்டவராகிறார். சுருக்கமாகச் சொல்வதென்றால், அவருடைய கதையாடலில் அவருடைய ‘நான்’ என்பதை முற்றிலுமாக அழித்துக்கொள்கிறார். அரங்கநாதன் நம்பி என்ற மனநல மருத்துவர் அவருடைய ‘நான்’ என்பதற்குப் பயனிலையாகிறார். அரங்கநாதன் நம்பி தன்னுடைய யதார்த்த வாழ்க்கையில் அவராக இருந்து பாகீரதியைத் தேடி அலையும் அனுபவத்தைப் பகிர்ந்துகொள்ளும்போது அவரை முற்றிலும் இழந்த அனுபவமாக மாற்றுகிறார். எல்லா நிகழ்வுகளையும் பாகீரதியின் பார்வையிலிருந்தே பார்க்கிறார். அதே சமயத்தில், அவருடைய சிந்தனைகளை பாகீரதியின் சிந்தனைகளாக மாற்றுகிறார். பாகீரதியால் தீர்மானிக்கப்பட்டவராக மாறுவதற்கு, அவளோடு தனக்கு இருக்கும் தொலைவைக் கடந்தால் மட்டுமே சாத்தியம் என்று உணர்ந்துகொள்கிறார். யதார்த்த வாழ்க்கையில் பாகீரதிக்கும் அவருக்கும் இடையே அவர் எதிர்கொள்ள வேண்டியிருந்த தொலைவை அவரது கதையாடல் ஊடாகக் கடக்க முயல்கிறார். இதைச் சாத்தியப்படுத்த, ஒரு பெண்ணுடலை ஆண் மொழி கொண்டு நிரப்புகிறார்; தேவைகள் அடிப்படையில் ஆண் ஒரு பெண்ணுடலைப் படைக்கிறார். அவரது நோயாளிகளிடம் அவர் நடைமுறைப்படுத்திய விலகியிருக்கும் தொழில்நுட்பத்தை மறந்து, பாகீரதி என்பது ‘நான்’ என்றாக்குகிறார். அதனால்தான், பாகீரதி ஒரு ஆணால், ஆண்களுக்காகப் படைக்கப்பட்ட பெண்ணாகவே அவரது கதையாடலில் வலம்வருகிறாள். பாகீரதி என்ற பெண்ணுடலுக்குள் அரங்கநாதன் நம்பி என்ற ஓர் ஆணின் சிந்தனைமுறைகள், தர்க்கங்கள், ஏக்கங்கள், உட்கிடக்கைகள் என்று முழுமையாக ஆக்கிரமித்துக்கொள்கின்றன. மேலும், ஸ்தூலமாக பாகீரதியை நெருங்க முடியாத நம்பி, ஸ்தூலமாக பாகீரதியை நெருங்க முடிந்த உறங்காப்புலியோடும் சிக்கலான உறவைத்தான் கொண்டிருக்கிறார்.

பாகீரதிக்கும் உறங்காப்புலிக்கும் இடையேயான அன்னியோன்னியமான வெளிப்பாடுகளாகட்டும், பாகீரதிக்கும் வாசுதேவனுக்கும் இடையேயான அந்தரங்க உறவாகட்டும், அதாவது மதிய வேளைகளில் பாகீரதியை உறங்காப்புலி சந்திப்பதாகட்டும், மருத்துவமனையில் பாகீரதி அனுமதிக்கப்பட்டிருக்கும்போது உறங்காப்புலியோடு உடல்ரீதியாகக் கலப்பதாகட்டும், தன் குடுமியை அறுத்தவனோடுதான் பாகீரதி உறவுகொண்டிருக்கிறாள் என்று அறிந்துகொள்ளும் அன்று ஒரு கல்லைப் புணர்வதுபோல பாகீரதியை வாசுதேவன் புணர்வதாகட்டும், புணரும்போது அவளை 'வேசி வேசி' என்று தூற்றுவதாகட்டும், வரலாற்றையும் கடந்த காலப் பெண் அனுபவங்களையும் தொகுத்து பாகீரதி தனது நிலைப்பாட்டைத் தர்க்கங்களாக வெளிப்படுத்துவதாகட்டும், வாசுதேவன் உறங்காப்புலியைத் தேடி கல்கத்தா செல்வதாகக் கடிதம் எழுதிவைத்துச் சென்ற பிறகு பாகீரதி அந்தக் கடிதத்தைப் படித்த பின் கதறி அழுது அதைத் தனது மார்பகங்களுக்குள் சொருகிக்கொள்வதாகட்டும், கல்கத்தாவிலிருந்து தொலைபேசியில் பாகீரதியை உறங்காப்புலி அழைக்கும்போது குளித்துக்கொண்டிருக்கும் பாகீரதி நிர்வாணமாக வந்து அவனோடு பேசுவதாகட்டும், அந்தப் பேச்சின் இறுதியில் தன்னை முழுவதுமாக உறங்காப்புலியிடம் கொடுப்பதாகட்டும் எல்லாமே விவரிக்கப்பட்டிருக்கும் முறை என்பது அரங்கநாதன் நம்பி என்ற ஆண், பாகீரதி என்ற பெண்ணுடலுக்குள் புகுந்துகொண்டதால் மட்டுமே சாத்தியப்படும் விவரிப்புகளாகின்றன. இப்படியான விவரிப்புகளை சாத்தியப்படுத்த நம்பியின் தேவைகளுக்கு ஈடுகொடுக்கக்கூடியவனாக உறங்காப்புலி இருக்க வேண்டியுள்ளது. மேலும், பாகீரதியோடு தொடர்புடைய ஆண்களின் குறிகளையும் அரங்கநாதன் நம்பி காயப்படுத்துகிறார். பாகீரதி பிறந்தவுடன் அவளது தந்தை தாம்பத்திய உறவுக்கு விடைகொடுக்கிறார்; அவசரநிலை காலத்தில் வதைமுகாமில் அடைக்கப்பட்டிருக்கும் உறங்காப்புலியின் ஆண்குறி தாக்கப்படுகிறது. கல்லைப் புணர்வதுபோல் பாகீரதியைப் புணர்ந்த பின் வாசுதேவன் தனது ஆண்குறியின் வீரியத்தை இழக்கிறான். இந்த நிகழ்வுகளில், இந்த விவரிப்புகளிலெல்லாம் அரங்கநாதன் நம்பி ஓர் ஆசிரியருக்கு மிக அவசியமான விலகியதன்மையை இழந்துவிடுகிறார். நான்/பிறர் உறவில் தன்னை முழுமையாகத் தொலைத்துவிட்டதை அவர் உணர மறுக்கிறார். இந்த நோய்க்கூறிலிருந்து தன்னை விடுவித்துக்கொள்ள வேண்டும் என்றால், அவர் பாகீரதியிடமிருந்து விலகிச்செல்ல வேண்டும். அரங்கநாதன் நம்பிக்கு அது சாத்தியப்படவில்லை. அதே சமயத்தில், பாகீரதியை முழுமையாக 'நான்' என்ற ஆணின் பிரதிபலிப்பாக மாற்றிய பின்னும் வெறுமையை உணர்கிறார்; அழகியலார்ந்த முழுமை அவருக்குக் கிட்டவில்லை. உறங்காப்புலி நலமாக இருக்கிறான் என்று சொல்ல பாகீரதி அவன் வீட்டுக்குச் செல்லும்வரை பாகீரதியை அரங்கநாதன் நம்பி தனக்கான பெண்ணாக வெளிப்படுத்துவதில் அழகியல் முழுமையைப் பெறாவிட்டாலும் தார்மீக உபரியின் ஊடாக பாகீரதியை நிலைநிறுத்துகிறார். மனநல மருத்துவரான அவர், அழகியல் முழுமை எப்படிச் சாத்தியப்படும் என்பதை அறிந்திருக்கிறார்.

பாகீரதி என்ற பெண்ணுடலுக்குள் தன்னைப் பொருத்திக்கொள்ளும் நம்பியின் இந்த மயக்கம் அல்லது தெளிவற்ற தன்மை அவரது கதையாடல் முழுக்க விரவிக்கிடக்கிறது: ஆதிமூலத்தின் ஓவியத்தில் காந்தியாக ஜெமினி ஆவது, சவிதாதேவி-உறங்காப்புலி சந்திப்பின்போது ஜெமினியோடு சவிதாதேவி உரையாடுவது, பிரமிளா என்ற உருவத்தின் ஊடாக பாகீரதியோடு உறங்காப்புலி உரையாடுவது, ஜெமினியை உறங்காப்புலி உருவத்தில் பாகீரதி காண்பது, பிரமிளா என்ற பாலியல் தொழிலாளி மடிசார் கட்டிய பார்ப்பனப் பெண்ணான பாகீரதியாகப் பார்ப்பதற்காக உறங்காப்புலி ஏக்கம்கொள்வது என்று எல்லாமே தொடர்ந்து ஒரு கனவைப் போல் நம்முள் ஊடுருவுகின்றன. எது யதார்த்தம், எது புனைவு, புனைவு என்றால் அது என்னவாக வெளிப்படுகிறது, யதார்த்தம் என்றால் அது எப்படியாக வெளிப்படுகிறது என்று எதையும் தெளிவாகப் பிரித்துப்பார்க்க முடியாத அளவுக்கு மாந்திரீகத்தன்மையில் அரங்கநாதன் நம்பியால் வெளிப்படுத்தப்படுகிறது. அவரிடம் காணப்படும் இந்தத் தெளிவற்ற தன்மையின் விளைவாகத்தான் பாகீரதியின் தார்மீகத்தைத் தன்னுடையது என்றும், தன்னுடைய தார்மீகத்தை அவளுடையது என்றும் நான்/பிறர் என்று பிரித்துப்பார்க்க முடியாத நெருக்கடிக்கு நம்பி உள்ளாகிறார். பாகீரதி என்ற பெண்ணுடலுக்குள் ஆண் தேவைகளைப் புகுத்தி பாகீரதியைத் தார்மீகமாக நிலைநிறுத்தியதுபோல், உறங்காப்புலி என்ற ஆணுடலுக்குள் பெண்ணை நிரப்பி ஆணுடல்/பெண்ணுடல், ஆண்மை/பெண்மை, பெண்ணுடல் பாகீரதி/ஆணுடல் உறங்காப்புலி போன்று எல்லைகளைக் கலைத்துப்போடுவதில்தான் அவருக்கான அழகியல் முழுமை அடங்கியுள்ளது என்பதை உணர்ந்துகொள்கிறார்.

உறங்காப்புலியைப் பூர்வகுடிப் பெண்தெய்வமாக அரங்கநாதன் நம்பி ஆக்குகிறார். பௌதிக ஆணுடலைக் கடப்பதற்கான காந்தியின் முனைப்பு காந்திய வெளியில் பிற பகுதிகளோடு இறுக்கமாக இணைந்த ஒன்றாகும். நவீன அரசு, தேசியம், அறிவியல், தொழில்நுட்பம் போன்ற பல கட்டுமானங்களை விமர்சிக்கும் வெளிகளோடு இணைந்த ஒன்றாகும். இந்தக் கட்டுமானங்களை விமர்சனமற்று ஏற்றுக்கொள்ளும் ஒரு ஆணால் பௌதிக ஆணுடலைக் கடக்க முடியாது. இதை அரங்கநாதன் நம்பி உணர்ந்திருக்கிறார். உறங்காப்புலியை ‘நான்’ என்பதன் கண்ணாடி பிம்பமாக மாற்றுகிறார். அவருக்குச் சாத்தியப்படாத லட்சியத்தை உறங்காப்புலி ஊடாகச் சாதித்துக்கொள்கிறார். பூர்வகுடிகளோடான அனுபவத்தால், காந்திய வெளிக்குள் உறங்காப்புலி நுழைகிறான். காந்திய வெளிக்குள் பெரியாரியரான உறங்காப்புலி தன்னை ஐக்கியப்படுத்திக்கொள்கிறான். அந்த வெளியிலிருந்துதான் அவன் அநூபாவாக மாறுகிறான். அதே சமயத்தில், இங்க்ளய்யாவின் எதிர்ப்பை எதிர்கொள்ள முடியாமல் மௌனமாக இருக்கிறான். இந்த மௌனமும் காந்திய வெளியின் தவிர்க்க முடியாத பகுதிதான். இங்க்ளய்யாவுக்கும் உறங்காப்புலிக்கும் இடையேயான முரண்பாடு மிக ஆழமானது. காந்திய வெளியில் இதற்குப் பதில் இல்லை. மௌனம் மட்டுமே சாத்தியம். உறங்காப்புலியும் மௌனத்தையே பதிலாகக் கொடுக்கிறான்.

அநூபாவாக உறங்காப்புலி மாறும் பேரனுபவத்தை அரங்கநாதன் நம்பி அணுகும் முறை அதன் உள்ளார்ந்த பண்பு சார்ந்து இல்லை; இருக்கவும் முடியாது. ஜெமினியின் லட்சியத்தை உறங்காப்புலி அடைவதாக மாற்றுகிறார் (அவருடைய லட்சியத்தை அல்ல). ஜெமினிக்குச் சாத்தியப்படாத 'மிதக்கும் வண்ணங்கள்' என்ற ஓவிய பாணியானது உறங்காப்புலிக்குச் சாத்தியப்படுகிறது. மிதக்கும் வண்ணங்கள் ஓவிய பாணி இரு பரிமாணச் சட்டகத்துக்குள் சாத்தியமில்லை என்பதை ஜெமினியால் உணர்ந்துகொள்ள முடியவில்லை. இந்த ஓவிய பாணி முப்பரிமாணத்தில் உயிர்பெறுவதில்தான் உள்ளது. இதை உறங்காப்புலி நிகழ்த்திக்காட்டுகிறான். இந்த ஓவிய பாணியை நிகழ்த்தி மட்டுமே காட்ட முடியும். இந்த அனுபவமானது உறங்காப்புலியினுடைய பிரக்ஞையின் பகுதியாக இருக்க முடியாது. ஏனெனில், அவனே ஓவியமாகிறான். ஓவியமாகும் அவனது அனுபவத்திலிருந்து விலகியதன்மையை அவனால் பெற முடியாது. (பாகீரதியிடமிருந்து அரங்கநாதன் நம்பி விலகியதன்மையைப் பெற முடியாதது போன்று.) நாம் ஒன்றோடு கரைந்துபோகும்போது, அதைப் பிரக்ஞைபூர்வமாக, அழகியலார்ந்து உணர முடியாது. அதுவாகவே மாறுகிறோம். அரங்கநாதன் நம்பியும் இந்தப் பேரனுபவத்துக்குத்தான் ஏக்கம் கொண்டிருந்தார். அதாவது, பாகீரதியாக மாறுவது; ஆனால், அவருக்குச் சாத்தியப்பட்டது பாகீரதிக்குள் அவரை நிரப்புவதுதான்; முற்றிலுமாக ஆக்கிரமிப்பதுதான். அநூபாவாக உறங்காப்புலி மாறியதுபோல் அவரும் பாகீரதியாக மாறியிருந்தால் டிராகுலாவாக மாறிச் சவப்பெட்டிக்குள் தன்னை அடைத்துக்கொண்டிருக்க மாட்டார். ஆனால், மிதக்கும் வண்ணங்கள் ஓவியம் நிகழ்த்தப்படுவதன் ஊடாக முழுமையை அடைகிறது. மிதக்கும் வண்ணங்கள் செயல்; கருத்து அல்ல. நம்பி தன்னை பாகீரதியாக பாவித்துக்கொள்வது, செயல்வடிவமாக முடியாது; அது நம்பியின் ஏக்கம், கற்பனை. அநூபாவாக உறங்காப்புலி மாறி, மிதக்கும் வண்ண ஓவியமானதுபோல், அவரால் பாகீரதியாக மாறி மிதக்கும் வண்ண ஓவியமாக மாற முடியாது. ஆனால், இவ்வாறு மாறுவதற்குத்தான் வயதையும் வாழ்க்கை அந்தஸ்தையும் சமூக மதிப்பையும் மீறி அவர் பாகீரதியைத் தேடி அலைகிறார். ஆனால், பௌதிக ஆணுடலைக் கடந்து ஒரு பெண்ணோடு கலப்பதற்குத் தாயாக வேண்டும்.[3] இது அரங்கநாதன் நம்பிக்குச் சாத்தியப்படவில்லை. சாத்தியப்பட்டிருந்தால் உறங்காப்புலியைப் போல் ஒரு பேரனுபவத்துக்குள் ஒரு கணப்பொழுது மூழ்கிப்போய் நிம்மதியடைந்திருப்பார். இந்தப் பேரனுபவத்தை நிரந்தரமாக்கும் முயற்சியாகத்தான் டிராகுலாவாக மாறுகிறார். இதுவே அவரது உறைந்துபோன புன்னகையாகிறது.

'டிராகுலா' நாவலை எழுதிய பிராம் ஸ்டோக்கர் ஒரு ஐரிஷ்காரர். விக்டோரிய விழுமியங்களுக்கு எதிராகக் கலகம்புரியும் விதமாகவே அவர் டிராகுலா பாத்திரத்தைப் படைக்கிறார். டிராகுலாவின் இருப்பிடம் நாகரிகமற்ற பின்தங்கிய சமூகத்தின் குறியீடாகிறது. வளர்ந்த, மேலார்ந்த விக்டோரியச் சமூகத்தின் லட்சியப் பெண்ணான மினாவைத் தன்வயப்படுத்திக்கொள்ள

3 இந்தத் தொகுப்பில் உள்ள 'காந்தியின் உடலரசியல்' கட்டுரையைப் பார்க்கவும்.

டிராகுலா முயல்கிறான். விக்டோரிய லட்சியப் பெண்ணான மினா அவனுடன் ஒன்றெனக் கரைந்துவிடுவது, விக்டோரிய விழுமியங்களுக்கு எதிரான கலகமாகிறது. அதன் அடிப்படைகளைக் கலைத்துப்போடுவதாகிறது. டிராகுலாவுக்கும் மினாவுக்கும் இடையேயான காதல், திரைப்படத்தில் பிரக்ஞைபூர்வமானதாக வெளிப்படுத்தப்படுகிறது.[4] நாவலில் அவ்வாறு இல்லை. மேலும், நாவலில் இல்லாத நிகழ்வு ஒன்று திரைப்படத்தில் மிக அற்புதமாகக் காட்சிப்படுத்தப்பட்டுள்ளது. மினாவின் காதலன் ஜோனாத்தன் டிராகுலாவிடம் சிக்கியிருக்கும்போது, மினாவின் புகைப்படத்தை டிராகுலாவிடம் காட்டுகிறான். இது நாவலில் இல்லாதது. அந்தப் புகைப்படத்தில் உள்ள பெண், பல நூற்றாண்டுகளுக்கு முன் டிராகுலா இழந்த அவனது காதலியின் உருவத்தைக் கொண்டிருக்கிறாள். அந்தப் புகைப்படம்தான் மினாவைத் தேடி டிராகுலா செல்வதற்கு உந்துதலைக் கொடுக்கிறது. அரங்கநாதன் நம்பியும் பாகீரதியின் புகைப்படத்தைத்தான் பார்க்கிறார். மினாவைத் தேடி டிராகுலா சென்றதுபோல் நம்பியும் பாகீரதியைத் தேடி அலைகிறார். மினாவும் டிராகுலாவும் ஒன்றெனக் கரைந்ததுபோல், பாகீரதியும் அவரும் ஒன்றெனக் கரைந்துவிடவே ஏக்கம்கொள்கிறார். வாசுதேவனின் மனைவியான பாகீரதி, ஜெமினி மீது ஏக்கங்கொண்ட பாகீரதி, உறங்காப்புலியைக் காதலித்த பாகீரதி, அவளது சகோதரியால் ‘தேவடியா’ என்று ஒதுக்கித்தள்ளப்பட்ட பாகீரதி, வாசுதேவனால் ‘வேசி வேசி’ என்று தூற்றப்பட்ட பாகீரதி என்று எல்லா பாகீரதிகளும் அவருக்கான பிம்பங்களே. அதுபோலவே வாசுதேவன், உறங்காப்புலி, ஜெமினி, அநூபா எல்லோரும் பாகீரதியை வியாபித்திருக்கும் அரங்கநாதன் நம்பிக்கானவர்களாக அர்த்தப்படுத்தப்படுகிறார்கள். எல்லோருக்குள்ளும் அவர் வியாபித்திருந்தாலும், அவரது ‘நான்’ நிலையை முற்றிலுமாகத் தொலைத்துவிடுகிறார். நான்/பாகீரதி, நான்/வாசுதேவன், நான்/உறங்காப்புலி, நான்/சவீதா தேவி, நான்/பாஸ்வான், நான்/ஜெமினி போன்று எல்லா ‘நான்/பிறர்’ உறவிலும் நம்பியின் ‘நான்’ வெறுமையாக இருக்கிறது. பாகீரதியான எனக்காகத்தான் பாகீரதியும் பிறரும் என்றாகிறது. இந்த நிலைப்பாடுதான் எல்லாவற்றையும் கலைத்துப்போடுவதில் கொண்டுவிடுகிறது. இவ்வாறு கலைத்துப்போடுவதிலேயே அவருக்கான அழகியல் முழுமையை உணர்கிறார். இந்த அழகியல் முழுமையை அவரால் காந்தியாக இருந்து உணர முடியாது; டிராகுலாவாக இருந்துதான் உணர முடியும். அதனால்தான், கதை கேட்கும் கதைசொல்லி, பாகீரதி - வாசுதேவன் - உறங்காப்புலி யதார்த்த வாழ்க்கை குறித்துக் கேட்கும்போது அது வேறு கதை என்கிறார். அந்தக் கதையை அரங்கநாதன் நம்பியால் சொல்ல முடியாது என்றே நினைக்கிறேன்.

அரங்கநாதன் நம்பிக்கும் அவர் சொன்ன கதை கேட்பவருக்கும் இடையேயான உறவு எத்தகையது? ஏறக்குறைய எழுநூறு பக்கங்கள் அளவுக்கு நம்பி வாயிலாகக் கதை கேட்டும் கதைசொல்லி அவருக்கான அழகியல் முழுமையை அடைய முடியாமல்போகிறாரா? முன்தீர்மானிக்கப்பட்ட இந்தத்

4 Bram Stoker’s ‘Dracula’, 1992, Directed by Francis Ford Coppola.

தோல்வியின் விளைவாகத்தான் கதை கேட்கும் கதைசொல்லி, நம்பியின் கதையாடலை அவ்வப்போது மறுதலித்துவந்தாரா? இத்தகைய மறுதலிப்பின் ஊடாகத்தான் தனக்கான அழகியல் முழுமையை அடைய முடியும் முன் தீர்மானித்திருந்தாரா? (எடுத்துக்காட்டாக, தன்னை அரங்கநாதன் நம்பி சரியான முறையில் விவரிக்கிறாரா என்று பாகீரதி சந்தேகிப்பதாக அடைப்புக்குறிக்குள் சொல்கிறார்.) ஆனால், நம்பிக்கு டிராகுலாவாக மாறுவதன் ஊடாகக் கிடைத்த அழகியல் முழுமையைக் கதை கேட்பவர் ஏன் தார்மீகரீதியாக ஏற்றுக்கொள்ள மறுக்கிறார்? நம்பி தன்னுடைய கதையாடல் ஊடாக அடையாளம்காண முடியாதபடி எல்லாவற்றையும் கலைத்துப்போடுகிறார். எல்லாவற்றையும் கலைத்துப்போட்டுவிட்டு சவப்பெட்டிக்குள் நிம்மதியாக உறங்கச்செல்கிறார். நம்பியைப் பொறுத்தமட்டில் இந்தப் பூரணத்துவம் என்பது அவர் கதை சொல்ல உபயோகித்த மொழியில் இருக்கிறது; கதையைக் கட்டமைத்த முறையில் இருக்கிறது. அதனால், கதை கேட்பவரும் டிராகுலாவாகும் நம்பியின் நிலைப்பாட்டைத் தார்மீகரீதியாக ஏற்றுக்கொள்கிறாரா? ஓர்மைவாதத்துக்கு ஆகச் சிறந்த எடுத்துக்காட்டு டிராகுலாதான் என்று ஏற்றுக்கொண்டாலும், நம்பியின் நிலைப்பாட்டைக் கதை கேட்கும் கதைசொல்லியால் ஏற்றுக்கொள்ள முடியவில்லை. அழகியலார்ந்த முழுமை கொண்ட நம்பியின் தார்மீகமற்ற நிலைப்பாட்டை யதார்த்த மொழியில் மறுதலிப்பது சாத்தியமில்லை என்று உணர்ந்துகொள்கிறார். அரங்கநாதன் நம்பி விரும்பிய ஓர்மையை டிராகுலாவாக மாறாமல் அடைய முடியும் என்று கதை கேட்பவன் நிரூபிக்க வேண்டியுள்ளது. இதனால்தான், அவனே கதைசொல்லியாக மாறுகிறான். தொன்ம மொழியைக் கொண்டு அவனுக்கான ஓர்மையை அடைகிறான். அதுதான் நாவலில் பின்னிணைப்பாகச் சொல்லப்படுகிறது. வாசகனாகிய என்னுடைய அழகியலார்ந்த முழுமையும் தொன்ம மொழியின் ஊடாகவே சாத்தியப்படுகிறது.

தமிழில் இத்தனை அடர்த்தியான ஒரு நாவலை இதற்கு முன் நான் படித்ததில்லை. நான் படித்தவரை சொல்வதென்றால், பல குரலில் ஒலிக்கும் (poly-phonic) முதல் தமிழ் நாவல் 'பாகீரதியின் மதியம்' என்றே சொல்ல விரும்புகிறேன். ஆனால், இவ்வளவு உரக்க, தீர்மானமான ஒரு நிலைப்பாட்டை முன்வைக்க விரும்பவில்லை. நான் சொல்ல வருவதைப் புள்ளிவிவரமாக அல்லாமல் அழகியல் உணர்வாக எடுத்துக்கொள்ளுங்கள். இதுவரை நான் படித்த நாவல்கள் பெரும்பாலும் ஒற்றைக் குரலில் ஒலிக்கும் (monologue) நாவல்களாகத்தான் இருந்திருக்கின்றன. ஒரு தன்னிலைக்குள் நடக்கும் உரையாடல்களாகவே இருக்கின்றன. நான்-பிறர் என்ற இரண்டு நிலைகளுக்கு இடையேயான கருத்தாடலாக இந்த நாவல் படைக்கப்பட்டுள்ளது. ஒரு நாவலுக்குள்ளாக ஒரு கதைசொல்லியின் அழகியல் முழுமைக்கான போராட்டம் இவ்வளவு தீர்க்கமாகவும் விரிந்த தளத்திலும் படைக்கப்பட்டதில்லை. நிகழ்வுகளின் பின்னணியும் காலமும் தளமும் கதையாடலின் பகுதியாகின்றன. எடுத்துக்காட்டாக, உறங்காப்புலி கல்கத்தா போகாமல் மும்பை போயிருந்தால் கதையின் போக்கு வேறாக இருந்திருக்கும். பாத்திரங்களின் சுதந்திரமான இயக்கத்துக்கு பா.வெங்கடேசன்

அதிகபட்ச சாத்தியப்பாடுகளை உருவாக்கிக்கொடுக்கிறார். மேலும், ஒரு கதைசொல்லிக்கும் அவனது நாயகனுக்கும் இடையேயான உறவு மிக அடர்த்தியாக முன்வைக்கப்பட்டுள்ளது. என்னை நான் தீவிரப் பரிசீலனைக்கு உட்படுத்திக்கொள்ளாமல் இந்த நாவலை விலகியதன்மையில் கையாள முடியவில்லை. இந்த அவஸ்தையான அனுபவத்தை சந்தோஷமான ஒன்றாகவே பார்க்கிறேன். இந்த நாவல் ஆங்கிலத்தில் சிறப்பாக மொழியாக்கம் பெற்று வர வேண்டும் என்று மனதார விரும்புகிறேன். சாத்தியப்படுமானால் (மிகக்) குறைந்தபட்சம் இந்திய அளவில் போற்றப்படும் படைப்புகளில் ஒன்றாக இருக்கும் என்பதில் எந்தச் சந்தேகமும் இல்லை. இந்த நாவலை நாம் பலவிதமாக வாசிக்க வேண்டியுள்ளது. என்னுடைய முயற்சியும் அதில் ஒன்றாகவே இருக்கும். எப்படியிருந்தாலும் இப்படி ஒரு நாவலைத் தமிழில் வாசிப்பதற்கு நாம் கொடுத்துவைத்திருக்க வேண்டும்.

⦿

இருப்பாய்வியலார்ந்த கலகக்காரர்

யு.ஆர்.அனந்தமூர்த்தியின் 'பாரதிபுரா' நாவலை முன்வைத்து

தொடக்க கால இலக்கிய வாசிப்பில் என்னை மிகவும் பாதித்த நாவல்களில் அனந்தமூர்த்தியின் *'சம்ஸ்காரா'* ஒன்று. ஏ.கே.ராமானுஜனின் ஆங்கில மொழியாக்கத்தில் முதலில் இந்த நாவலைப் படித்தேன். பல வருடங்களுக்குப் பிறகு தி.சு.சதாசிவத்தின் தமிழாக்கத்தைப் படித்தேன். மேலும், எந்த ஆடம்பரமும் இல்லாமல் எடுக்கப்பட்டிருக்கும் 'சம்ஸ்காரா' திரைப்படத்தின் காட்சிகள் நினைவில் எப்போதும் தங்கியிருக்கின்றன. பெரிய ஆளுமைகள் ஒன்றுசேர்ந்து உருவாக்கிய படம் இது. சுருக்கமாகச் சொல்வதென்றால், படித்து நான் கற்றுக்கொண்டதில் *'சம்ஸ்காரா'* நாவலுக்கு மிக முக்கிய இடம் உண்டு. ஆனால், இந்த கட்டுரையில் நான் அவரது *'பாரதிபுரா'* நாவலை முன்வைத்து இருப்பாய்விலார்ந்த கலகக்காரர் (Ontological rebel) ஒருவர் தன்னை ஓர்மைவாத அடிப்படையில் அடையாளப்படுத்திக்கொள்வது பயனுள்ள முறையாகுமா என்ற கேள்வியை எடுத்துக்கொள்ள விரும்புகிறேன்.

அனந்தமூர்த்தி ஒரு கட்டுரையில் 19-ம், 20-ம் நூற்றாண்டை மரபு, நவீனம் இவற்றுக்கு இடையேயான உரையாடல்களின் காலகட்டமாகப் பார்க்கலாம் என்று குறிப்பிடுகிறார். கருத்தியலார்ந்து பார்த்தால், நவீனம் என்பது மரபு என்ற ஒன்றை நிலைநிறுத்த வேண்டியிருக்கிறது. மரபும் நவீனமும் எதிரிணைகளாக முன்வைக்கப்படுகின்றன. எப்படி மரபை முற்றிலுமாக நிராகரித்து ஒருவிதமான நவீனம் சாத்தியமோ அதுபோலவே, மரபை நவீனத்தின் பகுதியாக்குவதும் சாத்தியம்.[1] அன்றாடத்தளத்தில் மரபு, நவீனம் இரண்டுமே கட்டம்கட்டிய நிலைப்பாடுகளாக இருப்பதில்லை; இருக்கவும் முடியாது. தனிமனிதத் தளத்தில் இவை செயல்படும் விதத்தை அனந்தமூர்த்தி மிகச் சிறப்பாக இவ்வாறு தொகுத்தளிக்கிறார்: சொந்த கிராமத்து ஜனங்களோடு உரையாடும்போது ஒரு நவீனவாதியாக உணர்கிறேன். மேற்கத்தியச் சமூகத்தாரோடு உரையாடும்போது ஒரு மரபுவாதியாக உணர்கிறேன். இந்த மரபு, நவீனம் உறவின் அடிப்படையிலானதாகும். ஒரு தனிமனிதர் அழுத்தம் கொடுக்கும் புள்ளி மாறிக்கொண்டே இருக்கிறது. இது படைபூக்கமிக்க உரையாடலைச் சாத்தியப்படுத்துகிறது. மரபை

1 விரிவான வாசிப்புக்கு இந்தத் தொகுப்பில் உள்ள 'இந்திய நவீனத்தின் தொடக்கமும் மறைவும்' கட்டுரையைப் பார்க்கவும்.

முற்றாக நிராகரித்து ஒருவிதமான நவீனத்தை முன்வைப்பவர்களிடம் இந்த உரையாடல் சாத்தியமில்லை. அதுபோலவே மரபை நவீனத்தின் பகுதியாக்க முயல்பவர்களிடமும் இந்த உரையாடல் சாத்தியமில்லை. உரையாடல் என்பது அடிப்படையில் உறவுமுறை. அதுவும் மரபு, நவீனம் என்பது காலத்தோடு நாம் கொள்ளும் உறவுமுறையாகிறது. ஆக, மரபுக்கும் நவீனத்துக்கும் இடையே இரு உரையாடலைச் சாத்தியப்படுத்த நாம் உள்ளிருந்து வெளிப்படும் விமர்சகராக இருக்க வேண்டியுள்ளது. *'பாரதிபுரா'* நாவல் உள்ளிருந்து விமர்சிக்கும் முறையின் வெளிப்பாடுகளைக் கொண்டிருப்பதாக நாம் வாசிக்க முடியும். குறிப்பாக, இந்த நாவலில் சாலிகிராமத்தை தலித்துகள் தொடுவதற்கு நிர்பந்திக்கப்படும் பகுதியை எடுத்துக்கொள்ள விரும்புகிறேன்.

பார்ப்பனக் குடும்பங்களில் சாலிகிராமங்கள் மிகவும் ஆச்சாரத்தோடு கையாளப்படும். கோயிலில் இருக்கும் விக்கிரகங்களுக்குக் கொடுக்கப்படும் முக்கியத்துவம் வீட்டில் சாலிகிராமங்களுக்குக் கொடுக்கப்படும். பார்ப்பன நிலச்சுவான்தார் குடும்பத்தில் பிறந்த ஜகநாதன், மேற்கில் படித்து, காந்தியத்தில் ஈடுபாடுகொண்டு சொந்த கிராமத்துக்குத் திரும்புகிறான். மஞ்சுநாதர் சுவாமி கோயிலில் உள்ள மூல விக்கிரகம் இவனது குடும்பத்தார் செய்துகொடுத்தது. காந்தியத்தின் மீதான பிடிமானத்தில், தீண்டப்படாதவர்களை அந்தக் கிராமத்தில் உள்ள மிகப் பிரபலமான மஞ்சுநாதர் சுவாமி கோயிலுக்குள் அழைத்துச்செல்வதுதான் அவனது லட்சியமாக இருக்கிறது. இந்த நோக்கத்தின் பகுதியாக மாலை நேரங்களில் தலித் குடியிருப்புகளில் இருப்பவர்களுக்கு எழுதப்படிக்கச் சொல்லிக்கொடுக்கிறான். ஒருகட்டத்தில், தீண்டப்படாதவர்களை அவன் வீட்டின் முன்பகுதிக்கு வரவழைத்து, பூஜை அறையில் உள்ள சாலிகிராமப் பெட்டியை எடுத்துவந்து அதை அவர்கள் தொடுமாறு கட்டாயப்படுத்துகிறான். நாவலில் இந்தப் பகுதி மிகப் பிரம்மாண்டமாக விவரிக்கப்பட்டிருக்கும். இதை டி.ஆர்.நாகராஜ் மிகச் சரியாக, அவல-நகைச்சுவை என்று குறிப்பிடுவார். இந்தப் பகுதி விவரிக்கப்பட்டிருக்கும் முறையும், அதில் தீண்டப்படாதவர்களின் பாத்திரம் குறித்தும் நாம் சிந்திக்க வேண்டியுள்ளது. முதலில், சாலிகிராமத்துக்கான புனிதம் யாருடைய பார்வையிலிருந்து சாத்தியப்படுகிறது? தீண்டப்படாதவர்கள் அதைத் தொட்டு அதன் புனிதத்தை அகற்றும் அவசியம் ஜகநாதனின் தேவையா அல்லது தீண்டப்படாதவர்களின் தேவையா? அல்லது இப்படிக் கேட்டுக்கொள்வோம்: சாலிகிராமத்தை தலித்துகள் தீண்டுவதால் அதன் புனிதமும், அது கொண்டிருக்கும் அதிகாரமும் மறுதலிக்கப்படுகின்றனவா அல்லது உறுதிப்படுத்தப்படுகின்றனவா? மஞ்சுநாதர் சுவாமி கோயிலுக்கும் தலித்துகளை அழைத்துச்சென்று அதன் புனிதத்தை, அதிகாரத்தை மறுதலிக்க விரும்புவதுபோல், அவனது வீட்டில் உள்ள சாலிகிராமங்கள் கொண்டிருக்கும் புனிதத்தையும் அதிகாரத்தையும் அவர் மறுதலிக்க வேண்டியுள்ளது. ஆனால், நாம் இங்கு கோயில் நுழைவுப் போராட்டத்தையும், சாலிகிராமத்தை தலித்துகள் தொட வேண்டும் என்ற உந்துதலையும் நாம் சமப்படுத்த முடியாது என்றாலும், ஜகநாதன் இந்த இரண்டையும் சமமாகப் பார்ப்பது ஓரளவு ஏற்றுக்கொள்ளக்கூடிய நிலைப்பாடு என்றே நினைக்கிறேன்.

ஆனால், தலித்துகள் நிலைப்பாட்டிலிருந்து பார்த்தால் இவை இரண்டும் சமமானவையல்ல. அம்பேத்கர் சொல்வதுபோல் கோயில் என்பது சமூக உழைப்பின் விளைவு. கோயில் நுழைவுப் போராட்டத்தின் தார்மீகம் இதில்தான் உள்ளது. இந்தப் பண்பை சாலிகிராமம் என்ற குறி கொண்டிருக்கவில்லை.

சாலிகிராமப் பெட்டியைக் கொண்டுவந்து, அவன் அழைத்துவந்த தலித்துகள் அதைத் தொட வேண்டும் என்று சொல்கிறான். தீண்டப்படாதவர்கள் அதைத் தொடுவதற்கு மறுக்கிறார்கள். இங்கு விசித்திரமாக ஒரு நிலைப்பாடு வெளிப்படுகிறது. பார்ப்பனக் குடும்பங்கள் எப்படி சாலிகிராமத்தின் புனிதத்தைக் கட்டிக்காக்கிறார்களோ அதுபோலவே அதைத் தொடுவதற்கு மறுப்பதன் ஊடாக, தலித்துகளும் அதற்குத் துணைபோகிறவர்களாகிறார்கள். ஆனால், நடப்பது என்னவென்றால், பார்ப்பனர்கள் சாலிகிராமத்தைத் தொடக் கூடாது என்று சொன்னால் தலித்துகள் தொடக் கூடாது; தொடு என்று சொன்னால் தலித்துகள் தொட வேண்டும். அதாவது, ஜகநாதன் தன்னை காந்தியராக முன்னிறுத்திக்கொண்டாலும், அவனது அணுகுமுறையானது ஓர்மைவாதத் தன்மையிலானதாக இருக்கிறது. ஜகநாதன் துயரத்தின் எல்லைக்குச் சென்று தீண்டப்படாதவர்களுக்குக் கட்டளையிடுகிறான். தீண்டப்படாதவர்களும் அதற்கு அடிப்பணிந்து சாலிகிராமத்தைத் தொடுகிறார்கள். இந்த நிகழ்வு யாருக்கு அர்த்தத்தைக் கொடுக்க முடியும்? அல்லது யார் அர்த்தத்தை எடுத்துக்கொள்ள முடியும்? ஜகநாதன் சுயதூய்மைப்படுத்திக்கொள்கிறான். அதில் அவன் வெற்றியும் அடைகிறான் என்று வைத்துக்கொள்வோம். ஆனால், தலித்துகள் தீண்டாமையிலிருந்து வெளியேறுகிறார்களா? தலித்துகளின் சுயமரியாதையை இந்தச் செயல் மீட்டெடுக்க உதவுகிறதா? நாவல் முன்வைக்கும் இந்தப் பிரச்சினையை நாம் மொத்த காந்தியச் சட்டகத்தோடு இணைத்துப்பார்க்க முடியும்.

உணர்வுபூர்வமான அக்கறையைப் பரவலாக்குவது என்பது அடிப்படையில் ஓர் அரசியல் செயல்பாடு. நாம் இதை ஓர்மைவாத அடிப்படையிலும் அணுக முடியும், இருமைவாத அடிப்படையிலும் அணுக முடியும். ஜகநாதனிடம் அவனும் தீண்டப்படாதவர்களும் ஒன்றுதான் என்ற ஓர்மைவாத உந்துதல் பிரதானமாக வெளிப்படுகிறது. இந்த ஓர்மையை உணர்வதற்கு சாலிகிராமம் என்ற குறி பயன்படுத்தப்படுகிறது. ஓர்மைவாத அணுகுமுறை எப்போதும் ஆன்மிக ஆடம்பரத்தைக் கொண்டிருக்கும். இந்த முறையில் ஆன்மிக ஆடம்பரங்கள் மேடையின் மையத்தை ஆக்கிரமிப்பது தவிர்க்க முடியாதது என்றும் நாகராஜ் வாதிடுகிறார்.[2] மேலும், ஓர்மைவாதம் உளத்தோற்றவியலார்ந்த (psycho-genetic) சடங்குகளை உருவாக்குகிறது என்றும் நாகராஜ் முன்வைக்கிறார். இந்த முறையின் உள்ளார்ந்த தன்மைக்கு ஏற்றாற்போல், ஜகநாதன் பிரம்மாண்டமான நாயகனாகிறான். அவனுக்கு முன்னால் தலித்துகள் சித்திரக்குள்ளன் நிலைக்குத் தள்ளப்படுகிறார்கள்.

2 பார்க்கவும்: டி.ஆர்.நாகராஜ், *'தீப்பற்றிய பாதங்கள்'* தொகுப்பில் உள்ள 'ஓர் இளைஞனின் பொய்யும் ஒரு மானுடவியலாளரின் உண்மையும்', எதிர் வெளியீடு, 2021.

அதாவது, எத்தகைய சமூகத்தாரின் சுயமரியாதையை மீட்டெடுக்கும் குறியாக சாலிகிராமம் பயன்படுத்தப்படுகிறதோ, அதுவே அவர்களை அரசியலார்ந்து தட்டையாக அர்த்தப்படுத்துகிறது. எதை மறுதலிக்க முயலப்படுகிறதோ அது நிலைநிறுத்தப்படுகிறது. நாகராஜ் சொல்வதுபோல் ஓர்மைவாத அடிப்படையில் தலித்துகள் என்றுமே நாயகர்களாக முடியாது; சாதி இந்துக்கள் மட்டுமே நாயகர்களாக முடியும். ஆனால், காந்தியின் அணுகுமுறையும் காந்தியராகத் தன்னை முன்னிறுத்திக்கொள்ளும் ஜகநாதனின் அணுகுமுறையும் ஒன்றுதானா? இந்தக் கேள்வியை அணுகுவதற்கு முன் மஞ்சுநாத சுவாமி கோயில் பூசாரியின் மகன் கணேஷின் செயல்பாட்டைப் பார்ப்போம். கணேஷும் ஓர்மைவாத அடிப்படையில்தான் தன்னை வெளிப்படுத்திக்கொள்கிறான்.

மஞ்சுநாத சுவாமி கோயில் பூசாரியின் மகன் கணேஷ் தன்னுடைய தந்தை மீதான வெறியைக் கோயிலில் உள்ள மஞ்சுநாத சுவாமி மீது சுமத்துகிறான். ஜனநாதன் தன்னைத் தூய்மைப்படுத்திக்கொள்ள சாலிகிராமத்தை ஒரு குறியாக முன்வைக்கிறான் என்றால், கணேஷ் தனது தந்தை மீதான கோபத்தை வெளிப்படுத்துவதற்குக் கோயில் விக்கிரகத்தைக் குறியாக முன்வைக்கிறான். ஒருநாள், கடப்பாரை கொண்டு கோயில் விக்கிரகத்தைத் தாக்குகிறான். மேற்கில் படித்துத் திரும்பிய ஜகநாதன் தன்னை வெளிப்படுத்திக்கொள்ளும் முறையையும், பூசாரின் மகன் கணேஷ் தன்னை வெளிப்படுத்திக்கொள்ளும் முறையையும் எவ்வாறு வேறுபடுத்திப்பார்ப்பது? நாகராஜ் இதை மிகச் சிறப்பாக விவரிக்கிறார். ஜகநாதன் இருப்பாய்விலார்ந்த கலகக்காரன் என்றால், பூசாரியின் மகன் அங்ககமான கலகக்காரன் என்கிறார். இங்கு அரசியலார்ந்த கேள்வி ஒன்று எழுகிறது. பூசாரியின் மகன் உண்மையாகவும் உணர்வுபூர்வமாகவும் இருக்கிறான். தந்தையின் அதிகாரத்துக்கு முன், மஞ்சுநாத சுவாமியின் ஆதிக்கத்துக்கு முன் தனது உணர்வுகள் தட்டையாக்கப்படுவதாக உணர்கிறான். விக்கிரகத்தைக் கடப்பாரை கொண்டு தாக்குவது என்பது அவனால் கட்டுப்படுத்த முடியாத செயலாக வெளிப்படுகிறது. அவன் தன்னை ஒரு நாயகனாக பாவித்துக்கொள்ள முயலவில்லை. பாவித்துக்கொண்டாலும் அவனுக்கு அந்த அந்தஸ்து கிடைத்திருக்காது. அதுபோலவே ஜகநாதனும் உண்மையாகவும் உணர்வுபூர்வமாகவும் இருக்கிறான். சாலிகிராமத்தை தலித்துகள் தொட வேண்டும் என்று கட்டாயப்படுத்தித் தன்னைத் தூய்மையாக்கிக்கொள்ள முயல்கிறான். தலித்துகள் தட்டையாக்கப்படுவதை உணர்ந்துகொள்ள முடியாமல் அவனை நாயகனாக வெளிப்படுத்திக்கொள்கிறான். இதனால், நாம் ஜகநாதனைவிடப் பூசாரியின் மகன் மேல் அதிகம் சாய்வுகொள்ள எல்லாக் காரணங்களும் இருக்கின்றன. ஆனால், நாம் மிக முக்கியமான ஒரு விஷயத்தை இங்கு கவனத்தில்கொள்ள வேண்டியுள்ளது. ஜகநாதனின் ஓர்மைவாத அணுகுமுறை, அரசியலார்ந்து எப்படி எத்தகைய அர்த்தத்தையும் கொண்டிருக்கவில்லையோ அதுபோலவே, பூசாரி மகனின் செயலும் அரசியலார்ந்து எத்தகைய அர்த்தத்தையும் கொண்டிருக்கவில்லை. இந்த நாவலில், தீண்டப்படாதவர்கள் அங்ககமான கலகக்காரர்களாக உருமாறவில்லை. அதாவது, தீண்டப்படாதவர்கள் தலித்துகளாக மாறவில்லை. தீண்டப்படாதவர்களாகவே இருக்கிறார்கள். சாலிகிராமத்தைச் சுற்றி

உருவாக்கப்பட்டிருக்கும் புனிதத்தை உடைப்பது எங்கள் பிரச்சினை இல்லை என்று சொல்லி, அதைத் தொட மறுப்பதன் ஊடாகவே தீண்டப்படாதவர்கள் தலித்துகளாக மாறியிருக்க முடியும்.

ஜகநாதன் மீது வைக்கப்படும் இந்த வாசிப்பை நாம் காந்தியச் சட்டகத்தோடு இணைத்துப்பார்க்க முடியும். காந்தியும் இருப்பாய்வியலார்ந்த கலகக்காரர்தான். வரலாறு என்ற தொழில்நுட்பத்தை அவர் நிராகரித்தாலும், கடந்த காலம் ஒருவிதமான தற்காலத்தைப் படைத்திருக்கிறது என்று ஏற்றுக்கொள்கிறார். உணர்வுபூர்வமான அக்கறைகளை விரிவாக்குவது என்ற தளத்தில் மிக ஆழமாகச் செயல்பட்டார். ஆனாலும், காந்தி ஓர்மைவாத அணுகுமுறையைக் கைக்கொண்டவர் இல்லை. இருப்பாய்வியலார்ந்த கலகக்காரரிடம் இருமைவாத அணுகுமுறை தவிர்க்க முடியாத, அவசியமான ஒன்றாக இருக்கிறது. அதாவது, காந்தி தன்னைத் தீண்டப்படாதவர்களில் ஒருவராக பாவித்துக்கொண்டு அவர்களோடு முழுமையாகத் தன்னை இணைத்துக்கொண்டிருக்க முடியும். ஆனால், இருமைவாத அடையாளப்படுத்தலை காந்தி முன்வைத்தாலும், சுயதூய்மையாக்கம் என்ற சடங்கு, ஒரு புனித ஆன்மாவையே உருவாக்குகிறது. ஆனாலும், இருமைவாத அடையாளப்படுத்தல் அரசியலார்ந்து பயனுள்ளது என்கிறார் நாகராஜ். சுயதூய்மை என்ற சடங்கு பிரம்மாண்டமான நாயகர்களை உருவாக்குகிறது என்பதை காந்தி அறிந்திருந்தாரா என்று தெரியவில்லை என்றாலும், பயனிலை சார்ந்த தீண்டாமையை, எழுவாய் சார்ந்த தீண்டவியலாமையாக மாற்றியதில் அவர் வெற்றிகண்டார் என்று சொல்ல முடியும். இதன் ஊடாகவே அவர் தன்னை அரசியல் குறுக்கீட்டாளராகத் தக்கவைத்துக்கொண்டார். இந்தப் பாத்திரம் அவருக்குக் காவிய நாயகன் தன்மையை வழங்கியது உண்மைதான். இதன் விளைவாக, தீண்டப்படாதவர்கள் தட்டை மனிதர்களாக மாற்றப்பட்டதும் உண்மைதான். இதனால்தான், ஹரிஜன் என்ற வரையறையைத் தீண்டப்படாதவர்கள் நிராகரிக்க வேண்டியிருந்தது. ஜகநாதனுக்கு முன் தலித்துகள் எப்படி ஒரு எழுவாயாக உருப்பெறவில்லையோ அதுபோலவே, காந்திக்கு முன் தீண்டப்படாதவர்கள் அரசியலார்ந்த எழுவாய்களாக உருப்பெறாமல்போனார்கள். ஜகநாதன் அழைத்துவந்த தீண்டப்படாதவர்களில் ஒருவராக அம்பேத்கர் இருந்திருப்பார் என்றால், அவன் கொண்டுவந்த சாலிகிராமத்தை அம்பேத்கர் தொட மறுத்திருப்பார். 'உங்களுடைய அழுக்குகளை எங்களிடம் கொண்டுவந்து சேர்ப்பது உங்களுடைய நலன் சார்ந்ததாக இருக்கலாம். ஆனால், உங்களுடைய (தார்மீக) குப்பைகளுக்கான கிடங்காக நாங்கள் இருப்பது எங்களுடைய நலன் சார்ந்ததாக எவ்வாறு இருக்க முடியும்?' என்று கேட்டிருப்பார். '*பாரதிபுரா*' நாவலை அனந்தமூர்த்தி எழுதியபோது, அவர் ஒரு நவீனத்துவவாதியாகத்தான் இருந்தார். இந்த நாவலில் வரும் ஜகநாதனும் ஒரு நவீனத்துவவாதிதான். காந்தியத்தை அவன் உணர்வுபூர்வமாக ஏற்றுக்கொண்டிருந்தாலும், காந்தியிடமிருந்து அவன் வேறுபடும் முக்கியப் புள்ளி இதுதான்: காந்தி ஒரு நவீனத்துவவாதியும் அல்ல; அதை எதிர்த்தவரும் அல்ல. அதன் தீங்கை உணர்ந்து, அதற்கு மாற்றாக ஒரு உலகுணர்வுவாதத்தை முன்வைக்க முயன்றவர். தலித்துகளை உள்ளடக்காமல் இந்த மாற்று உலகுணர்வுவாதம் சாத்தியமில்லை என்பதை உணர்ந்துகொண்டவர்.

காந்தியின் தீவிரைத்தன்மையை ஜகநாதன் உணர்ந்திருந்தால், சாலிகிராமத்தைத் தீண்டப்படாதவர்கள் தொட வேண்டும் என்று கட்டாயப்படுத்தியிருக்க மாட்டான். சுருக்கமாகச் சொல்வதென்றால், சாலிகிராமத்தைத் தொடுமாறு தீண்டப்படாதவர்களை காந்தியும் கட்டாயப்படுத்தியிருக்க மாட்டார்; கட்டாயப்படுத்தியிருந்தாலும் அம்பேத்கர் தொட மறுத்திருப்பார்.

அனந்தமூர்த்தி தனது பிந்தைய படைப்புகளில் மேற்கத்திய நவீனத்தின் மீதான சாய்வைக் கடந்துபோகிறார் என்கிறார் நாகராஜ். அனந்தமூர்த்தியின் இந்தக் கூற்று இந்த மாற்றத்தை மிகச் சிறப்பாக விளக்குகிறது: 'ஒரு பண்பாட்டில் பலவிதமான தேர்வுகள் சாத்தியப்படும்போது, அதுவும் ஒன்றோடொன்று இணைந்தும், 'மேலாதிக்க' உறவும் கொண்டிருக்கும்போது நாம் அவற்றை விமர்சனபூர்வமாக அணுகவில்லை என்றால் அது நம்மைத் தடுமாறவைக்கிறது. இந்தத் தடுமாற்றம் குறிப்பிட்ட காலகட்டத்தில் அதை முழுமையாக ஏற்றுக்கொள்வது அல்லது முழுமையாக நிராகரிப்பது என்ற நிலைப்பாட்டுக்கு நம்மைத் தள்ளிவிடுகிறது. மேலாதிக்கம் கொண்ட நவீன நாகரிகத்தின் பக்கம் நாம் நிற்போமானால், அதுவும் இன்றைய உலகத்தில் அது மட்டுமே பகுத்தறிவுக்கு உட்பட்ட, அறிவியலார்ந்த முறையை நமக்குத் திறந்துகாட்டியிருக்கிறது என்று ஏற்றுக்கொள்வோமானால், நாம் பிரச்சினைகள் எதையும் எதிர்கொள்ளப்போவதில்லை. இன்றைய மதரீதியான இயக்கங்களை நாம் சந்தர்ப்பவாதம் என்றும், குருபார்வை கொண்டது என்றும் அவற்றின் மேல் பரிதாபம்கொள்ள முடியும். ஆனால், மக்கள் ஏன் பண்பாட்டு வடிவங்களுக்குப் பின் போகிறார்கள் என்று கேட்டுக்கொள்வோம் என்றால் — மக்கள் எவ்வளவு பின்தங்கியவர்களாக இருந்தாலும், எவ்வளவு தாழ்ந்தவர்களாக இருந்தாலும், அதற்கான விடையை நம்முள்ளாக நாம் தேட வேண்டியிருக்கும்.' இத்தகைய புரிதலின் விளைவாக, நவீனத்துவவாதிகளிலிருந்து மட்டுமல்லாமல், புதிய மரபுவாதிகளிலிருந்தும் அவர் தன்னை வேறுபடுத்திக்கொள்ள வேண்டியிருந்தது. இந்த நிர்ப்பந்தம்தான் அவரிடம் மரபு, நவீனம் இவற்றுக்கு இடையே மிகவும் படைப்பூக்கமிக்க உரையாடலைச் சாத்தியப்படுத்தியது. மேலும், அவர் பண்பாட்டு வெளிப்பாடுகளைச் சமூகத்தளத்தில் அல்லாமல் நாகரிகத்தளத்தில் அணுக முயன்றார். பொதுவாக, நாகரிகத்தளத்தில் சிந்திப்பவர்களிடம் அரசியலார்ந்த குருட்டுப்பார்வை வெளிப்படும். இந்தச் சிக்கலிலிருந்து வெற்றிகரமாக வெளியேற முடிந்ததுதான் அனந்தமூர்த்தியின் பலம் என்கிறார் நாகராஜ். இதுவே அவரை உள்ளிருந்து உருவான விமர்சகராக்குகிறது. மேலும், அரசியலார்ந்து மட்டுமல்லாமல், நாகரிகத்தளத்திலும் அணுகியதால்தான் அம்பேத்கரையும் காந்தியையும் ஒத்திசைவுகொண்டவர்களாக அவரால் பார்க்க முடிந்தது. அம்பேத்கர் நவீன மேற்கத்திய பாணியிலான உடையில் இருப்பதையும், பௌத்த துறவியாக அவர் காட்சி தருவதையும் அனந்தமூர்த்தி மீளிணக்கம்காண முடியாத இரண்டு நிலைப்பாடுகளாகப் பார்க்கவில்லை. இரண்டும் இரண்டு தேவைகளைப் பூர்த்திசெய்வதாகப் பார்த்தார். இவ்விரு மடங்களும் புறத் தளத்தில் தலித்துகளுக்கான சுயமரியாதை, சமத்துவம் என்ற அரசியலார்ந்த தேவையையும், அகத் தளத்தில் ஆன்மிகரீதியான தேடலையும் மிக அழகாக

வெளிப்படுத்துவதாகப் பார்க்கிறார்.³ காந்தி, அம்பேத்கர் இருவருமே புறத்தளத்தில் அரசியல் குறுக்கீட்டாளராக இருந்தார்கள், அகத்தளத்தில் தீவிரையாக சுயத்தின் பண்பை விசாரணைக்கு எடுத்துக்கொண்டவர்களாக இருந்தார்கள்.

அனந்தமூர்த்தியின் பிந்தைய பார்வை 'பாரதிபுரா' எழுதிய காலகட்டத்தில் இருந்திருக்கும் என்றால், தீண்டப்படாதவர்கள் சாலிகிராமத்தைத் தொடுவதற்கு ஜகநாதன் கொண்டுசென்றிருப்பானா என்று தெரியவில்லை. நாவல் முடியும்போது, பூசாரியின் மகன் இடித்துத் தள்ளிய கோயில் விக்கிரகம் மீண்டும் புனித நிலையை அடைகிறது; ஜகநாதன் வீட்டில் சாலிகிராமமும் மீண்டும் அதற்கான புனித நிலையை அடைகிறது. எதுவும் மாறிவிடவில்லை. ஆக, ஜகநாதனின் நடத்தையை, கணேஷின் நடத்தையைத் தீர்வாக அனந்தமூர்த்தி முன்வைக்கவில்லை என்பது மட்டும் நிச்சயம். இருத்தலியலார்ந்த சிக்கலை இந்தப் பாத்திரங்கள் எதிர்கொண்ட விதத்தை முன்வைப்பதாக வாசிக்க முடியும். இந்த நாவலில் பார்ப்பனரான ஜகநாதன் ஒரு காந்தியாக உருப்பெறாததைப் போலவே, தீண்டப்படாதவர்கள் யாரும் அம்பேத்கராக உருப்பெறவில்லை. உருப்பெற்றிருந்தாலும் இருப்பாய்வியலார்ந்த அணுகுமுறைக்கும் அங்ககமான அணுகுமுறைக்கும் இடையேயான முரண்பாட்டை எப்படிக் கையாள்வது என்ற கேள்வி தொடர்ந்திருக்கும்.

◉

---

3 U.R.Ananthamurthy speech at Jamia Milia Islamia, 30 Oct 2008.

மண்ட்டோவின் தன்னிலை

மண்ட்டோ கதைகளை முன்வைத்து

2012 சாதத் ஹசன் மண்ட்டோவின் நூற்றாண்டு விழா. அவனுடைய நூற்றாண்டு விழாவைக் கொண்டாடுவதற்கு முன்னரே அவன் இறந்து 57 வருடங்கள் ஆகிவிட்டன. அற்ப ஆயுளைக் கொண்டிருந்தான். மண்ட்டோ என்ற தனிமனிதனைப் போலவே அவனுடைய படைப்புகளும் சிக்கலானவை; பன்முகத்தன்மை கொண்டவை. அவனைப் பிடித்துவிட்டோம் என்று நினைக்கும்போது விரல்களுக்கிடையில் நழுவிவிடக்கூடியவன். எந்த ஒரு இலக்கியப் படைப்பும் பல்வேறு தளங்களிலிருந்து அணுகுவதற்குச் சாத்தியங்களைக் கொண்டிருக்கும். அதுபோலவே மண்ட்டோவின் படைப்புகளில் காணப்படும் பன்முகத்தன்மையில், ஒரேயொரு இழையை மட்டும் எடுத்து வாசிக்க முயல்வோம்.

மண்ட்டோவின் பெரும்பாலான கதைகளில் மனிதர்கள் அறிமுகப் படுத்தப்படும்போது, திடப்படுத்தப்பட்ட சமூக அடையாளங்களோடுதான் அறிமுகப்படுத்தப்படுகிறார்கள். அதாவது முசல்மான், இந்து, பாலியல் தொழிலாளி, காமத்தரகன், கொலைகாரன், ஏமாற்றுப்பேர்வழி என்பன போன்ற, சமூகத்தால் முத்திரைகுத்தப்பட்ட அடையாளங்களோடுதான் நமக்கு அறிமுகப்படுத்தப்படுகிறார்கள். இருந்தாலும், மண்ட்டோவின் படைப்புகளில், அது இரண்டு பக்க அளவில் இருந்தாலும், இருபது பக்க அளவில் இருந்தாலும், சமூகத்தால் முத்திரைகுத்தப்பட்ட அந்த அடையாளங்கள் முற்றும்முழுவதுமாகக் காணாமல்போகின்றன, கதையின் போக்கில் கரைந்துபோகின்றன. வாசகரான நம்முடைய மனிதத்தன்மை என்ற ஏதோ ஒரு அபத்தத்தளத்தில் அந்தப் பாத்திரங்கள் நம்மோடு கரைந்துபோகின்றன. மற்ற எழுத்தாளர்களிடமிருந்து மண்ட்டோவைப் பிரித்துக்காட்டுவதில் இத்தகைய பண்பு முக்கியப் பங்காற்றுகிறது என்று கருதுகிறேன். இது எப்படி மண்ட்டோவுக்குச் சாத்தியப்பட்டது?

மண்ட்டோவின் கதைகளில் நிகழும் இந்த ரசவாதத்தின் அடிப்படையைப் புரிந்துகொள்ள நாம், 'நான்' என்ற தன்னிலையை மண்ட்டோ எப்படிக் கையாண்டான் என்ற கேள்வியிலிருந்து தொடங்க வேண்டியுள்ளது. 'நான்' என்பதற்குள் அடங்கியிருக்கும் தன்னிலையானது அதிகாரத்தோடு, அதாவது

அந்தந்தக் காலகட்டங்களில் நிலவியிருந்த அதிகாரம் மற்றும் அந்த அதிகாரம் முன்வைக்கும் உலகப் பார்வையோடு உள்ள தொடர்பை அடிப்படையாகக் கொண்டதாகும். உதாரணத்துக்கு, குடியுரிமை என்று நவீன தேசிய-அரசு முன்வைக்கும் தன்னிலைக்கும், பிரஜை என்ற நவீனத்துவத்துக்கு முந்தைய சமூகத்தில் இருந்த மனிதனின் தன்னிலைக்கும் பெருத்த வேறுபாடுகள் உண்டு. இதைச் சற்று விரிவாக விளங்கிக்கொள்வதென்றால், நவீனத்துவத் தளத்தில் நான் பார்ப்பனன், நான் பார்ப்பனல்லாதவன், நான் தலித், நான் தொழிலாளி வர்க்கத்தைச் சேர்ந்தவன், நான் முதலாளி வர்க்கத்துக்கு எதிரானவன் போன்ற தன்னிலைகள் நவீனத்துவத்துக்கு முந்தைய சமூகத்தில் முன்வைக்கப்பட்ட தன்னிலையிலிருந்து பெருத்த பண்பு வேறுபாடு கொண்டதாகும். நவீனத்துவச் சமூகத்தில் அரசியல் தளத்திலான தன்னிலையானது தனித்தியங்கும் அடிப்படையைக் கொண்டதாகும். நவீனத்துவத்துக்கு முந்தைய சமூகத்தில் இதற்கான அடிப்படைகள் கிடையாது. அது ஒரு கூட்டு அடையாளத்தின் தொகுதி. இருப்பினும், குடிநபர் என்பது பழைய தன்னிலையை முற்றும் முழுவதுமாக அழித்துவிட்டது என்று அர்த்தப்படுத்திக்கொள்ள முடியாது. அதாவது, கூட்டு அடையாளத்திலிருந்து தனித்தியங்கும் தன்னிலை முற்றாகப் பிரிந்துவிட்டது என்று முன்வைக்க முடியாது. ஒரே சமூக வெளியில் இந்த இரண்டு நிலைகளும் இணைந்து இயங்குவதும் சாத்தியமானதுதான்.

இந்த நவீன தேசிய-அரசு என்ற அமைப்பு உருவாக்கிய தன்னிலையை மண்ட்டோ தீவிரமாக மறுத்தான். இந்த அதிகார அமைப்பு உருவாக்கிய ‘நான்’ என்ற தன்னிலையை சதாசர்வகாலமும் விமர்சனத்துக்கு உள்ளாக்கிக்கொண்டே இருந்தான். இந்த ‘நான்’ என்பது உருப்பெற்றுத் திடமாவதை மிகத் தீவிரமாக எதிர்த்துவந்தான். தேசிய-அரசு உருவாக்கிய ‘சுயமான’ மனிதர்களை மண்ட்டோ தன்னுடைய படைப்புகளில் விலகிவைத்ததற்கு இதை அடிப்படைக் காரணமாக முன்வைக்கலாம். இத்தகைய தன்னிலையைக் கொண்டாடிய மனிதர்களை நிராகரித்துவிட்டு, இத்தகைய தன்னிலையைக் கைக்கொள்ள முடியாத, அதிகார அமைப்புக்கு வெளியே இருப்பவர்களைத் தேடிச்சென்றான். அதனால்தான், ‘குடும்பப் பெண்களை ஏறெடுத்துப்பார்க்காத அவன், வேசிகளோடு இருக்கும்போது ஏழாவது சொர்க்கத்தில் இருந்தான்’. ஒருவர் தன்னை ‘சுய’மாகச் சிந்திக்கக்கூடிய நவீன மனிதனாகக் கற்பிதம்செய்துகொள்ள முடியும். இத்தகைய சிந்தனைகளுக்கு ஆட்படாதவராகவும் ஒருவர் இருக்கலாம். ஒருவருக்குக் கடந்த காலம் என்பது (வரலாறாக இல்லாமல்) அவருடைய இருப்பின் மையப்பகுதியாக இருக்கலாம். பாலியல் தொழிலில் ஈடுபடும் ஒரு பெண் தான் ‘சுய’மாகச் சிந்திக்கும் குடிமகள் என்ற தன்னிலையை முன்னிலைப்படுத்தி இருக்க முடியாது. கடந்த காலம் அவளுடைய இருப்பின் மையப்பகுதியாக இருக்கும் சாத்தியங்களும் அற்றது. ஆக, மண்ட்டோவின் நிலைப்பாடு என்பது கடந்த காலத்தை மையப்படுத்திய இருப்பையும், நவீன தேசிய-அரசு என்பதை மையப்படுத்திய இருப்பையும் ஒருசேர நிராகரித்ததுதான். இவ்விரண்டு நிலைப்பாடுகளையும் நிராகரிக்கும் அழகியலை, சமூகத்தின் விளிம்பில் உள்ளவர்களிடம்தான் மண்ட்டோ கண்டான். இதில் ‘ரொமான்டிஸம்’ ஏதுமில்லை. இது ஒரு தேர்வு.

அதிகாரத்துக்கு எதிரான ஒரு தத்துவார்த்தத் தேர்வு. மண்ட்டோ வாழ்ந்த காலத்திலான முற்போக்கு எழுத்தாளர்கள் தேசிய-அரசு என்ற கருத்தாக்கத்தை ஏற்றுக்கொண்டவர்கள். நவீனத்துவம் முன்வைத்த தளத்திலிருந்தும், அது உருவாக்கிய அடிப்படைகளிலிருந்தும் சமூகத்தையும் மனிதர்களையும் எடைபோட்டார்கள். மண்ட்டோ நவீனத்துவம் முன்வைத்ததை முற்றாக நிராகரித்ததோடு, அது உருவாக்கிய அடிப்படைகளிலிருந்து சமூகத்தையும் மனிதர்களையும் எடைபோட மறுத்தான். அதனால்தான், மண்ட்டோவுக்கும் முற்போக்கு எழுத்தாளர்களுக்கும் இடையே இடைவெளி உருவானது. முற்போக்கு எழுத்தாளர்கள் தேசிய-அரசு என்ற கருத்தாக்கம் உருவாக்கிய தன்னிலையை விமர்சனமற்று ஏற்றுக்கொண்டவர்கள். மண்ட்டோ அத்தகைய தன்னிலையை முற்றும்முழுவதுமாக நிராகரித்தவன்.

விளிம்புநிலையில் இருப்பவர்கள் பற்றி மண்ட்டோ சிந்தித்தான் என்பது அதிகார மையத்திலிருந்து முன்வைக்கும் மேலாதிக்கப் பார்வையாகும். விளிம்பின் அடிப்படையை மையத்துக்கு எதிரான பெரும் போராட்டமாக மண்ட்டோ மாற்றினான். மையத்தின் பகுதியாக அதை மாற்ற முயன்றான். இந்த இயக்கத்தில்தான் அவன் படைத்த மனிதர்களின் ஸ்தூலமான சமூக அடையாளங்கள், அதாவது தேசிய-அரசு உருவாக்கிய அடையாளங்கள் கதையின் இயக்கத்தில் கரைந்துபோக முடிந்தன. அதாவது, ‘நான்’ என்ற சுயத்தை சதாசர்வகாலமும் விமர்சித்து, தேசிய-அரசு உருவாக்கிய தன்னிலையைத் தனக்குள் தொடர்ந்து சிதைத்துக்கொண்டதைப் போலவே, அவன் படைத்த மனிதர்களையும் அவன் வெற்றிகரமாகச் சிதைத்துவிட்டான்.

இரண்டாவதாக, மண்ட்டோ நவீனத்துவம் கைக்கொண்ட மதத்தை நிராகரித்தான். நவீனத்துவத்துக்குள் தங்களை இன்னும் முழுமையாக இணைத்துக் கொள்ளாத அல்லது இணைத்துக்கொள்ள முடியாத வெகுஜனங்களின் ஆன்மாவாக இருக்கும் மதத்தை அல்ல. மதம் ஒரு சிந்தனைமுறைமை; அரசியல் ஒரு சிந்தனைமுறைமை என்பதைப் போலவே. இந்த இரண்டு சிந்தனைமுறைமைகளுக்கும் இடையில் உள்ள முரண்பாடு என்பது மதத்தைப் பிற்போக்குத்தனமானதாகவும் அரசியலை முற்போக்குத்தனமானதாகவும் முன்வைத்தது. இந்த இரண்டு சிந்தனைமுறைமைகளுக்கும் அடிப்படையில் வேறுபாடுகள் இல்லாமலில்லை. அரசியல் என்பது உரிமைகள் சார்ந்தது என்றால், மதம் என்பது கடமைகள் சார்ந்தது. அரசியலில் கடமை என்பது சந்தைப் பொருளாதாரம் சார்ந்தது என்றால், மதத்தில் உரிமை என்பது பிறப்பு சார்ந்ததாக இருக்கிறது. அரசியல் என்பது சமத்துவம் என்ற லட்சியத்தைச் சார்ந்தது என்றால், மதம் என்பது இறப்புக்குப் பிந்தைய நிலையைச் சார்ந்ததாக இருக்கிறது. இருப்பினும், இருத்தலியல் பிரச்சினைகளுக்கு, குறிப்பாக மரணம் பற்றிய கேள்விக்கு அரசியல் என்ற சிந்தனைமுறைமையில் இதுவரை எந்த அடிப்படைகளும் உருவாக்கப்படவில்லை. இது மரணம் என்ற விஷயத்தில் பெரும் வெற்றிடத்தைத்தான் கொண்டுள்ளது. இது நவீன அறிவியலின் உதவியோடு மனித உடலை ஒரு இயந்திரமாக மாற்றிவிட்டது. மரணம் என்பது செயலியக்கம் இழந்த இயந்திரம் மட்டுமே என்பதாக

முன்வைக்கிறது. சரியாகவோ தவறாகவோ மரணம் என்பதோடு மதம் முட்டிமோதியது. இத்தகைய மதத்துக்கும் அரசியலாக்கப்பட்ட மதத்துக்கும் உள்ள வேறுபாடு மிகவும் முக்கியமானது. சமூக ஆய்வாளர் அஷிஷ் நந்தி 'நம்பிக்கை சார்ந்த மதம்' என்றும், 'கருத்தியல் சார்ந்த மதம்' என்றும் வகைப்படுத்துகிறார். மண்ட்டோ கருத்தியல் சார்ந்த மதத்தைத் தீர்க்கமாக மறுத்தான். தேசிய-அரசு என்ற கருத்தாக்கம் கைக்கொண்ட மதம்தான், மத அடிப்படைவாதமாக உருமாற்றம் காண்கிறது. மத அடிப்படைவாதத்தை உருவாக்கிய நவீனத்துவம்தான் மதச்சார்பின்மை என்பதையும் உருவாக்கியது. காந்தி இதை மிகத் தெளிவாகப் புரிந்துகொண்டார். வெகுஜனங்களுக்கு இடையே புழங்கும் நம்பிக்கையிலான மதத்துக்கும், அதிகாரத்தின் மையத்தில் உள்ள கருத்தியல்ரீதியான மதத்துக்கும் உள்ள இடைவெளிகளை நாம் மண்ட்டோவின் கதைகளில் காண முடியும். 'மோஸல்', 'கடவுள் மீது சத்தியமாக' ஆகிய கதைகளை இதற்கு உதாரணமாகச் சொல்லலாம்.

மூன்றாவதாக, ஆணுடல் என்பதையும் குடும்பம் என்பதையும் மண்ட்டோ தன்னுடைய படைப்புகளில் முற்றும்முழுவதுமாக விமர்சனத்துக்கு உள்ளாக்கினான். ஆணுடல் என்ற தன்னிலையை மண்ட்டோ விமர்சிக்காமல் சுகந்தி, சாந்தி, ஜானகி, மம்மி போன்ற பெண்களைப் படைத்திருக்க முடியாது. இந்த ஆணுடல் அந்தந்தக் காலத்துக்கான அதிகார அமைப்போடு நெருங்கிய உறவுகொண்டதாகும். நவீன ஆணுடல் நவீன தேசிய-அரசு என்பதன் அடிப்படையில் கட்டமைக்கப்பட்டதாகும். இந்தக் கருத்தாக்கத்தை நிராகரிக்காமலும் விமர்சனமற்றும் ஏற்றுக்கொண்ட ஒரு ஆண், ஆண்மையவாதப் பார்வையிலிருந்து தன்னை விடுவித்துக்கொள்வது சாத்தியமாகாமல்போகிறது. இதைப் பற்றிச் சிந்திக்கும்போது நாம் காந்தியை நினைக்காமல் இருக்க முடியாது. காந்தியும் தேசியம் என்பதற்கும் அரசு என்பதற்கும் தன் உடலைப் பணியவைக்க மறுத்தார். ஒருவன் தன் ஆணுடலை நேசிப்பதற்கும், தேசிய-அரசு என்பதை நேசிப்பதற்கும் நெருங்கிய தொடர்பு உண்டு. ஒன்றை நிராகரிப்பது என்பது ஏதோ ஒரு தளத்தில் மற்றொன்றை விமர்சனத்துக்கு உள்ளாக்குகிறது. இங்கு முக்கியமான ஒரு வேறுபாட்டை நாம் கவனத்தில்கொள்ள வேண்டியுள்ளது. காந்தியை யாரேனும் அச்சம்கொள்ளவைத்தார்கள் என்றால் அது பாலியல் தொழிலாளிகள்தான். ஒருமுறை சில பாலியல் தொழிலாளிகள் சில கோரிக்கைகளோடு காந்தியைப் பார்த்தபோது, பாலியல் தொழிலை விட்டு விலகிய பிறகு அவர்களுக்கு உதவுவதாக காந்தி வாக்குறுதி அளித்தார். மண்ட்டோவுக்கும் காந்திக்கும் உள்ள இந்த வேறுபாட்டை மிகத் தெளிவாகப் புரிந்துகொண்டால்தான் காந்தியின் பாலியல் மற்றும் குடும்பம் பற்றிய பார்வையை விமர்சிக்கும் விதமாக 'சுதந்திரத்திற்காக' கதையை மண்ட்டோ படைத்ததை நாம் புரிந்துகொள்ள முடியும்.

நான்காவதாக, சமூகத்தில் மனிதர்களுக்கு இடையே ஒரு 'மற்றமை'யை உருவாக்க மண்ட்டோ தீர்க்கமாக மறுத்தான். தேசிய-அரசு என்பது உருவாக்கிய 'மற்றமை'யை ஏற்றுக்கொள்ள மறுத்தான். இயேசு கிறிஸ்துவைப் புனிதப்பிறவியாக்குவதற்கு யூதாஸ் அவசியம் இல்லாதவன் என்று மண்ட்டோ

கருதினான். இந்தப் பண்பை நாம் அரசியல் தளத்தில் காந்தியிடம் காணலாம். காந்தி, 'காலனியத்தை எதிர்க்கிறேன். ஆனால், ஒரு பிரிட்டிஷாரைக்கூட நான் எதிர்க்கவில்லை' என்றார். இதே பண்பை, பார்ப்பனியத்தை எதிர்த்து மிகத் தீர்க்கமாகப் போராடிய அம்பேத்கரிடமும் பெரியாரிடமும் நாம் காண முடியும். சமூக முரண்களையும் மனிதர்களுக்கு இடையேயான முரண்களையும் 'மற்றமை' ஊடாக இவர்கள் கையாளவில்லை. அதுபோலவே தேசிய-அரசு உருவாக்கிய தன்னிலையில்தான் யூதாஸ் பதுங்கியிருப்பதாக மண்ட்டோ கண்டான். ஆனால், நவீனத்துவத்தில், ஒரு எதிரியைக் கற்பிதம்செய்துகொள்ள வரலாறு என்ற ஆயுதம் கைக்கொள்ளப்படுகிறது. வரலாறு என்பதை காந்தி நிராகரித்தார் என்பது மிக முக்கியமானது. அதுபோலவே மண்ட்டோவும் வரலாற்றைக் கைக்கொள்ளும் அபாயத்தை உணர்ந்திருந்தான். இதை நாம் 'இது 1919-ல் நடந்தது' கதையில் மிகத் தெளிவாகக் காண முடியும். 1857-ல் நடந்த முதல் சுதந்திரப் போராட்டத்தில், அப்பாவிகளான ஆங்கிலேயப் பெண்கள் மீதும் குழந்தைகள் மீதும் கிளர்ச்சிக்காரர்கள் செய்த வன்முறைகளை 150 வருடங்களுக்குப் பின்பும் நம்மால் விமர்சனத்தோடு பார்க்க முடியவில்லை என்பது, தேசிய-அரசு என்ற கருத்தாக்கம் நமக்குள் உருவாக்கியிருக்கும் 'நான்' என்ற தன்னிலையை எவ்வளவு விமர்சனமற்று நாம் ஏற்றுக்கொண்டுள்ளோம் என்பதைத்தான் காட்டுகிறது. மண்ட்டோ இந்தத் தன்னிலையை ஏற்றுக்கொள்ள மறுத்ததால்தான், அவனுடைய கதைகளில் 'மற்றமை' என்று ஒன்று உருக்கொள்ளாமல்போனது.

தேசிய-அரசு உருவாக்கிய ஒரு சாதிய மதத் தன்னிலை சார்ந்த 'நான்' என்பதை, விமர்சனமற்று ஏற்றுக்கொண்ட படைப்புகளில் ஒலிக்கும் பல்வேறு குரல்களை 'பன்முகத்தன்மை'யாக முன்வைத்துக்கொண்டிருக்கிறோம். நம்முள் ஒலிக்கும் இந்தப் பல்வேறு குரல்கள் என்பவை தேசிய-அரசு என்பதால் திடப்படுத்தப்பட்ட ஆண்மையவாதத் தன்னிலையின் ஒரே முகத்தின் பல மாதிரிகளே தவிர, சமூகத்தின் பல்வேறு குரல்களோ முகங்களோ அல்ல.

⊙

விஸ்வரூப தரிசனம்

‘விஸ்வரூபம்’ திரைப்படத்தை முன்வைத்து

ஒரு திரைப்படம் எடுக்கப்பட்ட முறைமையிலிருந்து, அத்தகைய முறைமை நமக்குக் கடத்தும் தர்க்கத்திலிருந்து ஏதோ ஒன்றின் தொகுப்பாக நாம் அதைப் பார்க்க வேண்டியுள்ளது. மொழிப்படுத்துவது என்பது வேறான கால-வெளியைப் படைப்பதாகிறது; வேறான உலகத்தைப் படைப்பதாகிறது. திரைப்படமும் தனக்கான உலகத்தைப் படைத்துக்கொள்கிறது. மெய்யான சமூக அனுபவம் இதற்கான கச்சாப் பொருளாகிறது என்றாலும் திரைப்படமாக அல்லது இலக்கியமாக அல்லது அறிவியலார்ந்த, அரசியலார்ந்த முன்வைப்புகளாக மாறும் இவை சமூகத்துக்குள் திரும்பவந்து அவற்றுக்கான அர்த்தத்தைப் பெறுகின்றன. ஆனால், ஒரு திரைப்படத்தை வாசிக்க அது நமக்குக் கொடுக்கும் உலகத்தை அடிப்படையாகக் கொண்டே உரையாட வேண்டியுள்ளது. அது நமக்குக் கொடுக்கப்பட்டிருக்கும் உலகமாகிறது. இந்த வாசிப்பு ஒரு கருத்தாக்கச் சட்டகத்தைக் கொண்டிருக்கும்போது, அதில் வரும் பாத்திரங்கள் வகைமாதிரியாகின்றன. எடுத்துக்காட்டாக, காளி தெய்வத்தின் முன் வணங்கி ஆயுதம் எடுக்கும் ஒருவரைத் தேசியவாதியாக மொழியாக்கம் செய்கிறோம் என்றால், நமாஸ் செய்துவிட்டு ஆயுதம் எடுக்கும் ஒருவரைத் தீவிரவாதியாக மொழியாக்கம் செய்கிறோம். திரைப்படத்தின் உலகமும் நாம் வாழ்ந்துகொண்டிருக்கும் உலகமும் இணைந்தே இந்த மொழியாக்கத்தைச் சாத்தியப்படுத்துகிறது. இப்படியான மொழியாக்கமானது திரைப்படத்தின் எல்லையை விரிவுபடுத்துவதுபோலவே நம்முடைய புரிதல் எல்லையையும் விரிவுபடுத்துகிறது. இந்த அடிப்படையில், கமல்ஹாசன் எழுதி இயக்கிய ‘விஸ்வரூபம்’ திரைப்படத்தை வாசிக்க முயல்வோம். குறிப்பாக, ‘நாயகன்’ என்ற கருத்தமைவு இந்தப் படத்தில் எப்படியான பண்புமாற்றத்தை முன்வைக்கிறது என்று பார்க்க முயல்வோம்.

இந்தப் படத்தில் விஸ்வநாதனாகவும் விஸாம் அகமது காஷ்மீரியாகவும் வரும் கதாபாத்திரம் யார்? இந்தப் பாத்திரத்தின் தனிப்பட்ட விருப்பு வெறுப்பு பற்றி நமக்கு ஏதேனும் சொல்லப்படுகிறதா? விஸ்வநாதனாகவும் காஷ்மீரியாகவும் வரும் கதாபாத்திரம் தனிமனிதத் தளத்தில் நமக்கு அறிமுகப்படுத்தப்படவில்லை. நமக்கு ரத்தமும் சதையுமாக அறிமுகமாகும் வழக்கமான கதாநாயகன், குடும்பத்தின் மையமாக இருப்பான். ஆனால்,

இந்தப் படத்தின் நாயகன் அரசை, குறிப்பாக இந்திய அரசை மையப்படுத்தி இயங்குகிறான். கமல்ஹாசனின் 'விக்ரம்' (1986) திரைப்படத்திலும் அரசின் பிரதிநிதியாகத்தான் நாயகன் இருக்கிறான். ஆனால், அவனும் விஸ்வரூபம் படத்தின் நாயகனும் ஒரே தளத்தில் இயங்கவில்லை. இவ்விரு நாயகர்களுக்கும் இடையேயான வேறுபாட்டைப் புரிந்துகொள்ள நாம் முதலில் சாகஸ நாயகனைப் புரிந்துகொள்ள வேண்டியுள்ளது.

'சாகஸ நாயகன்' குடும்பத்தைச் சார்ந்து, அவன் வாழும் வட்டாரம் சார்ந்து இயங்குகிறான். சாகஸ நாயகனுக்கு வில்லனின் அழிவு முக்கியம். நோயுற்ற உடல் உறுப்பை அப்புறப்படுத்துவதுபோல். சாகஸ நாயகனின் வருகைக்கு முன் இருந்த நாயகனை 'சீர்த்திருத்த நாயகன்' என்றழைக்கலாம். வில்லனை மனம் திருந்த வைப்பதுதான் இந்த நாயகனின் நோக்கம். சாகஸ நாயகனோ மனம் திருந்த வைப்பதில் நம்பிக்கை கொண்டவன் இல்லை. சாகஸ நாயகன் சாகஸ வில்லனைச் சார்ந்திருக்கிறான். இந்த வில்லன் நாம் வெளிப்படையாக ஏற்றுக்கொள்ளாத அல்லது வெளிப்படுத்தாத விழுமியங்களைக் கொண்டிருப்பவன். அதே சமயத்தில், சாகஸ நாயகன் சாகஸ வில்லனை எதிர்த்துநிற்பதற்கு நாயகனின் நெருங்கிய வட்டம் — குடும்ப உறுப்பினர்கள் அல்லது நண்பர்கள் அல்லது காதலி, மனைவி — வில்லனால் சிக்கலுக்கு உள்ளாகியிருக்க வேண்டும். சாகஸ நாயகனின் நோக்கம் குடும்பத்தைக் காப்பாற்றுவதுதான். குடும்பத்தின், அவன் வாழும் இடத்தின் சமநிலையை மீட்டெடுப்பதுதான் இவனது நோக்கம். இப்படியான சாகஸ நாயகன் தமிழ் சினிமாவில் இறந்துவிட்டான் என்கிறார் ராஜன் குறை.[1] சாகஸக் கதாநாயகனின் மரணம் என்பது புது வகையான நாயகனின் அவசியத்தையே உணர்த்துகிறது. இந்தப் புது வகையான கதாநாயகனின் விழுமியங்கள், சாகஸக் கதாநாயகனின் விழுமியங்களிலிருந்து வேறாகத்தான் இருக்க முடியும். சாகஸ நாயகனின் விழுமியங்கள் வட்டாரப் பண்பாடு சார்ந்தும், இறை நம்பிக்கையிலான மதம் சார்ந்தும் இயங்குகின்றன என்றால், இந்தப் புது வகையான நாயகனின் விழுமியங்கள் உலகளாவியதாகவும் நவீன அரசு சார்ந்தும், அரசியல்மயப்பட்ட மதம் சார்ந்தும் இயங்குகின்றன என்று சொல்லலாம். சாகஸ நாயகனின் அறமானது தனிமனிதத் தளத்தில் இயங்குகிறது என்றால், இந்தப் புது வகையான நாயகன் அரசு சார்ந்து இயங்குகிறான். இந்தப் புது வகையான நாயகனை நான் 'நிறுவன நாயகன்' என்றழைக்கிறேன். சாகஸ நாயகனுக்கு முகம் இருக்கிறது. நிறுவன நாயகனுக்கு முகம் கிடையாது. இவன் நவீன அரசின் தார்மீகத்துக்குள் இயங்குபவன். தனிமனித விழுமியங்களை முற்றும் முழுவதுமாக அரசிடம் 'தாரைவார்த்துக்கொடுக்க' தயங்காதவன். கடவுள் இருந்த இடத்தில் அரசை முன்வைப்பவன்.

நிறுவன நாயகன் நவீனத்துவத்தின் பகுதி. நவீன மனிதன் என்பவன் அரசின் லட்சியத்தைப் பிரதிநிதித்துவப்படுகிறவனாக அல்லது அதன் தளத்தில் நின்று அதன் வடிவங்களைக் கொண்டு அதை எதிர்ப்பவனாக இருப்பவன். இந்த

---

[1] ராஜன் குறை, *'கதாநாயகனின் மரணம்'*, கயல் கவின் வெளியீடு, 2014.

நாயகனின் விழுமியங்கள் தனிமனிதத் தளத்தில் அல்லாமல் எப்படியான நிறுவனத்தை அல்லது அமைப்பைப் பிரதிநிதித்துவப்படுத்துகிறானோ அதன் விழுமியங்களுக்காகத் தன் உயிரையும் கொடுக்கத் தயங்காதவன்; அதற்காகப் பிறர் உயிரை எடுக்கவும் தயங்காதவன். இவன் எந்த உயிரை எடுக்கிறானோ அவனுக்கும் இந்த நாயகனுக்கும் வாழ்க்கைத் தொடர்புகள் ஏதும் அவசியமில்லை. இவனைப் பொறுத்தமட்டில் இவன் கொல்வது ஒரு கருத்தை. அந்தக் கொலைகளை 'நான்' செய்யவில்லை என்று நியாயப்படுத்திக்கொள்ள எல்லா விதமான மனக் கட்டமைப்புகளையும் இவன் கொண்டிருக்கிறான். நிறுவன நாயகன் எவ்வாறு கட்டமைக்கப்படுகிறான் என்பதற்கு மிகச் சிறந்த எடுத்துக்காட்டு நூரம்பர்க் வழக்கு. இது யூதர்களைப் படுகொலை செய்த முன்னாள் நாஜி போர்வீரர்கள் மீதான வழக்கைக் குறிக்கிறது. இந்த வழக்கில், படுகொலை செய்த போர்வீரர்கள் தங்களை நாயகர்களாக விவரித்தார்கள். நவீன அரசின் விழுமியங்களுக்குள் இருந்து செயல்பட்டதாகக் கோரினார்கள். தனிப்பட்ட விரோதத்தின் அடிப்படையில் நாங்கள் கொல்லவில்லை என்றும் அரசின் லட்சியத்துக்காகவே இந்தக் கொலைகளைச் செய்ததாகவும் வாதிட்டார்கள். இந்த வழக்கில், நிறுவனப்பட்ட இந்தக் கொலையாளிகள் அச்சம் தரக்கூடிய விதத்தில் துன்பியல் பாத்திரங்களாக முன்வைக்கப்படுகிறார்கள் என்கிறார் டி.ஆர்.நாகராஜ்.[2] இவர்கள் செய்த படுகொலைகள் கருத்தியல் கொலைகளாகின்றன — அரசு சட்டத்தை நிலைநாட்ட கொலைகள் செய்வதுபோல். எல்லாவற்றையும்விட நிறுவன நாயகன் அன்றாடத் தன்மையிலானவன் அல்ல. அன்றாடத் தன்மையைக் கொண்டிருப்பான் எனில் அவன் நிறுவன நாயகனாக வடிவம் பெற முடியாது.

'விக்ரம்' படத்தின் நாயகன் நிறுவன நாயகன் இல்லை. அவனும் சாகஸ நாயகனே. வில்லன் அணுகுண்டைக் கடத்திக்கொண்டுபோகிறான். அதை வைத்து தேசத்தை அச்சுறுத்துகிறான். ஆனால், நம் நாயகன் வில்லனைக் கண்டுபிடித்து அழிப்பதற்கு, அவனுடைய மனைவி, அதுவும் நாயகனின் ஆண்மை நிரூபிக்கப்பட்டு, அவள் கர்ப்பமாக இருக்கும்போது, வில்லனின் அடியாட்களால் சாக வேண்டியிருக்கிறது. இதையும்விட சுமங்கலியாக இறக்க வேண்டியுள்ளது. கணவனும் மனைவியும் சந்தைக்கு வரும்போது மனைவி பொட்டுவைத்துக்கொள்ள மறந்துவிடுகிறார். விக்ரமைக் கொல்லவந்த தோட்டாவானது மனைவியின் நெற்றியில் பாய்கிறது. நெற்றியில் பொட்டுவைக்கப்படுகிறது. சுமங்கலியாக இறக்கிறார். இதுபோன்ற சிக்கல்கள் எதையும் நிறுவன நாயகன் எதிர்கொள்வதில்லை.

நிறுவன நாயகனின் எதிரி நிறுவனப்படுத்தப்பட்டவனாக இருக்க வேண்டிய அவசியம் உள்ளது. தனிமனிதத் தர்க்கத்துக்குள் இயங்கும் சாகஸ நாயகனுக்குத் தனிமனிதத் தர்க்கத்துக்குள் இயங்கும் வில்லன் போதுமானதாக இருக்கிறது.

---

2 டி.ஆர்.நாகராஜ், 'தீப்பற்றிய பாதங்கள்: தலித் இயக்கம், பண்பாட்டு நினைவு, அரசியல் வன்முறை' தொகுப்பில் உள்ள 'சுயதூய்மையாக்கம் எதிர் சுயமரியாதை: தலித் இயக்கத்தின் வேர்கள் குறித்து', எதிர் வெளியீடு, 2021.

நிறுவன நாயகனுக்கு இது போதாது. சாகஸ நாயகனோடு சாகஸ வில்லனும் மரணம்கொள்கிறான். நிறுவன நாயகனோடு நிறுவன வில்லனும் பிறக்கிறான். ஏனெனில், நிறுவனமாகக் கட்டமைக்கப்பட்ட எதிரி இல்லாமல் அரசு தன் நிறுவனப்பட்ட இருப்பை நியாயப்படுத்த முடியாது. இதற்கு நாம் பல ஹாலிவுட் திரைப்படங்களை எடுத்துக்காட்டாகக் கொடுக்க முடியும். ஜேம்ஸ் பாண்ட் படங்கள் இந்தத் தன்மையிலானவை. அரசு தன்னை ராணுவயப்படுத்திக்கொள்ள நிறுவனவயப்பட்ட எதிராளி தேவைப்படுகிறான். அரசு தன் இருப்புக்கான சுவாசக்காற்றை அது உருவாக்கும் அதன் எதிரியிடமிருந்துதான் பெற்றுக்கொள்ள முடியும். மாவோயிஸ்ட்டுகளை அரக்கர்களாகக் கட்டமைப்பதன் வழியாகத்தான், தன் குடிமக்களைக் காப்பாற்ற அது எத்தகைய தியாகங்களைச் செய்ய வேண்டியுள்ளது என்று ஒப்பாரிவைக்க முடியும். பலவீனமான எதிரியைக் கொண்டு அரசு தன் பராக்கிரமத்தைப் பிரகடனப்படுத்த முடியாது. பல ஹாலிவுட் வெகுஜனத் திரைப்படங்களுக்கு இதனால்தான் நாஜிக்கள் தேவைப்பட்டார்கள். இப்போது அல்-கொய்தா/ தாலிபன் தேவைப்படுகிறார்கள்.

‘விஸ்வரூபம்’ சாகஸக் கதாநாயகனை முன்னிறுத்தும் திரைப்படம் அல்ல; இது நிறுவன நாயகனை முன்னிறுத்துகிறது. படத்தின் தொடக்கத்திலிருந்து இறுதிவரை காஷ்மீரி தனிமனிதனாக இல்லை. இந்தப் படத்தின் இறுதிக் காட்சியை எடுத்துக்கொள்வோம். பொதுவாக, சாகஸ நாயகன் தன்மையில் படம் எடுக்கப்பட்டிருந்தால், இறுதிக் காட்சியில் நைஜீரியத் தீவிரவாதி அணுகுண்டோடு இருக்கும்போது, காஷ்மீரி அவனோடு ஆக்ரோஷமாகச் சண்டையிட்டிருப்பான். அணுகுண்டை வெடிக்கவைக்க அழுத்த வேண்டிய பொத்தான் இங்குமங்கும் பறந்திருக்கும். நைஜீரியத் தீவிரவாதி கொல்லப்படும் சமயத்தில் அல்லது அதற்குச் சற்று முன் அல்லது அதற்குச் சற்று பின் என்று அமெரிக்க உளவுத் துறை வந்திருக்கும். ஆனால், இந்தப் படத்தின் இறுதிக் காட்சியில் மட்டுமல்லாமல், படத்தில் பெரும்பாலான பகுதியில் (விஸ்வநாதன் வேஷம் முடிவுக்கு வந்த பின்) கதாநாயகனுக்குத் தனித்த இயக்கம் ஏதுமில்லை. அதாவது, தனிமனிதத் தளத்தில் அல்லாமல், கருத்தாக்கக் கட்டமைப்பு சார்ந்தே படம் இயங்குகிறது. அதனால்தான், விஸ்வநாதனின் மனைவி நிரூபமா தவிர மற்ற எல்லாப் பாத்திரங்களும் அதனதன் தேவைகளுக்கு ஏற்ப இயங்குகின்றன. எந்த ஒரு பாத்திரமும் தனிமனிதத் தளத்தில் எப்படியான பண்பு மாற்றத்துக்கும் உள்ளாவதில்லை. அதாவது, எல்லாக் கதாபாத்திரங்களும் ஒற்றை வண்ணத்தில் வெளிப்படுகின்றன. தனிமனித சாகஸத்தன்மையை (அதாவது, சாகஸ நாயகனை) முற்றிலுமாக நிராகரித்து, ஒரு நிறுவன நாயகனை முன்வைக்கும் இந்தத் திரைப்படமானது தமிழ் சினிமாவில் ஒரு பாய்ச்சல் என்றுதான் சொல்ல வேண்டும்.

பார்ப்பனச் சாதியைச் சேர்ந்த விஸ்வநாதனின் மனைவி நிரூபமா, வைதீகத்தை முற்றிலுமாகத் துறந்த பெண்ணுமில்லை; முற்றிலுமாகக் கொண்டாடும் பெண்ணுமில்லை. பண்பாட்டு மேலாண்மையை நிறுவும் குறியீடுகளைத் தக்கவைத்துக்கொண்டு, நவீனத்துவத்தை முற்றிலுமாக ஏற்றுக்கொண்ட,

உலகமயமாக்கலில் அசாத்திய செல்வாக்கு பெற்றிருக்கும் இந்திய மத்தியதர வர்க்கத்தைச் சேர்ந்தவர். உலகமயமாக்கலின் அதிகார எல்லைக்குள் தன்னை நிலைநிறுத்திக்கொள்ளும் ‘globalised citizen’. இந்தப் பாத்திரம் மிகவும் சிறப்பாக உருவாக்கப்பட்டுள்ளது. ‘அமெரிக்காதான் விமோசனம்’ என்று நம்பும் இந்திய மத்தியதர வர்க்கத்தைப் போலவே நிரூபமாவும் நம்புகிறார். இத்தகைய மத்தியதர வர்க்கத்துக்கு இந்திய அரசோடும் இந்திய தேசியத்தோடும் உள்ள குழப்பமான உறவைத்தான் விஸ்வநாதனிடம் நிரூபமா கொண்டிருக்கிறார். ஒரு ஆண்மையவாத தேசியத்துக்காக இன்றைய மத்தியதர வர்க்கம் ஏங்குகிறது. நிரூபமா ஒரு ஆண்குறிக்காக ஏங்குகிறாள். ஆண்குறிக்கும் தேசியத்துக்கும் உள்ள உறவை நிரூபமாவின் பாலியல் தேவையை வைத்து இணைத்துப்பார்க்க முடியும். உலகமயமாக்கலில் வரம்பு மீறி அதிகாரம் பெற்றிருக்கும் ‘உயர்சாதி’-மத்தியதர வர்க்கம், இந்திய தேசியத்தை ஆண்தன்மையற்றதாகப் பார்க்கிறது. சாவர்க்கர், கோட்சே போன்றவர்களின் நிலைப்பாடும் இதுதான். விஸ்வநாதனும் நிரூபமாவும் கட்டிப்போடப்பட்டிருக்கும் தருணத்தில், விஸ்வநாதனை நிரூபமா பார்க்கும் விதத்தில் இந்தக் குழப்பமான மனநிலையைப் பார்க்க முடியும். விஸ்வநாதனின் ஆண்மையற்ற தன்மையின் திரைவிலகும் தருணத்தில், அவளுடைய மிரட்சி மிகச் சிறப்பாக வெளிப்படுகிறது. ஆனால், யோசித்துப்பார்த்தால் அதுதான் எவ்வளவு கொடூரமானதாக உள்ளது. நிரூபமா மற்றும் விஸ்வநாதன்/காஷ்மீரி உறவு என்பது கணவன்-மனைவி உறவு என்பதைவிட இந்திய ‘உயர்சாதி’-மத்தியதர வர்க்கம் இந்திய அரசோடு எப்படியான உறவை எதிர்பார்க்கிறது என்பதன் உருவகமாகப் பார்க்க முடியும். இத்தகைய பிரிவினரின் பார்வையிலிருந்துதான் இந்தப் படத்தின் கதையாடல் கட்டமைக்கப்பட்டுள்ளது.

சர்வதேச இஸ்லாமியத் தீவிரவாதம் என்ற சொல்லாடல், பல நூற்றாண்டுகளாக இஸ்லாமிய மதத்துக்குள் சாத்தியப்பட்ட பன்மைப் பண்பாட்டை முற்றிலுமாக அழித்து, அதை ஒற்றைத்தன்மையில் கட்டமைக்கிறது. குரான் ஓதுபவர்களெல்லாம் முஸ்லிம்கள்; முஸ்லிம்களெல்லாம் தீவிரவாதிகள் என்ற கணிதச் சமன்பாடு உருவாக்கப்படுகிறது. இத்தகைய கதையாடலோடு ஒரு இஸ்லாமியருக்குச் சாத்தியப்படக்கூடிய உறவானது இருமத்தன்மையில் முன்வைக்கப்படுகிறது. ஒன்று, முஸ்லிம்கள் தீவிரவாதிகளாக இருக்க முடியும் அல்லது இந்திய தேசியத்தோடு இணைந்தவர்களாக இருக்க முடியும். இந்தப் படத்தின் நாயகன் காஷ்மீரி இரண்டாவதைத் தேர்ந்தெடுக்கிறான். இருந்தும், இந்திய தேசியத்தோடு அடையாளப்படும் ஒரு முஸ்லிமை இந்திய அரசு முற்றிலுமாக ஏற்றுக்கொள்கிறதா என்றால், இல்லை என்ற பதில் படத்தில் உள்ளது. காஷ்மீரிக்குக் கீழ் வேலைபார்க்கும் இந்திய உளவுத் துறையைச் சேர்ந்தவன், அவனுக்குக் கொடுக்கப்பட்ட வேலையைச் சூழ்நிலை காரணமாக நிறைவேற்ற முடியாமல்போகிறது. அதன் விளைவாய் ஒருவன் ஓமரால் தூக்கில் தொங்கவிடப்படுகிறான். காஷ்மீரி விளக்கம் கேட்டு முடித்த பின், ‘நம்மை அல்லா மன்னிக்க மாட்டார்’ என்று இயல்பாகச் சொல்கிறான். இதற்குக் கிடைக்கும் பதில், இந்தச் சிக்கலை சிறப்பாக முன்வைக்கிறது. தனிமனித அறம் சார்ந்த ஒரு சொல்லாடலானது மதம் சார்ந்த சொல்லாடலாக மாற்றப்படுகிறது.

இருந்தும், ஒரு தொலைக்காட்சிப் பேட்டியில் கமல்ஹாசனிடம், 'உங்களுடைய படம் சிறுபான்மையினருக்கு எதிராக உள்ளதா?' என்று கேட்கப்பட்டதற்கு, 'இந்தியாவில்தான் சிறுபான்மையினர், உலகளவில் பெரும்பான்மையினர்தான்' என்று பதில்கொடுக்கிறார். ஏகாதிபத்திய சக்திகள் பண்பாட்டு வேறுபாடுகள் கடந்து எப்படி முஸ்லிம்களை ஒற்றைத்தன்மையில் முன்வைக்கிறதோ அதுபோலவே கமல்ஹாசனும் முஸ்லிம்களை முன்வைக்கிறார். இதையும்விட விசித்திரமானது இவ்விரண்டையும் எதிர்ப்பவர்களும் முஸ்லிம்களை ஒற்றைத்தன்மையில் முன்வைக்கிறார்கள் என்பது.

ஏகாதிபத்திய கருத்தாக்க வெளியில் இருந்துகொண்டு, ஏகாதிபத்தியத்தை எதிர்க்க முடியாது. இந்த அபத்தமான நிலைப்பாடு திரைப்படத்தின் இறுதியில், 'ஒன்று ஓமர் உயிரோடு இருக்க வேண்டும் அல்லது நான் உயிரோடு இருக்க வேண்டும்' என்று காஷ்மீரி சொல்லும் வசனத்தில் வெளிப்படுகிறது. இது ஜார்ஜ் புஷ் சொன்ன வார்த்தைகளின் மொழியாக்கம்தானே? ஆனால், நம்மைப் பொறுத்தமட்டில் இவர்கள் இருவரில் யார் உயிரோடு இருக்கிறார்கள் என்பது முக்கியமான விஷயமில்லை. ஏனெனில், ஒருவன் இல்லாமல் மற்றொருவன் சாத்தியமில்லை. ஒருவன்தான் மற்றொருவனை உயிரோடு வைத்திருக்கிறான். இருவரின் பார்வைகளும் மதக் குறியீடுகளை, அதன் விழுமியங்களைக் கருத்தாக்கத் தளத்தில் வைத்துப் பார்க்கிறது. வெகுஜன மக்களிடம் மதக் குறியீடுகளும் அதன் விழுமியங்களும் அன்றாடத் தன்மையில் பார்க்கப்படுகின்றன. ஆகவே, இவ்விரண்டு நிலைப்பாடுகளுக்கும் இடையேயான முரண்பாடு மதம் சார்ந்தது இல்லை. இது அரசியலார்ந்த மதம் தொடர்பானது. இந்த இரண்டு நிலைப்பாடுகளையும் எதிர்த்துநிற்கும் சக்தியானது பெண்மையத்தன்மை கொண்டதாக இருக்கும்; ஆண்மையத்தன்மையைக் கொண்டாட மறுக்கும். விஸ்வநாதனின் வேஷம் கலைந்த பின், அவனிடம் காணப்பட்ட அற்புதமான கதக் நடனமாடும் திறமை பற்றி நிரூபமாவோ காஷ்மீரியோ நினைத்துக்கூடப் பார்க்கவில்லை. இந்தப் படத்தில் ஆண்மையத்தை நிறுவும்போது, அதாவது ஆண்தன்மையற்ற நிலையிலிருந்து காஷ்மீரி விடுதலை அடையும்போது விஸ்வரூபமாக முன்வைக்கப்படுகிறது. இதற்குப் பிறகு காஷ்மீரி கதக் நடனத்தை நினைத்துக்கூடப் பார்ப்பதில்லை. அரசு என்ற ஆண்மையவாதச் சிந்தனைகள் நம்மை உயரே உயரே அழைத்துச்சென்று, நம்முடைய மரபைப் பெண்மையத்தன்மை கொண்டதாகவும் நிராகரிக்கப்பட வேண்டியதாகவும் பார்க்க நிர்ப்பந்திக்கிறது. இந்துஸ்தானிய இசையின் ஆலமரமாக திகழ்ந்த அலாவுதீன் கானும் பிஸ்மில்லா கானும் கபீரும் மிர்ஸா காலிப்பும் எம்.எஃப்.ஹுசைனும் சாதத் ஹசன் மண்ட்டோவும் இஸ்மத் சுக்தாயியும்தான் நம்முடைய மரபு. இது அல்லது அது என்பதற்கு வெளியே உள்ளது இந்த மரபு. இந்த மரபு பெண்மையத்தன்மை கொண்டதுதான். இத்தகைய பெண்மைய மரபின் நீட்சிதான் காந்தி. அவர் வாழ்ந்த முறையில் வாழ்ந்ததும், இறந்த முறையில் இறந்ததும் இவ்விரண்டு நிலைப்பாடுகளையும் நிராகரிக்க நமக்குக் கற்றுக்கொடுக்கிறது. இந்தியத் துணைக்கண்டத்தில் பக்தி இயக்கத்துக்கு அடிப்படையாக, இஸ்லாத்தில் உள்ள பக்தியும் சரணாகதியும்தான்

என்று கல்விப்புல ஆய்வாளர்கள் முன்வைக்கிறார்கள். இந்தப் பக்தியும் பெண்மையத்தன்மை கொண்டதுதான்.

சாகஸ நாயகனும் பெண்மையத்தன்மை கொண்டவன்தான். அவனுடைய மரணம் என்பது கதாநாயகனை ஜனநாயகப்படுத்துகிறது என்றும் எடுத்துக்கொள்ளலாம். நிறுவன நாயகன் நவீன அரசின் இறுகிய தன்மையை வெளிப்படுத்துகிறான். இப்படியான நிறுவன நாயகனை இந்தப் படம் மிக நேர்த்தியாக வெளிப்படுத்துகிறது. இனிவரும் காலங்களில் இத்தகைய நாயகர்களை நாம் அதிகம் எதிர்கொள்ள வேண்டியிருக்கும்.

⊙

துயர நாயகனைப் படைத்தல்
'ஆடுகளம்' திரைப்படத்தை முன்வைத்து

ஒவ்வொரு தனிமனிதனும் சமூகத்தில் காணப்படும் வெவ்வேறு முரண்பாடுகளின் ஏதோ ஒன்றின் சாட்சியாய் ஒரு நிலைப்பாட்டைப் பிரதிபலிக்கிறான். இருப்பினும், எந்தவொரு தனிமனிதனும் ஒரே முரண்பாட்டைத் தேர்ந்தெடுத்து முற்றுமுழுவதும் ஒற்றை நிலைமையைப் பிரதிபலிப்பதில்லை. இதில் ஒரு தனிமனிதனின் தேர்வு, அது எவ்வளவு சிறிய வட்டத்தைச் சார்ந்ததாக இருந்தாலும் முக்கியப் பங்காற்றுகிறது. ஒரு தனிமனிதனின் தேர்வு என்பது பிரக்ஞைபூர்வமாக மட்டுமே அமைவதில்லை. பல்வேறு சாத்தியப்பாடுகளுக்கு இடையில் ஏதோ ஒன்று தேர்ந்தெடுக்கப்படுகிறது.

'The Caucasian Chalk Circle' நாடகத்தை எழுதி, இயக்கியது பர்டோல்ட் பிரெக்ட். நாடக ஒத்திகையின்போது ஒரு நடிகருடன் பிரெக்ட் நடத்திய உரையாடல் மிகவும் சுவாரஸ்யமானது. அந்த நாடகத்தில் ஒரு காட்சியின் சூழ்நிலை இதுதான்: நாட்டில் ஒரே கலவரமாக இருக்கிறது. குழந்தைகளற்ற ஒரு வயோதிக விவசாயத் தம்பதி சிறு குடிசையில் வாழ்ந்துவருகிறார்கள். காலையில் பாலெடுக்கக் கிழவி வெளியே வரும்போது வீட்டுக்கு வெளியே ஒரு பச்சிளம் குழந்தை அனாதையாக விடப்பட்டிருப்பதைப் பார்க்கிறாள். குழந்தையில்லாத அந்தக் கிழவி அந்தக் குழந்தையை வாஞ்சையோடு அள்ளியெடுத்து அணைத்துக்கொள்கிறாள். அந்தக் கிழவியின் பாத்திரமேற்று நடித்த நடிகை இப்படித்தான் நடித்துக்காட்டுகிறார். இதைப் பார்த்துக்கொண்டிருந்த பிரெக்ட், இது சரியான நடிப்பு இல்லை என்றும், அவர் என்ன எதிர்பார்க்கிறார் என்றும் இப்படிச் சொல்கிறார்: 'உனக்குக் குழந்தை கிடையாது, இது உண்மைதான். குழந்தைகள் மீது நீ ஏக்கத்தோடு இருக்கிறாய், இதுவும் உண்மைதான். ஆனால், நாட்டில் ஒரே கலவரமாக இருக்கிறது. எப்போது என்ன நடக்கும் என்று ஒன்றும் புரியவில்லை. நீ வெளியே வரும்போது, குழந்தையை எதிர்பார்த்து வரவில்லை. பால் எடுக்கத்தான் வந்தாய். ஆனால், அங்கு ஒரு குழந்தை கிடக்கிறது. அது யாருடையது என்று உனக்குத் தெரியாது. ஏன் இங்கு விடப்பட்டிருக்கிறது என்றும் உனக்குத் தெரியாது. எவரேனும் ஏதேனும் சதிசெய்கிறார்களா என்றும் உனக்குத் தெரியாது. ஆனால், குழந்தையைப் பார்த்தவுடன் ஏக்கம்கொள்கிறாய். அள்ளி எடுத்துக்கொள்ளத் தோன்றுகிறது. அதே சமயத்தில், பல கேள்விகளுக்கு விடை தெரியாததால் அச்சமும்

தோன்றுகிறது. நமக்கேன் வம்பு என்று சட்டென்று வீட்டுக்குள் நுழைந்து தாளிட்டுக்கொள்ளவும் தோன்றுகிறது. ஊரைக் கூப்பிடவும் தோன்றுகிறது. ஆனால், இறுதியாக அந்தக் குழந்தையை நீ அள்ளியெடுத்துக்கொள்கிறாய். உன் நடிப்பில் உன் பாத்திரத்துக்கு இந்தக் குறிப்பிட்ட சூழ்நிலையில் பல்வேறு தேர்வுகள் சாத்தியம். ஆனால், அதில் ஒன்றை நீ தேர்ந்தெடுக்கிறாய் என்பதைப் பார்வையாளர்களுக்கு உன் நடிப்பு புரியவைக்க வேண்டும். இது முக்கியம். உனக்கு முன்னால் ஒரே ஒரு சாத்தியம்தான் உள்ளது என்று பார்வையாளர்கள் தவறாகப் புரிந்துகொள்ளக் கூடாது. தவறாக நடிக்கக் கூடாது.' நடிப்பில் இத்தனை சாத்தியங்களையும் எப்படிக் கொண்டுவருவது, இதையெல்லாம் எப்படிப் பார்வையாளர்களை உணரவைப்பது என்று எனக்கு இன்றுவரை புரிந்ததில்லை!

'ஆடுகளம்' திரைப்படத்தில் கருப்பு என்கிற பாத்திரத்தின் இத்தகையதொரு தேர்வில்தான் படத்தின் மொத்த இயக்கமும் சாத்தியப்படுகிறது. கருப்பின் தேர்வு அவனை இரண்டு முக்கிய முரண்பாடுகளுக்கு இடையில் சிக்கவைக்கிறது. ஒருபக்கம், அவனுடைய சேவல் சண்டை ஆசானான பேட்டைக்காரர். மறுபக்கம் அவன் நேசிக்கும் ஆங்கிலோ இந்தியப் பெண்ணான ஐரின். இதைச் சற்று விரிவாகப் பார்ப்போம். மதுரையில் சேவல் சண்டையில் இதுவரை எவராலும் தோற்கடிக்கப்படாத பேட்டைக்காரரும் அவருடைய இளம் கூட்டாளிகளும் ஒரு வட்டமாக இயங்குகிறார்கள். முப்பது வருடங்களுக்கு மேலாகத் தொடர்ந்து பேட்டைக்காரரிடம் சேவல் சண்டையில் தோற்றுக்கொண்டிருக்கும் ரத்தினசாமி என்ற போலீஸ் அதிகாரியும் அவரது தாயாரும் மற்றொரு வட்டம். இந்த ரத்தினசாமிக்குச் சேவல் சண்டைதான் பிரதானம். அதற்காக எதையும் செய்யத் தயங்காதவர் என்றும், அவர் ஒரு நிலக்கிழார் என்றும்தான் அறிமுகப்படுத்தப்படுகிறார். மற்ற எல்லோரையும் சேவல் சண்டையில் வெற்றிபெறக்கூடிய ரத்தினசாமி, பேட்டைக்காரரிடம் மட்டும் தோற்றுக்கொண்டே இருக்கிறார். மதுரையில் ஐம்பது குடும்பங்களாக இருந்து இன்று மூன்று குடும்பங்களாகச் சுருங்கி அவர்களுடைய எதிர்காலத்தைக் கேள்விக்குறியோடு எதிர்நோக்கும் ஆங்கிலோ இந்தியக் குடும்பத்தைச் சேர்ந்த ஐரின்தான் மூன்றாவது வட்டம். இந்த மூன்று வட்டங்களுக்கு இடையேயான தொடர்புகளும் முரண்களும் திரைக்கதையாகின்றன. திரைப்படத்தின் முன்பகுதி பேட்டைக்காரர் வட்டமும், ரத்தினசாமி வட்டமும் பிரதான முரணில் இயங்குகின்றன. இந்த இயக்கத்தின் ஊடாக மூன்றாவது வட்டத்தைச் சார்ந்த ஐரின் பங்காற்றுகிறாள். இந்த மூன்று வட்டங்களுக்கு இடையில் கருப்பு சிக்கிக்கொள்கிறான். அது அவனுக்கான சில தேர்வுகளையும் சாத்தியப்படுத்துகிறது.

பேட்டைக்காரர் மரபான சேவல் சண்டை என்ற விளையாட்டின் 'சக்கரவர்த்தி'யாக இருக்கிறார். நவீன வாழ்க்கை முறைக்கு வெளியே தன்னை நிறுத்திக்கொள்கிறார். ஆனால், ரத்தினசாமி அதே மரபான சேவல் சண்டை என்ற விளையாட்டில் 'சக்கரவர்த்தி' ஆகத் தொடர்ந்து போராடிக்கொண்டிருப்பதோடு நவீன நிறுவன அதிகாரத்தைக் கொண்டவராக இருக்கிறார். மரபான

பெருமையை நிலைநிறுத்துவதற்கு நவீன நிறுவனம் கொடுக்கும் அதிகாரத்தை உபயோகிக்கத் தயக்கம்காட்டாதவர். பேட்டைக்காரரை ஒரு முறையேனும் வென்றுவிட வேண்டும் என்ற தன் தாயின் விருப்பத்தை நிறைவேற்ற எத்தகைய வழிமுறைகளையும் பின்பற்றத் தயங்காதவர். பழைய மரபுப் பெருமையும் நவீன நிறுவன அதிகாரமும் ஒன்றிணையும்போது இறுக்கமான நெகிழ்வுத்தன்மையற்ற ஒரு தன்னிலை எவ்வாறு சாத்தியப்படுகிறது என்ற தளத்தில் ரத்தினசாமி பாத்திரம் மிகச் சிறப்பாக உருப்பெற்றுள்ளது. பேட்டைக்காரருக்கும் ரத்தினசாமிக்கும் இடையேயான முரணில் நாம் சுலபமாகப் பேட்டைக்காரர் பக்கம் சாய்ந்துகொள்ள முடிகிறது. இது ஒரு சுவாரஸ்யமான நிலைப்பாடு. இதற்குக் காரணம், பேட்டைக்காரரிடம் ஒரு நெகிழ்வுத்தன்மை காணப்படுகிறது. 'நான் தோற்றுப்போனதாக வைத்துக்கொள்' என்று சொல்லி அதை வெற்றியாக மாற்றும் சாதுரியம் பேட்டைக்காரரிடம் உள்ளது. இந்தச் சாதுரியம் ரத்தினசாமிக்கு சாத்தியப்படவில்லை. நடைமுறை சார்ந்த சிக்கல்களிலிருந்து தன் வட்டத்தைக் காப்பாற்றிக்கொள்ள பேட்டைக்காரரின் நிலைப்பாடு ஒரு பாதுகாப்பு வளையமாய் அமைகிறது. இதனால் ரத்தினசாமி, பேட்டைக்காரரை அவருடைய பாதுகாப்பு வளையத்திலிருந்து வெளியே கொண்டுவர வேண்டியுள்ளது. இந்த முயற்சியில் பேட்டைக்காரரின் நீண்ட கால நண்பன் அயூப் கொல்லப்படுகிறார். இதன் தொடர்ச்சியாய் பேட்டைக்காரர் தன் பாதுகாப்பு வளையத்திலிருந்து வெளிவருகிறார். ஏன்? அவருடைய நீண்ட கால நண்பன் அயூப்பின் மரணம் மட்டும்தான் இதற்கான காரணமா? அல்லது கருப்புக்கு இதில் பங்கிருக்கிறதா?

பேட்டைக்காரர் உருவாக்கிய உலகில் எதார்த்தமாக வாழ்ந்துகொண்டிருக்கும் கருப்பு, திருடுபோன சேவலைக் கண்டுபிடிக்க முயல்கையில், எதேச்சையாக ஆங்கிலோ இந்தியப் பெண்ணான ஐரினைச் சந்திக்க நேரிடுகிறது. இந்தச் சந்திப்பானது கருப்புக்கு எத்தகைய உத்தரவாதத்தையும் கொடுக்கவில்லை என்றாலும் அவனுள் அது மிகப் பெரிய மாற்றத்தை உருவாக்குகிறது. கருப்பின் மாற்றத்தைப் பார்வையாளர்களான நாம் உணர்ந்ததுபோல் கருப்பு உணரவில்லை. பேட்டைக்காரரின் கூட்டாளிகள் எல்லோரும் வேட்டி, சட்டை என்று புத்தாடை அணிந்துநிற்க, கருப்பு மட்டும் பேன்ட், சட்டை என்று நிற்கிறான். பேட்டைக்காரர் முன்பு அவன் வெட்கப்பட்டுத்தான் பேன்ட், சட்டையோடு நிற்கிறான். இது கருப்புக்குள் ஐரின் ஏற்படுத்திய முதல் மாற்றம். இது பேட்டைக்காரருக்கும் கருப்புக்கும் இடையே ஏற்பட்ட முதல் விரிசல். அடுத்ததாக, கருப்பின் பொறுப்பில் ஒப்படைக்கப்பட்ட சேவல் பயிற்சிச் சண்டையில் 'புறமுதுகு' இட்டு ஓடுவதும், 'சேவல் எத்தனை குத்து வாங்கினாலும் களத்தை விட்டு அது ஓடக் கூடாது' என்று பேட்டைக்காரர் சொல்வதும், அதனால் அதைக் கொன்றுவிடும்படி கட்டளையிடுவதும், அந்தக் கட்டளைக்குக் கருப்பு அடிபணிய மறுப்பதும் மறைமுகமான நிரந்தரப் பிளவை ஏற்படுத்துகின்றன. கருப்பு ஏன் அந்தக் கொலையைச் செய்ய மறுக்கிறான்? தொடக்கத்தில், திருடுபோன சேவலைக் கண்டுபிடித்தபோது, அதோடு இருந்த கோழியைக் கொன்றுவிடும்படி பேட்டைக்காரர் சொல்ல அதைக் கருப்பு செயல்படுத்தும்போது ஐரின் பட்ட வேதனையைத் தன்

நண்பனிடம் பகிர்ந்துகொண்டு வருத்தப்படுகிறான். ‘அந்தக் கோழியை அடிக்கும்போது அந்தப் புள்ள கதறிச்சுல்ல...’ இதன் நீட்சியாய், ‘நாம செஞ்ச தப்புக்கு சேவல் எப்படிப் பொறுப்பாவும்?’ என்று சொல்லி சேவலைக் கொல்லாமல் விட்டுவிடுகிறான். அதாவது, பேட்டைக்காரரின் கட்டளையை மீறுகிறான்.

பேட்டைக்காரருக்கும் ரத்தினசாமிக்கும் சேவல் சண்டை நடக்கும்போது ஐரினிடம் வாங்கிய பணத்தைத் திருப்பிக்கொடுக்க, கருப்பு தன் சேவலை ரத்தினசாமி சேவலோடு மோதவிட்டு, படிப்படியாக மூன்று லட்ச ரூபாய் வென்றுவிடுகிறான். இது பேட்டைக்காரருக்கும் கருப்புக்குமான இடைவெளியை நிரந்தரமாக்குகிறது. ரத்தினசாமியைக்காட்டிலும் பேட்டைக்காரருக்குப் பெரிய புதிராக இருப்பது கருப்புதான். ரத்தினசாமி மோதுகிறார். அதனால், பேட்டைக்காரர் நிதானம்காட்டுகிறார். ஆனால், கருப்பு விலகுகிறான். அதனால், நிதானம் இழக்கிறார். ரத்தினசாமியைப் புரிந்துகொண்டதுபோல் பேட்டைக்காரரால் கருப்பைப் புரிந்துகொள்ள முடியவில்லை. கருப்பு தன் பிடியிலிருந்து முற்றிலுமாக வெளியேறிவிட்டதாக பேட்டைக்காரர் உணர்கிறார். ஒரே நாளில் கருப்புக்குக் கிடைத்த அங்கீகாரம், அவன் வென்ற பணம், தன் இளம் மனைவிக்கு 19 ஆயிரம் ரூபாய்க்கு வளையல் வாங்கிக்கொடுக்க முயன்றதெல்லாம் பேட்டைக்காரரின் அதிகாரத்தை ஆட்டங்காணவைக்கிறது.

பேட்டைக்காரருக்கும் கருப்புக்கும் ஏற்பட்ட பிளவை ரத்தினசாமி மிகச் சரியாகப் புரிந்துகொள்கிறார். தோற்றுப்போன பின் மொட்டையடித்து முடித்து ரத்தினசாமி சொல்கிறார், ‘பேட்டைக்காரன் முதல்முறையாகத் தோற்றுப்போயுள்ளான். இனி என்னவெல்லாம் செய்யப்போகிறான் பார்.’ இதை ரத்தினசாமி தன்னுடைய தாயை நிராகரித்த பின் சொல்வது மிகவும் முக்கியமானது. ஏதோ தளத்தில் ரத்தினசாமி விடுதலை அடைகிறார். ஒரு பிடியிலிருந்து தன்னை விடுவித்துக்கொள்கிறார். இது பேட்டைக்காரருக்கு சாத்தியப்படவில்லை. கருப்பு தன்னை விட்டு விலகுவது என்பது பேட்டைக்காரரின் மரபு சார்ந்த அதிகாரத்தை நிராகரிப்பதாகவே பார்க்கிறார். பேட்டைக்காரர் ஏன் கருப்பின் வீடு தேடிச் செல்ல வேண்டும்? இது கருப்புக்கும் அவருக்கும் இடையிலான பிளவைச் சரியாக்கிக்கொள்வதற்கான எதார்த்தமான செயலா? அல்லது திட்டமிட்டு கருப்பைக் காயடிப்பதற்கான செயலா? எப்படி இருந்தாலும் நம்முடைய வாசிப்புக்கு இந்தக் கேள்வி மிகவும் முக்கியமானது. ரத்தினசாமி மீதான தனிமனித விரோதத்தைக் கடந்து சிந்திக்க முடிந்த பேட்டைக்காரரால், கருப்பு என்ற ஒரு தனிநபரின் விலகலுக்கான காரணத்தை உணர முடியாததால் அது தனிநபர் மீதான காழ்ப்புணர்ச்சியாய் உருமாற்றம்கொள்கிறது.

கையில் இருக்கும் பணத்தில் கருப்பு தன் நண்பன் துரையின் உதவியோடு ஒரு பாரை விலைக்கு வாங்க முடிவெடுத்திருந்தபோது ஐரின் குறுக்கிட்டு, ரயில்வே கேன்டினைக் குத்தகைக்கு எடுக்கலாம் என்று யோசனை சொல்ல, கருப்பு அதை ஏற்றுக்கொள்ள மறுக்கிறான். கருப்பின் மறுப்பை ஐரின்

ஏற்றுக்கொள்ளும் விதம் நெகிழ்வுத்தன்மையோடு காணப்படுவதால் கருப்பு மனதளவில் அவள் முன் காணாமல்போகிறான். அதனால்தான், அடுத்த காட்சியில் ரயில்வே கேன்டின் எடுக்கும் முடிவை துரையிடம் வெளிப்படுத்துகிறான். கருப்பின் நீண்ட கால நண்பனான துரைக்கு, கருப்பின் இந்த முடிவு அவனை விலக்கிவைத்துப் பார்க்க உந்துகிறது. ஏறக்குறைய கருப்பு மரபான தளத்திலிருந்து வெளியேறுவதற்கு எல்லாம் தயாராகிவிட்டது. கருப்பின் ஒவ்வொரு தேர்வும் இந்தச் சிந்தனையை வெளிப்படுத்துகிறது. பேன்ட், சர்ட் போடுவதாகட்டும், பேட்டைக்காரர் கட்டளையிட்டும் சேவலைக் கொல்ல மறுப்பதாகட்டும், பேட்டைக்காரரை மீறி ரத்தினசாமி சேவலோடு மோதுவதாகட்டும், பார் வைப்பதை நிராகரித்து ரயில்வே கேன்டின் வைக்க முயல்வதாகட்டும் இவை அனைத்திலும் ஐரினின் பங்குதான் உந்துசக்தியாக இருக்கிறது. ஆனால் பேட்டைக்காரர், துரை, கருப்பு மூவருமே இதை உணர்ந்திருக்கவில்லை என்பதுதான் கதையை ஒரு துயரத்தை நோக்கி நகர்த்துகிறது.

பேட்டைக்காரருக்குக் கிடைத்த கடைசிச் சந்தர்ப்பத்தை அவர் பயன்படுத்திக் கொள்கிறார். ரயில்வே கேன்டின் எடுக்கப் பணம் கொண்டுவரும்போது, அது களவுபோனதாகச் சொல்லி கருப்பின் தீர்மானகரமான விலகலைத் தடுத்துநிறுத்துகிறார். பேட்டைக்காரரின் நோக்கமானது கருப்பின் பணத்தைத் தன் தேவைகளுக்காகப் பயன்படுத்துவதற்கல்ல என்று நமக்கு இறுதியில்தான் தெரியவருகிறது. நாம் தெரிந்துகொள்ளும் தருணத்தில்தான் கருப்பும் தெரிந்துகொள்கிறான். இதையடுத்து, பேட்டைக்காரர் தன் உயிரை மாய்த்துக்கொள்கிறார். கருப்பும் ஐரினும் மதுரையை விட்டு வெளியேற வேண்டிய நிர்ப்பந்தம் ஏற்படுகிறது.

பணம் திருடுபோவதற்கு முன் எங்கு பயணிக்கப்போகிறோம் என்று கருப்புக்கு இருந்த தெளிவு, இறுதியில் இல்லாமல்போகிறது. பேட்டைக்காரரால் அந்தத் தெளிவு பறிக்கப்படுகிறது. அவன் சார்ந்த வட்டத்தை விட்டு விலகிப்போவதை மட்டுமே அவனால் உறுதிப்படுத்த முடிகிறது. ஐரினோடு தன்னை அடையாளப்படுத்திக்கொண்ட பின், கருப்புக்கு வேறு சாத்தியங்கள் இல்லை. ரத்தினசாமி தனது தாயாரை நிராகரித்ததுபோல் கருப்பும், பேட்டைக்காரரையும் அவரது வட்டத்தையும் நிராகரிக்க வேண்டிய அவசியம் ஏற்படுகிறது. அவன் அந்த நிலைக்குப் பேட்டைக்காரரைத் தள்ளிவிடுகிறான். ரத்தினசாமிபோல் கருப்புக்கும் வேறு சாத்தியங்கள் இல்லை. பேட்டைக்காரருக்கும் வேறு சாத்தியங்கள் இல்லை. இதுதான் துயரமானது.

இயக்குநர் வெற்றி மாறன் இந்தப் படத்தில் எடுத்த நிலை குறித்து சற்று பார்ப்போம். பேட்டைக்காரரின் மரணம் கம்பீரமானதாகக் காட்சிப்படுத்தப்பட்டது ஏன்? கருப்பின் இறுதியான விலகல் பயணம் சாத்தியப்படுவதற்கு ஏன் பேட்டைக்காரரின் மரணம் அவசியமாகிறது? ஏன் பேட்டைக்காரரின் தோல்வி இவ்வளவு கம்பீரமாக அமைய வேண்டும்? என்

வாசிப்பில், இயக்குநர் மூன்று முக்கியத் தருணங்களில் பேட்டைக்காரரைத் திருட்டுத்தனமாகக் காப்பாற்றுகிறார்.

முதலில், காவல் நிலையத்தில் வைத்து பேட்டைக்காரரை ரத்தினசாமி உடல்ரீதியாகத் தாக்குவதைக் காட்சிரீதியாக இயக்குநர் காட்டவில்லை. இதை ஏற்றுக்கொள்ளலாம். இந்தக் காட்சி மிகச் சிறப்பாகப் படமாக்கப்பட்டுள்ளது. அடுத்ததாக, பணம் எடுத்துவரும்போது வழியில் களவாடப்பட்டது என்ற செய்தியை முதலில் கருப்பிடம் சொல்லப்படும் அந்த முக்கியமான நிகழ்வைப் படத்தில் காட்சிப்படுத்தாதது ஏன்? இதைக் காட்சிப்படுத்தியிருந்தால் இறுதிக் காட்சியில் பேட்டைக்காரர் தன் உயிரை மாய்த்துக்கொண்டதில் அர்த்தமில்லாமல்போயிருக்கலாம். இந்த முக்கிய நிகழ்வு காட்சிப்படுத்தப்படாதது ஏற்றுக்கொள்ள முடியாதது. காட்சிப்படுத்தியிருந்தால், பேட்டைக்காரரின் மரணம் கம்பீரமான தோல்வியாக இருந்திருக்காது. உண்மையில், பேட்டைக்காரரை இயக்குநர் காப்பாற்ற பாடுபட்டுள்ளார். அதுவும் திருட்டுத்தனமாய். மூன்றாவதாக, பேட்டைக்காரர் ஏன் தன் உயிரை மாய்த்துக்கொள்ள வேண்டும்? அவருடைய தோல்வி ஏன் மௌனமான செயலற்ற இயலாமையின் வெளிப்பாடாக அல்லாமல் தன்மானத்தின் அறிகுறியாய் வெளிப்படுத்தப்படுகிறது. இவற்றுக்கான காரணத்தை நாம் படத்தின் தொடக்கத்தில் காணலாம். பண்டைய மரபான சேவல் சண்டையானது நவீன காலத்தில் மிருகவதை என்ற பெயரில் தடைசெய்யப்பட்டிருப்பதை விமர்சன தொனியோடு முன்வைப்பதை இணைத்துப்பார்க்கும்போது பேட்டைக்காரரின் இறுதி முடிவை இயக்குநர் ஏன் கம்பீரமாகக் காட்சிப்படுத்தியுள்ளார் என்பதைப் புரிந்துகொள்ள முடிகிறது.

ஐரின் என்ற பெண் பாத்திரத்தின் நிலைப்பாட்டை நாம் சற்று சுருக்கமாகப் பார்ப்போம். ஒரு ஆங்கிலோ இந்தியப் பெண், அதுவும் எப்போதும் ஆங்கிலத்தில் பேசிக்கொண்டிருக்கும் பெண், லுங்கி கட்டி வேலைவெட்டி ஏதும் இல்லாத ஒருவனோடு தன்னை ஏன் அடையாளப்படுத்திக்கொள்ள வேண்டும்? இவையெல்லாம் சாத்தியமா? இதுபோன்ற கேள்விகள் முன்வைக்கப்படுகின்றன. என்னைப் பொறுத்தவரை, இது லுங்கி கட்டி வேலைவெட்டி இல்லாத ஆண்களோடு தன்னை அடையாளப்படுத்திக்கொள்ளும் பெண்களின் பிரச்சினை அல்ல. அதை வேடிக்கைபார்க்கும் பார்வையாளர்களின் பிரச்சினைதான். அதுவும் ஆண் பார்வையாளர்களின் பிரச்சினை. அதை ஏற்றுக்கொள்ள முடியாதவர்களின் பிரச்சினை. நாம் விவாதத்துக்காக ஒரு விஷயத்தை எடுத்துக்கொள்வோம். ஐஐடி, ஐஐஎம் போன்ற சிறப்பான நிறுவனங்களில் படித்தவர்கள் தங்களை இடதுசாரி இயக்கங்களோடு, அதுவும் ஆயுதம் தாங்கிய இயக்கங்களோடு இணைத்துக்கொள்ள வேண்டிய அவசியம் ஏன்? விரும்பியிருந்தால் அவர்கள் இன்றைய சூழலில் மிக சௌகரியமான வாழ்க்கையை வாழ்ந்துகொண்டிருப்பதோடு, 'ப்ரீக்குவன்ட் ப்ளையர்' என்ற அந்தஸ்தோடு இந்த உலகத்தைப் பலமுறை சுற்றிவந்திருக்கலாம். இவர்கள் யாரும் தங்களது பொருளாதார நலனைக் காப்பாற்றிக்கொள்வதற்காக இயக்கத்தில் சேர்ந்தவர்கள் இல்லை. நாம் சார்ந்திருக்கும் வட்டத்திலிருந்து

வெளியேற நாம் அந்த வட்டத்தோடு அந்நியப்பட வேண்டியுள்ளது. இந்த அந்நியப்பட்ட தன்மைதான் வட்டங்களுக்கு இடையேயான முரணியக்கத்தை உயிர்கொள்ள வைக்கிறது. ஐரின் தன்னுடைய வட்டத்தில் அந்நியப்பட்டுக் கிடக்கிறாள். ஆங்கிலோ இந்தியக் குடும்பத்துக்கு மதுரையில் எதிர்காலம் கிடையாது என்று ஆஸ்திரேலியா போகும் யோசனையை ஐரின் ஏன் நிராகரிக்கிறாள்? இதுதான் படத்தின் இயக்கத்தைத் தொடங்கிவைக்கிறது. ஐரினின் இந்த நிலைப்பாடு ஏன்? இந்தக் கேள்விக்கு விடை வேறு கதை, வேறு திரைப்படம். படத்தின் தொடக்கத்தில் ரத்தினசாமி, கருப்பு, ஐரின் மூவரும் தங்களுக்கான சமூக வட்டத்தில் எதார்த்தமாக இயக்கம்கொண்டாலும், தங்களது வட்டத்திலிருந்து வெளியேற ரத்தினசாமி தனது தாயாரையும், ஐரின் தனது குடும்பத்தையும், கருப்பு பேட்டைக்காரரையும் காயடித்துத்தான் வெளியேற முடிகிறது.

சுபகுணராஜன் எழுதிய கட்டுரையில் (*காட்சிப்பிழை*, இதழ்-2). பேட்டைக்காரரை ஷேக்ஸ்பியிரின் துயர நாயகன் என்றும், அவரது வீழ்ச்சி காவிய வீழ்ச்சி என்றும் முன்வைக்கிறார். இந்தியத் துணைக்கண்டத்தில் துயர நாயகனுக்கான மரபு கிடையாது. கிரேக்கத்தில் துயர நாயகன் சாத்தியப்பட்டதுபோல் நமக்கு சாத்தியப்படவில்லை. அதனால்தான், நம்மிடையே நாடகங்களில் துயர நாடகம் என்று ஒரு வகை கிடையாது. பேராசிரியர் சே.ராமானுஜம் தன்னுடைய ‘வெறியாட்டம்’ நாடகத்தைத் தமிழில் முதல் துயர நாடகம் என்று குறிப்பிடுகிறார். ‘வெறியாட்டம்’ கிரேக்க நாடகத்தை அடிப்படையாகக் கொண்டது என்பது இதில் முக்கியம். கிரேக்கத் துயர நாயகனுக்கும் ஷேக்ஸ்பியிரின் துயர நாயகனுக்கும் பண்புரீதியான வேறுபாடுகள் உண்டு. தட்டையாகச் சொல்வதென்றால், கிரேக்கத் துயர நாயகன் இறுதியில்தான், அதாவது அவனது வீழ்ச்சியில்தான் அவனுடைய துயரமான போதாமையை (tragic flaw) உணர்கிறான். ஆனால், சில ஷேக்ஸ்பியிர் நாடகங்களில் தொடக்கத்திலேயே அந்தத் துயரமான போதாமையை உணர்ந்த நாயகர்கள் உண்டு. இந்த வேறுபாடுகள் நமக்கு அவ்வளவு முக்கியம் இல்லை. நமக்கு முக்கியமான கேள்வி இதுதான்: இன்றைய சமூகத்தில் துயர நாயகன்/நாயகி சாத்தியமா? சாத்தியமில்லை என்கிறார்கள் ஆய்வாளர்கள். அதனால்தான், இன்றைய சமூகத்தில் துயர நாயகன் என்பவன் ‘எதிர்நாயகனாக’ (anti-hero) உருமாற்றம்கொள்கிறான். பர்டோல்ட் பிரெக்ட்டின் ‘மதர் கரேஜ்’ (Mother Courage) நாடகத்தின் இறுதிக் காட்சியில் அந்தத் தாய் தன்னந்தனியே வண்டி இழுத்துச்செல்லும் காட்சியை, 20-ம் நூற்றாண்டின் ஈடுஇணையற்ற நாடக நிமிடங்கள் என்று டென்னெஸி வில்லியம்ஸ் பாராட்டுகிறார். அந்தத் தாயின் தோல்வியை எவரும் ‘துயர நாயகி’ என்று சொல்வதில்லை. இருப்பினும், இவ்விஷயத்தையெல்லம் ஒதுக்கிவைத்து சுபகுணராஜனின் கருத்தை அவர் தளத்தில் நின்று பார்ப்போம்.

ஒரு காவிய நாயகன் என்பவன் பார்வையாளர்கள் அந்தப் பாத்திரத்தோடு ஏற்படுத்திக்கொள்ளும் உறவின் அடைப்படையிலேயே உருவாக்கப்படுகிறான். நாம் பார்வையாளர்களாக அந்தப் பாத்திரத்தின் மீது இரக்கம்கொண்டு,

அந்தப் பாத்திரத்தின் துயரமான போதாமையை ஏற்றுக்கொண்டு, அதன் விளைவாக அந்தப் பாத்திரம் ஏற்கும் தண்டனையோடு சேர்ந்து நாமும் துயரப்படுகிறோம். ஒரு துயர நாயகன் தன்னுடைய வீழ்ச்சியின் வழியாகத் தன்னுடைய துயரமான போதாமையை நமக்கு உணர்த்துகிறான். அந்தத் துயர நாயகன் நிலையில் பார்வையாளர்களாக நாம் இருந்திருந்தாலும் அதைத்தான் செய்திருப்போம் என்ற முடிவுக்கு நாம் வருகிறோம். இதையெல்லாம் நாம் சூத்திரங்களாக வைக்க வேண்டியதில்லை என்றாலும் பேட்டைக்காரரின் வீழ்ச்சியை நம்முடைய வீழ்ச்சியாக நாம் உணர முடிகிறதா? இல்லை என்பதே என் அனுபவம். நாம் தொடக்கத்தில் பேட்டைக்காரர் பக்கம்தான் சாய்ந்துநிற்கிறோம். பிறகு, விலகிவிடுகிறோம்.

எல்லோரிடமிருந்தும் தன்னை மறைத்துக்கொள்ளும் பேட்டைக்காரர், ஐரின் முன் மண்டியிடும்போது தோற்றுப்போகிறார். களவாடப்பட்டதாகச் சொல்லப்பட்ட பணம் பேட்டைக்காரரிடம் இருப்பதை உணரும்போது நாம் மீண்டும் அவர் பக்கம் சாய்வதற்கான சூழ்நிலை உருவாக்கப்படவில்லை. மேலும், ஒரு காவிய நாயகன் தன்னை நிலைநிறுத்திக்கொள்ள யாருடைய தயவையும் எதிர்பார்க்க மாட்டான். ஆனால், கருப்பின் துணைகொண்டு பேட்டைக்காரரை இயக்குநர் உயர்த்திப்பிடிக்கிறார். பேட்டைக்காரரின் மரணத்துக்குச் சற்று முன் கருப்பு, 'இப்படியெல்லாம் நடக்கும் என்று தெரிந்திருந்தால் நான் அந்தச் சேவலைக் கொன்றுபோட்டிருப்பேன்' என்று சொல்லும்போது பேட்டைக்காரரை கருப்பு புரிந்துகொண்டது வெளிப்படுகிறது. அதே சமயத்தில், கருப்பு தன்னையும் புரிந்துகொள்கிறான். ஆனால், இறுதிவரை பேட்டைக்காரரால் கருப்பைப் புரிந்துகொள்ள முடியவில்லை. பேட்டைக்காரரின் மரணம் நமக்குத் துயரத்தைக் கொடுக்கவில்லை. ஏனெனில், அதற்கு முன்பே பலமுறை அவர் மரணித்துவிடுகிறார். அதனால்தான், 'இருக்கும்போது பேட்டைக்காரர் எப்படி இருந்தாரோ, செத்த பிறகும் அப்படியே இருக்கட்டும்' என்ற கருப்பின் வார்த்தைகள், அவனுடைய வார்த்தைகளாக இருக்க முடியாது. அவை இயக்குநரின் வார்த்தைகள். ஒருவேளை, இறுதிக் காட்சியில் கருப்பு வெளியேறிய பின் (அதாவது, பேட்டைக்காரரை நிராகரித்துவிட்டு) பேட்டைக்காரர் தற்கொலை செய்துகொண்டிருந்தால் வேறு வாசிப்புக்கான சாத்தியங்கள் உருவாகியிருக்கலாம். கரும்பலகையில் மார்க்ஸியப் பொருளாதாரத்தைப் பாடம் எடுப்பதுபோல், எடுக்கப்பட்ட திரைப்படத்தைவிட, மனிதர்களின் தேர்வுக்கான சுதந்திரத்தையும் அதனால் ஏற்படும் இழப்புகளையும் முன்வைத்து விவாதிப்பதற்கு வெற்றி மாறனின் 'ஆடுகளம்' சாத்தியங்களை ஏற்படுத்துகிறது. இதுவே இந்தப் படத்தின் சிறப்பு.

⊙

மும்மடியான கதையாடல்

'காக்கா முட்டை' திரைப்படத்தை முன்வைத்து

முதலில், 'காக்கா முட்டை' திரைப்படத்தின் இயக்குநருக்கும் நடிகர்களுக்கும் தயாரிப்பாளர்களுக்கும் பிற கலைஞர்களுக்கும் நமது பாராட்டுகளைத் தெரிவித்துக்கொண்டு தொடங்குவது பொருத்தமாக இருக்கும். தமிழில் ஒரு திரைப்படத் தயாரிப்பில் பங்கேற்கும் எல்லோருடைய படைப்பாக்கக் கவனமும் பிசுறுதட்டாமல் குவிமையம்கொள்வது மிக அபூர்வமாகத்தான் நிகழ்கிறது. இதற்கு முன் நிகழ்ந்ததில்லை என்றோ இனியும் நிகழாது என்றோ சொல்லவரவில்லை. ஆனால், இதுபோல் மிக அபூர்வமாகத்தான் நிகழ்கிறது என்கிறேன். மேலும், தமிழ்ப் படங்கள் பொதுவாக, பார்வையாளர்களைச் சற்றே முரட்டுத்தனமாகக் கையாள்வதுபோல் இல்லாமல் இந்தப் படம் மிகவும் மென்மையாகக் கையாள்கிறது. இதைச் சாத்தியப்படுத்தியது இந்தப் படத்துக்குப் பின்னால் இருக்கும் தெளிவான பார்வைதான். இந்தப் படம் பார்வையாளர்களிடம், 'நீங்கள் ஒரு மயித்துக்கும் உணர்ச்சிவசப்பட வேண்டாம். வெறுமனே உங்கள் முன் விரியும் வாழ்க்கைக்கு சாட்சியாக இருங்கள்' என்று வேண்டிக்கொண்டு தன்னம்பிக்கையோடு மிக நிதானமாக நடைபோடுகிறது. இந்த நிதானம் நம்மையும் தொற்றிக்கொள்கிறது. படம் முடிந்து வெளியே வரும்போது, நம் முன் நிற்கும் கேள்வி இதுதான்: படத்தில் வரும் இரண்டு சிறுவர்களும் பீட்சாவை நிராகரித்ததை நாம் எவ்வாறு அர்த்தப்படுத்திக் கொள்ளப்போகிறோம்? இதற்கான பதிலை இரண்டு விதமாக அணுகலாம் என்று நினைக்கிறேன். முதலாவதாக, குடிமைச் சமூகம், அரசியல் சமூகம் இரண்டுக்கும் இடையேயான முரண்கள் ஊடாகப் புரிந்துகொள்ள முயலலாம். இரண்டாவதாக, ஒடுக்கப்பட்ட சமூக மக்கள் நவீனத்தின் சட்டகத்துக்குள் நுழையும்போது எவ்வாறு எதிர்கொள்ளப்படுகிறார்கள் என்ற தளத்திலிருந்தும் அணுகலாம்.

☐

முதலில், குடிமைச் சமூகம், அரசியல் சமூகம் இரண்டுக்கும் உள்ள முரண்கள் ஊடாக இந்தப் படத்தை அர்த்தப்படுத்திக்கொள்ள முயல்வோம். பார்த்தா சாட்டர்ஜி குடிமைச் சமூகம், அரசியல் சமூகம் என்று பிரித்து உபயோகிக்கும்

முறையை நான் எடுத்துக்கொள்கிறேன்.[1] சுருக்கமாகச் சொல்வதென்றால், காலனியத்தால் வடிவமைக்கப்பட்ட இந்தியா போன்ற நாடுகளில் குடிமைச் சமூகம் என்பது அந்தந்தச் சமூகங்களில் உள்ள மேட்டுக்குடிகளுக்கானது (இந்தியாவில் 'உயர்சாதி'களுக்கானது) என்கிறார். இத்தகைய மேட்டுக்குடிகள் அரசோடு கொள்ளும் உறவுமுறைக்கும், ஒடுக்கப்பட்ட மக்கள் அரசோடு கொள்ளும் உறவுமுறைக்கும் பெருத்த வேறுபாடுகள் இருக்கின்றன என்கிறார். சமூகரீதியாக, பொருளாதாரரீதியாக ஒடுக்கப்பட்ட மக்கள் நவீன அரசோடு கொள்ளும் உறவை 'அரசியல் சமூகம்' என்று வரையறுக்கிறார். வேறு வார்த்தைகளில் சொல்வதென்றால், அரசியல் சமூகத்தின் தார்மீகம் குடிமைச் சமூகத்தின் தார்மீகத்திலிருந்து முற்றிலும் வேறானதாக இருக்கிறது. குடிமைச் சமூகம் குடிமகன் என்பதன் அடிப்படையிலானது என்றால், அரசியல் சமூகம் மக்கள் தொகுப்பு (population) என்பதை அடிப்படையைக் கொண்டதாக இருக்கிறது. குடிமைச் சமூகம் அதன் தேவைகளை, உரிமைகளை, அதிகாரத்தை, தனிநபருக்கும் அரசுக்கும் இடையேயான உறவை மிக நுட்பமாக உலகளாவிய தன்மை கொண்டதாக முன்வைக்கிறது. ஆனால், அரசியல் சமூகத்தின் மொழி எப்போதும் உலகளாவிய தன்மையை அடைய முடியாமல் ஒரு குறிப்பிட்ட அடையாளத்தின், சமூகத்தின், சாதியின் அடிப்படையிலேயே இயங்க வேண்டியுள்ளது. அதனால்தான், 'அரசாங்கத் திட்டப் பயன்களைப் பெறுவதற்கு ஒன்றுதிரளும் கிராம மக்கள் குடிமைச் சமூகமாக ஒன்றுதிரள்வதில்லை' என்கிறார் பார்த்தா சாட்டர்ஜி. மேலும், 'அரசாங்கத் திட்டங்களின் பயன்களைப் பெறுவதற்குக் கிராமத்தில் உள்ள அடித்தட்டு மக்களும், ஒடுக்கப்பட்ட மக்களும் அணிதிரளும்போது இது மக்கள் சுதந்திரத்தின் எல்லைகளை விரிவுபடுத்துகிறது. அரசியல் சமூகத்தால் சாத்தியப்படும் இந்த விரிவாக்கம் குடிமைச் சமூகத்துக்குள்ளாக எப்போதும் சாத்தியப்படாது' என்றும் சொல்கிறார். நவீன அரசியலின் மையமாக இருப்பதே இவ்விரண்டுக்கும் இடையேயான முரண்பாடுதான் என்கிறார். இதன் தீவிரம் மென்மேலும் அதிகரித்துக்கொண்டிருக்கிறது. அதாவது மதம், இனம், மொழி அல்லது பண்பாடு அடிப்படையில் எத்தகைய வேறுபாடுகளையும் அனுமதிக்காத தேசியவாதம் என்ற நவீனத்துவத்தின் உலகளாவிய லட்சியத்துக்கும், அடித்தட்டு மக்கள் அல்லது ஒடுக்கப்பட்ட மக்கள் அல்லது வரலாற்றுரீதியாக அநீதி இழைக்கப்பட்டவர்கள் அல்லது இதுபோன்ற பல்வேறு காரணங்களின் அடிப்படையிலான பண்பாட்டு அடையாளம் சார்ந்த குறிப்பிட்ட தேவைக்கும் இடையேயான முரண்பாடாகத்தான் இருக்கிறது என்கிறார். இத்தகைய முரண்பாடுகளினூடாகத்தான் குடிமைச் சமூகமும் அரசியல் சமூகமும் ஒன்றையொன்று எதிர்கொள்ள வேண்டியிருக்கிறது. அதாவது அரசு, நவீனத்துவம், குடிமைச் சமூகம் ஒரு தொகுப்பாகச் செயல்படுகின்றன என்றால், ஆட்சிமை (govermentality), ஜனநாயகம், அரசியல் சமூகம் ஒரு

1 Partha Chatterjee, 'The Politics of the Governed' in *'The Politics of the Governed: Reflections on Popular Politics in Most of the world'* Permanent Black, 2004. இந்தக் கட்டுரை மொழியாக்கம் செய்யப்படுள்ளது. பார்க்கவும் 'ஆளுகைக்குட்பட்டோரின் அரசியல்' தமிழில்: வேணு மணி, அகம்–புறம், இதழ்–2.

தொகுப்பாகச் செயல்படுகின்றன. உலகமயமாக்கல் பின்னணியில் குடிமைச் சமூகம் அரசியல் சமூக இருப்புக்கான தார்மீகத்தைப் பறித்துக்கொள்ள முயல்கிறது என்று எச்சரிக்கிறார். இத்தகைய முரண்பாட்டைக் காலனியத்தின் ஊடாக நவீனத்துவத்துக்குள் நுழைந்த எல்லாச் சமூகங்களிலும் பார்க்க முடியும். இவ்விரண்டு சமூகங்களுக்கு இடையேயான உறவை நாம் படத்தில் வரும் இரண்டு சிறுவர்களின் அனுபவங்களிலிருந்து தொகுத்துக்கொள்ள முயல்வோம்.

இவ்விரண்டு சிறுவர்களும் இவர்களைச் சூழ்ந்திருக்கும் மனிதர்களும் ஒரு குடிமைச் சமூகமாக அணிதிரள முடியாதவர்கள். இவர்களால் ஒரு அரசியல் சமூகமாகத்தான் திரட்சிபெற முடியும். இதற்கான அடிப்படையை இவர்கள் இருக்கும் காலனியத்தின் அடிப்படைப் பண்போடு நாம் இணைத்துப்பார்க்க வேண்டியுள்ளது. மாநகரங்களில் காலனிகள் என்பவை சட்டரீதியாக அங்கீகரிக்கப்பட்ட குடியிருப்புகள் அல்ல. எப்போது வேண்டுமென்றாலும் இவர்கள் அப்புறப்படுத்தப்படலாம். குடிமைச் சமூகம் நகரத்தின் அழகுக்கு இத்தகைய காலனிகள் இடைஞ்சலாக இருக்கின்றன என்று பொதுநல வழக்கு தொடுக்கலாம். அந்நிய முதலீட்டியத்துக்கு இந்தக் காலனிகள் இடையூறாக இருக்கின்றன என்று புல்டோஸர்களைக் கொண்டு அரசு ஒரே இரவில் இடித்துத்தள்ளலாம். சொல்லப்போனால், இந்தக் குடியிருப்புகளில் காணப்படும் இத்தகைய நிச்சயமற்ற தன்மைதான் பல்வேறு கிராமங்களிலிருந்தும் பல்வேறு சாதிகளிலிருந்தும் ஒன்றுதிரளும் இந்த மக்களிடம் ஒரு பிணைப்பை உருவாக்குகிறது. இந்தப் பின்புலத்தில்தான் உதிரிகளாகக் காலனிக்குள் குடியேறும் மக்கள் ஒரு அரசியல் சமூகமாக அணிதிரள்வது சாத்தியப்படுகிறது.

திரைப்படத்தில் இரண்டு சிறுவர்களின் அகவெளியில் இரண்டு விஷயங்கள் ஏறக்குறைய ஒரே சமயத்தில் பெரும் தாக்கத்தை ஏற்படுத்துகின்றன. இவர்களுடைய காலனிக்கு அருகில் பீட்சா கடை ஒன்று திறக்கப்படுகிறது. இது இவர்களுடைய உணர்வுபூர்வமான உலகத்துக்கு அப்பால் நடக்கவில்லை. இந்தச் சிறுவர்களுக்கும், பீட்சா கடை முளைத்த இடத்துக்கும், இந்த இடத்தில் உள்ள மரத்துக்கும், அந்த மரத்தில் உள்ள காக்கா கூட்டுக்கும், அந்தக் கூட்டில் இருக்கும் காக்கா முட்டைகளுக்கும் இடையேயான உணர்வுபூர்வமான தொடர்பு துண்டிக்கப்படுகிறது. இரண்டாவதாக, இந்தச் சிறுவர்களுக்குக் காட்சிப்பொருளாக இருக்கும் பீட்சா, அரசாங்கம் இலவசமாகக் கொடுக்கும் தொலைக்காட்சிப் பெட்டியின் ஊடாக இவர்களுடைய வீட்டுக்குள்ளும் நுழைகிறது. இவ்விரண்டும் உருவாக்கும் அகநிலையின் ஸ்தூலமான வெளிப்பாடாக பீட்சா விளம்பரத் துண்டறிக்கை மாறுகிறது. வேறு வார்த்தைகளில் சொல்வதென்றால், இவர்களுக்கான வெளியில் திறக்கப்பட்ட பீட்சா கடையின் வழியாக இந்தச் சிறுவர்கள் புதிய எத்தனம் கொண்டவர்களாக மாறுகிறார்கள். இந்தச் சிறுவர்களின் எத்தனம்தான், காலனியில் உள்ள மற்ற சிறுவர்களிடமிருந்து இவர்களை வேறுபடுத்தும் ஒன்றாகவும் வெளிப்படுகிறது. இதன் விளைவு, குடும்பத்தில் தாயிடமிருந்து மட்டுமல்லாமல், தந்தையிடமிருந்து (சிறையில் இருக்கும்) மட்டுமல்லாமல்,

ஆயாவிடமிருந்தும் மனதளவில் இவர்கள் விலகிப்போகிறார்கள். பீட்சா இவர்களின் லட்சிய வேட்கையாகிறது. தோசையை பீட்சாவாக மாற்ற முயலும் ஆயாவின் முயற்சி நிராகரிப்புக்கு உள்ளாவது நியாயமானதுதான். ஏனெனில், அது தோசையும் இல்லை; பீட்சாவும் இல்லை. சிறுவர்களிடம் காணப்படும் இந்த எத்தனமானது பீட்சா என்கிற உணவு வகையிலிருந்து தொடங்குகிறது என்றாலும் இந்த லட்சிய வேட்கை இவர்களை அரசியல் பிரக்ஞை பெற்ற சிறுவர்களாக மாற்றுகிறது. அதாவது, நாம் ஒடுக்கப்பட்ட சமூகத்தைச் சேர்ந்தவர்கள் என்று உணர்ந்துகொள்ளும் தருணத்துக்குள் தள்ளப்படுகிறார்கள்.

அரசியல் சமூகத்துக்கும் குடிமைச் சமூகத்துக்கும் இடையேயான உறவு, திடப்பட்ட ஒன்றாக இருக்க முடியாது. ஏனெனில், இது குடிமைச் சமூகத்தின் தர்க்கத்துக்குள் இயங்குவதில்லை; இயங்கவும் முடியாது. இதை இந்தப் படத்தில் மிகச் சிறப்பாக வெளிப்படுத்தியிருக்கிறார்கள். கோடோனிலிருந்து கரி எடுப்பதாகட்டும், காலனிய இளைஞர்கள் மாநகராட்சிப் பாதாளச் சாக்கடை மூடிகளை எடுத்துவந்து எடைக்குப் போடுவதாகட்டும், அதைக் கடைக்காரர் எடைக்கு எடுத்துக்கொள்வதாகட்டும், இரு சிறுவர்களில் மூத்தவன் பீட்சா கடை காவலாளியால் அடிக்கப்படும் வீடியோ காட்சியை வைத்து வியாபாரம்செய்ய காலனி இளைஞர்கள் முயல்வதாகட்டும், ஓடும் ரயிலிலிருந்து கைப்பேசியைத் தட்டிப்பறிப்பதாகட்டும் எதுவுமே குடிமைச் சமூகத்தின் தார்மீகத்துக்குள் இயங்கவில்லை. இவர்களுடைய தார்மீக உலகம் வேறானது என்பதை அந்தக் காலனியில் உள்ள மக்கள் உணர்ந்துள்ளார்கள். அதனால்தான், கையறு நிலையில் தங்களை வெளிப்படுத்திக்கொள்ளவில்லை. ஆனால், குடிமைச் சமூகத்தின் பிரதிநிதிகள் தங்களுடைய தர்க்கத்திலிருந்து இந்த மக்களைக் கையறு நிலையில் வைத்துப்பார்க்கவே விரும்புகிறார்கள்.

இந்தச் சிறுவர்கள் குடிமைச் சமூகத்துக்கு வெளியே இருந்து, அதற்குள் தங்களுக்கான அங்கீகாரத்தை வேண்டுகிறார்கள். இதை இவர்கள் அரசிடம் உரிமைகோரும் தளத்திலிருந்து இல்லாமல் சந்தைப் பொருளாதாரத் தர்க்கத்துக்கு உட்பட்டுக் கோருகிறார்கள். இதை, 'கோடோனிலிருந்து கரித்துண்டுகளை எடுத்துக்கொள்' என்று பழரசம் சொல்லும்போது, 'திருடுகிறோமா?' என்று இளையவன் கேட்க, பழரசம் 'இல்லை, எடுத்துக்கொள்கிறோம்' என்று பதில்கொடுப்பதோடு இணைத்துப்பார்க்க வேண்டியுள்ளது. இந்த எத்தனம் இதுவரை சாத்தியப்படாத பல தளங்களுக்கு இந்தச் சிறுவர்களை நகர்த்துகிறது. பல புதிய யதார்த்தங்களை இவர்கள் அர்த்தப்படுத்தத் தொடங்குகிறார்கள் (ஓடும் ரயிலிலிருந்து கைப்பேசியைப் பறிக்கக் காத்திருந்து கடைசிக் கணத்தில் வேண்டாம் என்று மூத்தவன் முடிவெடுப்பது). இதில் மூத்தவன் அர்த்தப்படுத்திக்கொள்ளும் முறை அரசியல், கலாச்சாரத் தளத்தில் தலித்துகளின் முகமைக்கு நிகரானதாக இருக்கிறது. சுயநம்பிக்கையும் சுயமரியாதையும் நிரம்பிய முகமையாக அது பிரதிபலிக்கிறது. இவ்வாறு அரசியல் சமூகத்துக்குள்ளாக இருந்துகொண்டு உரிமைகோருபவர்களை எதிர்கொள்வதில் அரசுக்கோ குடிமைச் சமூகத்துக்கோ எத்தகைய திடப்பட்ட

நிலைப்பாடுகளும் இருப்பதில்லை. குடிமைச் சமூகத்தின் 'சிட்டி சென்டர்' போன்ற பிரம்மாண்டம் இவர்களை வெளியிலேயே நிறுத்துகிறது. மாநகரப் போக்குவரத்து இவர்களை ஏற்றுக்கொள்வதுபோல் சிட்டி சென்டரால் ஏற்றுக்கொள்ள முடியவில்லை. இதையெல்லாம் மீறி இந்தச் சிறுவர்கள் சந்தைப் பொருளாதாரத்தின் எல்லா நிபந்தனைகளுக்கும் கட்டுப்பட்டு (நல்ல ஆடை அணிந்துகொள்வது, பீட்சாவுக்கான பணத்தை வைத்திருப்பது) இயங்கினாலும் இவர்களை அது ஏற்றுக்கொள்ள மறுக்கிறது. இதற்குக் காரணம் இவர்கள் வெறும் கால்களுடன் இருந்தது. இவர்கள் சிரமப்பட்டுப் புதுக் காலணிகளை வாங்கியிருந்தாலும் வேறொரு காரணத்தால் நிராகரிக்கப்பட்டிருப்பார்கள்.

ஆக, பீட்சா கடை மேலாளனிடம் மூத்தவன் அடிவாங்குகிறான். இதற்குப் பின் இரண்டு சிறுவர்களும் வீடு திரும்பும்போது அவர்களது பாட்டி இறந்துகிடப்பதைப் பார்க்கிறார்கள். மூத்தவன் வெறுமையாகிறான். பீட்சா என்ற லட்சியமும் இந்தச் சிறுவர்களுக்கு சாத்தியப்படவில்லை. தோசையைப் பீட்சாவாக்க முயன்ற பாட்டியும் இனி இல்லை. காக்கா முட்டை கிடைக்கும் சூழலும் இப்போது இல்லை. மிக இயல்பாக அம்மாவிடம் தஞ்சம் புகுகிறான். பீட்சாவுக்காக சேமித்துவைத்த பணத்தைப் பாட்டியின் இறுதிச் சடங்குக்காக மூத்தவன் கொடுக்கிறான். பீட்சா விளம்பரக் காகிதத்தைச் சாக்கடையில் போடுகிறான். அவர்கள் அணிந்திருந்த புதுத் துணியை அம்மா காலால் மிதிக்கிறாள். மூத்தவனை வெறுமை முழுமையாக ஆக்கிரமித்துக்கொள்கிறது. இவர்களைத் தேடும் மற்றவர்களிடமிருந்து தங்களைக் காப்பாற்றிக்கொள்ள இந்த வெறுமையோடு இவர்கள் ஓடுவது (உருவகரீதியாக) திக்குத்தெரியாத காட்டில் அலைவதற்கு சமமானதாகத்தான் பார்க்க வேண்டியுள்ளது.

நாம் இங்கு ஒரு கேள்வியைக் கேட்டுக்கொள்ளலாம்: படத்தை இங்கு முடித்திருக்க முடியாதா? முடித்திருக்கலாம். ஆனால், நவீனத்துவத்தோடு ஒடுக்கப்பட்ட மக்களுக்கு இன்று உள்ள உறவை முழுமையாக இது வெளிப்படுத்தியிருக்காது. இவர்கள் பிறந்த காலனியை விட்டு, இவர்கள் குடும்பத்தை விட்டு வெளியேறி எங்கு செல்வார்கள்? படத்தை இங்கு முடித்திருந்தால், எங்கு செல்வதாக நாம் அர்த்தப்படுத்திக்கொள்ள முடியும்? கதைக்களம் கிராமத்தில் இருந்திருந்தால் நகரத்துக்குத் தப்பித்துவந்ததாக அர்த்தப்படுத்திக்கொள்ளலாம். நகரத்தில் இருக்கும்போது எங்கு தப்பித்துப்போக முடியும்? படம் மிக ஆழமான அரசியல் புரிதலைக் கொண்டிருப்பதற்குச் சான்று இதோடு படம் முடிக்கப்படாததுதான். அதோடு, இவர்களை வைத்து குடிமைச் சமூகம் தன்னுடைய 'புனித அக்கறை'யைத் தொலைக்காட்சியில் வெளிப்படுத்தும் விதமும் அதன் முழு கோரத்தோடு வெளிப்படுகிறது.

நவீனத்தின் சட்டகம் இந்தச் சிறுவர்களை ஒன்று நவீனத்துவத்துக்கு முந்தைய வெளியில் வைத்து அசிங்கப்படுத்தும் அல்லது தலையில் தூக்கிவைத்துக் கொண்டாடுவதுபோல் நடித்து அசிங்கப்படுத்தும். இந்த விஷயத்தில் குடிமைச் சமூகமும் அரசு இயந்திரமும் இந்தச் சிறுவர்களைத் தலையில் தூக்கிவைத்துக் கொண்டாடுவதுபோல் அசிங்கப்படுத்த முடிவெடுக்கிறது. பீட்சா கடைத்

திறப்பு விழாவுக்கு வரும் நடிகர் சிம்புக்குக் கொடுக்கப்பட்ட மரியாதையை இந்தச் சிறுவர்களுக்குக் கொடுத்து இவர்களை அசிங்கப்படுத்துகிறார்கள். சிறுவர்கள் இலவசமாக எதையும் கேட்கவில்லை. தங்களுடைய எத்தனத்தால், உழைப்பால் சேகரித்த பணத்தைக் கொண்டு சந்தைப் பொருளாதாரத்தின் அடிப்படைத் தார்மீகத்துக்கு உட்பட்டுத்தான் தங்களுக்கான மரியாதையை, அங்கீகாரத்தை வேண்டுகிறார்கள். இந்த நவீனச் சட்டகத்தில் இது சாத்தியமில்லை என்பதுபோல்தான் தோன்றுகிறது. ஒன்று, ஒதுக்கித்தள்ளி அசிங்கப்படுத்தும் அல்லது 'முதல் மரியாதை' கொடுத்து அசிங்கப்படுத்தும் என்பதுபோல்தான் இருக்கிறது. நவீனத்துவத்தின், குடிமைச் சமூகத்தின், அரசின் உலகளாவிய லட்சியங்களின் அடிப்படையில் ஒடுக்கப்பட்ட மக்கள் கண்ணியமாக நடத்தப்படுவதற்கான சாத்தியம் இருக்கிறதா என்ற கேள்வியையும் நாம் கேட்டுக்கொள்ள வேண்டியுள்ளது. இந்தக் கேள்வியைத்தான் கல்விப்புலத்தில் பார்த்தா சாட்டர்ஜி, எம்.எஸ்.எஸ். பாண்டியன், அஷிஷ் நந்தி, டி.ஆர்.நாகராஜ் போன்ற சிந்தனையாளர்கள் திரும்பத்திரும்பப் பல விதமாக எதிர்கொள்கிறார்கள். (இவர்களுக்கு இடையேயான வேறுபாடுகள் இந்தக் கட்டுரைக்கு வெளியே உள்ளன. இங்கு தொகுத்துக்கொள்ள முடியாது.) இந்தச் சிறுவர்கள் வேண்டிய அங்கீகாரம் இவர்களுக்கு நவீனத்துவத்தின் தார்மீகத்திலிருந்து கொடுக்கப்படவில்லை. ஆனால், பீட்சா கடை மேலாளனால் அடிவாங்கியபோது இல்லாத தெளிவு 'முதல் மரியாதை' கொடுத்து அசிங்கப்படுத்தபட்டபோது சிறுவர்களுக்கு ஏற்படுகிறது என்றுதான் சொல்ல வேண்டும். அல்லது வேறு விதமாகச் சொல்வதென்றால், 'முதல் மரியாதை' கொடுக்கப்பட்ட முறைதான் இவர்களை அரசியல் பிரக்ஞை கொண்டவர்களாக மாற்றுகிறது. அதனால்தான், பீட்சாவை நிராகரிக்கிறார்கள். பாட்டியின் தோசையை மீட்டெடுக்கிறார்கள். இதை எம்.எஸ்.எஸ்.பாண்டியன் சொல்வதோடு பொருத்திப்பார்க்க முடியும்: "நவீனத்துவத்தோடான ஒடுக்கப்பட்ட சாதிகளின் முரண்பட்ட உறவு நமக்கெல்லாம் மிக முக்கியமான செய்தி ஒன்றைக் கொண்டுள்ளது. அதாவது, நவீனத்துவத்துக்கு ஓரடி விலகி வெளியே இருப்பதன் வழியாகத்தான் வேறுபாடுகளின் அரசியலை அதுவாகவே வெளிப்படுத்திக்கொள்வதற்கான உத்தரவாதத்தை வழங்குவதோடு ஜனநாயக அரசியலில் சாதி அங்கீகரிக்கப்பட்ட வகைப்பாடாக உருப்பெறுவதற்கும் வழிவகுக்கிறது. நவீனத்துவத்துக்கு ஓரடி வெளியே இருப்பது என்பது நவீனத்துவத்துக்கு ஓரடி முன்னே இருப்பதாகும்."[2]

இந்தச் சிறுவர்களின் அனுபவங்களை நாம் வேறொரு கதையோடு பொருத்திப்பார்க்கலாம். அந்தக் கதை கொடுக்கும் அரசியலார்ந்த புரிதலை டி.ஆர்.நாகராஜ் பல விதமாக நமக்குக் கொடுக்கிறார். இந்தக் கதை குறித்த ஆழமான வாசிப்புக்கு டி.ஆர்.நாகராஜின் *'தீப்பற்றிய பாதங்கள்'* கட்டுரைத்

2 M.S.S.Pandian, 'One Step outside Modernity: Caste, Identity Politics and Public Sphere', Economic and Political Weekly, 4th May 2002. இந்தக் கட்டுரையில் 'நவீனத்துவத்திலிருந்து ஓரடி வெளியே: சாதி அடையாள அரசியல் மற்றும் பொதுவெளி', தமிழில்: [சீனிவாச] ராமாநுஜம் அகம்–புறம், இதழ்–2.

தொகுப்பைப் பார்க்கவும்.[3] நான் இங்கு அந்தக் கதையின் சுருக்கத்தையும் அது முன்வைக்கும் அரசியல் நிலைப்பாட்டையும் சுருக்கமாகத் தொகுத்துக்கொடுக்க முயல்கிறேன்.

இந்தக் கதை 1933 மே மாதம் நடக்கிறது. எரவாடா சிறையில் காந்தி உண்ணாவிரதம் இருக்கிறார். தீண்டப்படாதவர்கள் பிரச்சினையை ஆழமாகப் புரிந்துகொள்ளவில்லை என்று இருபத்தியொரு நாள் உண்ணாவிரதம் மேற்கொள்கிறார்.[4] இந்த உண்ணாவிரதமும் அவ்விடத்தில் தோன்றும் ஒரு இளைஞனும் உருவாக்கிய நாடகத்தன்மையை நாம் அவ்வளவு சுலபத்தில் காணத்தவற முடியாது என்கிறார் நாகராஜ். ஒரு தீண்டப்படாத இளைஞன் தன்னுடைய படிப்புக்கு உதவி கேட்டு காந்தியைப் பார்க்கவருகிறான். காந்தி அவனுக்கு உதவுவதாக வாக்குகொடுத்து, அவர் மேற்கொண்டிருக்கும் உண்ணாவிரதத்தை முடிக்கும் நாளன்று முடித்துவைக்கும் விதமாக ஆரஞ்சுப் பழச்சாற்றை அவன் கொடுக்க வேண்டும் என்றும் கேட்டுக்கொள்கிறார். அதை அந்த இளைஞனும் ஏற்றுக்கொள்கிறான். இங்கு, ஹரிஜன்கள் மீதாக காந்தி கோரும் உரிமையை அங்கீகரிக்கும் குறியீடாக இந்தத் தீண்டப்படாத இளைஞன் மாற்றப்படுகிறான். ஆனால், காந்தியின் உண்ணாவிரதத்தை முடித்துவைக்க வேண்டிய நாளன்று அந்த இளைஞன் வரத் தவறுகிறான். பிறகு, அந்த இளைஞன் உண்ணாவிரதம் முடிக்கப்படும் நாளன்று வந்திருந்தாகவும், ஆனால் உள்ளே அனுமதிக்கப்படவில்லை என்றும் பத்திரிகை ஒன்றில் சொல்கிறான். ஆனால், காந்தியின் காரியதரிசியான மஹாதேவ் தேசாய் இதை மறுத்து, நடந்ததை 'ஹரிஜன்' இதழில் எழுதுகிறார். அந்த இளைஞன் சொன்னது பொய் என்று அவர் வருத்தப்படுகிறார். வராமல்போனதற்கான காரணத்தை தேசாயிடம் அந்த இளைஞன் சொல்கிறான். அதாவது, '... அடுத்த நாள்தான் அவன் உண்மையான காரணத்தை என்னிடம் சொன்னான். அது, தீண்டாமை என்னும் புற்றுநோய் எந்த அளவுக்கு நெறிமுறைகளைச் சீரழித்திருக்கிறது என்பதைப் பற்றி நாம் எல்லோரும் சிந்திக்க வேண்டிய அவசியத்தை உணர்த்தக்கூடியதாக இருக்கிறது. அந்த இளைஞன், உண்ணாவிரதத்தின்போது ஓரிரு முறை வந்திருந்ததாகவும் அதன் போக்கை ஆவலுடன் கவனித்துவந்ததாகவும் தெரிவித்தான். ஆனால், கடைசி தினத்தன்று அவனிடம் தயக்கம் மேலோங்குகிறது. அத்தனை முக்கியமான தினத்தன்று அவனைப் போன்ற மிகச் சாதாரணமானவனை அனுமதிப்பார்களா என்று தயங்கியிருக்கிறான். மேலும், அவனுடைய அதிர்ஷ்டம் (அதாவது, அவன் வந்திருந்து அது செய்தித்தாள்களில் வந்திருக்கும்பட்சத்தில்) அவனுடன் இருப்பவர்களைப் பொறாமைப்படவைத்து, தன்னிடம் இருப்பதையும் பறிகொடுக்க வேண்டியிருக்கலாம் என்றும் அச்சம்கொண்டிருக்கிறான். விசித்திரமான பல சிந்தனைகள் ஒன்றுசேர்ந்து அவனை ஆட்கொண்டிருந்தன.

3 டி.ஆர்.நாகராஜ், *'தீப்பற்றிய பாதங்கள்: தலித் இயக்கம், பண்பாட்டு நினைவு, அரசியல் வன்முறை'*, தமிழில்: சீனிவாச ராமாநுஜம், எதிர் வெளியீடு, 2021.

4 இந்த நிகழ்வை வைத்து த.ராஜன் ஒரு சிறுகதை எழுதியுள்ளார். பார்க்கவும்: த.ராஜன், *'பழைய குருடி'*, எதிர் வெளியீடு, 2022.

ஆனால், இவை எல்லாவற்றையுமே அவன் சுமந்துகொண்டிருக்கும் தீண்டாமையோடு நாம் இணைத்துப்பார்க்க முடியும். அவன் தயக்கம் ஏதும் கொள்ளாமல் இரண்டு முறை சிறைக்கு வந்திருந்ததோடு, பார்வையாளர் அனுமதிக்காகத் தீண்டப்படாதவன் என்று அவன் பெயரோடு சேர்த்து எழுதி உள்ளே கொடுத்தனுப்பியிருக்கிறான். ஆனால், இதுபோன்ற ஒரு சந்தர்ப்பத்தில் மட்டும் அவன் முன் தோன்றிய அதிர்ஷ்டத்தைப் பிடித்துக்கொள்ளும் தைரியத்தை அவன் இழந்துவிட்டான். அந்த இளைஞன் இந்த அளவுக்குத் தன்னை அவசியமில்லாமல் தரந்தாழ்த்திக்கொண்டதற்கு நாம்தான் காரணமானவர்கள்' என்கிறார்.

இந்தக் கதையை மஹாதேவ் தேசாய் வாசிக்கும் முறையானது தலித்துகளின் சிக்கலான மனநிலையைப் புரிந்துகொள்ள முடியாத தன்மையைத்தான் வெளிப்படுத்துகிறது என்று விமர்சிக்கும் நாகராஜ், தைரியமற்ற தன்மை என்று எதை தேசாய் குறிப்பிடுகிறாரோ அதை மொத்த காந்திய நிறுவனத்தோடான தலித்துகளின் சுகஜமற்ற தன்மையின் வெளிப்பாடாகவும் எடுத்துக்கொள்ளலாம் என்கிறார். ஆசானிடம் (காந்தியிடம்) எது துயரமானதாக இருக்கிறதோ அதுவே சிஷ்யர்கள் அல்லது சீடர்களிடம் கேலிக்கூத்தாகச் சிதைந்துபோகிறது என்பதை அந்த இளைஞன் உணர்ந்திருந்தான். புனித இரக்கத்துக்கான ஒரு பொருளாக மாற்றப்படுவதிலிருந்து தன்னைக் காப்பாற்றிக்கொள்ளும் விதமாக வர மறுத்ததோடும் பொய்யும் சொல்லியிருக்கிறான். பொய் சொல்வதன் மூலமாகத் தீண்டப்படாத அந்த இளைஞன் ஒரு தலித்தாக மறுபிறவி எடுக்கிறான் என்று நாகராஜ் அர்த்தப்படுத்துகிறார். வேறு வார்த்தைகளில் சொல்வதென்றால், காந்திய நிறுவனத்தின் நாடகத்தனமான சுயதூய்மைக்கு முன்னால் அந்தத் தீண்டப்படாத இளைஞன் சித்திரக்குள்ளன் நிலைக்குத் தள்ளப்படுகிறான். இதை ஏற்றுக்கொள்ள மறுக்கும் நிலையைத்தான் அந்த இளைஞனின் பொய் வெளிப்படுத்துகிறது.

இந்தப் படத்திலும் கடைசிக் காட்சியில் இரண்டு சிறுவர்களும் சித்திரக்குள்ளன் நிலைக்குத் தள்ளப்படுகிறார்கள். பீட்சா கடை முதலாளி சிறுவர்களுக்கு பீட்சாவை ஊட்டிவிடுவது அவர்களுக்கான சுயமரியாதையையும் முகமையையும் மறுக்கும் செயலாகத்தான் அர்த்தப்படுத்த வேண்டியுள்ளது. இவ்வளவு அன்னியோன்னியமான காட்சியில் இப்படி ஒரு வன்முறை சாத்தியம் என்பதே நம்மைத் தலைகுனியச்செய்கிறது. 1933 மே மாதம் அந்தத் தீண்டப்படாத இளைஞன் எத்தகைய மனநிலையிலிருந்து பொய் சொன்னானோ அதே உணர்வு நிலையிலிருந்துதான் இந்தப் படத்தில் சிறுவர்கள் பீட்சாவை நிராகரிக்கிறார்கள். இரண்டு நிகழ்வுகளிலும் தங்களுக்கான முகமையைத்தான் அவர்கள் வேண்டுகிறார்கள்.

நாம் தொடக்கத்தில் கேட்டுக்கொண்ட கேள்விக்கு மீண்டும் வருவோம்: இரண்டு சிறுவர்களும் பீட்சாவை நிராகரித்ததை நாம் எவ்வாறு அர்த்தப் படுத்திக்கொள்ளப்போகிறோம்? 'நவீனத்துவத்துக்கு ஓரடி வெளியே இருப்பது என்பது நவீனத்துவத்துக்கு ஓரடி முன்னே இருப்பதாகும்'

என்று எம்.எஸ்.எஸ்.பாண்டியன் சொல்வதை நாம் எவ்வாறு அர்த்தப் படுத்திக்கொள்ளப்போகிறோம்? பீட்சாவைச் சிறுவர்கள் நிராகரித்ததன் வழியாக நவீனத்துவத்தின் சட்டகத்தையே நிராகரிக்கிறார்களா அல்லது நவீனத்துவம் அதை வெளிப்படுத்திக்கொள்ளும் முறைமையை மட்டுமே நிராகரிக்கிறார்களா? இந்தக் கேள்விகளுக்கான பதில் அவ்வளவு சுலபமானது அல்ல. இந்தக் கேள்விகளை நாம் பல்வேறு தளங்களிலிருந்து, அதாவது தத்துவார்த்தரீதியாகவும் சமூகரீதியாகவும் எதிர்கொள்ள வேண்டியுள்ளது. இவ்வாறு எதிர்கொள்ளும்போது பார்த்தா சாட்டர்ஜி கொடுக்கும் எச்சரிக்கையை நாம் கவனத்தில்கொள்ள வேண்டியுள்ளது: "என்னைப் பொறுத்தமட்டில் உலகளாவிய நவீனத்துவம் மிகத் தீர்க்கமாகக் காலனிய பாணியில்தான் அதைத் தகவமைத்துக்கொள்ளும். மறுபுறத்தில், ஜனநாயகத்தின் சட்டகமானது நவீனத்துவம் என்பதே முறையற்றது என்றும், பிரச்சினைக்குரியது என்றும் அர்த்தப்படுத்தும். தேசியங்களைக் கடந்த போக்குகள் சமகால மேற்கத்தியச் சமூகங்களுக்குள் ஊடுருவி நிலவியிருக்கும் தேசிய அரசு என்ற வடிவத்தைப் போதாமைகள் கொண்டதாக்கியுள்ளன. இதை வேறு விதமாகச் சொல்வதென்றால், இது உலகமயமாக்கல் சூழ்நிலையில் ஜனநாயகம் குறித்த உரையாடல்களோடு நேரிடையாகத் தொடர்புகொண்டதாக உள்ளது. என்னுடைய வாதம் என்னவென்றால், ஒன்றெனப் பிணைக்கப்பட்டிருக்கும் குடிமைச் சமூகம்/நவீனத்துவம், அரசியல் சமூகம்/ஜனநாயகம் ஆகிய இரண்டையும் பிரித்துப்பார்த்தால்தான் இதற்கு உள்ளாக இருக்கும் அதிகாரத்தின் வடிவத்தையும் அரசியல் உத்திகளையும் நம்மால் பார்க்க முடியும். இத்தகைய புரிதல் இல்லையென்றால், 'தேசியங்களுக்கு அப்பால்' என்ற முனைப்பானது சமத்துவமின்மையைப் பலப்படுத்துவதோடு உலகம் முழுவதும் ஜனநாயகத்துக்கான போராட்டங்களைத் தோல்வியுறவும் செய்யும்."[5]

இத்தகைய புரிதல், அரசியல் பிரக்ஞையோடு பீட்சா கடையை விட்டு வெளியேறும் சிறுவர்களிடம் சாத்தியமா என்பது இவர்களுடைய அடுத்த கட்ட வாழ்க்கைதான் நமக்குத் தெளிவுபடுத்தும். ஆனால், இந்தச் சிறுவர்களை இந்தச் சமூகம் எங்கு தள்ளிவிடும் என்பது தெளிவில்லாமல் இருக்கிறது. இவர்களுடைய அனுபவத்தைத் தெரிந்துகொள்ளக் காத்திருப்போம்.

⊙

5 Partha Chatterjee, 'Beyond the nation? or within?', Social Text, Issue No: 56, Autumn, 1998.

வரலாற்றிலிருந்து துண்டிக்கப்பட்ட வரிகள்

‘ஹே ராம்’ திரைப்படத்தை முன்வைத்து

தமிழ்த் திரைப்படங்கள் குறித்து விமர்சனப் பார்வையை முன்வைக்கும்போது ஒரு சிக்கல் உருவாகிறது. ஓர் இயக்குநரின் தனிப்பட்ட சமூகப் பார்வையை, கருத்தியலை அவருடைய படம் முன்வைக்கிறது என்ற அடிப்படையில் பேச முடிவதில்லை. இதை பலமாகப் பார்ப்பதா அல்லது பலவீனமாகப் பார்ப்பதா என்று தெரியவில்லை. இங்கு பொதுவாக, திரைப்பட இயக்குநர்கள் தங்களுடைய சமூகப் பார்வை குறித்தோ, சினிமா அழகியல் குறித்தோ கட்டுரைகள் எழுதிப் பகிர்ந்துகொள்வது கிடையாது. இதனால், வெகுஜனப் பத்திரிகைகளில் வரும் பேட்டி போன்ற சிறுசிறு மூலங்கள் வழி நமக்குக் கிடைக்கும் இயக்குநரின் பார்வைக்கும், அவரது படம் முன்வைக்கும் பார்வைக்கும் பெரிய அளவில் முடிச்சுகளிட்டுப் பேச முடிவதில்லை. இந்தக் குழப்பம் கமல்ஹாசன் படங்களில் மேலும் சிக்கலாகிறது. அவர் நடிக்க மட்டுமே செய்த படங்களில்கூட விமர்சனங்களெல்லாம் அவரை இயக்குநர்போல் முன்வைத்தே நடத்தப்படுகின்றன. கருத்தியல் தளத்தில் முன்வைக்கப்பட்ட விமர்சனங்களில் ஒரு பொதுத்தன்மையைப் பார்ப்பதென்றால் பார்ப்பனியம் மற்றும் இந்துத்துவ மேலாண்மையை இவரது படங்கள் போற்றுவதாகவே விமர்சிக்கப்படுகின்றன. சமீபத்தில் வந்த ‘உன்னைப் போல் ஒருவன்’ திரைப்படத்துக்கும் இந்த விமர்சனம் முன்வைக்கப்பட்டுள்ளது. ‘ஹே ராம்’ வந்தபோதும் இதே தளத்தில் மிகக் கடுமையாக விமர்சிக்கப்பட்டது. ‘தசாவதாரம்’ படத்துக்கும் இதே விமர்சனம் முன்வைக்கப்பட்டது. இதில் விசித்திரம் என்னவென்றால், அக்ரஹாரத்திலிருந்து பெரியார் திடலுக்கு வந்தவராகத் தன்னை அறிவித்துக்கொள்ளும் கமல்ஹாசனின் திரைப்படங்கள், மீண்டும் மீண்டும் ஏன் பார்ப்பனியத் தளத்திலும் இந்துத்துவத் தளத்திலும் வைத்து விமர்சிக்கப்படுகின்றன என்பதைப் புரிந்துகொள்ள வேண்டியுள்ளது. அதாவது, கமல்ஹாசன் திரைப்படங்களில் பார்ப்பனியம், இந்துத்துவ ஆண்மையவாதம் போன்றவை முன்வைக்கப்படுகின்றனவா என்ற கேள்வியை அவரது ‘ஹே ராம்’ திரைப்படத்தை முன்வைத்து அணுக முயல்வோம்.

ஆண்மைக்கும் அதிகாரத்துக்கும் இடையேயும், ஆண்மையத்துக்கும் வன்முறைக்கும் இடையேயும், பெண்மையத்துக்கும் எதிர்ப்பற்ற அடிபணிதலுக்கும் இடையேயும் பார்ப்பனிய-சத்ரியக் கருத்தாக்கம்

உருவாக்கிவைத்திருந்த ஒருங்கிணைப்பை காந்தி நிராகரித்ததோடு மட்டுமல்லாமல் பிரிட்டிஷ் முன்வைத்ததையும் நிராகரித்தார் என்கிறார் அஷிஸ் நந்தி.[1] இந்தப் புரிதலில் 'ஹே ராம்' படத்தை அணுக முயல்கிறேன்.

அகழாராய்ச்சியில் ஈடுபட்டிருக்கும் ஒரு தமிழ்ப் பார்ப்பனன் (சாகேத் ராம்) பிரிவினைக் கலவரத்தில் கோரமான முறையில் தன் வங்காளி மனைவியை(?) பறிகொடுக்க வேண்டியுள்ளது. இதற்கான காரணம் தெரியாமல் தவிக்கும் அவனது மனம், பார்ப்பனிய மேலாண்மையை நிறுவ முயலும் மராத்தியப் பார்ப்பனர்களின் வழிகாட்டுதலில், தன்னுடைய மனைவி கோரமான முறையில் வன்புணர்வுக்கு ஆளானதுபோல் இந்தியத் தாயும் ஆளாகக் காரணம் பாரிஸ்டர் மோகன்தாஸ் கரம்சந்த் காந்திதான் என்றும், அதனால் அவர் கொல்லப்பட வேண்டியவர் என்றும் முடிவுக்குவருகிறான். ஆனால், இந்தச் சிந்தனையிலிருந்து அவன் விலகும் சமயத்தில், கோட்சே என்ற மராத்தியப் பார்ப்பனனால் காந்தி கொல்லப்படுகிறார். சாகேத் ராமின் மிச்ச வாழ்க்கை இருட்டில் கழிகிறது. பார்ப்பனியம் மற்றும் இந்துத்துவக் கொள்கையை இந்தப் படம் போற்றுவதாக விமர்சிக்கப்பட்டது. நாம் 'ஹே ராம்' படத்தைப் புரிந்துகொள்ள முயல்வதோடு அதற்கு எதிராக வந்த விமர்சனங்களையும் புரிந்துகொள்ள முயல்வோம்.

சாகேத் ராமின் பயணத்தை நான்கு கட்டங்களாகப் பிரித்துக்கொள்ளலாம். காலனியம் முன்வைத்த நவீனத்துவத்தின் ஊடாகவும், அது முன்வைத்த இந்திய வரலாற்றின் ஊடாகவும் தன்னை முழுமையாக அடையாளம்கண்டு, சிந்துச் சமவெளி நாகரிகத்தில் அகழாராய்ச்சியில் ஈடுபடுகிறான். இந்தியத் துணைக்கண்டத்தின் வரலாறு அங்கிருந்துதான் தொடங்குகிறது என்பதை அறிந்தவனாக நாம் சாகேத் ராமைப் புரிந்துகொள்ளலாம். அவன் சார்ந்த தமிழ் ஐயங்கார் குடும்பத்தை முற்றிலுமாக நிராகரித்து ஒரு வங்காளி ஆசிரியையை (அபர்ணா) தன் மனைவியாக்கிக்கொள்கிறான். காலனியம் முன்வைத்த வரலாற்றியல் அடிப்படைகளை ஏற்றுக்கொண்டு, ஓர் அரசியலற்ற நிலையில் உள்ள தமிழ்ப் பார்ப்பனனுக்கு ஒரு வங்கப் பார்ப்பனப் பெண்ணின் சுயம் அவனுடைய ஆளுமைக்கு ஈடுகொடுப்பதோடு மட்டுமல்லாமல் அவன் சுயத்தின் பிரதிபலிப்பாகவும் வெளிப்படுத்தப்படுகிறது. இந்து-முஸ்லிம் கலவரத்தில் அபர்ணாவைக் கோரமான முறையில் பலிகொடுத்த பின், சாகேத் ராமின் ஆண்மை காயடிக்கப்படுகிறது. அதாவது, தமிழ் ஐயங்காரின் ஆண்மையவாதம் இஸ்லாமிய வன்முறையால் காயடிக்கப்படுகிறது. தன் மனைவியின் அருகில் இருந்தும், அவள் பாலியல் வன்புணர்வுக்கு ஆளானதைத் தடுக்க முடியாத இயலாமை அவனை நிலைகுலையச்செய்கிறது. அதன் தொடர்ச்சியாய், அவனும் கலவரப் படுகொலைகளில் ஒரு பங்கேற்பாளனாகத் தன்னை ஈடுபடுத்திக்கொள்கிறான். ஆனால், அதைத் தொடர்வதற்கான சாத்தியங்கள் இல்லை என்ற நிலையை வந்தடைகிறான்.

1 Ashis Nandy, *'At the Edge of Psychology: Essays in Politics and Culture'*, OUP, 1980.

மராத்தியப் பார்ப்பனனான ராம் அபயங்கர் முன்வைக்கும் பார்ப்பனிய ஆண்மையவாதத்தை (பார்ப்பனியம் என்பதே ஆண்மையவாதத்தை முன்வைக்கும் கருத்தாக்கம்தான். தேசியம் என்ற கருத்தாக்கத்தோடு பார்ப்பனிய மேலாண்மை இணைவதை இங்கு பார்ப்பனிய ஆண்மையவாதம் என்று முன்வைக்கிறேன்.) சாகேத் ராம் மறுக்கவில்லை என்றாலும் ஏற்கவும் இல்லை. இவ்விடத்தில், தமிழ்ப் பார்ப்பனிய ஆண்மையவாதத்துக்கும், மராத்தியப் பார்ப்பனிய ஆண்மையவாதத்துக்கும் உள்ள வேறுபாடு மிக முக்கியமானது. இது சாகேத் ராமின் முதல் நிலை. முழுவதுமாகக் காயடிக்கப்பட்ட நிலைக்குள்ளான சாகேத் ராம், ‘அம்மா... அம்மா’ என்று குரலெழுப்பித் தன் குழந்தைப் பருவத்துக்குத் தப்பி ஓடுகிறான். இந்தக் காட்சியும் அதைத் தொடர்ந்து அவனுள் ஏற்பட்ட மாற்றமும் மிக அற்புதமாக வெளிப்படுத்தப்பட்டுள்ளது. தன் பாகனைக் கொன்ற யானையிலிருந்து ஸ்ரீரங்கத்துக் கோயில் யானை என்று தளம் மாறும்போது சாகேத் ராம் பஞ்சகச்ச வேஷ்டி, திருமண் அணிந்து ஸ்ரீரங்கம் கோயில் முன் காட்டப்படுகிறான். மறுமணம் புரிந்துகொண்ட பின் அவன் அந்தப் பெண்ணுடலை (மைதிலி) தீண்ட முடியாதவனாக இருக்கிறான். குடும்பத்தாரிடம் சொல்லிக்கொள்ளாமல், இழந்த தன் ஆண் வீரியத்தையும் காயடிக்கப்பட்ட ஆண்மையவாதத்தையும் மீட்டெடுக்க மீண்டும் கல்கத்தா செல்கிறான். அவனது ஆண் வீரியத்தின் நினைவாக அவனும் அபர்ணாவும் குடியிருந்த வீட்டில் (இப்போது நாயர் ஒருவர் குடியிருக்கிறார்) அபர்ணா வரைந்த காளி ஓவியத்தைக் கேட்டுப் பெற்றுக்கொள்கிறான். இத்தகைய மனநிலையில் இருந்த ஒருவனிடம்தான் மராத்தியப் பார்ப்பனிய ஆண்மையவாதம் அபயங்கர் வழியாகத் தன் ஆதிக்கத்தைச் செலுத்தத் தொடங்குகிறது. சாகேத் ராமுக்கு மராத்தியப் பார்ப்பனியம் அறிமுகப்படுத்திய கோட்பாடுகளுக்கும், அவனது தமிழ் ஐயங்கார் மனைவியான மைதிலி முன்வைக்கும் பார்வைக்குமான வேறுபாடுகளுக்கும் இடையே சாகேத் ராம் சிக்கிநிற்பதும் மிகச் சிறப்பாக வெளிப்படுத்தப்படுகிறது.

காந்தியின் சத்திய சோதனையை நிராகரிப்பதோடு மட்டுமல்லாமல் எல்லாத் தன்வரலாறுகளையும் சாகேத் ராம் நிராகரிப்பதாகச் சொல்கிறான் என்றால், காலனியம் முன்வைத்த நேர்க்கோட்டு வரலாற்றை மைதிலி ‘செமிஃபிக்ஷன்’ என்று நிராகரிக்கிறாள். அவள் வரலாற்றிடத்தில் தன்வரலாற்றை முன்வைக்கிறாள். காந்தி எப்போதும் வரலாற்றை முன்வைத்ததில்லை என்பதை இதோடு இணைத்துப்பார்க்கலாம். அதே சமயத்தில், மைதிலி ஊடாக முன்னிறுத்தப்படும் தமிழ்ப் பார்ப்பனியமானது காந்தியை இந்திய தேசியத்தின் நீட்சியாகப் பார்த்தது. இதன் அடிப்படையிலேயே அது காந்தியை ஆதரித்தது. ஒரு காட்சியில் சாகேத் ராம், அபர்ணா வரைந்த காளி ஓவியத்தை மைதிலியிடம் கொடுக்கும்போது அதற்குப் பதிலாக அவள் வரைந்த ஆண்டாள் ஓவியத்தை சாகேத் ராமிடம் கொடுக்கிறாள். சாகேத் ராம் முன்வைக்கும் வங்கப் பார்ப்பனிய மரபுக்குப் பதிலாக மைதிலி தமிழ்ப் பார்ப்பனிய மரபை முன்வைக்கிறாள். இவ்விடத்தில், குழந்தை மனநிலையில் இருந்த சாகேத் ராமின் பாதுகாப்பான இருப்பு, ஆட்டம்காணத் தொடங்குகிறது. மீண்டும் சாகேத் ராமின் ஆண்மையானது மைதிலியால் காயடிக்கப்படுகிறது.

அதாவது, மைதிலி என்ற பெண்ணுடல் சாகேத் ராம் என்ற ஆணுடலுக்கு அடங்க மறுக்கிறது.

மூன்று பார்ப்பனியங்களுக்கும் (வங்கம், தமிழ், மராத்தி) மத்தியில் சாகேத் ராம் நிற்கிறான். வங்கப் பார்ப்பனியம் அபர்ணா என்ற பெண் ஊடாகவும், தமிழ்ப் பார்ப்பனியம் மைதிலி என்ற பெண் ஊடாகவும், மராத்தியப் பார்ப்பனியம் அபயங்கர் என்ற ஆண் ஊடாகவும் சாகேத் ராமைச் சூழ்ந்துகொள்கின்றன. இந்தப் பார்வை வரலாற்றுரீதியாகச் சரியானதே. எடுத்துக்காட்டாக, வங்காளியான அரவிந்தர், ஆயுதம் ஏந்திப் போராடி இறுதியில் எங்கு சென்றார் என்பது நாம் அறிந்ததுதான். இந்தியத் தாயை விடுவிக்கப் புறப்பட்ட அரவிந்தர் ஒரு அந்நியத் தாயிடம் – மதர் – தஞ்சம் புகுந்தார் என்று அஷிஷ் நந்தி கவித்துவமாக முன்வைக்கிறார். வங்கப் பார்ப்பனியம் கருத்தியல் தளத்தில் பார்ப்பனிய மேலாண்மை மற்றும் தேசியத்தை வெற்றிகரமாக இணைக்கவில்லை. ஆனால், கருத்தியல் தளத்தில் இந்து தேசம் என்று பார்ப்பனிய மேலாண்மையை நவீனத்துவத்தோடும் தேசியத்தோடும் இணைத்தது மராத்தியப் பார்ப்பனியம்தான். இந்த வேறுபாடுகள் மிக முக்கியமானவை.

அபயங்கரின் அழைப்பின்பேரில் மைதிலியோடு பம்பாய்க்குச் செல்கிறான் சாகேத் ராம். அங்கு ஒரு மகாராஜாவின் விருந்தினராக இருந்து வேட்டையாடி மகிழ்கிறான். இதிலிருந்து அவனது ஆண்குறி சற்றே வீரியத்தைப் பெறத் தொடங்குகிறது. இந்த வீரியம் அவன் இழந்த சுயத்தினுடைய மீட்டெடுப்பின் ஒரு பகுதி என்று சொல்லலாம். மைதிலி என்ற பெண்ணுடலைத் தன் ஆண் வீரியத்துக்கு இரையாக்கும் வெறி துளிர்விடுகிறது. அபயங்கர் கொடுக்கும் சோமபானத்தை அருந்துகிறான். தன்னிலை மறந்த சாகேத் ராம், மகாராஜாவால் அபயங்கரோடு காந்தியைக் கொல்வதற்கு அவனும் தேர்ந்தெடுக்கப்படுவதை ஏற்றுக்கொள்கிறான். இது சாகேத் ராம் இழந்த ஆண்மையை மீட்டெடுக்க உதவுகிறது. தன் ஆண்மைக்கு அடங்க மறுத்த மைதிலி என்ற பெண்ணுடலை வெறிகொண்டு வெற்றிகொள்கிறான். மைதிலி என்ற பெண்ணுடல் காந்தியைக் கொல்வதற்கான ஆயுதமாகவும், காந்தியைக் கொல்வதற்கான ஆயுதம் ஒரு பெண்ணுடலாகவும் மாறுகிறது. வேட்டையாடியவனின் வெற்றிக்களிப்பும் அசதியும் சாகேத் ராம் பியானோ வாசிக்கும் காட்சியில் மிக அற்புதமாக வெளிப்படுத்தப்பட்டுள்ளன. மைதிலியின் பெண்ணுடல், சாகேத் ராம் என்ற ஆணுடலுக்கு அடிபணிந்துபோகிறது. வேட்டையாடுவது புலியின் தர்மம் என்று சாகேத் ராமிடம் ஒப்புக்கொள்கிறாள். இதே மைதிலி முன்னர் மராத்தியப் பார்ப்பனியத்தை ஏற்க மறுத்தாள். 'பசியில் இருக்கும் ஓநாய் ஒரு குழந்தையை எடுத்துச்செல்வது எந்த தர்மம்?' என்று கேட்டவள்தான் இவள். அபயங்கரின் பதில், 'ஓநாயின் பார்வையிலிருந்து பார்த்தால் அது சரியானதே'. இழந்த ஆண்மையவாதத்தை மீட்டெடுப்பது சாகேத் ராமின் மூன்றாவது நிலை.

காந்தியைக் கொல்வது சாத்தியப்படாமல்போவதும், இறுதியில் காந்தியிடம் மண்டியிட்டுத் தன் செயலுக்கு மன்னிப்பு கோரும் முயற்சியில் தன்னை ஈடுபடுத்திக்கொள்ளும்போதும், அவன் கண்ணெதிரே காந்தியை கோட்சே கொல்வதும், மீண்டும் சாகேத் ராமினுடைய ஆண்குறியின் வீரியத்தை இழக்கவைக்கிறது. சாகேத் ராமின் இந்த இறுதிநிலையைப் படத்தின் இறுதிக் காட்சியிலிருந்து ஊகிக்க முடிகிறது. மருத்துவமனைக்கு சாகேத் ராம் எடுத்துச்செல்லப்படும்போது அவனுடைய மகன் நடந்துகொள்ளும் முறையும், அவனுடைய பேரன் எப்போதும் இருட்டில் இருப்பதையே என் தாத்தா விரும்பினார் என்று சொல்லும்போதும் சாகேத் ராமின் வாழ்க்கை எப்படிக் கழிந்திருக்கும் என்று நம்மால் உணர முடிகிறது. சாகேத் ராம் முன்வைக்க முயன்ற பார்ப்பனிய ஆண்மையவாதம் தோற்றுப்போகிறது.

சாகேத் ராமின் இந்த நான்கு நிலைகளிலான பயணமும் திரைப்படத்தில் மிகச் சிறப்பாக முன்வைக்கப்பட்டுள்ளது. பார்ப்பனிய ஆண்மையவாதத்தை முன்வைக்க முயன்று சாகேத் ராம் தோல்வியுறுவதாக முடிகிறது. எவ்விதத்திலும் இந்தப் படம் இந்துத்துவ மேலாண்மையை உயர்த்திப்பிடிக்கிறது என்று சொல்ல முடியாது. ஆனால், இப்படித்தான் இந்தப் படம் விமர்சிக்கப்பட்டது. இதற்கான காரணத்தை நாம் படத்துக்கு வெளியே இருந்து அணுக வேண்டியுள்ளது.

ஒரு தமிழ் ஐயங்கார் குடும்பப் பின்னணியை வைத்துத் திரைக்கதை அமைக்கப்பட்டதால்தான் பார்ப்பனியம் மற்றும் இந்துத்துவத்தை முன்வைக்கிறது என்று இந்தப் படம் விமர்சிக்கப்பட்டதா? இதற்கான பதில் ஊகத்தில்தான் முடியும். ஆனால், இந்தத் திரைக்கதைக்குத் தமிழ் ஐயங்கார் குடும்பத்தைப் பின்னணியாக வைக்க வேண்டிய அவசியம் என்ன? வரலாற்றுரீதியாக காந்தியைக் கொல்வதற்கான எந்த அவசியமும் தமிழ்ப் பார்ப்பனர்களுக்கு உருவாகவில்லை. கோட்சே ஒரு பார்ப்பனன், அதுவும் ‘சித்பவன் பார்ப்பனன்’. அந்தப் பிரிவிலிருந்து வந்தவன் காந்தியைக் கொல்வதற்கு வரலாற்றுக் காரணங்கள் இருந்தன. அதனாலேயே அவன் காந்தியைக் கொன்றான்.

பேஸ்வா ஆட்சி மராத்தியப் பார்ப்பனர்களின் ஆட்சியாக இருந்தது. மனுதர்ம சாஸ்திரம் சட்டப் புத்தகமாக இருந்தது இவர்கள் ஆட்சியில்தான். வேறு எந்தக் காலத்திலும் எந்த ஆட்சியிலும் மனுதர்ம சாஸ்திரம் சட்டப் புத்தகமாக இருந்ததற்கான வரலாற்றுத் தரவுகள் இல்லை என்றே செல்லலாம் (ஒரு பண்பாட்டு இலக்கணமாக இருந்தது என்கிறார் ஷெல்டன் போலக்). முஸ்லிம்கள் வருகையால் மராத்தியப் பார்ப்பனர்கள் தங்கள் அதிகாரத்தையும் பொருளாதார மேன்மையையும் இழக்க வேண்டியவர்களானார்கள். காலனியத்திலும் இந்த நிலை தொடர்ந்தது. எடுத்துக்காட்டாக, கோட்சே தன் பொருளாதாரத் தேவைகளுக்காகத் தையல் கடை வைத்திருந்தான். காலனிய எதிர்ப்பில் வங்கத்தில் தோன்றிய ஆயுதம்தாங்கிய இந்து அடையாளம் கொண்ட பார்ப்பனிய இயக்கத்துக்கும், புனேவில் தோன்றிய பார்ப்பனிய இயக்கத்துக்கும் இடையே அடிப்படை வேறுபாடு உள்ளது. வங்கப்

பார்ப்பனர்கள் நவீனத்தின் அடிப்படையிலிருந்து ஆயுதம் ஏந்தினார்கள் என்றால், மராத்தியப் பார்ப்பனர்கள் இழந்த அதிகாரத்தைப் பெறுவதற்கு ஆயுதம் ஏந்தினார்கள். மேலும், மராத்தியப் பார்ப்பனர்கள் காந்தியை ஏற்றுக்கொள்ளவில்லை. காந்தியின் அரசியல் தலைமையையும் அவரது அஹிம்சைப் போராட்ட முறையையும் மராத்தியப் பார்ப்பனர்களால் எதிர்கொள்ள முடியவில்லை. இதற்குக் காரணம் காலனிய எதிர்ப்பில் மராத்தியப் பார்ப்பனரல்லாதவர்களோடு காந்தி அணிசேர்ந்தார். காலனியமும் காங்கிரஸ் இயக்கமும் மராத்தியப் பார்ப்பனர்களை மையத்திலிருந்து விரட்டியது என்கிறார் நந்தி.

கோட்சேவுக்கு இருந்த இந்த வரலாற்றுச் சிக்கல் தமிழ்ப் பார்ப்பனனான சாகேத் ராமுக்கு நிச்சயமாக இல்லை. இன்னும் சொல்லப்போனால், காலனியத்தால் பெரும் செல்வாக்கும் பொருளாதார மேன்மையும் தமிழ்ப் பார்ப்பனர்கள் அடைந்தார்கள். தென்னக காங்கிரஸ் இயக்கத்தில் தமிழ்ப் பார்ப்பனர்களின் ஆதிக்கமும் செல்வாக்கும் மேலோங்கியிருந்தன. அப்படியிருக்க, காந்தியை ஒரு தமிழ்ப் பார்ப்பனன் கொல்வதற்கு வரலாற்றுரீதியாக எந்த முகாந்திரமும் இல்லை. மைதிலி ஊடாகவும் அவளது தாய் ஊடாகவும் இந்தப் பார்வை மிக அழுத்தமாகப் படத்தில் முன்வைக்கப்பட்டுள்ளது. வரலாற்று நிர்ப்பந்தமும் தேவையும் இல்லாமல் ஒரு அரசியல் கொலை என்பது சாத்தியமில்லாதது. காந்தியைக் கொல்வதற்கான சாகேத் ராமின் முயற்சி என்பது அவனது சொந்தத் துயரத்தின் அடிப்படையில் என்று எடுத்துக்கொள்ள முடியாது. மனைவியை இழந்ததற்கு ஒரு காரணப் புள்ளி சாகேத் ராமுக்கு அவசியம் என்றாலும், அந்தப் புள்ளி காந்தியை எதிரியாக மாற்றியது என்று வைத்துக்கொண்டாலும், காந்தியை சாகேத் ராம் கொல்லும் நோக்கம்கூட ஒரு உணர்ச்சிவசப்பட்ட நிலையில்தான் சாத்தியம். திரைக்கதையில் சாகேத் ராமின் உள்மனப் படிமங்கள் இழந்த ஆண்மையவாதத்தை மீட்டெடுப்பதற்கான முயற்சியாகவே முன்வைப்பட்டுள்ளன. குறிப்பாக, துப்பாக்கி சுடும் பயிற்சியின்போது சூறாவளிக்காற்று சாகேத் ராமைத் தாக்குவதும் அதை எதிர்த்துப் பூணூலை நீவிவிட்டபடி சாகேத் ராம் எதிர்த்துநிற்பதும் மிகச் சிறந்த எடுத்துக்காட்டு.

தமிழ்ப் பார்ப்பனிய ஆண்மையவாதம் தோற்றுப்போனதற்கான மிகச் சிறந்த எடுத்துக்காட்டு வாஞ்சிநாதன். ஆஷ் துரையை மணியாச்சி ஜங்ஷனில் கொன்றுவிட்டுத் தன்னையும் மாய்த்துக்கொண்டார். அவர் கோட்சே, பகத்சிங்போல் உயிருடன் இருந்து தன் நிலைப்பாட்டை முன்வைக்கவில்லை. ஆஷின் படுகொலை கருத்தியல் சார்ந்ததுதான். உணர்ச்சிவசப்பட்ட செயலாக இந்தக் கொலையை நாம் அணுக முடியாது. வாஞ்சிநாதனின் கடைசி வாக்குமூலம், 'ஆங்கில சத்துருக்கள் நமது தேசத்தைப் பிடுங்கிக்கொண்டு, அழியாத சனாதன தர்மத்தைக் காலால் மிதித்துத் துவம்சம் செய்துவருகிறார்கள்...' என்றுதான் தொடங்குகிறது. தமிழ்ச் சமூகத்தில் பார்ப்பனிய ஆண்மையவாதத்தை உயர்த்திப்பிடிப்பதற்கான வரலாற்றுச் சான்றுகள் இல்லை. இதனால்தான், தென்னிந்தியாவில் தேசிய இயக்கப் போராட்டத்தில் படுகொலைசெய்யப்பட்ட முதல் வெள்ளை அதிகாரி ஆஷ்.

கடைசி நபரும் ஆஷ்தான் என்று பிந்தைய வரலாறு காட்டுகிறது என்கிறார் ஆ.ரா.வேங்கடாசலபதி (*காலச்சுவடு*, அக்.2009).

சனாதன தர்மத்தை நிலைநாட்ட ஆஷ் துரையை வாஞ்சிநாதன் கொன்றான் என்றால் சாகேத் ராமின் ஆண்மையவாதம் எந்தத் தருமத்தை நிலைநாட்ட முயன்றது? எடுத்துக்காட்டாக, எழுத்தாளர் சுஜாதா - ஷங்கர் இணைந்து உருவாக்கிய 'அந்நியன்' திரைப்படத்தில் இந்தப் பார்ப்பனிய ஆண்மையம் மிகக் கோரமாக முன்வைக்கப்பட்டிருந்தது. ('அந்நியன்' படத்தில் வரும் 'அம்பி', 'ரெமோ', 'அந்நியன்' மூவரும் சுஜாதா என்ற எழுத்தாளருக்குள் மறைந்திருக்கும் பார்ப்பனிய முகங்களின் வெவ்வேறு பரிமாணங்களே. ஸ்ரீரங்கத்தில் இருந்த வாலிப கால சுஜாதா அம்பியாகவும், இந்தச் சமூகத்தில் பார்ப்பனர்களுக்கு எதிராகப் பெரும் அநீதி இழைக்கப்படுகிறது என்று அவருக்குள் குமுறிக்கொண்டிருந்த சிந்தனை அந்நியனாகவும், நவீனத்துவத்தோடு பார்ப்பனியம் இணைந்த கனவு, ஏக்கம் போன்றவை ரெமோவாகவும் அவதாரம் எடுத்தது என்று சொல்லலாம்.) சாகேத் ராமுக்கு இதில் தெளிவு இருந்தது என்று சொல்ல முடியாது. இதுதான் சாகேத் ராமின் தோல்வி. சாகேத் ராமின் துயரம், தனிப்பட்ட துயரமாவது மட்டுமே சாத்தியம். வரலாற்று நிகழ்வுகளைப் பின்னணியாகக் கொண்டிருந்தாலும் வரலாற்றிலிருந்து துண்டிக்கப்பட்டதாக அமைந்துவிட்டது.[2] அன்றைய தமிழக அரசியல் சூழலையும் அது தமிழ்ப் பார்ப்பனர்கள் மத்தியில் ஏற்படுத்திய தாக்கத்தையும் கணக்கில் எடுத்துக்கொள்ளாதது சாகேத் ராமை வரலாற்றிலிருந்து துண்டித்துவிட்டது. இதுதான் 'ஹே ராம்' படத்தின் மிகப் பெரிய பலவீனம் என்று சொல்லலாம். அதுபோலவே சாகேத் ராமின் நான்காவது நிலையை அவனுடைய தோல்வியை ஆழமாக முன்வைப்பதற்குப் பதில் அது வெற்றிபெற்றதான தோற்றம் காட்சிரீதியாக முன்வைக்கப்பட்டுள்ளது. இந்தப் படத்தின் இயக்குநர், சாகேத் ராமின் தோல்வியை வெற்றியாக மாற்ற முயன்று சாகேத் ராமைக் கொன்றுவிட்டார்.

சாகேத் ராம் என்ற தமிழ் ஐயங்கார் முன்வைக்க முயன்ற பார்ப்பனிய ஆண்மையவாதம் தோற்றுப்போவதுதான் தமிழ்ச் சமூகத்தின் கொண்டாட்டமாக இருக்க முடியும். இந்தத் தோல்வியை வெற்றியாக்கியதால் இந்தப் படம் பார்ப்பனிய மேலாண்மையை முன்வைப்பதான விமர்சனங்களைச் சாத்தியப்படுத்தியது. 'ஹே ராம்' திரைப்படம் பார்ப்பனிய மற்றும் இந்துத்துவச் சிந்தனைகளை முன்வைக்கிறது எனும் விமர்சனங்களை உண்மையில் இந்தப் படம் முன்வைக்கும் பார்ப்பனிய ஆண்மையவாதத்துக்கு எதிரானதாகவே எடுத்துக்கொள்ள வேண்டும். இந்தப் படம் முன்வைக்கும் இந்த ஆண்மையவாதத்துக்கு எந்த வரலாற்று முகாந்திரமும் இல்லாதபோது அதை ஏன் முன்வைக்க முயல்கிறார்? படிமங்கள் நம் சிந்தனைகளைத் தாண்டி மிக ஆழமான சமூகப் பரிமாற்றத்தைச் சாத்தியப்படுத்தும் சக்தி கொண்டவை. சினிமாவின் பலமே இந்தக் காட்சிப் படிமங்கள்தான். படத்தின் இறுதியில்

---

2 இந்தத் தொகுப்பில் உள்ள 'மறதியின் கவித்துவம்' கட்டுரையைப் பார்க்கவும்.

வசனங்களுக்கும் காட்சிப் படிமங்களுக்கும் உள்ள இடைவெளியே படத்தின் மீதான எதிர்ப்பு விமர்சனங்களாகின என்று நாம் அர்த்தப்படுத்திக்கொள்ளலாம். 'நள்ளிரவில் சுதந்திரம்' புத்தகத்தில் வரும் ஒரு வரியை வைத்து மிக அற்புதமாகத் திரைப்படம் எடுக்கப்பட்டிருப்பதாக சுஜாதா எழுதியிருந்தார். எந்த ஒரு வரியும் வரலாற்றிலிருந்து துண்டிக்கப்பட்டால் என்னவாகும் என்பதற்கு 'ஹே ராம்' ஒரு சிறந்த எடுத்துக்காட்டு.

◉

வெட்டி எறியப்பட்ட ஆண்குறியும் ஏகாதிபத்திய எதிர்ப்பும்

நகிஸா ஓஷிமாவின் இரண்டு திரைப்படங்களை முன்வைத்து

ஏறக்குறைய பன்னிரண்டு வருடங்களுக்கு முன்பு, நகிஸா ஓஷிமா (*Nagisa Oshima*) என்ற ஜப்பானியத் திரைப்பட இயக்குநரின் ஐந்து திரைப்படங்களைப் பார்க்கும் வாய்ப்பை சென்னை பிலிம் சொசைட்டி ஏற்படுத்திக்கொடுத்தது. இவருடைய படங்களைப் பார்த்த பின் அகிரா குரசோவா மீது இருந்த மயக்கம் தெளிந்தது என்று சொல்லலாம். ரித்விக் கடாக் சொல்லியிருந்ததுபோல் குரசோவா ஏற்றுமதிச் சந்தைக்கான இயக்குநர்தானோ என்ற கேள்வியும் எழத் தொடங்கியது. இருப்பினும், குரசோவாவின் படங்களை ஏற்புடைமையோடும் பிரமிப்போடும் பார்ப்பதை இன்றுவரை தவிர்க்க முடியவில்லை.

அதுவரை எடுக்கப்பட்ட எல்லா ஜப்பானியத் திரைப்படங்களையும் — குரசோவா திரைப்படங்கள் உட்பட — நிராகரித்த ஓஷிமாவின் திரைப்படங்கள் வெவ்வேறு தளங்களில் மரபு-அதிகாரம்-உடல்-குற்றம் என்று அணுகியதைப் புரிந்துகொள்ள முடிந்தது. பன்னிரண்டு வருடங்களுக்கு முன்பு பார்க்க சந்தர்ப்பம் கிடைத்த ஐந்து படங்களில் இன்றுவரை நினைவில் மூன்று படங்கள் (*'Death by Hanging', 'Ceremony', 'Merry Christmas Mr. Lawrence'*) தங்கியிருப்பது ஓஷிமாவின் ஆளுமை என்றுதான் சொல்ல வேண்டும். இந்தப் படங்களைப் பார்க்க சந்தர்ப்பம் கிடைத்த நண்பர்கள் திரும்பத்திரும்ப இந்தப் படங்களைப் பற்றிப் பேசிக்கொண்டிருந்தோம் (குறிப்பாக, *'Death by Hanging'* - மரண தண்டனை சம்பந்தமாக ஜப்பானில் எடுக்கப்பட்ட கருத்துக்கணிப்போடு தொடங்கும் இந்தப் படம் முதல் காட்சியிலிருந்து மீயதார்த்தத்தளத்தில் இயங்கத் தொடங்குகிறது).

சமீபத்தில், சற்றும் எதிர்பாராத விதத்தில் இவருடைய இரண்டு படங்களைப் பார்க்கும் சந்தர்ப்பம் கிடைத்தது. *'In the Realm Of Senses', 'In the Realm of Passion'*. ஓஷிமா சிறு வயதிலிருந்து மார்க்சிய இலக்கியத்தோடு பரிச்சயம் கொண்டவர். மார்க்சியத் தத்துவத்தின்பால் ஈர்க்கப்பட்டவர். சட்டக் கல்லூரி மாணவராக இருந்த ஓஷிமா, நாடகத் துறையிலும் மாணவர் இயக்கங்களிலும் மிகுதியாக ஈடுபட்டுக்கொண்டிருந்தார். இரண்டாம் உலக யுத்தத்துக்குப் பின் (1951) அமெரிக்காவோடு ஜப்பான் மேற்கொண்ட பாதுகாப்பு ஒப்பந்தத்தை எதிர்த்து மாணவர்கள் செய்த கிளர்ச்சி பிரசித்திபெற்றது. அந்தப்

போராட்டத்தைத் தலைமை ஏற்று நடத்தியவர்களில் ஓஷிமாவும் ஒருவர் என்பது குறிப்பிடத்தக்கது. இந்தப் போராட்டத்துக்கு எதிரான ஜப்பானிய கம்யூனிசக் கட்சியின் நிலைப்பாடு ஓஷிமாவை நிலைகுலையச்செய்தது. சட்டத் துறையில் செயல்பட விரும்பாத ஓஷிமா சந்தர்ப்பவசத்தால் திரைப்படத் துறையில் நுழைந்தார். 1958-ல் அவர் எழுதிய *'Is it a Break Through'* கட்டுரையில், (அந்தச் சமயத்தில் ஒரு திரைப்படத்தைக்கூட அவர் இயக்கியிருக்கவில்லை.) 'நவீனத்துவவாதிகள் முச்சந்தி முட்டில் நிற்கிறார்கள். ஒரு தெரு, அவர்களுடைய புதிய வடிவத்துக்கான தேடலில் மிகச் சாதாரணமான வெறுமையான பொழுதுபோக்கு என்ற தளத்துக்குள் சுருங்கிப்போய் மெல்ல அழுகிக்கொண்டிருக்கிறது என்றே சொல்லலாம். நவீனத்துவத்துக்கு முந்தைய சமூகத்தின் கருத்தாக்கங்களுக்கு அவர்களையும் அறியாமல் பலிகொடுப்பதே அவர்கள் படைப்பின் உள்ளடக்கமாக மாறிவிடுகிறது. இத்தகையவர்கள் மிகச் சாதாரணமான தொழில்நுட்பத்தை மட்டுமே அறிந்தவர்களாக வாழ்ந்துகொண்டிருக்கிறார்கள். மற்றொரு தெரு நம்முடைய எல்லா சக்திகளையும் ஒன்றுதிரட்டிக் கறாரான விமர்சனத்தின் வழியாகவும், தொடர்ந்த போராட்டத்தின் ஊடாகவும் ஜப்பானிய நவீனத்துவத்துக்கு முந்தைய சமூகக் கருத்தாக்கங்களுக்கு எதிராக விஷயங்களை முன்வைக்க வேண்டியுள்ளது' என்று குறிப்பிடுகிறார்.[1] இவை இருபதே வயதான இளைஞனின் தார்மீக வரிகள். குற்றம், பாலினம் குறித்த மரபான ஜப்பானியக் கருத்தாக்கங்களுக்கு எதிராக அனைத்து விதமான எதிர்ப்பு வடிவங்கள் மீதும் ஓஷிமா ஈர்ப்பு கொண்டிருந்தார். அழுகிப்போன இந்தச் சமூகம் கட்டமைத்த ஒரு பெண்ணுடலைச் சுமந்துதிரிவதைவிட, பாலியல் தொழிலாளியாக ஒரு பெண் இருப்பது மேலானது என்று கருதினார். ஜப்பானிய சாமுராய் மரபு, நவீன தேசியம், ஐப்பானிய ஏகாதிபத்தியம் செய்த கொடுமைகளையும் அது மேற்கொண்ட யுத்தங்களையும் பாதிக்கப்பட்டவர்களின் பார்வையிலிருந்து பார்க்க விரும்பினார். ஓஷிமாவின் அணுகுமுறையானது குரசோவாவின் அணுகுமுறைக்கு எதிராக உள்ளது என்று நினைப்பதைத் தவிர்க்க முடியவில்லை.

இன்றும் நம்முடைய தினசரிகளும் வாரப் பத்திரிகைகளும் கொலை, கொள்ளை, பாலியல் வன்முறை, சமூகம் அங்கீகரிக்காத உறவுமுறைகள் போன்ற செய்திகளால் நிரம்பியிருக்கின்றன. ஆனாலும், நம்முடைய தமிழ்ப் படைப்பாளிகள் தூய்மையைப் போற்றுபவர்களாகவும் உன்னதங்களை நோக்கிப் பயணிப்பவர்களாகவும் இருப்பதில் சௌகரியம் காண்கிறார்கள். இவர்களுடைய பார்வையில் கொலை, கொள்ளை, பாலியல் பலாத்காரம் போன்ற செயலில் ஈடுபடுகிறவர்கள் கீழ்த்தரமான மனிதர்கள். இவர்களுடைய 'உன்னத'த்துக்கு வெளியே இவர்கள் இருப்பதால் இவர்கள் குறித்துச் சிந்திப்பதற்கும், அதற்கும் அதிகாரத்துக்கும் அல்லது அதிகாரமற்ற தன்மைக்கும் இடையேயான தொடர்பு குறித்துச் சிந்திப்பதற்கும் தயக்கம்காட்டுகிறார்கள். அல்லது இவை எல்லாமே இவர்களுடைய தகுதிக்கு ஏற்றதல்ல என்று நிராகரிக்கிறார்களா? தெரியவில்லை. ஆனால், குடும்பத்துக்கு வெளியே

1 Joan Mellen, 'In the Realm of the Senses', British Film Institute, 2004.

மீண்டுவராத இவர்கள், அப்படியே மீண்டுவந்தாலும் தடுமாறிப்போய், இத்தகைய சமூக நிகழ்வுகளுக்குள் உள்ள மனித மனத்தின் பரிமாணங்களையோ அதில் புதைந்துகிடக்கும் அதிகாரத்தின், வன்முறையின், அதிகார எதிர்ப்பின் பண்புகள் குறித்தோ சிந்திக்கத் தயக்கம்காட்டுகிறார்கள். இத்தகைய சூழ்நிலையில்தான் ஓஷிமா போன்ற படைப்பாளிகளும் அவர்களுடைய படைப்புகளும் நமக்குக் கற்றுக்கொடுக்க ஏதோ கொண்டிருக்கின்றன.

ஒரு ஏழை ரிக்ஷாக்காரனின் (கிஸபுரா) மனைவிக்கும் (டோயோஜி) ராணுவத்திலிருந்து திருப்பி அனுப்பப்பட்டு, வேலை இல்லாமல் வெறுமனே சுற்றிக்கொண்டிருக்கும் ஒருவனுக்கும் (ஓஸெகி) நட்பு ஏற்படுகிறது. கடினமான உழைப்பின் காரணமாகவும், மதுவின் மீது கொண்ட ஈடுபாட்டின் காரணமாகவும் மனைவியின் உடல் தேவைகளை கிஸபுரா நிராகரித்துவருகிறான். (படத்தின் ஆரம்பக் காட்சிகளில் ஓஷிமா இப்படிக் காட்டவில்லை. இது படம் முழுவதும் பார்த்த பின் ஏற்படும் எண்ணம்.) ஒருமுறை, கிஸபுரா ஊரில் இல்லாதபோது — அவன் சரக்குகளை வெளியூர்களுக்கு ஏற்றிச்சென்றுவருபவன் — அவனுடைய மனைவியுடன் நட்போடு பழகக்கிடைத்த சந்தர்ப்பத்தை ஓஸெகி தனக்குச் சாதகமாக்கிக்கொண்டு பலாத்காரமாக அவளோடு உடலுறவுகொள்கிறான். இந்த அத்துமீறிய நடத்தையின்போது அவளுடைய கைக்குழந்தை கதறியழுகிறது. இந்த அழுகை அந்தப் பெண்ணுடலுக்குள் முடங்கிக்கிடந்த பாலியல் ஏக்கங்களாகப் படத்தில் வெளிப்படுகிறது. இந்த நிகழ்வுக்குப் பிறகு இவர்களுக்கிடையேயான உறவு மேலும் நெருக்கமாகிறது. அதாவது, ஓஸெகியின் பாலியல் பலாத்காரம் அவளை ஏதோ ஒரு தளத்தில் விடுதலை செய்கிறது. ஒருமுறை, வாயால் புணர முயலும்போது தொடைகளுக்கு இடையே உள்ள முடி இடையூறாக இருப்பதால் அதைச் சவரம் செய்துவிடுகிறான். சவரம் செய்யப்பட்ட நிலையில், வீடு திரும்பும் கணவன் கண்டுபிடித்துவிட்டால் என்ன செய்வது என்று அவள் அச்சம்கொள்கிறாள். வேறு வழியற்று இருவரும் கிஸபுராவைக் கொல்லத் திட்டமிடுகிறார்கள். திட்டமிட்டபடி, வெற்றிகரமாகக் கொலையும் செய்கிறார்கள். பிறகு, பிணத்தை ஊருக்கு அடுத்தாற்போல் உள்ள காட்டில் ஒரு பாழடைந்த கிணற்றில் விட்டெறிகிறார்கள். அந்தக் காடு ஒரு நிலச்சுவான்தாருக்குச் சொந்தம் என்றாலும், கிராமத்து ஏழை ஜனங்கள் எரிபொருளாக உபயோகிக்க உதிர்ந்த இலைகளைப் பொறுக்கி எடுத்துவர அந்த நிலச்சுவான்தார் அனுமதித்திருந்தான். ஊர் ஜனங்கள் தங்கள் முதுகில் பெரிய கூடை முழுக்க உதிர்ந்த இலைகளை நிரப்பி ஊருக்குள் எடுத்துவருவது வழக்கம். ஆனால், ஏன் செய்கிறோம் என்று காரணம் ஏதும் தெரியாமல் ஓஸெகி கூடை முழுக்க நிரப்பிய காய்ந்த இலைகளை, கிஸபுராவின் பிணம் கிடக்கும் பாழடைந்த கிணற்றில் கொட்டுவதை வழக்கமாகக் கொண்டிருக்கிறான். படத்தின் இயக்குநர் அவன் ஏன் அப்படிச் செய்கிறான் என்று காரணம் எதையும் சொல்லவில்லை. பின்னணிக் குரலில் அவனுடைய செயலுக்குக் காரணம் தெரியவில்லை என்றும், ஆனால் செய்துகொண்டிருக்கிறான் என்றும் தெரிவிக்கிறார். ஒருமுறை அந்த நிலச்சுவான்தார் இவனுடைய செயலைப் பார்க்க நேரிடுகிறது. இதன் தொடர்ச்சியாய், பேய்கள் மீது நம்பிக்கைகொண்ட அந்தக் கிராமத்து

ஜனங்கள், கொல்லப்பட்ட கிஸபுராவின் ஆவி அவர்களுடைய கனவில் வந்ததாகப் பேசிக்கொள்ளத் தொடங்குகிறார்கள். முதலில், டோயோஜி இதை நம்ப மறுக்கிறாள். கொல்லப்பட்ட கிஸபுராவின் ஆவி ஒருமுறை டோயோஜியைச் சந்திக்கவருகிறது. அவள் மிரண்டுபோகிறாள். ஓஸெகியிடம் பாதுகாப்பு தேடி ஓடுகிறாள். அவன் நம்ப மறுக்கிறான். இதற்கிடையில் கிராமத்தில் ரிக்ஷாக்காரனை மூன்று வருடங்களாகக் காணாததால் விசாரிக்க, பட்டணத்திலிருந்து போலீஸ்காரன் வருகிறான். அந்தப் போலீஸ்காரனின் விசாரணை நிலச்சுவான்தாரிடம் கொண்டுவிடுகிறது. இதனால், பயந்துபோன ஓஸெகி, நிலச்சுவான்தாரைக் கொன்றுவிட்டு, தற்கொலை செய்துகொண்டதுபோல் காட்டுமரத்தில் உடலைத் தொங்கவிடுகிறான். இதற்கிடையில் தன் வீட்டுக்கு அடிக்கடி வரும் கிஸபுராவின் ஆவிக்காக மது வாங்க மதுக் கடைக்கு டோயோஜி செல்வது வழக்கமாகிறது. ஒருமுறை நடக்க இயலாமல் அவள் சோர்ந்துகிடக்கும்போது ரிக்ஷா இழுத்துக்கொண்டு ஒருவன் வருகிறான். அதில் ஏறிக்கொள்ளுமாறு வற்புறுத்துகிறான். அவள் மறுக்கிறாள். பிறகு, வேறு வழியின்றி ஏறிக்கொள்கிறாள். ரிக்ஷா இழுப்பவன் வழிதவறிப்போகிறான். அவள் பயப்படுகிறாள். கூச்சலிட்டு வண்டியை நிறுத்தி ரிக்ஷா இழுப்பவனைத் தன்னை நோக்கித் திரும்பவைக்கிறாள். தன் கணவனின் ஆவி முகத்தைப் பார்க்கிறாள். கையில் உள்ள மதுப்புட்டியால் அதன் தலையில் ஓங்கி அடிக்கிறாள். முகம் முழுக்க வெள்ளை நிறமாக மாறிய அந்தப் பேயின் முகம் ரத்தத்தால் நிரம்புகிறது. ஒருபக்கம், போலீஸ்காரனின் தொல்லை. மறுபக்கம், ஆவியின் தொல்லை. இவர்கள் அடைந்த உடல் இன்பத்தை மேலும் தொடர்வது சாத்தியமற்ற சூழலுக்குக் கொண்டுவிடுகிறது. ஒருமுறை கிணற்றிலிருந்து பிணத்தை எடுத்து வேறு இடத்தில் மறைத்துவைக்க முயலும்போது டோயோஜி தன் பார்வையை இழக்கிறாள். பல பக்கங்களிலிருந்து நெருக்கப்படும்போது இனியும் தங்களைப் பாதுகாத்துக்கொள்ள முடியாது என்ற முடிவுக்கு டோயோஜியும் ஓஸெகியும் வருகிறார்கள். குற்றத்தை ஒப்புக்கொள்வது என்று தீர்மானிக்கிறார்கள். ஓஸெகியைவிட இருபது வருடங்கள் மூத்தவளான டோயோஜி தன்னுடைய அழகையெல்லாம் இழந்த பிறகும் ஓஸெகி தன்னைக் காதலிக்கிறானா என்று கேட்கிறாள். இருவரும் இழந்த உடல் இன்பத்தை மீட்டெடுக்கிறார்கள். அப்போது, ஆயுதம் ஏந்திய ராணுவ வீரர்கள் குதிரை மீது அமர்ந்து வேகமாகக் கிராமத்துக்குள் நுழைந்து இவர்கள் இருவரும் உள்ள வீட்டைச் சூழ்ந்துகொள்கிறார்கள். ஆயுதம் தாங்கிய எவரையோ தாக்க முற்படுவதுபோல் கதவை உடைத்து உள்ளே நுழைகிறார்கள். உள்ளே அவர்கள் இருவரும் நிச்சலனமான சுருதியில் உடலுறவில் ஈடுபட்டுக்கொண்டிருக்கிறார்கள். படத்தின் மிகவும் கவித்துவமான காட்சிகளில் இதுவும் ஒன்று. பிறகு, இருவரும் மரத்தில் தொங்கவிடப்பட்டு சாட்டையால் விளாசித் துன்புறுத்தப்படுகிறார்கள். வேறு வழியின்றி இருவரும் உண்மையை ஒப்புக்கொள்ள, அந்த ரிக்ஷாக்காரனின் பிணம் அந்தப் பாழடைந்த கிணற்றிலிருந்து எடுக்கப்படுகிறது. பார்வையற்ற டோயோஜி அந்த ரிக்ஷாக்காரனின் பிணம் மேலே வரும்போது கிஸபுராவைக் கண்டதுபோல் அலறுகிறாள். பார்வையற்ற அவள் மேலே வந்த தன்

கணவனின் பிணத்தை எப்படிப் பார்க்க முடிந்தது? படத்தின் இயக்குநர் பதில் சொல்ல முயலவில்லை. ஆனால், தன் கணவனின் உடலைப் பார்வையற்ற அவள் பார்த்திருப்பாளோ என்று பின்னணிக் குரலில் கேட்கிறார். டோயோஜி மற்றும் ஓஸெகிக்கு மரணதண்டனை கொடுக்கப்பட்டது என்ற குரலோடு படம் முடிகிறது – இது *'In the Realm of Passion'* படத்தின் கதைச்சுருக்கம்.

இந்தப் படத்தில் ஓஸெகியின் பாலியல் பலாத்காரம் மரபான ஜப்பானிய ஆணுடலை முன்வைக்கிறது என்றாலும், மரபான பெண்ணுடலுக்கு எதிராகக் கலகம்புரியும் சாத்தியங்களை டோயோஜிக்கு உருவாக்கிக்கொடுக்கிறது. உடல் இயற்கையாக என்று எந்தப் பண்புகளையும் கொண்டிருக்கவில்லை. வழமையான அர்த்தத்தைச் சுமந்துதிரிந்த டோயோஜியின் பெண்ணுடல், அதை உதறித்தள்ளி வேறான அர்த்தப்பாட்டை முன்வைக்க முனைகிறாள். அதிகாரமும் (துப்பறியும் போலீஸ்காரன்), குற்றவுணர்வும் (கிஸபுராவின் ஆவி/கிணற்றில் காய்ந்த இலைகளைக் கொட்டுவது) பழமையைத் தாங்கிப்பிடிக்கும் அந்தக் கிராமத்து ஜனங்களும் இவர்கள் கண்டெடுத்ததை இவர்களே நிராகரிக்க நிர்ப்பந்திக்கின்றன. ஏறக்குறைய அதற்குப் பலியாக இருந்தார்கள். ஆனால், ஒரு உடல் மற்றொரு உடல் மீது கொண்ட அடங்காத காதல் மீண்டும் தன் கலகத்தைத் தொடங்குகிறது. இதைத் தொடங்குவதற்கு முன்பு அந்த உடல்கள் சுமந்துதிரியும் குற்றவுணர்வுகளிலிருந்து அவற்றைக் காப்பாற்றிக்கொள்ள வேண்டியுள்ளது. அப்படிக் காப்பாற்றிக்கொள்ள ஒரே வழி, இந்தச் சமூகம் குற்றமாகப் பார்க்கும் பார்வையை நிராகரிப்பது. நாம் ஒன்றை மறைக்கும்வரை எதிராளிகள் முன்வைப்பதன் அடிப்படையில் செயல்படுவதாக அர்த்தமாகிறது. அதனால், குற்றத்தை ஒப்புக்கொள்வது என்று முடிவெடுக்கிறார்கள். ஒப்புக்கொள்வதன் ஊடாகக் கலகத்தைத் தொடர்கிறார்கள். தனிமனித உடல்கள் செய்யும் கலகம் சமூகத்தில் பெரும் அச்சத்தை உண்டாக்குகிறது. அதிகாரம் பேரச்சம்கொள்கிறது. இந்தக் கதைச்சுருக்கத்தை வாசிப்பது என்பது படம் பார்க்கும் அனுபவத்தை எவ்விதத்திலும் ஈடுசெய்யாது. பொருளாதாரத்தாலும் பண்பாட்டாலும் அழுத்தப்பட்ட ஒரு பாவப்பட்ட முகமாய்க் கணவனின் பேய்முகம் நமக்குக் காட்டப்பட்டாலும் அதுவே அந்தப் பண்பாட்டின் வன்முறை வடிவமாகவும் வெளிப்படுகிறது. தகாத உறவுகொண்ட டோயோஜியும் ஓஸெகியும் பார்வையாளர்களின் வெளியிலிருந்துதான் தங்கள் இருப்புக்கான நியாயத்தைப் பெற்றுக்கொள்கிறார்கள். இந்தப் படத்தில் கதை சொல்லப்பட்ட முறையானது பார்வையாளர்களை எவ்விதத்திலும் அதிர்ச்சிக்குள்ளாக்குவதில்லை. ஒரு காவியக் காதல் கதைக்கான அம்சங்களைக் கொண்டதுபோல் இருக்கிறது.

1895 நிலப்பரப்பில் சொல்லப்பட்ட இந்தக் கதை ஒரு காவியக் காதல் கதையிலிருந்து வேறுபட்டும் நிற்கிறது. அது ஓஷிமாவின் பார்வை. டோயோஜியையும் ஓஸெகியையும் பரிதாப உணர்வுடன் பார்க்க ஓஷிமா தீர்மானமாய் மறுக்கிறார். இவர்களைத் தியாகிகளாகக் காட்ட அவர் விரும்பவில்லை. சமூகம் ஏற்றுக்கொண்டுள்ள யதார்த்தத்தின்படி இவர்களைக் குற்றவாளியாகவும் காட்ட மறுக்கிறார். இவ்விருவரின்

கொலை உணர்வும் உடல்கள் மீது காட்டும் கொண்டாட்டங்களும் சலிப்பும் எல்லாத் திசைகளிலிருந்தும் நெருக்கப்படும்போது உடல் மீதான அசதியைத் தூரப்பார்வையிலிருந்து ஓஷிமா படம்பிடிக்கிறார். படத்தின் இறுதிப் பகுதியில்தான் டோயோஜி மற்றும் ஓஸெகியை அவர் ஏற்றுக்கொள்ளும் பார்வையை முன்வைக்கிறார். டோயோஜி மற்றும் ஓஸெகி மரணதண்டனைக்கு உள்ளாக்கப்படுகிறார்கள் என்று பின்னணிக் குரலில் சொல்கிறார். அதைக் காட்சியாகக் காட்ட மறுக்கிறார். அவர்களுடைய மரணம் அவர்களின் பாலியல் உறவுபோலவே அந்தரங்கமானது என்று கருதுகிறார். டோயோஜியும் ஓஸெகியும் மரணிப்பதற்கு முன்னரே அதிகாரத்தை வென்றுவிட்டார்கள். குதிரை மீது ஆயுதங்களோடு வந்த ராணுவத்தினர் நிர்வாணமாக இருந்த இவர்களால் ஏற்கெனவே அசிங்கப்படுத்தப்பட்டுவிட்டார்கள். அசிங்கப்படுத்தப்பட்ட அதிகாரம் தன் வெற்றியை நிலைநாட்ட இவர்களைக் கொல்கிறது. இவர்கள் மரணத்தைக் காட்ட மறுப்பதன் ஊடாக ஓஷிமா இவர்களை மீண்டும் வெற்றிகொள்ளவைக்கிறார். அதாவது, மத்தியதர வர்க்கத்தின் போலியான அனுதாபத்தை இவர்கள் மேல் சுமத்த மறுக்கிறார். 'நாம் நாமாய் இருப்பதைவிட நம்முடைய உழைப்பு என்பது நமக்கு வெளியே இருப்பவற்றால் நாம் என்னவாக வேண்டும் என்று தீர்மானிக்கிறது. ஓடும் நதியில் காணப்படும் நீர்க்குமிழிகளைவிட மோசமான வாழ்க்கையை வாழ்ந்துகொண்டிருக்கிறோம். அதீத யதார்த்தத்தின் மீதும் குற்றங்கள் மீதும் நாம் அதிக ஈடுபாடுகாட்டக் காரணம் இந்த வாழ்க்கையில், மிகவும் சாதாரணமாக ஓடிக்கொண்டிருக்கும் ஏதோ ஒரு நதியின் சுழற்சியில் சிக்கிக்கொண்ட ஒரு மனிதன், தப்பிப்பதற்கு வைக்கோலையாவது பிடித்துக்கொள்ள முயல்வதுபோல், குற்றங்கள்தான் மனிதனுடைய சுயமரியாதையை இனங்காண்பதற்குச் சிறிதளவேனும் சாத்தியங்களைக் கொண்டுள்ளன. ஒரு மனிதனின் சுயமரியாதைக்கான பாதை எதுவாக இருக்க முடியும் என்றால், ஒருமுறை ஒருவன் சம்பந்தப்பட்ட குற்றத்தை இந்த ஓட்டங்களுக்கு நடுவே மீண்டும் செய்வதை சுயமாய்த் தேர்ந்தெடுப்பதில்தான் இருக்கிறது' என்கிறார் ஓஷிமா.

'*In the Realm of Senses*' திரைப்படத்தை அதுவரை எந்த ஜப்பானிய இயக்குநரும் முயலாத முறையில் செய்துபார்க்க முடிவெடுக்கிறார் ஓஷிமா. படம் முழுக்க ஒரு நீலப்பட பாணியில் எடுக்கப்படுகிறது. இந்தப் படம் இதுவரை நாம் படித்த எந்தவொரு புத்தகத்திலும் பார்த்த திரைப்படத்திலும் பார்க்கக் கிடைக்காத அனுபவத்தை நமக்குக் கொடுக்கிறது. (இந்தப் படத்தை நண்பர்களோடு பார்த்தபோது ஒருசிலர் தாங்க மாட்டாமல் வாந்தி எடுத்தார்கள்.) 1936-ல் டோக்கியோவில் நடந்த ஒரு சம்பவத்தை அடிப்படையாகக் கொண்டது இந்தப் படத்தின் கதை: முன்னாள் பாலியல் தொழிலாளியான ஸதா ஒரு உணவகத்தில் வேலையாளாகச் சேர்கிறாள். அந்த உணவகத்தின் எஜமான் கிச்சிஸோ தன்னுடைய அதிகாரத்தைச் செலுத்தி அவளை அழைக்கிறான். இவளும் சம்மதிக்கிறாள். ஒருமுறை, வீட்டின் தரையை ஸதா சுத்தப்படுத்திக் கொண்டிருக்கிறாள். அவளது பின்னழகை கிச்சிஸோ ரசித்துக்கொண்டிருக்கிறான். மரபான ஜப்பானிய ஆணாக நமக்குக் காட்டப்படுகிறான். ஸதா தரையைத் துடைத்துக்கொண்டே பின்னோக்கி வரும்போது அவன் சட்டென்று

அவளுடைய அங்கியை விலக்கி அவள் பிட்டத்தில் விரல்களைச் சொருகுகிறான். அவளும் சந்தோஷப்படுகிறாள். இவர்களிடையே காமத்தீ பற்றிக்கொள்கிறது. இதற்கு பிறகு கிச்சிஸோ வீட்டைவிட்டு வெளியேறி ஸதாவோடு ஊர்சுற்றத் தொடங்குகிறான். பல விடுதிகளில் தங்குகிறார்கள். எந்நேரமும் படுக்கையில் காலத்தைக் கழிக்கிறார்கள். ஆரம்பக் காட்சிகளில் புதிதாக இரண்டு காதலர்கள் ஒன்றுசேர்ந்ததுபோல் காட்சிப்படுத்தப்படுகிறது. ஒருவர் மற்றொருவர் மீது காட்டும் முடிவில்லா ஈடுபாடும் உடலுறவுகளும் உடலுறவு பற்றிய பேச்சுகளும் பாலியல் எல்லையைப் பரிசோதிப்பதாகக் காட்டப்படுகின்றன. ஆனால், ஸதாவும் கிச்சிஸோவும் அதற்கும் மேலே சென்று அன்றாட வாழ்க்கையை முற்றிலுமாக உதறித்தள்ளுகிறார்கள். ஸதா பணத்துக்காக வாடிக்கையாளனிடம் (ஒரு அறிவுஜீவி) செல்வதைத் தவிர, இவர்களுடைய மொத்த இருப்பு அவர்களுக்குள்ளாகவும் புணர்தல் ஊடாகவுமே வெளிப்படுகிறது. அவர்களுடைய அறையானது பொறுத்துக்கொள்ள முடியாத துர்நாற்றத்தால் நிரம்பிவழிகிறது. கெய்ஸாகூட (தொழில்ரீதியாகப் பாட்டுப் பாடி நடனமாடி ஆண்களை மகிழ்விக்கும் ஜப்பானியப் பெண்கள்) அந்தப் பெண் ஸதா சர்வகாலமும் அவனுடைய ஆண்குறியைச் சப்பிக்கொண்டிருப்பதைக் கண்டு அருவருப்படைகிறார்கள். ஸதா எதனாலும் திருப்திப்படுத்த முடியாதவளாக இருக்கிறாள். இருவரும் உடலை அதன் எல்லைக்குக் கொண்டுசெல்ல விரும்புகிறார்கள். இந்த விளையாட்டில் ஒருவர் மற்றொருவரை உறிஞ்சியெடுக்க முற்படுகிறார்கள். அவளால் நிறுத்த முடியவில்லை. ஆனால், கிச்சிஸோ சோர்ந்துபோகிறான். ஆரம்பக் காட்சிகளில் வீரியத்தோடும் கம்பீரத்தோடும் புணர்தலில் ஈடுபட்ட அவன் வறண்டுபோனதுபோலவும் வெறுமையானதுபோலவும் காட்சி தருகிறான். ஸதாவின் சந்தோஷமே தன்னுடைய சந்தோஷம் என்று நினைக்கிறான். தன்னுடைய இருப்பே அவளுடைய சந்தோஷங்களுக்கு ஈடுகொடுக்கத்தான் என்ற முடிவுக்குவருகிறான். இதற்கு எடுத்துக்காட்டாக இரண்டு காட்சிகளைச் சொல்லலாம். ஒருமுறை ஸதா அவனுடைய ஆண்குறியைச் சப்பிக்கொண்டிருக்கிறாள். அவன் அசதியுற்றவன்போல் காணப்படுகிறான். மிக நிதானமாக சிகரெட் எடுத்துப் பற்றவைக்கிறான். அவளுடைய வாய் முழுவதும் ஸ்கலிதத்தால் நிரம்பிவழிகிறது. அவள் புன்னகைக்கிறாள். அவளுடைய சந்தோஷத்தைப் பார்த்துப் பூரணமாகத் திருப்திகொண்டவன்போல் அவன் காணப்படுகிறான். அவனும் புன்னகைக்கிறான். இன்னொரு காட்சியில், அவனுடைய ஆண்குறி அவனுக்குச் சொந்தமானது அல்ல என்பதுபோல இருந்தபடி, அது அவளுக்கே சொந்தமானது என்பதால்தான் அவள் சொல்கிறபடியெல்லாம் கேட்கிறது என்று சொல்லிப் புன்னகைக்கிறான். இது அசதியாலும் வெறுமையாலும் ஏற்பட்ட புன்னகையல்ல. தன் ஆணுடலை ஒரு பெண்ணுக்கு முழுமையாய்க் கொடுக்கத் துடிக்கும் ஒரு ஆணின் புன்னகை. நவீனத்துவத்துக்கு முந்தைய ஜப்பானியச் சமூகத்தின் பிரதிநிதியான அவன், ஒரு பெண்ணுடலை இந்நாள்வரை அபகரித்துக்கொண்டிருந்த ஒரு ஆண், ஒரு பெண்ணுடலுக்குத் தன்னை முழுமையாய்க் கொடுக்க முன்வருகிறான்.

படத்தின் தொடக்கத்தில் ஒரு வயதான கிழவன் குடிபோதையில் சகதியில் விழுந்துகிடக்கிறான். அவன் அணிந்திருக்கும் அங்கி விலகியிருக்க அவனுடைய வயதால் சோர்ந்துபோன ஆண்குறியும் தொங்கிப்போன கொட்டைகளும் வெளித்தெரிகின்றன. நான்கைந்து குழந்தைகள் கையில் ஜப்பானியக் கொடிகளைப் பிடித்துக்கொண்டு பனித்துகள்களைப் பொறுக்கி அந்தக் கிழவனின் கொட்டை மீது வீசுகிறார்கள். நினைவு திரும்பிய அந்தக் கிழவன் இந்தச் செயலைத் தடுத்துநிறுத்த முயலும் பெண் கூட்டத்தில் ஸதாவின் முகத்தை அடையாளம்காண்கிறான். அவளோடு இன்னும் ஒரு முறையேனும் படுத்துவிட வேண்டும் (முன்னரே ஒரு முறை ஸதாவோடு அந்தக் கிழவன் படுத்திருப்பதாகச் சொல்கிறான்) என்று கெஞ்சுகிறான். ஏறக்குறைய அன்று இரவுவரை இறங்கிக்கொடுக்காத ஸதா அவன் தனக்காகக் காத்திருப்பதைப் பார்த்து அவன் மீது பரிதாபம்கொள்கிறாள். அந்தக் குளிர் இரவில் வீரியம்கொள்ள மறுக்கும் அவனுடைய ஆண்குறியை வாஞ்சையோடு தடவிக்கொடுக்கிறாள். சுருக்கங்கள் விழுந்த அந்த ஆண்குறி, அந்தக் கிழவன் மீது மேலும் பரிதாபத்தை ஏற்படுத்துகிறது. அவளுடைய யோனியைப் பார்த்தால் தன்னுடைய ஆண்குறி வீரியம்கொள்ளும் என்று கிழவன் சொல்கிறான். அதற்கும் அவள் சம்மதித்துத் தன் அங்கியை உயர்த்திக்காட்டுகிறாள். அப்படியும் வீரியம் பெற மறுக்கும் ஆண்குறியைக் கொண்ட அந்தக் கிழவன் பரிதாபமாய்த் தன் தலையைத் தொங்கப்போடுகிறான். இந்தக் காட்சியில் ஓஷிமா இரண்டு முக்கியமான விஷயங்களை வைத்துள்ளார். பச்சிளம் மனங்களில் கறைபடிந்த தேசியம் எத்தகைய விளையாட்டைத் தொடங்கியுள்ளது என்பதைப் படத்தின் தொடக்கத்திலேயே சொல்லிவிடுகிறார். அதுபோலவே வயோதிகத்தால் வீரியம் இழந்த ஆண்குறியை நவீன சமூகத்தால் ஏற்றுக்கொள்ள முடியவில்லை. படத்தில் ஒரு காட்சியில் ஜப்பானிய ராணுவ வீரர்கள் கொரியா மீது படையெடுக்க வீதியில் வீறுநடைபோட்டுச் சென்றுகொண்டிருக்கிறார்கள். இடதுபக்கம் முழுக்க தேசியத்தாலும் ஏகாதிபத்தியத்தாலும் கட்டமைக்கப்பட்ட உடல்கள் தங்கள் கைகளில் ஜப்பானியக் கொடிகளோடு உற்சாகமாய் வீரர்களை வழியனுப்பிவைக்கின்றன. எதிர்த்திசையில் இது பற்றிய பிரக்ஞையற்று கிச்சிஸோ என்ற உடல் தலைகுனிந்து இவற்றிலிருந்து விலகி நடந்துசெல்கிறது. அந்த ராணுவ வீரர்களை நிமிர்ந்துபார்க்கக்கூட அந்த உடல் மறுக்கிறது. இந்த உடலுக்கும் தேசியத்துக்கும் ஏகாதிபத்தியத்துக்கும் சம்பந்தமில்லை.

ஸதா மற்றும் கிச்சிஸோவின் பாலியல் பரிசோதனைகளில், ஒருவர் கழுத்தை நெரிக்க முற்படும்போது புணர்தல் உச்சகட்ட இன்பத்தைத் தரும் என்று ஸதா சொல்கிறாள். முதலில் அவள் கழுத்தை நெரித்து அவன் உடலுறவுகொள்ளும்போது அவள் படும் அவஸ்தையை அவனால் தாங்கிக்கொள்ள முடியாமல் இடத்தை மாற்றிக்கொள்ள நிர்ப்பந்திக்கிறான். பிறகு, இடம்மாறிய ஸதா இந்தப் பரிசோதனையில் முழுமூச்சாய் ஈடுபடுகிறாள். அதில் கிச்சிஸோவைக் கொன்றுவிட நேர்கிறது. பிறகு, கிச்சிஸோவின் ஆண்குறியையும் கொட்டைகளையும் வெட்டியெடுத்துத் தன் கையில் பிடித்தபடியே அவனை அணைத்துக்கொண்டு படுக்கிறாள். ஓஷிமாவின் இந்தப் படம் ஆண்/பெண் உடலே இயற்கையானது என்று

சொல்லப்படுவதற்கு அப்பால் வைத்துப் பார்க்க முயல்கிறது. ஸதாவும் கிச்சிஸோவும் வரலாறு, மதம், தேசியம் போன்ற கருத்தாக்கங்களுக்கு அப்பால் தங்களுடைய உடலை அர்த்தப்படுத்த முயல்கிறார்கள். இந்தப் பரிசோதனையில் கிச்சிஸோ தன்னையே கொடுக்க வேண்டியிருக்கிறது. அவன் நவீன ஜப்பானின் பிரதிநிதியும் அல்ல, மரபான ஜப்பானின் பிரதிநிதியும் அல்ல — இவ்விரண்டுக்கும் எதிரானவன். இதைச் சாத்தியப்படுத்துவது ஸதாதான்.

ஸதா பாத்திரம் ஜப்பானிய வீதிகளில் வெட்டியெடுத்த ஓர் ஆண்குறியோடு உண்மையில் நடமாடியவள்தான். போலீஸாரால் கைதுசெய்யப்பட்டு குற்றவாளிக்கூண்டில் ஏற்றப்பட்டவள்தான். பாலியல் தொழிலாளியாக இருந்த அவள், எவ்விதத்திலும் பாலியல் தேவைகளில் திருப்தியடையாத அவள், வழக்கில் அவளுடைய நிலையை எடுத்துரைக்கிறாள். அதிர்ச்சியில் உறைந்துபோன ஜப்பானியப் பத்திரிகைகளும் நடுத்தர வர்க்கமும் அவள் மீது இரக்கம்காட்டத் தொடங்குகின்றன. பிறகு, அவள் விடுதலை செய்யப்படுகிறாள். விடுதலையான அவள் தன் பெயரை மாற்றிக்கொண்டு ஒருவனைத் திருமணம் செய்துகொண்டு வாழ்ந்துவருகிறாள். அவளுடைய கணவனுக்கு இவள் உண்மையில் யார் என்று தெரியவந்தவுடன் விவாகரத்து செய்கிறான். இதனால், மீண்டும் பாலியல் தொழிலுக்குள் நுழைகிறாள். 70 வயதுவரை பாலியல் தொழிலில் ஈடுபட்டு மாண்டுபோன அவளுக்கு ஜப்பானியச் சமூகம் மிகப் பெரிய மரியாதையைக் கொடுக்கிறது. அவள் மரணிக்கும்வரை ஒவ்வொரு இரவும் பாருக்குள் அவள் நுழையும்போது பாரில் உள்ள அத்தனை ஆண்களும் மரியாதையோடு எழுந்துநின்று இரண்டு கைகளாலும் அவரவர் ஆண்குறியை மறைத்துநிற்கிறார்கள். இந்த மரியாதை தினம்தினம் அவளுக்காகச் செய்யப்படுகிறது.

ஓர் இலக்கியவாதியாக இதுபோன்ற விஷயங்களைப் பற்றி எழுத வேண்டியிருந்தால் ஒரு தனிநபராகப் பல தடைகளைக் கடந்து முயன்றுவிடலாம். ஆனால், ஓஷிமா எடுத்திருப்பதோ திரைப்படம். நடிகர்கள், தொழில்நுட்பக் கலைஞர்கள் என்று பலரும் இணைந்து இதில் செயல்பட வேண்டியுள்ளது. ஓஷிமாவின் நம்பிக்கைகளையோ கோட்பாடுகளையோ அவரோடு சேர்ந்து செயல்படும் நடிகர்களும் தொழில்நுட்பக் கலைஞர்களும் புரிந்துகொள்ள வேண்டும், ஏற்றுக்கொள்ள வேண்டும் என்ற எந்த அவசியமுமில்லை. இசைவற்ற சிறு பிசிறுகூடப் படத்தை மிகக் கீழ்த்தரமான படமாக மாற்றியிருக்கும். எடுத்துக்காட்டாக, சில காட்சிகளைச் சொல்ல முடியும். ஊரைவிட்டு வெளியே செல்லும்போது கிச்சிஸோ, ஸதாவின் அங்கிக்குள் கையைவிட முயல்கிறான். அதற்கு ஸதா தான் மாதவிடாயில் இருப்பதாகச் சொல்லும்போது, சிரித்துக்கொண்டே ‘அதனால் என்ன?’ என்று சொல்லி விரல்களால் அந்த ரத்தத்தைத் தடவி எடுத்து நக்கி ருசிபார்க்கிறான். மற்றொரு காட்சியில், நாம் உண்ணும் உணவுகூட நம் காதலாய் இருக்க வேண்டும் என்று ஸதா சொல்கையில், கையில் ஏந்திய உணவை அவளது யோனியில் தடவியெடுக்கிறான். அவித்த முட்டையை சந்தோஷமாய் எடுத்து அதை எப்படிக் காதலோடு உண்ண முடியும் என்பதுபோல் பார்க்கிறான். திடீரென்று அவளுடைய யோனிக்குள் முட்டையைத் தள்ளிவிடுகிறான். ஸதா

திடுக்கிடுகிறாள். எப்படி இதை வெளியே எடுப்பது என்று கேட்கிறாள். புன்னகைத்தபடியே, கோழி முட்டையிடுவதைப் பார்த்ததே இல்லையா என்று கேட்கிறான். முட்டியை மடித்துக் குதிகாலில் அமர்ந்து முன்பக்கம் வழியாகத் தள்ளிவிடுகிறான். முட்டை பின்பக்கம் வழியாகக் கீழே விழுகிறது. கிச்சிஸோ அதைச் சந்தோசமாய் எடுத்து அப்படியே விழுங்குகிறான்.

இதுபோன்ற காட்சிகளில் நடிகர்களும் ஓஷிமாவும் எத்தகைய இசைவில் உழைத்திருக்க வேண்டும் என்று நினைக்கும்போது பிரமிப்பாய் உள்ளது. இத்தகைய திரைப்படங்களுக்கு நடிகர், நடிகையை எப்படித் தேர்ந்தெடுப்பது என்பது சிக்கலான விஷயம்தான். நடிகர் கிடைத்துவிட்டார். ஜப்பானிய வியாபார சினிமாவில் நடித்துக்கொண்டிருந்தவர் கிடைத்தார். ஆனால், ஸதா பாத்திரத்துக்கு எந்த நடிகை ஒப்புக்கொள்வாள் என்று ஓஷிமா யோசித்துக்கொண்டிருந்தபோது அவருடைய மனைவி சினிமாப் பிரதியைப் படித்துவிட்டு, நடிகை யாரும் கிடைக்கவில்லை என்றால் தானே அந்தப் பாத்திரத்தை ஏற்பதாகச் சொல்லியிருக்கிறார். பிரதி மீது தயக்கம்கொண்டிருந்த ஓஷிமாவுக்கு மனைவியின் இந்தச் சொற்கள் பெரும் நம்பிக்கையைக் கொடுக்கின்றன. ஆனால், படத்தில் ஸதா பாத்திரத்தில் வேறொரு பெண்தான் நடித்தார். கெய்ஸா பெண்களில் ஒருவராக ஓஷிமாவின் மனைவி நடித்தார். திரைப்படத்தை இயக்கியவரும் நடித்தவர்களும் தொழில்நுட்பக் கலைஞர்களும் (தயாரிப்புக்குப் பிந்தைய வேலைகள் பிரான்ஸில் செய்யப்பட்டன) ஜப்பானியர்கள்தான் என்றாலும், இன்றுவரை தணிக்கை செய்யப்படாத முழுப் படத்தை ஜப்பானியர்கள் பார்க்கச் சந்தர்ப்பம் கிடைக்கவில்லை. இது திரைப்படமாக இருந்ததாலும் பல மனிதர்களின் உழைப்பு இதில் சம்பந்தப்பட்டிருப்பதாலும் இந்தப் படத்தை ஒரு தனிமனிதனின் பிதற்றல் என்று நாம் ஒதுக்கித்தள்ளிவிட முடியாது. நாடகத்துக்கும் சினிமாவுக்கும் உள்ள மிகப் பெரிய பலம் இதுதான். (முதன்முறையாக, 1968-ல் பிராட்வே தயாரிப்பான 'மயிரு' (Hair) நாடகத்தில் ஒருசில கணங்கள் ஆண்/பெண் நடிகர்கள் ஆடைகளைக் களைந்து நிர்வாணமானார்கள். இந்த நாடகம் அமெரிக்க ஏகாதிபத்தியம், வியட்நாம் யுத்தம் போன்ற விஷயங்களை உள்ளடக்கமாகக் கொண்டிருந்தது. இதற்குப் பிறகு 'ஓ கல்கத்தா', 'சே' போன்ற நாடகங்களில் நடிகர்கள், நடிகைகள் முழு நிர்வாணமாக நடித்தார்கள் என்றும் தெரிகிறது.)

இந்தப் படம் முழுக்கமுழுக்க ஒரு நீலப்பட பாணியில் படமாக்கப்பட்டிருப்பதும், பாலியல் உறவின் சாத்தியங்களை அதன் எல்லையிலிருந்து தீர்மானிப்பதும் நம்மை நிலைகுலையவைக்கின்றன. இந்திய மரபிலும் தமிழ் மரபிலும் உடல் வெவ்வேறு தளங்களில் பல்வேறு விதமாகக் கொண்டாடப்பட்டிருக்கிறது. அதிகாரத்தைச் சுமந்துதிரிந்த உடல்கள், சுயவதையைப் போற்றிய உடல்கள், பாலியலைக் கொண்டாடிய உடல்கள் என்று எல்லாமே நமக்குச் சாத்தியப்பட்டுத்தான் இருக்கின்றன. மதம், சாதி கட்டமைக்கப்பட்ட உடல்கள் அதற்கு அடங்கியும் எதிர்த்தும் தன்னை வெளிப்படுத்திவந்துள்ளன. ஆனால், காலனியத்துக்கு எதிராக முன்வைக்கப்பட்ட தேசிய உடல், ஏதோ ஒருவிதத்தில் இறுகிப்போய் தூய்மைவாதத்தைத் தன்னுள் சுமக்கத் தொடங்கியது., பன்மைத்துவமான மதச் சிந்தனைகளும் நடைமுறைகளும்

பண்பாட்டு வடிவங்களும் உடைந்துபோய் ஒற்றைப் பரிமாணத்தில் உருக்கொள்ளத் தொடங்கின. இது முந்தைய நம் சமூகம் சாத்தியப்படுத்திய உடல் கொண்டாட்டங்களை மறுதலிக்கத் தொடங்கியது. இந்திய அரசியல் போக்கைத் தீர்மானித்த முக்கியத் தலைவர்களில் இருவர் உடலைப் பற்றித் தீர்க்கமான பார்வையை முன்மொழிந்தார்கள். ஒருவர் உடலின் சுயவதையைப் போற்றினார். மற்றொருவர் உடலைக் கொண்டாடினார். ஆனால், இருவருமே உருக்கொண்டிருந்த தேசியத்தை எதிர்த்தார்கள். முன்னவர் மகாத்மா காந்தி, பின்னவர் தந்தை பெரியார். தமிழ் இலக்கியங்களிலும் இந்த உடல்கள் பல தளங்களில் இயங்கியுள்ளதை நாம் காண முடியும். ஆண்டாளாகட்டும் காரைக்கால் அம்மையாராகட்டும் கண்ணகியாகட்டும் மாதவியாகட்டும் உடல் சுமந்துதிரிந்த பல்வேறு சுமைகளையும் அது சாத்தியப்படுத்திய கொண்டாட்டங்களையும் வெளிப்படுத்துபவர்களாக இருக்கிறார்கள்.

சிலப்பதிகாரத்தில் உடலைக் கொண்டாடிய மாதவி, துறவறம் ஏற்று சுயவதையைத் தேர்ந்தெடுக்கிறாள். மரபாலும் பண்பாட்டாலும் வதைக்கப்பட்ட உடலைச் சுமந்துதிரிந்த கண்ணகி தன் மார்பகங்களை வெட்டியெறிகிறாள் (மதுரையை எரிக்க ஏன் மார்பகங்களை வெட்டியெறிய வேண்டும்?). பழைய தமிழ் இலக்கியங்களில் உடலின் கொண்டாட்டங்களையும் அது அதிகாரத்தால் நசுக்கப்பட்டதையும் மறுவாசிப்புக்கு உட்படுத்தி இன்று பலர் பல பிரதிகளை முன்வைக்கிறார்கள். நாம் இதைத் தனித்துப்பார்க்க முடியாது. அந்தந்தக் காலகட்டத்தில் காணப்பட்ட உடல் கொண்டாட்டங்கள், அன்றைய அதிகாரத்தின் கருத்தாக்கங்களுக்கு உட்பட்டுக்கிடந்ததா அல்லது கிளர்ச்சி செய்ததா என்றும் பார்க்க வேண்டியுள்ளது. இன்று நம்மிடையே நிலவும் நீலப்படங்களை நாம் எப்படிப் பார்க்க முடியும்? இன்று போற்றப்படும் தூய்மைவாதத்துக்கு எதிராகவா? அல்லது நுகர்வுக் கலாச்சாரத்தின் அங்கமாகவா? நவீனத் தமிழ் இலக்கியத்தில் இது எவ்விதத்தில் கையாளப்பட்டுள்ளது என்று யோசிக்கும்போது புதுமைப்பித்தனின் ‘அகலிகை’, ‘சாபவிமோசனம்’ சிறுகதைகள்தான் நினைவுக்குவந்தன. 1934-ல் எழுதப்பட்ட ‘அகலிகை’ சிறுகதையானது மனம் வேறு, உடல் வேறு என்ற மிகச் சாதாரண இருமத்துக்குள் சுருங்கிப்போன சிறுகதை. ஆனால், 1934-ல் எழுதப்பட்ட தன்னுடைய கதையைத் தானே நிராகரிப்பதுபோல் 1943-ல் புதுமைப்பித்தன் ‘சாபவிமோசனம்’ படைக்கிறார். மீண்டும் கல்லான அகலிகை யாருடைய ஆண்குறியை வெட்டியெறிகிறாள்? ராமனுடையதா அல்லது கௌதமனுடையதா? கௌதமன் பண்பாட்டால் அழுத்தப்பட்ட உடலைச் சுமந்துதிரிபவன். அதிலிருந்து விடுதலைபெற வழியேதும் தெரியாத ஒரு மனிதன். வேறு வழிகளற்று உடல் வேறு, ஆன்மா வேறு என்று தீர்மானித்துக்கொண்டவன். ஆனால், ராமனுள் ஏற்பட்ட மாற்றத்தை அகலிகை உணர்ந்துகொள்கிறாள். ராமனின் உடல் சுமந்துதிரிந்த அரசியலை அகலிகை புரிந்துகொள்கிறாள். பாலகனான ராமன் அகலிகைக்கு விடுதலை தருகிறான். சீதையை அக்னிபிரவேசம் செய்ய நிர்ப்பந்தித்த ராமன் அதிகாரத்தின் பிரதிநிதியாகவும் தன்னுடைய ஆண்குறியை வாளாக உபயோகிக்க உணர்ந்துகொண்டவனாகவும் இருந்தான். இந்த மாற்றத்தை ராமனும்

உணர்கிறான். ஆனால், அதிகாரம் அவனை மௌனமாக்குகிறது. அகலிகையும் உணர்கிறாள். அவள் கல்லாகிறாள். அதாவது, ராமனின் ஆண்குறியை வெட்டியெறிகிறாள். 'நிறுவன அமைப்புகளுக்கான எதிர்ப்புணர்வும், நிறுவப்பட்ட கருத்துகளை மறுத்தலிப்பதும்' புதுமைப்பித்தனிடம் காணப்படும் முக்கிய அம்சமாக ஜமாலன் தன்னுடைய கட்டுரையில் குறிப்பிடுகிறார்.[2] 'சாபவிமோசனம்' அதற்கான சரியான எடுத்துக்காட்டு என்றே நினைக்கிறேன். அதுபோலவே, குடும்பப் பெண்களை ஏறெடுத்துப் பார்க்காதவன் வேசிகளுக்கு மத்தியில் ஏழாவது சொர்க்கத்தைக் கண்ட மண்ட்டோ, உருப்பெற்றுக்கொண்டிருந்த தேசியம் கட்டமைக்க முயன்ற புனித உடல்களுக்கு எதிராக மம்மி, ஜானகி, மோஸல், சுகந்தி போன்ற பெண்ணுடல்களைத் துணிச்சலாகப் படைத்து உலவவிட்டான்.

மனித உடலுக்குள் ஓர் ஆன்மா இருக்கிறது. இந்த ஆன்மாவைச் சுமப்பதுதான் உடல் என்கிற இந்தியத் தத்துவங்களின் அடிப்படையை மண்ட்டோவின் கதைகள் முற்றிலுமாக நிராகரிக்கின்றன. உடல்தான் மனிதன். உடல்தான் ஆன்மா. பசிக்கும், பெண் தேடும், துக்கப்படும், போதையில் உலகை மறந்து சுற்றும், வதைபடும், இதப்படுத்திக்கொள்ளும். உடலுக்கு அப்பால் எதுவுமே இல்லை. இந்த உடலில்தான் காதல் வருகிறது, கண்ணீர் வருகிறது, சிரிப்பு வருகிறது. உலகில் நிகழும் அனைத்து வன்முறைகளை ஏற்பதும் எதிர்ப்பதும் இந்த உடல்தான். ஆனால், உடலை நிராகரிப்பதன் வழியாகவே ஆன்ம விடுதலை என்று பேசுவதும், உடல் குறித்த சிந்தனைகள் புனிதமற்றதாக நிராகரிக்கப்படுவதும், ஆன்மா என்கிற கருத்தியல் வெளியை உயர்த்திப்பிடித்து ஓர் ஆணுக்கும் பெண்ணுக்கும் இடையில் உடலுக்கு அப்பால் உறவு சாத்தியம் என்ற பொய்மைகளைக் கிழித்துப்போடுகின்றன என்கிறார் ஜமாலன். நம்முடைய மரபில் உடல் குறித்துக் கொண்டாடப்பட்ட விஷயங்களைக்கூட நவீன இந்தியாவில் காண முடியாமல்போனது துரதிர்ஷ்டமே. மதம் மற்றும் சாதியம் கட்டியமைத்த உடல்களைக்காட்டிலும் தேசியம் ஒரு புனித உடலை உருவாக்கிவிட்டதோ என்று எண்ணத் தோன்றுகிறது.

உடலை அதன் இயற்கைப் பண்போடு காண முயல்கிறார் ஓஷிமா. அந்த உடல் நிர்வாணமானது. உடலைத் தூய்மையற்றதாகவும் நாற்றமடிப்பதாகவும் பார்க்க மறுக்கிறார். தேசியம், மதம் போன்றவை கட்டமைத்த தூய்மைவாதங்களுக்கு எதிராக உடலை முன்வைக்கிறார். காமம் என்பதை மிருகப் பண்பாக உருவகப்படுத்தி அதிலிருந்து மனிதனை விடுவிக்க முயல்வது மிகப் பெரிய மோசடிதான். இந்தத் திரைப்படம் ஜப்பானில் திரையிடப்பட்டபோது பெரும் சர்ச்சையைக் கிளப்பியது. இந்தத் திரைப்படத்தின் எழுத்து வடிவம் புகைப்படங்களோடு வெளிவந்தபோது அவர் மீது வழக்கு தொடரப்பட்டது. இதைத் தன் கருத்தின் நிலையை வெளிப்படுத்தும் சந்தர்ப்பமாக ஏற்றுக்கொண்ட ஓஷிமா, தன்னுடைய நிலைப்பாட்டை நீதிமன்றத்தில் தீர்க்கமாக முன்வைத்தார்.

2 ஜமாலன், 'மண்ட்டோவின் மதம், தேசியம் மற்றும் உடல் பற்றிய வெள்ளை அறிக்கை', *நிழல்*, மார்ச் 2005.

'இந்தத் திரைப்படத்தில் உள்ள புணர்தல் காட்சிகள் அவமான உணர்வைத் தோற்றுவிக்கின்றன என்றால் அத்தகைய உணர்வைத் தோற்றுவிக்கத்தான் அப்படிப்பட்ட காட்சிகள் வைக்கப்பட்டன. அழுகிப்போன சமூகத்தில் மட்டுமே காமத்தைக் குற்றவுணர்வோடு கற்பிதம்செய்துகொள்வார்கள். வெளிப்படுத்தப்படும் எதுவுமே அசிங்கமானது அல்ல, மறைக்கப்படுவதுதான் அசிங்கமானது. எல்லாவற்றையும் பார்ப்பதற்கு நமக்குச் சுதந்திரம் கிடைக்கும்போது, அசிங்கங்களும் அதைச் சுற்றியுள்ள கருத்தாக்கங்களும் காணாமல்போவதோடு ஒருவிதத்தில் விடுதலை உணர்வையும் கொடுக்கிறது. நீலப்படங்கள் ஊக்குவிக்கப்பட வேண்டியவை. அதன் வழியாகவே அசிங்கமானது என்பதை அர்த்தமற்றதாக்க முடியும். ஒரு ஜனநாயகத்தில் அசிங்கம் என்ற கருத்தை முன்வைப்பது மிக மோசமான குற்றமாகும். அந்தக் கருத்தின் இருப்பே வேண்டடத்தகாதது என்று' நீதிமன்றத்தில் வாதாடிய ஓஷிமா, மக்களின் பாலியல் உணர்வுகளை ஒரு கட்டுப்பாட்டுக்குள் வைத்திருப்பதும் அரசியல்தான் என்றார். ஸதா, டோயோஜி போன்ற பெண்களை, அதிகாரத்தை விசாரணை செய்யும் கலகக்காரர்களாகவே நான் பார்க்கிறேன். அவர்களுடைய போராட்டம் என்பது அவர்கள் உடலை அவர்கள் விரும்புவதுபோல் அர்த்தப்படுத்திக்கொள்வதற்கான சுதந்திரத்துக்கானது. அதே சமயத்தில், உடலின் எல்லையை உணர்ந்துகொள்ள வேண்டியுள்ளது. ஸதா உணர்ந்துகொள்ளவில்லை. ஓஷிமா தன்னுடைய திரைப்படங்களில் கதாபாத்திரங்கள் மீது எவ்விதக் கழிவிரக்கத்தையோ அனுதாபத்தையோ ஏற்படுத்துவது கிடையாது. அவர்கள் கொலைசெய்வதையும் அசந்து நிர்வாணமாய்ச் சாய்ந்துகிடப்பதையும் தொலைவிலிருந்தே பார்க்கிறார்.

படத்தின் இறுதியில் கிச்சிஸோ கொல்லப்பட்ட பிறகு, ஸதாவின் நினைவுத்தளத்தில் ஒரு கற்பனைக் காட்சி அரங்கேறுகிறது. ஒரு பெரிய விளையாட்டு மைதானத்தில் ஸதா படுத்துக்கிடக்கிறாள் முழு நிர்வாணமாக. ஸதாவைச் சுற்றிச்சுற்றி ஒரு வாலிபன் ஓடிக்கொண்டிருக்கிறான். ஒரு பெண் குழந்தை அவனைத் துரத்தியபடியே அவளைச் சுற்றிச்சுற்றி வருகிறது. அந்தப் பெண் குழந்தை திரும்பத்திரும்பக் கேட்கிறது, 'நீ எங்கு இருக்கிறாய்?' அந்த வாலிபன் திரும்பத்திரும்பப் பதில் சொல்கிறான், 'நான் இன்னும் இங்கு இல்லை'. ஸதா ஏதோ பேச முயல்கிறாள். ஆனால், வார்த்தைகள் அவளுடைய உதட்டிலிருந்து வெளியேற மறுக்கின்றன. பிறகு, அந்த வாலிபன் பதில் சொல்வதை நிறுத்துகிறான். கிச்சிஸோ மரணத்தை நெருங்குகிறான். இப்போது சூனியத்தில் ஸதா கத்துகிறாள், 'நீ எங்கு இருக்கிறாய்?' அவளுடைய வாழ்க்கை முழுக்கப் பாலியல் உணர்வுகளுக்கு அடிமையாகவே இருந்தாள். அவளுடைய விடுதலைக்கு மிகப் பெரிய விலை கொடுக்க வேண்டியிருந்தது. மனிதனுக்குச் சாத்தியப்படக்கூடிய எல்லையை நிரந்தரமாகக் கடந்துவிட முடியாது என்பதை அவள் உணர்ந்துகொள்கிறாள்.

⊙

நவீனத்துவம் சேகரித்த மண்டையோடுகளும் நரமாமிசம் தின்ற ஆன்மாக்களும்
பாசோலினியின் இரண்டு திரைப்படங்களை முன்வைத்து

திரைப்படமும் வாழ்க்கையும் ஒன்றே. ஏனெனில், நம் ஒவ்வொருவரிடமும் கண்ணுக்குத் தெரியாத ஸ்தூலமற்ற கேமரா ஒன்று இருக்கிறது. அது நாம் பிறந்ததிலிருந்து இறக்கும்வரை நம்மைத் தொடர்ந்துகொண்டுதான் இருக்கிறது. யதார்த்தத்தில் சினிமா என்பது முடிவேயில்லாத ஒன்றன் பின் ஒன்றாகத் தொடரும் காட்சித் தொகுப்புதான். ஒவ்வொரு தனிப்பட்ட திரைப்படமும், இந்த முடிவேயில்லாமல் ஒன்றன் பின் ஒன்றான காட்சித் தொகுப்புக்கு விளக்கம் கொடுத்து முன்பின் மாற்றிவைத்து அதற்கு ஒரு அர்த்தத்தை உருவாக்குவதாகும். நாம் இறக்கும்போது இதுதான் நடக்கிறது. நம் வாழ்க்கையில் நாம் மரணிக்கும் அந்த நொடியில்தான், அதுவரை புரிந்துகொள்ள முடியாததும் குழப்பமானதும் தெளிவற்றதும் ஓர் அர்த்தத்தைப் பெறுகின்றன. வாழ்க்கையில் மரணம் எத்தகைய பாத்திரத்தை ஏற்கிறதோ, அதே பாத்திரத்தைத்தான் திரைப்படத்தில் மாண்டேஜ் எடுக்கிறது.

— பாசோலினி

பாசோலினியின் மரணம்போலவே அவரது திரைப்படங்களும் குழப்பமானவை; சிக்கலானவை. அவரது பெரும்பாலான திரைப்படங்களில் மரணம் தவிர்க்க இயலாதது போன்றே தோன்றுகிறது. ஏறக்குறைய மையப் பாத்திரங்கள் அனைத்தும் வன்முறையால் மரணத்தைச் சந்திக்க நேரிடுகின்றன. அவரது திரைப்படங்களில் வருவதுபோலவே அவரது மரணமும் வன்முறையால் ஆனது. அவர் கொல்லப்பட்டார். யாரால்? எதற்காக? இன்றுவரை காரணம் தெரியவில்லை. அரசாங்கம் பல விசாரணைக் குழுக்களை அமைத்தும் காரணம் கண்டுபிடிக்கப்படவில்லை. 1922-ல் பிறந்த அவர் 1975-ல் கொல்லப்பட்டார். ஓரினச்சேர்க்கை பிரச்சினையில் அவர் கொல்லப்பட்டார் என்று சொல்பவர்களும் உண்டு; அவருடைய கொலையை அவரே நிகழ்த்துவதற்குக் காரணமானார் என்று சொல்பவர்களும் உண்டு; அரசாங்கத்தை மிகக் கடுமையாக விமர்சித்த காரணத்துக்காகக் கூலிப்படையை வைத்து அரசாங்கமே அவரைக் கொன்றது என்று Marco Tullio Giordana ஒரு திரைப்படமும் எடுத்திருக்கிறார். அதில்

அரசாங்கம்தான் இந்தக் கொலையைச் செய்துள்ளது என்பதற்குப் பல ஆதாரங்களை முன்வைக்கிறார். உயிரோடு இருக்கும்வரை தொடர்ந்து தனது திரைப்படங்கள் வழியாக சர்ச்சைகளையும் அதிர்ச்சிகளையும் கொடுத்த அவர், தன் மரணத்திலும் அந்தப் போக்கைத் தொடர்ந்துள்ளார்.

திரைப்படத் துறைக்குள் பாசோலினி நுழைவதற்கு முன்பே கவிஞராகவும் நாடக ஆசிரியராகவும் நடிகராகவும் ஓவியராகவும் பிரபலமானவர். அவர் பிறந்த ஆண்டில்தான் இத்தாலியில் பாசிசம் தன் அதிகாரத்தைக் கைப்பற்றியது. ராணுவ அதிகாரியான அவர் தந்தைக்கு பாசிசத்தோடு இருந்த ஈடுபாடும், இரண்டாம் உலகப் போரில் தன் சகோதரனை பாசோலினி இழந்ததும், அவரது இளம் வயதிலேயே கவிதைகளை அவருக்கு அறிமுகப்படுத்திவைத்த இறை நம்பிக்கை நிறைந்த அவரது தாயும், அவருக்கும் அவரது தாய்க்கும் இருந்த மிக அன்னியோன்னியமான உறவும், முதலீட்டிய நவீனத்துவம் முன்வைத்த புதிய சமூக நிலைப்பாடுகளும், ஏசு மீது அவருக்கு இருந்த தொன்மமான உறவும், மார்க்சியம் மற்றும் ஃபிராய்டின் தத்துவங்களும் அவருடைய அழகியலையும் முரண்களையும் தீர்மானித்தன என்று சொல்லலாம்.

உண்மையான இத்தாலி – அதன் பல மொழிகள், விளிம்புநிலைப் பண்பாடு, பண்டைய வரலாற்றோடு ஆன அதன் தொடர்பு, அதன் தனிச்சிறப்புப் பண்புகள் எல்லாம் கண் முன்னே அழிந்துகொண்டிருப்பதாக பாசோலினி நம்பினார். தன் திரைப்படங்கள் வழியாக இந்த அழிவுக்குக் காரணமான சமூக மற்றும் கருத்தாக்கச் சக்திகளை விமர்சிப்பதைத் தன் கடமையாகக் கருதினார். இத்தாலியச் சமூகத்தின் வர்க்க உணர்வுகளையும் சமூகப் பன்மைத்துவத்தையும் கண்ணுக்குத் தெரியாமல் முதலீட்டிய நவீனத்துவம் தன் அதிகார எல்லைக்குள் கொண்டுவர முயல்வதை விமர்சித்தார். சமூகத்தில் புறந்தள்ளப்பட்ட வர்க்கத்தின் அடையாளம் துடைத்தெறியப்படுகிறது அல்லது அழிக்கப்படுகிறது என்ற கிராம்ஸ்கியின் நிலைப்பாட்டை அடிப்படையாகக் கொண்டு, யுத்தத்துக்குப் பிந்தைய இத்தாலியச் சமூகத்தில் புதிதாக உருவான உற்பத்திப் பொருளாதாரமும் நுகர்வுக் கலாச்சாரமும் சமூகத்தின் சகல அடுக்குகளிலும் ஊடுருவியதை பாசோலினி தன் திரைப்படங்கள் வழியாக முன்வைத்தார்.[1]

பாசோலினி, ‘விளிம்புநிலையிலுள்ள காமத்தரகர்களும் பெண் பாலியல் தொழிலாளிகளும் திருடர்களும்தான் உண்மையான இத்தாலியின் தொன்மத்தோடு தொடர்புகொண்டவர்கள்’ என்கிறார். கோட்பாடுகளால் கட்டமைக்கப்பட்ட நவீனச் சமூகத்துக்கு எதிராக அவர் வரலாற்றுக்கு

1 பசோலினியின் வாழ்க்கை குறித்தும், அவரது ஆக்கங்கள் குறித்தும் இந்தப் புத்தகங்களிலிருந்து பல தகவல்களை, பார்வைகளை எடுத்துக்கொண்டுள்ளேன். விரிவான வாசிப்புக்குப் பார்க்கவும்: Peter Bondanella, ‘Myth and Marx’ in ‘Italian Cinema: Neo Realism to the Present’, Continuum, 1994; Stephen Snyder, ‘Medea: Myth and Reason’ in ‘Pier Paolo Pasolini’, Twayne Publishers, 1982; Colleen Ryan-Scheutz, ‘Sex, The Self and The Sacred: Women in the Cinema of Pier Paolo Pasolini’, University of Toronto Press, 2007.

முந்தைய சமூகத்தை முன்வைத்தார். வரலாற்றுக்கு முந்தைய சமூகம் என்பதைக் கோட்பாடுகளால் கட்டமைக்கப்படாத சமூகமாகப் பார்த்தார். ‘இத்தாலி எப்போதும் ஒரு தேசியமாக இருந்தது என்ற முன்தீர்மானம் இத்தாலியின் முழு வரலாற்றையும் சிக்கலாக்குவதோடு வரலாற்றுத்தன்மையற்ற புத்திசாலித்தனமான வித்தைகளை அது வேண்டிநிற்கிறது. வரலாறு என்பது தேசிய ஒருமைப்பாட்டை உருவாக்குவதற்கான அரசியல் பிரச்சாரம். அதாவது, வரலாற்றுக்கு வெளியே இருந்து மரபுக்கு எதிராகப் படைக்கப்பட்ட இலக்கியங்களை அடிப்படையாகக் கொண்டது. இது ஒரு விருப்பம். ஏற்கெனவே இருந்த ஸ்தூலமான நிலைப்பாட்டை அடிப்படையாகக் கொண்டதல்ல... இந்தப் போக்கு (இலக்கியத்தை அடிப்படையாகக் கொண்டது) அறிவுஜீவிகள், அதிகாரம் படைத்தவர்கள் மத்தியில் மட்டும் காணப்படுகிறதேயொழிய மக்களிடம் அல்ல’ என்கிறார் கிராம்ஸ்கி (*Selections from Cultural Writings*). மேலும் அவர்,

> *‘பண்டைய மற்றும் மத்திய காலத்தில் மையப்படுத்தல் என்பது அது அரசு அதிகாரமாகட்டும், பிரதேச அதிகாரமாகட்டும், சமூக அதிகாரமாகட்டும் மிகமிகக் குறைந்த தளத்திலேயே அமைந்திருந்தன. அரசு என்பது ஒருவிதத்தில் பல சமூகக் கூட்டங்களை இயந்திரத்தனமாக உள்ளடக்கியதாகும்... நவீன அரசு என்பது இந்தச் சமூகக் கூட்டங்களின் இயந்திரத்தனமான ஒன்றிணைப்பை ஓர் குறிப்பிட்ட சமூகக் கூட்டத்தின் வழிகாட்டுதலுக்கும் அதிகாரத்துக்கும் அடிபணியவைப்பதாகும்’ என்கிறார்.*

கிராம்ஸ்கியின் இந்தக் கோட்பாட்டை அடிப்படையாகக் கொண்டு பாசோலினி தன் அழகியலை உருவாக்கிக்கொள்கிறார். கோட்பாடுகளால் கட்டமைக்கப்படாத வரலாற்றுக்கு முந்தைய சமூகமானது பெண்மையப்பட்டது என்பதாக பாசோலினி பார்த்தார். கோட்பாடுகளால் ஆன முதலாளித்துவ நவீனத்துவத்தை ஆண்மையப்பட்டதாகக் கருதினார். இந்தப் பெண்மையம், ஆண்மையம் என்பது அவருக்கும் அவரது தாய், தந்தைக்கும் இடையிலான உறவை அடிப்படையாகக் கொண்டது. அவர் தன் தாயை உணர்வுத்தளத்திலும் சமூகத்தளத்திலும் நேசித்தார். தந்தையை உணர்வுத்தளத்திலும் சமூகத்தளத்திலும் வெறுத்தார்.

பாசிசத்தின் மீது மதிப்பு கொண்டிருந்த அவரது தந்தையை நவீனத்துவத்தின் எதேச்சாதிகாரப் பண்புகளைக் கொண்டவராகவும், அவரது தாயை உண்மையான புறந்தள்ளப்பட்ட இத்தாலியப் பண்பாட்டின் பண்புகளைக் கொண்டவராகவும் உருவகப்படுத்தினார். மத நம்பிக்கை இல்லை என்றாலும் இறை வழிபாட்டைச் சமூக அடையாளம் கருதி குடும்பத்தார் மீது கட்டாயப்படுத்தினார் பாசோலினியின் தந்தை. இதற்கு இணைகோட்டில் இறை நம்பிக்கை கொண்டிருந்த அவரது தாய், பாசோலினியின் ஓரினச்சேர்க்கைப் பண்பை ஏற்றுக்கொண்டார். அவரது தாயின் மத உணர்வு என்பது நம்பிக்கைத்தளத்தில்

இருந்தது. அவரது தந்தையிடமோ அது கோட்பாட்டுத்தளத்தில் இருந்தது. மற்றொரு விஷயமும் பாசோலினியின் முரணில் பங்காற்றியுள்ளது. தொடக்க காலத்தில் அவர் இத்தாலி மொழியில் கவிதைகள் எழுதவில்லை. 'Friulan' என்ற வட்டார மொழியில்தான் கவிதைகள் எழுதினார். இதுதான் அவருடைய தாயின் தாய்மொழி. அவர் பிறந்த கிராமத்தில் உள்ள விவசாயிகளின் பேச்சுமொழியும் இதுதான். இந்த மொழியை பாசோலினியின் தந்தை வெறுத்தார்.

பாசோலினியின் ஓரினச்சேர்க்கைப் பண்பு, இத்தாலி பொதுவுடைமைக் கட்சியிலிருந்து அவரை நீக்குவதற்குக் காரணமானது. இது 1949-ல் நடந்தது. அவரது ஓரினச்சேர்க்கைப் பண்பால், சாகும்வரை விமர்சனத்துக்கு உள்ளாக்கப்பட்டதும் (செத்த பிறகும்), அதே சமயத்தில் அவரது தாய் அதை விமர்சனங்களற்று ஏற்றுக்கொண்டதும், கிராம்ஸ்கியின் பண்பாட்டுக் கோட்பாடும் இங்கு ஒன்றிணைந்தது என்று சொல்லலாம். இதனாலேயே, அவருடைய மார்க்சியம் என்பது கட்சி நிலைப்பாட்டுக்கு எதிராகவும் தன்வயப்பட்ட தளத்திலும் இயங்கியது. சுருக்கமாகச் சொல்வதென்றால் ஏசு, மார்க்ஸ் (கிராம்ஸ்கி), ஃபிராய்டு மூவரும் பாசோலினியிடம் மிகப் பெரிய பாதிப்பை ஏற்படுத்தியிருந்தார்கள்.

பாசோலினியைப் பொறுத்தமட்டில் வரலாற்றுக்கு முந்தைய காலம் என்பது அடித்தட்டு மக்களிடம் முதலாளித்துவ நவீனம் சகல விதத்திலும் தன் அதிகாரத்தைச் சாத்தியப்படுத்துவதற்கு முந்தைய காலகட்டமாகும். பல்வேறு தளங்களில் கடந்த காலம், நிகழ்காலம்; மையம், விளிம்பு; உணர்வு, அறிவு ஆகிய முரண்கள் ஊடாகத் தத்துவார்த்தத் தளத்தில் இத்தாலியின் இடதுசாரி, வலதுசாரி கருத்தாக்கங்களோடு முரண்படுவதையே அவரது படைப்பின் முக்கிய அம்சமாகக் கருதலாம். இந்த முரண்கள் அனைத்தும் அவரது திரைப்படங்களில் பெண்மையவாதத்திலிருந்து முன்வைக்கப்படுகின்றன. வரலாற்றுக்கு முந்தைய காலத்துடனான அவரது உறவையும், இத்தாலி சமூகத்தைப் பெருமளவு தாக்கியிருந்த முதலாளித்துவ நவீனத்துவத்தின் பாதிப்புகளையும் பெண்மையவாதத்தின் ஊடாக அணுகியதே பாசோலினியின் அழகியலையும் அரசியலையும் தீர்மானித்தன. அவருடைய கவிதை ஒன்றில்,

குழந்தைகள்: அம்மா,
உன் கண்களுக்குப் பின்னே என்ன உள்ளது?
உன்னுடைய தளர்ச்சியுற்ற புன்னகையில்
எதை மறைக்க முயல்கிறாய்?
புராதன ஞாயிற்றுக்கிழமைகளில்
தெளிவான வானம்
புராதன மே மாதங்களில்
உன் தோழிகளின் கண்கள் ரத்தச் சிவப்பாய்...
புராதன நறுமணங்கள்...
இப்போது உன் படுக்கைக்கு அருகில்

உனக்காக நாங்கள் நடுங்கிக்கொண்டிருக்கிறோம்...
அம்மா, சிறு பெண்ணே ஞாயிற்றுக்கிழமைகளுக்காக
நறுமணங்களுக்காக
மே மாதங்களுக்காக
எவ்வளவு அழகாய் இருக்கிறாய்,
கபடமற்று இருக்கிறாய்
அம்மா...
உன்னுடைய சிறு வயதில் நீ என்னவாக இருந்தாய்?
அப்புறம் அவன், யார் அவன்?
அம்மா, நீ மரணிக்கலாம்
ஆ! வாழ்க்கை எப்போதும் சிறு பெண்ணாகவே இருக்கட்டும்
கடினமான உன் வாழ்க்கையில்
சிறு பெண்ணாகவே...

பாசோலினியின் அழகியலிலும் அரசியலிலும் புராதனத்தன்மை முக்கியப் பங்காற்றியது எனலாம். அது அவரது தாயாக உருவம்கொள்கிறது. பாசோலினியின் வரலாற்றுக்கு முந்தைய தாய் என்பவர் இன்று முதலாளித்துவ நவீனத்துவத்தால் சிதைபட்டுக்கொண்டிருப்பவள். அவளுடைய இளம்வயது குறித்தான பாசோலினியின் ஏக்கங்களே இந்தக் கவிதையில் வரலாற்றுத்தளத்தில் வெளிப்படுகின்றன. இந்த ஏக்கங்கள் அவரது திரைப்படங்களில் இன்னும் விரிந்த தளத்தில் காட்சிகொள்கின்றன. இந்த ஏக்கங்களோடு சேர்ந்து அந்தத் தாய்க்கு வயது கூடியதையும் சக்தி குறைந்ததையும் பாசோலினி பார்க்கத் தவறவில்லை. இளம்பெண்ணான அவருடைய தாயின் நிலையை 'Medea' படத்தின் வழியாக முன்வைக்கிறார் எனலாம். கோட்பாடுகளால் உருவாக்கப்பட்ட உடல்களின் சிதைவையும் கோட்பாடுகளுக்கு முந்தைய சமூகத்தில் உள்ள உடல்களின் சாத்தியங்களையும் 'Porcile' திரைப்படத்தின் வழியாக முன்வைக்கிறார்.

இத்தாலி பொதுவுடைமைக் கட்சியைச் சார்ந்த மத்தியதர வர்க்கத்தினரெல்லாம் கோட்பாடுகளால் சிதைவுற்றுப்போனவர்கள் என்று பாசோலினி கருதினார். அதனாலேயே, 'இத்தாலி பொதுவுடைமைக் கட்சியை இளம்வயதினரிடம் கொடுங்கள்' என்ற கவிதையை 'Porcile' வெளிவருவதற்கு ஒரு வருடம் முன்பு எழுதினார். இத்தாலியில் கட்டடக் கலைக் கல்லூரி மாணவர்களுக்கும் போலீஸாருக்கும் நடந்த மோதலில் இரண்டு போலீஸ்காரர்கள் படுமோசமாகக் காயமுற்றார்கள். மாணவர்களுக்கு இத்தாலி பொதுவுடைமைக் கட்சி தன் ஆதரவைத் தெரிவித்தது. அதற்கு எதிராக அவர் எழுதிய கவிதை,

இது சோகமானது
பொதுவுடைமைக் கட்சிக்கு எதிரான வாதங்கள்
சென்ற பத்தாண்டில் முதல் பகுதியில் தொடங்கியிருக்க வேண்டும்.
குழந்தைகளே (ஆண்கள், பெண்கள்)
உங்கள் வருகை தாமதமானது

அப்போது நீங்கள் பிறந்திருக்க மாட்டீர்கள்
என்றாலும் பரவாயில்லை
உலகம் முழுவதும் உள்ள பத்திரிகையாளர்கள்
(தொலைக்காட்சியைச் சேர்ந்தவர்கள் உட்பட)
உங்கள் பிட்டத்தை முத்தமிடுகிறார்கள்
(உங்கள் பல்கலைக்கழக பாணியில் இன்னும் இப்படித்தான் பேசிக்கொள்வீர்கள் என்று நினைக்கிறேன்)
ஆனால், நண்பர்களே நான் அப்படிப்பட்டவன் அல்ல
உங்களிடமெல்லாம்
பாழ்பட்டுப்போன குழந்தைகளின் முகம்தான் உள்ளது
ஒரு உண்மையான இனம் பொய் சொல்லாது
உங்களிடம் அதே கொடூரமான கண்கள் உள்ளன
நீங்கள் அச்சம்கொள்கிறீர்கள்,
பாதுகாப்பற்று உணர்கிறீர்கள், வெறிபிடித்துப்போயுள்ளீர்கள்
(மிக நல்லது!)
ஆனாலும், வீராப்புகொள்வதற்கும் சுயநம்பிக்கையோடு இருப்பதற்கும்
மிரட்டுவதற்கும் உங்களுக்குத் தெரிந்திருக்கிறது.
இவையெல்லாம் குட்டி முதலாளிகளுக்கான தனிச் சிறப்புரிமை,
நண்பர்களே
நேற்று நீங்கள் வல்லே ஜூலியாவி போலீஸ்காரர்களோடு போராட்டம் நடத்தியபோது
நான் போலீஸ்காரர்கள் பக்கம் நின்றேன்
ஏனெனில், அவர்கள் ஏழைகளின் குழந்தைகள்
நகரத்தைச் சார்ந்தவர்களாகவோ கிராமத்தைச் சார்ந்தவர்களாகவோ இருக்கலாம்
அவர்கள் விளிம்பிலிருந்து வருகிறவர்கள்
....
....
அன்புள்ள மாணவ மாணவிகளே
அவர்களுக்கு இருபது வயதிருக்கும் (இது போலீஸ்காரர்களைக் குறிக்கிறது) —
உங்கள் வயதுதான்
போலீஸுக்கு எதிரான நம்முடைய நிலைப்பாட்டில் நாம் ஒத்துப்போகிறோம்
ஆனால், உங்கள் கோபத்தை அதிகாரிகள் (நீதிபதிகள்) மீது காட்டுங்கள்
பிறகு நடப்பதைப் பாருங்கள்
புனிதமான ரவுடித்தனத்தைப் போற்றும்
பாழ்பட்டுப்போன குழந்தைகளான நீங்கள்
வேறு வர்க்கத்தைச் சார்ந்த
இளம் போலீஸ்காரர்களைத் தாக்கியுள்ளீர்கள்
இப்படியாக வல்லே ஜூலியாவில் நேற்று
ஒரு வர்க்கப் போராட்டத்தின் சிறு பகுதியை அனுபவித்தோம்
அப்புறம் நண்பர்களான நீங்கள் (நியாயம் உங்கள் பக்கம்தான் என்றாலும்)
பணக்காரர்கள்
அதே சமயத்தில் போலீஸ்காரர்கள் (அவர்கள் தவறான பக்கம் இருந்தாலும்)

ஏழ்மையானவர்கள்
அற்புதமான வெற்றிதான் உங்களுடையது!

இந்தக் கவிதையில், மாணவர்கள் - போலீஸ்காரர்கள், அதிகார மையம் - விளிம்பு, ஏழை - பணக்காரன் என்ற சிக்கலான இணைவில், கோட்பாடுகளால் ஆன மத்தியதர நிலைப்பாட்டை பாசோலினி விமர்சிக்கிறார். இவரைப் பொறுத்தமட்டில், போலீஸ்காரர்கள் அதிகார வர்க்கத்தைச் சேர்ந்தவர்களாக இருந்தாலும் மாணவர்களுக்கு எதிரான நிலை என்பது கோட்பாடுகளால் ஆனது அல்ல. இங்கு மத்தியதர வர்க்கத்தின் வன்முறை (இவர்கள் பக்கம் நியாயம் இருந்தாலும் பாழ்பட்டுப்போன குழந்தைகள்) போலீஸ்காரர்களுக்கு எதிராகும்போது (இவர்கள் பக்கம் நியாயம் இல்லை என்றாலும் நகரப்புறத்தையும் கிராமப்புறத்தையும் சார்ந்தவர்களாக இருந்தாலும் விளிம்பில் உள்ளவர்கள்) பாசோலினி கோட்பாடுகளால் கட்டமைக்கப்படாத உடல்களுக்குத் தன் ஆதரவைத் தெரிவிக்கிறார்.

2

'*Porsche*' (1969) திரைப்படத்தில் வெவ்வேறு காலகட்டத்தில் நடக்கும் இரண்டு கதைகள் ஒன்றுக்கொன்று தொடர்பற்று மாறிமாறிக் காட்சிப்படுத்தப்பட்டுள்ளன. 1960-களில் ஜெர்மனியில் உள்ள ஒரு முதலாளித்துவக் குடும்பத்தில் நடக்கும் கதையும், எந்தக் காலமென்று பாசோலினி தெளிவாகக் குறிப்பிடாத, ஆனால் நிச்சயமாக ஒரு ஆயிரம் வருடங்களுக்கு முன் நிகழும் ஒரு சம்பவத்தையும் மாறிமாறிப் படமாக்கியுள்ளார். இந்தப் படத்தில் முதலாளித்துவ நவீனத்துவத்தையும், வரலாற்றுக்கு முந்தைய சமூகத்தையும் நேரெதிர்த்தளத்தில் வைக்கிறார். பாசிசக் காலத்தில் மண்டையோடுகளைச் சேகரித்துப் பணம் சம்பாதித்த ஒரு முதலாளிக்கும் (ஹெர்திட்ஸே) மற்றொரு முதலாளிக்கும் (ஹெர் க்ளோட்ஸ்) உள்ள தொழில்ரீதியான மோதலும், பன்றிகளோடு உறவுவைத்துக்கொள்ளும் ஜெர் க்ளோட்ஸின் மகன் ஜூலியானுக்கும் அவனைத் திருமண செய்துகொள்ளத் தயாராக இருக்கும் இடதுசாரிச் சிந்தனையுள்ள பெண்ணுக்கும் (ஈதா) உள்ள முரணும், ஈதாவுக்கும் ஜூலியானின் தாய்க்கும் உள்ள வேறுபாடுகள்போல் தோன்றும் ஒற்றுமைகளும் இந்தக் கதையின் அடித்தளம் எனலாம். ஜூலியான் நவீனத்துவத்தைப் போற்றும் முதலாளியான தனது தந்தையையும் தாயையும் இடதுசாரிச் சிந்தனை உள்ள ஈதாவையும் நிராகரிக்கிறான். முதலாளித்துவமும் மரபான மார்க்சியமும் தொழில் புரட்சிக்கு முந்தைய சமூகத்தின் கலாச்சார விழுமியங்களை அழித்தொழிப்பதைக் குறிக்கோளாகக் கொண்டுள்ளன என்ற கிராம்ஸியின் தத்துவத்தை அடிப்படையாகக் கொண்டது இந்தக் கதையின் முரண் என்று சொல்லலாம். அந்நியப்படுவது அல்லது சமூகத்திலிருந்து துண்டிக்கப்படுவது என்பது உழைப்பைச் சுரண்டும் முதலாளித்துவச் சமூகத்தில் மட்டுமே நடப்பதல்ல என்றும், மனிதனின் தொன்மமான அடையாள இழப்பும் அதைச் சாத்தியப்படுத்துகிறது என்ற புரிதலிலும் ஜூலியான் முன்வைக்கப்படுகிறான்.

கிழக்கு, மேற்கு ஜெர்மனிக்கு இடையே இருந்த சுவரில் இடதுசாரி இயக்கத்தைச் சேர்ந்த மாணவர்கள் சிறுநீர் கழிக்கும் போராட்டத்தை நடத்தவிருக்கிறார்கள், அதற்கு ஜூலியான் வர வேண்டும் என்று ஈதா வலியுறுத்துகிறாள். ஈதாவின் அழைப்பை ஜூலியான் நிராகரிக்கிறான். ஜூலியான் தங்களையும் தாங்கள் சார்ந்துள்ள நம்பிக்கைகளையும் ஏன் நிராகரிக்கிறான் என்று ஈதாவாலும் அவனது தாயாலும் தந்தையாலும் புரிந்துகொள்ள முடியவில்லை. ஜூலியானைப் பொறுத்தவரை அவனுடைய தாயும் ஈதாவும் ஒரு நாணயத்தின் இரண்டு பக்கங்கள். முதலாளித்துவ நவீனத்துவம் ஒரு தனிமனிதன் ஏதோ ஒன்றோடு தன்னை இணைத்துக்கொள்ளத் தன் அதிகாரத்தைச் செலுத்துகிறது. அது முன்வைத்த கருத்தாக்கத்தை ஏற்பது என்றாலும் மறுப்பது என்றாலும் அதோடு உள்ள உறவைத் தக்கவைக்கிறது. ஆனால், ஜூலியான் அதை நிராகரிக்கிறான். ஏற்கவுமில்லை மறுக்கவுமில்லை. அது முன்வைத்த எல்லாக் குறியீடுகளையும் நிராகரிக்கிறான். அதனாலேயே, அவன் பன்றிகளோடு உறவுவைத்துக்கொள்கிறான். இதை அவனைச் சுற்றியிருந்தவர்கள் யாரும் அறிந்திருக்கவில்லை. நவீனத்துவம் தன்னைக் காப்பாற்றிக்கொள்ள எத்தகைய அறமற்ற செயலையும் செய்யத் தயாராக உள்ளது என்று ஜூலியான் உணர்ந்துள்ளான். அதனாலேயே, சிறுநீர் கழிக்கும் போராட்டத்திலிருந்து திரும்பிவரும் ஈதா, வேறு ஒருவனைத் திருமணம் செய்துகொள்ளும் முடிவை ஜூலியானிடம் தெரிவிக்கும்போது அதை மிகச் சாதாரணமாக ஏற்றுக்கொள்கிறான்.

நாசி ஆட்சியில் மண்டையோடுகளைச் சேகரித்துப் பணம் சேர்த்த ஹெர்திட்ஸேவை ஜூலியானின் தந்தை மிரட்டுகிறார். அதற்குப் போட்டியாக, ஜூலியான் பன்றிகளோடு உறவுவைத்துக்கொள்ளும் ரகசியத்தை வெளியுலகுக்குக் கொண்டுவருவதாக ஹெர் க்ளோட்ஸ் மிரட்டுகிறார். இரண்டு முதலாளிகளும் சமரசம் செய்துகொள்கிறார்கள். சமரசக் கொண்டாட்டத்தன்று பன்றிகளால் ஜூலியான் முழுவதுமாகத் தின்னப்பட்டுவிட்டான் என்ற செய்தி வந்துசேர்கிறது. அவன் பன்றிகளால் தின்னப்பட்டான் என்பதற்குத் தடயங்கள் ஏதும் இல்லை என்பதை ஊர்ஜிதப்படுத்திக்கொண்டு, செய்தியைக் கொண்டுவந்த விவசாயிகளிடம் 'எல்லாவற்றையும் மறந்துவிடுங்கள்' என்று சொல்லி ஏதும் நடவாததுபோல் தங்கள் கொண்டாட்டங்களைத் தொடர்கிறார்கள். நாசியின் பண்பைத்தான் இந்த முதலாளிகள் தொடர்ந்துகொண்டிருக்கிறார்கள்.

இந்த இரண்டு முதலாளிகளும் சந்தித்துக்கொள்ளும் முன் ஹெர்திட்ஸேவிடம் அவரது உதவியாளன், ஹெர் க்ளோட்ஸ் குறித்த தகவல்களைச் சொல்வது கவித்துவமான காட்சி. பேசப்படும் விஷயத்துக்கும் காட்சிப்படுத்தப்பட்ட முறைக்கும் உள்ள வேறுபாட்டுப் பொருளை அறிய முடியாமல்போனால், இரண்டு நண்பர்கள் வாழ்க்கையின் அற்புதத்தைப் பற்றிப் பேசிக்கொண்டிருப்பதுபோல் தோன்றும். ஹெர்திட்ஸே யாழ் போன்ற கருவியை இசைத்துக்கொண்டிருக்க, பாசிசம் மண்டையோடுகளைச் சேகரித்த வரலாற்றையும் அதனோடு ஹெர் க்ளோட்ஸுக்கு உள்ள தொடர்பு பற்றியும் அவரது உதவியாளன் பேசிக்கொண்டிருக்கிறான். மண்டையோட்டியல் என்ற முறைப்படி

மண்டையோடுகளை அளப்பதன் வழியாக ஒரு இனத்தின் அறிவைத் தீர்மானிக்க முடியும் என்ற அறிவியலை வெறித்தனத்தோடு செயல்படுத்தியது பாசிசம். மண்டையோடுகளைச் சேகரித்துச் செய்யப்பட்ட ஆராய்ச்சிகள்தான் உலகில் இனவாதத்துக்கு அடிப்படையானது. இதை வைத்துதான் ஆரிய இன அடையாளம் 'அறிவியல்பூர்வமாக' நிரூபிக்கப்பட்டது. (இந்தியாவிலும் இந்த அறிவியலை வைத்துதான் மூக்கு நீளம், நாக்கு நீளம் என்று அளவுகோல்கள் உருவாக்கப்பட்டன. அதுபோலவே ஹைன்ரிக் ஹிம்லரிடம் (Heinrich Himmler) ஹிட்லர் விஷவாயுக் கூடாரப் பொறுப்பைக் கொடுத்து அவனும் அதை நிறைவேற்றிக்கொண்டிருந்தபோது அவனது உதவியாளனிடம் இந்தப் படுகொலைகள் ஏற்படுத்தும் குற்றவுணர்விலிருந்து தப்பிப்பதற்கு பகவத் கீதை பெருமளவு தனக்கு உதவுகிறது என்று சொல்லியிருக்கிறான்.)

இதற்கு இணைக்கோட்டில் உள்ள மற்றொரு கதைதான் படத்தின் தொடக்கமாய் உள்ளது. ஒரு வாலிபன் எரிமலை நிலப்பரப்பில் ஒரு பட்டாம்பூச்சியைப் பிடித்துத் தின்கிறான். பிறகு, ஓடிக்கொண்டிருக்கும் பாம்பைக் கல்லாலடித்துக் கொன்ற பின் அதைத் தின்கிறான். அவ்வழியே படைவீரர்கள் சிலர் போய்க்கொண்டிருப்பதை மறைவிலிருந்து பார்க்கிறான். கூட்டத்திலிருந்து பின்தங்கிப்போன ஒரு படைவீரனை இவன் எதிர்கொள்கிறான். இருவருக்கும் மோதல் ஏற்பட்டு அந்தப் படைவீரன் தன் தோல்வியை ஏற்றுக்கொண்டு இவன் முன் மண்டியிட்டுநிற்கிறான். அவனது பாவனை, கடவுள் முன் மண்டியிடுவதைப் போன்ற தோற்றத்தைக் கொடுக்கிறது. அந்தப் படைவீரனின் பிரார்த்தனை பாவனையை அந்த வாலிபன் நிராகரிக்கிறான். அந்தப் படைவீரனைத் துப்பாக்கியால் சுட்டுக் கொன்ற பின் அவனது தலையைத் தனியே வெட்டியெடுத்து மிகவும் தொலைதூரம் நடந்து எரிமலைக் குழிக்குள் விட்டெறிகிறான். தலையை வெட்டுவதற்கு முன், திறந்திருக்கும் அந்தப் படைவீரனின் கண்களை மூடிவிடுகிறான். அந்த உடல் அவனைச் சற்றே சங்கடப்படுத்துகிறது. தலையில்லா உடலைத் துண்டுகளாக வெட்டி நெருப்பில் வேகவைத்துத் தின்கிறான். ரசித்துத் தின்னும் நடிகனின் முகபாவனையின் நெருக்கமான காட்சி நம்மை நடுங்கவைக்கிறது. நாளடைவில், இந்த நரமாமிசம் தின்கிறவனோடு மற்றொருவனும் சேர்ந்துகொள்கிறான். ஒருசமயம், அந்த வனாந்திரத்தினூடே பாதுகாவலனோடு சில பெண்கள் பயணிக்கிறார்கள். இவ்விருவரும் பாதுகாவலனைக் கொல்கிறார்கள். வண்டியோட்டி தப்பியோடுகிறான். பிடிபட்ட பெண்களில் ஒருத்தியை இரண்டாவதாகச் சேர்ந்துகொண்டவன் புணர்கிறான். இருவரும் ஒரு பெண்ணைக் கொன்று அந்த மாமிசத்தைத் தின்பதோடு மற்ற பெண்களுக்கும் கொடுக்கிறார்கள். இந்த நரமாமிசக் கூட்டத்துக்கு அந்த வாலிபன் தலைவன்போல் ஆகிறான். தப்பியோடிய வண்டியோட்டி கிராமத்துத் தலைவனிடம் முறையிடுகிறான். கிராமத்தில் இவர்களைப் பிடிப்பதற்குத் திட்டம் தீட்டுகிறார்கள். ஓர் இரவு வனாந்தரத்தில் ஒரு ஆணையும் பெண்ணையும் நிர்வாணமாக நிற்கவைத்து ஆயுதங்களோடு கிராம மக்கள் மறைந்திருக்கிறார்கள். இந்த நரமாமிசக் கூட்டம் மிகத் தொலைவிலிருந்து இந்த நிர்வாண உடல்களைப் பார்த்து நிற்கிறது. என்ன நடக்கப்போகிறது என்பதை அந்தத் தலைவன் உணர்ந்துகொண்டான் என்றே

தோன்றுகிறது. அதனால்தான், நீண்ட தயக்கத்துக்குப் பிறகு தீர்மானமாக முடிவெடுத்தவன்போல் வேகவேகமாக அந்த நிர்வாண உடல்களை நோக்கி ஓடுகிறான். மற்றவர்களும் பின்தொடர்கிறார்கள். இவர்கள் நெருக்கத்தில் வந்தவுடன் ஆயுதம் தாங்கி நின்ற கிராமத்து ஜனங்கள் இவர்களைச் சூழ்ந்துகொள்கிறார்கள். ஏசு ஆலயத்தின் முன் இவர்களுக்கு மரணதண்டனை என்று தீர்ப்பாகிறது. ஆலய ஊழியர் ஒருவர் சிலுவையைக் கையிலேந்தி ஒவ்வொருவர் முகத்துக்கு நேரே எடுத்துச்செல்லும்போது தலைவன் தவிர மற்றவர்கள் குற்றவுணர்வால் கதறுகிறார்கள். இவன் மட்டும் அந்தச் சிலுவையை நிராகரிக்கிறான். இவனால் கொல்லப்பட்ட படைவீரன் ஒருவன் தோற்ற பின் பிரார்த்தனை பாவனையில் மண்டியிட்டதை நிராகரித்ததுபோல், இவர்கள் காட்டுநாய்களுக்கு இரையாக வனாந்தரத்துக்கு இழுத்துச்செல்லப்பட்டு பூமியில் நடப்பட்ட கம்புகளில் கைகால்கள் கட்டப்பட்டுக் கிடத்தப்படுகிறார்கள். தலைவனைக் கட்டுவதற்கு இழுத்துச்செல்லும் முன், இவன் அழுத்தமாக மெல்லிய குரலில், “நான் என் தந்தையைக் கொன்றேன், நரமாமிசத்தைத் தின்றேன், ஆனந்தக் கூத்தாடினேன்” என்று திரும்பத்திரும்பச் சொல்கிறான். அவன் கண்களிலிருந்து கண்ணீர்த் துளிகள் சிந்துகின்றன. இந்தக் கதையில் பேசப்படும் ஒரே வசனம் அவன் கடைசியாகப் பேசும் இந்த வார்த்தைகள்தான். இரவின் தொடக்கத்தில் கட்டப்பட்டுக் கிடக்கும் உடல்களைக் காட்டுநாய்கள் சூழ்ந்துகொள்கின்றன. கிராமத்து ஜனங்கள் அனைவரும் திரும்பிய பின் ஒரே ஒரு விவசாய வாலிபன் மட்டும் நாய்களுக்கு இரையாகும் இந்த உடல்களைப் பார்த்து மண்டியிட்டு வேண்டுகிறான். இந்த விவசாயி வாலிபன் வேடமிட்ட அதே நடிகர்தான் அதே ஒப்பனையோடு மற்றொரு கதையில் பன்றிக்கு ஜூலியான் இரையான செய்தியை முதலாளிகளிடம் கொண்டுவருகிறார்.

இந்த இரண்டு கதைகளும் சகலவிதத்திலும் முரண்தளத்தில் வைக்கப்படுகின்றன. காட்சியமைப்பிலிருந்து, இசையிலிருந்து, நடிப்பிலிருந்து எல்லாம் நேரெதிர்க்கோட்டில் வைக்கப்படுகின்றன. நவீனத்துவத் தளத்தில் பிரம்மாண்டமான கட்டடம்; அதுவும் ஒரு அற்புதமான ஒழுங்குக்குள் அமைந்துள்ளது. வசனங்கள் தொடர்ந்து பேசப்படுகின்றன. அதுவே ஒரு இசையாகிறது. உதாரணத்துக்கு, ஜூலியானும் ஈதாவும் பேசும்போது இருவரும் தங்கள் வாக்கியங்களோடு ‘தரத்தலா தரத்தலா’ என்று இணைக்கும்போது அர்த்தங்களற்ற இந்த சப்தம் ஒரு இசையாகிறது. நடிப்பும் தீர்மானிக்கப்பட்ட அசைவுகளோடு நாடகத்தன்மையோடு காணப்படுகிறது. வரலாற்றுக்கு முந்தைய கதையில் அனைத்தும் வெட்டவெளியில் நடக்கின்றன. பிரம்மாண்டமான வெளி பரந்துவிரிந்து கிடக்கிறது. அதில் ஒழுங்கற்றதே அழகியல் ஆகிறது. நடிப்பு முன்தீர்மானங்கள் எதையும் வெளிப்படுத்தாமல் அந்தந்த நொடியின் உயிர்ப்பை வெளிப்படுத்துகிறது.

பன்றிகளோடு உறவுவைத்துக்கொண்டவனையும் நரமாமிசம் தின்றவனையும் பலியானவர்களாக பாசோலினி முன்வைக்கிறார். இருவரும் அந்தந்தச் சமூகம் வைத்த கருத்தாக்கங்களை ஏற்கவும் இல்லை, மறுக்கவும் இல்லை; முற்றிலுமாக நிராகரித்தார்கள். அதனாலேயே, பலிகொடுக்கப்பட்டார்கள்.

நரமாமிசம் தின்றவனின் அறம் என்பது மதம் முன்வைத்த கோட்பாட்டுக்கு வெளியே உள்ளது. அவனுடைய கண்ணீர்த்துளிகள் கோட்பாடு உருவாக்கிய மத நிறுவனத்திடம் மன்னிப்பு கேட்டு மண்டியிடவில்லை. ஒரு தொன்மமான இறைவன் முன்பாக மண்டியிட்டது. அதுபோலவே பன்றிகளோடு உறவுவைத்தவனின் அறம் என்பது முதலாளித்துவத்துக்கு வெளியேயும், மரபான மார்க்சியம் முன்வைத்த நவீனத்துவத்துக்கு வெளியேயும் இருந்தது. இவனுடைய வலியை நாம் காண இயலவில்லை. முதலாளித்துவ நவீனம் அதற்கான சந்தர்ப்பத்தைக்கூட உருவாக்காது. மதம் குறைந்தபட்சம் அந்த வலியையாவது உணரவைக்கிறது. அதே சமயத்தில், இதற்கு எதிர்நிலையில் நரமாமிசம் தின்றவன் தன்னால் கொல்லப்பட்டவனின் கண்களைக் கண்ணியத்தோடு மூடி, தலையை வெட்டி வெகுதூரம் நடந்துசென்று எரிமலைக் குழிக்குள் விட்டெறிகிறான். ஆனால், முதலாளித்துவமும் நவீனத்துவமும் அது முன்வைத்த பாசிசமும் மனிதத் தலைகளை வெட்டி அதன் உறுப்புகளை விட்டெறிந்து மண்டையோடுகளை ‘அறிவியல்’ ஆய்வுக்காகச் சேகரித்துவைத்தது. பாசோலினியின் படங்களில் மிகவும் சிக்கலான படம் இதுதான். இந்தப் படத்தில், பலிகொடுக்கப்பட்ட ஜூலியானும் நரமாமிசம் தின்றவனும் பாசோலினிதான். கோட்பாடுகளுக்கு எதிராகத் தன்னை நிறுத்திக்கொண்டு பலிகொடுக்கப்பட்டவனின் இருப்பாகத்தான் தன் இருப்பை உணர்ந்தார். பன்மைத்துவத்தை இழந்த பண்பாட்டையும் நவீனத்துவத்தையும், அது முன்வைத்த நுகர்வுக் கலாச்சாரத்தையும், கோட்பாட்டு அரசியலார்ந்த மதத்தையும், இதையெல்லாம் உயர்த்திப்பிடித்த மத்தியதர வர்க்கத்தையும் அவர் நிராகரித்ததற்குக் காரணம் அது கட்டமைத்த கருத்தாக்க உடலை ஜூலியானும் நரமாமிசம் தின்பவனும் நிராகரித்ததால்தான்.

பாசோலினியின் மற்றொரு படமான ‘The Gospel according to St. Matthew’, ஏசுவைக் கிறிஸ்தவ மதக் கோட்பாட்டிலிருந்து விடுவிக்க முயல்கிறது. ஏசு வரலாற்றை முன்வைத்த படங்களில் இதுவே மிகச் சிறந்தது என்று விமர்சகர்களால் ஏற்றுக்கொள்ளப்படுகிறது. இந்தப் படத்துக்காக வாட்டிகன், பாசோலினிக்கு விருது கொடுத்தது. ஸ்பெயின் நாட்டுப் பொதுவுடைமைக் கட்சியைச் சார்ந்தவர் பாசோலினியிடம் உதவி இயக்குநராகப் பணிபுரிய வந்து ஏசுவாக நடிக்கும் வாய்ப்பைப் பெற்றார். இந்தப் படத்தில் நடித்ததற்காக அவர் ஸ்பெயின் திரும்பிய பின் கட்சியிலிருந்து நீக்கப்பட்டார். இந்தப் படத்தின் சிறப்பு என்னவென்றால் வசனங்கள் உச்சரிக்கப்படும் முறை, உடல் பாவனைகள், பின்னணி இசை (மொசார்ட், பாஃ, ரஷ்யப் போர் இசை இவைதான் படத்தில் பயன்படுத்தப்பட்டுள்ளன) காட்சியமைப்பு இவையெல்லாம் இணைந்து பேசப்படும் புதிய வேதாகம வசனம் கொடுக்கும் கருத்துக்கு வேறு ஒரு அர்த்தத்தை உருவாக்குகின்றன. ஒரு கலகக்காரனாக ஏசுவின் வெளிப்பாடுகள் அமைந்திருக்கின்றன. அதே சமயத்தில், ஏசுவின் வாழ்க்கையில் நடந்ததாகச் சொல்லப்படும் அதீத யதார்த்தச் சம்பவங்கள் படத்தில் அப்படியே கையாளப்பட்டுள்ளன. ஆனால், அது காட்சிப்படுத்தப்பட்ட விதம் நமக்கு வேறு அனுபவத்தைக் கொடுக்கிறது. ‘வரலாற்றுக்கு முந்தைய’ சமூகம் முன்வைத்த அதீத யதார்த்தத்தை நவீன

மனம் அழித்துவிட்டது என்று சொல்லலாம். திருமணமாகாத மேரி, ஏசுவை வயிற்றில் சுமந்திருக்கும் காட்சி ஒரு ஓவியம்தான். அந்த நடிகையின் புன்னகை நம்மை நெகிழவைக்கிறது. இந்தப் படத்தில், அவ்வப்போது கட்டளையிடவரும் கடவுள் ஒரு பாவப்பட்ட முகங்கொண்ட பெண்ணாகவே காட்டப்படுகிறாள். பாசோலினியைப் புரிந்துகொள்ள இது ஒரு முக்கியப் புள்ளி. நவீனத்துவம் முன்வைக்கும் அறிவின் அடிப்படைகளை இந்தப் படத்தின் காட்சிகள் கேள்விக்குள்ளாக்குகின்றன. வரலாற்றுக்கு அப்பாற்பட்ட ஏசுவை உருவாக்குகிறார் பாசோலினி. இந்தப் படத்தைப் பார்ப்பது ஓர் அற்புதமான அனுபவம்.

3

கிரேக்க நாடக ஆசிரியரான யோரிபடீஸின் (Euripides) 'மடியா' (Medea) நாடகத்தை அடிப்படையாகக் கொண்டது பாசோலினியின் திரைப்படம் 'மடியா' (1969). மூல நாடகத்தை பாசோலினி முழுவதுமாகப் பின்பற்றவில்லை. சடங்கு சார்ந்த ஒரு இனக்குழுத் தலைவரின் மகள் மடியா. அவள் ஒரு மந்திரக்காரியும்கூட. இவளது பயணம் அல்லது பயணம் மேற்கொள்ள முடியாத தன்மையே பாசோலினியின் இந்தப் படத்தின் அடிப்படை. ஆனால், படம் மடியாவிலிருந்து தொடங்கவில்லை, பாதி மனிதன் பாதி மிருகம் ஆன ஒரு ஜீவன் ஒரு குடிசையின் தரையில் கிடக்கும் ஒரு குழந்தைக்கு அவனது வரலாற்றைச் சொல்கிறது. அது சமூகத்தின் வரலாறு. அந்தக் குழந்தைதான் ஜாசன். அந்தக் குழந்தைக்குச் சமூகத்தின் தொன்மமான கனவுகளும் நவீனத்துவத்தின் அதிகாரத்துவப் பண்பும் போதிக்கப்படுகின்றன. அவன் வளர்ந்த பின் அவனுக்கான அதிகாரத்தையும் செல்வத்தையும் கைப்பற்றும் காலம் வரும்போது தங்கத்தினாலான ஆட்டுத்தோலை (இது ஒரு இனக்குழுக் கடவுள்) அடைய வேண்டிய நிர்ப்பந்தம் எப்படி ஏற்படும் என்றும், அதை அடைவதன் வழியாக அதிகாரத்தையும் செல்வத்தையும் எப்படி அடைய முடியும் என்றும் போதிக்கப்படுகிறது. அதே சமயத்தில் இயற்கை, கடவுள் பற்றியும் அறிவார்த்தத்தளத்தின் மேன்மையும் விளக்கப்படுகிறது. இறுதியாக,

எல்லாம் புனிதமானது
எல்லாம் புனிதமானது
எல்லாம் புனிதமானது
இயற்கையிடம்கூட இயற்கை என்று ஏதுமில்லை
என் மகனே
இதை நினைவில் வைத்துக்கொள்
உனக்கு இயற்கை இயற்கையாகத் தெரியும்போது
எல்லாம் முடிந்துவிடும்
வேறொன்று புதிதாகத் தொடங்கும்
இனி வானமில்லை, இனி கடலில்லை

என்று சொல்கிறது. இந்தப் போதனைக் காட்சியில் இயக்கம் தொடர்ந்து இருந்துகொண்டே இருக்கிறது. குடிசையிலிருந்து தொடங்குவது பரந்த கடல்வெளிக்கு வந்தவுடன் முடிகிறது. தொடக்கத்தில், பாதி மனிதனாகவும் பாதி மிருகமாகவும் இருந்தவன் போதனை முடியும்போது ஏறக்குறைய முழு மனிதனாக மாறிவிடுகிறான். அறிவின் மேன்மையும் தனிநபரை மையப்படுத்தும் பண்பும் ஜாசனிடம் மேலோங்கிநிற்கிறது. படத்தின் இடைப்பகுதியில் பாதி மனிதன் பாதி மிருகம் என்று ஒரே உடலைப் பெற்றிருந்த அந்த ஜீவன் இரண்டு வெவ்வேறு உடல்களைப் பெறுகிறது. ஜாசனின் இரு பக்கங்களிலும் இந்த இரண்டு உடல்கள் நிற்கின்றன. மனித உடல் மட்டும் போதிக்கிறது. மிருக உடல் அமைதியாக இருக்கிறது. ஜாசனின் உடலுக்குள் இருந்த இயற்கை/கடவுள் உடனான தொன்மமான உறவு வீரியம் இழந்ததற்கான அடையாளமாக நாம் இதைப் பார்க்கலாம்.

இதற்குப் பிறகுதான் நமக்கு மடியா அறிமுகப்படுத்தப்படுகிறாள். வனாந்தரத்தில் ஒரு வாலிபன் அழைத்துவரப்படுகிறான். ஊர் மக்களும் இனக்குழுத் தலைவரின் குடும்பமும் அங்கு அசைவற்று நின்றுகொண்டிருக்கிறார்கள். இது சடங்கின் தன்மை. சடங்கில் இயக்கம் என்பது தனிநபர் சார்ந்ததல்ல. அதனாலேயே, அழைத்துவரப்படும் வாலிபன் காரணத்தை அறிந்திருந்தாலும் சிரித்துக்கொண்டே வருகிறான். சடங்கு என்பது திரும்பத்திரும்ப ஒரே தாளகதியில் செயல்படுத்தப்படுவது என்பதால், அழைத்துவரப்படும் இளைஞனுக்குக் காரணம் தெரியும் என்று நாம் அனுமானிக்கலாம். அவனுடைய சிரிப்பு நம்மை அச்சம்கொள்ளவைக்கிறது. அந்த இளைஞன் கழுத்து நெரிக்கப்பட்டுக் கொல்லப்படுகிறான். கொல்லப்படுவதற்குச் சில நொடிகளுக்கு முன்பு அந்த வாலிபன் சடங்கு மனநிலையிலிருந்து விடுபட்டு வலியை உணர்கிறான். எதிர்ப்பைத் தெரிவிக்கிறான். அப்போது அவனிடம் தீவிர இயக்கம் காணப்படுகிறது. இந்தச் சடங்கில் பங்கேற்கும் மற்ற அனைவரும் அசைவற்று, காலத்தில் உறைந்துநிற்கிறார்கள். கொல்லப்பட்டவனின் உடல் துண்டுதுண்டாக வெட்டப்படுகிறது. கூடியிருந்த ஜனக்கூட்டம் ஓடு ஏந்தி சதைத் துண்டுகளையும் ரத்தத்தையும் பெற்றுக்கொள்ளப் போட்டிபோடுகிறார்கள். அந்த வாலிபனின் ரத்தத்தையும் சதைத் துண்டுகளையும் நல்ல விளைச்சல் வேண்டி முளைவிட்ட விதைகளில் தடவுகிறார்கள். இது நம்பிக்கை, இது ஒரு கூட்டுநம்பிக்கை. இந்தக் கூட்டுநம்பிக்கையின் மையம் சடங்கு. சடங்கின் மையம் மந்திர சக்தி படைத்த மடியா. மடியாவின் உலகம் என்பது இறுகிய வடிவம். மாற்றங்களற்ற குறியீடுகளைச் சுற்றிக் கட்டமைக்கப்பட்ட உலகம். அந்த உயிர் என்பது தங்கத்தினாலான ஆட்டுத்தோல்.

தங்கத்தினாலான ஆட்டுத்தோலைத் திருடுவதற்கு (அதிகாரத்தையும் செல்வத்தையும் அடைவதற்கு) ஜாசன், மடியாவின் இனக்குழுக் கோயிலுக்கு வருகிறான். ஜாசனுக்கு மடியா உதவுகிறாள். ஏன்? தெய்வநிலையிலான தனது புனித உடலை விடுவித்து உடலின் இயல்பை அடைவதற்கான முயற்சிதான் இது. அவள் தனது இனக்குழுவுக்கு வெளியே சந்திக்கும் முதல் ஆணுடலாக ஜாசன் இருக்கலாம். அதனாலேயே, அவள் மயங்கி விழுகிறாள்.

மயக்கம் தெளிந்த பின் தங்கத்தினாலான ஆட்டுத்தோலை அங்கிருந்து அப்புறப்படுத்த முயல்கிறாள். முடியாமையால் அவளுடைய தம்பியின் உதவியையும் கோருகிறாள். மூவரும் தங்கத்தினாலான ஆட்டுத்தோலுடன் தப்பியோடுகிறார்கள். மடியாவின் தந்தை இம்மூவரையும் ஜாசனின் ஆட்களையும் தன் படையோடு துரத்திவரும்போது அவரது வேகத்தை மட்டுப்படுத்துவதற்காகத் தன் தம்பியைக் கொன்று அவனது உடலைத் துண்டுதுண்டாக வெட்டி வழிநெடுக மடியா விட்டெறிகிறாள். தன் மகனின் உடல் துண்டுதுண்டாகக் கிடப்பதையெல்லாம் ஒன்றுசேர்த்த அந்தத் தந்தையின் அவலமும் அந்த இனக்குழுவின் அலறலும் அழிந்துபோன ஒரு சடங்கு சார்ந்த சமூகத்தின் குறியீடாக நம்மைத் தாக்குகின்றன. அங்கு வார்த்தைகள் இல்லை. பெரும் துயரம் ஓலமிடுகிறது.

அடுத்து, ஜாசனுக்கும் மடியாவுக்கும் இடையேயான உறவு இரண்டு விதமான சமூக நம்பிக்கைகள், கனவுகள் ஆகியவற்றுக்கு இடையேயானதாக இருக்கிறது. ஜாசனின் பயணம் ஒரு கணித ஒழுங்குக்குள் நேர்க்கோட்டுச் சிந்தனையை அடிப்படையாகக் கொண்டது. அவனைப் பொறுத்தமட்டில் இயக்கம், அசைவு பிரதானமானவை. அந்த உலகத்தின் மையம் அவனே. மடியாவைப் பொறுத்தமட்டில் சடங்குகள்தான் பிரதானமானவை. அவளுடைய உலகத்தின் மையக் குறியீடு. தனிமனித வளர்ச்சி என்பது சமூகக் குறியீடுகளை அழிக்கிறது. அதே சமயத்தில், இந்தத் தனிநபர் வளர்ச்சியானது அறிவுக்குள்ளும் தர்க்கத்துக்குள்ளும் சிறைப்பட்டுப்போகிறது. இதன் விளைவு இந்தப் பரந்த வெளியில் வீரியமற்ற மனிதனை அது முன்வைக்கிறது. அது மனிதனை இயற்கைக்கு வெளியே நிற்கவைக்கிறது. இருப்பை இருமைத்தன்மையிலானதாக்குகிறது. இவ்விரண்டு தளத்துக்கான முரணானது மடியாவின் இருப்பைக் கேள்விக்குள்ளாக்குகிறது. ஜாசன் தற்காலிகக் குடியிருப்பு அமைக்கும்போது மடியா அவள் சார்ந்துள்ள குறியீடுகளுக்கு அது கட்டுப்படாததைக் கண்டு கலங்குகிறாள். வானம், பூமி, மண், காற்று, சூரியன் ஏன் தன்னோடு உறவுகொள்ளவில்லை என்று ஏங்குகிறாள். இந்த இயற்கையின் மொழி தனக்கு ஏன் அந்நியப்பட்டது என்று பொருமுகிறாள். மடியாவின் இருப்பு மையமற்றதாகிறது. அந்த மையம் என்பது கூட்டுநம்பிக்கை. ஜாசனின் மையம் இதற்கு எதிரானது. அது பொருள் சார்ந்தது, தர்க்கம் சார்ந்தது, தனிநபர் சார்ந்தது. மையத்தை இழந்த மடியா, ஜாசனின் உடலில் மையப்படுகிறாள். அவள் இருப்புக்கு இதுவே அடிநாதமாகிறது. இரண்டு குழந்தைகளுக்குத் தாயாகிறாள். வளர்ந்த சமூகத்தின் மையத்தில் ஜாசன் இருக்கிறான். மடியாவின் உடல் ஜாசனுக்குக் குழந்தை பெற்றுக்கொடுக்கும் கருவி மட்டுமே. அதனால்தான், அதே சமூகத்தின் விளிம்பில் மடியாவும் அவளது குழந்தைகளும் இருக்கிறார்கள். மையமற்ற இந்த இருப்பு மடியாவின் வாழ்க்கையை அந்நியப்படுத்துகிறது. இந்த இடைவெளி ஜாசனுக்கு எந்தச் சிக்கலையும் உருவாக்கவில்லை. அரசனின் (கிரீயான்) மகளைத் திருமணம் செய்துகொள்ள முடிவெடுக்கிறான் ஜாசன். மடியாவின் இருப்பு மீண்டும் தகர்க்கப்படுகிறது. இதற்கு எதிர்வினையாற்றுவது என்று அவள் தீர்மானிக்கிறாள். அதாவது, அவளது தொலைந்துபோன

மந்திர சக்தியை மீட்டெடுக்கத் தீர்மானிக்கிறாள். (இந்தக் காட்சியை மிக அற்புதமாக பாசோலினி அமைத்திருக்கிறார். எப்போதும் அசைவற்று அல்லது மிகக் குறைந்த அசைவுகளைக் கொண்ட மடியா இந்தக் காட்சியில் தன் தோழிகளோடு அறையில் மேலும்கீழுமாக உரக்கச் சிந்திக்கிறாள். அசாத்தியமான இயக்கம் வெளிப்படுகிறது.) ஜாசனைப் பழிதீர்க்க மடியா முடிவெடுக்கிறாள். அதற்கு கிரீயானின் மகள் மரணிக்க வேண்டும். அவள் கொல்லப்படுகிறாள். கிரீயான் மகளின் மரணம் இரண்டு முறை வெவ்வேறு தளங்களில் காட்சிப்படுத்தப்படுகிறது. இரண்டுமே இரண்டு வெவ்வேறு மனத்தளங்களில் அரங்கேறுகிறது. முதல் தளம், மடியாவின் சடங்கு சார்ந்த மனத்தளம். இரண்டாவது, கிரீயான் மகளின் தனிநபர் சார்ந்த உளவியல்தளம். இரண்டு தளத்திலும் கிரீயானின் மகளும் கிரீயானும் இறந்துபோகிறார்கள். முதல் தளத்தில் மந்திரச் செயல் மூலம் நெருப்பால் கொலை நிகழ்த்தப்படுகிறது. (கிரேக்க நாடகத்தில் நெருப்பு கிடையாது. விஷம் தடவிய ஆடை பயன்படுத்தப்படுகிறது.) இரண்டாவது தளத்தில் மனச்சிதைவால் கோட்டை மதிலிலிருந்து கீழே விழுந்து தற்கொலை செய்துகொள்கிறாள். (தனிமனிதத் தற்கொலை என்பதே சமூகம் அதைக் காத்துக்கொள்ளப் பலியிடும் ஒரு சடங்காகும். அதாவது, ஒருவகையில் சமூகக் கொலை.) இதற்குப் பிறகு மடியாவின் செயல் நம்மைப் பெரும் அதிர்ச்சிக்குள்ளாக்குகிறது. தன் இரண்டு மகன்களையும் அன்போடு ஒவ்வொருவராகக் குளிப்பாட்டி (இதுவும் ஒரு சடங்குதான்) அன்போடு அரவணைத்துத் தூங்கவைத்து, பிறகு கொல்கிறாள். பிறகு, தன் இருப்பிடத்தைத் தீக்கிரையாக்குகிறாள். அலறியடித்து ஓடிவரும் ஜாசன் தன் குழந்தைகளின் உடலையாவது கொடு என்று கெஞ்சுகிறான். "எல்லாம் முடிந்துவிட்டது, இனி என்ன செய்ய முடியும்?" என்று மடியா கேட்கிறாள். இழந்த புராதன மந்திரசக்தியை எரிப்பதன் வழியாக வெளிப்படுத்துகிறாள்.

சடங்கு அடிப்படையிலான சமூகத்தில் தனிநபருக்கு இடமில்லை. அதனாலேயே, ஓர் உடலுக்குள் குற்றவுணர்வு என்ற உளவியல்தன்மையும் சாத்தியமில்லாமல்போகிறது. படத்தின் தொடக்கத்தில் நல்ல விளைச்சலுக்காக ஒரு வாலிபனைப் பலிகொடுத்தபோது மடியா அதை எப்படி எதிர்கொண்டாளோ அதே தளத்தில்தான் தன் குழந்தைகளைக் கொல்லும்போதும் செயல்படுகிறாள். மையத்தை இழந்த மடியாவால் ஜாசனின் சமூகத்தோடு தன்னை ஐக்கியப்படுத்திக்கொள்ள முடியவில்லை. ஜாசனின் சமூகமும் அவளை அரவணைத்துக்கொள்ளத் தயாராக இல்லை. அதே சமயத்தில், அச்சத்தோடு தன் அதிகாரத்துக்கு உட்படுத்தி அவளையும் அவளது குழந்தைகளையும் நகரத்தின் விளிம்பில் வைத்திருந்தது. மடியா தன்னுடைய மந்திரசக்தியை உபயோகிப்பது தன்னையே அழித்துக்கொள்ளும் செயல் என்று அவள் அறியாமலில்லை. கிரீயான் தன் மகளுக்காக அவளிடம் கெஞ்சுகிறான். மடியாவின் மந்திரசக்திக்குப் பயந்து அவளையும் அவளது குழந்தைகளையும் நகரத்தின் விளிம்பில் வைத்திருக்கிறான். மற்றொரு சமயத்தில், அவளையும் அவளது குழந்தைகளையும் நாடுகடத்துவதற்குத் தன் அதிகாரத்தைப் பயன்படுத்துகிறான். மடியாவிடம் உள்ள ஒரே ஆயுதம் அவளது மந்திரசக்தியை மீட்டெடுப்பதுதான்.

அதாவது, தன்னையும் தன் குழந்தைகளையும் அழித்துக்கொள்வது என்று முடிவெடுத்த பின், சூரியன் அவளோடு உறவாடுகிறான்; காற்று அவளோடு உறவாடுகிறது. தன்னை அழித்துக்கொள்வதன் வழியாக மடியா இழந்த மையத்தை மீட்டெடுக்கிறாள். வேறு சாத்தியங்களற்ற நிலையில் அவளால் இதைத்தான் செய்ய முடியும். இது துயரம். வரலாறு நெடுகத் தொடர்ந்துகொண்டிருக்கும் துயரம். வரலாற்றில் மீண்டும்மீண்டும் இந்த நாடகம் அரங்கேற்றப்படுகிறது. அவளுடைய இனக்குழுவில் மடியா மையத்தில் இருக்கிறாள். விளைச்சலுக்காகப் பலிகொடுக்கப்பட்ட வாலிபன் விளிம்பில் இருக்கிறான். ஜாசன் சமூகத்தில் மடியா விளிம்புக்குள் தள்ளப்படுகிறாள். ஆனால், அந்த விளிம்புநிலையிலிருந்தும் தன்னை அழித்துக்கொள்வதற்கான, அழித்துக்கொள்வதன் வழியாக இழந்த மையத்தை மீட்டெடுப்பதற்கான வாய்ப்பு மடியாவுக்கு இருந்தது என்றுதான் சொல்ல வேண்டும்.

ஒரு சமூகம் தன் மையத்தை இழக்கும்போது அதனுடைய எதிர்வினை என்பது தன்னையே அழித்துக்கொள்ளும் துயரமாகத்தான் முடிய வேண்டுமா? இத்தகைய முரண்களுக்கு ஒவ்வொரு சமூகமும் அதற்கான மாற்றத்தை முன்வைத்துக்கொண்டுதான் இருந்திருக்கிறது. இந்த முரணுக்கு இந்தியத் துணைக்கண்ட வரலாற்றில் ஒரு மாற்றுப் பார்வையாக புத்தரை வைக்க முடியும். வேத காலப் பார்ப்பனியம், சமூக வளர்ச்சியினூடே இனக்குழுக்களை அழித்தது என்பது வரலாறு. இந்தப் பார்ப்பனியத்துக்கு எதிராகப் பல இனக்குழுக்கள் போராடி அழிந்திருக்கலாம். மடியாபோல் துயரத்தை அனுபவித்திருக்கலாம். ஆனால், புத்தரின் எதிர்ப்பு என்பது நமக்கு வேறு சாத்தியத்தை முன்வைக்கிறது. அது காலத்தை வென்றது. ஆனால், மடியாவின் துயரங்களே புத்தரை உருவாக்கியிருக்கலாம். பாசோலினியின் இருத்தலியலார்ந்த கேள்விகள், நெருக்கடிகள் அவரது எல்லாக் கலைப்படைப்புகளிலும் வெளிப்படுகின்றன. அவர் விளிம்பில் உள்ளதையும் அன்னியோன்னியமானதையும் தன்வயப்பட்டதையும் பெண்மையமாகவும், மையப்படுத்தப்பட்ட அதிகாரத்தையும் கோட்பாடுகளான சமூக இருப்பையும் ஆண்மையமாகவும் பார்த்தார். அவர் உருவாக்கிய பாத்திரங்கள்போல் 'நரமாமிசம் தின்ற வாலிபன்' போல், 'பன்றிகளோடு உறவுகொண்ட ஜூலியான்' போல், 'மடியா' போல் பாசோலினியின் மரணமும் துயரமானதே.

◉

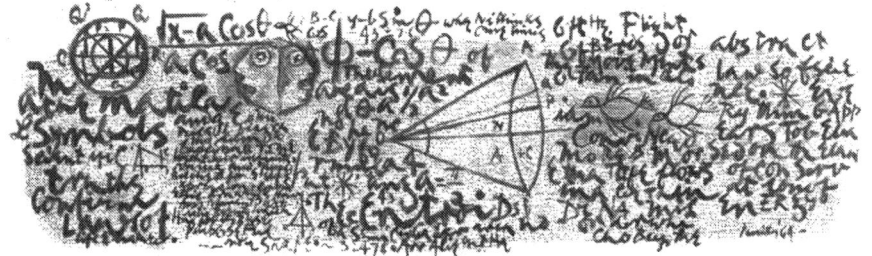

III

காந்தியத் தம்பதி

கிருஷ்ணம்மாள்-ஜெகந்நாதன் குறித்து ஓர் எளிய வாசிப்பு

மக்களுக்காகத் தங்களை அர்ப்பணித்துக்கொள்கிறோம் என்ற முழக்கத்தோடு களம் இறங்குகிறவர்கள் துரதிர்ஷ்டவசமாக அதே மக்களிடமிருந்து மிகத் தொலைவில் தங்களை நிறுத்திக்கொள்ளும் யதார்த்தத்தையும் நாம் பார்த்துக்கொண்டிருக்கிறோம். பல சமயங்களில் மக்கள் என்பது அரூபமான கருத்தாக மாற்றப்படும் துயரத்தையும் அனுபவித்துக்கொண்டிருக்கிறோம். மக்கள் குணப்படுத்த வேண்டியவர்களாகவும், மாற்றிப் பொறியமைக்கப்பட வேண்டியவர்களாகவும் பார்க்கப்படுகிறார்கள். வேறு வார்த்தைகளில் சொல்வதென்றால், இத்தகைய தொழில்நுட்பங்கள் மக்களை அரசியல்மயப்படுத்துவதற்காக என்று முன்வைக்கப்படுகிறது. இத்தகைய பின்னணியில், கிருஷ்ணம்மாள்-ஜெகந்நாதன் தம்பதியை காந்தியப் போராளிகள் என்று பொதுவாக அழைப்பதை எவ்வாறு புரிந்துகொள்வது? காந்தி, ஜே.சி.குமரப்பா, வினோபா பாவேவை இந்தத் தம்பதி ஆதர்சமாகக் கொண்டிருந்தார்கள் என்பது மட்டுமே காரணமா?

வரலாற்றுரீதியாக காந்தியம் என்று ஒன்று நமக்குச் சாத்தியப்பட்டிருப்பது மிகத் தெளிவாக மக்களை அரூப வரையறைகளுக்கு உட்படுத்த மறுப்பதுதான்; மக்களை அன்றாடத்தன்மையில் பார்க்கக் கற்றுக்கொடுக்கிறது. அன்றாடத்தன்மை வரலாற்றுரீதியான, கோட்பாட்டுரீதியான வரையறைகளுக்கு வெளியே அதை நிறுத்திக்கொள்கிறது. கடந்த காலம் சார்ந்த அக்கறைகளைக் கொண்டிருந்தாலும், அது எதிர்கால அடிப்படையானதாக இருக்கிறது. கிருஷ்ணம்மாள்-ஜெகந்நாதன் தம்பதியை நாம் காந்தியவழிப் போராளிகள் என்று அழைப்பதற்குக் காரணம் இவர்கள் வரலாற்றுரீதியான மக்களுக்கோ, கோட்பாட்டுரீதியான மக்களுக்கோ போராடவில்லை. அன்றாடத்தன்மையிலான மக்களுக்காகப் போராடினார்கள்; போராடுகிறார்கள். வரலாற்றுரீதியான அக்கறையை ஸ்தூலப்படுத்தினார்கள். இவர்கள் சமகாலத் துயரங்களுக்கான விடையை வரலாற்றுக்குள் தேடவில்லை. இவ்விதத்தில் இவர்களை காந்தியப் போராளிகள் என்று அழைப்பது நியாயமானதுதான். இந்தத் தம்பதியின் அனுபவங்களை, போராட்டங்களை மூன்று பிரிவுகளாகப் பிரித்துக்கொள்ளலாம். இந்தப் பிரிவுகள் ஒரு வசதிக்காக மட்டுமே. முதலாவது, வினோபா பாவே தலைமையிலான பூமிதான, கிராமதான இயக்கத்தில் பங்கெடுத்துக்கொண்டது. இரண்டாவதாக, நிலப்

பிரச்சினையை தலித் மக்களோடு இணைத்துப்பார்த்தது. அதுவும் தலித் பெண்களோடு இணைத்துப்பார்த்தது. மூன்றாவதாக, நவீன-முதலீட்டிய நிறுவனங்களுக்கு எதிரான போராட்டம். இந்த மூன்று தளங்களிலும் காந்திய நிறுவனத்தின் பண்புகள் எவ்வாறு வெளிப்பட்டன என்பதைத் தொகுத்துக்கொள்வதுதான் இந்தக் கட்டுரையின் நோக்கம்.

இந்தத் தம்பதிக்கு என்னுடைய மரியாதையைத் தெரிவித்துக்கொண்டு இவர்களைப் பற்றி நான் அறிந்துகொண்டதைத் தொகுத்துக்கொடுக்க முயல்கிறேன்.

ஒரு சிறுமி சமூக மனுஷியான கதை

உருவகரீதியாகச் சொல்வதென்றால் ஜெகந்நாதன், கல்லூரியில் படித்துக் கொண்டிருந்த காலத்தில் மேற்கத்திய உடையைத் துறந்து, முழங்காலுக்கு மேல் என்று வேட்டிகட்டத் தொடங்கியதிலிருந்து அவருடைய தேடல் தொடங்கியது என்று அர்த்தப்படுத்திக்கொள்ளலாம். ஜெகந்நாதனைப் பின்னால் மணந்துகொள்ளவிருக்கும் கிருஷ்ணம்மாளும், இவர்களுக்குப் பிறக்கவிருக்கும் இரண்டு குழந்தைகளில் நெடிய சமூகப் பயணமும் இந்தக் கணத்திலிருந்து தொடங்குகிறது என்று சொன்னால் அது மிகையாகாது. 1928-ல் தொடங்கிய ஜெகந்நாதனின் இந்த நெடிய பயணம் அடுத்த தலைமுறையிலும் தொடர்ந்துகொண்டிருக்கிறது. 1953-ல் (நவம்பர், 24) இந்தத் தம்பதிக்குப் பிறந்த பூமிக்குமார், மருத்துவம் படித்து கம்போடியாவில் ஏழை எளிய மக்களிடையே பணியாற்றிக்கொண்டிருக்கிறார். இவர் மணந்துகொள்ளாமல் மக்கள் சேவையில் தன்னை அர்ப்பணித்துக்கொண்டுள்ளார். அடுத்ததாக, 1963-ல் சத்யா என்ற மகள் பிறந்தார். இவரும் மருத்துவம் படித்து செங்கல்பட்டு அரசு மருத்துவமனையில் மருத்துவராக இருக்கிறார். பிரசவ மருத்துவரான இவர் ஒரு தாயாக ஏழை எளிய மக்களுக்கு சேவைபுரிந்துகொண்டிருக்கிறார். சகோதரரைப் போலவே இவரும் மணந்துகொள்ளாமல் அர்ப்பணிப்போடு உழைத்துக்கொண்டிருக்கிறார்.

நாம் கிருஷ்ணம்மாளின் கதைக்கு வருவோம். கிருஷ்ணம்மாள், 1926 ஜூன் 16-ம் தேதி திண்டுக்கல் மாவட்டத்தில் உள்ள பட்டிவீரன்பட்டி கிராமத்தில் ஒரு தலித் குடும்பத்தில் பிறந்தார். பட்டிவீரன்பட்டியில் உள்ள ஒரு அரசுப் பள்ளிக்கூடத்தில் கிருஷ்ணம்மாளின் கல்வி தொடங்கியது. ஏழாம் வகுப்புவரை படித்தார். அதற்கு மேல் படிக்க கிராமத்தை விட்டு வெளியே செல்ல வேண்டும். ஆனால், அப்படிப் படிக்க வேண்டும் என்ற நிர்ப்பந்தம் ஏதுமில்லை. ஏனெனில், நான்காம் வகுப்பு படித்திருந்தால் ஆசிரியர் வேலைக்குச் சேரலாம். ஏழாம் வகுப்பு படித்திருந்தால் தலைமை ஆசிரியராகலாம். ஆனாலும், அண்ணனின் ஆலோசனைப்படி பெற்றோருக்குத் தெரியாமல் கிராமத்தை விட்டு இருவரும் கிளம்பினார்கள். அன்று கிராமத்தை விட்டு வெளியேறிய அந்தப் பிஞ்சுக் கால்கள் அவரை எங்கெல்லாம் அழைத்துச்சென்றன என்பது

ஆச்சரியமளிக்கிறது. அன்று வீட்டை விட்டு வெளியேறிய அந்தக் கால்கள் மீண்டும் எப்போதும் 'ஒரு வீட்டுக்குள்' அடைபட்டுக்கிடந்ததே கிடையாது. ஒரு பெண்ணாகவும் ஒரு தலித்தாகவும் இவர் மேற்கொண்ட முடிவுறாத இந்தப் பயணம் நம்மைப் பிரமிப்பில் ஆழ்த்துகிறது.

கிருஷ்ணம்மாளின் அடுத்த நகர்வு சௌந்திரம்மாளோடு அவருக்கு ஏற்பட்ட தொடர்பு என்று சொல்லலாம். டி.வி.எஸ்.சுந்தரம் ஐயங்காரின் மகளான சௌந்திரம்மாள் இலவச விடுதி ஒன்று நடத்திவந்தார். 'சௌந்திரம்மாள் என் தாய் போன்றவர்' என்று கிருஷ்ணம்மாள் எங்களிடம்[1] தெரிவித்தார். சௌந்திரம்மாள் மூலமாகக் காலனிய எதிர்ப்புப் போராட்டங்களை நெருக்கமாக இருந்து தெரிந்துகொள்ளும் வாய்ப்பைப் பெற்றார். ஒருகட்டத்தில், சௌந்திரம்மாள் நடத்திவந்த இலவச விடுதியின் பொறுப்பாளராக கிருஷ்ணம்மாள் நியமிக்கப்பட்டார். மதுரை கல்லூரியில் சேர்ந்தார். அப்போது ராமலிங்க அடிகளார் படைப்புகள் இவருக்கு அறிமுகமாயின. வள்ளலாரோடு சேர்ந்து இன்னொருவரும் கிருஷ்ணம்மாளுக்கு அறிமுகமானார். அது ஜெகந்நாதன். பிறகு, மதுரையில் முதல் பெண் பட்டதாரியாகத் தேர்ச்சிபெற்றார். இவரது வாழ்க்கையில் ஏற்பட்ட அடுத்த முக்கிய நகர்வு, 1946-ல் காந்தி நிதி திரட்ட மூன்று நாட்கள் மதுரை வந்தபோது நடந்தது. மதுரையில் காந்தி இருந்த மூன்று நாட்களும் அவருக்குத் தேவையானதைக் கவனித்துக்கொள்ளும் பொறுப்பை கிருஷ்ணம்மாளிடம் சௌந்திரம்மாள் கொடுத்தார். இந்த மூன்று நாட்கள் கிருஷ்ணம்மாள் பெற்ற அனுபவம் ஈடுயிணையற்றது என்று சொல்லாம். இதற்குப் பிறகு கிருஷ்ணம்மாளும் ஜெகந்நாதனும் அடிக்கடி சந்தித்துக்கொள்ளும் வாய்ப்பும் உண்டாயிற்று. ஆனாலும், திருமணத்தைச் சுதந்திரத்துக்குப் பிறகு பார்த்துக்கொள்ளலாம் என்று தள்ளிப்போட்டார்கள்.

இதுவரை தொகுத்துச் சொல்லப்பட்டதெல்லாம், பட்டிவீரன்பட்டி என்ற சிறு கிராமத்தில் தலித் பெண்ணாகப் பிறந்த ஒருவர் ஒரு சமூக அக்கறையுள்ள மனுஷியாக, காந்தியப் போராளியாக மாறிய கதையின் சுருக்கம்.

வினோபா பாவேவின் பூமிதான இயக்கம்

காலனியர்களிடமிருந்து விடுதலை பெற்ற இந்தியாவில் நேருவின் நவீன இயந்திரப் பொருளாதாரத்தின் மீதான நம்பிக்கை கோலோச்சியது என்றாலும், காந்தியின் கிராமப் பொருளாதாரத்தின் மீதான நம்பிக்கையும் லட்சியமும் காந்தியின் படுகொலைக்குப் பிறகும் முற்றிலுமாக அழிந்திடவில்லை. கிராமியப் பொருளாதாரத்தின் மீதான காந்தியின் நம்பிக்கை எவ்வளவு போதாமைகளைக் கொண்டிருந்தாலும் (குறிப்பாக, தலித் பார்வையிலிருந்து) அந்த நம்பிக்கையைத் தக்கவைத்த ஆளுமைகளில் மிக முக்கியமானவர்கள் வினோபா பாவேவும் ஜே.சி.குமரப்பாவும் ஆவார்கள். இரு முக்கியமான

1 கிருஷ்ணம்மாளோடு நானும் மோனிகாவும் இரண்டு நாள் தங்கி உரையாடியது.

ஆளுமைகளுக்கு இடையே கருத்தியல் தளத்தில் நிறைய வேறுபாடுகள் இருந்தன. இதையெல்லாம் மீறி இவ்விருவரின் பங்களிப்பு பற்றி நாம் ஆழமாக வாசிக்க வேண்டியுள்ளது. இவ்விருவரின் பங்களிப்பையும் இவர்களிடையே காணப்பட்ட வேறுபாடுகளையும் இவர்களோடு கிருஷ்ணம்மாள்-ஜெகந்நாதன் தம்பதி இணைந்து பணியாற்றியதையும் நாம் சற்று விரிவாகப் பார்ப்போம். 1953 முதல் 1967 வரை பூமிதான அமைப்பில் வினோபா பாவேவுடன் கிருஷ்ணம்மாளும் ஜெகந்நாதனும் பங்காற்றினார்கள். வினோபா பாவேவிடம் இந்தத் தம்பதி சென்றடைந்த கதையைச் சுருக்கமாகப் பார்ப்போம்.[2]

பின்னாளில் பிரம்மாண்டமான ஆலமரமாகத் தழைத்தோங்கவிருக்கும் காந்தி கிராமம், 1950-ல் சௌந்திரம்மாள் முன்னெடுப்பில் தொடங்கப்பட்டது. அதில் பெண்கள் காப்பகத்தின் பொறுப்பாளராக கிருஷ்ணம்மாள் இருந்தார். ஜெகந்நாதன் ஊழியரகத்துக்குப் பணியாற்றினார். காந்தி கிராமத்துக்கு மட்டுமே சௌந்திரம்மாள் அஸ்திவாரம் போடவில்லை, கிருஷ்ணம்மாள்-ஜெகந்நாதன் திருமணத்தையும் முடித்துவைத்தார். ஜே.சி.குமரப்பா தலைமையில் இந்தத் திருமணம் நடந்தது. ஜெகந்நாதன் முக்குலத்தோர் சமூகத்தைச் சேர்ந்தவர். இதனால், திருமணத்துக்கு இருவீட்டாரிடமும் எதிர்ப்பு இருந்தது. ஜெகந்நாதனின் மற்ற எல்லாச் செயல்களையும் பெருமையாக ஏற்றுக்கொண்ட இவரது தந்தை இந்தத் திருமண விஷயத்தை மட்டும் எதிர்த்தார். ஆனால், ஜெகந்நாதனின் தாயார், முழங்காலுக்கு மேலாக வேட்டிகட்டும் ஜெகந்நாதன், 'எங்கே காட்டுக்கு (சந்நியாசியாக) போய்விடுவானோ என்று பயந்தேன். ஆனால், அவனை நீ மீட்டெடுத்துவிட்டாய்' என்று வாழ்த்தியதாக கிருஷ்ணம்மாள் எங்களோடு பகிர்ந்துகொண்டார்.

திருமணத்துக்குப் பிறகு, வினோபா பாவே நடத்திய பூமிதான இயக்கத்தில் பங்கெடுத்துக்கொள்ள ஜெகந்நாதன் கிளம்பிவிட்டார். பத்து மாதங்கள் வினோபா பாவேவுடன் பூமிதான இயக்கத்தில் பங்கேற்ற பிறகு ஜெகந்நாதனைத் தமிழகம் சென்று பூமிதான இயக்கத்தை நடத்துமாறு வினோபா பாவே வேண்டிக்கொண்டார். அதே சமயத்தில், பட்டிவீரன்பட்டி கிராமத்திலிருந்து புறப்பட்ட கிருஷ்ணம்மாளின் கால்கள் திருமணத்துக்குப் பிறகு மதுரை வழியே சென்னையை அடைந்தது. சென்னையில் கிருஷ்ணம்மாள் பிஎட் படிப்பை முடித்தார். ஆனாலும், அந்தக் கால்கள் சென்னையிலும் நிலைகொள்ளாமல் வினோபா பாவேவுடன் சேர்வதற்குத் தயாராகின. திரைப்படங்களில் மட்டுமே சாத்தியப்படக்கூடிய கதைபோல் ஜெகந்நாதன் தமிழகத்தில் பூமிதான இயக்கத்தை நடத்தத் திரும்பினார் என்றால், வினோபா பாவேவுடன் சேர்வதற்கு கிருஷ்ணம்மாள் வடக்கு நோக்கிப் புறப்பட்டார். 1952 (அப்போது இவருக்கு 26 வயது) செப்டம்பர் 12-ம் தேதி கிருஷ்ணம்மாள் வாராணசியை அடைந்தார்.

2 மூத்த பத்திரிக்கையாளரான சோலையின் *'புரட்சியில் பூத்த காந்திய மலர்கள்'* (சர்வோதயா செயல்பாட்டு ஆராய்ச்சி மையம், காந்தி நினைவு அருங்காட்சியம், 2006) புத்தகத்திலிருந்தும், பிரமிளா கிருஷ்ணனின் 'மாற்றத்துக்கான பெண்கள்: கிருஷ்ணம்மாள் ஜெகந்நாதன்' (பூவுலகின் நண்பர்கள் மற்றும் தடாகம், 2013) புத்தகத்திலிருந்தும் தகவல்கள் பெறப்பட்டன. இந்த இரண்டு நூலாசிரியர்களுக்கும் எனது நன்றி. நேரடி உரையாடல்களிலிருந்தும் சில தகவல்கள் பெற்றுக்கொண்டேன்.

பூமிதான பாதயாத்திரையில் தாயுமானவர் பாடல்கள், திருவருட்பா, பாரதி பாடல்களை கிருஷ்ணம்மாள் பாடினார்.

சங்கர மடத்துக்கு எதிரான போராட்டம்

பிஹார் மாநிலம் முழுவதும் பார்ப்பன நிலப்பிரபுக்கள், ராஜபுத்திர நிலப்பிரபுக்கள், யாதவ நிலப்பிரபுக்கள் மட்டுமல்லாமல் சந்நிதான நிலப்பிரபுக்களும் (சங்கர மடங்கள்) இருந்தார்கள். சங்கர மடங்கள் ஆயிரம் ஏக்கரிலிருந்து ஐயாயிரம் ஏக்கர்வரை நிலங்களைக் கொண்டிருந்தன. பல நூற்றுக்கணக்கான குடும்பங்கள் கொத்தடிமைகளாக இருந்தார்கள். இவ்வாறு கொத்தடிமைகளாக இருக்கும் குடும்பத்தில் உள்ள திருமணமாகாத பெண்கள் இந்த மடாதிபதிகளால் பாலியல் வன்முறைக்கு உள்ளாக்கப்பட்டார்கள். இவ்வாறு பாலியல் வன்முறைக்கு உள்ளாக்கப்பட்டுக் குழந்தை பெற்றுக்கொள்ளும் பெண்களை 'கர்கர் சமூகத்தினர்' என்று அழைத்தார்கள். இவர்களை எதிர்க்கும் தலித்துகளின் தலை வெட்டப்பட்டு சேரிகளின் நுழைவாயிலில் தொங்கவிடப்பட்டன. இத்தகைய பின்னணியில்தான் ஜெயப்பிரகாஷ் நாராயணன் மாணவர் இயக்கத்தையும், பின்னர் முழுப் புரட்சி இயக்கத்தையும் தொடங்கினார். ஜே.பி.யின் அழைப்பை ஏற்று பாட்னா வந்த கிருஷ்ணம்மாள் முழுப் புரட்சியில் தன்னை முழுமையாக ஈடுபடுத்திக்கொண்டார்.

கிருஷ்ணம்மாள், "ஆரம்பத்தில் நாங்கள் புத்தகயா வட்டாரத்தில் உள்ள நிலவுடைமை பற்றிய விவரங்களைச் சேகரித்தோம். புத்தகயாவில் சக்திமிக்க சங்கர மடம் உண்டு. எந்த இடத்தில் புத்தர் ஞானோதயம் பெற்றாரோ அதற்கு நேரெதிரே இந்த சங்கர மடம் இருந்தது. இந்த மடத்துக்கு மொத்தம் 30 ஆயிரம் ஏக்கர் நிலம் சொந்தமாக இருந்தது. அனைத்தும் பினாமி பெயர்களில் கள்ளப் பத்திரங்களாகப் பதிவுசெய்யப்பட்டிருக்கின்றன. அந்த மடத்துக்கு எங்கெங்கு எவ்வளவு நிலம் இருக்கிறது என்ற விவரத்தை கலெக்டர் வழியாகப் பெற்றோம். புத்தகயாவில் உள்ள சங்கர மடம்போல் 287 மடங்கள் இருக்கின்றன என்று ஜே.பி.யிடம் தெரிவித்தோம். போராட்டம் தொடங்குவது என்று முடிவெடுக்கப்பட்டது" என்றார்.

மடாதிபதிகளால் பாதிக்கப்பட்ட பெண்கள்தான் போராட்டத்தில் முன்னின்றார்கள் என்பது மிக முக்கியமான செய்தி. மடாதிபதிகளில் எதிர்த்தாக்குதல் கைமீறிப்போனதால், வினோபா பாவேயும் ஜே.பி.யும் உண்ணாவிரதப் போராட்டத்தைக் கைவிடுமாறு வேண்டிக்கொண்டார்கள்.[3] கிருஷ்ணம்மாள் இதற்கு உடன்படவில்லை. ஆனாலும், இவர்களுடைய கட்டளையை மீற மனமில்லாமல், காத்திருக்கும் பெண்களோடு சேர்ந்திருக்கக் கிராமத்துக்குச் சென்றார். அங்கு பல பெண்களோடு கிருஷ்ணம்மாளும்

3 இன்றுவரை தமிழ்நாட்டில் உள்ள மடங்களுக்கு எதிராக எத்தகைய போராட்டங்களும் நடத்த முடியவில்லை என்பதோடு இதை இணைத்துப்பார்க்கவும்.

கைதுசெய்யப்பட்டார். சிறைக்கு அழைத்துச்செல்லும் வழியில் மற்ற பெண்கள் வலியுறுத்த வேறு வழியில்லாமல் போலீஸிடமிருந்து தப்பித்த கிருஷ்ணம்மாள், கயாவிலிருந்து தலைமறைவாக வாராணசி வந்து அங்கிருந்து தமிழகம் வந்துசேர்ந்தார். இந்தப் பயணத்தின்போதுதான், இந்திரா காந்தியால் அவசரநிலை பிரகடனப்படுத்தப்பட்டது. ஆனால், 1979-ல் 24,000 ஏக்கர் நிலம் நிலமில்லா விவசாயிகளுக்கு, பாதிக்கப்பட்ட பெண்களுக்கு என்று பிரித்துக்கொடுக்கப்பட்டன. இதைச் சாத்தியப்படுத்தியதில் கிருஷ்ணம்மாளின் பங்கு மிக முக்கியமானது.

தமிழகத்தில் பூமிதான இயக்கம்

1952-ம் ஆண்டு தமிழகத்தில் பூமிதான இயக்கத்தின் கிளை தொடங்கப்பட்டது. ஜெகந்நாதன் தனது அனுபவத்தை இவ்வாறு பகிர்ந்துகொள்கிறார்:

> '...நடைப்பயணத்தை ராமேஸ்வரத்திலிருந்து தொடங்கினோம். அகில இந்திய காங்கிரஸ் கட்சி செயலாளராக இருந்த சர்வோதயத் தலைவர் சங்கர்லால் தேவ் தலைமை தாங்கினார். 1952 அக்டோபர் 2-ம் தேதி தேசப்பிதா பிறந்த தினத்தில் அந்த யாத்திரை ஆரம்பமானது... இந்தப் பாதயாத்திரையைத் தொடங்குவதற்கு முன்னர் ராமநாதபுரம் ராஜாவைச் சந்தித்தேன். சந்தித்ததே இமாலயச் சாதனைதான். 1,000 ஏக்கர் தானம் தர உறுதிதந்தார். நாங்குநேரி முனைஞ்சிப்பட்டி சங்கர் ரெட்டியார் 150 ஏக்கர் தானம் தர முன்வந்தார்... 1,157 ஏக்கரை முதல் நாள் பூமிதானமாக அறிவித்தோம்.'

தமிழகத்தில் மூன்றாண்டுகளில் சுமார் 70,000 ஏக்கர் நிலங்கள் பூமிதானமாகப் பெறப்பட்டு 53,000 குடும்பங்களுக்குப் பிரித்துக்கொடுக்கப்பட்டன. ஜெயப்பிரகாஷ் நாராயணன் அரசியலிலிருந்து தன்னைத் துண்டித்துக்கொண்ட பின் பூமிதான இயக்கத்தில் இணைத்துக்கொண்டார். இதன் தொடர்ச்சியாக, சோஷலிஸ்ட் இயக்கத்தினரும் பூமிதான இயக்கத்தில் பங்கெடுத்துக்கொண்டனர். ஒருகட்டத்தில், பூமிதான இயக்கம் எதிர்பார்த்த விளைவுகளை ஏற்படுத்தவில்லை என்று உணர்ந்தபோது வினோபா பாவே பூமிதானத்தைக் கிராமதானமாக மாற்ற முயன்றார். இங்கு ஒரு சுவாரஸ்யமான கதை ஒன்று உண்டு. இந்தக் கதையை எவ்வாறு அர்த்தப்படுத்திக்கொள்வது என்று உண்மையிலேயே தெரியவில்லை.

உத்திரமேரூர், களியாம்பூண்டி என்ற கிராமத்தில் ராமகிருஷ்ண ரெட்டி என்பவர் 400 ஏக்கர் நிலம் வைத்திருந்தார். அவர் இந்த 400 ஏக்கரையும் தானமாகக் கொடுக்க ஒப்புக்கொண்டார். இவரைவிட அதிகமாக நிலங்களைக் கொண்டிருந்த பல நிலச்சுவான்தார்கள் தானம் கொடுக்க முன்வரவில்லை. ராமகிருஷ்ண ரெட்டி 400 ஏக்கர் நிலத்தைக் கொடுத்ததோடு நிறுத்திக்கொள்ளாமல் உத்திரமேரூர் வயலூர் கிராமத்தில் தனது மனைவியின் பெயரில் உள்ள 104 ஏக்கர் நிலத்தையும்

தானம் கொடுப்பதாக அறிவித்தார். ஆனால், அவரது மனைவி இதற்கு ஒப்புக்கொள்ளவில்லை. மனைவியைப் பணியவைக்க அவர் உண்ணாவிரதம் இருக்கத் தொடங்கினார். இரண்டாம் நாள் அவர் மனைவி தன் பெயரில் உள்ள நிலத்தைத் தானமாகக் கொடுக்க முன்வந்தார். மற்றவர்களும் 25 ஏக்கரைத் தானமாக கொடுக்க முன்வந்தார்கள். ஆனால், ஒரே ஒரு ஏக்கர் நிலத்தை வைத்திருக்கும் சுப்பன் என்பவர் மட்டும் தானம் கொடுக்க விருப்பமில்லாமல் ஊரைவிட்டு ஓடிவிட்டார். கிராம மக்கள் அவரைத் தேடிக் கண்டுபிடித்து அழைத்துவந்தார்கள். ஊர் சபை முன்பு சுப்பன் நின்றார். அவருக்கு நிலத்தைத் தானமாகக் கொடுக்க விருப்பமில்லை. சுப்பன் தாழ்த்தப்பட்ட வகுப்பைச் சார்ந்தவர். அப்போது சுப்பனைத் தானம் கொடுக்கச் சம்மதிக்கவைக்க ராமகிருஷ்ண ரெட்டி அவரது காலைத் தொட்டு வேண்டிக்கொண்டார். இதற்குப் பிறகு அவரும் அவரிடம் இருந்த ஒரு ஏக்கர் நிலத்தைக் கொடுக்க முன்வந்தார். இன்றைய நம்முடைய நிலையிலிருந்து ராமகிருஷ்ண ரெட்டியின் செயலைப் புரிந்துகொள்வது சிரமமாகத்தான் இருக்கிறது; அர்த்தப்படுத்திக்கொள்ள வழியேதும் இல்லை. கிராமதானத்தைத் தொடர்ந்து இந்தக் கிராமத்தில் கூட்டு விவசாயம் மேற்கொள்ளப்பட்டது. ஆனால், அடுத்த சில மாதங்களிலேயே கூட்டு விவசாயம் நின்றுபோனது. இருந்தாலும், சிறுசிறு பண்ணைகளாகப் பிரிந்தாலும் இன்றுவரை இவை இயங்கிக்கொண்டிருக்கின்றன.

காஞ்சிபுரத்தில் அகில இந்திய சர்வோதயா மாநாடு நடந்தது (1956 மே). இந்த மாநாட்டுக்கு வினோபா பாவே வந்திருந்தார் (ஜே.சி.குமரப்பா இந்த மாநாட்டில் கலந்துகொள்ளவில்லை). இந்த மாநாட்டுக்கு ஜெகந்நாதன் வரவேற்புக் குழுத் தலைவராக நியமிக்கப்பட்டார். இந்த மாநாட்டுக்கு வந்த வினோபா பாவே பதினொரு மாதங்கள் (1956 மே முதல் 1957 ஏப்ரல் வரை) தமிழகத்தில் யாத்திரை மேற்கொண்டார். இந்த யாத்திரையின் முடிவில் ஜெகந்நாதனோடு சேர்ந்து கிருஷ்ணம்மாளையும் தமிழகத்திலேயே பணியாற்றுமாறு வினோபா பாவே வேண்டிக்கொண்டார். மொத்தம் 4,200 ஏக்கர் பூமிதானமாகப் பெறப்பட்டன. இந்த யாத்திரையின்போது வினோபா பாவேயை ஜே.சி.குமரப்பா சந்தித்தார். அப்போது கிராமதானமாகப் பெறப்பட்ட நிலங்களை உடனடியாக மக்களுக்குப் பிரித்துக்கொடுக்க வேண்டும் என்றும், இத்தகைய கிராமங்களில் உடனடியாக நிர்மாணப் பணிகளை மேற்கொள்ள வேண்டும் என்றும் கூறினார். ஆனால், வினோபா பாவே இந்த யோசனையை நிராகரித்தார். தானம் பெறுவதும் நிலவுடைமையை அழிப்பதும்தான் தனது பணி என்றும், அதன் மீது புதிய சமூகத்தை உருவாக்குவது தனது பணியல்ல என்றும், அது எதிர்காலத்துக்கானது என்றும் சொன்னார். இது மிகவும் துரதிர்ஷ்டவசமான நிலை. பூமிதானத்துக்கும் கிராமதானத்துக்கும் அதிக வேறுபாடுகள் இருந்தன. பூமிதானத்தில் தானமாகப் பெறப்பட்ட நிலம் தனிப்பட்ட ஒரு விவசாயத் தொழிலாளிக்குக் கொடுக்கப்பட்டது. இவ்வாறு பெறப்பட்ட நிலத்தைக் கையாளும் பொறுப்பு அந்த விவசாயியிடம் ஒப்படைக்கப்பட்டது (சில மாநிலங்களில் நிலத்தை விற்க முடியாது). ஆனால், கிராமதானம் என்பது கூட்டுப் பண்ணையை உருவாக்குவது போன்றதாகும்.

அதைக் கூட்டாக நிர்வகிக்க வேண்டிய பொறுப்பு இருந்தது. ஆனால், இதுவே பல பிரச்சினைகளுக்கு வழிவகுத்தது என்று சொல்லலாம்.

வினோபா பாவே தமிழகத்தை விட்டுக் கிளம்பிய பிறகு, கிராமதான கிராமங்களின் செயல்பாடுகளில் தங்களை ஈடுபடுத்திக்கொள்வது என்று கிருஷ்ணம்மாள்-ஜெகந்நாதன் இருவரும் முடிவெடுத்தனர். வினோபா பாவே இத்தகைய செயல்பாட்டுக்கு எத்தகைய அடித்தளத்தையும் உருவாக்கிக்கொடுக்கவில்லை. நாம் முன்னர் பார்த்ததுபோல் அதில் அவருக்கு அக்கறையும் இல்லை. வத்தலகுண்டு பேரூராட்சியில் 300 கிராமங்கள் கிராமதான நிலங்களானதால் அது வட்டாரதானம் என்று அறிவிக்கப்பட்டது. கிருஷ்ணம்மாள்-ஜெகந்நாதன் இந்த வட்டாரதான நிலத்தில் தங்களை ஈடுபடுத்திக்கொள்வது என்று முடிவெடுத்தார்கள். இந்த வட்டாரதான நிலத்தில் சில நிலங்கள் நகரத்தில் இருக்கும் நிலச்சுவான்தார்களிடம் இருந்தன. இவ்வாறு நகரத்தில் உள்ள நிலச்சுவான்தார்கள் தங்களிடம் உள்ள நிலங்களையெல்லாம் தானம் செய்யும்படி போராட்டம் நடத்தப்பட்டன. இந்தப் போராட்டங்களைத் தலைமையேற்று நடத்தியவர் ஜெகந்நாதன். ‘பட்டினத்தில் இருக்கும் நிலச்சுவான்தார்களே உழத் தெரியாத உங்கள் நிலங்களை உழத் தெரிந்த எங்களுக்குக் கொடுங்கள்’ என்று கோஷம் எழுப்பப்பட்டது. இதனால், குத்தகை உரிமை ரத்துசெய்யப்பட்டது. போராட்டத் தலைவர்களைச் சிறையில் அடைத்தார்கள். அப்போது முதல்வராக இருந்த காமராஜர் தலையிட்டுக் குத்தகை உரிமையை மீட்டுக்கொடுத்தார்.

பூமிதானமாகக் கொடுக்கப்பட்ட நிலங்களில் பல விவசாயத்துக்குப் பயன்படாத நிலங்களாக இருந்தன. இத்தகைய நிலங்களைப் பெற்ற பலர் அவற்றைப் பயன்படுத்த முடியாத நிலையில் இருந்ததால் அவற்றை விளைநிலங்களாக மாற்றுவதற்கு ஏற்படுத்தப்பட்ட அமைப்புதான் அசேபா (ASSEFA: Association for Serva Seva Farms). இதை 1968-ல் ஜெகந்நாதன் தொடங்கிவைத்தார். 1993 வரை ஜெகந்நாதன் அதன் தலைவராக இருந்தார். தமிழ்நாட்டில் தொடங்கப்பட்ட இந்த அமைப்பு இன்று இந்தியாவில் பல மாநிலங்களில் பரவிக்கிடக்கிறது. அதன் செயல்பாடுகள் வேறு தளங்களுக்கு நகர்ந்துவிட்டன.

கீழ்வெண்மணித் துயரம்

தமிழ்ச் சமூகத்தை இன்றளவும் வெட்கித் தலைகுனியச்செய்யும் கீழ்வெண்மணியில் நடந்த சம்பவம், இந்தத் தம்பதியை மிக மோசமாகப் பாதித்தது. 1968-ல் நடந்த இந்தக் கொடூரச் சம்பவத்தில், 44 தலித் மக்கள் உயிரோடு எரிக்கப்பட்டார்கள். இன்றளவும் இது கூலி உயர்வு கேட்டதன் விளைவு என்றும், தலித்துகள் தங்களை அரசியல்ரீதியாக வெளிப்படுத்திக்கொண்டதன் விளைவு என்றும் இரண்டு விதமாக அர்த்தப்படுத்தப்படுகின்றன. இந்தக் கொடுமையைக் கேள்விப்பட்ட கிருஷ்ணம்மாள்-ஜெகந்நாதன், அந்தப் பதற்றமான சூழ்நிலையிலும் சம்பவம் நடந்த இடத்துக்கு விரைந்தார்கள். முதலில், ஐந்து அமைதிக் குழுக்களை

அமைத்தார்கள். நான் இந்தச் சம்பவம் குறித்து கிருஷ்ணம்மாளிடம் பேசிக்கொண்டிருந்தபோது, ‘கூலி விவசாயிகள் கூலி கேட்டதற்காகத்தானே எரிக்கப்பட்டார்கள். அதனால், இனி கூலி உயர்வுக்காகப் போராடுவது என்பதைவிட தலித்துகளை நில உடைமையாளர்களாக மாற்றுவதுதான் சிறந்த வழி என்ற முடிவுக்குவந்தேன்’ என்றார். இங்கு கிருஷ்ணம்மாள்-ஜெகந்நாதன் தம்பதியிடம் ஒரு பண்பு மாற்றத்தைக் காண முடிகிறது. வினோபா பாவேவின் பூமிதான இயக்கமானது நிலச்சுவான்தார்களிடம் ஒரு மாற்றத்தைக் கொண்டுவருவதற்கு அழுத்தம்கொடுத்தது என்றால், கிருஷ்ணம்மாள்-ஜெகந்நாதன் தம்பதியோ தலித்துகளை நிலம் கொண்டவர்களாக மாற்றுவதற்கு அழுத்தம்கொடுத்தார்கள். இரண்டு முரண்பட்ட நிலைப்பாடுகளை, அதாவது தலித் என்பதால் எரிக்கப்பட்டார்கள் என்ற நிலைப்பாட்டையும், கூலி உயர்வுக்குப் போராடியதால் எரிக்கப்பட்டார்கள் என்ற நிலைப்பாட்டையும் கிருஷ்ணம்மாள் மிக அற்புதமாக இணைக்கிறார்.

இது மிக முக்கியமான ஒரு மாற்றம் என்று கருதுகிறேன். ஆனால், இதை எவ்வாறு சாத்தியப்படுத்துவது? இதே பிரச்சினைக்குத்தான் இடதுசாரிகளும் போராடுகிறார்கள். சற்றே பொதுமைப்படுத்திச் சொல்வதென்றால், இடதுசாரிகள் இந்த அமைப்புக்குள்ளாகச் சில மாற்றங்களையும், இந்த அமைப்பைச் சிதைத்து வேறொரு மாற்று அமைப்பை நிறுவுவதற்கும் அழுத்தம்கொடுத்தார்கள்; போராடினார்கள். இதில் அமைப்புக்குள்ளாகச் சில மாற்றங்கள் என்பது உணரக்கூடிய மாற்றங்களாக இருந்தன. ஆனால், அமைப்பைச் சிதைத்து மாற்றை உருவாக்குவது என்பது அரூபமாக இருந்தது. கிருஷ்ணம்மாள்-ஜெகந்நாதன் தம்பதி காந்தியவழிப் போராளிகள் என்று சொல்லப்படுவதற்கு ஏற்ப அரூபமாக ஒரு லட்சியச் சமூகத்தை வரையறுக்க முயலவில்லை. லட்சியச் சமூகத்துக்கான ஏக்கங்கள் நிச்சயமாக இருக்கின்றன. ஆனால், அது நிகழ்கால அடிப்படையில் அர்த்தப்படுத்தப்பட்டன. இதனால்தான், இவர்கள் ஸ்தூலமான தளத்தில் இயங்கினார்கள். இத்தகைய அர்த்தத்தில், காந்தியின் எதிர்காலம் குறித்த லட்சியங்கள் இடதுசாரிகளின் எதிர்காலம் குறித்த லட்சியங்களோடு எங்கு வேறுபடுகிறது என்றால், காந்தியிடம் அரூபத்தன்மையைக் காண முடியாது.

கீழ்வெண்மணிச் சம்பவத்துக்குப் பிறகு நிலத்தை மீட்டெடுப்பது என்பதை கிருஷ்ணம்மாள்-ஜெகந்நாதன் இருவரும் அரசியல் சமூகப் பிரச்சினையாகப் பார்க்கத் தொடங்கினார்கள் என்று அர்த்தப்படுத்திக்கொள்ள விரும்புகிறேன். இதன் ஒரு பகுதியாகத்தான் கோயில் நிலங்களை பினாமியாக ஆதிக்கச் சாதியினர் வைத்திருப்பதை எதிர்த்து இவர்கள் போராடத் தொடங்கினார்கள். கீழ்வெண்மணிக்கு அருகில் வலிவலம் என்று ஒரு பகுதி இருக்கிறது. இது ஏழு கிராமங்களை உள்ளடக்கியது. இங்கு ஒரு நிலச்சுவான்தார் மட்டும் 1,200 ஏக்கர் நிலம் வைத்திருந்தார். மேலும், 900 ஏக்கர் கோயில் நிலத்தையும் இவருடைய கட்டுப்பாட்டில் வைத்திருந்தார். இதற்கு எதிராக இந்தத் தம்பதி போராட்டத்தைத் தொடங்கினார்கள். மூன்று வருடப் போராட்டத்துக்குப் பிறகு 1,110 ஏக்கர் நிலத்தை தலித் மக்களுக்குப் பிரித்துக்கொடுத்தார்கள்.

மேலும், தலித்துகளின் சமூக ஒதுக்குதலை எதிர்த்தும் இவர்கள் போராடத் தொடங்கினார்கள்.

வலிவலம் பகுதியில் பண்ணையார்களான பூண்டி வாண்டையார், குன்னியூர் சாம்பசிவ ஐயர், வடபாதி மங்கலம் தியாகராஜ முதலியார், வலிவலம் தேசிகர் போன்றவர்களை எதிர்க்க மக்கள் அச்சம் கொண்டிருந்தார்கள். வலிவலம் தேசிகரை எதிர்த்து கிருஷ்ணம்மாள் நடத்திய போராட்டம் மிக முக்கியமானது. தேசிகரின் வீட்டு வழியே நடந்துசெல்லவே மக்கள் அச்சப்பட்டார்கள். அந்தப் பாதை வேலியிட்டு மூடப்பட்டிருக்கும். தீட்டு பட்டுவிடும் என்று அந்தப் பாதை மூடப்பட்டிருந்தது.

நூற்றிஐம்பது ரூபாய்க்கு ஒரு சிறுவன் தேசிகர் வீட்டில் அடிமையாக இருந்தான். கிருஷ்ணம்மாள் அந்தப் பணத்தைச் செலுத்தி அந்தச் சிறுவனை மீட்டெடுத்தார். பிறகு, ஒரு மாட்டுவண்டியில் அந்தச் சிறுவனை உட்காரவைத்து தேசிகர் வீட்டு வழியே அழைத்துச்சென்றார். இதைப் பார்த்த மக்கள் அச்சப்பட்டனர். கிருஷ்ணம்மாள் போராட்டத்தை அடுத்த கட்டத்துக்கு நகர்த்தினார். கிராம மக்களின் அச்சத்தைப் போக்க, கிராமத்துப் பெண்களைத் திரட்டி பிரார்த்தனைக் கூட்டம் நடத்தினார் கிருஷ்ணம்மாள். பெண்களை ஒன்றுதிரட்டி எல்லோரும் கையில் விளக்கேந்தியிருக்க ‘ரகுபதி ராகவ ராஜாராம்’ பாடலைப் பாடிக்கெண்டே தேசிகர் வீட்டு வழியாகச் செல்வது என்று திட்டம். திட்டமிட்டபடி, தேசிகர் வீட்டு வழியாக எல்லாப் பெண்களும் விடியற்காலம் மூன்று மணிக்குப் பாடிக்கொண்டே நடந்துசென்றார்கள். யாரது என்று கோபத்தில் தேசிகர் கேட்டதற்கு, அவரது பண்ணையில் வேலைபார்க்கும் ஒருவர், வெளியிலிருந்து வந்தவர்கள் என்று சொல்லியிருக்கிறார். இந்தப் பிரார்த்தனை ஊர்வலம் பத்து நாட்கள் நடந்தது. உண்மை தெரிந்தபோதும் தேசிகரால் ஏதும் செய்ய முடியவில்லை. அவர் மூடிவைத்திருந்த பாதை பொதுவழியானது.

இதனால், வயலில் வேலைபார்க்க வெளியூர்களிலிருந்து ஆட்களை அழைத்துவந்தார் தேசிகர். இதைக் கேள்விப்பட்டு கிருஷ்ணம்மாள்-ஜெகந்நாதன் தலைமையில் எல்லோரும் தேசிகர் வயலில் இறங்கினார்கள். உண்மையான குத்தகைக்காரர்கள் யார் என்ற விவரத்தை வெளியிட வேண்டும் என்று ஜெகந்நாதன் கோரிக்கைவைத்தார். தேசிகருக்குச் சாதகமாக இருந்த காவல்துறை நுற்றுக்கணக்கான பெண்களைக் கைதுசெய்தது. கிருஷ்ணம்மாளும் கைதுசெய்யப்பட்டார். ஜெகந்நாதன் வெளியிலிருந்து போராட்டத்தைத் தொடர்ந்தார். பிறகு, அரசாங்கம் தலையிட்டது. 304 ஏக்கர் நிலங்கள் 304 குடும்பங்களுக்குப் பிரித்துக்கொடுக்கப்பட்டன. இத்தகைய போராட்டங்களின் விளைவாகத்தான் (இடதுசாரிகள் நடத்திய போராட்டங்களும் இதில் பங்காற்றியுள்ளன) 1971-ம் ஆண்டு பிரிக்கப்படாத தஞ்சாவூர் மாவட்டத்தில் எங்கெல்லாம் விவசாயிகளின் குடிசைகள் உள்ளதோ அந்த இடமெல்லாம் அவர்களுக்கே சொந்தம் என்று கலைஞர் கருணாநிதி அரசாணை பிறப்பித்தார். இங்கு சுவாரஸ்யமான செய்தி என்னவென்றால் இதே தேசிகரின் தம்பி

தனது வீட்டையே தானமாகக் கொடுத்தார். அந்த வீட்டில்தான் பெண் குழந்தைகளுக்கான இலவச விடுதி செயல்பட்டுவருகிறது.

லாப்டி

1981-ம் ஆண்டு லாப்டி (LAFTI: Land for Tillers Freedom) என்ற அமைப்பு கிருஷ்ணம்மாள்-ஜெகந்நாதன் தம்பதியால் தொடங்கப்பட்டது. பூமிதான இயக்கமும் கிராமதானமும் முன்வைத்த அடிப்படையிலிருந்து லாப்டி வேறுபட்டதாக இருந்தது. வலிவலத்தில் இதற்கான அடிப்படை போடப்பட்டது என்று சொல்லலாம். இஸ்லாமிய அறக்கட்டளை ஒன்றிடம் இருந்த 82 ஏக்கர் நிலத்தைக் குத்தகை எடுத்தவரிடம் கூலிகளாக இருந்தவர்களுக்குப் பிரித்துக்கொடுப்பது என்பதிலிருந்து தொடங்கியது. அதாவது, நில உரிமையாளரிடம் நிலத்தை விலைகொடுத்து வாங்கி நிலமில்லாக் கூலிகளுக்குப் பிரித்துக்கொடுப்பது. நிலம் பெறும் கூலி விவசாயிகள் மூன்றில் ஒரு பங்கைக் கொடுக்க வேண்டும். மற்றொரு மூன்றில் ஒரு பங்கு இத்தாலியில் உள்ள ஒருவரிடமிருந்து பெறப்பட்டது. மிச்சப் பணம் வங்கிகள் ஊடாகத் திரட்டப்பட்டது. (இதுபோன்ற நில விநியோகத்துக்குப் பத்திரப்பதிவுக் கட்டணம் வேண்டாம் என்று கலைஞர் உத்தரவு பிறப்பித்தார்.) 1982 முதல் 1986 வரை, 500 ஏக்கர் நிலங்கள் பிரித்துக்கொடுக்கப்பட்டன. 1987-ல் 19 கிராமங்களில் உள்ள 1,112 விவசாயக் குடும்பங்களுக்கு 1,112 ஏக்கர் நிலங்கள் விநியோகிக்கப்பட்டன. பிறகு, தேசிய தாழ்த்தப்பட்டோர் நலக் கழகத்தின் (National Scheduled Caste Development Corporation) உதவியுடன் (நில விலையில் 50%) ஆயிரம் குடும்பங்களுக்கு ஒரு ஏக்கர் வீதம் நிலம் விநியோகிக்கப்பட்டது.

இவ்வாறு ஒரு ஏக்கர் நிலம் பெற்ற அம்சவல்லி நாகராஜன் சொல்வது மிக முக்கியமானதாகிறது:

> 'நான் ஒரு குடிசையில் இருந்தேன். இங்கு எனக்கென்று ஒரு வீடும் ஒரு ஏக்கர் நிலமும் உள்ளது என்பது எனக்குப் பெருமையாகவும், என் சுயமரியாதைக்கு எடுத்துக்காட்டாகவும் உள்ளது. 20 வருடங்களுக்கு முன்பு என் கணவருடன் ஓர் ஓலைக்குடிசையில் இருந்தேன். எல்லா விவசாயக் கூலிகளைப் போலவே தினமும் ஐந்து ரூபாய்க்குக் காலையிலிருந்து பொழுது சாயும்வரை வேலைபார்ப்பேன். களைத்து வீடு திரும்பினால் உண்ணச் சரியான உணவு கிடையாது. தூங்குவதற்கு நல்ல இடம் இல்லாமல் பெரும் துன்பம். மழைக்காலங்களில் ஓலைக்குடிசை ஒழுகும்போது மிகவும் கஷ்டம். அந்தக் குடிசைக்குப் புது ஓலை வாங்கக்கூட என்னிடம் பணம் கிடையாது. எதற்குத்தான் இந்த வாழ்க்கை வாழ வேண்டும் என்று பல நாட்கள் அழுதிருக்கிறேன். கண்ணீர் மட்டும்தான் மிச்சம். ஒரு விடிவு வராதா என்று காத்திருந்தேன்.

> *அது கிருஷ்ணம்மா அக்கா வடிவில் வந்தது. என்னையும் என் கணவரையும் அழைத்து, ஒரு ஏக்கர் நிலமும் எங்களுக்கென ஒரு வீடும் கட்டித்தருவதாகச் சொன்னவுடன் என்னால் நம்ப முடியவில்லை. வீட்டுக்கும் வயல் நிலத்துக்கும் என்னிடம் காசு இல்லை என்றேன். நான் பாதிப் பணம் செலுத்தினால் போதும், மீதியை அரசாங்கத்தில் கழிவாகப் பதிவுசெய்துவிடுவார்கள் என்றார். வீட்டுக்கு மட்டும் ரூபாய் 20,000 கட்ட வேண்டும். அதற்குப் பத்து வருடம் சிறிய அளவில் தொகை செலுத்தினால் போதும் என்றார். எங்கள் உழைப்பில் எங்களுக்கெனச் சொந்தமாக ஒரு வீடு என்பது எங்களுக்கு அளவில்லா மகிழ்ச்சியைக் கொடுத்தது. என்னைப் போல பல பெண்களை அக்கா ஒருங்கிணைத்தார். நாங்கள் ஒவ்வொருவரும் கூலி வேலைக்கு முழுக்குப்போட்டுவிட்டு எங்களின் வீடுகளைக் கட்டுவதில் அக்கறைசெலுத்தினோம். கல் அறுப்பது தொடங்கி சித்தாள் வேலை என எல்லா வேலைகளையும் கற்றுக்கொண்டோம். ஒருவருக்கொருவர் உதவிக்கொண்டோம். இந்த வீடுகள் கட்டும்போது எங்கள் கிராமத்தில் எல்லாக் குடும்பங்களும் ஒரே குழுவாக மாறினோம். வீடு கட்டி வர்ணம் பூசிய நாள் இன்றும் என் கண்களில் நீங்கா நினைவாக உள்ளது. அவர் சொன்ன பாதையில் நடந்தேன். அவர்கள் உதவியால் நான் பாடுபட்டுப் பணம் செலுத்தி ஒரு ஏக்கர் நிலத்துக்குச் சொந்தக்காரியாக இருக்கிறேன். என் இரண்டு பெண் குழந்தைகளும் ஒரு பையனும் அக்காவின் உதவியுடன் அவர்களின் இலவச விடுதியில் படித்தனர். இப்போது திருமணம் முடிந்தது. மகனும் படித்துவிட்டு துபாயில் வேலைக்குச் சென்றுவிட்டான். எப்போதும்போல் நானும் என் கணவரும் தூக்குச்சட்டியுடன் எங்கள் கழனிக்குச் செல்கிறோம். நிம்மதியான வாழ்க்கை வாழ்கிறோம்.’*

அம்சவல்லி நாகராஜனின் குரலானது கிருஷ்ணம்மாள்-ஜெகந்நாதன் தம்பதி முன்வைத்த சட்டகத்தின் வெற்றிக்கான சாட்சியாக விளங்குகிறது. இருந்தாலும், இங்கு இரண்டு கேள்விகளை நாம் கேட்டுக்கொள்ள வேண்டியுள்ளது. பணம் கொடுத்து நிலம் வாங்கி விநியோகிப்பது எவ்வாறு அரசியல் நடவடிக்கையாகும்? ஏன் நிலவுடைமையாளர்கள் தங்களுடைய நிலங்களை விற்க முன்வந்தார்கள்? இரண்டாவது கேள்விக்குப் பதில் சொல்வது சற்றே சுலபமானது. நகரத்துக்குக் குடிபெயர்ந்துவிட்ட நிலவுடைமையாளர்கள்தான் நிலத்தை விற்பதற்கு முன்வந்தார்கள். மரபான நிலச்சுவான்தார்கள் நவீனச் சமூகத்தின் கட்டுமானத்துக்குள் தங்களைப் பொருத்திக்கொள்ள எத்தனித்தார்கள். இதனால், நகரங்களை நோக்கிக் குடிபெயர்ந்தார்கள். இது தலித் மற்றும் பிற ஒடுக்கப்பட்ட சாதிகளுக்கு மிகக் குறுகிய தளத்திலேனும் சாதகமான சூழ்நிலையை ஏற்படுத்தியது என்று சொல்லலாம். ஆனால், முதல் கேள்விக்கு நாம் பதில் சொல்வது அவ்வளவு சுலபம் அல்ல. இந்தக் கேள்வி சர்வோதய இயக்கத்துக்குள்ளும் எழுந்தது. இந்தக் கேள்வியைக் கோட்பாட்டுரீதியாகவோ அரசியல்ரீதியாகவோ மட்டுமே அணுக முடியாது. ரத்தமும் சதையுமான

மக்களின் வாழ்வாதாரம் இதில் அடங்கியுள்ளது. மேலும், பெருமளவு இழப்புகள் ஏதுமில்லாமல் ஒடுக்கப்பட்ட மக்கள் வாழ்க்கையில் சிறிய அளவில் சுயசார்பு சாத்தியப்படும்போது நாம் நம் இரண்டு கைகளாலும் அதை அணைத்துக்கொள்ளத்தான் வேண்டும்.

கிருஷ்ணம்மாள்-ஜெகந்நாதன் செயல்பாடுகளில் அடுத்த கட்ட நகர்வை நாம் பார்க்க வேண்டியுள்ளது. திருவாரூரை அடுத்து புதுப்பத்தூர் என்ற சிற்றூரில் உள்ள பிள்ளையாருக்கு 75 ஏக்கர் நிலம் இருந்தது. இந்த நிலங்களை மீட்டெடுத்து உழைப்பவர்களுக்குக் கொடுப்பதற்கு கிருஷ்ணம்மாள் கடுமையாகப் போராட வேண்டியிருந்தது. ஆனால், நிலம் கிடைத்துப் பத்தாண்டுகளுக்குப் பின் ரியல் எஸ்டேட்காரர்கள் நிலத்தைக் கேட்டபோது, நிலத்தைப் பெற்றவர்கள் அதை விற்கச் சம்மதித்தார்கள். கிருஷ்ணம்மாள் இதற்கு எதிராகவும் நீதிமன்றம் சென்று போராட வேண்டியிருந்தது. இந்த அனுபவத்தின் அடிப்படையில் நிலத்தைப் பெண்கள் பெயரில் பதிவுசெய்வது என்று முடிவெடுத்தார். ஆக, கீழ்வெண்மணித் துயரத்துக்குப் பிறகு நிலத்தை தலித்துகளோடு இணைத்துப்பார்த்தார் என்றால், புதுப்பத்தூர் அனுபவத்துக்குப் பிறகு நிலத்தை தலித் பெண்களோடு இணைத்துப்பார்க்கத் தொடங்கினார். இன்று லாப்டி வழியாக வழங்கப்படும் நிலங்களெல்லாம் பெண்கள் பெயரில்தான் பதிவுசெய்யப்படுகின்றன என்பது மிக முக்கியமானது.

இறால் பண்ணை போராட்டம்

இறால் பண்ணைகளுக்கு எதிரான போராட்டம் அவ்வளவு சுலபமானதல்ல. முதலீட்டியத்தின் தர்க்கத்துக்குள் இயங்கும் எதையும், அது எவ்வளவு மக்கள் விரோதமானதாக இருந்தாலும் எதிர்த்துநிற்பது சாத்தியமற்றதாகத்தான் இருக்கிறது. இறால் பண்ணை ஏற்றுமதி வருவாயைச் சார்ந்தது என்னும்போது அதை எதிர்ப்பது மேலும் கடினம். தமிழகத்தில் இறால் பண்ணைகளுக்கு எதிராகப் பல இடதுசாரி அமைப்புகளும் போராடியிருக்கின்றன. கிருஷ்ணம்மாள்-ஜெகந்நாதன் மக்களைத் திரட்டிப் போராடினார்கள்.

இறால் பண்ணை முதலாளிகள் அரசாங்கத்தின் உதவியோடு இவர்களை எதிர்த்துநின்றார்கள். போலீஸ் தடியடி, கைது என்று அரசின் வன்முறை தலைவிரித்தாடியது. கிருஷ்ணம்மாள் தம்பதி உண்ணாவிரதம் இருந்தார்கள். பல நூறு பெண்களோடு கிருஷ்ணம்மாளும் கைதுசெய்யப்பட்டார். டெல்லி உச்ச நீதிமன்றத்தில் பொதுநல வழக்கு தொடுத்தார்கள். விவசாய நிலமும் கடலும் மக்களிடமிருந்து பறிக்கப்படும் என்று வாதிட்டார்கள். உச்ச நீதிமன்றம் நீரி (NEERI: National Environment Engineering Research Institute) என்ற அமைப்பை ஆராயும்படி பணித்தது. ஜெகந்நாதன் டெல்லியில் உண்ணாவிரதம் இருந்தார். உடல்நிலை பாதிக்கப்பட்டது. சிகிச்சை எடுத்துக்கொள்ள சென்னை திரும்ப வேண்டியிருந்தது. நாம் இங்கு ஒரு கேள்வியைக் கேட்டுக்கொள்ள வேண்டியுள்ளது: நவீன அரசை எதிர்ப்பதற்கு உண்ணாவிரதம்

ஒரு போரட்ட முறையாக இருக்க முடியுமா? இந்தக் கேள்வியை நாம் மிக ஆழமாக எதிர்கொள்ள வேண்டியுள்ளது. காந்தி எந்தச் சமயத்திலும் காலனிய அரசை எதிர்ப்பதற்கு உண்ணாவிரதப் போராட்ட முறையை முன்வைத்தது கிடையாது. உண்ணாவிரதப் போராட்டம் என்பது தனிநபர்களின், மக்களின் மனசாட்சியை உலுக்குவதற்கான போராட்டமாகத்தான் இருக்க முடியும். காந்தியும் அவ்வாறுதான் பயன்படுத்தினார். அவருடைய எல்லா உண்ணாவிரதப் போராட்டங்களும் தனிமனிதத் தார்மீகத்துக்கு, மக்களின் மனசாட்சிக்கு, பிராயச்சித்தத்துக்கு என்றுதான் இருந்தன. அரசை எதிர்க்க அவர் ஒத்துழையாமைப் போராட்டத்தைத்தான் முன்னெடுத்தார். காந்திய நிறுவனத்தின் அடிப்படையை நாம் தவறவிட்டுவிட்டோம் என்றுதான் தோன்றுகிறது. காந்தி ஒரு போராளியாக இருந்ததை நாம் மறந்துவிட்டோமா என்று கேட்டுக்கொள்ள வேண்டியுள்ளது. நம் காலத்தில் அரசுக்கு எதிராக நடந்த எத்தகைய சுயவதைப் போராட்டங்களும் வெற்றிபெறவில்லை என்பதை நாம் இத்தோடு இணைத்துப்பார்க்க வேண்டியுள்ளது.[4]

இறால் பண்ணையின் கதைக்கு வருவோம். இறால் பண்ணைகளால் சுற்றுப்புறத்துக்குப் பெரும் ஆபத்து என்று நீரி அமைப்பு அறிக்கை கொடுத்தது. அதாவது, கடற்கரையிலிருந்து 500 அடிக்குள் இறால் பண்ணைகளை அனுமதித்தால் கடலை மட்டுமல்லாமல் கரையை ஒட்டியுள்ள எல்லாப் பகுதிகளும் பாதிக்கப்படும் என்று அறிக்கை கொடுத்தது. இந்த அறிக்கையை ஒட்டி, கடல் மட்டத்தில் எந்த இறால் பண்ணைகளும் இருக்கக் கூடாது என்று உச்ச நீதிமன்றம் உத்தரவு பிறப்பித்தது. ஆனாலும், இன்றுவரை இறால் பண்ணைகள் அரசின் ஆதரவுடன் இயங்கத்தான் செய்கின்றன.

டெல்லியில் உண்ணாவிரதம் இருந்ததால் உடல்நலம் பாதிக்கப்பட்ட ஜெகந்நாதன் அதிலிருந்து முழுமையாகக் குணமடையாமலேயே, 2012 பிப்ரவரியில் இயற்கை எய்தினார். கிருஷ்ணம்மாள் தன்னுடைய லட்சியப் பயணத்தைத் தொடர்ந்துகொண்டிருக்கிறார்.

கிராம மூதாட்டியின் மொழி

நான் கிருஷ்ணம்மாளைச் சந்தித்தபோது (2015) அவர் 90 வயதைத் தொட்டிருந்தார். சொல்வதற்கு வெட்கமாகத்தான் இருக்கிறது; ஐம்பது வயதைத் தொடங்கியிருக்கும் என்னைவிட அம்மா உற்சாகமாக இருந்தார். காலையில் சில கிராமங்களுக்குப் போக வேண்டும் என்று திட்டமிட்டார். எங்களையும் உடன் அழைத்துச்செல்வதாகத் திட்டம். நான் விழிப்பதற்கு முன்னதாகவே அவர் எழுந்து நடைப்பயிற்சி முடித்துக் கிளம்புவதற்குத் தயாராக இருந்தார்.

4 மேலும் விரிவான வாசிப்புக்கு இந்தத் தொகுப்பில் உள்ள 'காந்தியின் உடலரசியல்' கட்டுரையைப் பார்க்கவும்.

இங்கு கிராமத்து மக்களோடு அவர் உரையாடிய விதத்தைப் பகிர்ந்துகொள்வது சுவாரஸ்யமாக இருக்கும்.

நாங்கள் காரில் சென்றோம். ஊருக்கு ஒட்டினாற்போல் உள்ள ஒற்றையடி சிமெண்ட் சாலையில் மூன்று பிளாஸ்டிக் நாற்காலிகள் போடப்பட்டிருந்தன. லாப்டி ஆட்கள் கிருஷ்ணம்மாள் வருகிறார் என்பதை முன்னரே கிராமத்து மக்களிடம் சொல்லியிருக்க வேண்டும். பிளாஸ்டிக் நாற்காலிக்கு அருகில் கார் நின்றது. நாங்கள் எல்லோரும் இறங்கிக்கொண்டோம். கிருஷ்ணம்மாள் இறங்க மறுத்தார். அந்தக் கிராமத்து பெண்மணியை அழைத்தார். காருக்குள் இருந்தபடியே, "ஏண்டி நான் ஊருக்குள்ள வரக் கூடாதா? இப்படித்தான் என்னைய ஊருக்கு வெளியே வச்சிப் பேசுவீங்களா? உங்க வீட்டுக்கு வரவங்களை வீட்டுக்கு வெளியே வச்சித்தான் பேசுவீங்களா?" என்று கோபமாகக் கேட்டார். இந்தக் கோபத்தில் எரிச்சல் ஏதுமில்லை. உரிமை கொண்டாடும் தொனிதான் இருந்தது. உடனடியாக அங்கிருந்த ஆண்கள் பிளாஸ்டிக் நாற்காலியை ஊருக்குள் கொண்டுசென்றார்கள். கிருஷ்ணம்மாள் காரை விட்டு இறங்கி ஊருக்குள் நடக்கத் தொடங்கினார். நாங்கள் மற்ற கிராம மக்களோடு பின்தொடர்ந்தோம். ஊருக்குள் நுழைந்த கிருஷ்ணம்மாள் அங்கு போடப்பட்டிருந்த ஒரே பிளாஸ்டிக் நாற்காலியில் அமர்ந்துகொண்டார். சுற்றிலும் குடிசை வீடுகள். (மிக நேர்த்தியாகக் கட்டப்பட்டிருந்தன. இது இந்த மக்களின் தொழில் திறமைக்குச் சான்றாக விளங்கின. ஆனால், மதிப்பிழந்துபோன திறமை.) பெண்களும் குழந்தைகளும் அவருக்கு முன்னால் அமர்ந்தனர். வீட்டிலிருந்து வெளிவராத பெண்களைச் சிலர் பெயர் சொல்லி அழைத்தார்கள். அவர்கள் செய்துகொண்டிருந்த வேலைகளை அப்படியே போட்டுவிட்டு ஓடிவந்தார்கள். ஆண்கள் கைகளைக் கட்டியபடி பின்னால் நின்றுகொண்டிருந்தார்கள். கிருஷ்ணம்மாள் பேசத் தொடங்கினார்:

> *இங்க இருக்கிற ஆம்பளைங்கயெல்லாம் வெறுமனே கையக் கட்டிக்கிட்டு நில்லுங்க. சாயந்திரம் நாலு மணியாச்சுனா குடிக்கப்போங்க. வேற என்ன நீங்க செய்யப்போறீங்க? ஏன்டி நீங்கெல்லாம் உங்களுக்கு வேண்டியத எப்பத்தான்டி கேட்கப்போறீங்க? நிலம் கிடைச்சுது, அதுக்குப் பட்டா வேணாமா? இந்தக் கிழவியை வந்து பார்த்து, நிலத்தை எங்க பேருக்கு மாத்தினா போதுமா, எப்ப பட்டா கொடுக்கப்போறேன்னு கேட்க வேணாமா? எப்ப வீடு கட்டித்தரப்போறேன்னு கேட்க வேணாமா? எல்லாத்தையும் இந்தக் கிழவிதான் செய்யணுமா? பார்க்க வேண்டிய அதிகாரியைப் பார்த்து அவங்க என்ன சொல்லறாங்கன்னு என்கிட்ட சொல்ல வேணாமா? ஒருத்தியாவது என்னையப் பார்க்கவந்தீங்களா?*

கூடியிருந்த பெண்கள் சில நொடிகள் மௌனமாக இருந்துவிட்டுப் பின் கிருஷ்ணம்மாளுக்குப் பதில் சொன்னார்கள். பெரும்பாலும் பெண்கள்தான் பேச்சில் கலந்துகொண்டார்கள். ஓரிரு முறை மட்டும் ஆண்களில் சிலர் பேசினார்கள். பிறகு, அங்கிருந்து கிளம்பினோம். இது ஒரு எடுத்துக்காட்டுதான்.

மக்களோடு கிருஷ்ணம்மாள் உரையாடிய மொழி ஒரு குடும்ப உறுப்பினரிடம் உரையாடுவதுபோல் இருந்தது. மக்களோடு இத்தகைய மொழியில் உரையாடல் நடத்தப்பட்டு நான் இதற்கு முன் கேட்டதில்லை. கிருஷ்ணம்மாளோடு கிராம மக்களைச் சந்திக்கப் புறப்படுவதற்கு முன் விடியற்காலையில் நாங்கள் தங்கியிருந்த லாப்டி அலுவலகத்துக்கு ஒரு தெரு தள்ளியுள்ள டீக்கடை உரிமையாளரிடம் டீ குடிக்கும்போது பேச்சுகொடுத்தேன். முந்தைய மாலை ஒரு லாரி முழுக்கப் பெண்கள் வந்திருந்தார்கள். அவர்களோடு கிருஷ்ணம்மாள் நீண்ட நேரம் பேசிக்கொண்டிருந்தார். அந்தப் பெண்கள் எதற்காக வந்திருந்தார்கள் என்று அந்த டீக்கடைக்காரரிடம் கேட்டேன். அவர் இவ்வாறு விளக்கினார்:

> *இந்தப் பெண்கள் விவசாயம் செய்ய வட்டியில்லாப் பணத்தைக் கடனாகப் பெற்றிருக்கிறார்கள். அதைத் திருப்பித்தரவில்லை. இரண்டு நாட்களுக்கு முன்பு கிருஷ்ணம்மாள் பணத்தைத் திரும்பிச் செலுத்தாதவர்கள் நிலங்களிலெல்லாம் வெள்ளைக் கொடியை நட்டுத் திரும்பிவிட்டார். இதற்கு அர்த்தம், பணத்தைத் திரும்பச் செலுத்தாமல் யாரும் நிலத்தில் இறங்கக் கூடாது. அதைச் சரிசெய்யத்தான் பெண்கள் வந்திருந்தார்கள்.*

கிருஷ்ணம்மாள் கிராமத்துப் பெண்களின் தார்மீகத்தின் ஒரு பகுதியாக இருப்பதை மிகத் தெளிவாக உணர்ந்துகொள்ள முடிந்தது. இந்தத் தார்மீகம் ஏற்படுத்தும் உறவு மிக பலமானது. இதைச் சாத்தியப்படுத்துவது அவ்வளவு சுலபமானதல்ல. மற்றொருவர் இவ்விடத்தை எடுப்பதும் அவ்வளவு எளிமையானதல்ல. கிருஷ்ணம்மாளின் சாதனை இதுதான். அதாவது, கிராமத்து மக்களின் பிரச்சினையை ஒரு குடும்பப் பிரச்சினையாகப் பார்ப்பது. இது அரசும் குடிமைச் சமூகமும் மக்கள் பிரச்சினையைப் பார்ப்பதிலிருந்து முற்றிலும் வேறானது. இதனாலயே, நாம் கிருஷ்ணம்மாள் போன்றோரின் அர்ப்பணிப்பை ஜனநாயக விரிவாக்கத்தின் பகுதியாகப் பார்க்க வேண்டியுள்ளது.

தொகுத்துக்கொள்ளும் விதமாக

இங்கு நாம் மற்றொரு முக்கியமான கேள்வியைக் கேட்டுக்கொள்ள வேண்டியுள்ளது. வினோபா பாவேவின் பூமிதான இயக்கத்திலிருந்து கிருஷ்ணம்மாள்-ஜெகந்நாதன் தம்பதியின் லாப்டி இயக்கம் எவ்விதத்தில் வேறானது? இந்தக் கேள்விக்கு விடைகாண முயலும் முன் நாம் வினோபா பாவேவின் பூமிதான இயக்கத்தின் போதாமைகளைத் தொகுத்துக்கொள்ள வேண்டியுள்ளது.

நிலச்சுவான்தார்களிடமிருந்து நிலத்தை மீட்டெடுப்பது என்பதில்தான் வினோபா பாவே குறியாக இருந்தார். இது அவருக்கு ஆன்மிகச் செயல்பாட்டின் ஒரு பகுதியாக இருந்தது என்று சொல்லலாம். மீட்டெடுத்த நிலங்களை உற்பத்தி

நிலங்களாக மாற்றுவதற்கு அவர் முக்கியத்துவம் கொடுக்கவில்லை. இதில் உள்ள ஆபத்தை ஜே.சி.குமரப்பா தொடக்கத்திலேயே உணர்ந்திருந்தார். வினோபா பாவேவிடம் இதைப் பகிர்ந்துகொண்டிருக்கிறார். வினோபா பாவேவின் அக்கறை அதிக எண்ணிக்கையில் நிலங்களைத் தானமாகப் பெறுவதில்தான் இருந்தது என்றால், குமரப்பாவின் அக்கறையோ பூமிதானமாகப் பெறப்பட்ட நிலங்களை எவ்வாறு உற்பத்தி நிலங்களாகத் மாற்றுவது என்பதாக இருந்தது. மேலும், நிலம்-கிராமம் என்பதை குமரப்பா ஒரு முழுமையான தொகுப்பாகப் பார்த்தார். நிலத்தைக் கிராமியப் பொருளாதாரக் கட்டமைப்பின் பகுதியாகப் பார்த்தார். இத்தகைய முழுமையான பார்வை வினோபா பாவேயிடம் கிடையாது. மேலும், நிலத்தைப் பொருளாதார அடிப்படையில் குமரப்பா பார்த்தார் என்றால், நிலச்சுவான்தார்களின் ஆன்மிகத்தோடு தொடர்புடைய ஒன்றாக வினோபா பாவே பார்த்தார்.[5]

இத்தகைய புரிதலைக் கொண்டு பார்த்தால் வினோபா பாவேவை எவ்வாறு காந்தியின் சீடர் என்று அழைக்க முடியும் என்று தெரியவில்லை. காந்தி எப்போதும் நிலையிடம் கொண்டவர். வினோபா பாவே அத்தகைய பண்பு கொண்டவர் இல்லை. எடுத்துக்காட்டாக, குமாரப்ப தயாரித்த 'Report on Rural Development work in Madurai District' என்ற அறிக்கையைச் சொல்லலாம். ராமசந்திர குஹா சொல்வது மிகப் பொருத்தமாக இருக்கிறது:

> வினோபா பாவே, நிலத்தின் தன்மை குறித்து விவாதிப்பதைவிட ஆதிசங்கரர் பற்றி விவாதிப்பதிலும், நீர் சேமிப்பு பற்றி விவாதிப்பதைவிட வேதாந்தம் பற்றி விவாதிப்பதிலும் அதிக சௌகரியமாக உணர்ந்தார். கிராமப் பொருளாதாரத்தைக் காப்பாற்ற வேண்டுமென்றால், மண்ணையும் நீரையும் காடுகளையும் மூலாதாரங்களை மறுசுழற்சி செய்வதையும் கைவினைத் தொழில்களையும் காப்பாற்ற வேண்டும் என்ற புரிதல் குமரப்பாவிடம் இருந்தது. மேலும், இத்தகைய புரிதலை அரசாங்கத் திட்டங்களாக இல்லாமல் கிராமச் சமூகம் நடைமுறைப்படுத்த வேண்டிய திட்டங்களாக குமரப்பா பார்த்தார். இவரிடம் கிராமம் என்பது ஒரு முழுமையான திட்டமாக இருந்தது. வினோபா பாவேவிடம் இத்தகைய திட்டங்கள் ஏதுமில்லை.

பூமிதான இயக்கத்தின் பெருத்த தோல்விக்குப் பிரதானக் காரணம் நிலம்-கிராமம் குறித்தும், நிலம்-கிராமம்-தலித்துகள் குறித்தும், நிலம்-கிராமம்-தலித் பெண்கள் குறித்தும் முழுமையான பார்வை இல்லாததுதான். மேலும், நிலம்-கிராமம் என்பதைச் சுற்றி கிராமப் பொருளாதாரத்தை மேம்படுத்துவதற்கும், அதைச் செழுமையாக்குவதற்கும் குமரப்பாவிடன் காணப்பட்ட முழுமையான

5 வினோபா பாவேவின் பூமிதான இயக்கத்தின் மீதான விமர்சனத்துக்குப் பார்க்கவும்: Ramachandra Guha, 'The Green Gandhian: J.C. Kumarappa' in *'An Anthropologist Among the Marxists'*, Permanent Black, 2006.

பார்வை பூமிதான இயக்கத்திடம் இல்லை. இதனால், பூமிதான இயக்கத்தின் மீதான இந்த விமர்சனம் நியாயமாகப் படுகிறது:

> மகாத்மா காந்தியின் சீடரான ஆச்சார்யா வினோபா பாவே, 1951 ஏப்ரல் 18-ம் தேதி, பூமிதான இயக்கம் என்பதைத் தொடங்கினார். இதன்படி, பெரும் பண்ணையார்கள், பணக்கார விவசாயிகளிடமிருந்து நிலங்களைத் தானமாகப் பெற்று, அவற்றை ஏழை, எளிய மக்களுக்குப் பகிர்ந்தளிப்பது என்ற கொள்கை வகுக்கப்பட்டது. இதன்படி, தமிழகத்தில் மட்டும் 85,744 ஏக்கர் நிலம் பெறப்பட்டு, அதில் 62,745 ஏக்கர் நிலம் ஏழை மக்களுக்கு வழங்கப்பட்டது. ஆனால், இந்த நிலங்கள் ஏழை மக்களால் சாகுபடி செய்யப்படாமல், நாளடைவில் அந்தந்தப் பணக்கார விவசாயிகளே நிலங்களைக் கையகப்படுத்திக்கொண்டனர். ஏப்ரல் 2006-ல் திண்டுக்கல் மாவட்டத்தில் நடத்திய ஆய்வில் பூமிதான இயக்கத்தில் பெறப்பட்ட 3,536 ஏக்கர் நிலத்தில் 1,579 ஏக்கர் நிலம் மட்டுமே ஏழை மக்களுக்குக் கொடுக்கப்பட்டுள்ளது. மீதமுள்ள 1,957 ஏக்கர் நிலம் விநியோகிக்கப்படவில்லை. (மார்க்சிஸ்ட் மாத இதழ்)

இத்தகைய பின்னணியில் கிருஷ்ணம்மாள்-ஜெகந்நாதன் தம்பதியின் செயல்பாட்டைத் தொகுத்துக்கொள்வோம். வினோபா பாவேயின் பூமிதான/கிராமதான இயக்கத்தில் இந்தத் தம்பதி முழு அர்ப்பணிப்போடு செயல்பட்டவர்கள் என்றாலும், வெண்மணியில் நடந்த துயரச் சம்பவத்துக்குப் பிறகு, இவர்களிடம் வெளிப்படும் ஒரு பண்பு பூமிதான இயக்கத்தில் இல்லாதது. அதாவது, நிலப் பங்கீட்டை தலித்துகளின் பார்வையிலிருந்து பார்ப்பது, அதுவும் தலித் பெண்களின் பார்வையிலிருந்து பார்ப்பது. இது, இந்தியக் கிராமங்களைக் காப்பாற்ற வேண்டுமென்றால் கிராமத்தில் உள்ள தலித்துகளைக் காப்பாற்ற வேண்டும் என்ற காந்தியப் புரிதலோடு ஒத்துப்போகிறது. கிருஷ்ணம்மாள்-ஜெகந்நாதன் தம்பதி நிலம்-கிராமம்-தலித் பெண்கள் என்பதை ஒரு தொகுப்பாகப் பார்த்தார்கள். இது மிக முக்கியமான பங்களிப்பு.

ஆனால், முதலீட்டியத்தின் அசுர வளர்ச்சியில் உண்மையில் கிராமங்களைக் காப்பாற்ற முடியுமா என்ற கேள்வி நம் முன்னே விடைகாண முடியாத ஒன்றாக நின்றுகொண்டிருக்கிறது. கிராமங்களிலிருந்து வெளியேறுவது தவிர்க்க முடியாத ஒரு நிலைப்பாடு என்பதை லாப்டி கொடுத்த ஒரு ஏக்கர் நிலத்தைப் பெற்ற ஒரு தலித் விவசாயியின் அனுபவத்தை இங்கு கொடுப்பது பொருத்தமாக இருக்கும். நாங்கள் இறால் பண்ணைகளைப் பார்க்க காரில் சென்றுகொண்டிருந்தோம். நான் பேச்சுகொடுத்தேன். அந்த உரையாடலின் ஒரு பகுதி:

> "ஐயா, உங்களுக்குச் சொந்தமா நிலம் இருக்குதா?"

“இருக்குங்க. அம்மா எங்க குடும்பத்துக்கு ஒரு ஏக்கர் நிலம் கொடுத்தாங்க.”

“அதுல விவசாயம் செய்ய முடியுதா? வருமானம் கிடைக்குதா?”

“செய்றமுங்க. வருமானமும் கிடைக்குது. ஒரு ஏக்கர் நிலம் கிடைச்சுது. நாங்க இப்ப நிலச்சுவான்தாருங்க. இப்ப எங்களுக்கு நாலு ஏக்கர் நிலம் இருக்குது.”

“உங்களப் போல நிறைய பேருக்கு இப்படி நடத்துருக்கா?”

“நிறைய பேர் ஒரு ஏக்கருக்கு மேலே நிலம் வச்சிருக்கோம்.”

“உங்கப் பசங்கலாம் என்ன பண்றாங்க?”

“படிக்குறாங்க. எங்கச் சமூகத்துலருந்து நிறைய பசங்க டாக்டர், என்ஜினியர்ன்னு படிக்குறாங்க. நிறைய பசங்க மெட்றாஸ்ல படிக்குறாங்க.”

“உங்களுக்கு வயசான பிறகு நிலத்த யார் பாத்துப்பாங்க?”

“நாங்க கூலிக்கு ஆள் வச்சிப்போமுங்க.”

சொன்னவரின் அனுவத்தை நாம் பொதுமைப்படுத்திவிட முடியாது என்றாலும், அதில் ஆழமான உண்மை ஒன்று பொதிந்துள்ளது. தொண்ணூறு வயதான மூதாட்டியிடம் இந்தப் பிரச்சினையை நாம் கொண்டுசெல்ல முடியாது. ஏனெனில், நம் முன் தீர்வறியாப் பிரச்சினையாக இது நிற்கிறது: நம்மால் கிராமங்களைக் காப்பாற்ற முடியுமா?

⊙

இயந்திரமயமான பிரபஞ்சம், இயற்கை, மனிதன்
எஸ்.என்.நாகராஜன் எழுத்துகளை முன்வைத்து

தொண்ணூறு வயதைத் தொடவிருக்கும் தோழர் எஸ்.என்.நாகராஜனுக்கு என்னுடைய மரியாதையைத் தெரிவித்துக்கொண்டு இந்தக் கட்டுரையைத் தொடங்குகிறேன். நான் இந்த இடத்தில் நின்று ஏதோ பேசியிருக்கிறேன் என்றால், அதற்கு வழிகாட்டியவர்களில் எஸ்.என்.நாகராஜனும் ஒருவர். எஸ்.என்.நாகராஜனை ஏற்பது, மறுப்பது எனக்கு முக்கியமானதாக இல்லை. ஆனால் ஏற்பு, மறுப்பு ஊடாகத்தான் நாம் பயணிக்க வேண்டியுள்ளது. இவரை மட்டுமல்ல; நம் சமூகத்தைப் பெருமளவு மாற்றியமைத்த காந்தி, பெரியார், அம்பேத்கர் போன்ற ஆசான்களையும் ஏற்பு, மறுப்பு ஊடாகத்தான் அர்த்தப்படுத்திக்கொள்ள வேண்டியுள்ளது. இவ்விரண்டு நிலைப்பாடுகளுக்கு இடையேயான யுத்தம் நம்முள் தொடர்ந்து நடந்துகொண்டிருக்கிறது. ஆனால், மிகச் சுலபமாக நம்முடைய ஆசான்களையெல்லாம் வெறுமனே பயன்பாட்டுத்தளத்தில் மட்டுமே பொருத்திப்பார்க்கிறோமோ என்று சந்தேகப்பட வேண்டியுள்ளது. நமது சிந்தனைகளை விரிவாக்கும் தளத்திலிருந்து இவர்களை நாம் அணுக மறுக்கிறோமா என்றும் கேட்டுக்கொள்ள வேண்டியுள்ளது. இதே போதாமை என்னுடைய வாசிப்பிலும் இருக்கலாம்.

தொடங்குவதற்கு முன் ஒரு விஷயத்தைக் கவனத்தில்கொள்வது மிகவும் அவசியம் என்று நினைக்கிறேன். எஸ்.என்.என். எழுத்துகளைப் படிக்கும் எவரொருவரும் ஒன்றைக் கவனிக்க முடியும். அவருடைய எழுத்துகள் நிதானமாக நடைபோடுபவை அல்ல. அவர் தீர்மானமாக ஒரு முடிவுக்குவரும் தடங்களை நம்மோடு பகிர்ந்துகொள்வதில்லை. ஒரே பாய்ச்சலாகத் தீர்மானங்களை நம் முன்வைக்கிறார். நம்மை இது மேலும் யோசிக்கவைக்கிறது. இவர் பயணித்துவந்த பாதைகளை அவர் வெளிப்படுத்தும் அக்கறைகளிலிருந்து நாம்தான் தெளிவுபடுத்திக்கொள்ள வேண்டியுள்ளது. இவ்வாறு தெளிவுபடுத்திக்கொள்ள முயலும் விதமாகத்தான் இந்தக் கட்டுரையை நான் அணுகுகிறேன். எஸ்.என்.என். நவீன அறிவியல் மற்றும் தொழில்நுட்பத்தை எவ்வாறு அணுகுகிறார் என்பதை இந்தக் கட்டுரையின் வாயிலாகப் புரிந்துகொள்ள முயல்கிறேன்.

தொடங்கும் விதமாக, இவ்வாறு பொதுமைப்படுத்திச் சொல்லலாம்: எஸ்.என்.என். அறிவியலையும் தொழில்நுட்பத்தையும் உழைக்கும் சமூகம் சார்ந்தும் முதலீட்டியம் சார்ந்தும் இரண்டாகப் பிரித்துக்கொள்கிறார். அடுத்த கட்டமாக, அறிவியலையும் தொழில்நுட்பத்தையும் மேற்கத்திய மார்க்சியச் சட்டகத்திலிருந்தும் கீழைத்தேய மார்க்சியச் சட்டகத்திலிருந்தும் அணுகுகிறார். இதன் நீட்சியாக, மேற்கத்தியச் சட்டகத்தில் அறிவியல் சிந்தனையின் அடிப்படைகளுக்கும் இயற்கைக்கும் உள்ள உறவு குறித்தும், கீழைத்தேய மரபில் இதே உறவு எவ்வாறு பார்க்கப்படுகிறது என்றும் முன்வைக்கிறார். மேலும், மேற்கத்திய மார்க்சியத்தின் சட்டகத்திலிருந்து அறிவியலையும் தொழில்நுட்பத்தையும் விமர்சனபூர்வமாக அணுகும் மரபு இல்லாததால்தான் கிறிஸ்தவ அறிவியல், இஸ்லாமிய அறிவியல், இந்து அறிவியல் போன்ற கருத்தாக்கங்கள் தோன்றுகின்றன என்று விமர்சிக்கிறார்.

முதலில், மேற்கத்திய அறிவியல் மீது எஸ்.என்.என். முன்வைக்கும் விமர்சனத்தை நாம் தொகுத்துக்கொள்வோம். ‘அறிவியல் என்ற சிந்தனைமுறையில் உள்ளார்ந்த பண்பு ஏதுமில்லை என்று எடுத்துக்கொள்ள முடியுமா?’ என்று கேட்கிறார். ‘வர்க்கங்களாகச் சமூகம் பிரிந்திருக்கும்போது, மனித விழுமியங்கள் வர்க்கம் சார்ந்திருக்கும்போது எவ்வாறு அறிவியல் மட்டும் உள்ளார்ந்த பண்பு ஏதுமற்றதாக இருக்க முடியும்?’ என்று கேட்கிறார். இது மிக முக்கியமான கேள்வி. ஆனால், இன்றுவரை நம் தமிழ்ப் பரப்பில் இந்தக் கேள்வியை நாம் தீவிர விசாரணைக்கு உட்படுத்தவில்லை. நம்முடைய புரிதலில் அறிவியல் சட்டகம் அதற்கென்று எத்தகைய உள்ளார்ந்த பண்புமற்றது என்றும், அது முதலீட்டியச் சமூகத்தில் முதலீட்டியப் பண்பையும் சோஷலிசச் சமூகத்தில் உழைக்கும் மக்களின் பண்பையும் பெறக்கூடியது என்றும் அர்த்தப்படுத்துகிறோம். ஆனால், இதை ஏற்றுக்கொள்ளாதவர்களிடம் அறிவியலின் கோர முகத்தை நினைவூட்டினால் அதாவது, ஹிரோஷிமா நாகசாகியை நினைவூட்டினாலோ, பாசிச விஷவாயுக் கூடங்களை நினைவூட்டினாலோ, போபால் விஷவாயு நடத்திய கோரதாண்டவத்தை நினைவூட்டினாலோ இவையெல்லாம் ஏகாதிபத்தியத்தின், முதலீட்டியத்தின் லீலைகள்தானே தவிர அறிவியலின்/தொழில்நுட்பத்தின் உள்ளார்ந்த பண்பால் விளைந்தவையல்ல என்று வாதிடுகிறார்கள். அணு அறிவியலின் ஆபத்தை முன்வைத்துப் பேசினால், அதாவது செர்னோபில் துயரத்தை முன்வைத்தால் சாதகமானது என்றும், பாதகமானது என்றும் அறிவியலைப் பிரித்துக்கொள்கிறார்கள். இப்படியாகப் பிரித்துக்கொள்வதன் ஊடாகத்தான், அணு சக்தி முதலீட்டியச் சமூகத்தில் முதலாளிகளுக்கும் சோஷலிசச் சமூகத்தில் மக்களுக்கும் சேவைசெய்யும் என்று அபத்தமாக முன்வைப்பது சாத்தியப்படுகிறது. மேலும், சிலர் அறிவியல் வேறு தொழில்நுட்பம் வேறு என்று பிரித்துப்பார்க்கிறார்கள். இத்தகையவர்கள் அறிவியல் உள்ளார்ந்த பண்பு ஏதுமற்றது என்றும், தொழில்நுட்பம் முதலீட்டியப் பண்பைக் கொண்டது என்றும் வாதிடுகிறார்கள். சுருக்கமாகச் சொல்வதென்றால், அறிவியலையும் தொழில்நுட்பத்தையும் பயன்பாடு சார்ந்தும், நடைமுறை சார்ந்தும் மட்டுமே

அணுகுகிறோம். எஸ்.என்.என். இந்தத் தளங்களைக் கடந்து நவீன அறிவியலின் கட்டமைப்பைத் தத்துவார்த்தரீதியாக விமர்சனத்துக்கு உள்ளாக்குகிறார்.

நவீன அறிவியலின் உள்ளார்ந்த பண்புதான் என்ன? அறிவியல் என்றால் என்னவென்று நாம் தோராயமாகவேனும் வரையறுத்துக்கொள்ளாமல் இந்தக் கேள்வியை அணுக முடியாது. மெய்யான உலகத்தை ஒருவிதமான 'இயற்கை'யாக அர்த்தப்படுத்திக்கொண்டு, அதன் அடிப்படையில் 'இயற்கை'யை ஒருவிதமாகப் படைக்கிறது என்று சொல்ல முடியும். இங்கு முக்கியமான விஷயம் என்னவென்றால், மெய்யான உலகத்தை மானுடர்கள் எப்படியாக அர்த்தப்படுத்துகிறார்கள் என்பது குறித்து மெய்யான உலகம் கொஞ்சமும் கவலைப்படுவதில்லை. அறிவியல் அறிவை மானுடர்களின் சாதனையாகப் பார்ப்போம் என்றால், மெய்யான உலகம் மானுடர்கள் படைக்கும் விதிகளுக்கு உட்பட்டு இயங்குவதில்லை. அதனால்தான், நவீன அறிவியலின் அறிவறிதல் சட்டகம் மானுடர்களின் பிரச்சினையாகிறது; மெய்யான உலகத்தின் பிரச்சினையல்ல. மானுடப் பிரச்சினையாக ஏற்றுக்கொள்வோம் என்றால், இயற்கையைப் பல்வேறு விதமாக அர்த்தப்படுத்துவதும் சாத்தியப்பட வேண்டும். நவீன அறிவியலுக்கு முந்தைய முன்வைப்புகள் இப்படியாகத்தான் இருந்தன. ஆனால் காலனியத்தின், ஏகாதிபத்தியத்தின் விளைவாக, இயற்கையை ஒருவிதமாக அர்த்தப்படுத்தும் நவீன அறிவியல் முறைமை உலகளாவியதன்மை கொண்டதாகிவிட்டது. இதுவே புறவயத்தன்மை கொண்டதாகவும், நவீனத்துக்கு முந்தைய சமூகங்கள் உருவாக்கிய மற்ற வரையறைகள் அகவயமான கதையாடல்களாகவும் முன்வைக்கப்பட்டன. சுருக்கமாக, நவீன அறிவியல் அதன் அறிவறிதலார்ந்த முன்வைப்புகளில் மானுட எழுவாயை அப்புறப்படுத்தியது என்று சொல்லலாம்.[1]

ஆர்த்தர் கோஸ்டலர் எழுத்துகளை நாம் படிப்போமேயானால் புறவயத்தன்மை கொண்டதாகக் கொண்டாடப்படும் மேற்கத்திய நவீன அறிவியலும் அகவயமான கதையாடல்தான் என்பதை உணர முடியும். அதாவது, மீவியற்பியலிலிருந்து அறிவியலைப் பிரித்து முற்றிலும் 'பகுத்தறிவு'க்கு உட்பட்டதாகக் கொண்டாடப்படும் நவீன அறிவியலைச் சற்றே கூர்ந்து அணுகினால் அது மீவியற்பியலார்ந்த சிந்தனைகளோடு எவ்வளவு நெருக்கமான உறவுகொண்டுள்ளது என்பதைத் தெரிந்துகொள்ளலாம் என்கிறார் கோஸ்ட்லர். ஆனால், கருவிகள் ஊடாக அகவயமான கதையாடல்களைப் புறவயத்தன்மை கொண்டதாக நிலைநிறுத்துகிறோம். அதாவது, அறிவியல் கருவிகள் அறிவியல் கருதுகோள்களை உறுதிப்படுத்தும் சாட்சிகளாகின்றன. இதில் உள்ள சிக்கல் என்னவென்றால், அறிவியல்போலவே அறிவியல் கருவிகளும் அவற்றுக்கென எத்தகைய உள்ளார்ந்த பண்புமற்று உண்மையைப் பிசிறுதட்டாமல் பிரபலிப்பதாக நாம் ஏற்றுக்கொள்கிறோம். அதன் மீவியற்பியலார்ந்த அனுமானங்களை நாம் விசாரணைக்கு எடுத்துக்கொள்வதில்லை. அறிவியல்

1 பார்க்கவும்: சுந்தர் சருக்கை, *'அறிவியல் என்றால் என்ன?: ஒரு தத்துவர்த்த வாசிப்பு'*, தமிழில்: சீனிவாச ராமாநுஜம், சீர்மை வெளியீடு, 2022.

கருவிகள் அறிவியலின் உள்ளார்ந்த பண்பைப் பிரதிபலிக்கக்கூடிய வகையில்தான் கட்டமைக்கப்படுகின்றன. கருவிகளுக்கென்று சுதந்திரமான இயக்கம் என்று ஏதும் கிடையாது. அதாவது, மனிதன் எத்தகைய சட்டகத்திலிருந்து இயற்கையை அணுகுகிறானோ அத்தகைய சட்டகத்துக்கு உட்பட்டுத்தான் கருவிகளும் கட்டமைக்கப்படுகின்றன. இப்படித்தான் கட்டமைக்கவும் முடியும். பௌத்தத் தத்துவ ஆசான் நாகார்ஜுனரின் புரிதலில் சொல்வதென்றால், இத்தகைய கருவிகளெல்லாம் மனிதனின் விகல்பங்களாகின்றன. எதுவொன்றுக்கும் சாராம்சமான பண்பு என்று ஏதும் கிடையாது என்ற நாகார்ஜுனரின் புரிதலில் அணுகினால், இயற்கையைச் சாராம்சப்படுத்தும் ஆபத்திலிருந்து நம்மை நாம் காப்பாற்றிக்கொள்ளலாம். மேற்கத்திய நவீன அறிவியல் இயற்கையை சாராம்சப்படுத்துகிறது. சாராம்சப்படுத்தும் இத்தகைய பண்பு மெய்யான உலகத்தை, மனிதனை இயந்திரமாக்குகிறது. இதன் நீட்சியாகத்தான் கலீலியோவிடம் வெளி இயந்திரமானது; தேர்கார்த்திடம் மனிதர்களைத் தவிர பிற உயிரினங்கள் அனைத்தும் இயந்திரமாயின; இறுதியாக, டார்வினிடம் இயற்கையின் பகுதியாக்கப்பட்டு மனிதன், குறிப்பாக இந்த உடல் இயந்திரமாக்கப்பட்டது. எல்லாமும், மானுட உடலிலிருந்து இந்தப் பிரபஞ்சம்வரை விதிகளுக்கு உட்பட்டு இயங்கும் இயந்திரமானது.

இதற்கு மாற்றாக எஸ்.என்.என். முன்வைக்கும் ஒரு கூற்றைப் பரிசீலனைக்கு எடுத்துக்கொள்வோம். மேற்கத்திய அறிவியல் மற்றும் தொழில்நுட்பத்தை நியாயமாக நிராகரிக்கும் எஸ்.என்.என்., அதற்கு மாற்றாக மக்கள் அறிவியல் மற்றும் தொழில்நுட்பம் என்ற கருத்தாக்கத்தை முன்வைக்கிறார். இதன் பண்புகளை அவர் தீவிரமாக எதிர்கொள்ளவில்லை என்றே தோன்றுகிறது. ஆனால், கோடிட்டுக்காட்டுகிறார். எடுத்துக்காட்டாக, மக்கள் அறிவியல் என்பதைப் பெண்மையத்தன்மை கொண்டதாக வரையறுக்கிறார். இதை ஏற்றுக்கொண்டாலும் விரித்துக்கொள்ள வேண்டியுள்ளது. நாம் இப்படிக் கேட்டுக்கொள்வோம்: ஒற்றைப்படியான மக்கள் அறிவியல் என்றும், தொழில்நுட்பம் என்றும் ஒன்று சாத்தியமா?

இந்தக் கேள்விக்கு விடையளிக்கும் முன் நாம் அறிவியல், தொழில்நுட்பம், பண்பாடு சார்ந்தும், நாகரிகம் சார்ந்தும்தான் இருக்க முடியும் என்ற அடிப்படையை ஏற்றுக்கொள்ள வேண்டும். அதாவது அறிவியல், தொழில்நுட்பத்தைப் பண்பாட்டின் பகுதியாகவும், நாகரிகத்தின் பகுதியாகவும், குறிப்பிட்ட உலகப்பார்வையின் பகுதியாகவும் பார்க்க வேண்டியுள்ளது. எடுத்துக்காட்டாகச் சொல்வதென்றால், சையித் ஹுசைன் நஸ்ர் இஸ்லாமிய அறிவியல் என்ற வரையறையை உருவாக்குகிறார். கடந்த ஐம்பது வருடங்களுக்கு மேலாக இது தொடர்பாக ஏராளமாக எழுதியுள்ளார். இஸ்லாமிய மறைஞானத்திலிருந்து இஸ்லாமிய அறிவியலைப் பிரிக்க முடியாது என்று சொல்கிறார். மேற்கத்திய நவீனத்தின் ஆக்கிரமிப்புக்கு முன்பாக மாபெரும் இஸ்லாமிய அறிவியலாளர்கள் எல்லோரும் இஸ்லாமிய மறைஞானத்துக்கு உட்பட்டுத்தான் இயங்கினார்கள் என்கிறார். இங்கு முக்கியமான பிரச்சினை ஒன்று எழுகிறது. நவீன மேற்கத்தியச் சட்டகத்தில் அறிவியலும் மதமும் எதிரெதிராக வைக்கப்படுகின்றன.

ஆனால், காலனியத்துக்கு முந்தைய இஸ்லாமியச் சமூகங்களில் மதமும் அறிவியலும் இணைந்திருந்தன என்கிறார் சையித் ஹுசைன் நஸ்ர். இந்த அறிவியலாளர்கள் எல்லோரும் இந்த உலகத்தைப் படைத்தவன் ஒருவன் இருக்கிறான் என்பதை ஏற்றிருந்தார்கள் என்கிறார் நஸ்ர். இதனால்தான், இஸ்லாமிய அறிவியலாளர்கள் இயற்கையை, மனிதனை, மற்ற ஜீவராசிகளை இயந்திரமாக்கவில்லை. ஆனால், இயந்திரமாக்கும் சிந்தனை முறையே உலகளாவியதாக ஏற்றுக்கொள்ளப்பட்டுள்ளது. மதமும் மீவியற்பியலும் அறிவியலும் தனித்தனிப் பெட்டிகளாகப் பிரிக்கப்பட்டன. மேற்கில் இதைச் சாத்தியப்படுத்திய காரணிகள் பிற பண்பாடுகளில் ஏன் நிகழவில்லை என்று கேட்டுக்கொள்வதற்குப் பதிலாக அதை மனிதச் சிந்தனையின் பரிணாம வளர்ச்சியில் மேலான நிலைப்பாடாக ஏற்றுக்கொண்டோம். இந்தப் பிரபஞ்சத்தில் மனிதனை மையமாக வைக்கும் பார்வை பிற சிந்தனை மரபுகளில் இருந்ததா என்று நாம் விசாரணை மேற்கொள்ளவில்லை. இதைத்தான் எஸ்.என்.நாகராஜனும் சையித் ஹுசைன் நஸ்ரும் அஷிஷ் நந்தியும் பிற அறிஞர்களும் கேட்கிறார்கள்.

அறிவியல் மற்றும் தொழில்நுட்பத்துக்குள் அறம் சார்ந்த பங்களிப்பை மதரீதியான சிந்தனைதான் செய்கிறது. இங்கு மதம் என்று சொல்லும்போது நிறுவனப்பட்ட மதத்தையோ, நவீன அரசோடு, அரசியலோடு இணைக்கப்படும் மதத்தையோ நான் குறிக்கவில்லை. இவை கேட்பாட்டுரீதியானவை; எதிர்க்கப்பட வேண்டியவை. நான் அன்றாட வாழ்வில் நம்மை வழிநடத்தும் நம்பிக்கை சார்ந்த மதத்தைத்தான் குறிக்கிறேன். இது எளிய மக்களின் பண்பாட்டோடு இணைந்தது. நஸ்ரும் இத்தகைய புரிதலில்தான் இஸ்லாமிய அறிவியலை அணுகுகிறார். அரேபிய தேசியவாதத்தோடு இணைந்த இஸ்லாமிய மதத்தை அவர் மறுக்கிறார். இங்கு நாம் ஒரு கேள்வியைக் கேட்டுக்கொள்வது நியாயமானதாகும்: இஸ்லாமிய அறிவியல் என்று ஒன்று சாத்தியப்படுமென்றால், இந்து அறிவியல் என்று ஒன்று சாத்தியப்படுமா? இன்று இந்தியாவில் வலதுசாரி சக்திகள் இந்துப் பெரும்பான்மை என்ற தளத்திலிருந்து அரசியல் நடத்திக்கொண்டிருக்கும்போது, அதுவும் இந்து சமூகத்தில் பல நூற்றாண்டுகளுக்கு முன்னரே பிளாஸ்டிக் சர்ஜரி, டெஸ்ட் டியூப் பேபி போன்ற அறிவியல் கண்டுபிடிப்புகள் இருந்தன என்று பிற்போக்குத்தனமாக மார்தட்டிக்கொள்ளும்போது, இது ஆபத்தான நிலைப்பாடு இல்லையா? இதை, நாம் இந்து மதம் என்ற தொகுப்பை எவ்வாறு அர்த்தப்படுத்திக் கொள்ளப்போகிறோம் என்பதைப் பொறுத்துதான் விளங்கிக்கொள்ள முடியும்.

முதலில், இந்து மதம் என்பது மறைஞான மதமல்ல. இந்தியாவில் தோன்றிய எந்த மதமும் மறைஞான மதமல்ல. இந்த மதங்களில் விமர்சனத்துக்கு அப்பாற்பட்ட கடவுள் என்றோ, இவ்வுலகைப் படைத்தவன் ஒருவன் இருக்கிறான் என்றோ கருத்தாக்கங்கள் ஏதுமில்லை. மேலும், ஒன்றோடொன்று முரண்படும் பல்வேறு மார்க்கங்களை ஒரு குடையின் கீழ் கொண்டுவருவதற்கான ஒரு முயற்சியாகவே இந்து மதத்தை அர்த்தப்படுத்திக்கொள்கிறேன். ஏ.கே.ராமானுஜன் சொல்வதுபோல் முன்னூறு ராமாயணங்கள்

சாத்தியப்பட்டுள்ளன என்றால், முன்னூறு விதமான பார்வைகள் சாத்தியப்பட்டுள்ளன என்றே எடுத்துக்கொள்ள வேண்டும். முன்னூறு ராமாயணங்களும் மொழியாக்கங்கள் அல்ல. அவை தனித்த படைப்புகளாகின்றன. ஒன்றோடொன்று நுட்பமாக முரண்படுகின்றன. இவ்வாறு மோதிக்கொண்ட, முரண்பட்ட மொத்த அனுபவத்தைத்தான் நான் இந்து மதம் என்று அர்த்தப்படுத்திக்கொள்கிறேன். எடுத்துக்காட்டாக, பார்ப்பனச் சமூகம் கொண்டாடும் ராமாயணத்தில் ராவணன் அரக்கர் என்றால், நாடார் சமூகம் கொண்டாடும் ராமாயணத்தில் ராவணன் காவிய நாயகன். எதிர்ப்புகளின், வேறுபாடுகளின் மொத்த தொகுப்புதான் இந்து மதம். இந்த எதிர்ப்புகளை, வேறுபாடுகளை நிராகரித்து நாம் ஒற்றைத்தன்மையிலான இந்து மதம் என்று ஒன்றைக் கண்டடைய முடியாது. இத்தகைய அர்த்தத்திலான பார்ப்பனியம் (பார்ப்பனர்கள், பார்பனரல்லாதவர்கள் உட்பட), பௌத்தம், சமணம் இவற்றின் தொகுப்பே இந்திய அறிவியலுக்கான அடிப்படையாக முடியும். மெய்யான உலகை அணுகும் முறையை அறிவியல் முன்வைப்பதாகக் கோருவோம் என்றால், பௌத்தமும் சமணமும் பிற தத்துவார்த்தப் பள்ளிகளும் மெய்யான உலகை அணுகுவது குறித்துதான் சிந்திக்கின்றன என்று நாம் ஏற்றுக்கொள்ளத்தான் வேண்டும். அறிவியலைப் பல விதமாக அர்த்தப்படுத்தும் உள்ளடக்கத்தை இவை கொண்டிருக்கின்றன என்றும் நாம் ஏற்றுக்கொள்ளத்தான் வேண்டும். எடுத்துக்காட்டாக, நியாயா மரபு நவீன அறிவியலுக்கு மிக நெருக்கமாக இருக்கிறது என்கிறார்கள் பல தத்துவவியலாளர்கள். பௌத்தம் அதன் அறிவறிதல் சட்டகத்தில் மெய்யான உருப்படிகளுக்கு இடையேயான உறவே மெய்யான உருப்படியின் பண்பைத் தீர்மானிப்பதாக முன்வைக்கிறார்கள். இதையெல்லாம் அறிவியலார்ந்த பார்வையாக நாம் ஏன் ஏற்றுக்கொள்ள மறுக்கிறோம்? இந்திய தேசிய அரசுக்கு சேவைபுரியும் ஒன்றைத்தன்மையிலான இந்து மதமானது இந்திய அறிவியல் என்று ஒன்றை சாத்தியப்படுத்துவதில்லை. இங்கு இந்திய அறிவியல் என்று சொல்லும்போது இந்தியா என்பதைப் புவிசார் தொகுப்பாக மட்டுமே பார்க்கிறேன். இத்தகைய வரையறைக்குள் பண்பாட்டு முரண்கள் உண்டு. இந்தப் பண்பாட்டு மோதல்கள், வேறுபாடுகள் பன்முகப்பட்ட அறிவியல், தொழில்நுட்பப் பார்வையை முன்வைக்கும் ஆற்றல் கொண்டதாகும். இப்படிப் பார்ப்பதன் அடிப்படையில்தான் பல மேற்கத்திய அறிஞர்கள் நவீன அறிவியலைக் கிறிஸ்தவச் சிந்தனை முறையோடு இணைத்துப்பார்ப்பதை மதரீதியாக மட்டுமல்லாமல் பண்பாட்டுரீதியானதாகவும் எடுத்துக்கொள்ள வேண்டியுள்ளது. ஆக, மக்கள் அறிவியல் என்பதை வர்க்க அடிப்படையில் பார்ப்பதைவிடப் பண்பாட்டு அடிப்படையில் பார்க்கவே விரும்புகிறேன்.

நவீன இயந்திரத் தொழில்நுட்பம் உழைக்கும் மக்களை அடிமைகளாக்கிவிடும் என்று எஸ்.என்.என். எச்சரிக்கிறார். இதை நாம் அனுபவித்துக்கொண்டிருக்கிறோம். இதையும் நாம் விரித்துப்பார்க்க வேண்டியுள்ளது. உலகம் முழுவதும் அறிவியலானது மேட்டுக்குடிகளிடமும், தொழில்நுட்பமானது உழைக்கும் மக்களிடமும் இருந்தன. அதே சமயத்தில், தொழில்நுட்ப அறிவுக்கு இருந்த மதிப்பு அறிவியல் அறிவுக்கு இல்லாமல் இருந்தது. ஆனால்,

பேகனின் அறிவியல் தொழில்நுட்பமயமாக்கப்பட்ட அறிவியல் ஆனது. கொஞ்சம் கொஞ்சமாக உழைக்கும் மக்களிடம் இருந்த தொழில்நுட்ப அறிவும், தலைமுறை தலைமுறையாக அவர்கள் சேகரித்துவைத்திருந்த ஞானமும் மேட்டுக்குடிகளின் சொத்தாகின. இந்தியாவில் காலனியம் தொடங்கிவைத்த தொழில்மயப்படுத்தலானது 'உயர்சாதி'களுக்குத்தான் சாதகமாக இருந்துவருகிறது. நவீனத் தொழில்நுட்ப நிறுவனத்துக்குள் பல தலைமுறைகளாகச் சேகரித்த அறிவுக்கு, ஞானத்துக்கு எத்தகைய இடமும் இல்லாமலானது. எல்லாம் காலாவதியான அறிவுகளாக மாறிப்போயின. இத்தகைய துயரமான அனுபவத்தை தாமோதர் பள்ளதாக்குத் திட்டம் நடைமுறைப்படுத்தப்பட்ட முறையிலிருந்து அறியலாம். இது பற்றி அஷிஷ் நந்தி மிகச் சிறப்பான வாசிப்பை நமக்குக் கொடுத்துள்ளார்.[2]

அடுத்து, நவீன அரசுக்கும் அறிவியலுக்கும் உள்ள தொடர்பு பற்றிய எஸ்.என்.என். பார்வையை எடுத்துக்கொள்வோம். எஸ்.என்.என். மிகச் சரியாக அறிவியல் எதிர்ப்பிலிருந்து பாசிசம் பிறப்பதில்லை; நவீன அறிவியலின் முறையான குழந்தைதான் பாசிசம் என்கிறார். நவீன அரசு அதன் இருப்புக்கான தார்மீகத்தை நவீன அறிவியலிலிருந்துதான் பெறுகிறது. மதக் கலவரங்களைவிட அறிவியலின் பெயராலும் வளர்ச்சியின் பெயராலும் நடத்தப்பட்ட, நடத்தப்படும் படுகொலைகள்தான் அதிகம். நாம் இதைக் கவனத்தில்கொள்வதில்லை. இதில் துயரம் என்னவென்றால், மதத்தின் பெயரால் நடத்தப்படும் படுகொலைகளைத் தவறு என்று ஏற்றுக்கொள்கிறோம். ஆனால், வளர்ச்சியின் பெயரால் நடக்கும் உயிரிழப்புகளை நாம் கொலைகள் என்றுகூட உணர்வதில்லை. சமூகத்தில் பெரிய அளவுக்குப் பாதிப்புகளை ஏற்படுத்தாத கிளி ஜோசியத்தை மூடநம்பிக்கை என்று ஒதுக்கித்தள்ளுகிறோம். ஆனால், அறிவியலின் பெயரால், வளர்ச்சியின் பெயரால் நடைமுறைப்படுத்தப்படும் மூடநம்பிக்கைகளைப் பகுத்தறிவுச் சிந்தனைகளாக ஏற்றுக்கொள்கிறோம்.

இத்தகைய புரிதல்களில் மேற்கத்திய அறிவியல், தொழில்நுட்பம் குறித்து எஸ்.என்.என். முன்வைக்கும் பார்வையோடு நான் முழுமையாக உடன்படுகிறேன். ஆனால், எஸ்.என்.என். இந்த அக்கறைகளை நம்முடைய சமூக அமைப்புக்குள் நேரடியாகப் பொருத்திப்பார்க்கவில்லை என்பது என்னுடைய விமர்சனம். அவருடைய அக்கறை நம் சமூகத்தில் உள்ள அடித்தட்டு மக்களோடுதான் உள்ளது. இதில் எந்தச் சந்தேகமும் இல்லை. ஆனால், இதை அவர் நேரடியாகப் பொருத்திப்பார்க்கவில்லை. பார்த்திருந்தால், இன்று தலித் மக்களின் வரலாற்றுரீதியான நிலைப்பாட்டோடு அவர் உரையாடியிருக்க முடியும். ஏனெனில், இன்று முதலீட்டியத்தின், தேசிய அரசின் தர்க்கங்களை எதிர்க்க வேண்டும் என்றால் 'உயர்சாதி'களின் ஆயுதமாக மாறியிருக்கும் அறிவியல்வாதத்தையும் தொழில்நுட்பவாதத்தையும் எதிர்க்க வேண்டும். இதைப் பண்பாட்டுரீதியாகவும் அரசியலார்ந்தும் அர்த்தப்படுத்திக்கொள்வது

2 விரிவான வாசிப்புக்கு இந்தத் தொகுப்பில் உள்ள 'வளர்ச்சிமயவாதமும் மனம்பிறழ்ந்த யோகிகளும்' கட்டுரையைப் பார்க்கவும்.

என்பது தலித்துகள் மரபான சமூகத்தில் தொழில்நுட்பத்தைக் கைக்கொண்டிருந்த சாதிகளின் நிலைபாட்டிலிருந்துதான் சாத்தியமாகும்.

இந்தியக் கிராமங்களைக் காப்பாற்றுவதுதான் முதலீட்டியத்துக்கு எதிரான, நவீன அறிவியல் தொழில்நுட்பத்துக்கு எதிரான போராட்டமாக இருக்க முடியும். நான் இங்கு கிராமம் என்பதை மரபான நிலப்பரப்பாக மட்டுமே அர்த்தப்படுத்தவில்லை. இத்தகைய கிராமங்களுக்கு அர்த்தம் ஏதும் இருப்பதாக நான் நினைக்கவுமில்லை. ஏனெனில், கிராமங்களின் ஒரு பகுதியான தலித்துகள் அதிலிருந்து வெளியேறுவதுதான் அவர்களுக்கான விடுதலையாகப் பார்க்கிறார்கள். இது நியாயமான, தவிர்க்க முடியாத நிலைப்பாடுதான். இதனால்தான் — டி.ஆர்.நாகராஜின் வார்த்தைகளில் சொல்வதென்றால் — காந்தியக் கிராமங்களை அம்பேத்கரிய அவநம்பிக்கைகளைக் கொண்டு சரிசெய்ய வேண்டியுள்ளது. மேலும், மிகப் பெரிய துயரம் என்னவென்றால், நம் சமூகத்தில் கைவினைஞர் சமூகம் பற்றி எவரும் கவலைப்படவில்லை. இவர்கள் அனாதையானார்கள். இத்தகைய சமூகத்தார்தான் மரபான தொழில்நுட்பச் சமூகமாக இருந்தவர்கள். அரசியல்ரீதியாகத் தங்களை வெளிப்படுத்திக்கொள்ள முடியாமல் கொஞ்சம்கொஞ்சமாக மௌனமாக அழிந்துகொண்டிருக்கிறார்கள். இவர்களை மீட்டெடுப்பதையே இயந்திரத் தொழில்நுட்பத்தோடு ஒரு மாற்று உரையாடலுக்கான தொடக்கமாக பார்க்கிறேன்.

நாம் இங்கு ஒரு விஷயத்தைக் கவனத்தில்கொள்ள வேண்டியுள்ளது: மேற்கத்திய அறிவியல்வாதத்தையும் தொழில்நுட்பவாதத்தையும் காந்தி அவற்றின் தர்க்கங்களுக்குள் இருந்து எதிர்க்கவில்லை. அவர் திணைநிலவாதத்திலிருந்தும் மேற்கத்திய நாகரிகத்தை எதிர்க்கவில்லை. இதனால்தான் காந்தி, 'இது மரபானத் தொழில்நுட்பம் அல்லது நவீனத் தொழில்நுட்பம் என்று இரண்டில் ஒன்றைத் தேர்ந்தெடுப்பது தொடர்பான கேள்வியில்லை. இது பல்வேறு தொழில்நுட்ப மரபு தொடர்பான கேள்வி' என்கிறார். அதாவது, சமூக அறம் சார்ந்த தளத்திலிருந்து மேற்கத்தியச் சட்டகத்தை விமர்சனத்துக்குள்ளாக்குகிறார். அதனால்தான், அவரை மிகச் சுலபமாகப் பிரயோசனமில்லாத யோகி என்று ஒதுக்கித்தள்ளுகிறோம். இவரிடம் உள்ள முதலீட்டிய எதிர்ப்பு வடிவங்களையும், மேற்கத்திய அறிவியல், தொழில்நுட்பத்துக்கு எதிரான வடிவங்களையும் புரிந்துகொள்ளத் தவறுகிறோம். மாவோவும் இதேபோல் பார்க்கப்பட்டதை நாம் இதோடு இணைத்துப்பார்க்க வேண்டியுள்ளது. 'நீங்கள் மாவோ பாதையில் கிராமங்களை நோக்கிச் சென்றால், அவர் அம்பேத்கரை எதிர்கொள்ள வேண்டியிருக்கவில்லை' என்றும், 'காந்தியப் பாதையில் இந்தியக் கிராமங்களை நோக்கிச் சென்றிருந்தால் அம்பேத்கரின் கேள்விகளை எதிர்கொள்ள வேண்டியிருந்திருக்கும்' என்றும் ஒருமுறை அவரிடம் சொன்னேன். வழக்கம்போல் அலாதியான புன்னகையைப் பதிலாகக் கொடுத்தார். அவர் முன்வைத்த கீழை மார்ச்சியம் என்ற முன்வைப்பில் உள்ள சிக்கலையும் இது முன்னுக்குக் கொண்டுவருகிறது. ஒருவிதமான நேர்க்காட்சிய அறிவறிதல் சட்டகத்துக்கு, குறிப்பாக ரஷ்ய மார்ச்சியம் முன்வைத்த பார்வைக்கு எதிராகவே அவர் மாவோவை முன்வைத்துக் கீழை

மார்க்சியம் என்ற கருத்தை முன்வைத்தார். மேலும், 'தொண்டு செய்', 'அகந்தையை ஒழி' போன்ற கருத்துகள் மாவோவையும் வைணவத்தையும் இணைத்துப்பார்க்கும் சாத்தியத்தை அவருக்குக் கொடுத்தன என்று சொல்ல முடியும். மார்க்சியத்தை அவர் அறிவறிதலார்ந்த சிந்தனையாகப் பார்த்திருந்தால், அவர் கீழை மார்க்சியம் என்ற கருத்தை முன்வைக்காமல் நேரடியாக மார்க்ஸின் தத்துவத்துக்குச் சென்றிருக்க முடியும். மார்க்ஸ் அடிப்படையில் நேர்க்காட்சியச் சட்டகத்துக்கு எதிரானவர்.[3]

எஸ்.என்.நாகராஜன் தன் நிலைப்பாட்டை, தத்துவார்த்த வாசிப்புகளை நம் சமூகத்தின் பிரத்யேகத்தன்மைகளோடு தொடர்புபடுத்தியிருந்தால், தலித் மற்றும் பிற ஒடுக்கப்பட்ட சாதிகளின் நிலைப்பாட்டிலிருந்து இந்தப் பிரச்சினையை அணுகியிருக்கலாம். ஒரு தொகுப்பாக இத்தகைய அக்கறை அவரின் வாசிப்பில் இருக்கிறது என்றாலும், ஒடுக்கப்பட்ட மக்களின் தனித்துவமான வரலாற்றுத் தேவைகளை அவர் எதிர்கொள்ளாமல் இருந்துவிட்டார். ஆனாலும், எஸ்.என்.நாகராஜன் போட்டிருக்கும் அஸ்திவாரம் ஆழமானது. அதன் மேல் நம்முடைய சிந்தனைகளைத் திடமாகக் கட்டியமைக்க முடியும் என்றே நம்புகிறேன்.

◉

---

[3] எஸ்.என்.என். மீதான இந்த விமர்சனத்தை இன்னும் விரிவான வாதங்களோடு முன்வைக்க வேண்டும் என்று ஏற்றுக்கொள்கிறேன். இருப்பினும், நான் சொல்லவருவதைப் புரிந்துகொள்ள இந்தத் தொகுப்பில் உள்ள 'இயற்கையும் மெய்ம்மையும்' கட்டுரையைப் பார்க்கவும்.

இறைநம்பிக்கையும் மதச்சார்பின்மையும்

ஞானியின் எழுத்துகளை முன்வைத்து

மூத்த தோழர் ஞானியின் தத்துவார்த்தப் பார்வையின் அடிப்படையை என்னுடைய மொழியில் புரிந்துகொள்ளும் முயற்சியாகவே இந்தக் கட்டுரையைப் பார்க்கிறேன். அவரது தர்க்கத்தின் அடிப்படை மார்க்சியம். மார்க்சியம் ஒற்றைப் பண்புகொண்டதல்ல. வெவ்வேறு பண்பாடுகளில் வெவ்வேறு காலகட்டங்களில் அது பல விதமாக அர்த்தப்படுத்தப்பட்டுள்ளது. பல விதமான உரையாடல்களை அது உள்ளடக்கியுள்ளது. ஒரே நாட்டுக்குள்ளும் பண்பாட்டுக்குள்ளும் அது தீவிர மோதல்களையும் உரையாடல்களையும் கொண்டிருக்கிறது. மொத்தத்தில், ஒருபுறம் மார்க்சியம் என்ற மூலத்தை அர்த்தப்படுத்தும் விதமாகவே இவை அமைகின்றன என்றால், மறுபுறம் அதைச் சமகாலப்படுத்துவதற்கான முனைப்பும் கொண்டுள்ளன. எப்படியிருந்தாலும், மார்க்சியம் இறுதி நிலை என்ற ஒன்றையும் சார்ந்திருக்கிறது. ஞானியின் தர்க்கத்தின் அடிப்படை மார்க்சியம் என்னும்போது அது ஒரு மூலத்தை நிலைநிறுத்துவதற்கான முயற்சியாக வெளிப்படவில்லை. நிச்சயமாக, சமகாலப்படுத்துவதற்கான முயற்சியாகவே அதைப் பார்க்கிறேன். அதே சமயத்தில், மார்க்சியம் முன்வைக்கும் இறுதி நிலை என்பதன் மீது ஞானி நம்பிக்கை கொண்டிருக்கிறார். வேறு விதமாகச் சொல்வதென்றால், பல்வேறுபட்ட சிந்தனை மரபுகளை, குறிப்பாக இந்தியத் துணைக்கண்டத்தில் தோன்றிய பல்வேறு போக்குகளை மார்க்சியச் சட்டகத்துக்குள்ளாகப் பொருத்தி அர்த்தப்படுத்த முயல்கிறார். நவீனச் சிந்தனையாளர்களான காந்தி, பெரியார், அம்பேத்கர், இராதாகிருஷ்ணன், ஜே.கிருஷ்ணமூர்த்தி, ஓஷோ என்று அரசியலார்ந்த, அரசியல் நீக்கம் பெற்ற, முரண்பட்ட சிந்தனைகளை ஒரு புள்ளியில் இணைத்துப்பார்க்க முயல்கிறார். இத்தகைய முயற்சியில் இத்தகைய சிந்தனையாளர்களுக்கு இடையேயான வேறுபாடுகளை முதன்மைப்படுத்தாமல், இவர்கள் ஒன்றிணையும் புள்ளியை அடையாளம்காண முயல்கிறார். இது மிகக் கடினமான முயற்சி என்பதில் சந்தேகமில்லை. இதனால்தான், இவரது மொழி சமகாலத் தமிழ் அறிவார்த்த உலகில் காணப்படும் மொழியிலிருந்து முற்றிலும் வேறானதாக இருக்கிறது.

> ‘மார்க்சியத்தை வெறும் பொருளாதார வாதமாக்குவதன் மூலம் இந்தியச் சூழலில் மார்க்சியம் தனது செழிப்பைப் பெற முடியாது.

மார்க்சியம் தனது தத்துவத்தின் மூலம் இந்தியனை வெல்ல முடியும். மார்க்சியம் இந்தியத் தத்துவமாவதன் மூலமே உலகம் தழுவிய தத்துவமாகவும் முடியும். இந்தியாவில் தனது தத்துவ சாரத்தை இழந்துவிட்ட மார்க்சியம், இந்தியச் சமயங்களுக்குள் புகுந்துவருவதன் மூலம், தனது சாரத்தைப் பெற முடியும்' (ஞானி வாசகம் நானூறு, ப.87).

சமகாலத் தமிழ்ச் சமூகத்தின் கருத்தாடலின் பின்புலத்தில் வைத்துப் பார்ப்போம் என்றால் இந்த மேற்கோளின் முக்கியத்துவத்தை நம்மால் உணர முடியும். நாம் இப்படிக் கேட்டுக்கொள்வோம்: ஞானிக்கு இந்த மொழி எவ்வாறு சாத்தியப்படுகிறது? என்னைப் பொறுத்தமட்டில், சமூகம் குறித்து, தத்துவம் குறித்து ஞானி தனது பார்வைகளை, கருத்துகளை முன்வைக்கும்போது இந்தச் சமூகத்துக்கு வெளியே, இந்த உலகத்துக்கு வெளியே, இந்தப் பிரபஞ்சத்துக்கு வெளியே அவரைப் பொருத்திக்கொள்ள மறுக்கிறார். இது மிக முக்கியமான ஒரு நிலைப்பாடு. இந்த நிலைப்பாட்டை மிகத் தீர்க்கமாக வெளிப்படுத்தவும் செய்கிறார். 'இயற்கை இல்லாமல் நாம் இல்லை. இயற்கையின் கருணையில் நாம் வாழ்கிறோம். இடியும் புயலும்கூட நமக்கு நல்லவை. இயற்கை நம்மை வாழவைக்கிறது. நம்மைப் படைக்கிறது. வாழ்விக்கிறது. நம்மை அழித்து மீண்டும் படைக்கிறது. உயிர் இயக்கத்துக்கு ஓய்வு இல்லை. இந்த இயக்கத்தோடு நாம் இருக்கிறோம். இதற்குக் கடவுள் என்று பெயர் கொடுக்கிறார்கள். எதையும் எதிர்பாராமல் இயற்கை தருவதால் இது கடவுள். கடவுள் என்ற பெயருக்குப் பின்னால் இருப்பது இயற்கை' *(மேலது, ப.184)* என்று வாதிடுகிறார். இங்கு ஞானி பயன்படுத்தும் இயற்கை என்ற சொல்லை மெய்யான உலகம் என்பதாக எடுத்துக்கொள்கிறேன்.

புறவயமான அறிவு என்பது மனிதனை இந்த உலகுக்கு வெளியே பொருத்துகிறது என்றால், மனிதனை உலகத்தின் பகுதியாகப் பொருத்திப்பார்க்கும் பார்வை அகவயமான பார்வையாகிவிடுகிறது. முந்தையது அறிவியல்பூர்வமானதாகவும், பிந்தையது கற்பனாவாதமாகவும் மாற்றப்படுகிறது. ஆனால், ஒரு தன்னிலையை உலகத்தின் பகுதியாகப் பொருத்திப்பார்க்கும் மொழி அறரீதியாக செழிப்பானதாக இருக்கிறது. ஞானி, 'நான்' என்ற தன்னிலைக்குள் பிசாசு புகுந்துவிட்டது என்று சொல்கிறார். 'நான்' என்ற தன்னிலை திருக்குமாரனாக முடியும் என்றும் சொல்கிறார். ஒருவிதத்தில், இவரது முன்வைப்புகளை இவருக்குள்ளான உரையாடல்களாக நாம் வாசிக்க முடியும். அதாவது, இவரது உரையாடல்களை ஒரு தன்னிலைக்குள் புகுந்துகொண்ட பிசாசுக்கும், ஒரு தன்னிலையின் லட்சியமான திருக்குமாரனுக்கும் இடையேயான உரையாடல்களாகப் பார்க்க முடியும். இத்தகைய உரையாடல்கள் ஊடாகவே அவர் மதம், கடவுள், சமதர்மம், மதவாதம், மதநல்லிணக்கம், தமிழ் இலக்கியங்கள், தமிழ் ஆசான்கள், நவீனச் சிந்தனையாளர்கள் என்று மிகப் பரந்த தளத்தில் பல்வேறுபட்ட சிந்தனையாளர்களை இணைத்துப்பார்க்க முயல்கிறார். அதாவது, சமகாலச் சிந்தனையாளர்களிடம் நாம் காணக்கூடிய போதாமையை இவர் கடக்க முயல்கிறார். சமகாலக் களச்செயல்பாட்டாளர்களும்

சிந்தனையாளர்களும் இந்தச் சமூகத்துக்கு வெளியே, இயற்கைக்கு வெளியே தங்களைப் பொருத்திக்கொள்கிறார்கள். ஒருவிதமான புறவய உண்மைகளை வெளிப்படுத்துவதாக பாவனை செய்கிறார்கள். ஒருவிதமான அரசியல் சரித்தன்மைக்குள் சிக்கிக்கொள்கிறார்கள். இந்தத் தொனி நிச்சயமாக ஞானியிடம் கிடையாது. சுருக்கமாகச் சொல்வதென்றால், ஒரு அறிவியலாளர் இயற்கையைப் புறவயத்தன்மையோடு அணுகுவதாக முன்வைக்கும் போலி பாவனையோடு சமூகத்தை, மனிதர்களை அணுகும் போக்கை ஞானியிடம் காண முடிவதில்லை. இதனால்தான், இவர் அரசியல் சரித்தன்மை என்பதற்குள் தன்னைச் சுருக்கிக்கொள்ளாமல் இருக்கிறார். ஒருவிதத்தில், மரபான சிந்தனை முறை எவ்வாறு இந்த உலகத்தின், இயற்கையின், உடலின் ஓர்மையைச் சிதைக்காமல் இருக்க முயன்றதோ அவ்வாறு ஒருவிதமான ஓர்மையை மீட்டெடுக்க முயல்கிறார். இந்த உலகத்தின், சமூகத்தின், உடலின் ஓர்மை சிதைக்கப்படுவதன் ஊடாகத்தான் நாம் நவீனச் சிந்தனையாளராகவும் முற்போக்குச் சிந்தனையாளராகவும் பெருமைப்படுகிறோம்.

செக்குலர் என்பதை மதச்சார்பின்மை அல்லது மதநல்லிணக்கம் என்பதோடு போட்டுக் குழப்பிக்கொள்ள வேண்டாம். செக்குலர் (secular) என்பது அறிவறிதல் (epistemology) முறைமை, செக்குலர்வாதம் (secularism) என்பது அரசியல் கோட்பாடு, செக்குலர்மயமாதல் (secularization) என்பது பண்பாட்டு இயக்கம். செக்குலர் என்பதை ஒரு அறிவறிதல் முறைமையாக முன்வைத்து, தமிழ் அறிவார்த்த உலகத்தில் எத்தகைய உரையாடலும் இதுவரை சாத்தியப்படாதது பெரும் துயரம்தான். எடுத்துக்காட்டாக, பெரியாரின் இந்து மதம் என்பதன் மீதான விமர்சனம் பார்ப்பனிய மேலாண்மை எதிர்ப்பு, நாத்திகவாதம், இந்து தேசிய எதிர்ப்பு போன்ற சட்டகத்திலிருந்து பெறப்பட்டதே தவிர செக்குலர் சட்டகத்திலிருந்து பெறப்பட்டது அல்ல. இந்தியத் துணைக்கண்டத்தில் காணப்படும் செழிப்பான பார்ப்பன மேலாண்மை எதிர்ப்பு மரபையும் நாத்திகவாத மரபையும் நாம் அவ்வளவு சுலபத்தில் ஒதுக்கித்தள்ள முடியாது. ஞானி இத்தகைய மரபுகளைச் சமகாலப்படுத்துகிறார். இத்தகைய அடிப்படைகளிலிருந்து ஞானி ஒரு செக்குலர்வாதி அல்ல என்று முன்வைக்க விரும்புகிறேன். அவரது எழுத்துகள் செக்குலர் சட்டகத்தின் போதாமைகளைக் கடந்துபோக முயல்கின்றன.

உலகத்திலிருந்து, இயற்கையிலிருந்து ஓர் உடலை வேறுபடுத்தாமல், ஓர் உயிரை மனம்/உடல் என்று வேறுபடுத்தாமல், உடலை உள்ளே/வெளியே என்று வேறுபடுத்தாமல், செக்குலர் அறிவறிதல் முறைமை சாத்தியமில்லை. இதனால்தான், பல்வேறு ஆளுமைகளுக்கு, சிந்தனைப் போக்குகளுக்கு இடையேயான வேறுபாடுகளை முதன்மைப்படுத்துவதைவிட இவர்களுக்கு, இவற்றுக்கு இடையேயான இணைப்புப் புள்ளியின் மீது ஞானி அக்கறைகொள்கிறார். இதனாலயே இவரது எழுத்துகள் 'நவீன செக்குலர்வாதிகளால்' ஏற்றுக்கொள்ள முடியாமல்போகும் அபாயத்தைக் கொண்டுள்ளன. இவரது எழுத்துகள் ஒருவிதமான அகவயத்தன்மை கொண்டதாகப் பார்க்கப்படும் சாத்தியப்பாட்டைக் கொண்டுள்ளன. இத்தகைய ஆபத்தின்

ஊடாகவே, தன்னை இந்தச் சமூகத்தின் பகுதியாகப் பொருத்திக்கொள்கிறார். முற்போக்குவாதிகள்போல் சமூகத்துக்கு வெளியே தன்னை நிறுத்திக்கொள்ள மறுக்கிறார். அதாவது, முற்போக்குவாதிகள் தாங்கள் வெறுப்பதற்கும் மறுப்பதற்கும் வெளியே தங்களைப் பொருத்திக்கொள்வதுபோல் அல்லாமல் அதனுள் அவரைப் பொருத்திக்கொள்கிறார். இல்லையென்றால் பிசாசும் திருக்குமாரனும் சாத்தியப்படப்போவதில்லை.

உலகத்தின், இயற்கையின் பகுதியாக ஒரு தன்னிலை தன்னைப் பொருத்திக்கொள்ளும்போது புறவயத்தன்மை என்பது அர்த்தமிழந்துபோகிறது. அதாவது, வெளிப்பார்வைக்குப் அறிவியலார்ந்த தன்மை கொண்டிராததுபோல் காட்சிதருகிறது. மேலும், ஞானி இந்தச் சமூகத்தின் போதாமைகளை இந்தச் சமூகம் சாத்தியப்படுத்திய மரபான சிந்தனைமுறைகளை மார்க்சியத்தோடு இணைத்துப் புரிந்துகொள்ள முடியும் என்பதன் மீது பெரும் நம்பிக்கை கொண்டுள்ளார். இதனால்தான், கடந்த கால ஆசான்களைச் சமகாலப்படுத்த முயல்கிறார். 'மனிதம் தழுவிய தாய்மை உணர்வைத் தமக்குள் வரித்துக்கொண்ட பெருங்கவிஞர்களுக்கு இந்த மார்க்சியப் பார்வை முரண்பட்டதாக இருக்க முடியாது. கணியன் பூங்குன்றன், வள்ளுவன், திருமூலர், சித்தர்கள் முதலிய அருளாளர்களைத் தோற்றுவித்த தமிழ்ச் சமூகம் இவ்வகைப் பார்வையிலிருந்து முரண்படுவதற்கு வாய்ப்பு இல்லை. தற்காலத் தமிழ், தமிழ் மக்கள், தமிழ் இலக்கியம், வாழ்வு முதலிய எல்லாவற்றுக்கும் ஆதாரமாகச் செயல்படத் தகுந்தது' (மேலது, ப.70) என்கிறார். இவ்வாறு சமகாலப்படுத்தல் என்பது அரசியல் மொழியில் இல்லாமல், பயன்பாட்டுத்தன்மையிலானதாக இல்லாமல் லட்சியவாதத்தோடு காணப்படுகிறது. அதாவது, உள்ளிருந்து கூறுகளை எடுத்து உருமாற்றுதல் என்பதற்கு முக்கியத்துவம் கொடுப்பதாகிறது. மார்க்சியத்தை நீண்ட நெடிய பாரம்பரியத்தின் பகுதியாக்கும் முனைப்பு காணப்படுகிறது. இது செழிப்பான சிந்தனைமுறை. சமூகரீதியான, அரசியலார்ந்த சமகாலத் தமிழ் அறிவார்த்த உலகில் இத்தகைய போக்கைக் காண முடிவதில்லை. நம் சமூகத்தின் கடந்த காலம் நமக்குப் பயனற்றது என்பதே தீர்மானிக்கப்பட்ட பொதுவான பார்வையாக இருக்கிறது. இத்தகைய பொதுவான புரிதல் அடிப்படையில் கடவுள், மதம், மதவாதம், மதநல்லிணக்கம் போன்ற கருத்தாக்கங்களை ஞானி எவ்வாறு கையாள்கிறார் என்று பார்க்க விரும்புகிறேன். அதற்கு முன் அவரது காந்தி குறித்த வாசிப்பை (காந்தியமும் மார்க்சியமும் - எதிரெதிர் கோணங்களில்) எடுத்துக்கொள்கிறேன். மதவாதம் என்று வரும்போது இந்தியச் சூழலில் காந்தியை நாம் முதன்மைப்படுத்துவது தவிர்க்கவியலாததாகிறது.

காந்தி குறித்த ஞானியின் வாசிப்பு மிக முக்கியமானது. 'காந்தியத்தை இனி எடுத்து நிலைநிறுத்தக்கூடிய எந்த இயக்கமும் இல்லை என்றாலும் காந்தியம் நம் பரிசீலனைக்கு உரியதாகிறது' என்கிறார் (மேலது, ப.3). மிக விரிவாக மார்க்சியப் பார்வையின் அடிப்படையில் காந்தியை விமர்சனபூர்வமாக அணுகுகிறார். அதேசமயத்தில், பல மார்க்சியர்களைப் போல் காந்தியைப் புறந்தள்ளவில்லை. ஞானி இறுதியாக இவ்வாறு தொகுத்துக்கொள்கிறார்: 'காந்தியத்தை இனி முற்றான நெறியாக யாரும் புதுப்பிக்க முடியாது. ஆனால், மார்க்சியம் நூறு

முறை தடுக்கிவிழுந்தாலும் திரும்பத்திரும்பப் புதிய பலத்தோடு எழும். திரும்பவும் சொல்கிறோம்; மார்க்சியத்தின் துணையில்லாமல் காந்தியம் உடைமை வர்க்க எல்லையைக் கடக்க முடியாது. அதுபோலவே, இந்திய வரலாற்றில் காந்தியம் பெற்ற செல்வாக்குக்கான மூலங்களை ஆழ்ந்து பரிசீலிப்பதன் மூலம் மார்க்சியமும் சரியான அடிப்படைகளில் தன்னைப் புதுப்பித்துக்கொள்ள முடியும்' (மேலது, ப.25) என்று முன்வைக்கிறார் ஞானி. காந்தியம் என்று நாம் தோராயமாக அழைப்பது வடிவரீதியாகத் திடப்பட்டது அல்ல. அது பல்வேறு உள்ளடக்கங்களை மட்டுமல்லாமல், பல்வேறு வடிவங்களில் வெளிப்படுத்திக்கொள்ளக்கூடிய ஒன்றாக இருக்கிறது. நாம் வரலாற்றில் சாத்தியப்பட்ட காந்தியின் ஊடாக, காந்தியம் என்று ஒரு மூலத்தை உருவாக்க முடியுமா என்றும், உருவாக்க வேண்டுமா என்றும் கேட்டுக்கொள்ள வேண்டியுள்ளது. அஷிஷ் நந்தி சமகாலத்தில் சாத்தியப்படும் நான்கு விதமான காந்திகளை அடையாளம் காண்கிறார். இவர் முன்வைக்கும் காந்திகள் வரலாற்று காந்தி என்ற மூலத்தைச் சார்ந்து இல்லை. அதாவது, நந்தி முன்வைக்கும் காந்திகள் வரலாற்று காந்தியைக் கடந்து சாத்தியப்படுகிறார்கள். அதில் நான்காவது காந்தி குறித்து நந்தி விவரிக்கிறார்.[1]

ஏற்றுமதிச் சரக்கல்ல காந்தி. ஒவ்வொரு சமூகத்திலும், ஒவ்வொரு பண்பாட்டிலும், ஒவ்வொரு நாட்டிலும், ஒவ்வொரு குடிசைப் பகுதியிலும், உழவர்களுக்கு மத்தியிலும் காந்தி வெவ்வேறு வடிவத்தில் காணப்படுகிறார். மார்டின் லூதர் கிங் அமெரிக்க வெள்ளையர்களின் மனசாட்சிக்கு அறைகூவல் விடுத்ததை நாம் மறந்துவிட முடியாது. மக்களின் அன்றாட வாழ்க்கை சார்ந்த போராட்டங்களில், வாழ்வாதார உரிமைகள் சார்ந்த முன்வைப்புகளில், நர்மதா அணைக்கட்டுக்கு எதிரான போராட்டங்களில், பசுமைப் புரட்சிக்கு எதிரான போராட்டங்களில், கூடங்குளம் அணு உலை எதிர்ப்புப் போராட்டங்களில், விவசாயத்தைக் காப்பாற்றும் போராட்டங்களில், நியூட்ரினோ திட்டத்துக்கு எதிரான போராட்டங்களில், இந்து மதவாதத்துக்கு எதிரான போராட்டங்களில், தீண்டாமையை எழுவாயின் பண்பாகப் பார்க்கும் தன்னிலையில் நம்மால் காந்தியை அடையாளம்காண முடியுமானால், காந்தி என்ற வரலாற்று மனிதர் நமக்கு முக்கியமற்றுப்போவார். காந்தி என்ற வரலாற்று மனிதருக்கு அப்பாலான காந்திகள், வரலாற்று காந்தியைத் தொடர்ந்து புதுப்பித்துக்கொண்டிருக்கிறார்கள். கபீர் தொடர்ந்து தலித்துகள் ஊடாகப் பாடல்கள் எழுதிக்கொண்டிருப்பதுபோல். எடுத்துக்காட்டாக, இதை எடுத்துக்கொள்வோம்: 'ஹரி இதுபோல் ரயில் பெட்டியைத் தயாரித்துள்ளான்/ வந்து உட்கார், சகோதரா, பயணிப்போம்'. இந்தப் பாடல் கபீர் எழுதியதாக தலித்துகளால் பாடப்படுகிறது.[2] இங்கு வரலாற்று கபீர் சமகாலத்தில் உயிர்பெற்றுவருவதோடு மட்டுமல்லாமல், சமகாலக் கவிஞர் ஒருவர் அவனது அடையாளத்தை அழித்துக்கொண்டு கபீரோடு கரைந்துவிடுகிறார். தலித்துகள் கபீரை ஒரு மூலமாகப் பார்க்காமல்,

1 Ashis Nandy, *'Gandhi After Gandhi'* Little Magazine, Vol.I, Issue–1.

2 பார்க்கவும்: John Stratton Hawley 'Three Bhakti Voices: Mirabai, Surdas and Kabir in Their Times and Ours', OUP, 2012.

வரலாற்றுரீதியாகப் பார்க்காமல் அவர்களுக்குள் பார்ப்பதைப் போல் பார்க்க விரும்புவதாகவே நான் அர்த்தப்படுத்திக்கொள்கிறேன். அதாவது, அரசுமையவாதப் பார்வையிலிருந்து விலகி, மக்கள்மையவாதப் பார்வைக்கு ஞானி முக்கியத்துவம் கொடுக்க விரும்புவதாக அர்த்தப்படுத்திக்கொள்கிறேன். 'காந்தியமும் மார்க்சியமும்' கட்டுரையில் ஞானி ஒரு மூல மார்க்சியத்தை அடையாளம் காண்பதைவிட நம்முடைய வாழ்க்கை அனுபவம் சார்ந்து மார்க்சியத்துக்கு ஒருவிதமான உருவத்தைக் கொடுக்க முயல்கிறார் என்பதாகவே எடுத்துக்கொள்கிறேன்.

அடுத்து இறைநம்பிக்கை, மதம், மதவாதம் போன்றவற்றை ஞானி எவ்வாறு எதிர்கொள்கிறார் என்பதும் முக்கியம். இதற்கு முன்பாக மதம், கடவுள், செக்குலர் ஆகியவற்றுக்கு இடையேயான உறவு குறித்து சில விஷயங்களைப் பகிர்ந்துகொள்ள வேண்டியுள்ளது. இது விலகிப்போவதுபோல் தோன்றினாலும், அவசியமாகிறது என்பதால் இங்கு சற்று விரிவாகக் கொடுக்க வேண்டியுள்ளது.

உலகளாவிய அளவில் கடவுள் இறந்துவிட்டான் என்ற செய்தியை நம்புவதற்கு முன் அல்லது நம்ப மறுப்பதற்கு முன், எல்லா நாகரிகங்களிலும் பண்பாடுகளிலும் காணப்படும் கடவுள் என்ற கருத்தாக்கம் ஒற்றைப் பண்பிலானதா என்று கேட்டுக்கொள்ள வேண்டியுள்ளது. மேலும், எல்லா நாகரிகங்களிலும் வெளிப்பாட்டு வேறுபாடுகளைக் கடந்து கடவுள் குறித்த கருத்தாக்கம் ஒன்றுபோல்தான் என்ற நிலைப்பாடு வரலாற்றில் எங்கு, எப்போது தோன்றியது என்றும் நாம் கேட்டுக்கொள்ள வேண்டியுள்ளது. வேறு விதமாக அணுகுவதென்றால், மதரீதியான சிந்தனை என்பது உண்மையில் எதைக் குறிக்கிறது என்று நாம் கேட்டுக்கொள்ள வேண்டியுள்ளது. எல்லாச் சமூகங்களிலும் மதரீதியான சிந்தனையோ, கடவுள் குறித்தான பார்வையோ ஒற்றைப் பண்பிலானதாக இருந்ததில்லை. வாழ்க்கை முறைகளிலிருந்து துண்டிக்கப்பட்ட மதம், கடவுள் போன்ற கருத்தாக்கங்கள் நவீனச் சிந்தனைகள். இன்னும் சொல்லப்போனால், செக்குலர் என்ற நவீனக் கருத்தாக்கத்தின் ஊடாகவே 'ரிலிஜியன்' என்ற நவீனக் கருத்தாக்கம் தோற்றுவிக்கப்பட்டது. சுருக்கமாகச் சொல்வதென்றால், சட்டத்திலிருந்தும் அறிவியலிலிருந்தும் தார்மீகங்களிலிருந்தும் அதிகாரத்திலிருந்தும் வாழ்க்கை முறைகளிலிருந்தும் துண்டிக்கப்பட்ட மதம், கடவுள் என்ற கட்டமைப்பு நவீனச் சிந்தனையே.

இந்தக் கட்டமைப்பில்தான் புனித நிலை (sacred), புனிதமற்ற நிலை (profane) என்ற எதிர்வு உருவாக்கப்படுகிறது. புனிதமானவை என்று முன்வைக்கப்படும் மதம், கடவுள் என்பவை அறிதலுக்கு அப்பாலான நிலை என்பதாக அர்த்தப்படுத்தப்படுகின்றன. ஸ்தூலமான புறவுலகோடு தொடர்பற்றதெல்லாம் புனிதநிலையாக்கப்பட்டன. 16-ம் நூற்றாண்டில் துறவறம் மேற்கொண்ட கத்தோலிக்கப் பாதிரிமார்களின் வாழ்க்கை முறையே ரிலிஜியஸ் (religious) என்றழைக்கப்பட்டது; இதுவே புனிதநிலையானது. இந்த வாழ்க்கை முறைக்கு வெளியே இருப்பவை 'செக்குலர்' என்றழைக்கப்பட்டன; இது புனிதமற்ற நிலையானது. அதாவது, கத்தோலிக்கக் கிறிஸ்தவம் நிறுவனப்பட்டதன்

விளைவாகவும், கிறிஸ்தவத்துக்குள் காணப்பட்ட வேறுபட்ட நடைமுறைகளை ஒற்றை அதிகாரத்துக்குள் கொண்டுவருவதற்கான முயற்சியின் ஊடாகவும் ரிலிஜியன்/செக்குலர் என்ற எதிரிணை மேற்கத்தியச் சமூகத்தில் தோன்றியது.[3] இதைத் தொடர்ந்து, இயற்கை மதம் (natural religion), இயற்கை அறிவியல் (natural science), இயற்கைச் சட்டங்கள் (natural laws) போன்ற கருத்தாக்கங்கள் உலகளாவியதாக்கப்பட்டன. குறிப்பாக, காலனியத்தின் விளைவாக மேற்கத்தியர்கள் வேறுபட்ட பண்பாடுகளை எதிர்கொள்ள வேண்டியிருந்த பின்னணியில்தான் இயற்கையான மதம் என்ற கருத்தாக்கம் உருவாக்கப்பட்டது. நாம் இந்தச் சிக்கலை எடுத்துக்கொள்வோம்: ரிலிஜியன் என்ற சொல்லுக்கு ஒத்த சொல்லாக சமயம்/மதம் போன்ற சொற்களைப் பயன்படுத்துகிறோம். தமிழில் சமயம் என்ற சொல் முதன்முறையாக மணிமேகலை காப்பியத்தில்தான் உபயோகிக்கப்பட்டுள்ளது என்கிறார்கள். என்னுடைய கேள்வி, நாம் பண்டைய காப்பியத்தில் வரும் சொல்லின் மீது ரிலிஜியன் என்ற நவீனக் கருத்தாக்கத்தின் சுமையைச் சுமத்துகிறோமா அல்லது சமயம் என்ற சொல்லின் அர்த்தப்புலத்தைச் சமகாலத்தில் ரிலிஜியன் கொண்டிருக்கும் அர்த்தப்புலத்துக்கு விரிவுபடுத்துகிறோமா? ரிலிஜியன் என்ற நவீனக் கருத்தாக்கத்தோடு நாம் ஒரு உரையாடலைத் தொடங்குகிறோம் என்றே பார்க்க முடியும். அதாவது, சமயம் என்ற சொல்லை நவீனத் தேவையை ஒட்டி விரிவாக்குகிறோம் என்றும் எடுத்துக்கொள்ள முடியும். எடுத்துக்காட்டாக, film என்பதை நாம் திரையில் படம் என்பதாக அர்த்தப்படுத்துகிறோம் என்றால் வங்கத்தில் புத்தகம் என்பதாக அர்த்தப்படுத்துகிறார்கள். இங்கு தீர்க்கமான உரையாடல் சாத்தியப்படுவதோடு மட்டுமல்லாமல், film-க்கான இலக்கணத்தை மாற்றியமைக்கக்கூடியதாகவும் இருக்கிறது. இந்த அடிப்படையில் நாம் ரிலிஜியன் என்ற கருத்தாக்கத்தை சமயம் என்ற சொல்லின் ஊடாக அதன் அடிப்படையை மாற்றியமைக்க முடியும்; மறுவாசிப்புக்கு உட்படுத்த முடியும்.[4] நான் இங்கு சொல்லவருவது என்னவென்றால், ரிலிஜியன் என்ற சொல்லின் சுமையை நாம் சமயம் மீது ஏற்றுகிறோம். ஆனால், சமயம் கொண்டிருக்கும் சுமையை ரிலிஜியன் என்ற சொல்லின் மீது சுமத்துவதில்லை. ஆக, ஞானி இங்கு சமயம் என்ற சொல்லை உபயோகிக்கும்போது இயற்கை மதம் என்ற தளத்தில் உபயோகிப்பதாக எடுத்துக்கொள்கிறேன்.

விலக்குகளை முன்வைக்கிறார் என்றாலும், 'பெரும்பாலான மதங்கள் கடவுளை ஒப்புக்கொள்கின்றன' (மேலது, ப.107) என்கிறார் ஞானி. இத்தகைய பார்வை அறிவார்த்த உலகில் நிலைப்பெற்றிருக்கும் ஒன்றாகவே இருக்கிறது. 'கடவுள்

---

3 பார்க்கவும்: Talal Azad, 'Formations of Secular: Christianity, Islam, Modernity', Stanford University Press, 2003.

4 வேறுபட்ட பண்பாடுகளுக்கு இடையே கருத்தாக்கங்கள் எவ்வாறு மொழியாக்கம் செய்யப்பட முடியும் என்பதற்குப் பார்க்கவும்: Sundar Sarukkai, 'Translation as Method: Implications for History of Science', The Circulation of Knowledge Between Britain, India and China :The Early-Modern World to the Twentieth Century, Volume: 3, Editors: Bernard Lightman , Gordon McOuat, and Larry Stewart.

என்பது மூடத்தனத்தின் விளைவு அல்ல; அறிவின் விளைவு; அறிவின் ஆக்கம்' என்கிறார் (மேலது, ப.93). அப்படியென்றால், கடவுள் குறித்தான கருத்தாக்கம் பன்முகப்பட்டதாகத்தானே இருக்க முடியும்? பிரச்சினை பன்முகப்பட்ட கடவுள் அல்ல; அன்றாட வாழ்விலிருந்து, உலகப்பார்வையிலிருந்து கடவுள் அப்புறப்படுத்தப்பட்டதுதான் பிரச்சினையாகிறது. நவீனச் சமூகத்தில் கடவுள் என்பது வாழ்க்கையிலிருந்து, சமூகத்திலிருந்து, இயற்கையிலிருந்து, பிரபஞ்சத்திலிருந்து பிரித்தெடுக்கப்பட்ட ஒன்றாகவே மாறுகிறது. இன்று ஓர் உலகப்பார்வையோடு ஐக்கியப்பட்ட ஒன்றாகக் கடவுள் குறித்த கருத்தாக்கம் இல்லை. அதாவது, நவீனச் சமூகத்தில் கடவுள் செக்குலர்மயமான கருத்தாக்கமாக இருக்கிறது. கடவுள் அந்தரங்கப்படுத்தப்பட்ட ஒன்றாகிறது. அந்தரங்கப்படுத்தப்பட்ட கடவுள் அந்தரங்க நம்பிக்கை சார்ந்ததாக மாற்றப்படுகிறது. நம்பிக்கை அகவயமானதாகிறது. சமூகவயப்படாமல், புறவயப்படாமல் கடவுள் என்ற கருத்தாக்கத்துக்கு எத்தகைய அர்த்தத்தையும் நம்மால் உருவாக்க முடியாது. பிரச்சினை என்னவென்றால், இன்று நடைமுறை சார்ந்து இறைநம்பிக்கை கொண்டவர்களும் செக்குலராகத்தான் இறைநம்பிக்கை கொண்டிருக்கிறார்கள். இது எவ்வாறு சாத்தியப்பட்டது? கருத்தியல்ரீதியாக வெவ்வேறு பண்பாடுகள், நாகரிகங்கள் உருவாக்கிய பிரத்யேக வடிவங்களைச் சாராமல் 'இயற்கை மதம்' என்ற பொதுப்படுத்தப்பட்ட கருத்தாக்கம் இதைச் சாத்தியப்படுத்துகிறது. பிமல் கிருஷ்ண மதிலால் வாசிப்பை அடிப்படையாகக் கொண்டு சொல்வதென்றால், நாம் கடவுள் என்ற கருத்தாக்கத்தைப் பொதுமைப்படுத்த முடியாது. எடுத்துக்காட்டாக, இந்தியத் துணைக்கண்டத்தில் தோன்றிய எந்தச் சிந்தனை மரபும் கடவுள் என்ற கருத்தாக்கத்தைக் கிறிஸ்தவம்போலவோ இஸ்லாம்போலவோ முற்றும் முழுதுமானதாக முன்வைக்கவில்லை. நியாய வைஷேசிகமும், சில வைணவ மரபுகளும், சைவமும் கடவுள் என்ற கருத்தாக்கத்தை முன்வைக்கின்றன. நியாய வைஷேசிகம் முன்வைக்கும் கடவுள் என்ற கருத்தாக்கம் கிறிஸ்தவம் முன்வைக்கும் கருத்தாக்கத்துக்கு மிக அருகில் வருகிறது என்றாலும் ஒத்ததாக இல்லை. கடவுள் குறித்தான வேதாந்தக் கருத்தாக்கங்கள் முற்றிலும் வேறானதாக இருக்கின்றன. இதை நாம் கடவுள் என்ற சொல்லால் குறிப்பிடாமல் இருப்பதே மேல். மகாயான பௌத்தம் முன்வைப்பதுகூடக் கடவுளுக்கு மிகவும் தொலைவில்தான் இருக்கிறது. பண்டைய பௌத்தம், சமணம், சாங்கியம், மீமாம்சம் ஆகியவை கடவுள் என்ற கருத்தாக்கத்தையும், இந்த உலகம் கடவுளால் படைக்கப்பட்டது என்ற கருத்தாக்கத்தையும் முற்றிலுமாக நிராகரிக்கின்றன.[5]

சங்க இலக்கிய மரபின் உலகப்பார்வையை உள்ளடக்கிய பக்தி மரபு முன்வைத்த உருவ வழிபாடு நிச்சயமாகக் கடவுள் என்ற கருத்தாக்கத்தோடு தொடர்புடையது அல்ல. (இத்தகைய பண்பை நாம் பண்டைய கிரேக்க மரபில் பார்க்க முடியும்.) இல்லையென்றால், கண்ணனை வெவ்வேறு

---

5 பார்க்கவும்: Bimal Krishna Matilal, 'Towards Defining Religion in the Indian Context', in 'Ethics and Epics: Philosophy, Culture and Religion', OUP, 2015.

உறவுமுறைகள் ஊடாக பாரதி அணுகியிருக்க முடியாது. தொகுத்துச் சொல்வதென்றால், ஞானி 'மதரீதியான' தார்மீகம், அறம் ஆகியவற்றைச் சமூகவயப்படுத்த விரும்புகிறார். எடுத்துக்காட்டாக, காந்தி 'மதரீதியான' வெளிப்பாடுகளின் ஊடாக ஒரு தன்னிலைக்குள் அந்தரங்கவெளி, பொதுவெளி என்று பிளக்கப்படுவதை (செக்குலர்வாதம் இதைத்தானே வேண்டுகிறது) எதிர்த்தார். ஞானி ஏறக்குறைய இதையே முன்வைக்கிறார். ஆனால், காந்தி பிரத்யேக அடையாளத்தோடு அந்தரங்கவெளி, பொதுவெளி என்ற பிளவை மறுத்தார் என்றால், ஞானி பிரத்யேக அடையாளங்களற்ற ஒன்றின் ஊடாக இத்தகைய பிளவை எதிர்க்கிறார். இதைப் புரிந்துகொள்ள நாம் மதவாதம் குறித்த அவரது பார்வையை எடுத்துக்கொள்வோம்.

தமிழ் அறிவார்த்த உலகில், பார்ப்பனர்கள் = இந்து மதம் = இந்து மதவாதம் என்றும், பார்ப்பனரல்லாதார் = இந்துமத எதிர்ப்பு = மதச்சார்பின்மை என்றும் எளிமைப்படுத்தப்பட்ட வாய்ப்பாடு முன்வைக்கப்படுகிறது. ஞானி இத்தகைய தட்டையான வாசிப்பை மறுக்கிறார். இந்து மதம் என்ற சல்லடையான தொகுப்பு மதவாதம் அல்ல என்கிறார் ஞானி. மதவாதம் அரசியலோடு தொடர்புகொண்டது என்று முன்வைக்கிறார். 'நடுநிலையோடு செயல்படுவதாக அரசு சொல்வதை நம்மால் நம்ப முடியவில்லை' என்கிறார் (*கோணங்களில்*, ப.86). 'மக்களை சிறுபான்மை, பெரும்பான்மை என்று பிரித்துப்பார்ப்பது இந்த ஆதிக்க அரசியல்தான்' என்கிறார் (மேலது, ப.88). இதனால்தான், மதச்சார்பின்மை என்ற சொல்லை ஞானி எங்கும் உபயோகிக்கவில்லை. மதங்களுக்கு இடையேயான நல்லிணக்கத்தை அரசு சார்ந்து அல்லாமல் மக்கள் சார்ந்து முன்வைக்கிறார். 'இந்து-முஸ்லிம் என்ற வேறுபாடுகளை மறுத்துவிட்டு மக்கள் என்ற முறையில் அனைவரும் தமக்குள் இணக்கம்காண வேண்டும்' என்கிறார் (மேலது, ப.89). 'இந்துத்துவம் என்பது முதன்மையாகவும் முற்றாகவும் மதவாத அரசியல். இந்தியாவின் பெரும்பான்மை மக்கள் இந்துக்கள் என்ற முறையில் [...] மதவாதத்தை முன்னுக்குத் தள்ளுகிறது' என்கிறார் (மேலது, ப.99). 'இந்து மதம் என்பது பல மதங்களின் தொகுப்பு' என்கிறார் (மேலது, ப.101). மொத்தத்தில், இந்து மதம் என்ற தொகுப்பு, அரசியல் அடையாளமாக இருக்கிறதே தவிர பண்பாட்டுரீதியாக, அறரீதியாக, இதற்கு எத்தகைய இருப்பும் சாத்தியமில்லை.[6] இது அரசியல் வெளிக்கானதே தவிர ஒரு மனிதனின் தன்னிலையைக் கட்டமைப்பதற்கு அதனிடம் எதுவும் இல்லை. நம் சமூகத்தில் ஒரு தன்னிலை அவர்கள் பின்பற்றும் மார்க்கம்/ சமயம் சார்ந்ததே தவிர இந்து மதம் என்பதைச் சார்ந்ததல்ல. அப்படியென்றால், இந்து மதவாதம் அதன் உள்ளடக்கத்துக்கு எதைச் சார்ந்திருக்கிறது? நவீன அரசு என்ற கருத்தாக்கத்தை அதன் உள்ளடக்கமாகக் கொண்டுள்ளது. அதனால்தான், அது மிகக் கொடூரமான வடிவங்களை எடுப்பதற்கு எல்லா சாத்தியப்பாடுகளையும் கொண்டிருக்கிறது.

6 விரிவான வாசிப்புக்குப் பார்க்கவும்: சீனிவாச ராமாநுஜம், *'இந்து மதம் ஒரு விசாரணை: ஆர்எஸ்எஸ் – பார்ப்பனர் – சாதிகள்'*, எதிர் வெளியீடு, 2020.

நாம் அரசுமையவாதத்திலிருந்து மக்கள்மையவாதத்துக்கு வருவோம். 'எங்கள் மதம்தான் உண்மையான மதம், எங்கள் கடவுள்தான் உண்மையான கடவுள் என்று தொடங்கிப் பேசுவது மதவாதம்' (மேலது, ப.107) என்கிறார் ஞானி. எங்கள் மதம்தான் சிறந்தது என்று மக்கள் எவ்வளவு உரக்கக் கூவினாலும் அது மதவாதமாகாது என்று நான் திடமாக நம்புகிறேன். நவீனத்துவத்துக்கு முந்தைய சமூகங்களில் இத்தகைய வெளிப்பாடுகளை நம்மால் பார்க்க முடியும். இத்தகைய வெளிப்பாடுகள் வன்முறைகளையும் அழிப்புகளையும் ஏற்படுத்தியுள்ளன என்பதை மறுக்க முடியாது. ஆனால், இது நிச்சயமாக மதவாதம் அல்ல. மதவாதம் என்ற கருத்தாக்கம் செக்குலர்வாதம் என்ற சட்டகத்தில்தான் உருக்கொள்கிறது. நவீன செக்குலர் அரசு என்ற கட்டமைப்பில்தான் மதவாதம் என்ற கருத்தாக்கம் சாத்தியப்படுகிறது. நவீன செக்குலர் அரசுதான் சிறுபான்மையினர், பெரும்பான்மையினர் என்ற கட்டமைப்புகளை உருவாக்குகிறது. இந்துத்துவம் என்பது ஒரு அரசியல்மயப்பட்ட கருத்தாக்கம் என்று ஞானி சொல்லும்போது மிகச் சரியாக இதைத்தான் முன்வைக்கிறார். மேலும், 'உண்மையாக ஆராய்ந்துபார்த்தால் மதவாதிகளுக்கு மதம் என்றால் என்னவென்று தெரியாது என்றுதான் சொல்ல வேண்டும்' (மேலது, ப.109) என்று மிகச் சரியாக முன்வைக்கிறார்.

நவீன தேசிய அரசுக்கு ஒரு பாரம்பரியத்தை, வரலாற்றை உருவாக்க வேண்டும். குடிமக்களை ஒற்றைத்தன்மையிலானவர்களாக ஆக்க வேண்டும். எடுத்துக்காட்டாக, செக்குலர் அரசு என்று சொல்லிக்கொள்ளும் ஐரோப்பிய அரசுகள் ஏன் இஸ்லாமியப் பெண்கள் பர்தா அணிவதைத் தடைசெய்ய வேண்டும்? சீன அரசு ஏன் இஸ்லாமியர்கள் தங்களுடைய குழந்தைகளுக்கு சில பெயர்களை வைக்கக் கூடாது என்று சட்டம் இயற்ற வேண்டும்? இத்தகைய நடவடிக்கைகளை நாம் ஏன் மதவாத நடவடிக்கையாக அல்லாமல் செக்குலர் நடவடிக்கையாக எடுத்துக்கொள்கிறோம்? இது குறித்தெல்லாம் நாம் விரிவாகப் பேச வேண்டியுள்ளது. அரசுமையப்பட்ட மதமே அடிப்படைவாதமாகிறது. நவீன அரசு என்ற சட்டகத்திலிருந்துதான் மத அடிப்படைவாதமும் மதவாதமும் உருவாக்கப்படுகின்றன. இந்தச் சிக்கலை, ராம ராஜ்ஜியம் என்பதை விவரிக்கும் விதமாக காந்தி மிக அற்புதமாக வெளிப்படுத்துகிறார். இந்த அரசமைப்பு பெரும்பான்மை, சிறுபான்மைச் சட்டகத்தைச் சார்ந்தது. இந்த அரசமைப்பால் சிறுபான்மையினர் நலனைக் கட்டிக்காக்க முடியாது. எந்த அரசமைப்பு சிறுபான்மையினர் நலனைக் கட்டிக்காக்கிறதோ அதுவே ராம ராஜ்ஜியம் என்கிறார்.[7]

ஒரு அரசு செக்குலராக இருப்பதற்கு இறைநம்பிக்கையைத் தனித்த மனநிலையாக மாற்ற வேண்டியுள்ளது. ஆனால், தனித்த மனநிலையாகக் கொண்டிருக்கும் தனிமனிதர்கள் ஊடாகத்தானே பொதுவெளியை, அரசியல்வெளியை அர்த்தமுள்ளதாக்க முடியும்? பொதுவெளி என்பது சூனியத்திலிருந்தா

7 Navajivan, May 30, 1920 in 'Gandhi on Nehru', Edited and Published by Anand T. Hingorani, 1993, p. 55.

உருவாக்கப்படுகிறது? அப்படியிருக்க, பொதுவெளி எவ்வாறு மதச்சார்பற்றதாக இருக்க முடியும்? ஆனால், இப்படியாகத்தானே செக்குலர் பொதுவெளி முன்வைக்கப்படுகிறது? இது எவ்வாறு சாத்தியப்படுத்தப்படுகிறது? மனம்/ உடல் என்ற எதிரிணையை உருவாக்காமல் இதைச் சாத்தியப்படுத்த முடியாது. நவீனத்துவத்துக்கு முந்தைய சமூகங்களில் கடவுள் குறித்த கருத்தாக்கமாகட்டும் (அதாவது, இத்தகைய கருத்தாக்கம் சாத்தியப்பட்ட சமூகங்களில்), இயற்கை குறித்த கருத்தாக்கமாகட்டும், உடல் குறித்த கருத்தாக்கமாகட்டும் எல்லாம் ஓர் ஓர்மையைக் கொண்டிருந்தன. நம்பிக்கை என்ற தனித்த மனநிலை அதில் சாத்தியப்படவில்லை என்கிறார் தலால் ஆசாத். ஒருவிதமான ஓர்மையோடு பிரபஞ்சத்தை, உலகத்தை, சமூகத்தை, மனிதர்களை, உடல்களை அர்த்தப்படுத்தும் அடிப்படையைக் கொண்டிருந்தன. செக்குலர் சட்டகத்தில் இந்த ஓர்மை சிதைக்கப்படுகிறது. அமெரிக்கத் தத்துவ அறிஞர் சார்லஸ் டெய்லரின் வார்த்தைகளில் சொல்வதென்றால், செக்குலர்வாதம் கழித்தல் கோட்பாடு அல்ல. மதரீதியான கட்டமைப்புகளைப் பொதுவெளியிலிருந்து கழித்துவிட்டால் வருவது செக்குலர்வாதம் அல்ல. அது மாற்று அறிவறிதல் சட்டகத்தைச் சார்ந்தது. அதன் அடிப்படையான பண்பு ஓர்மையைச் சிதைத்துத் துண்டுகளாக்குவதாகிறது (அணு அறிவியல் இந்தச் சட்டகத்திலிருந்துதான் சாத்தியப்படுகிறது என்பதை நாம் மறந்துவிடக் கூடாது). மொத்தத்தில், செக்குலர்வாதம் என்பது நடுநிலையானதல்ல. இது அரசுக்குத் தேவைப்படலாம். ஆனால், மக்களுக்கு இது எத்தகைய அர்த்தத்தைக் கொடுக்க முடியும் என்று கேட்டுக்கொள்ள வேண்டியுள்ளது. கிறிஸ்தவம், இஸ்லாம், சைவம், வைணவம், பௌத்தம், சமணம், நாத்திகவாதம், சமயமறுப்புவாதம் போன்று செக்குலர்வாதமும் ஒரு உலகப்பார்வைதான். அதாவது, மதங்களுக்கிடையே சமரசத்துக்கானது அல்ல செக்குலர்வாதம்.

மக்கள் மத்தியில் மத அடையாளங்கள் ஏற்படுத்தும் முரண்பாடுகளை, மோதல்களை எவ்வாறு தவிர்ப்பது என்று நியாயமாகக் கவலைப்படுகிறார் ஞானி. பிரத்யேக மத அடையாளத்தைத் துறப்பதைத் தீர்வாக்குகிறார். அவரது வார்த்தைகளில் சொல்வதென்றால், ‘மதங்களுக்கு அப்பால் மக்களின் நல்லிணக்கம் என்று நாம் பேச வேண்டும். ஏற்றத்தாழ்வு என்ற கட்டமைப்பைத் தகர்க்கும் முறையில் இந்து-முஸ்லிம் என்ற வேறுபாடுகளை மறுத்துவிட்டு மக்கள் என்ற முறையில் அனைவரும் தமக்குள் இணக்கம் காண வேண்டும். நாம் சகோதரர்கள் என்ற முறையில் அனைவரும் இணக்கம் காண வேண்டும். வேறுபடுகிறவர்களை ஒதுக்கிவைக்க வேண்டும். ஒரு மதத்தைக் கடைப்பிடித்துக்கொண்டே இன்னொரு மதத்தோடு நல்லிணக்கம் சாத்தியமில்லை. [...] கடவுள் ஒன்று; ஆனால், எனக்கு என் கடவுள், என் கோயில், என் மத நூல் என்று பேச வேண்டும். இதனால், மதம் நிலைபெறும். தத்துவங்கள் என்னவாகும்?’ (கோணங்களில், ப.89).

மதச்சார்பற்ற அல்லது அந்தரங்கப்படுத்தப்பட்ட மதம் என்ற தீர்வை ஞானி முன்வைக்கவில்லை என்று முன்னரே பார்த்தோம். ஆனால், ‘மதங்களுக்கு அப்பால் மக்களின் நல்லிணக்கம் என்று நாம் பேச வேண்டும்’ என்கிறார்.

இதை எவ்வாறு புரிந்துகொள்வது? இது சிக்கலான முன்வைப்பு.[8] மதங்களுக்கு இடையேயான நல்லிணக்கத்தை அறம் மற்றும் அன்புகொண்டு உருவாக்க முடியும் என்கிறார் ஞானி. அதாவது, பொதுவெளியில் நிறுவனப்பட்ட மத அமைப்பைச் சாராமல் தனிமனிதத் தளத்திலிருந்து அதைச் சாத்தியப்படுத்த விரும்புகிறார். இதற்கு அவர் பிரத்யேக வெளிப்பாடுகளை (இந்து, இஸ்லாமியர், கிறிஸ்தவர் போன்று) மக்கள் கடக்க வேண்டும் என்கிறார். ஆனால், பிரத்யேக அடையாளங்களற்ற ஒன்றின் ஊடாகப் பொதுவெளியில் அர்த்தமுள்ள உரையாடலை எவ்வாறு உருவாக்க முடியும்? இந்தக் கேள்வியை நாம் கேட்டுக்கொண்டால் பொதுவெளிக்கான அறம், அன்பு என்பதை ஞானி அரூபமாக்குகிறாரோ என்று சந்தேகிக்க வேண்டியுள்ளது. பொதுவெளியில் அறத்தை முதன்மைப்படுத்தும் விதமாக அவர் இயற்கையோடு, உலகத்தோடு, சமூகத்தோடு மனிதன் கொண்டிருக்க வேண்டிய ஓர்மையைச் சிதைக்காமலும், அதே சமயத்தில் பிரத்யேகத்தன்மை அற்றதுமான சமூக உறவை ஞானி தீர்வாக முன்வைக்கிறார். இதை எதிர்கொள்ள நாம் மீண்டும் காந்தியிடம் செல்ல வேண்டியுள்ளது.

காந்தி முன்வைத்த இந்து என்ற அடையாளமும், இந்து மதவாதிகள் முன்வைக்கும் இந்து என்ற கருத்தமைவும் அடிப்படையிலேயே வேறு வேறானவை. இதை ஞானியும் மிகத் தெளிவாக முன்வைக்கிறார். காந்தி முன்வைத்த இந்து என்ற கருத்தமைவு சல்லடையானது. மத அடிப்படைவாதிகள் முன்வைப்பதுபோல் திடப்பட்ட வடிவம் கொண்டதல்ல. மேலும், காந்தி முன்வைத்த இந்து ரிலிஜியன் என்ற கருத்தாக்கத்தின் பண்பைக் கொண்டிராமல், நம் சமூகத்தில் சாத்தியப்பட்ட மார்க்கத்தின் பண்பைக் கொண்டதாகிறது. இந்த அடிப்படையில் நாம் இந்தக் கேள்வியைக் கேட்டுக்கொள்ளலாம்: காந்தி ஏன் தன்னை ஓர் இந்துவாக அடையாளப்படுத்திக்கொண்டார்? ஏன் தன்னை 'மத' அடையாளத்துக்கு அப்பாலான பொதுமனிதராக முன்நிறுத்திக்கொள்ளவில்லை? காந்தியால் மிகச் சுலபமாக அவ்வாறு செய்திருக்க முடியும். ஆனால், அவ்வாறு செய்வது சமூகம் எத்தகைய தார்மீகப் பொறுப்பை ஏற்றுக்கொள்ள வேண்டும் என்று அவர் விரும்பினாரோ அதற்கு எதிரானதாகவே முடிந்திருக்கும். அவர் பிரக்ஞைபூர்வமாக இருமைவாத அடையாளப்படுத்தலை முன்வைத்தார். அதாவது, ஒரு இந்துவாக இருந்துகொண்டே பிற மதரீதியான உலகப்பார்வைகளுக்கு இடம்கொடுக்க முடியும் என்ற நிலைப்பாட்டை முன்வைத்தார். இது அரசியலார்ந்தும் சமூகரீதியாகவும் அறரீதியாகவும் மிகவும் பயனுள்ள வெளிப்பாடு என்கிறார் டி.ஆர்.நாகராஜ்.[9] இன்னும் சொல்லப்போனால், மக்களின் அன்றாட வாழ்க்கை வெளிப்பாட்டை நவீன செக்குலர் சிந்தனை

8 விரிவான வாதங்களுக்கு இந்தத் தொகுப்பில் உள்ள 'மதச்சார்பின்மையும் பன்மைத்துவமும்' கட்டுரையைப் பார்க்கவும்.

9 பார்க்கவும்: டி.ஆர்.நாகராஜ், *'தீப்பற்றிய பாதங்கள்'* தொகுப்பில் உள்ள 'ஒரு இளைஞனின் பொய்யும் ஒரு மானுடவியலாளரின் உண்மையும்: அக்கறை உணர்வுகளைப் பரவலாக்குவது தொடர்பான இரண்டு கதைகள்', எதிர் வெளியீடு, 2021.

என்ற பிரம்மாண்டமான கட்டமைப்புக்கு எதிராக காந்தி நிறுத்துகிறார். தொகுத்துச் சொல்வதென்றால், சமூகத்தில் வெவ்வேறு உலகப்பார்வைகளுக்கு இடையேயான உரையாடல்களுக்கு இருமைவாத அடையாளப்படுத்தல் பயனுள்ள அணுகுமுறையாகிறது. (தீண்டாமைப் பிரச்சினையையும் காந்தி இதே முறையில்தான் கைக்கொண்டார் என்பதை இங்கு இணைத்துப்பார்க்க வேண்டியுள்ளது. அதனால்தான், அவர் தீண்டாமையை எழுவாயின் பண்பாகப் பார்த்தார்.) இதனால்தான், அரசியலையும் மதத்தையும் பிரிக்க வேண்டும் என்று சொல்கிறவர்களுக்கு மதமும் தெரியவில்லை அரசியலும் தெரியவில்லை என்றார் காந்தி.

மொத்தத்தில், ஞானியின் பார்வையை ஒரு தொகுப்பாகப் பார்க்கும்போது பல்வேறுபட்ட சிந்தனைமுறைகளை ஒன்றிணைப்பதற்கான முனைப்பை, அதாவது வேறுபாடுகளை முன்னிலைப்படுத்தாமல் இணையும் புள்ளிகளை அடையாளம் காண்பதற்கான பெரும் முனைப்பைப் பார்க்க முடிகிறது. அதே சமயத்தில், குறிப்பிட்ட சிக்கலை எடுத்துக்கொள்ளும்போது — நான் வாசிப்புக்கு எடுத்துக்கொண்டது மதவாதம் — பிரத்யேக அடையாளங்களை அப்புறப்படுத்தி ஒரு பொதுத்தன்மைக்குள் கொண்டு வருவதற்கான முனைப்பையும் காண முடிகிறது. அதாவது, ஒருவிதமான ஓர்மைவாதம் ஞானியின் அடிப்படையாக இருக்கிறது. சமத்துவம் அல்லது சமதர்மம் என்ற இறுதிநிலை சார்ந்து இந்த அடிப்படை உருவாக்கப்படுகிறது. சிக்கல் என்னவென்றால், சமத்துவம் அல்லது சமதர்மம் என்பதை முற்றும் முழுதுமாக்கும்போது, அதுவும் இறுதிநிலை என்ற ஒன்றைச் சார்ந்து முன்வைக்கும்போது அது பன்முகத்தன்மையை இழக்க நேரிடுகிறது. ஏனெனில், சமத்துவம் ஒருமுகத்தான (uniformity) பண்பை அதனுள் கொண்டுள்ளது. ஆனால், சுதந்திரம் எப்போதும் நடைமுறைரீதியாகவும் கருத்தியல்ரீதியாகவும் பன்முகத்தன்மை கொண்டதாக இருக்கிறது. இவ்விரண்டும் உள்ளார்ந்த முரண்பாட்டை கொண்டிருக்கின்றன. சார்லஸ் டெய்லரின் வார்த்தைகளில் சொல்வதென்றால், இந்த முரண்பாட்டை நாம் சகோதரத்துவத்தின் ஊடாகவே எதிர்கொள்ள முடியும்.[10] ஆனால், சகோதரத்துவம் என்பது நிறுவனப்பட்டதாக இருக்க முடியாது. அது நடைமுறை சார்ந்தது. அன்றாடத்தன்மையிலானது. அன்றாடத்தன்மையிலான சகோதரத்துவத்தைத்தான் மைத்ரியாக அம்பேத்கர் முன்வைக்கிறார். மொத்தத்தில், மதச்சார்பின்மை என்பதை நிறுவனப்பட்ட கருத்தாக்கமாகப் பார்க்காமல், ஒரு நிலையிடத்தில் இருந்து மற்றமையோடு அன்றாடத்தன்மையில் சகோதரத்துவத்தோடு அணுகுவதைக் குறிப்பதாகப் பார்க்க வேண்டியுள்ளது.

◉

---

10 பார்க்கவும்: Charles Taylor, 'The Meaning of Secularism', The Hedgehog Review 12(3) (Fall 2010): 23–34.

அனுபவங்களை மொழிப்படுத்துதல்

‘சாதியும் நானும்’ தொகுப்பை முன்வைத்து

‘சாதியும் நானும்’ என்னும் தொகுப்பு சாதி சார்ந்த 32 வாழ்வனுபவக் கட்டுரைகளைக் கொண்டுள்ளது. இதில் மூன்றில் ஒரு பங்கு தலித் சாதி சமூகங்களைச் சேர்ந்தவர்கள் எழுதியவை. சாதி அனுபவத்தை எழுதுவதென்பது, அதுவும் ஆதிக்கச் சாதியைச் சேர்ந்தவராக இருந்து எழுதுவதென்பது அவ்வளவு சுலபமில்லை. புனைவிலக்கியத்திலும்கூட தலித் எழுத்தாளர்கள் தங்களுடைய வாழ்வனுபவத்தை இலக்கியமாக முன்வைக்கத் தொடங்கிய பின்னரே, சமூக யதார்த்தமான சாதிகளை நம்மால் இலக்கியத்தில் காண முடிகிறது. தலித்தல்லாத எழுத்தாளர்கள் தங்களுடைய சாதிய அனுபவத்தை முன்வைப்பது தன்னையும் தன் குடும்பத்தாரையும் நிர்வாணமாக்குவதற்குச் சமம். பெருமாள்முருகன் முன்னுரையில் குறிப்பிட்டிருப்பதுபோல், இந்தத் தொகுப்பில் உள்ள 32 கட்டுரையாளர்களுக்கும் இருந்திருக்கக்கூடிய நியாயமான மனத்தடைகளைக் கடந்து இந்தத் தொகுப்பு சாத்தியப்பட்டிருப்பது மிகப் பெரிய சாதனை என்றுதான் சொல்ல வேண்டும். ‘சாதி ஒழிப்பில் முன்னின்று இயங்குவோருக்கும் பொதுவெளியில் சாதி பற்றி இதுவரை இந்த அளவுக்கு வெளிப்படையாகப் பேசப்பட்டதில்லை என்னும் வகையில் இது முக்கியமான தரவு நூலாக அமையும் என நினைக்கிறேன்’ என்று பெருமாள்முருகன் முன்வைப்பது ஏற்றுக்கொள்ளக்கூடியதாக இருக்கிறது. இந்த நூலின் முக்கியத்துவமும் இதுவேதான். எல்லாவற்றையும்விட இந்தத் தொகுப்பில் தங்களது வாழ்வனுபவங்களைக் கொடுத்திருப்பவர்களில் பெரும்பாலானோர் முனைவர் பட்டம் பெற்றவர்கள். கல்லூரி ஆசிரியர்களாகப் பணியாற்றுகிறவர்கள். குடும்பப் பெருமையைப் பேசுவது எளிது. ஆனால், தன் குடும்பம் எத்தகைய சாதிய மனநிலை கொண்டு மனிதர்களை ஒதுக்கிவைத்தது என்று எழுதுவது அவ்வளவு சுலபமில்லை. இதையெல்லாம் நாம் கணக்கில் எடுத்துக்கொண்டால், இந்த நூல் எவ்வளவு முக்கியத்துவம் வாய்ந்தது என்றும், எத்தகு உழைப்பு தேவைப்பட்டிருக்கும் என்றும் நம்மால் உணர்ந்துகொள்ள முடியும்.[1]

1 ‘தீட்டும் தீண்டாமையும்’ என்ற கட்டுரையை எழுதியவர் தவிர. இவர் தன்னைப் பார்ப்பனர் என்று விளித்துக்கொள்கிறார். பார்ப்பனர் என்பது சாதி அல்ல. கட்டுரையாளர் தனது சாதியைக் குறிப்பிட்டிருக்க வேண்டும். இதைப் பதிப்பாசிரியர் எவ்வாறு தவறவிட்டார் என்றும் தெரியவில்லை. மேலும், இந்தக் கட்டுரை தீண்டாமை குறித்து ஏதும் பேசவில்லை.

இந்தத் தொகுப்பின் பெரிய பலம் இது தனித்த (discrete) சாதிகளை அடிப்படையாகக் கொண்டு வாழ்வனுபவங்களை நம்மோடு பகிர்ந்துகொள்கின்றன. இரண்டு சாதிகளைச் சேர்ந்தவர்களுக்கு இடையேயான உறவு அதன் தளத்தில் மேல், கீழ் என்று விவரிக்கப்படுகிறதே தவிர, வர்ணங்கள் சார்ந்தோ, அரசியல் வகைமைகள் சார்ந்தோ விவரிக்கப்படவில்லை. தலித்தல்லாத ஒருவர் தனது அனுபவத்தைப் பகிர்ந்துகொள்ளும்போது, தன்னைப் பார்ப்பனரல்லாதார் என்றோ, சூத்திரர் என்றோ அடையாளப்படுத்திக்கொள்ளாமல் தனது தனித்த சாதியை முன்னிறுத்தி அனுபவத்தைப் பகிர்ந்துகொள்கிறார். அதுபோலவே, ஒரு தலித் தன்னுடைய அனுபவத்தைச் சொல்லும்போது, தனித்த சாதியை முன்னிறுத்தியே அனுபவத்தைப் பகிர்ந்துகொள்கிறார். தன்னைத் தீண்டப்படாதவர் என்று விளித்துக்கொள்ளவில்லை. இந்த அனுபவக் கட்டுரைகள் பார்ப்பனர், சூத்திரர், பார்ப்பனரல்லாதார், தீண்டப்படாதார், தலித் போன்ற வகைமைகளுக்குள் சிக்கிக்கொள்ளாமல், தனித்த சாதிகளின் சமூக வெளிப்பாட்டை முன்வைக்கின்றன. இவ்விதத்தில் நாம் கட்டுரையாளர்களையும், பதிப்பாசிரியரான பெருமாள்முருகனையும் பாராட்ட வேண்டும். அன்றாட அனுபவங்களை உள்ளடக்கிய இத்தகைய மொழி, இதே அனுபவங்களை சில வகைமைகள் கொண்டு அணுகும்போது சாத்தியப்படுவதில்லை. இந்த அனுபவங்களைக் கருத்தியல் தளத்தில் எவ்வாறு அணுகுவது என்ற கேள்வி எழுகிறது. நாம் இந்த வாழ்வனுபவங்களை ஒரு புனைவாக வாசிக்கலாம். புனைவும் வாழ்வனுபவங்களை அடிப்படையாகக் கொண்டதுதானே! ஆனால், ஒரு புனைவை வாசிக்கும்போது அதில் காணப்படும் இடைவெளிகளை நாம் இட்டுநிரப்பிக்கொள்வதுபோல் தன் அனுபவங்களின் மொழிப்படுத்துதல் கொண்டிருக்கும் இடைவெளிகளை நிரப்பிக்கொண்டு வாசிக்க முடியாது. அது கார்மீகரீதியாக சரியானதாகவும் இருக்காது. அப்படியென்றால், இந்த வாழ்வனுபவங்களை எத்தகைய தளத்திலிருந்து வாசிப்பது என்ற கேள்வி எழுகிறது. இந்த அனுபவங்கள் தனிமனித இயலாமையை மொழிப்படுத்துகின்றன. ஒரு தனிநபருக்கும் அவரது குடும்பத்துக்கும் அவரது சாதிக்கும் இடையேயான உறவையும் பிளவையும் முன்வைக்கின்றன. நாம் அதற்கான மதிப்பைக் கொடுத்து, தனிமனிதருக்கும் அவரது குடும்பத்துக்கும் அவரது சாதிக்கும் இடையேயான உறவின் பண்பை நம்முடைய வாசிப்புக்கு எடுத்துக்கொள்ளலாம் என்று நினைக்கிறேன்.

இந்த நூல் வெளிவந்தவுடன் நான் பெருமாள்முருகனிடம், ‘சாதி, நான் – இவ்விரண்டு சொற்களும் ஒன்றுசேர்வதற்கு இத்தனை யுகங்கள் தேவைப்பட்டிருக்கின்றன’ என்றேன். ஆனால், தொடர்ந்து யோசிக்கையில் இந்தச் சேர்க்கை சரியானதுதானா என்றும் கேட்டுக்கொண்டேன். இந்த நூலின் தலைப்பில் உள்ள ‘நான்’ என்பது தன்னாட்சி கொண்ட ஓர் எழுவாயைக் குறிக்கிறது. இந்தத் தொகுப்பில் அப்படியான எழுவாய்களே அவர்களது அனுபவங்களை, குறிப்பாகச் சாதி சார்ந்த அனுபவங்களை நம்மோடு பகிர்ந்துகொள்கிறார்கள். ஆனால், சாதிய உறவு என்பது ஒரு தனிநபர் ஸ்தூலமான ஒன்றோடு கொள்ளும் உறவு அடிப்படையிலானதல்ல, சாதிய

உறவு என்பது அடிப்படையில் ‘அன்றாடத்தன்மையிலான சமூகங்களுக்கு’[2] இடையேயானது. இரண்டு சமூகங்களுக்கு இடையேயான உறவே சாதியத்தின் அடிப்படையாகிறது; சாதி அன்றாடத்தன்மையிலானது. இதில் தனிநபரின், தன்னாட்சி கொண்ட ‘நான்’ என்பதன் பாத்திரம் என்ன என்று கேட்டுக்கொள்ள வேண்டியுள்ளது. உதாரணத்துக்கு, நாம் குடும்பத்தை எடுத்துக்கொள்வோம். ஒரு தனிநபர் தனக்கும் தனது குடும்பத்துக்கும் இடையேயான உறவை எவ்வாறு வெளிப்படுத்த முடிகிறது என்பது முக்கியமாகிறது. ஒரு தனிநபர் ‘நானும் குடும்பமும்’ என்று முன்வைப்பதில்லை; ‘நானும் என் குடும்பமும்’ என்றே முன்வைக்க வேண்டியுள்ளது. அதுபோலவே ‘நானும் என் வாழ்க்கையும்’, ‘நானும் என் அனுபவங்களும்’ என்றுதான் சொல்கிறோமே தவிர ‘நானும் வாழ்க்கையும்’, ‘நானும் அனுபவங்களும்’ என்று சொல்வதில்லை. ஏன்? இவ்விரண்டு சொற்களுமே, அதாவது ‘நான்’, ‘என்’ இரண்டுமே தன்னிலை சார்ந்த ஒன்றைத்தான் குறிக்கின்றன. ஆனால், இவ்விரண்டும் ஒரே அர்த்தத் தளத்தில் இயங்குவதில்லை என்பது வெளிப்படையாகத் தெரிகிறது. அதாவது ஒரு தன்னிலை, ‘நான்’ என்றும், ‘என்’ என்றும் அதை எவ்வாறு வேறுபடுத்திக்கொள்கிறது? இந்த வேறுபாடு எத்தகைய பண்பைச் சார்ந்திருக்கிறது?[3] இதற்கான நமது புரிதலை அடிப்படையாகக் கொண்டே, ‘சாதியும் நானும்’ என்கிற இந்த அனுபவத் தொகுப்பு நூலை வாசிக்க முயல்கிறேன். ‘சாதியும் நானும்’ என்ற தலைப்பு ‘நானும் என் சாதியும்’ என்று இருந்திருக்குமானால் எத்தகைய வேறுபட்ட அர்த்தங்களை அது உருவாக்கியிருக்கும் என்பதை அறிந்துகொள்வதும் என் நோக்கம்.

குடும்பம் எத்தகைய உறவை அடிப்படையாகக் கொண்டுள்ளது என்கிற கேள்வி மிக முக்கியமானதாகிறது. குடும்பம் என்பது அதன் உறுப்பினர்களுக்கு இடையேயான உறவை அடிப்படையாகக் கொண்டிருக்கவில்லை. அதாவது, குடும்ப உறுப்பினர்களுக்கு இடையே முரண்பட்ட, மோதல் கொண்ட உறவு நிலைத்திருந்தாலும், அது குடும்பம் என்ற கட்டமைப்பைத் தக்கவைத்துக்கொள்கிறது. மேலும், உயிரியலார்ந்தது என்ற அடிப்படையிலும்

2 நான் இங்கு இந்தச் சொல்லை கோபால் குருவும் சுந்தர் சருக்கையும் உபயோகிக்கும் அர்த்தத்தில் (The everyday social is life as lived every day, by individuals who function within relationships with other individuals) உபயோகிக்கிறேன். அதாவது, ‘அன்றாடத்தன்மையிலான சமூகம்’ (எவ்ரிடே சோஷியல்) என்ற அர்த்தத்தில் உபயோகிக்கிறேன். அன்றாடத்தன்மையிலான சமூகங்கள் முகவர் அற்ற அதிகாரத்துக்குக் கட்டுப்பட்டுச் செயலாற்றுகின்றன என்கிறார்கள் கோபால் குருவும் சுந்தர் சருக்கையும். இத்தகைய அதிகாரத்துக்கு ஒரு குறிப்பிட்ட சூழலில் யார் உருவகம் கொடுக்கிறார்கள் என்பது மாறிக்கொண்டே இருக்கும். எடுத்துக்காட்டாக, நம்முடைய தாய், தந்தைகூட அத்தகைய உருவத்தைப் பெறலாம். இந்தத் தொகுப்பில் இதற்கான எடுத்துக்காட்டுகள் பல உள்ளன. நாமேகூட அத்தகைய அதிகாரத்துக்கு உருவம் கொடுக்கலாம். இதற்கும் இந்தத் தொகுப்பில் பல எடுத்துக்காட்டுகள் உள்ளன.

3 ‘நான்’ என்பது இருப்பாய்வியலார்ந்த (ontological) ஒன்றாகிறது என்றால், ‘என்’ என்பது அறிவறிதலார்ந்த (epistemological) ஒன்றாகிறது. இப்படியாக, ‘நான்’ என்பது இருப்பாய்வியலார்ந்த சுயம் என்பதோடு தொடர்புடையதாக இருக்கிறது என்றால், ‘என்’ என்பது ஒரு எழுவாயின் அறிவறிதலோடு தொடர்புடையதாக இருக்கிறது என்கிறார் சுந்தர் சருக்கை. பார்க்கவும்: ‘விரிசல் கண்ணாடி: அனுபவம், கோட்பாடு குறித்து ஓர் இந்திய விவாதம்’, எதிர் வெளியீடு, 2020.

குடும்பம் நிலைநிறுத்தப்படுவதில்லை. குடும்ப உறுப்பினர்களில் ஒருவரை ஏதோ காரணத்துக்காக 'தலைமுழுகி'விட்டாலும், குடும்பம் அதை நிலைநிறுத்திக்கொள்கிறது. இதுபோலவே ஒரு குழந்தையைத் தத்தெடுத்துக்கொண்டும் குடும்பம் அதை நிலைநிறுத்திக்கொள்கிறது. ஆக, உயிரியல் அடிப்படை முக்கியமானது என்றாலும், அதுவே குடும்பத்தை விளக்குவதற்குப் போதுமானதாக இல்லை. அப்படியென்றால் குடும்பம் என்றால் என்ன?

குடும்பம் என்பது ஒரு கருத்து. ஒவ்வொரு குடும்ப உறுப்பினரும் குடும்பம் என்ற கருத்தோடு கொள்ளும் உறவே குடும்பத்தை விவரிப்பதாக இருக்கிறது. 'உனக்கு ஏதாவது குடும்பப் பொறுப்பு இருக்கா?' என்று ஒரு தந்தை தனது மகனைப் பார்த்துக் கேட்கும்போது, அவர் தனக்கு மகன் பொறுப்பாக இல்லை என்கிற அர்த்தத்தில் கேட்கவில்லை. குடும்பம் என்ற கருத்தோடு மகன் கொண்டிருக்கும் உறவையே விமர்சிக்கிறார். 'கால்கட்டு போட்டா எல்லாம் சரியாயிடும்' என்பது, குடும்பம் என்ற கருத்தோடு ஒருவர் கொண்டிருக்கும் உறவை ஒழுங்குபடுத்தும் நோக்கத்தையே வெளிப்படுத்துகிறது. அதாவது, குடும்பத்தில் உள்ள ஒவ்வொரு தனிநபரும் குடும்பம் என்ற கருத்தோடு கொள்ளும் உறவின் மொத்த அனுபவமே குடும்பத்தின் பண்பாக இருக்கிறது. இதுவே குடும்ப உறுப்பினர்களுக்கு இடையேயான உறவை வடிவமைக்கிறது. குடும்பம் என்ற கருத்தைச் சிதைக்க முற்படும் குடும்ப உறுப்பினர் அதிலிருந்து வெளியேற்றப்படுகிறார். அதாவது, குடும்பம் என்ற கருத்தைச் சிதைத்து, தன்னைத் தன்னாட்சி கொண்ட தனிநபராக நிலைநிறுத்திக்கொள்ள ஒருவர் முற்படும்போது, அவர் குடும்பம் என்ற கருத்தோடு கொள்ளும் உறவு சிக்கலுக்குரியதாகிறது. இது, குடும்ப உறுப்பினர்களுக்கு இடையேயான உறவைச் சிக்கலாக்குகிறது. இதன் காரணமாகவே, குடும்பம் என்ற கருத்து தன்னாட்சி கொண்ட ஒரு தனிநபருக்கு உட்பட்டது என்பதாக முன்வைக்கும்போது அது மற்ற எல்லா உறுப்பினர்களுக்கும் இடையேயான முரணாக வெளிப்படுகிறது. ஒவ்வொரு உறுப்பினரும் குடும்பம் என்ற கருத்தை வெவ்வேறு விதமாகவும் அர்த்தப்படுத்திக்கொள்ளலாம். ஆனாலும், குடும்பம் என்ற கருத்தோடு அவர்கள் கொண்டிருக்கும் உறவே முக்கியமானதாகிறது. நாம் குடும்பம் என்ற கருத்தின் உருவமாக இருப்பதாலேயே, 'நானும் என் குடும்பமும்' என்று முன்வைக்க வேண்டியுள்ளது. குடும்பம் நமக்கு வெளியே, அதாவது 'நான்', 'குடும்பம்' என்று தனித்து, இயங்குவதில்லை. சுருக்கமாகச் சொல்வதென்றால், குடும்பம் ஒரு தனிநபருக்கு வெளியே இயங்குவதில்லை. ஒரு தனிநபர் குடும்பமாக தன்னை வெளிப்படுத்திக்கொள்கிறார். குடும்பம் என்ற கருத்துக்குக் குடும்ப உறுப்பினர்கள் உருவம் கொடுக்கிறார்கள். இது சாத்தியப்பட குடும்பத்தில் உள்ள ஒவ்வொரு தனிநபரும் குடும்பம் என்ற கருத்தின் ஊடாகவே தனது 'நான்' என்பதை வடிவமைத்துக்கொள்ள வேண்டியுள்ளது. அதே சமயத்தில், குடும்பம் என்பது அதன் உறுப்பினர்களுக்கு அப்பால் இருக்கும் ஒன்றாகிறது. இவ்விரண்டுக்கும் இடையேயான இயக்கமே 'என்' என்பதற்கான அர்த்தத்தைக் கொடுக்கிறது. எல்லாவற்றிலும் முக்கியமானது, குடும்பம் என்ற

கருத்து இயற்கையான ஒன்றாக முன்வைக்கப்படுகிறது. அதே சமயத்தில், அது பருண்மையான ஒன்றாகவும் முன்வைக்கப்படுகிறது. குடும்பம் பருண்மையானதும் அல்ல; இயற்கையானதும் அல்ல. அதனாலேயே குடும்பம் என்பது முகவர் அற்ற சமூக அதிகாரமாகத் திகழ்கிறது. தந்தையின் அதிகாரம், தாயின் அதிகாரம், கணவனின் அதிகாரம் ஆகியவற்றை முற்றிலுமாக நிராகரித்தும் குடும்பம் என்ற முகவர் அற்ற சமூக அதிகாரத்துக்கு ஒருவர் கட்டுப்பட்டு இயங்க முடியும்.

இத்தகைய புரிதலிலிருந்து நாம் சாதியத்தை அணுகுவோம் என்றால், சாதியமும் அதன் அடிப்படைப் பண்பில் முகவர் அற்ற சமூக அதிகாரமாகவே செயலாற்றுகிறது. குடும்பம் என்ற கருத்தின் ஊடாகவே சாதியச் சமூகங்களோடு ஒரு தனிநபர் உறவுகொள்கிறார். அது எப்போதும் 'என்' அடிப்படையிலானதாகவே இருக்க முடியும். சாதியும் குடும்பமும் பல ஒத்த தன்மைகளைக் கொண்டிருக்கின்றன. இரண்டுமே முகவர் அற்ற சமூக அதிகாரத்தை அடிப்படையாகக் கொண்டவை.[4] மேலும், இரண்டுமே பிரதிகள் சார்ந்து கட்டமைக்கப்பட்டவை அல்ல. அதாவது, நவீன அரசு எவ்வாறு அரசியல் சாசனம் என்ற பிரதியின் அதிகாரத்துக்குக் கட்டுப்பட்டு இருக்க வேண்டியுள்ளதோ அதுபோல் எத்தகைய பிரதி சார்ந்த அதிகாரத்துக்கும் குடும்பமும் சாதியும் கட்டுப்பட்டதல்ல. இரண்டுமே உயிரியலார்ந்தவையாகப் பார்க்கப்படுகின்றன. ஒருவர் ஒரு குடும்பத்தில் எவ்வாறு பிறக்கிறாரோ அதுபோலவே ஒரு சாதியில் பிறக்கிறார். குடும்பத்தில் ஒரு தனிநபர் எவ்வாறு ஓர் அலகாக இருக்கிறாரோ அதுபோலவே சாதியச் சமூகத்தில் குடும்பம் ஓர் அலகாகிறது. ஒவ்வொரு குடும்பமும் சாதி என்ற கருத்தோடு கொள்ளும் உறவே குறிப்பிட்ட சாதியை நிலைநிறுத்துகிறது. ஒரு தனிநபருக்கும் சாதிக்கும் இடையேயான உறவு குடும்பத்தின் ஊடாகவே சாத்தியப்படுகிறது. ஏனெனில், சாதிரீதியான உறவு என்பது இரண்டு தனிநபர்களுக்கு இடையேயான உறவில்லை; இரண்டு குடும்பங்களுக்கு இடையேயான உறவின் ஊடாகவே இரண்டு சாதியச் சமூகங்களுக்கு இடையேயான உறவு சாத்தியப்படுகிறது. சாதியச் சமூகத்தோடு ஒரு குடும்பம் கொள்ளும் உறவும், ஒரு தனிநபர் தனது குடும்பத்தோடு கொள்ளும் உறவுமே சாதிகளுக்கு இடையேயான உறவாகத் தனிமனிதத் தளத்தில் வெளிப்படுகின்றன. ஆகவே, சாதிகளுக்கு இடையேயான உறவு என்பது எப்போதும் இரண்டு குடும்பங்களுக்கு இடையேயானதாகவே இருக்க முடியும். ஒவ்வொரு தனிநபரும் குடும்பம் என்ற கருத்தோடு கொள்ளும் உறவின் அனுபவமே குடும்பத்தை வரையறுப்பதுபோல, ஒவ்வொரு குடும்பமும் தங்களது சாதியோடு கொள்ளும் உறவே சாதியை வரையறுப்பதாக இருக்கிறது. ஆகவேதான், 'சாதியும் நானும்' எனும்போது ஒரு தனிநபர் தன்னைத் தன்னாட்சி கொண்ட தனிநபராக நிலைநிறுத்திக்கொண்டு மற்றவர்களை சாதியச் சமூகமாக விவரிக்க வேண்டியுள்ளது. தன்னாட்சி

---

4   குடும்பம் என்ற கருத்து எவ்வாறு முகவர் அற்ற அதிகாரமாகச் செயல்படுகிறது என்பது குறித்து மேலும் விரிவான வாசிப்புக்கு கோபால் குருவும் சுந்தர் சருக்கையும் இணைந்து எழுதிய '*அனுபவம், சாதி, அன்றாடச் சமூகம்*' (*Experience, Caste and the Everyday Social*, OUP, 2019), நூலைப் பார்க்கவும்.

கொண்ட ஒரு தனிநபராக நம்மை நாம் பாவித்துக்கொள்வோம் என்றால், நம்மோடு உறவுகொள்ளும் மற்றொரு தனிநபரையும் நாம் தன்னாட்சி கொண்ட தனிநபராக பாவிப்பதே அறம் சார்ந்ததாக இருக்கும். ஆகவேதான், நாம் சாதியச் சமூகங்களுக்கு இடையே உரையாடல் நடத்த வேண்டும் என்றால், 'நானும் என் சாதியும்' எனும் தளத்திலிருந்து உரையாட வேண்டியுள்ளது. ஏனெனில், நாம் நம்மை மட்டும் தன்னாட்சி கொண்ட நபராக அர்த்தப்படுத்திக்கொண்டு, நம்மோடு உறவுகொள்ளும் மற்றொருவரை சாதியச் சமூகமாக முன்னிறுத்தும்போது, நாம் அவரை சாரம்சப்படுத்த வேண்டியுள்ளது (வரலாற்றுரீதியாகவோ பண்பாட்டுரீதியாகவோ). இங்கு நம்முடைய அனுபவங்கள், குறிப்பாகச் சாதிரீதியான அனுபவங்கள் வேறான அர்த்தத்தைக் கொண்டிருப்பவையாக மாறிவிடுகின்றன.

இந்த நூலில் உள்ள அனுபவங்களை நாம் கருத்தாக்கத் தளத்துக்கு எவ்வாறு கொண்டுசெல்லப்போகிறோம்? இங்கு நம்மோடு பகிர்ந்துகொள்ளப்படும் அனுபவங்கள் எல்லாமே 'நான்' என்ற தன்னாட்சி கொண்ட தனிமனிதர்களை அடிப்படையாகக் கொண்டிருக்கின்றன. அதாவது, 'நான்' என்ற தன்னாட்சி கொண்ட ஒரு நபர், அவரது குடும்பத்தோடும் சாதியச் சமூகங்களோடும் அவர்களுக்கு ஏற்பட்ட அனுபவங்களை நம்மோடு பகிர்ந்துகொள்கிறார்கள். இவர்களில் பெரும்பாலானோர் கல்விப்புலத்தோடு தொடர்புகொண்டவர்களாக இருக்கிறார்கள். இங்கு விசித்திரம் என்னவென்றால், சாதி எப்போதும் ஓர் எழுவாய்க்கு வெளியே இருப்பதாகவே நவீனத்துவத் தளத்தில் மொழிப்படுத்தப்படுகிறது. 'என்' அடிப்படையில் நாம் இன்னும் சாதியச் சமூகத்தை நவீனத்துவத் தளத்தில் எதிர்கொள்ள முடியவில்லை. 'என்' என்பது பழமைவாதச் சாதிய மொழியாகப் பார்க்கப்படுகிறது. 'என்' என்பதைப் பழமைவாதத்திலிருந்து மீட்டெடுக்காமல் சாதியத்துக்கு எதிரான மொழியை நம்மால் உருவாக்க முடியாது. நம்முடைய பகுதியாக இருக்கும் பழமைவாதத்தோடு உரையாடுவதற்கு இந்த 'என்' மிகவும் அவசியமாகிறது. மேலும், 'என்' என்பது வரலாற்றுரீதியான பொறுப்பையும் வெளிப்படுத்துகிறது. நாம் இதைச் சுமக்கத்தான் வேண்டும். 'என்' என்பதை உதறித்தள்ளி, 'நான்' ஆவது மேலானதாகத் தோன்றினாலும், அது நிலைத்திருக்கும் சாதியத்தோடு உரையாடல் நடத்துவதற்குப் பெரும் தடையாக உள்ளது. நம்மோடு நாம் உரையாடல் நடத்துவதற்கும் பெரும் தடையாக உள்ளது. வேறு வார்த்தைகளில் சொல்வதென்றால், 'நான்' என்கிற இறையாண்மை கொண்ட தனிநபர், 'என்' என்பதற்கான தார்மீகப் பொறுப்பை எடுத்துக்கொள்ள வேண்டியுள்ளது.

இந்தத் தொகுப்பில் தலித், தலித்தல்லாத-பார்ப்பனரல்லாத சாதியைச் சேர்ந்தவர்களின் அனுபவங்கள் பகிர்ந்துகொள்ளப்படுகின்றன. சில அனுபவங்கள் தலித்துகளும் தலித்தல்லாதவர்களும் சமூகச் செயல்பாட்டின் பகுதியாக, ஒன்றாகச் செல்லப்பட வேண்டிய சூழ்நிலைகளையும் அதில் காணப்படும் சிக்கல்களையும் விவரிக்கின்றன. தலித் சாதியைச் சார்ந்த ஒருவர் தலித்தல்லாத சாதியோடு அல்லது அத்தகைய தனிநபரோடு கொள்ளும் உறவை நம்மால் எளிதாகப் புரிந்துகொள்ள முடிகிறது. அதாவது தலித், தலித்தல்லாதவர்

என்ற சட்டகத்துக்குள் பொருத்தி நம்மால் அதை அர்த்தப்படுத்திக்கொள்ள முடிகிறது. ஆனால், தலித்தல்லாத, பார்ப்பனரல்லாத சாதிகளுக்கு இடையேயும், அத்தகைய தனிமனிதர்களுக்கு இடையே முன்வைக்கப்படும் உறவையும், சாதிய வெளிப்பாடுகளையும் நம்மால் அவ்வளவு எளிதாகப் புரிந்துகொள்ள முடியவில்லை. அது வெறுமனே தனிநபர் சார்ந்த குற்றவுணர்வாகவோ அல்லது அவ்வாறு செயல்பட வேண்டிய சூழ்நிலைகளை விவரிப்பதாகவோ இருக்கிறது. ஒரு வாழ்வனுபவமாக இத்தகைய மொழிப்படுத்தலோடு தொடர்புகொள்ள முடிகிறது என்றாலும், அந்த அனுபவத்தை நம்மால் கோட்பாட்டுரீதியாகவோ கருத்தாக்கரீதியாகவோ உள்வாங்கிக்கொள்ள முடியவில்லை. இவற்றை உள்வாங்கிக்கொள்வதற்கான கோட்பாட்டுரீதியான சட்டகமும் நம்மிடையே இல்லை. அதாவது, யதார்த்தமாக இருக்கும் சாதிகளுக்கு இடையேயான இடைவெளியையும், அது குடும்பத்தின் ஊடாகவும், தனிமனிதர்கள் ஊடாகவும் எவ்வாறு சமூக யதார்த்தமாகிறது என்பதை நம்மால் கருத்தாக்கம் செய்ய முடியவில்லை. இந்தப் போதாமை தங்கள் அனுபவங்களைப் பகிர்ந்துகொள்பவர்களின் போதாமையல்ல; இது சாதிகளுக்கு இடையேயான உறவை மொழிப்படுத்துவதற்கான வழிமுறைகள் அற்ற பெரும் வெறுமையையே வெளிப்படுத்துகிறது. நம்மிடம் சாத்தியப்படும் மொழி சமூக வகைமைகளுக்கு இடையேயான மொழியாக இருக்கிறதே ஒழிய, தனித்த சாதிகளுக்கு இடையேயான உறவை வெளிப்படுத்துவதற்கான மொழியாக இன்னும் உருப்பெறவில்லை.

சாதியத் தன்னிலையாக ஒரு தனிநபர் தனது குடும்பம் என்ற கருத்தின் ஊடாகத் தன்னைத் தக்கவைத்துக்கொள்கிறார். இதனாலேயே, ஒரு தனிநபர், சாதியப் பண்பைக் குடும்பத்துக்குள் இருந்துகொண்டு விமர்சிப்பதற்கான சாத்தியம் உருவாகவில்லை. நம் நண்பனின் சாதியைத் தெரிந்துகொள்ள நம் தாயோ தந்தையோ முயல்வதை நாம் மறுக்கலாம். அவர்களது செயல்களுக்காக நாம் வெட்கித் தலைகுனியலாம். அது பழமைவாதச் சாதிய மனநிலை என்று விமர்சிக்கலாம். அந்த நண்பரை அல்லது தோழியை நம் வீட்டுக்கு அழைத்துவருவதைத் தவிர்க்கலாம். நாமே சாதிய மனநிலை கொண்டு நண்பனை அணுகியதற்காகக் குற்றவுணர்வுகொள்ளலாம். ஆனால், குடும்பம் என்ற கருத்தோடு நாம் எத்தகைய முறையில் உறவு வைத்துக்கொள்ளப்போகிறோம் என்பது முக்கியமான கேள்வி. நம் தாய் தந்தையை, சகோதர சகோதரிகளை, பிற உறவுகளை விமர்சனத்தோடு ஏற்றுக்கொள்கிறோம். முற்றிலுமாக அவர்களை உதறித்தள்ளுவதில்லை. ஏனெனில், குடும்பம் என்ற கருத்துக்கு உட்பட்டுத்தான் நாம் வாழ்கிறோம். அதனால், இந்த விமர்சனங்கள் தனிமனிதத் தளத்துக்குள் சுருங்கிவிடுகின்றன. இதை நாம் எவ்வாறு குடும்பமயப்படுத்தப்போகிறோம் அல்லது சமூகமயப்படுத்தப்போகிறோம்? அவர்கள் எல்லோரும் ஒரு சாதியச் சமூகமாகவே உறவுகொள்கிறார்கள். அதை அவர்கள் தன்னாட்சி கொண்ட தனிமனித வெளிப்பாடாக முன்வைக்கவில்லை; அவ்வாறு கோரவுமில்லை. அப்படியிருக்க, நாம் அவர்களைத் தனிமனிதத் தளத்தில் விமர்சிப்பது எவ்வாறு சரியாக இருக்கும் என்ற கேள்வியை நாம் கேட்டுக்கொள்ள வேண்டியுள்ளது. ஆக, தனிமனிதர்கள் தங்களைச் சாதியச்

சமூகமாக வெளிப்படுத்திக்கொள்ளும்போது, அவர்களது வெளிப்பாட்டை நாம் குடும்பத்தின் வெளிப்பாடாக மாற்ற வேண்டியுள்ளது. அதாவது, ஒரு குடும்பத்தில் அதன் உறுப்பினர் எவ்வாறு அவரது 'நான்' என்பதற்கு அப்பால் எதையோ கொண்டு குடும்பம் என்ற கருத்தோடு உறவுகொள்கிறாரோ, அதுபோலவே ஒரு குடும்பம், அதன் இருப்புக்கு அப்பால் எதையோ கொண்டே சாதியச் சமூகமாக அதை வெளிப்படுத்திக்கொள்கிறது. ஆக, குடும்பம் என்ற கருத்தினுடைய இடையீட்டின் ஊடாகவே சாதியத் தன்னிலையாக ஒரு தனிமனிதர் வடிவமைக்கப்படுகிறார். ஆக, சாதியம் குறித்துப் பேசும்போது நாம் குடும்பத்தைத் தனித்த பண்புகொண்ட ஒன்றாகப் பார்க்க முடியாது. அதுபோலவே, நாம் குடும்பத்திலிருந்து முற்றிலுமாகத் துண்டித்துக்கொண்ட தனிநபராக இருப்பது நம்மளவில் நியாயமான ஒன்றாக இருக்கலாம். அது தீர்வாகுமா என்று எனக்குத் தெரியவில்லை. மேலும், இந்தச் சிக்கலுக்கான தீர்வை முன்வைப்பது என் நோக்கமில்லை. அது சாத்தியமும் இல்லை. நாம் இங்கு சொல்லவருவதை இப்படியாகத் தொகுத்துச் சொல்லலாம்: நாம் சாதியம் குறித்தும், அதை ஒழிப்பது குறித்தும் சிந்திப்போம் என்றால், நாம் இந்த லட்சியங்களிலிருந்து குடும்பத்தை ஒதுக்கிவைக்க முடியாது. சாதியத் தன்னிலையில் குடும்பத்தின் இடையீட்டை நாம் அங்கீகரிக்க வேண்டியுள்ளது. நான் குடும்பம் என்று சொல்லும்போது, அதை நாம் பிறந்த குடும்பமாக மட்டுமே சுருக்க வேண்டியதில்லை. குடும்பம் என்பது ஒரு கருத்து. அந்தக் கருத்து நவீன நிறுவனங்களிலும்கூடத் தாக்கம் செலுத்தக்கூடியதாக இருக்கிறது. (எடுத்துக்காட்டாக, 'எனக்குக் கீழாக வேலைபார்ப்பவர்களை நான் என் குடும்பம்போல் நடத்துகிறேன்', 'என் வீட்டில் வேலைசெய்யும் தலித்தை என் குடும்ப உறுப்பினராகவே நடத்துகிறேன்' போன்ற அபத்தங்களைச் சொல்லலாம்.)

குடும்பம் என்ற கருத்தை நாம் வேறு விதமாக வரையறுக்காமல் சாதியை நாம் எதிர்கொள்ள முடியாது. நாம் குடும்பத்தை உயிரியலார்ந்ததாகப் பார்க்கிறோம். இயற்கையானதாகவும் பார்க்கிறோம். மேலும், அதைத் தனிவெளி சார்ந்ததாகவும் முன்வைக்கிறோம். இத்தகைய அடிப்படைகளைக் கொண்டே குடும்பம் என்ற கருத்து நிலைநிறுத்தப்படுகிறது. எடுத்துக்காட்டாக, ஆண்/பெண் உடல் என்பதை எடுத்துக்கொள்வோம். பௌதிக உடல்களுக்கு இடையேயான வேறுபாட்டை அடிப்படையாகக் கொண்டே ஆணுடல், பெண்ணுடல் என்ற சமூக உடல்கள் கட்டமைக்கப்படுகின்றன. இதை இயற்கையானதாக மாற்றாமல் நம்மால் அவற்றை நிலைநிறுத்த முடியாது. மொத்தத்தில், ஆண்/பெண் உடல் என்ற கருத்தாக்கங்களை இயற்கையானதாக முன்வைக்காமல், நாம் பாலின ஒடுக்குதலை நடைமுறைப்படுத்த முடியாது. ஆகவே, குடும்பத்தை இயற்கையானதாக முன்வைக்காமல், ஒவ்வொரு உறுப்பினரும் குடும்பம் என்ற கருத்தோடு கொள்ளும் உறவாகப் பார்க்க வேண்டியுள்ளது. குடும்பம் என்பதன் சாரத்தை நாம் மாற்றி உருவாக்க வேண்டியுள்ளது. அதாவது, குடும்பத்தை 'இயற்கை'யானதாகப் பார்க்கும் பார்வையை மறுதலிக்க வேண்டியுள்ளது. மேலும், குடும்பம் என்பது தனிவெளியை அடிப்படையாகக் கொண்டதல்ல. பொதுவெளியிலிருந்து நாம்

குடும்பத்தைப் பிரிக்க முடியாது. ஆனால், குடும்பத்தைத் தனிவெளிக்கானதாகக் கோருகிறோம், சாதியைப் பொதுவெளிக்கானதாகக் கோருகிறோம். நம் சமூகத்தில் பொதுவெளி, தனிவெளி போன்றவை அவ்வளவு தெளிவாக இல்லை.[5] எடுத்துக்காட்டாக, கோயில்களுக்குள் தலித்துகள் நுழையக் கூடாது என்ற சமூக நிலைப்பாட்டை எடுத்துக்கொள்வோம். கோயில்களைத் தனிவெளிகளாக மாற்றாமல் நம்மால் தலித்துகளைத் தடுத்துவைத்திருக்க முடியாது. இங்கு விசித்திரம் என்னவென்றால், குடும்பமும் தனிவெளியாகிறது, கோயிலும் தனிவெளியாகிறது. நம்முடைய பௌதிக உடல்களே ஆண், பெண் உடல்களாகச் சமூகமயப்பட்டிருக்கும்போது, குடும்பமும் சமூகமயப்பட்டதாகவே இருக்க முடியும். குடும்பம் என்ற கருத்தோடு இறையாண்மை கொண்ட தனிநபர் கொள்ளும் உறவின் அனுபவத் தொகுப்பே ஒருவரை 'நான்' ஆக்குகிறது. இந்த 'நான்' இயற்கையானது அல்ல; உயிரியலார்ந்ததும் அல்ல. இதனாலேயே தனிநபருக்கும் குடும்பம் என்ற கருத்துக்கும் இடையேயான இயக்கவியலார்ந்த உறவை நாம் அங்கீகரிக்க வேண்டியுள்ளது. ஒன்று மற்றொன்றைத் தொடர்ந்து மறுவுருவாக்கம் செய்துகொண்டே இருக்கிறது. குடும்பத்தின் அடிப்படைப் பண்பைத் தக்கவைத்துக்கொண்டு (இயற்கையானது, உயிரியலார்ந்தது, தனிவெளிக்கானது என்பதுபோல), சாதிய வெளிப்பாடுகளைத் தனிநபர் போதாமைகளாக நாம் முன்வைக்கும்போது, நாம் நம்முடைய நோக்கத்தைக் கடந்து, நாம் சாதியை நமக்கு வெளியே வைத்துப்பார்க்கிறோம். இந்தத் தொகுப்பில் உள்ள வாழ்வனுபவங்களும் அதன் தலைப்பும் சாதியைப் புறத்தே வைக்கும் பண்பைக் கொண்டிருக்கின்றன. தன்னையே விமர்சனரீதியாக ஒருவர் முன்வைக்கும்போதும், அந்தக் கட்டுரையாளர் அவரையே அவருக்கு வெளியே வைத்துக்கொள்கிறார். சாதி எதிர்ப்பு குறித்தான அரசியல் சொல்லாடல்களும் சாதியை ஒரு எழுவாய்க்குப் புறமாக வைத்தே மொழிப்படுத்தப்படுகின்றன. இந்தப் போதாமையை இந்தத் தொகுப்பு மிக உண்மையாகவும் வெளிப்படையாகவும் பிரதிபலிக்கிறது.

குடும்பத்தை நாம் 'இயற்கை'யானதாகப் பார்க்கும்வரை நம்மால் அதை உறவின் அடிப்படையில் பார்க்க முடியாது. ஒரு தனிநபருக்கும் சமூகங்களுக்கும் இடையேயான உறவு 'இயற்கை' (எடுத்துக்காட்டாக ஆண், பெண் உடல்கள்) என்ற கருத்தாக்கத்தை அடிப்படையாகக் கொண்டிருக்கிறது என்றால், நம் சமூகத்தில் அது இயற்கையானதாக்கப்பட்டிருக்கும் குடும்பத்தைச் சார்ந்த ஒன்றாகிறது. இந்தத் தொகுப்பில் தலித்துகள் தங்களது அனுபவங்களை நம்மோடு பகிர்ந்துகொள்ளும்போது, அது சமூகத் தளத்திலும் குடும்பத் தளத்திலும் தனிநபர் தளத்திலும் ஒன்றிணைந்து வெளிப்படுகின்றன. ஒரு தலித் தனிநபர் தன்னை தலித் சமூகமாகவே வெளிப்படுத்திக்கொள்கிறார்.

5 வெளிகள் பௌதிகரீதியாகவும் சமூகரீதியாகவும் அனுபவத்தோடும், நீதி என்ற கருத்தமைவோடும் கொண்டிருக்கும் உறவு குறித்த கோபால் குருவின் முக்கியமான வாசிப்புக்குப் பார்க்கவும்: Gopal Guru, 'Experience, Space, and Justice' in Gopal Guru, Sundar Sarukkai, 'The Cracked Mirror: An Indian Debate on Experiecne and Theory, OUP, 2012. இந்தக் கட்டுரையின் தமிழாக்கத்துக்குப் பார்க்கவும்: 'விரிசல் கண்ணாடி: அனுபவம், கோட்பாடு குறித்து ஓர் இந்திய விவாதம்', எதிர் வெளியீடு, 2020.

இதில் ஒரு முழுமையை உணர முடிகிறது. ஆனால், தலித்தல்லாத சாதிகளைச் சேர்ந்தவர்கள் தங்களது அனுபவத்தை மொழிப்படுத்தும்போது, சமூகங்களிலிருந்தும் குடும்பத்திடமிருந்து தங்களை வேறுபடுத்தி, தன்னாட்சி கொண்ட தனிநபராகத் தங்களை முன்னிறுத்திக்கொள்ள வேண்டியுள்ளது. தலித்துகளின் அனுபவ மொழிப்படுத்தலில் உள்ள முழுமை இவர்களது மொழிப்படுத்தலில் கிடைக்காமல்போகிறது. இதைத் தங்களுடைய அனுபவங்களை நேர்மையாகப் பகிர்ந்துகொண்ட தலித்தல்லாதவர்களின் போதாமையாகப் பார்க்கவில்லை. பிற சமூகங்களை ஒதுக்கிவைக்கும் சமூகங்களின் பகுதியாக இருக்கும்போது, மொழிப்படுத்தலில் ஒரு முழுமை சாத்தியப்படாமல்போகிறது. அவை தனிமனிதப் போதாமைகளாகவே வெளிப்படுகின்றன. சாதிகளுக்கு இடையேயான உறவில் ஒடுக்கப்பட்டவர் நிலையிலிருந்து ஒருங்கிணைந்த மொழியை நம்மால் உருவாக்க முடிவதுபோல், ஒடுக்குபவர் நிலையிலிருந்து ஓர் ஒருங்கிணைந்த மொழியை நம்மால் உருவாக்க முடியவில்லை. அதனாலேயே, நாம் சாதியச் சமூகத்தை நமக்குப் புறத்தே வைத்துப்பார்க்கிறோம்.

நிறுவனப்பட்ட ஒன்றல்ல சாதியம். அதன் அதிகாரம், மேலாண்மை எல்லாம் அதன் அன்றாடத்தன்மையில்தான் அடங்கியுள்ளன. அவை நம்முடைய உடலாக வெளிப்படுகின்றன. நம்முடைய ஐம்புலன்களின் ஊடாக வெளிப்படுகின்றன. நம்முடைய குடும்பமாக வெளிப்படுகின்றன. சாதி, குடும்பம், உடல், புலன்கள் போன்றவற்றை நாம் இயற்கையானது என்பதாக அர்த்தப்படுத்துகிறோம். இவை எவையுமே இயற்கையானவை அல்ல என்றும், அவை அன்றாடத்தன்மையில் கட்டமைக்கப்படுகின்றன என்ற தளத்திலிருந்தும் நாம் இவற்றை மாற்றி வரையறுக்க வேண்டியுள்ளது. உடல்களும் புலன்களும் சமூகமயப்பட்டதே என்று நாம் ஏற்றுக்கொள்ள வேண்டியுள்ளது. அதன் நீட்சியாக, குடும்பமும் சமூகமயப்பட்டதே தவிர அது தனிவெளியைச் சார்ந்ததல்ல. அதுவும் பொதுவெளியைச் சார்ந்ததே; சமூகவயப்பட்டதே.

இந்த அனுபவத் தொகுப்பிலிருந்து நான் என்ன எடுத்துக்கொள்ளப்போகிறேன் என்பதை அடிப்படையாகக் கொண்டே என்கருத்துகளைப் பகிர்ந்துகொள்கிறேன். தங்களுடைய அனுபவங்களை மிக நேர்மையாகப் பகிர்ந்துகொண்டவர்களை விமர்சனரீதியாக அணுகுவது என் நோக்கமல்ல. அதே சமயத்தில், ஒரு முக்கியமான விடுபடல் குறித்து நான் முன்வைக்க வேண்டியுள்ளது. தலித்தல்லாத சாதிகளுக்கும், தலித் சாதிகளுக்கும், தலித் சாதிகளுக்கிடையேயும், தலித்தல்லாத சாதிகளுக்கிடையேயும் காணப்படும் தீண்டாமையானது பக்கத்துக்குப் பக்கம் அன்றாட வாழ்வனுபவங்களாக விவரிக்கப்படுகின்றன. ஆனால், அது தீண்டாமையாக அடையாளம் காணப்படவில்லை. 'தீட்டும் தீண்டாமையும்' என்ற கட்டுரை தீட்டு குறித்து மட்டுமே பேசுகிறது. தீண்டாமை என்ற சொல் உபயோகிக்கப்பட்டிருந்தாலும் அது குறித்து எதையும் அது கொண்டிருக்கவில்லை. அதே சமயத்தில், சாதிகளுக்கிடையே காணப்படும் தீண்டாமை ஒவ்வொரு கட்டுரையிலும் அனுபவமாக

விவரிக்கப்பட்டிருந்தாலும், அந்தச் சொல் உபயோகிக்கப்படவில்லை. இது மிக 'இயல்பாக' விடுபட்டுள்ளது. அவர்கள் அனுபவத்தை உள்வாங்கிய விதத்திலும், அதை மொழிப்படுத்திய விதத்திலும் அந்தச் சொல்லை உபயோகிப்பதற்கான அவசியம் உருவாகவில்லை என்றே நான் எடுத்துக்கொள்கிறேன். ஆனால், கருத்தாக்கத் தளத்தில் காணப்படும் தீண்டாமையானது வாழ்பனுபவமாக முன்வைக்கப்படும்போது எப்படிக் காணாமல்போகிறது என்பது மிக முக்கியமான கேள்வியாகிறது. கருத்தாக்கத் தளத்தில் செயல்படுகிறவர்களுக்கு இந்தப் புத்தகம் கொடுத்திருக்கும் மிகப் பெரிய கேள்வியாக இதைப் பார்க்கிறேன்.

⊙

கதாநாயகனும் முதலீட்டியமும்
ராஜன் குறையின் 'கதாநாயகனின் மரணம்' தொகுப்பை முன்வைத்து

இந்தப் புத்தகத்தின் தலைப்பு தவிர்க்க முடியாமல் பெர்டோல்ட் பிரெக்டின் 'கலீலியோ' நாடகத்தை நினைக்கத் தூண்டியது. அந்த நாடகத்தில் ஒரு நிகழ்வு: கலீலியோவை மதகுருமார்கள் விசாரணை செய்துகொண்டிருக்கிறார்கள். காட்சிரீதியாக இது நாடகத்தில் காட்டப்படவில்லை. மேடையின் இடதுபக்கம் கலீலியோவின் தலையாய மாணவன் நின்றுகொண்டிருப்பான்; மதகுருமார்களிடம் கலீலியோ மன்னிப்பு கோர மாட்டார் என்ற நம்பிக்கையோடு. மேடையின் வலதுபக்கத்தில் கலீலியோவின் மகள் நின்றுகொண்டிருப்பாள்; கலீலியோவின் உயிரைக் கடவுள் காப்பாற்ற வேண்டும் என்றும், தன் தந்தை மன்னிப்பு கேட்கத் தயங்கக் கூடாது என்றும் பிரார்த்தித்துக்கொண்டிருப்பாள். 16-ம் நூற்றாண்டுத் துன்புறுத்தும் கருவிகளெல்லாம் மேடையின் நடுவே திரையில் காட்டப்படும். ஆலயமணி அடிக்கும் சத்தம் கேட்கும். அதன் அர்த்தம், கலீலியோ மன்னிப்பு கோரிவிட்டார் என்பதாகும். மகள் சந்தோஷத்தில் கடவுளுக்கு நன்றிசொல்வாள். கலீலியோவின் மாணவன் தோல்வியில் தலைகுனிந்து நிற்பான். அப்போது சோர்ந்துபோய் கலீலியோ வெளியே வந்து மாணவன் அருகில் நிற்பார். மாணவன் சொல்வான்: 'என்ன துயரம், நம் காலத்துக்கான நாயகன் நம்மிடையே இல்லை.' அதற்கு கலீலியோ பதில்சொல்வார்: 'என்ன துயரம், நம் காலத்துக்கான நாயகனை நாம் வேண்டிநிற்பது.' மேற்கத்தியச் சிந்தனையில் பெரும் மாற்றத்தை ஏற்படுத்திய தருணத்தை பிரெக்ட் இப்படித்தான் நாடகப்படுத்தியிருப்பார். 'இயற்கை அறிவியல்' (Natural Science) தத்துவமாகவும் அறிவியலாகவும் தனித்தனிப் பிரிவுகளாகப் பிளவுகொண்ட வரலாற்றுக் காலகட்டம் அது. அதனால்தான் ஐன்ஸ்டைன், 'நவீன அறிவியலின் தந்தை கலீலியோ' என்று குறிப்பிடுகிறார். 'கதாநாயகனின் மரணம்' நூலில் தமிழ் சினிமாவில் கதாநாயகன் மரணமடைந்த வரலாற்றுத் தருணத்தைக் கோட்பாட்டுரீதியாக விளக்க முயல்கிறார் ராஜன் குறை.

கலீலியோவுக்கும் அவரது மாணவருக்கும் இருந்த முரண்பாடுபோல் வெகுஜன சினிமாவை எப்படி அணுகுவது என்பதில் நம்மைப் போன்றவர்களுக்குச் சிக்கல் இருக்கிறது. தத்துவார்த்தத் தளத்தில், அரசியல் தளத்தில் வெகுஜன மக்களோடு தொடர்பு ஏற்படுத்திக்கொள்ளும் முனைப்பு நம்மிடையே

இருந்தாலும், அழகியல் அடிப்படையில் நாம் அவர்களிடமிருந்து விலகி ஒருவித மேட்டுக்குடித்தன்மையோடு இயங்குகிறோம். இதனால்தான், மீண்டும்மீண்டும் பாமரர்களின் ரசனையை வளர்க்க வேண்டும் என்ற கருத்தை முன்வைக்கிறோம். உலகத் தரத்துக்கு சினிமா எடுக்கும் படைப்பாளிகளை உருவாக்க வேண்டும் என்கிறோம். இந்த முரண்பாட்டின் ஊடேதான் நாம் மாற்று சினிமா என்ற கருத்தை முன்வைத்து உரையாட முயல்கிறோம்.

இந்தப் புத்தகத்தின் பிரதானத் தத்துவப்போக்கு மேற்குறித்த சிந்தனை வடிவிலிருந்து முற்றிலும் விலகிநிற்பதாகும். ராஜன் குறையின் பிரதானக் கருதுகோள், நாம் வெகுஜன சினிமாவைப் புரிந்துகொள்ள வேண்டும் என்பது மட்டுமல்ல; வெகுஜன சினிமாவைப் புரிந்துகொள்ள அதற்கான விமர்சன முறைமையை உருவாக்க வேண்டும் என்பதுதான். இதற்கான அடிப்படைகளை இந்தப் புத்தகத்தில் உள்ள கட்டுரைகள் மிக ஆழமாகவும் விரிவாகவும் முன்வைக்கின்றன. சினிமா பற்றிய என்னுடைய புரிதலை இந்தப் புத்தகம் விசாலமாக்கியது. ராஜன் குறை மானுடவியல் அடிப்படையில் சினிமா பற்றி ஆராய்ந்து அமெரிக்கப் பல்கலைக்கழகத்தில் முனைவர் பட்டம் பெற்றவர். அது மிக விரிந்த தளத்தில் வெகுஜன சினிமாவை அணுகுவதற்கு சாத்தியங்களை உருவாக்கியிருக்கிறது. முனைவர் பட்டம் பெற்றவர் என்பதைவிட, தமிழ்ச் சிறுபத்திரிகைச் சூழலில் தீவிரமாகச் செயல்பட்டவர் என்பது எனக்கு முக்கியமாகப் படுகிறது. ராஜன் குறை முன்வைக்கும் சில முக்கியப் புள்ளிகளை நான் புரிந்துகொண்ட முறையில் சற்று விரிவாகப் பார்ப்போம்.

பதினோரு கட்டுரைகள் கொண்ட இந்தத் தொகுப்பு நான்கு பகுதிகளாகப் பிரிக்கப்பட்டுள்ளது. தமிழ் சினிமாவில் கதாநாயகனின் மாற்றமும் தொடர்ச்சியும், சினிமாவில் முதலீட்டியம், கதையாடலுக்கும் அப்பால் உள்ள தத்துவப் பிரச்சினைகள் மற்றும் தேசம் என்ற கட்டமைப்புக்குள் உள்ளூர் சினிமாவின் பங்கு. இந்தப் புத்தகத்தின் முக்கியமான பங்களிப்பாக சினிமாவை இரண்டு விதமாக வகைப்படுத்துவதைச் சொல்லலாம்: தனித்தியங்கும் சினிமா மற்றும் அன்றாட வாழ்க்கையை ஊடுருவும் சினிமா. இதில் தனித்தியங்கும் வகையின் பண்பும், அன்றாட வாழ்க்கையை ஊடுருவும் வகையின் பண்பும் கட்டம் கட்டியதுபோல் தொடர்பற்று இயங்காது என்றாலும், இதில் ஏதோ ஒன்றின் பண்பு மேலோங்கிநிற்கும் சாத்தியங்களைக் கொண்டுள்ளது. தனித்தியங்கும் என்பதில் காரண-காரியத் தொடர்பு ஒரு சங்கிலிபோல் பிணைக்கப்பட்டு இருக்காது. அன்றாட வாழ்க்கையை ஊடுருவும் வகையில் காரண-காரியத் தொடர்பு, சங்கிலிபோல் பிணைக்கப்பட்டிருக்கும். அரசியல், தத்துவம், இலக்கியம், உலக சினிமா என்று பழக்கப்பட்ட மத்தியதர வர்க்கத்தில் அழகியலில் காரண-காரியத் தொடர்பு அவசியமான பகுதியாக இருக்கிறது. அதனால்தான், தனித்தியங்கும் சினிமா என்பது நம் அழகியல் ரசனைக்கு ஒவ்வாததாக இருக்கிறது. அதே சமயத்தில், இத்தகைய திரைப்படங்கள் வெகுஜனங்களிடம் பெரும் வரவேற்பைப் பெறுகின்றன. ஏன் வெகுஜனங்களிடம் அத்தகைய வரவேற்பைப் பெறுகின்றன என்ற கேள்விதான்

தமிழ் சினிமாவைப் புரிந்துகொள்ள அடிப்படையாகிறது. அஷிஷ் நந்தி ஒரு கட்டுரையில் இதற்கான காரணங்களை மிகச் சிறப்பாக விளக்குகிறார்.[1] ராஜன் குறை இந்தக் கேள்விக்கான விடையை முன்வைக்க், வெகுஜன சினிமாவை அணுக ஒரு விமர்சன அடிப்படையை உருவாக்க முயல்கிறார்.

ராஜன் குறை குறிப்பிடுவதுபோல் 'கதாநாயகன்' என்ற தத்துவத்தின் மரணத்தை அவர் குறிக்கவில்லை. கதாநாயகனின் ஒருவகை மாதிரியின் மரணத்தை மட்டுமே குறிப்பிடுகிறார். தமிழ் சினிமாவில் எம்.ஜி.ஆர்.-சிவாஜி என்ற இருமுனைகளின் பண்பு என்னவாக இருந்தது என்றும், தேசம், அரசு என்ற கருத்தாக்கங்கள் சமூகத் தளத்திலும் தனிநபர்த் தளத்திலும் எவற்றை முன்வைத்தன என்றும், இவை எம்.ஜி.ஆர்.-சிவாஜி என்ற பிம்பங்கள் வழியாக எவ்வாறு பிரதிபலித்தன என்றும் மிக விரிவாக ராஜன் முன்வைக்கிறார். சமூகத் தளத்தில் திமுகவின் லட்சியத்தை உருவகப்படுத்த, தார்மீக சாகச நாயகனாக எம்.ஜி.ஆரும் தனிநபர்த் தளத்தில் திமுகவிலிருந்து விலகிய சிவாஜி குணச்சித்திரக் கதாநாயகனாக ஒரு புதிய சமூகத்துக்கான லட்சிய மாதிரிகளை உருவகப்படுத்தினார்கள். அதாவது, வெகுஜன சினிமா யதார்த்தத்தைத் தவிர்த்து லட்சியங்களை முன்னிறுத்த வேண்டியிருந்தது என்கிறார் ராஜன் குறை. சமூகத் தளத்திலான யதார்த்தத்தையும், தனிநபர்த் தளத்திலான யதார்த்தத்தையும் முன்வைக்கும் சாகச நாயகன், சமூக மற்றும் தனிநபர் சார்ந்த லட்சியங்கள் சிதைந்துபோகும்போது மரணம்கொள்ள வேண்டியுள்ளது. இத்தகைய லட்சியவாதத்தின் சிதைவு ஒரு கோபக்கார நாயகனை முன்னிறுத்துகிறது. இதை வெளிப்படுத்தும் வகையில் இந்தியில் அமிதாப்பச்சனும், தமிழில் ரஜினிகாந்தும் உருவகமானார்கள். இந்த மாற்றத்தை நான் இவ்வாறு புரிந்துகொள்கிறேன்: எம்.ஜி.ஆர்.-சிவாஜி காலத்தில், சினிமாவில் தேசம், அரசு என்பது இளகியதன்மையிலும், அரசாட்சி என்பது பிரதானமானதாகவும் பார்க்கப்பட்டது. இந்த அரசாட்சி மீதான நம்பிக்கை சிதையும்போது (இந்திரா காந்தி கொண்டுவந்த அவசரநிலைப் பிரகடனம்) அதற்கு எதிராகக் கோபக்கார நாயகனை உருவகப்படுத்துகிறது. இருப்பினும் தேசம், அரசு குறித்து இறுகிய பண்பை இத்தகைய கோபக்கார நாயகர்கள் கொண்டிருக்கவில்லை. இத்தகைய நாயகனிடம் தார்மீகம் குறைந்து சாகசம் மட்டுமே மிஞ்சியது என்கிறார் ராஜன். அதாவது, 'எம்.ஜி.ஆர். மக்களாட்சியின் பலனை எடுத்துரைக்கும் காலகட்டத்தில் பிரபலமானார். ஆனால், ரஜினிகாந்த் மக்களாட்சி ஏமாற்றமளிக்கத் தொடங்கிய காலத்தில் பிரபலமானார்' என்கிறார் ராஜன். ஆனால், இனியும் இந்தக் கோபக்கார இளைஞன் சாத்தியப்படுமா? இல்லை என்பதுதான் யதார்த்தம். இதைத்தான் ராஜன் குறை தார்மீக சாகச நாயகனின் மரணம் என்று முன்வைக்கிறார்.

1 Ashis Nandy, 'An Intelligent Critic's Guide to Indian Cinema' in *'The Savage Freud and Other essays on possible and retrievable selves*, OUP, 1995. இந்தக் கட்டுரையின் ஒரு பகுதி தமிழாக்கம் *'காட்சிப்பிழை'* இதழில் வெளிவந்துள்ளது.

இந்தியா அணுசக்தி நாடாக மாறியுள்ள இந்தக் காலகட்டத்தில் அது எத்தகைய நாயகனை முன்வைக்கப்போகிறது? ஈழத்தில் ஏற்பட்ட பின்னடைவு, கூடங்குளம் எதிர்ப்பு, முல்லைப் பெரியாறு பிரச்சினை, திராவிடச் சிந்தனை மீதான விமர்சனங்கள் போன்றவை எத்தகைய கதாநாயகனைத் தமிழில் உருவகப்படுத்தப்போகின்றன? இந்த இரண்டு கேள்விகளுக்கும் ஊகத்தின் அடிப்படையிலான பதிலில் ஒரு ஆண்மையவாத நாயகனை எதிர்நோக்கும் அனுமானம் உள்ளது. ('ஏழாம் அறிவு' திரைப்படத்தை நாம் இந்தத் தளத்தில் வைத்துப் பார்க்கலாம்.) ஆனால், மேற்கத்திய சினிமாவில் சாத்தியப்பட்ட ஒரு ஆண்மையவாதம் என்பது வளர்ச்சியடைந்த தேசிய அரசை முன்வைப்பதாகும். நமக்கு இது சாத்தியப்படுமா? எடுத்துக்காட்டாக, இந்திய அரசுக்கு எதிராகப் பேரழிவை ஏற்படுத்தக்கூடிய ராக்கெட்டைக் கடத்திச்சென்ற வில்லனைப் பிடிக்கத் தமிழில் ஒரு ஜேம்ஸ்பாண்ட் போன்ற ஆண் தன்னிலையை உருவாக்க 'விக்ரம்' படத்தில் கமல்ஹாசன் முயன்றார்.[2] ஆனால் இந்தப் படத்தில், கர்ப்பமான தன் மனைவியின் மரணத்திலிருந்துதான் தொடங்க வேண்டியிருந்தது. அதுவும் பொட்டுவைக்க வேண்டிய இடத்தில் தோட்டா பாய்ந்து மனைவி மரணம்கொள்ள வேண்டியுள்ளது. ஏன் தமிழ்த் திரைப்படங்களில் ஓர் ஆணின் தன்னிலை குடும்பத்துக்கு வெளியே சுதந்திரமாகச் செயல்படும் பண்பைக் கொண்டிருக்கவில்லை. ஒரு இறுகிய ஜேம்ஸ்பாண்ட்டை ஏகாதிபத்தியத்தின் குறியீடாக முன்வைத்தால், குரசோவாவின் 'செவன் சாமுராய்' திரைப்படத்தை ஒரு குடிமைச் சமூகத்துக்கான குறியீடாக முன்வைக்க முடியும். தமிழ்த் திரைப்படங்களில் இரண்டு உருவகங்களுமே சாத்தியமா என்பதே நம் கேள்வி. அதாவது, குரசோவா முன்வைக்கும் குடும்பம் சாராத நாயகர்களை நம்மால் முன்வைக்க முடியுமா? ஒரு லட்சியத்தை நோக்கிய பயணத்தில் பல நாயகர்களின் தன்முனைப்போடு கூடிய சாகசங்களை நம்மால் உருவாக்க முடியுமா? தேசம், அரசு என்பதும், குடிமைச் சமூகம் என்பதும் ஒன்று மற்றொன்றின் பிரதிபலிப்புதானே.

தேசம், அரசு என்பதை இறுக்கமாகப் பார்த்த திரைபடங்களும் தமிழில் உள்ளன. குறிப்பாக, இந்தப் புத்தகத்தில் உள்ள 'ரோஷமான்' விளைவித்த 'அந்த நாள்' திரைப்படம் மிகச் சிறந்த உதாரணம். ஏகாதிபத்திய அரசாக இருந்த ஜப்பான், இரண்டாம் உலகப் போரில் தோற்ற பின், 'ரோஷமான்' திரைப்படம் முன்வைத்த பார்வையையும், அதன் உந்துதலில் எடுக்கப்பட்ட 'அந்த நாள்' திரைப்படம் தேசம், அரசு என்பதைப் புதிதாகச் சுதந்திரம் பெற்ற இந்தியாவில் எவ்வாறு முன்வைத்தது என்பதையும் ராஜன் குறை மிக அற்புதமாக ஆராய்கிறார். ஷெர்லாக் ஹோம்ஸின் துப்பறியும் கதைபோல் அமைக்கப்பட்டிருக்கும் இந்தக் கட்டுரை ஆங்கிலத்தில் எழுதப்பட வேண்டிய ஒன்று. ஏனெனில், 'ரோஷமான்' திரைப்படத்தை ஐயவாதத் தத்துவத்தின் அடிப்படையில் இதுவரை எவரும் அணுகியதில்லை. இந்தக் கட்டுரையைப் படிப்பது மிகவும் சுவாரஸ்யமாகவும் சந்தோஷத்தைக் கொடுக்கக்கூடியதாகவும் அமைத்திருக்கிறது. எம்.ஜி.ஆர்., சிவாஜி படங்களில் தேசம், அரசு என்பது

2 இந்தத் தொகுப்பில் உள்ள 'விஸ்வரூப தரிசனம்' கட்டுரையைப் பார்க்கவும்.

நெகிழ்வாகப் பார்க்கப்பட்ட அதே காலகட்டத்தில்தான், 'அந்த நாள்' படம் தேசம் என்பதை இறுக்கமான தளத்தில் முன்வைத்தது. ஆனாலும், இந்தப் படம் வெளிவந்தபோது வெகுஜனத் தளத்தில் ஏற்றுக்கொள்ளப்படவில்லை என்பதை நாம் கவனத்தில்கொள்ள வேண்டும்.

இரண்டாவது புள்ளியாக, ராஜன் குறை முன்வைக்கும் தனித்தியங்கும் சினிமா என்ற வகையை எடுத்துக்கொள்வோம். சினிமா எடுக்கப்படும் முறை தொழில்நுட்ப அடிப்படையில் உலகம் முழுவதும் ஒரே தன்மையில்தான் இயங்குகிறது. ஆனால், அது காட்சிப்படுத்தப்படும் முறையிலும் தொகுக்கப்படும் முறையிலும் ஒரு பண்பாட்டின் பங்கு என்னவாக இருக்கிறது? நாம் இங்கு கதை என்பதை மீறி சினிமா என்ற வடிவத்துக்குள் பார்க்க வேண்டியுள்ளது. அதாவது, கதை மரபுவெளியைப் புரிந்துகொள்ள வேண்டியுள்ளது. தமிழ் சினிமாவுக்கான ஒரு கதை மரபுவெளி எவ்வாறு சாத்தியப்பட்டது என்பதை யோசிப்பது என்றால், ராஜன் குறை சொல்வதுபோல் பல புத்தகங்கள் எழுத வேண்டும். இருந்தாலும், இத்தகைய வெளி என்பது 'மேற்குலகில் நிலவிய கேமரா தன்னளவில் கோரிநிற்பதாகக் கருதப்பட்ட யதார்த்தப் பதிவு பற்றிய நம்பிக்கைகளுக்கு மாறுபட்டதாகும்' என்று ராஜன் குறை முன்வைக்கிறார். உண்மைதான், நம் நாட்டார் நாடக வடிவங்களில் நிகழ்த்துதல் பிரதானப்படுத்தப்படுகிறது. ராமாயண, மகாபாரதக் கதைகள் முன்வைக்கும் முறையில் ஒரு தனித்தியங்கும் பண்பை நாம் உணர முடியும். இந்த 'தனித்தியங்கும் முறைமையில் வாழ்க்கையின் நுட்பமான தருணங்களை மேற்கத்திய யதார்த்தவாதம் என்ற கோட்பாட்டுக்கு வெளியேதான் சாத்தியப்படுத்த முடியும்' என்பதே ராஜன் குறையின் நிலைப்பாடு. நாம் காணும் சில குறைப்பிரசவங்களை மீறி நம் கதை சொல்லும் முறையில், அதாவது தனித்தியங்கும் முறையில் நமக்கான சினிமா மொழியை உருவாக்க முடியும் என்றாலும், அதற்கான 'தருணங்கள் இன்றைய வெகுஜன சினிமாவிலிருந்துதான் உருவாக்கப்பட வேண்டும்' என்பது மிக முக்கியமானதாகும்.

சினிமாவில் உள்ளூர்த்தன்மை செயல்படும் சாத்தியங்கள் எப்படியாக இருக்க முடியும் என்பதைப் புரிந்துகொள்ள ராஜன் குறை முன்வைக்கும் ஒரு விஷயத்தை நாம் கவனத்தில் எடுத்துக்கொள்வோம். 'சினிமா' என்ற கிரேக்க-பிரெஞ்சு வார்த்தையை உலக மொழிகள் பலவும் ஏற்றதுபோல் தமிழ் மொழியும் ஏற்றுக்கொண்டாலும், தமிழ் மொழியினுடைய வித்தியாசத்தின் சாத்தியம் அதைத் திரைப்படம் என்றும் முன்வைக்கிறது. இத்தகையதொரு வார்த்தைப் பயன்பாடு மேலோட்டமான ஒரு விஷயமாகத் தோன்றினாலும், சிலசமயம் அதன் விளைவுகள் மிக ஆழமானவையாகவும் இருக்கின்றன. நோயல் பர்ச் என்ற கோட்பாட்டாளர் பிரெஞ்சு மொழியில் படத்தின் திரைக்கதை, இறுதித் திரைக்கதை வடிவம், பார்க்கும் திரைப்படத்தின் காட்சிகள் இணைக்கப்பட்டிருக்கும் முறை மூன்றுக்குமே 'டிகுபாஜ்' என்ற ஒரே வார்த்தை பயன்படுத்தப்படுவது பிரெஞ்சு திரைப்படங்கள் வித்தியாசமாக உருவாவதற்குக் காரணமாக இருக்கலாம் என்று கூறியுள்ளார்.

அதுபோல சினிமா என்ற வார்த்தையை நாம் பரவலாகப் பயன்படுத்தினாலும் திரைப்படம் என்ற வார்த்தை நமது மொழியில் சாத்தியமாவது ஏதோவொரு வகையைக் குறிப்பதாகுமா அல்லது வடிவமைப்பதாகுமா என்ற கேள்வி பரிசீலிக்கப்படுகிறது.

சினிமா என்பது தமிழில் திரைப்படம் என்றானதுபோல், வங்கத்தில் என்ன நடந்தது என்பதை அஷிஷ் நந்தி விவரிக்கிறார். 'வங்க மொழியில் சினிமாவும் இலக்கியமும் கறாராகப் பிரித்துப்பார்க்கப்படுவதில்லை. வங்க மொழியில் சினிமா என்பதற்கான சொல் 'போய்' (boi). சினிமா என்பது ஒரு நாவலை, நாடகத்தை அல்லது புராணத்தைச் சொல்வதாகிறது... இப்படியான மொழி சத்யஜித் ரேவிடமிருந்து (Satyajit Ray) காத்திரமான எதிர்ப்பை எதிர்கொள்ள வேண்டியிருந்தது' என்கிறார் நந்தி.³ காலனியத்தின் ஊடாக நமக்கு அறிமுகமான சினிமா என்ற கலைவடிவம் தமிழில் திரைப்படமாகவும், வங்கத்தில் 'போய்'யாகவும் அந்தந்த மொழிகளில் உருக்கொண்டது என்பது அதன் பண்பாடுகளுக்கும், சினிமா என்ற வடிவத்துக்கும் உள்ள தொடர்பை வெளிப்படுத்துகிறது. இந்தத் தொடர்பின் பண்பானது மாற்றத்துக்கு உள்ளாகக்கூடியது என்றாலும், அதன் பண்பாட்டுத் தாக்கம் மிக முக்கியமானதாகும். இதோடு தொடர்புடைய இன்னொரு விஷயத்தையும் நாம் கவனத்தில்கொள்ளலாம். ஆங்கிலத்தில் 'ரிலீஜியன்' என்ற சொல்லுக்கு ஈடான சொல் எந்த இந்திய மொழிகளிலும் கிடையாது என்கிறார் நந்தி. அதுபோலவே 'மதர் டங்க்' என்பதற்கு ஈடான சொல் இந்திய மொழிகள் எதிலும் கிடையாது என்கிறார் ஷெல்டன் போலாக். மதம் என்பதும், தாய்மொழி என்பதும் மொழியாக்கங்களே. மதம் பற்றியும், மொழி பற்றியும் நம் பார்வை மேற்கத்தியச் சிந்தனை மரபிலிருந்து வேறாக இருப்பதை நாம் கவனத்தில்கொள்ள வேண்டியுள்ளது. மேலும், நம் கடந்த கால அனுபவம் சார்ந்து 'மதம்' என்ற சொல்லின் அர்த்தப்புலத்தை நாம் 'ரிலீஜியன்' என்ற சொல்லின் அர்த்தப்புலத்தோடு இணைத்துப்பார்ப்பது, இவ்விரண்டு சொற்களும் கொண்டிருக்கும் அர்த்தப்புலத்தை விரிவுபடுத்துவதாகவும் பார்க்க முடியும். இதுபோலவே, சினிமா என்ற சொல்லின் அர்த்தப்புலத்தை 'திரைப்படம்', 'போய்' போன்ற சொற்களை விரிவுபடுத்துவதோடு அவற்றையும் விரிவுபடுத்திக்கொள்கின்றன என்று வாதிட முடியும்.

மூன்றாவது புள்ளியாக, தமிழ் சினிமாவில் முதலீட்டியத்தின் பங்கு 'எந்திரன்' திரைப்படத்தை முன்வைத்து ஆராயப்படுகிறது. சினிமா என்ற கலைவடிவமே முதலீட்டியத்தின் வடிவமா அல்லது எல்லாவற்றையும் முதலீட்டியம் கபளீகரம்செய்வதுபோல் சினிமா என்ற நவீன வடிவத்தையும் முதலீட்டியம் கபளீகரம்செய்துவிட்டதா என்பது பெரும் விவாதத்துக்குரிய பொருள்தான். ஒரு கலைவடிவமாக சினிமா நவீனத் தொழில்நுட்பத்தைச்

---

3   Ashis Nandy, 'The City as the Invitation to an Antique Death: Pramatesh Chandra Barua and the Origins of the Terribly Effeminate, Maudlin, Self-destructive Heros of Indian Cinema', in 'An Ambiguous Journey to the City: The Village and Other Odd Ruins of the Self in the Indian Imagination', OUP, 2007, p. 51/52.

சார்ந்து இருப்பதாலும், நவீனத் தொழில்நுட்பம் முதலீட்டியத்தைச் சார்ந்து இருப்பதாலும், சினிமா என்பதே முதலீட்டியத்தைச் சார்ந்ததாக ஒரு பார்வை நிலவுகிறது. முதலீட்டியத்தின் நலனுக்கு ஏற்ப நவீன அறிவியல் கட்டமைக்கப்பட்டிருந்தாலும், அதை மீட்டெடுப்பது சாத்தியம் என்ற நம்பிக்கையின் அடிப்படையில் நாம் சினிமாவை முதலீட்டியத்துக்கு வெளியே வைத்துப் பார்க்க முடியும். நாம் இங்கு மற்றொரு விஷயத்தைக் கவனத்தில்கொள்ள வேண்டியுள்ளது. முதலீட்டியம் அது தோன்றிய காலவெளியிலிருந்து புதுப்புதுப் பிரதேசங்களுக்கும், அத்தகைய பிரதேசங்களில் காணப்படும் பல்வேறு துறைகளில் ஒரே சமயத்தில், ஒரே சீராகப் பரவியிருப்பதில்லை. அதோடு அது தோன்றிய மையத்திலும், அது முற்றும் முழுதுமாக அனைத்தையும் கபளீகரம்செய்ய முடிவதில்லை. அது தோன்றிய மையத்திலும் முதலீட்டியத்தின் பாதிப்புக்கு முழுமையாக பலியாகப் பிரதேசங்களை முதலீட்டியத்துக்கு எதிராகத் தோன்றிய தத்துவங்கள் நமக்குப் புலப்படுத்துகின்றன.[4] தமிழ் சினிமா என்ற துறையில் முதலீட்டியம் எவ்வாறு செயல்படத் தொடங்கியுள்ளது என்பது குறித்தும், அதன் பண்பு என்னவாக அமையும் என்பது குறித்தும் ராஜன் குறை எழுதியுள்ள கருத்துகள் மிக முக்கியமானவை. பெரும்பாலும் இன்றுவரை வெகுஜன சினிமா என்பது முறைசாராத் தொழிலாகத்தான் இயங்குகிறது என்பதை நாம் கவனத்தில்கொள்ள வேண்டியுள்ளது. வெகுஜன சினிமா என்பதன் மீதான ஒரு நிராகரிப்புப் பார்வைக்கு முதலீட்டியத்தின் ஒரு வடிவமாக அதைப் பார்ப்பதும் ஒரு முக்கியக் காரணமாக உள்ளது. வெகுஜன சினிமாவில் உள்ள முதலீட்டியத்தின் பண்பை நாம் விமர்சனத் தளத்தில் பார்க்க முற்படும்போது, வெகுஜன சினிமா மீதான நம் பார்வை மாற்றத்துக்குள்ளாகும் சாத்தியங்களைக் கொண்டுள்ளது. (சில்லறை வணிகம் பெரும்பாலும் பெரும் மூலதனத்துக்கு வெளியேதான் உள்ளது. அதைப் பெரும் மூலதனம் கபளீகரம்செய்யும் முயற்சி என்பது இரண்டு விஷயங்களை நமக்கு உணர்த்துகிறது. முதலீட்டியம் இந்தியாவுக்கு அறிமுகமாகி, பல பத்தாண்டுகள் ஆகியும் சில்லறை வணிகம் அதற்கு வெளியே இயங்கும் பண்பைத் தக்கவைத்துக்கொள்ள முடிந்துள்ளது என்பதுதான். இன்னும் எத்தனை காலம் சாத்தியப்படும் என்பது வேறு விஷயம்.)

[4] 'Capitalism has never existed everywhere; its history can be divided between histories of its development in the core and its expansion into and incorporation of places once pheripheral. Even in the core its conquest is not and never will be total. The first line of capital begins, 'the wealth of those societies in which the capitalist mode of production prevails... Implying that even in the developed core it only prevails, not that it is total. While there may be internal tendency for capitalism to colonize and commodify all aspects of modern life, even a cursory glance at the ways the line of commodification shifts with each reconstitution of the modern household and at how capitalism creates non-capitalist spheres outside and even inside itself on which to feed, serve to illustrate that the capitalist mode of production, like Gramsci's Hegemony, will never be total and complete. பார்க்கவும்: *Daniel Buck in Socialist Register*, 2007, p. 66.

நாம் மேலே பார்த்த விஷயங்களைத் தொகுத்துக்கொள்வதென்றால், வெகுஜன சினிமாவில் தார்மீக சாகசக் கதாநாயகன் முன்னிறுத்தப்படுவது, அதன் உள்ளியக்கம் தனித்தியங்குவது, அது முதலீட்டியத்தின் வடிவமாகப் பார்க்கப்படுவது ஆகிய போக்குகளைத் தீவிரமாக நாம் ஆராய வேண்டியதன் அவசியத்தை ராஜன் குறை வலியுறுத்துகிறார். இங்கு நாம் மற்றொரு விஷயத்தைக் கவனத்தில்கொள்ள வேண்டியுள்ளது. வெகுஜன சினிமா மீதான ராஜன் குறையின் மறுவாசிப்பு ரொமான்டிஸிசம் சார்ந்தது அல்ல, அதற்கான தத்துவார்த்த அடிப்படைகளைக் கொண்டதாகும். இந்தத் தத்துவார்த்த அடிப்படைகளை அவர் தெல்யூஸிடமிருந்தும் வால்டர் பெஞ்சமினிடமிருந்தும் பெறுகிறார். இந்தப் புத்தகத்தில் உள்ள இரண்டு கட்டுரைகள் இவர்களுடைய தத்துவங்களை மிகச் சிறப்பாக அறிமுகப்படுத்துகின்றன. இதனாலேயே, ராஜன் குறை முன்வைக்கும் பார்வைகளோடு நாம் ஒரு விமர்சன உரையாடலைத் தொடங்க வேண்டியுள்ளது.

⊙

சபரிமலைப் பாதையும் இடிந்தகரைப் பாதையும்

லக்ஷ்மி மணிவண்ணனின் 'ஓம் சக்தி ஓம் பராசக்தி'
தொகுப்பை முன்வைத்து

'உண்மையாகவே குடிக்காமல் எனது கால்கள் இதுவரை சென்ற இடங்கள் சபரிமலையும் இடிந்தகரையும் மட்டும்தான்' - இந்தத் தொகுப்பில் உள்ள கடைசிக் கட்டுரையில் கடைசிப் பத்தியில் இவ்வாறு சொல்லப்படுகிறது. ஒருவிதத்தில் இந்தக் கட்டுரைத் தொகுப்பின் ஆன்மாவை இவ்வரிகள் யதார்த்தமாகவும் படிமமாகவும் மிக அழகாக வெளிப்படுத்துகின்றன. ஆனால், நம் முன் நிற்கும் கேள்வி, சபரிமலைப் பாதையும் இடிந்தகரைப் பாதையும் வெவ்வேறானவை இல்லையா? இவ்விரண்டு பாதைகளும் சந்தித்துக்கொள்ளும் இணைப்பு சாத்தியமானதுதானா? இதுவரை நமக்கு அரசியல் தளத்தில் கற்றுக்கொடுக்கப்பட்டது இவ்விரண்டு பாதைகளும் எதிரெதிர்த் திசையில் பயணிக்கக்கூடியவை என்பதாகத்தான் உள்ளது. இருந்தும், லக்ஷ்மி மணிவண்ணனுக்கு வேறுபட்ட இரண்டு பாதைகள் ஊடான பயணத்தில் எவ்வாறு இவ்விணைவு சாத்தியப்பட்டது? இந்தக் கட்டுரைத் தொகுப்பின் ஊடாக மணிவண்ணனோடு நாம் செய்யும் பயணம் இந்தக் கேள்விகளுக்குப் பதிலளிக்கும் என்று நம்புகிறேன்.

சபரிமலைக்கான கட்டுரையாளரின் பயணம் நேர்க்கோட்டில் அல்லாமல் பல்வேறு சிக்கலான, குழப்பமான வளைவுகளைக் கொண்டதாகவும், மலை ஏறும் சிரமங்களைக் கொண்டதாகவும், கால மயக்கத்தை ஏற்படுத்தக்கூடியதாகவும் உள்ளது. இந்தப் பயணத்தில் அவர் எதிர்கொள்ளும் எல்லாவற்றோடும் அவர் உரையாடுகிறார். மரங்கள், செடிகள், கொடிகள், கற்கள், காணாமல்போன ஆற்று மணல்கள், குலசாமிகள், பரிதாப நிலையில் இருக்கும் சிறுதெய்வங்கள் (இந்தச் சாமிகளின் வறுமையைத் தன்னுடைய வறுமையோடு இணைத்துப்பார்க்கிறார்), தேநீர்க் கடைகள், காலையிலேயே குடித்துவிட்டு வேலைக்குப்போகும் ஆண்கள் மற்றும் பெண்கள், மரமேறிகள், வைரம் போன்ற உடலைக் கொண்டிருக்கும் மரம்வெட்டிகள் எல்லோரும் அவரோடு உரையாடுவதை நாம் கேட்டுக்கொண்டிருக்கிறோம். அவ்வப்போது கடவுளும் அவரோடு உரையாடுகிறார். இந்த உரையாடல்கள் அறிவார்த்தமானவை அல்ல; ஆத்மார்த்தமானவை. விலகிநிற்கும் பண்பு கொண்டவை இல்லை; புறத்தைத் தன்வயப்படுத்திக்கொள்பவையாக உள்ளன. தன்னை அதில் இனங்காண முயல்கின்றன. அதனால்தான், கடவுள் அவரோடு உரையாடுகிறார்.

‘ஒருவரைப் பார்க்கச்செல்லும்போது அவர் விரும்பும்வண்ணமாகச் சென்று பார்க்க வேண்டும் என்ற எண்ணம்’தான் நாற்பத்தியோரு நாட்கள் விரதம் இருக்கச்சொல்கிறது. ஆனாலும், சராணாகதியை எள்ளிநகையாடுகிறார். அதனால்தான், ஐயப்பசாமி தரிசனம் கொடுக்கிறார்போலும். தரிசனம் முடிந்த பின் முதல் காரியமாக சாராயக் கடையை நோக்கி ஓடுகிறார்.

இந்தப் பயணத்தில் அன்றாட நிகழ்வுகளில் காணக்கூடிய சிறுமைகளில் பெரும் முரண்களைப் பொருத்திப்பார்க்கிறார். நாம் சாதாரணமாக ஒதுக்கித்தள்ளும் அன்றாடத்தன்மை கொண்ட கணங்கள் பெரும் அர்த்தப்பாடு கொண்ட கணங்களாக இவருடைய உரையாடல்களில் மாற்றம்கொள்கின்றன. இத்தகைய மாற்றத்தைப் படைப்பு மனம் மட்டுமே சாத்தியப்படுத்தும் வல்லமைபெற்றது. மற்ற முறைமைகளில் அன்றாட நிகழ்வுகள் மதிப்பிழந்துபோகின்றன. மரம்வெட்டிகள் பற்றி அவர் சொல்கிறார்: ‘மரங்களை வெட்டும்போது மரங்களிடமிருந்தும் இவர்களிடமிருந்தும் (மரம்வெட்டிகள்) பெருகும் ஓசை மிகவும் மகத்துவமானது. அச்சமூட்டக்கூடிய மகத்துவம் அது. அதைக் கேட்க வாய்க்கப்பெற்றவர்களுக்குத் தெரியும். அவர்கள் பயன்படுத்தும் ஆயுதங்களைக் கொண்டு இரண்டொரு மணி நேரத்துக்குள் ஒரு பேரூரை அழித்துவிடலாம். அவர்களுடைய மன தைரியத்தை வெல்லும் தளவாடங்கள் எதையும் எந்த அரசாங்கமும் இன்னும் கண்டுபிடிக்கவில்லை. அவர்கள் மரம் வெட்டும்போது கடுங்காமமும் உயிராசையும் வெளிப்படும். இந்த இடத்தில் மரம் விழ வேண்டுமென்றால் துல்லியமாக அந்த இடத்தில் வந்து விழும் மரங்கள், சத்தியத்துக்குக் கட்டுப்பட்டதுபோல. ஒவ்வொருவருமே ‘சே’ஐ ஒத்தவர்கள் சாயலில். ஏன் இவர்களெல்லாம் மாவோயிஸ்ட்டுகளாகவோ நக்ஸலைட்டுகளாகவோ மாறாமல் காலதாமதத்தை ஏற்படுத்துகிறார்கள். ஊருக்குள் குலசாமிகள் என்றெல்லாம் சொல்கிறோமே அவர்களெல்லாம் இவர்கள்தான். முதலில் இவர்கள் பயன்படுத்தும் ஆயுதங்களின் பெருமையை அறிய வேண்டியவர்கள் இங்குள்ள கம்யூனிஸ்ட் தலைவர்கள்தான்.’

இது ஒன்றிணைய வேண்டிய இரண்டு புள்ளிகளுக்கிடையே உள்ள பெருத்த இடைவெளியை வெளிப்படுத்துகிறது. நாம் இந்த இடைவெளியை விரிவுபடுத்திக்கொண்டே போகலாம். அது நம்மைக் கூடங்குளத்தில் கொண்டுநிறுத்தும். சுருங்கச் சொல்வதென்றால், இனி மரம்வெட்டிகள் அவசியமற்றவர்கள். அணுவுலைகள் அவசியமானவையாகின்றன. மரம்வெட்டிகள் போன்றவர்கள் ஒன்று நகர வீதிகளில் அனாதைகளாக அலைய வேண்டும் அல்லது செத்துமடிய வேண்டும். அவர்கள் அனாதைகளாக அலைந்தாலும் செத்துமடிந்தாலும் அதில் எத்தகைய நாடகத்தன்மையும் இருக்கப்போவதில்லை. கடந்த சில வருடங்களில் எத்தனை லட்சம் விவசாயிகள் அன்றாடத்தன்மையில் தற்கொலை செய்துகொண்டிருக்கிறார்கள். அன்றாடத்தன்மையில் நிகழும் மரணங்களுக்கு மதிப்புகள் ஏதும் கிடையாது. சந்தைப் பெருளாதாரத்தில் மரணங்கள்கூட நாடகத்தன்மையோடு பிரம்மாண்டமாக நிகழ வேண்டியிருக்கிறது. சாதாரண மக்கள் என்று சொல்லப்படும் மனிதர்களின் பல நூற்றாண்டு அனுபவங்கள் நவீன

அறிவியலுக்கு முன்பாக அர்த்தமிழந்துபோனதுபோலவே இவர்களும் அவசியமற்றவர்களாகிறார்கள். 'மரம்வெட்டிகளும் கிழவர்களும் கிழவிகளும் விரைவில் மரணமடையுமாறு' மௌனமாக வற்புறுத்திக்கொண்டிருக்கிறோம். மரணம் நிகழ்ந்த பின் அமைதியாக நகர வீதிகளில் பதுங்கிக்கொள்கிறோம். இதனால்தான், 'மரணம் என்பது இருப்பு மறைவது மட்டுமல்ல, இருப்பை மறுப்பதும்தான்' என்று சொல்வதற்கு சபரிமலைக்குப் போகும் பாதையில் பயணப்பட வேண்டும்போலும். இந்தப் பாதையில்தான் 'அறிய முடியாத மனிதர்களும் பேய்களும் [...] நீடித்து வாழ்ந்துவருபவை. ஃபூக்கோ, தெரிதா எவரும் அறிய முடியாத பிரதேசம் இது' என்கிறார். நகரவாசிகளையும் நியாயமாக இந்தப் பட்டியலில் சேர்த்துக்கொள்கிறார். அன்றாடத்தன்மையில் நிகழும் மரணங்களைக் கண்டு துயர்கொள்ளும் குலசாமிகளோடு மட்டுமல்ல, பேய்களோடும் உரையாடத் தெரிந்திருக்க வேண்டும் என்கிறார். ஏனெனில், குலசாமிகளும் பேய்களும் இன்றைய விவசாயிகள்போல, மரம்வெட்டிகள்போல, கிழவர்கள்போல, கிழவிகள்போல கடந்த காலங்களில் பலிகொடுக்கப்பட்டவர்கள்தான். அதனால்தான், 'எங்கள் குலசாமிகள் கையில் துப்பாக்கிகள் கிடைக்கக் கூடாது. கிடைக்கப்பெறுமாயின் எந்த அரசாங்கமும் நிலைக்க முடியாது' என்கிறார். அதனால்தான், குலசாமிகளின், பேய்களின் சுதந்திர இயக்கம் மறுதலிக்கப்படுகிறது — அறிவியலார்ந்து. அறிவியலுக்கு உள்ளார்ந்த இருப்பு ஏதும் கிடையாது என்று நம்புகிறவர்கள் உண்மையிலேயே இருக்கிறார்கள். அதை ஒரு கருவியாக மட்டுமே பார்க்கிறார்கள். மக்களிடம் அதிகாரம் கிடைக்கும்போது அது பயனுள்ள கருவியாக முடியும் என்று நம்புகிறார்கள். இவர்கள்தான் அணுவுலைகளை ஆதரிக்கிறார்கள். அறிவியல் கடவுள்களைக் கொன்றது என்றால், தொழில்நுட்பம் ஒருவிதமான அறிவியலை கொன்றுவிட்டது. இப்போது ஒருவிதமான அறிவியலை வழிநடத்துவது தொழில்நுட்பமே. அதுதான் ஆன்மா இல்லாத கடவுள்களையும் படைக்கிறது.

இடிந்தகரையை நோக்கிய பயணம் சற்றே நேர்க்கோட்டில் உள்ளதுபோல் தோன்றுகிறது. இதில் காலமயக்கம் ஏற்படுவதில்லை. இந்தப் பாதையில் பயணம் மேற்கொள்ளும்போது ஃபிளக்ஸ் போர்ட்டில் சிரித்துக்கொண்டிருக்கும் அரசியல் தலைவர்களோடு உரையாடுகிறார். இலக்கியவாதிகள் தென்படுகிறார்கள், சமூகச் செயல்பாட்டாளர்கள் எதிர்ப்படுகிறார்கள். சிலரை முதுகில் தட்டிக்கொடுத்துத் தலையில் குட்டுகிறார், சிலரைத் தலையில் குட்டி முதுகில் தட்டிக்கொடுக்கிறார்; எழுத்தில் விரோதமில்லை. சிலரோடு தோளில் கைபோட்டு நடக்கிறார்; எழுத்தில் நட்புடன். பழமைவாதிபோல் தோற்றம் தரும் நவீனவாதியைச் சந்திக்கிறார். பின்நவீனத்துவவாதிபோல் தோற்றம் தரும் நவீனத்துவவாதியைச் சந்திக்கிறார். நாம் எல்லோரும் நவீனத்துவவாதிகள்தான். காலனியம் உருவாக்கிய நவீனத்துவவாதிகள். வடிவத்தில்தான் பழமைவாதியாகவும் பின்நவீனத்துவவாதியாகவும் வெளிப்படுத்திக்கொள்கிறோம்.

இடிந்தகரைப் பாதை நேர்க்கோட்டில் இருந்தாலும் அவ்வளவு சுலபமானதாக இல்லை. இயற்கையை வெல்லும் மனிதர்களை எதிர்கொள்ள வேண்டியுள்ளது.

அதனால்தான், 'இயற்கையை வெல்லும் மனிதன் இயற்கைப் பேரழிவுகளில் இடர்படும்போது தந்தை மகனையும், மகன் தந்தையையும்கூட மாறிமாறி எரிக்க நேரலாம்' என்று சாபம்கொடுக்கிறார். இயற்கையை வெல்லத் துடிக்கும் மனிதனுக்கு அறம் என்று ஏதுமில்லை. பூர்வீகத் திருடர்களோடு ஒப்பிடும்போதும், கொள்ளைக்காரர்களோடு ஒப்பிடும்போதும் இவர்கள் அறமற்றவர்களாக இருக்கிறார்கள். 'பூர்வீகத் திருடர்கள், கொள்ளைக்காரர்கள் ஒருபோதும் அறத்தை மீறிச் செயல்படுவதில்லை. [... இத்தகைய] திருடர்கள் கொள்ளையடிக்கும் அனைத்தையும் அவர்கள் தத்தமது வீடுகளுக்கு அள்ளிச்செல்வதில்லை. குலசாமிகளுக்கு முறைப்படி கொடுத்துவிட்டு மீதத்தைப் பங்குவைத்துக்கொள்கிறார்கள்.' பூர்வீகத் திருடர்களிடமும் கொள்ளைக்காரர்களிடமும் காணப்படும் ஒருவிதமான அன்றாடத்தன்மையை நாம் அனுமானிக்க முடியும். அன்றாடத்தன்மை கொண்ட எதுவுமே அறமற்று செயல்பட முடியாது. அன்றாடத்தன்மையிலிருந்து விலகியவை எப்போதும் பெரும் வன்முறையை உள்ளடக்கியதாக இருக்கின்றன. நவீனத்துவச் சமூகமாக இருந்தாலும், அதற்கு முந்தைய சமூகமாக இருந்தாலும் அன்றாடத்தன்மைதான் பெரும் வன்முறைகளிலிருந்து சமூகத்தைக் காப்பாற்றிவருகிறது. ஆனால் வளர்ச்சி, முன்னேற்றம் எதுவுமே அன்றாடத்தன்மை சார்ந்து இயங்குவதில்லை; இயங்கவும் முடியாது. அதனால்தான், அதில் அவ்வளவு வன்முறை சாத்தியப்படுகிறது. 'மலைகளையும் நதிகளையும் காடுகளையும் ஒட்டுமொத்தமாக நேர்மையின் பாவனையோடு வளர்ச்சி, முன்னேற்றம் என்கிற பதச் சொற்களோடு பெருந்தொழில்நுட்பங்களுக்காக அபகரிப்பவை இவை. அறிவு, வளர்ச்சி, முன்னேற்றம் போன்றவை தீமையடைந்த சொற்கள். மக்கள் இவற்றை நம்புவது வேதனையானது' என்று நாம் ஏக்கம்கொள்ள மட்டுமே முடிகிறது.

இந்த வேதனையின் ஒட்டுமொத்த வடிவமாகத்தான் கூடங்குளத்தில் அந்த பிரம்மாண்டமான அணுவுலைக் கட்டடங்கள் நிற்கின்றன. அவை நம்முள் பதுங்கியிருக்கும் அச்சத்தின், பேராசையின், அகங்காரத்தின் மொத்த உருவகமாக நிற்கின்றன. அதிகாரத்தின் மொத்த வடிவமாக நிற்கின்றன. 'மனிதனின் பேராசை என்பது கருத்தடைச் சாதனம் அணிந்து வெற்றுவெளியில் புணர்வதைப் போன்றது' என்கிறார். இந்தப் படிமம் உண்மையாகவே சில கணங்கள் என் மூச்சை நிறுத்தியது. இதுதான் நவீன அதிகாரத்தின் அழகியல். 'அதிகாரத்தின் அழகியல்தன்மை காடுகளில் நிரம்பியிருப்பது. அதிகாரத்தின் அழகியலைச் சீர்கேடாக மாற்றிவைத்திருப்பவன் மனிதன்' என்கிறார் மணிவண்ணன். துயரம் என்னவென்றால், 'இயற்கையிடமிருந்தோ இந்தப் பிரபஞ்சத்திடமிருந்தோ மனிதத்தன்மை என்ற ஒன்றை மனிதன் கற்றுக்கொள்ள முடியாது' என்கிறார் டி.ஆர்.நாகராஜ். யோசித்துப்பார்த்தால், நிலைகுலையச்செய்கிறது. எங்கிருந்து மனிதன் மனிதத்தன்மையைக் கற்றுக்கொள்வது? ஆனால், மனிதனால் இயற்கையிடமிருந்து வன்முறையை மிகச் சுலபமாகக் கற்றுக்கொள்ள முடிகிறது. சாதிய நிறுவனத்தை ஆதரிப்பவர்களும், வன்முறையான அரசியலை முன்வைப்பவர்களும் அவர்களுக்கு ஆதரவாக இயற்கையை முன்வைத்து உரையாடுவதை நாம் கவனத்தில்கொள்ள வேண்டியுள்ளது.

இந்த இரண்டு பாதைகளும் எவ்விடத்திலும் சந்திக்க முடியாது என்று நமக்கு அறிமுகமான முற்போக்குத் தத்துவங்களெல்லாம் தீர்மானமாகச் சொல்கின்றன. ஆனால், சந்திப்பதை எப்படி அர்த்தப்படுத்திக்கொள்ளப் போகிறோம்? இதற்கான பதிலுக்கு முயன்றுபார்க்கும் முன், சபரிமலைப் பாதையிலும் இடிந்தகரைப் பாதையிலும் சாதியத்துடனான உரையாடலை நாம் கேட்போம்.

'கட்சிகளால், கொள்கைகளால், கோட்பாடுகளால் எவற்றாலும் சாதியை எதிர்கொள்ள முடியவில்லை என்பதை நாம் நினைவில்கொள்ள வேண்டும்' என்கிறார். உண்மைதான். நவீனத்துவத்துக்கு முன்பும் நவீனத்துவத்திலும் எத்தனையோ மகான்களும் தலைவர்களும் சாதி ஒழிப்புக்கு எதிராகப் பெரும் பங்காற்றியுள்ளார்கள். ஆனாலும், இதுவரை சாதியத்துக்கு வெளியேயான ஒரு சமூகவெளியை எவராலும் உருவாக்க முடியவில்லை. உருவாக்கிவிட்டோம் அல்லது உருவாக்க முடியும் என்ற புறத்தளத்திலான அசாத்திய நம்பிக்கை, அகத்தளத்தில் பெரும் அச்சத்தை உருவாக்குகிறது. இந்த அச்சம்தான் தனிநபரை இறுகிய நிலைக்குக் கொண்டுசெல்கிறது. ஒரு தன்னிலையில் காணக்கூடிய சாதியப் பண்பு உருவாக்கும் அச்சத்தால் மணிவண்ணன் இறுகிப்போகவில்லை. சாதிய அபிமானத்துக்கும் வெறிக்கும் தனிமனிதத் தளத்தில் அன்றாடத்தன்மையில் வெளிப்படக்கூடியதற்கும் உள்ள வேறுபாடுகளை உணர்ந்திருக்கிறார். அதனால், இவரிடம் சாதியம் குறித்து அச்சமூட்டும் முற்போக்கு வாதங்கள் ஏதுமில்லை. தனிநபர்த் தளத்தில் சாத்தியப்படும் நெகிழ்வுத்தன்மையோடு உரையாடுகிறார். சுயசாதி குறித்த இவரது எழுத்து தமிழில் அரிதாகத்தான் காணக்கிடைக்கிறது. தலைதாழ்ந்த பாவணையுமில்லை; கீழ்நோக்கிய பார்வையுமில்லை. வைகுண்டசாமி மரபின் தொடர்ச்சி இது என்று சொல்லலாம். சாதியம் குறித்த சமூக உரையாடல்களில் சாதியத்துக்கு எதிராக சாத்தியப்பட்ட நம்முடைய மரபையெல்லாம் ஒதுக்கித்தள்ளிவிட்டோம். சாதிய எதிர்ப்பு உரையாடலைப் பார்ப்பனியச் சட்டகத்துக்குள் நின்று நிகழ்த்திக்கொண்டிருக்கிறோம். இது நவீனத்துவம் நமக்கு அளித்த கொடை. காலனியம் உருவாக்கிய சட்டகம். நவீனத்துவத்துக்கு முன்பு இத்தகைய சட்டத்துக்குள் நின்று செயல்பட வேண்டிய அவசியம் ஏற்படவில்லை. நாம் வைகுண்டசாமிகளைத் தொலைத்துவிட்டோம். சாதி ஒழிப்பு குறித்துப் பேசுகிறவர்கள் பொதுவாக, 'நாங்கள் பார்ப்பனர்களை எதிர்க்கவில்லை; பார்ப்பனியத்தைத்தான் எதிர்க்கிறோம்' என்று சொல்கிறார்கள். ஆனால் காந்தி, 'பார்ப்பனர்களை எவ்வளவு வேண்டுமென்றாலும் விமர்சியுங்கள். ஆனால், பார்ப்பனியத்தை விமர்சிக்காதீர்கள்' என்றார். இந்த இரண்டு நிலைப்பாடுகளும் எத்தகைய சட்டகத்துக்குள் நின்று முன்வைக்கப்படுகிறது என்று நாம் சிந்திக்க வேண்டியுள்ளது. காந்தி எவ்வளவு சுலபமாக சாராம்சவாதத்திலிருந்து விலகி, அன்றாடத்தன்மைக்குள் நுழைகிறார் என்பதை நாம் புரிந்துகொள்ள முடியம்.

ஒடுக்கப்பட்ட மக்களின் பண்பாட்டு ஆயுதத்தை நவீன அரசியலின் பகுதியாக மாற்றத் தவறிவிட்டோம். அவர்களிடம் இருந்த தொழில்நுட்ப அறிவை நவீன அறிவியலின் பகுதியாக மாற்றத் தவறிவிட்டோம். நாம் அவர்களிடம்

கொடுத்திருக்கும் ஆயுதம், முதலீட்டியத்தின் தர்க்கத்துக்குள் இயங்கும் அரசியலாகவும் அறிவியலாகவும் உள்ளது. முதலீட்டியம் அவர்களை என்றென்றைக்குமாக ஊனமாக்கிவிடும். அவர்களை ஊனமாக்குவதைத் தவிர நம்மிடம் எத்தகைய தொழில்நுட்பங்களும் இல்லை என்பதுதான் யதார்த்தம். ஒடுக்கப்பட்ட சாதிகளுக்கு இந்திய கிராமங்கள் எப்போதும் சொர்க்கமாக இருந்ததில்லை என்றாலும், நிச்சயமாக அதனுள் உள்ள நோய்களுக்கு நவீனத்துவம் தீர்வாகுமா என்று நாம் கேட்டுக்கொள்வதில்லை. முதலீட்டியம்தான் நம் கிராமங்களை நிரந்தரமாக ஊனமாக்குகிறது என்பதை நாம் ஏற்றுக்கொள்ள மறுக்கிறோம்.

இந்தக் குரல்களை நகரம், கிராமம் சார்ந்த முரண்பாடுகளாக முன்வைத்துப் பழைய வாழ்க்கையின் மீதான ஏக்கத்தை வெளிப்படுத்துவதாகத் தட்டையாக அர்த்தப்படுத்திக்கொள்ள முடியம். நவீனத்துவம் பற்றிய எத்தகைய கேள்விகளும் பழமையை உயர்த்திப்பிடிப்பதாக அர்த்தப்படுத்திக்கொள்ளப் படுகிறது. இருநூறு ஆண்டுகளாக நடைபெற்ற நகரம், கிராமம் மோதலில் கிராமங்கள் காயடிக்கப்பட்டுள்ளன. மேலும் காயடிக்கப்படுவதற்கு ஏதுமில்லை. நவீனத்துவம் சார்ந்த உரையாடலில் நகரம் அசைக்க முடியாத இடத்தைப் பெற்றுவிட்டது. தோற்றுப்போகிறவர்கள்தான் கிராமத்தின் அழிவைக் கண்டு கண்கலங்குகிறார்கள். இவ்வாறு கண்கலங்குகிறவர்கள்தான் இடிந்தகரை மக்கள். அதனால்தான், ‘இடிந்தகரையைச் சேர்ந்த கிராம மக்களின் அணுவுலைகளுக்கு எதிரான போராட்டம், வரலாற்று முக்கியத்துவம் வாய்ந்த பூர்வீகமாக இந்தப் பகுதியில் வாழும் பெண்தெய்வங்களின் போராட்டமாகிறது’ என்கிறார் மணிவண்ணன். நவீனத்துவம் குறித்த உரையாடல்களில் அழுத்தமானது நகரம் பக்கம் பெருமளவு சாய்ந்துவிட்டதால், கிராமங்களில் நிலவும் மனிதத்தன்மையற்ற சூழலின், அவற்றின் அழிவை முன்வைக்கும் எழுத்துகள் ஒப்பாரிகளாகப் பார்க்கப்படுகின்றன; பழமைவாதிகளின் ஒப்பாரிகள். அதுவும் இந்த ஒப்பாரிகளில் குலசாமிகள் சேர்ந்துகொண்டால் அவை பிற்போக்குவாதிகளின் ஒப்பாரிகளாக மாறுகின்றன. அதுவும் சபரிமலை சாமி சேர்ந்துகொண்டால் அது இந்துத்துவ ஒப்பாரிகளாகப் பிரகடனப்படுத்தப்படுகின்றன. சூத்திரங்கள் எவ்வளவு எளிமையாக உருவாக்கப்படுகின்றன. இந்த எளிமையான சூத்திரங்கள்தான் மணிவண்ணனை ஆர்எஸ்எஸ்காரன் என்று முத்திரை குத்துகின்றன. அயோத்திய ராமன், நாட்டில் பெரிய கலவரத்தை உருவாக்கும் சக்தி படைத்தவன். அவன் தேசம்-அரசு என்பதோடு இணைக்கப்பட்டவன். எந்தக் குலசாமியாவது இத்தகைய தேசம்-அரசு என்பதோடு இணைத்து வெற்றிபெற முடியுமா? எந்தக் குலசாமிக்காவது பெரிய வன்முறையை உருவாக்கும் சக்தி இருக்கிறதா? அதிகபட்சம் உள்ளூரில் சில சச்சரவுகளை உருவாக்கலாம். அவர்களுடைய அரசியல் சக்தி அவ்வளவுதான்.

ஆன்மிகம் என்பது வேதாந்தச் சிந்தனைகளில் மட்டும் இல்லை; அன்றாட வாழ்விலும் அது தன்னை வெளிப்படுத்திக்கொள்கிறது. ‘ஆன்மிகம் என்றதும் வெளிப்படையாகத் தண்டெலும்பு சூடாகிக் கொதிப்பவர்கள் தனிப்பட்ட வாழ்வில் மதங்களையும் சாதிகளையும் வலிமையோடு பராமரிப்பவர்களாக

இருக்கிறார்கள்' என்கிறார். ஆனால், 'அன்றாட வாழ்வில் ஆன்மிகத்தை மிகச் சுலபமாக வெளிப்படுத்தக்கூடியவர்களுக்குத் திருக்குறளைப் புரிந்துகொள்வது பெரிய பிரச்சினையே இல்லை' என்கிறார். 'கடைநிலை சாராயக் கடைகளிலுள்ள குடிகாரர்கள் பலர் அறம், பொருள் இவற்றை நுட்பமாக உணர்ந்திருப்பதைக் கவனித்திருக்கிறேன். அவர்கள் எல்லோரும் திருக்குறளைத் திரும்பத்திரும்ப நேரடியாகக் கற்றவர்கள் என்பதல்ல இதற்குரிய அர்த்தம். அறியாதவர்கள் நடுத்தர வர்க்கத்தைச் சேர்ந்த இன்றைய அறிவாளிகள்தான்.'

மீண்டும் நம்முடைய கேள்விக்கு வருவோம். சபரிமலைப் பாதையும் இடிந்தகரைப் பாதையும் சந்திக்கும் புள்ளி எது? அவதாரப்புருஷர்கள்தான் இந்த இரண்டு பாதைகளையும் இணைக்கிறார்கள். 'இதுவரை இயங்கிவந்த தர்மங்களை அவதாரப்புருஷர்கள் மாற்றியமைக்கிறார்கள்' என்கிறார் மணிவண்ணன். வைகுண்டசாமி, வள்ளளார், ராமானுஜர், பாரதி போன்றோரும் அவதாரப்புருஷர்கள் என்பதனின்று விலக்கானவர்கள் இல்லை. இவை மிகைப்படுத்தப்பட்ட கூற்றுகள் என்போருக்கு முதலில் அவதாரப்புருஷர்கள் பற்றிய உங்கள் மனதிலுள்ள புனிதங்களை உடைத்தெறியுங்கள் என்பேன் என்கிறார். அவதாரப்புருஷர்கள் பற்றிய புனிதங்களை விட்டெறிய முடிந்த காரணத்தால்தான் சுப.உதயக்குமாரை, மேலுமொரு அவதாரப்புருஷன் என்று அவரால் சொல்ல முடிகிறது. சபரிமலையையும் இடிந்தகரையையும் இணைப்பவர்கள் அவதாரப்புருஷர்கள். மணிவண்ணனுடனான மிக நீண்ட பயணம் நம்மை இங்குதான் கொண்டுவிடுகிறது. இந்தப் புள்ளியை அவர் அவ்வளவு சுலபமாக வந்தடைந்திருக்க முடியாது. அதற்கான சாட்சிதான் அவரது எழுத்துகள். வரலாற்றுத் தரவுகள் அடிப்படையில் இந்தப் பயணத்தை அவர் மேற்கொண்டிருக்க முடியாது. வரலாற்றை 'ஆதாரபூர்வமானவை எனப் பிரகடனம் செய்பவை சிறப்பு நோக்கங்களையும் பொறுப்புகளையும் கொண்டவை. வரலாறு எனும் புனைவு ஒருபோதும் முழுமையானதாகவோ ஆதாரபூர்வமானதாகவோ இருப்பதில்லை. வரலாற்றின் கழுத்தை லேசாகத் திருகினால் போதும், அது முன்பிருந்த பொருளுக்கு முற்றிலும் மாறுபட்ட பொருளாகப் புனைவுரு கொண்டுவிடும். வரலாறு என்பது அவ்வளவு மாயத்தன்மை சூழ்ந்தது. வரலாற்றின் கழுத்து திருகப்படாமல் ஒரே நிலையிலிருந்து ஒரு நவீன யதார்த்தம் உருவாகும் எனில் அது மற்றொரு அபாயத்தையே ஏற்படுத்துவதாகும்.' வரலாற்றைக் கொண்டல்ல, வரலாற்றுரீதியான அக்கறையைக் கொண்டுதான் அவர் இந்தத் தரிசனத்துக்கு வந்து நிற்க முடியம். வரலாற்றுரீதியான அக்கறை என்பது உடனடித் தேவைகள் பற்றிப் பெருத்த அக்கறை கொண்டதாகும். வரலாற்றுத் தரவுகள் கொண்டு கட்டமைக்கப்படும் அரூபத்தன்மை இதற்குக் கிடையாது.

இந்தக் கட்டுரைத் தொகுப்பில் உள்ள எல்லாக் கட்டுரைகளிலும் ஒரு அன்றாடத்தன்மையைப் பார்க்க முடிகிறது. இந்த அன்றாடத்தன்மையின் ஊடாகத்தான் அவர் சமூக முரண்களை எதிர்கொள்ள எத்தனிக்கிறார். அரசியல் சொல்லாடல்களிலும் சமூக அறிவியல் முறைமைகளிலும் சாத்தியப்படாத உண்மைகள் இத்தகைய அன்றாடத்தன்மை சார்ந்த சிந்தனைகளில்

வெளிப்படும் சாத்தியத்தைக் கொண்டுள்ளன. சமீபத்தில், ஊர்வசி பட்டாலியா (*Urvashi Butalia*) தன்னுடைய '*மௌனத்தின் மறுபக்கம்*' என்ற, இந்தியத் துணைக்கண்ட பிரிவினையின் வரலாறு பற்றிய புத்தகத்தின் முன்னுரையில் 'இந்திய பாகிஸ்தான் எல்லைப்புறத்தில் உள்ள மக்களோடு நடத்திய உரையாடல்களில் ஆண்கள் முக்கியத்துவம் கொடுப்பதற்கும், பெண்கள் முக்கியத்துவம் கொடுப்பதற்கும் உள்ள வேறுபாட்டை முன்வைக்கிறார். ஆண்கள் சமூகங்களுக்கு இடையேயான உறவுகள் பற்றியும், அரசியல் யதார்த்தம் குறித்தும் பேசுகிறார்கள். பெரும்பாலும், பெண்கள்தான் தங்களுடைய வாழ்வில் ஏற்பட்ட சிறுசிறு புள்ளிகளைக் கொண்டு பெரும் நிகழ்வுகளைப் புரிந்துகொள்ள முயல்கிறார்கள். ஒரு ஆண்கூடத் தொலைந்துபோன அல்லது கொல்லப்பட்ட குழந்தைகள் பற்றிப் பேசவில்லை. ஆனால், இத்தகைய தகவல்களைப் பெண்களால் ஒதுக்கித்தள்ள முடியவில்லை' என்று எழுதுகிறார் (ஏ.எஸ்.பன்னீர்செல்வம் 'தி இந்து' நாளிதழில் கொடுத்திருக்கும் தகவல்). அன்றாடத்தன்மை கொண்டதுதான் பெண்மையவாதம்.

காலனிய எதிர்ப்பில், அரசியல் தளத்தில் காந்தி முன்வைத்த இரண்டு குறியீடுகள் உப்பு மற்றும் ராட்டை. எக்காலத்திலும் இந்த இரண்டு குறியீடுகளில் வன்முறையைத் தொழில்படுத்த முடியாது என்று டி.ஆர்.நாகராஜ் குறிப்பிடுவார். இந்த இரண்டு குறியீடுகளும் அன்றாடத்தன்மையைக் கொண்டுள்ளன. வரலாறு இந்த அன்றாடத்தன்மையைக் கைக்கொள்ளும்போது அதற்கான, அதன் வாசிப்பு முறைக்கான பிரத்யேகத்தன்மையை இழந்துவிடுகிறது. அது கதையாடலாக உருமாறுகிறது. இந்தத் தொகுப்பில் உள்ள கட்டுரைகள் கதையாடல்கள்தான். ஸ்தூலமான மனிதர்கள் குறித்த கதையாடல்கள். சமூகத்தின் முரண்களைக் கைக்கொள்வதற்குக் கதையாடல் மிகச் சிறந்த வடிவமாகிறது. அதிகாரத்துக்கு வெளியே இருப்பவர்களுக்கும், அதிகாரத்தைக் கைக்கொள்ள மறுப்பவர்களுக்கும், இந்தச் சமூகத்துக்குச் சிறந்த தந்தையாகத் தங்களை பாவித்துக்கொள்ள மறுப்பவர்களுக்கும் (இந்தச் சமூகத்தில் உள்ள அத்தனைக் கோடி மக்களுக்கும் கவுன்சிலிங் கொடுத்தால் எல்லாம் சரியாகிவிடும் என்பதுபோல் செயல்படும் தந்தைமார்களைக் கொல்வதைத் தவிர வேறு வழி ஏதும் இல்லை), சுயசந்தேகத்தின்பால் அகப்பட்டுக்கொண்டு விடுபட முடியாதவர்களுக்கும், முரண்களுக்கு இடையேயாக இணைவுகளைக் காண விரும்புவோருக்கும் கதையாடல்தான் சாத்தியப்படும்; சாத்தியப்படுகின்றன. இது பெருங்கதையாடல் இல்லை. சாதாரண மனிதர்கள் குறித்த, குலசாமிகள் குறித்த, அவதாரப்புருஷர்கள் குறித்த, இடிந்தகரைகள் குறித்த கதையாடல்கள் நம்மை நெகிழ்வாக்கக்கூடிய கதையாடல்களாகின்றன.

⊙

சுயமரியாதை ஒரு தொற்றுநோய்
'எழுத்தும் எதிர்ப்பும்: துணைத்தளபதி மார்க்கோஸ்'
தொகுப்பை முன்வைத்து

ஒருமுறை 'விடியல்' சிவாவின் வீட்டுக்குச் சென்றிருந்தபோது வரவிருக்கும் புத்தகத்துக்கான அட்டைப்படத்தைக் காண்பித்தார். அதில் ஒரு மனிதரின் முகம் கறுப்புத் துணியால் மறைக்கப்பட்டிருக்க, அதன் ஊடாக பைப் புகைப்பதுபோல் இருந்தது. புத்தகத்தின் தலைப்பு 'எழுத்தும் எதிர்ப்பும்'. ஆசிரியரின் பெயர் எனக்குப் பரிச்சயமானது அல்ல. இருந்தும், சிவாவிடம் புத்தகத்தைப் பற்றியோ அதன் ஆசிரியர் பற்றியோ ஏதும் கேட்கவில்லை. ஏன்? அவர் காண்பித்த அந்த அட்டைப்படத்தில் கறுப்பு முகமூடி அணிந்திருந்த அந்த மனிதர் முழுமையாக ஆயுதம் தாங்கியவராக இருந்தார். இதுதான் காரணமா? தெரியவில்லை. இருந்தாலும் இருக்கலாம். ஆனால், என்னுடன் வந்த நண்பர்களும் ஏதும் கேட்காதது ஏன் என்று தெரியவில்லை. இருந்தாலும் இருக்கலாம் என்பது போன்று அவர்கள் சார்பாக என்னால் ஏதும் சொல்ல முடியவில்லை.

முகமூடி அணிந்து ஆயுதம் தாங்கியிருந்த அந்த மனிதர்தான் துணைத்தளபதி மார்க்கோஸ் என்று புத்தகம் வெளிவந்த பின் தெரிந்துகொள்ள முடிந்தது. மெக்ஸிகோவில் ஒரு பகுதியான சியாபஸ் பழங்குடி மக்களுக்கு மத்தியில் தோன்றிய ஜபடிஸ்டா இயக்கத்தின் துணைத்தளபதி மார்க்கோஸின் எழுத்துகளைத் தாங்கிய புத்தகம் இது. இந்தப் புத்தகத்தை எப்படி அணுகுவது என்று எனக்குள் சிக்கல் இருந்தது. ஐந்து பகுதிகளாகப் பிரிக்கப்பட்ட இந்தப் புத்தகத்தில் எங்கிருந்து தொடங்குவது என்று தெரியாமல் 852 பக்கங்களைப் புரட்டிக்கொண்டிருந்தேன். இதில் முகமூடி அணிந்த அந்த மனிதரின் மூக்கு மிக அழகாக இருப்பதாக எனக்குத் தோன்றியது. இந்தத் தகவலோடு சேர்ந்து புத்தகத்துக்குள் இருந்த புகைப்படங்களைப் பார்த்தபோது, முகமூடி அணிந்த அந்த மனிதரின் குறும்புக் கண்களையும் பார்க்க முடிந்தது. இவை, அவர் ஏந்தியிருந்த ஆயுதங்கள் ஏற்படுத்தியிருந்த தயக்கத்தை ஓரளவுக்குக் குறைத்தன என்று சொல்லலாம்.

'இது அவநம்பிக்கைகள் நிறைந்த காலம்.' இரண்டு உலக யுத்தங்கள், ஸ்டாலின், நாஜி முகாம்கள், ஹிரோஷிமா, போல் பாட் (கம்போடியாவின் சர்வாதிகாரி), இருந்த கொஞ்ச நம்பிக்கைகளையும் தகர்த்தெறிந்துவிட்ட சோவியத் யூனியன் வீழ்ச்சி, 1960 மற்றும் 70-களில் லத்தீன் அமெரிக்காவில்

காணப்பட்ட புரட்சிக்கான உந்துதல் இவையெல்லாம் நம்மை எங்குதான் கொண்டுவிட்டன. நம்பிக்கைகளெல்லாம் வற்றிப்போய் யதார்த்தத்தை ஏற்றுக்கொள்ளத் தொடங்கிவிட்டோம். இத்தகைய சூழ்நிலையில்தான் 1994 ஜனவரி முதல் தேதி அன்று மனிதத்தன்மையைக் காப்பாற்றவும், மனிதனின் சுயமரியாதையை மீட்டெடுக்கவும் வரலாற்றுக்கு முந்தைய மக்கள் தங்களுடைய குகைகளிலிருந்து வெளிவருவதுபோல் ஜபடிஸ்டா இயக்கத்தைச் சேர்ந்தவர்கள் அடியெடுத்துவைத்தார்கள். வரலாற்றின் கசப்பான அனுபவங்கள் எதிர்பார்ப்புகளைச் சுருங்கவைத்ததோடு அல்லாமல் சமூகத்தின் விடுதலை என்ற கோஷமே பெரும் கதையாடல் என்று அதைக் கேலிக்குள்ளாக்குகிறது. இந்தக் கசப்பான அனுபவங்களையும் கேலிகளையும் விட்டெறிந்துவிட்டு மனிதனை மனிதனாக்குகிற சுயமரியாதை என்ற மையப்புள்ளியிலிருந்து இந்த இயக்கம் நகரத் தொடங்கியது.

முதலீட்டிய வர்க்கமும் ஏகாதிபத்தியமும் மரபையும் சமூகத்தையும் மக்களையும், சமையலறையில் உள்ள அஞ்சறைப் பெட்டியில் சாமான்களை வைக்க முயல்வதுபோல் கட்டம்கட்டிப் பெயர்சூட்டி மனிதனை மனிதனாக்குகிற அவனுடைய சுயமரியாதையையும் கனவுகளையும் அவனிடமிருந்து பிடுங்கிக்கொள்வதோடு மட்டுமல்லாமல், இந்தக் கிண்ணத்தில் இதுதான் வைக்கப்பட வேண்டும் என்பதுபோல் இந்தக் கூட்டத்துக்கு இத்தகைய சுயமரியாதையும் இத்தகைய கனவுகளும் மட்டும்தான் அனுமதிக்கப்படுகின்றன என்று வரம்புகளை உருவாக்கியுள்ளது. இந்த வரம்புகளை உடைத்தெறிந்துவிட்டு, தலைமுறை தலைமுறையாய் ஐநூறு வருடங்களுக்கு மேலாக மறுக்கப்பட்ட கனவுகளையும் சுயமரியாதையையும் மீட்டெடுப்பதற்காக ஆயுதம் ஏந்திய ஜபடிஸ்டாக்கள் தங்களுடைய குகைகளிலிருந்து வெளியே வந்தார்கள். மூதாதையர்களது தியாகங்களின் நினைவுகளோடு, அவர்களது வார்த்தைகளோடு, அவர்களது கதைகளின் துணையோடு குகையைவிட்டுப் போராட வெளியே வருகிறார்கள். இவர்களுடைய போராட்டம் சியாபஸ் பழங்குடி மக்களுக்கான போராட்டம் மட்டும்தானா? 'நாட்டு மக்களின் ஒரு பிரிவினரின் பிரதிநிதி என்ற முறையில் ஜபடிஸ்டா தேசிய விடுதலைப்படையின் அரசியல் முதிர்ச்சியானது நாட்டு மக்கள் அனைவருக்கும் தனது செயல்திட்டத்தைத் திணிக்க அது விரும்பவில்லை என்ற உண்மையைத் தெளிவாக வெளிப்படுத்துகிறது' (ப.219) என்கிறது இந்த இயக்கம். இந்தப் பரந்த ஜனநாயகத்தன்மைதான் இந்த இயக்கத்தின் மீது பெரும் மரியாதையை ஏற்படுத்துகிறது. ஆயுதம் தாங்கிய இயக்கங்கள் ஆயுதத்தின் துணையோடு புது உரையாடல் வடிவங்களைப் பின்பற்ற வேண்டியுள்ளது. இது தவிர்க்க முடியாதது என்றும், புதிய தொழில்நுட்பம் புதிய வழிமுறைகளை உருவாக்கத்தான் செய்யும் என்பதும்தான் நம்முடைய புரிதல். இந்தப் புதிய வடிவத்தில் அறம் குறித்த கேள்விகளைப் புறக்கணிப்பது தவிர்க்க இயலாதது என்பதும் நம்முடைய புரிதல்தான். ஆயுதம் தாங்கிப் போராடும் போராளிகள்தான் ஆயுதத்தினுடைய உரையாடலின் எல்லையைத் தீர்மானிக்க இயலும். தார்மீக உரிமையும் பொறுப்பும் அவர்களால் தீர்மானிக்கப்படுவதாகத்தான் இருக்க முடியும். ஆனால், இந்த எல்லையைத் தீர்மானிப்பது எதோடு சம்பந்தப்பட்டது?

அரசியல் பண்பாட்டை ஜனநாயகப்படுத்துவதோடு சம்பந்தப்பட்டது என்று சொல்லலாம். ஜனநாயகப்படுத்தல் என்பது பெரும்பான்மை, சிறுபான்மை என்பனவோடு சம்பந்தப்பட்டதாக இருக்க முடியாது. அது அரசியல் அறத்தை மையப்புள்ளியாய்க் கொண்டிருக்கும். அதனால்தான், ஜபடிஸ்டா இயக்கத்தால், 'நாங்கள் தேர்ந்தெடுத்த பாதை பல பாதைகளில் ஒன்றுதானே தவிர, நம் முன்னால் உள்ள பாதை இது ஒன்று மட்டும்தான் என்று கூற முடியாது. அனைத்துப் பாதைகளிலும் இதுதான் சிறந்த பாதை என்று நாங்கள் கருதவில்லை' (ப.195) என்று எழுத முடிகிறது.

மேலும், மார்க்கோஸ் ஒரு விடியலை ஒரு துப்பாக்கி வெடிச்சத்தம் உடனடியாகக் கொண்டுவந்துவிடும் என்ற நம்பிக்கையை நிராகரிக்கிறார் (ப.221). கையில் ஏந்தியிருக்கும் ஆயுதங்கள் வேறு விதமாக உரையாடல் வழிகளில் ஏற்படுத்தும் அபாயங்களை நன்கு உணர்ந்திருக்கும் மார்க்கோஸ், 'ஒரு படை என்ற விதத்தில் அது மறைந்துபோய்விட வேண்டும், ராணுவத்தன்மை கொண்ட ஒருவனாக — ஒரு படைவீரனாக — வாழ்வது அபத்தமாகும். ஏனென்றால், ஒருவன் தனது கருத்துகள் மட்டுமே பின்பற்றப்பட வேண்டும் என்று மற்றவர்களை வற்புறுத்தி ஏற்றுக்கொள்ளச் செய்வதற்கு ஆயுதங்களையே எப்போதும் சார்ந்திருக்க வேண்டியிருக்கும். இந்த அர்த்தத்தில் எங்களுடைய படை ராணுவத்தன்மைகளைக் கொண்டிருக்குமானால் அதற்கு எதிர்காலம் என்பதே கிடையாது. ஜபடிஸ்டா தேசிய விடுதலைப்படை ராணுவத்துக்கான அமைப்பில் தொடர்ந்து இயங்குமானால் அது தோல்வியடையப்போவது உறுதி' (ப.532) என்று தீர்மானமாய்ச் சொல்கிறார். நவீன அரசின் ராணுவ அமைப்பு மேலிருந்து கீழ் என்று கட்டமைக்கப்படுகிறது. இது அரசதிகாரக் கட்டமைப்பு. ஜபடிஸ்டா படைப்பிரிவும் ஒரு ராணுவ அமைப்புபோல் மேலிருந்து கீழ் என்றுதான் கட்டமைக்கப்பட்டுள்ளது. ஆனால், இந்தப் பழங்குடி மக்களின் ரகசியப் புரட்சி கமிட்டி என்று அழைக்கப்படுகிற இந்தத் தலைமையின் உறுப்பினர்கள் ஜனநாயகபூர்வமாகச் செயல்படுகிற கிராம சபைகளின் குடிமக்களால் தேர்ந்தெடுக்கப்படுகிறார்கள் (ப.64-65). நவீன அரசு அதன் அங்கமான நீதிபதிகள், ராணுவ அதிகாரிகள் மக்களால் தேர்ந்தெடுக்கப்படும் கட்டமைப்பை அனுமதிக்குமா? இது புதிய கட்டமைப்பை உருவாக்குகிறது. இது எப்படி சாத்தியமானது? இங்குதான் மரபு மார்க்சியர்களிடமிருந்து இந்த இயக்கம் வேறுபட்டுநிற்கிறது. அரசு அதிகாரத்தைக் கைப்பற்றுவதை இவ்வியக்கம் நிராகரிக்கிறது. 'தேசிய விடுதலை இயக்கங்கள் உருவான 60-களையும் 70-களையும் சேர்ந்த அரசியல் ராணுவ அமைப்புகளால் வெற்றி என்று கருதப்பட்டது எதுவோ அது எங்களால் தோல்வி என்றே கருதப்படுகிறது. இந்த இயக்கத்தால் சாத்தியப்பட்ட வெற்றிகள் அவற்றின் தோல்விகளை மறைப்பதற்கான முகமூடிகளாக மாறியுள்ளன என்பது நாம் அறிந்ததுதான். ஏனென்றால், மக்களுக்கான இடம் எது, குடிமைச் சமூகத்துக்கான இடம் எது போன்ற பிரச்சினைகளுக்குத் தீர்வுகாணப்படவே இல்லை. அடிப்படையில் இது இரு மேலாதிக்க சக்திகளுக்கு இடையிலான சச்சரவாக மட்டுமே இருக்கிறது. சமூகத்துக்கான எல்லாவற்றையும் தீர்மானிக்கிற, மேலே இருந்தவாறு செல்வாக்கு செலுத்துகிற ஒடுக்குமுறை சார்ந்த அதிகாரமும்

சரியான பாதையில் செல்வதற்கு நாட்டுக்கு எவ்வாறு வழிகாட்டுவது என்று தீர்மானிக்கிற மேட்டுக்குடியினரின் குழுவும் ஒருபக்கம்... ஆனால், இவ்விரு தரப்புகளுக்கும் வெளியே உள்ள சமூகத்தில் அடிப்படையான மாற்றங்கள் எவையும் ஏற்படுவதில்லை' (ப.533) என்று பேட்டி கொடுக்கிறார் மார்க்கோஸ்.

லகான்டன் காடுகளிலிருந்து ஜனவரி 1, 1996-ல் வெளியிடப்பட்ட நான்காவது பிரகடனத்தில் ஜபடிஸ்டா இயக்கத்தின் குறிக்கோள்களை முன்வைக்கும்போது, 'மக்களால் தேர்ந்தெடுக்கப்படும் பிரதிநிதிகளாகவோ அரசாங்கப் பிரதிநிதிகளாகவோ ஆக வேண்டும் என்று நாட்டம் இல்லாதவர்களை உறுப்பினர்களாகக் கொண்ட ஓர் அரசியல் இயக்கமாக இது விளங்கும். அதிகாரத்தைக் கைப்பற்ற விரும்பாத ஓர் அரசியல் இயக்கமாக இது விளங்கும். இந்த இயக்கம் ஓர் அரசியல் கட்சி அல்ல' (ப.338-339) என்று முன்வைக்கிறது. அதாவது, அரசியலில் புது அறத்தை உருவாக்குவது ஜபடிஸ்டா இயக்கத்தின் முக்கியக் குறிக்கோளாக இருக்கிறது. மெக்ஸிகோ தேசிய கீதத்தையும் தேசியக் கொடியையும் ஏற்றுக்கொள்ளும் இவ்வியக்கம், 'போர்புரிவதற்கு எங்களுக்கு யாருடைய உதவிகளும் வேண்டியதில்லை. எங்களால் சுயமாகவே போர்புரிய முடியும். அமைதி காண்பதற்குத்தான் எங்களுக்கு உதவி தேவை. அதற்கு எங்களுக்கு நிறைய பேர் தேவைப்படுகிறார்கள். ஆனால், அவர்கள் நேர்மையானவர்களாக இருக்க வேண்டும். நேர்மையானவர்கள் கிடைப்பது கடினமாக இருக்கிறது' (ப.624) என்று சொல்வதோடு, 'எங்களைப் பொறுத்தவரையில் அரசியல் ஒழுக்கநெறிகளோடு ஒப்பிடும்போது, அரசியல்ரீதியான வாய்ப்பு முக்கியமானது அல்ல' (ப.376) என்று சொல்லும் துணிச்சலும் உள்ளது. இதே அரசியல் அறம்தான், 'தமது எல்லைப்பரப்புக்கு அப்பால் இருக்கிறவர்களுடனெல்லாம் எங்களால் பேச முடியும் என்று நினைப்பது, அரசியல்ரீதியான சுயஇன்பமே தவிர வேறல்ல' (ப.535) என்று கேப்ரியல் கார்ஸியா மார்க்குவெஸுக்குக் கொடுத்த பேட்டியில் குறிப்பிட வைக்கிறது. அரசியல் அறம் என்பது எப்போதுமே அதிகாரத்துக்கான உறவின் அடிப்படையில்தான் வரையறுக்கப்பட வேண்டுமா? ஒருவேளை அப்படியும் இருக்கலாம். ஆனால், 'அதிகாரத்தைக் கைப்பற்றுவதற்கான உறவின் அடிப்படையில்' என்று கூறுவதும் இதுவும் ஒன்றல்ல. எடுத்துக்காட்டாக, அதிகாரத்தைக் கைப்பற்றுவதோ தக்கவைத்துக்கொள்ளத் தேவைப்படாத ஒரு புதிய களத்தில்தான் புதிய அரசியல் - அறவியல் ஆனது கட்டமைக்கப்படும். அதே சமயத்தில், கீழ்ப்படிவதன் வழியாக ஆட்சிபுரியும்படி அதிகாரத்தைக் கட்டுப்படுத்தும் ஆற்றல் கொண்ட எதிர்ப்புணர்வு உடைய ஒரு சக்தியும் செயல்படுவது இதற்கு அவசியமாகிறது (ப.318-319) என்றும் சொல்கிறார்.

அரசு அதிகாரத்தைக் கைப்பற்றுவதை நிராகரிப்பது என்பது அரசியல் அறம் சம்பந்தப்பட்டது மட்டும் அல்ல. இன்றைய உலகமயமான பின்னணியில் நவீன அரசு ஒரு பிரதேச எல்லைக்குள் அடைக்கப்படுவது சாத்தியமற்றதாகிறது. தேசிய மூலதனம் தேசிய அரசு என்ற பிணைப்பு தகர்த்தெறியப்பட்டு, சர்வதேச மூலதனம் தேசிய அரசு என்று உருமாறிக்கொண்டிருக்கிறது. இத்தகைய சூழ்நிலையில் அரசே மூலதனமாக உருக்கொள்ளும்போது அரசு இயந்திரத்தைக்

கைப்பற்றுவது என்பது மூலதனத்தைக் காப்பாற்றுவதற்கான தன்மைகளையும் தன்னகத்தே கொண்டுள்ளதாகத்தான் அமையும். அரசியல் பண்பாட்டை ஜனநாயகப்படுத்துவது குறித்தும், அறம் கொண்டதாகக் கட்டமைப்பது குறித்தும் இன்றைய சூழ்நிலையில் நாம் நிறைய சிந்திக்க வேண்டியுள்ளது. இன்று நாம் எதிர்கொள்ளும் அரசியல் பண்பாட்டில் (அது நாடாளுமன்ற ஜனநாயகத்தை ஏற்றுக்கொண்ட நடுத்தர வர்க்கமாக இருக்கட்டும், ஆயுதம் தாங்கிய போராட்டத்தை ஏற்றுக்கொண்ட நடுத்தர வர்க்கமாக இருக்கட்டும்), இந்த எழுத்துகள் பெரும் உற்சாகத்தையும் நம்பிக்கையையும் கொடுக்கின்றன. மத்தியதர வர்க்கத்தின் பிரதானக் குணாம்சங்களில் ஒன்று அரசு அதிகாரத்தோடு தன்னை இணைத்துக்கொள்வது. இப்படி இணைத்துக்கொள்வதன் ஊடாக மட்டுமே இந்த வர்க்கம் தன்னை நிலைநிறுத்திக்கொள்ள முடியும். இன்றைய முதலீட்டிய வர்க்கத்தின் பங்குதாரராய் இருந்தாலும், அதற்கு மாற்று அதிகார அமைப்பை நிறுவுவதற்கான போராளியாக இருந்தாலும் அது அதிகாரத்தோடு தன்னை இணைத்துக்கொள்கிறது. இப்படிப்பட்ட வர்க்கத்தைச் சேர்ந்த நாம் இந்த இயக்கத்திலிருந்து எதைக் கற்க முடியும்? ‘நாங்கள் சாதாரண மனிதர்கள், கலகக்காரர்கள்’ என்கிறது ஜபடிஸ்டா இயக்கத்தின் கோஷம். இந்த இயக்கம் ஒரு பழங்குடி மக்களின் விடுதலைக்கான, சுயமரியாதையை மீட்டெடுப்பதற்கான, அவர்களுடைய கனவுகளைக் கைக்கொள்வதற்கான போராட்டம். பழங்குடி மக்கள் சாதாரண மனிதர்களாக இருக்கலாம். அதனால், கலகக்காரர்களாக இருக்கலாம். ஆனால், நகர்ப்புறத்தைச் சார்ந்தவர்களுடைய நிலை என்ன? நகர்ப்புறத்தைச் சார்ந்தவர்கள் அரசு இயந்திரத்தைச் சாராமல் ஒரு நாள் பொழுதைக்கூடக் கழிக்க முடியாது. ஒரு வேளை உணவுகூட உண்ண முடியாது. அப்படியிருக்க நகர்ப்புறத்தைச் சார்ந்தவர்களை நாம் எப்படிக் கலகக்காரர்களாகக் கருத முடியும்? இந்தக் கேள்வி, அந்தப் பூர்வகுடி மக்களை நம்மிடமிருந்து பிரிப்பதாகவும், அவர்களை மற்றவர் ஆக்குவதாகவும், இந்த இயக்கத்தின் நோக்கத்தைச் சுருக்குவதாகவும் அமையும். அதாவது, இந்த இயக்கம் மெக்ஸிக்கோவில் சியாபஸ் என்ற பகுதியில் வாழும் பழங்குடி மக்களின் விடுதலைக்கான போராட்டமாக இருக்கலாம். ஆனால், அவர்களுடைய அனுபவம் நமக்குக் கற்றுக்கொடுப்பது என்னவென்றால், எல்லா சாதாரண மக்களும் — காரில் பயணித்துக்கொண்டிருப்பவர்களும், நகர வீதிகளில் நடந்துகொண்டிருப்பவர்களும் கலகக்காரர்கள்தான். அவர்களும் சாதாரண மக்கள்தான். அவர்களுடைய கனவும் சுயமரியாதையும் அவர்களிடமிருந்தும் பறிக்கப்பட்டுத்தான் உள்ளன. அவர்களை நாம் கலகக்காரர்களாக ஏற்றுக்கொள்ளத் தொடங்கியவுடன் அவர்களுடைய பிளவுபட்ட தன்மையைக் காண்கிறோம். கலகம் செய்பவர்களாகவும் கலகம் செய்யாதவர்களாகவும் பிளவுபட்டு இருப்பதைக் காண்கிறோம். அவர்களுடைய கலகம் என்பது அடங்கிக்கிடக்கும் எரிமலையாய் இருக்கிறது.

புரட்சிகரச் சிந்தனையைக் கட்சிகளோ இயக்கங்களோ உருவாக்கிய தொழில்ரீதியான புரட்சிக்காரர்களிடமிருந்து சாதாரண மக்கள் கற்றுக்கொள்ள வேண்டிய அவசியம் ஏதும் இல்லை என்கிறது ஜபடிஸ்டா இயக்கம். இது மரபு மார்க்சியத்தோடு எவ்விதத்தில் வேறுபட்டுநிற்கிறது என்பது

பற்றி ஜான் ஹாலோவே (John Holloway) மிக விரிவாக விவரிக்கிறார்.[1] மரபு மார்க்சியர்களும் மக்களிடமிருந்து கற்றுக்கொள் என்றுதான் சொல்லியிருக்கிறார்கள். ஆனால், அதில் கற்பதும், பேசுவதற்குப் பதில் கேட்பதும் தலைமை ஏற்று நடத்துவதற்குத்தான். ஆனால், ஜபடிஸ்டா இயக்கம் முன்வைக்கும் பேசுவதற்குப் பதிலாகக் கேட்பது அதிகாரத்தோடு உள்ள இணைப்பைத் துண்டித்துக்கொள்வதாகிறது. ஜபடிஸ்டா இயக்கத்தின் இந்த விசித்திரமான பார்வை நமக்குப் பல புது விஷயங்களைக் கற்றுக்கொடுக்கிறது. இந்த அடிப்படையில்தான் அந்த இயக்கம், இவ்வாறு கூறுகிறது:

> ‘ஜபடிஸ்டாவாகிய நாங்கள் கூறுகிறோம்: நான் நானாகவே இருக்கிறேன். நீங்கள் நீங்களாகவே இருக்கிறீர்கள். நான் நானாக இருந்தாலும், நீங்கள் நீங்களாகவே இருந்தாலும், நானும் நீங்களும் வாழ வேண்டிய நம் உலகத்தை நாம் உருவாக்கிக்கொண்டிருக்கிறோம். இந்த உலகத்தில் என்னைப் போலவோ உங்களைப் போலவோ இருக்க வேண்டும் என்று நானோ நீங்களோ மற்றவர்களைக் கட்டாயப்படுத்த மாட்டோம்’ *(ப.504)*.

அரசியல் பண்பாட்டை ஜனநாயகப்படுத்துதல், அதை அறம் சார்ந்ததாக்குதல், ஆயுதத்தின் எல்லையைத் தீர்மானித்தல், சாதாரண மக்களின் வரலாற்றுக்கும் வார்த்தைகளுக்கும் தியாகங்களுக்கும் அனுபவங்களுக்கும் கதைகளுக்கும் வலிகளுக்கும் கனவுகளுக்கும் சுயமரியாதைகளுக்கும் அங்கீகாரம் கொடுத்தல், அவர்களுக்குள் அழுத்தப்பட்டுக்கிடக்கும் கலகக்காரனை அடையாளம்காணுதல் ஆகியவற்றை இந்த இயக்கம் அடிப்படையாகக் கொண்டிருக்கிறது. மேலும், நாங்கள் ஒரு புதிர் என்பதை நாங்கள் உணர்ந்துகொள்ள வேண்டியிருக்கிறது. ஒரு புரட்சியானது ஆட்சி அதிகாரத்தைக் கைப்பற்றுவதை மட்டுமே முன்மொழிவதில்லை. ஆட்சி அதிகாரத்தைக் கைப்பற்றுவதுதான் தனது பணி என்றால் ஒரு படையால் போராட முடியாது. அனைத்து முரண்பாடுகளையும் நாங்கள் எதிர்கொள்கிறோம். பண்பாட்டுரீதியாக அனைத்திடமிருந்தும் முற்றிலுமாக அந்நியமாக்கப்பட்ட ஒரு பிரதேசத்தில் நாங்கள் வளர்ந்து வலிமையானவர்களாக மாறியிருக்கிறோம்’ *(ப.548)* என்கிறார் மார்க்கோஸ்.

மெக்ஸிகோவில் 2006-ல் வரவிருக்கும் அதிபர் தேர்தலில் போட்டியிடும் மூன்று வேட்பாளர்களையும் மிகக் கடுமையாக விமர்சித்துள்ள மார்க்கோஸ், 2005 ஜூன் 19 அன்று நாட்டின் கவனத்தை மீண்டும் தன் பக்கம் திருப்பியுள்ளார். ‘ரெட் அலெர்ட்’ என்று அறிவித்துவிட்டு ஜபடிஸ்டாவின் அடுத்த கட்ட நடவடிக்கை என்னவாக இருக்க வேண்டும் என்பதற்காக 6 நாட்கள் மாநாட்டுக்காகக் காட்டுக்குள் சென்றுவிட்டார். மெக்ஸிகோ எழுத்தாளரும் மார்க்கோஸ் இயக்கத்தை ஆதரிப்பவருமான கார்லோஸ் மோந்தேமயோர் (Carlos Montemayour), மார்க்கோஸ் சூழ்நிலையைத் தனக்கு சாதகமாக மாற்றிக்கொள்வதில் திறமையானவர் என்றும், அவர்

1 ஜான் ஹாலோவே கட்டுரைகளைப் பார்க்க: ‘Zapatismo Urbano’, ‘Oridnary People, that is Rebels’, ‘Zapatismo and the Social Sciences’.

பாணியில் ஒரு தோட்டாவும் உபயோகிக்காமல் மார்க்சியச் சிந்தனையை முன்னெடுத்துச்செல்லும் திறமைகொண்டவர் என்றும் குறிப்பிடுகிறார் (*Frontline magazine, July 29, 2005*). மேலும், 'இதில் விசித்திரம் ஏதும் இல்லை. இந்தப் பதினோரு வருட காலத்தில் அரசியலார்ந்த நடவடிக்கைகள் எடுக்க முடியும் என்று ஜபடிஸ்டாக்கள் நிரூபித்துள்ளார்கள். அவர்களால் அரசியலார்ந்து செயல்பட முடியும் என்பதைத்தான் இப்போது நடந்துள்ளதும் தெரிவிக்கிறது' என்கிறார்.

இரட்டைத் தாள அடவு போட்டு ஆங்கில வாக்கியங்கள் முன்னே பின்னே நகர்ந்து நடனமாடுகின்றன. சில கணங்களில் நான்கு தாள அடவு போட்டு திசை மாறுகின்றன. இந்தத் தாள சுருதியை அப்படியே தமிழில் கொண்டுவர முயன்றால் வாக்கியங்கள் புரியாமல்போகும் அபாயம் உண்டு. புரிதலுக்கு மட்டுமே முக்கியத்துவம் கொடுத்திருந்தால் இந்தத் தாளமும் நளினமும் பிசகியிருக்கும். பாலச்சந்திரன் இதில் தீர்மானமாய் ஓர் இடைப்பட்ட நிலையை எடுத்துள்ளார். அத்தோடு இந்த இயக்கத்தில் 'டிக்னிட்டி' மிக முக்கியமானதாக உள்ளது. அதற்கு 'கண்ணியம்' (*க்ரியா அகராதி, ப.244*) என்று உபயோகிக்காமல், 'சுயமரியாதை' என்று உபயோகித்துள்ளார். 'டிக்னிட்டி' என்ற சொல்லுக்கு ஆங்கிலத்தில் 49 இணைச்சொற்கள் உள்ளன. அதில் 'செல்ஃப்-ரெஸ்பெக்ட்' என்ற சொல்லும் உண்டு. அதைத் தேர்ந்தெடுத்து 'சுயமரியாதை' என்று உபயோகித்ததன் வழியாக மிகச் சிறப்பாக அரசியல் தளத்துக்கு எடுத்துச்சென்றுள்ளது இங்கு குறிப்பிடத்தக்கது.

நாடாளுமன்ற ஜனநாயகத்திலோ, ஆயுதம் தாங்கிய போராட்டத்திலோ நம்பிக்கைவைக்கும் மத்தியதர வர்க்கத்தைச் சேர்ந்தவர்களாகட்டும் அரசியல் கட்சிகளாகட்டும் இயக்கங்களாகட்டும் இந்தப் புத்தகத்தோடு உரையாடுவது மிகவும் அவசியம். மேலும், தமிழ் இலக்கியப் படைப்பாளிகள், வாசகர்கள் இந்தப் புத்தகத்தோடு உரையாட வேண்டியுள்ளது. இலக்கியத்தில் சுயமரியாதையை மீட்டெடுப்பதற்கும் ஜனநாயகப்படுத்துவதற்கும் இந்த உரையாடல் அவசியமாகிறது. அத்தோடு இதுவரை ஜபடிஸ்டா இயக்கம் முன்வைக்கும் கோட்பாடுகள், நடைமுறைத் தந்திரங்கள் பற்றி உலகளவில் எழுந்திருக்கக்கூடிய விவாதங்களை நாம் அடுத்த கட்டமாகப் பார்க்க வேண்டியதும் அவசியமாகிறது. எப்படியிருந்தாலும், இந்தப் புத்தகம் முன்வைக்கும் கருத்துகளை ஏற்றுக்கொண்டாலும் ஏற்றுக்கொள்ள மறுத்தாலும் இந்தப் புத்தகத்தோடு உரையாடிய பின் ஒருசில தினங்களுக்கேனும் நாம் நம்முடைய நிம்மதியை இழக்கப்போவது என்னவோ நிச்சயம்.

⊙